நிறைவான வாழ்க்கைக்கான நிகரற்றக் கொள்கைகள்

நிறைவான வாழ்க்கைக்கான நிகரற்றக் கொள்கைகள்

ஸ்டீபன் ஆர். கவி

தமிழில்: நாகலட்சுமி சண்முகம்

MANJUL

மஞ்சுள் பப்ளிஷிங் ஹவுஸ்

First published in India by

MANJUL

Manjul Publishing House

Corporate and Editorial Office

• 2nd Floor, Usha Preet Complex, 42 Malviya Nagar, Bhopal 462 003 - India

Sales and Marketing Office

• C-16, Sector 3, Noida, Uttar Pradesh 201301 - India

Website: www.manjulindia.com

Distribution Centres

Ahmedabad, Bengaluru, Bhopal, Kolkata, Chennai,
Hyderabad, Mumbai, New Delhi, Pune

Original English edition published in Nashville, Tennessee, by Thomas Nelson.
Thomas Nelson is a registered trademark of Thomas Nelson, Inc.

Tamil translation of *Everyday Greatness - Inspiration for Daily Life*
by *Stephen R. Covey*

This edition is published by arrangement with Thomas Nelson,
a division of HarperCollins Christian Publishing, Inc.

This edition first published in India in 2014
Fourth impression 2023

ISBN 978-81-8322-439-0

Translation by Nagalakshmi Shanmugam

Editing and Layout by PSV Kumarasamy

Printed and bound in India by Repro India Ltd.

உள்ளடக்கம்

இன்னல்களிலிருந்து மீளுதல்

வாழ்வின் பல்வேறு அம்சங்களை ஒருங்கிணைத்தல்

முன்னுரை

டாக்டர் ஸ்டீபன் ஆர். கவி

நான் ஆசீர்வதிக்கப்பட்டிருப்பதாக உணர்கிறேன்.

குழப்பங்களும் கொந்தளிப்புகளும் ஆதிக்கம் செலுத்துகின்ற மாலைச் செய்திகளும் ஊக்கமிழக்கச் செய்யும் வார்த்தைகளும் நிரம்பி வழிகின்ற ஓர் உலகில், நம்மிடையே அபரிமிதமான நல்லவையும் உள்ளன என்று எனக்கு நம்பிக்கையூட்டுகின்ற வகையான வாழ்க்கையை வாழ்கின்ற மக்களை ஒவ்வொரு நாளும் நான் சந்தித்துக் கொண்டிருப்பது குறித்து உண்மையிலேயே நான் பெரும் பேறு பெற்றுள்ளதாகத்தான் உணர்கிறேன்.

பெருநிறுவன மோசடிகள், நெறிமுறை அத்துமீறல்கள் போன்றவை பேயாட்டம் போடுகின்ற இன்றைய காலகட்டத்தில், நாணயமும் ஒழுங்கும் நிறைந்த வாழ்க்கையை வாழ்கின்ற பல உலகத் தலைவர்களுடனும் தொழிலதிபர்களுடனும் எனக்குத் தொடர்பு இருப்பது எனக்குக் கிடைத்தப் பெரும் பாக்கியம் என்று நான் கருதுகிறேன்.

குற்றங்கள், போர்கள், இயற்கைப் பேரழிவுகள், நோய்கள் போன்றவை எல்லா இடங்களிலும் பரவலாக நிகழ்ந்து கொண்டிருக்கின்ற ஒரு நேரத்தில், பெரும் தியாகங்களைச் செய்கின்ற, உன்னதமான நோக்கங்களைக் கொண்ட சட்டப் பாதுகாவலர்களுடனும் ராணுவ அதிகாரிகளுடனும் ஆட்சி நிர்வாகிகளுடனும் மருத்துவ வல்லுனர்களுடனும் இணைந்து நான் வேலை செய்வது எனக்குக் கிடைத்த ஆசீர்வாதம் என்பதில் எனக்கு எவ்வித ஐயமும் இல்லை.

குழந்தை வளர்ப்பும் குடும்ப உறவுகளும் முன்பு ஒருபோதும் இல்லாத அளவுக்குப் பெரும் சவால்களை எதிர்கொள்ள நேரிட்டுள்ள ஒரு காலகட்டத்தில், தங்கள் குழந்தைகளுக்குப் பாதுகாப்பையும் நல்வாழ்க்கையையும் வழங்குவதற்குத் தங்களால் இயன்ற அளவுக்கு இரவுபகலாகக் கடுமையாக உழைக்கின்ற வலிமையான தகப்பன்மார்கள் மற்றும் உன்னதமான தாய்மார்களின் பரிச்சயம் எனக்குக் கிடைத்துள்ளது எனக்குக் கிடைத்த மாபெரும் பேறு என்று நான் உணர்கிறேன்.

எதிர்மறைப் பண்புகளும் உணர்ச்சிமயமான சமுதாயத் தடுமாற்றங்களும் பள்ளிகளையும் இளைஞர்களையும் திணறடிக்கின்ற இன்றைய சூழ்நிலையில், செம்மையான நடத்தையையும் தங்களுக்கே உரிய தனித்துவமான வழியில் இவ்வுலகில் ஒரு வித்தியாசத்தை ஏற்படுத்த வேண்டும் என்ற அர்ப்பணிப்பையும் கொண்டுள்ள நல்லுள்ளம் கொண்ட ஆசிரியர்களுடனும் திறமை வாய்ந்த இளைஞர்களுடனும் எனக்குக் கிடைத்துள்ள பரிச்சயம் நான் பெற்றப் பெரும் பேறு.

உண்மையிலேயே நல்லிதயம் படைத்த, தங்களைச் சுற்றி இருக்கும் உலகிற்குப் பெரும் பங்களிப்புகளை வழங்குகின்ற, உலகின் பல்வேறு பகுதிகளைச் சேர்ந்த, சமுதாயத்தின் பல்வேறு நிலைகளில் உள்ள மக்களை நான் தினந்தோறும் சந்திப்பதை எனக்குக் கிடைத்த ஆசீர்வாதமாகவே நான் எண்ணி மகிழ்கிறேன்.

அப்படிப்பட்டவர்களில் நீங்களும் ஒருவராக இருப்பதற்கான சாத்தியக்கூறு மிக அதிகம் என்றே எனக்குத் தோன்றுகிறது.

நமக்குத் தேவையான ஒரு தொகுப்பு

இவ்வுலகிலுள்ள மக்களில் பெரும்பான்மையினர் நல்ல காரியங்களைச் செய்து கொண்டிருக்கின்ற நல்லவர்கள் என்றே நான் நம்புகிறேன். எதிர்மறை மனப்போக்கைக் கொண்ட சிறுபான்மையினரின் சத்தம், நம்மைச் சுற்றி சீராக ஒலித்துக் கொண்டிருக்கின்ற நல்லவை நம் காதுகளை எட்டாமல் இருக்கும்படி செய்வதற்கு நாம் அனுமதித்துவிடக்கூடாது.

நான் இங்கு இன்னொன்றையும் கூறிக் கொள்ள விரும்புகிறேன். நம்மில் பலர் நல்ல விஷயங்களைச் செய்து கொண்டிருக்கக்கூடும். நமக்கு நாமே கொடுத்துக் கொள்ளும் பாராட்டுகளைவிட அதிகப் பாராட்டுகளுக்கு நாம் தகுதியுடையவர்களாக இருக்கவும்கூடும். ஆனால் பல சமயங்களில், நாம் நம்மிடம் இருக்கும் ஆற்றலுக்கும் திறமைகளுக்கும் குறைவாகவே செயல்பட்டுக் கொண்டிருக்கிறோம் என்பதை நம்மில் பெரும்பாலானோர் நன்றாக அறிவோம். எனவே, நாம் தனிமையில் சிந்திக்கும் நேரங்களில், வாழ்விலிருந்து நம்மால் இன்னும் அதிகமானவற்றைப் பெற முடியும் என்பதையும், நம்மால் இவ்வுலகிற்கு இன்னும் அதிகமாகக் கொடுக்க முடியும் என்பதையும் நாம் உணர்கிறோம்.

உங்கள் விஷயத்தில் இது உண்மையா?

என்னுடைய மிக முக்கியமான வேலை என் கடந்தகாலத்தில் இல்லை, அது எப்போதும் என் எதிர்காலத்திலேயே உள்ளது என்ற நம்பிக்கையோடு வாழ்க்கையை அணுக நான் விரும்புகிறேன். 'வாழ்க்கையை அதன் சிகரத்தில் வாழ்ந்து காட்டு' என்பதுதான் என் வாழ்க்கைக் குறிக்கோள். அதன் விளைவாக, இவ்வுலகில் ஒரு வித்தியாசத்தை ஏற்படுத்துவதற்கான மதிப்பான வழிகளைத் தேடுவதற்குப் புதிய திசைகளில் பயணிப்பதற்கான ஒரு தணியாத விருப்பம் எப்போதும் என்னுள் ஆழமாகக் கொழுந்துவிட்டு எரிந்து கொண்டே இருக்கிறது. வாழ்க்கையை மேம்படுத்துவது குறித்தப் பேரார்வத்தைத் தனிப்பட்ட முறையில் நான் அனுபவிக்கும்போது, படிப்பதற்கும், பிறகு நான் படித்தவை குறித்துச் சிந்தித்துப் பார்ப்பதற்கும், உங்கள் கைகளில் உள்ளது போன்ற ஒரு வளமான தொகுப்பு அதிக மதிப்பு வாய்ந்ததாக இருக்கும் என்பதை நான் கண்டறிந்துள்ளேன். பலப்பல ஆண்டுகளாக வெளிவந்து கொண்டிருக்கின்ற, உயர்ந்த தரம் கொண்ட, 'ரீடர்ஸ் டைஜஸ்ட்' என்ற மாதாந்திரப் பத்திரிகை, காலங்காலமாக நிலைத்து நிற்கின்ற பல 'வெற்றி' இலக்கியங்களிலிருந்தும், உலகில் தற்போது மிக உயர்வாக மதிக்கப்படுகின்ற மக்கள் பலரிடமிருந்தும் சேகரிக்கப்பட்டுள்ள இத்தொகுப்பு, வாழ்க்கையை மேம்படுத்துவதற்கான, சாகாவரம் பெற்றக் கொள்கைகள் மற்றும் நடைமுறை உள்நோக்குகளை உள்ளடக்கிய ஓர் உண்மையான பொக்கிஷம். நமக்கான ஒரு தொகுப்பு இது.

இத்தொகுப்பிலிருந்து நீங்கள் மூன்று வழிகளில் பயன் பெறுவீர்கள் என்று நான் உறுதியாக நம்புகிறேன். முதலில், ஓரிடத்தில் ஓய்வாக அமர்ந்து, ஆசுவாசமாகவும் மகிழ்ச்சியாகவும் இந்நூலை உங்களால் படிக்க முடியும் என்று நான் நம்புகிறேன். வாழ்க்கை சுலபமானதல்ல. நாம் இதை ஒப்புக் கொண்டுதான் ஆக வேண்டும். உலகம் பெரும் குழப்பத்தில் இருக்கிறது. எதிர்காலத்தில் இன்னும் அதிகமான கொந்தளிப்புகள் இருக்கும் என்று எல்லா முன்னறிவிப்புகளும் சுட்டிக்காட்டுகின்றன. இன்று நாம் கேள்விப்படுகின்ற பல விஷயங்களும் படித்துத் தெரிந்து கொள்கின்ற பல செய்திகளும் நமக்கு அசௌகரியத்தையும் நடுக்கத்தையும் ஏற்படுத்துபவையாகவே இருக்கின்றன. எனவே, நமக்கு உற்சாகத்தைக் கொடுக்கக்கூடிய இது போன்ற ஒரு புத்தகத்தை ஓய்வாக அமர்ந்து படிப்பதற்கு நேரம் கிடைப்பது அரிதானதாக ஆகி வருகின்றது. இத்தொகுப்பு, வாழ்க்கைப் புயலில் இருந்து ஒரு புகலிடமாகவும், ஒரு நம்பிக்கைக் கீற்றாகவும் உங்களுக்கு அமையட்டும்.

இரண்டாவதாக, நீங்கள் தனிப்பட்ட முறையில் வாழ்விலிருந்து சற்று அதிகமானவற்றைப் பெறுவதற்கான உத்வேகத்தை இத்தொகுப்பு உங்களுக்கு வழங்கும் என்று நான் நம்புகிறேன். எண்பது ஆண்டுகளுக்கும் மேலாக, ரீடர்ஸ் டைஜஸ்ட் பத்திரிகை, சிறப்பான வாழ்க்கைக்கான உள்நோக்குகளை வழங்குகின்ற ஓர் ஊற்றாக இருந்து வந்துள்ளது. அப்பத்திரிகையின் பல வெளியீடுகளில் இடம்பெற்றுள்ள, உத்வேகமும் ஊக்கமும் நல்குகின்ற நூற்றுக்கணக்கான கதைகளும் உள்நோக்குகளும் இந்த ஒரே தொகுப்பில் நமக்குக் கிடைத்திருப்பது நம்முடைய அதிர்ஷ்டம்தான். இன்றும் சரி, உங்கள் வாழ்நாள் முழுவதும் சரி, உங்கள் ஆற்றலுக்கு ஏற்ற வகையில் மிகச் சிறப்பாக வாழ்வதற்கு உங்களுக்கு உதவக்கூடிய எந்தவோர் உத்வேகத்தை நீங்கள் தேடிக் கொண்டிருக்கிறீர்களோ, அது இப்புத்தகத்தில் ஏதேனும் ஒரு பக்கத்தில் உங்களுக்குக் கிடைக்கும் என்று நான் நம்புகிறேன்.

மூன்றாவதாக, பரிபூரண மாற்றத்தை நோக்கி நடைபோடும் ஒருவராக ஆவதற்கான ஒரு பேரார்வத்தை இத்தொகுப்பு உங்களுக்குள் தோற்றுவிக்கும் என்று நான் நம்புகிறேன். இத்தகைய நபர்கள், மோசமானவற்றின் ஓட்டத்தைத் தடுக்கின்றனர். எடுத்துக்காட்டாக, ஒரு குடும்பத்திலோ, ஒரு பணியிடத்திலோ, ஒரு சமூகத்திலோ, அல்லது வேறு எங்கேனுமோ, ஒரு தலைமுறையிலிருந்து அடுத்தத் தலைமுறைக்கு அல்லது ஒரு சூழ்நிலையிலிருந்து இன்னொரு சூழ்நிலைக்குக் கைமாறுகின்ற எதிர்மறைப் பாரம்பரியங்கள் அல்லது தீய வழக்கங்களின் ஓட்டத்தை அவர்கள் ஒட்டுமொத்தமாகத் துண்டித்துவிடுகின்றனர். பரிபூரண மாற்றத்தை நோக்கிச் செல்லும் மனிதர்கள், தங்கள் சொந்தத் தேவைகளையும் கடந்து, மனித இயல்பின் மிக ஆழமான, மிக உன்னதமான தூண்டுதல்களைத் தட்டியெழுப்புகின்றனர். இருண்ட காலகட்டங்களில், அவர்கள் மற்றவர்களை சீர்தூக்கிப் பார்ப்பதற்கு பதிலாக, அவர்களுக்கான விளக்குகளாக மாறுகின்றனர். மக்களை விமர்சிப்பதற்கு பதிலாக, அவர்களுக்கான முன்மாதிரிகளாகத் திகழ்கின்றனர். முரண்பாடு நிலவும் நேரங்களில், அவர்கள் பலிகடாக்களாக ஆவதற்கு பதிலாக, மாற்றத்திற்கான கிரியா ஊக்கிகளாக ஆகின்றனர். இன்றைய உலகில் இத்தகைய நபர்களுக்கான தேவை அதிகமாக உள்ளது. மிகச் சிறந்த மனிதர்களில் ஒருவராக உங்களால் ஆக முடியும் என்று நம்புங்கள். உங்கள் செல்வாக்கும் தாக்கமும் வளர்ந்து பெருகுவதைக் கண்டு மகிழுங்கள்.

ஒவ்வொரு நாளையும் ஒரு மகத்துவமான நாளாக ஆக்குதல்

இவ்வுலகம், எப்போதேனும், ஏதோ ஒரு துணிகரச் செயலைப் பார்க்கிறது அல்லது அரிய திறமை படைத்த ஒரு நபரைக் கண்டுபிடிக்கிறது. அவ்வப்போது, ஓர் அறிவியலறிஞர் ஏதோ ஒரு முக்கியக் கண்டுபிடிப்பை நிகழ்த்துகிறார் அல்லது ஒரு பொறியியல் வல்லுனர் ஒரு புரட்சிகரமான கருவியை வடிவமைக்கிறார். பத்தாண்டுகளுக்கு ஒருமுறை, இரண்டு அரசியல்வாதிகள் துணிச்சலான அமைதி முயற்சி ஒன்றில் கையெழுத்திடுகின்றனர். ஆண்டுதோறும், அந்த ஆண்டிற்கான சிறந்த நடிகர்கள், இசைக் கலைஞர்கள், தடகள வீரர்கள், விற்பனையாளர்கள் ஆகியோரைப் பாராட்டுவதற்காக மிக ஆடம்பரமான நிகழ்ச்சிகள் நடத்தப்படுகின்றன.

இத்தகைய நிகழ்ச்சிகளும் சாதனைகளும், 'மகத்துவம்' என்ற தலைப்பின்கீழ், செய்திப் பத்திரிகைகளிலும் ஊடகங்களிலும் கொட்டை எழுத்துக்களில் தலைப்புச் செய்திகளாக இடம்பெறுகின்றன. பெரும்பான்மையான நேரங்களில், ஒரு விதத்தில், இச்சாதனைகள் நம் பாராட்டுக்கு உரியவையாகவும் நாம் கவனம் செலுத்துவதற்குத் தகுதியானவையாகவும் உள்ளன என்பதை மறுப்பதற்கில்லை. ஏனெனில், அச்சாதனைகளில் சில, குறிப்பிடத்தக்க மற்றும் முன்னேற்றகரமான வழிகளில் சமூகத்தை முன்னோக்கி அழைத்துச் செல்கின்ற சாதனைகளைக் குறிக்கின்றன. ஆனால் பெரும்பாலானவை, வாழ்க்கைக்குச் சிறிது காரச்சுவையையும் நகைச்சுவையையும் மட்டும் கூட்டுகின்றனவே அன்றி வேறு எதையும் செய்வதில்லை.

இயல்பாகவே, ஆரவாரமற்ற, மிக அமைதியான மகத்துவம் ஒன்று உள்ளது என்பதைப் பெரும்பாலான மக்கள் அறிவர். இது பொதுவாகத் தலைப்புச் செய்திகளில் இடம்பெறுவதில்லை. என்னைப் பொறுத்தவரை, உயர்ந்த மரியாதையையும் இன்னும் அதிகமான மதிப்பையும் பெறத் தகுதியான ஒன்றுதான் மேன்மைத்துவம். இதை நான் 'முதன்மை மகத்துவம்' என்று அழைக்கிறேன். இது பண்புநலன்களோடும் பங்களிப்புகளோடும் தொடர்புடையது. இது 'இரண்டாம் நிலை மகத்துவத்திலிருந்து' வேறுபட்டது. இரண்டாம் நிலை மகத்துவம் என்பது புகழ், செல்வம், பிரபலத்துவம், கௌரவம், அல்லது பதவியோடு தொடர்புடையது. முதன்மை மகத்துவம் என்பது ஒருமுறை நிகழும் ஒரு நிகழ்வல்ல, மாறாக, அது ஒரு வாழ்க்கைமுறை. இது, ஒரு நபரிடம் என்ன இருக்கிறது என்பதைவிட அதிகமாக, அவர் எப்படிப்பட்டவர் என்பதைப் பற்றிக் கூறுகிறது. இது மக்களுடைய திறமைகளைவிட அவர்களுடைய உள்நோக்கங்களைப் பற்றி அதிகமாகப் பேசுகிறது. மாபெரும் சாதனைகளைவிட, சிறிய, எளிய செயல்களைப் பற்றி அதிகமாகப் பேசுகிறது.

முதன்மை மகத்துவத்தை விவரிக்குமாறு மக்களிடம் கேட்டுக் கொள்ளப்படும்போது, தனிப்பட்ட முறையில் தங்களுக்குத் தெரிந்தவர்களைப் பற்றிய விவரிப்புகள்தான் அவர்களிடமிருந்து பதிலாக வரும். எடுத்துக்காட்டாக: வருடம் முழுவதும் செக்குமாடாய் உழைத்து, வாழ்வின் புயல்களை சமாளித்து, தன் குடும்பத்தைப் பாதுகாத்து, அண்டை

அயலாருக்கும் உதவுகின்ற ஒரு விவசாயி; தான் ஒரு கச்சிதமான தாய் அல்ல என்பதை அறிந்தும்கூட, தன் குழந்தையின்மீது நிபந்தனையற்ற அன்பை வெளிப்படுத்துவதற்கு ஒவ்வொரு நாளும் தன்னால் இயன்ற அளவுக்கு முயற்சிக்கின்ற ஒரு தாய்; நம்பகத்தன்மை கொண்ட, நேர்மையான, கடினமாக உழைக்கின்ற, மற்றவர்களை மரியாதையோடு நடத்துகின்ற ஓர் ஆசிரியர், ஒரு சக ஊழியர், ஓர் அண்டைவீட்டுக்காரர், அல்லது ஒரு நண்பர். இவர்கள் எல்லோரையும்விட மேலாக, தங்கள் வாழ்வின் ஒவ்வொரு நாளையும் ஒரு மகத்துவமான நாளாக ஆக்கிக் கொள்வதற்குத் தாங்கள் ஒரு மகாத்மா காந்தியாகவோ, ஆபிரகாம் லிங்கனாகவோ, அல்லது அன்னை தெரசாவாகவோ இருக்க வேண்டிய அவசியமில்லை என்பதை உணர்ந்து கொள்ள, தங்களுக்கு ஓர் எடுத்துக்காட்டாகவும், தாங்கள் பார்த்துப் பின்பற்றக்கூடிய விதத்தில் தங்களுக்கு ஒரு முன்மாதிரியாகவும் விளங்குகின்ற ஒருவரை அவர்கள் விவரிக்கின்றனர்.

முதன்மை மகத்துவத்தை வரையறுக்க முயற்சிக்கும்போது அவர்கள் விவரிக்கின்ற வகையான மக்கள், இந்த முன்னுரையின் துவக்க வரிகளில் நான் விவரித்திருந்த அதே வகையான திறமை கொண்ட மக்கள்தான் — உலகில் எதிர்மறை இரைச்சல் இருந்தும்கூட, சவால்களைத் துணிச்சலோடு எதிர்கொண்டு, ஒரு நேர்மறையான பங்களிப்பை வழங்குவதற்கான வழிகளை எப்படியோ தேடிக் கண்டுபிடிக்கின்ற மக்கள்தான் இவர்கள்.

மூன்று அன்றாடத் தேர்ந்தெடுப்புகள்

அப்படியானால், ஒவ்வொரு நாளையும் ஒரு மகத்துவமான நாளாக ஆக்குவதற்கு எது நம்மை வழிநடத்திச் செல்கிறது? அதன் வேர்கள் எவை?

இவற்றுக்கான பதில், மூன்று அன்றாடத் தேர்ந்தெடுப்புகளில் அடங்கியுள்ளதாக நான் உறுதியாக நம்புகிறேன். பிரக்ஞையுடனோ அல்லது பிரக்ஞையின்றியோ, நாம் ஒவ்வொருவரும் அன்றாடம் மேற்கொள்கின்ற தேர்ந்தெடுப்புகள் இவை.

1. துணிந்து செயலில் இறங்குவது குறித்தத் தேர்ந்தெடுப்பு

தினந்தோறும் நாம் மேற்கொள்கின்ற முதல் தேர்ந்தெடுப்பு இது: வாழ்வில் நாம் களத்தில் இறங்கி நடவடிக்கை எடுக்கப் போகிறோமா அல்லது வருவதை வெறுமனே ஏற்றுக் கொள்ளப் போகிறோமா?

நமக்கு நிகழும் அனைத்தையும் நம்மால் கட்டுப்படுத்த முடியாது என்பது வெளிப்படை. பெருங்கடலில் அடுத்தடுத்து வரும் அலைகளைப்போல, வாழ்வில் நிகழ்வுகள் அடுத்தடுத்து நம்மைத் தாக்குகின்றன. சில நிகழ்வுகள் துணை விளைவுகளாக ஏற்படுகின்றன. அவை நம் வாழ்வின்மீது எந்தத் தாக்கத்தையும் ஏற்படுத்துவதில்லை. பிற நிகழ்வுகள் நம்மைப் புரட்டியெடுத்துவிடுகின்றன. ஆனால் ஒவ்வொரு நாளும் நாம் ஒரு தேர்ந்தெடுப்பை மேற்கொள்கிறோம்: அலைகளோடு சேர்ந்து வெறுமனே மிதந்து செல்கின்ற ஒரு மரக்கட்டையைப்போல நாம் இருக்கப் போகிறோமா அல்லது நம்முடைய நடவடிக்கைகளையும் நாம் சென்றடைய விரும்புகின்ற இடங்களையும் தீர்மானிப்பதற்கு முன்கூட்டியே முனைப்போடு பொறுப்பேற்றுக் கொள்ளப் போகிறோமா?

மேலோட்டமாகப் பார்த்தால், இந்தத் தேர்ந்தெடுப்பு மிகவும் சுலபமானது. வாழ்க்கை நம்மைப் புரட்டிப் போடுவதைவிட, நம் வாழ்வில் நிகழும் விஷயங்கள் நம் கட்டுப்பாட்டில் இருப்பதை யார்தான் விரும்ப மாட்டார்கள்? ஆனால், நாளின் முடிவில், நம் செயல்கள்தான் உண்மையான பதில்களை வழங்குகின்றன. தங்கள் வாழ்க்கையைத் தங்கள் கட்டுப்பாட்டில் வைத்துக் கொள்ள விரும்புவதாகப் பலர் கூறுவர். ஆனால் மாலையில் தாங்கள் என்ன செய்ய வேண்டும் என்பதையும், அதை எப்போது செய்ய வேண்டும் என்பதையும் அவர்கள் தங்கள் தொலைக்காட்சிகளிடம் ஒப்படைத்துவிடுகின்றனர். அல்லது, தங்கள் தொழில்வாழ்க்கை குறித்துத் தங்களுக்கு மிகப் பெரிய கனவுகளும் இலக்குகளும் இருப்பதாக அவர்கள் கூறுவர். ஆனால், அவற்றை அடையத் தேவையான திறமைகளைத் தங்களிடம் வளர்த்துக் கொள்வதற்கான பொறுப்பை அவர்கள் தங்கள் நிறுவனத்தின் உயரதிகாரிகளிடம் ஒப்படைத்துவிடுகின்றனர். இன்னும் சிலர், தாங்கள் உறுதியான பண்புநெறிகளைப் பின்பற்றி ஒழுக விரும்புவதாகக் கூறுவர். ஆனால் லேசான எதிர்ப்பு எழும்போது, அவர்கள் தங்கள் நாணயத்தைக் காவு கொடுத்துவிடுகின்றனர். இதேபோல, பலர் தங்கள் வாழ்க்கையில் நடக்கும் விஷயங்களைத் தாங்கள் தீர்மானிக்க விரும்புவதாகக் கூறுவர். ஆனால் நாளின் முடிவில் பார்த்தால், நிகழ்வுகள் தாமாகவே நிகழ்ந்து அவர்களைக் கட்டுப்படுத்துவதுபோலத் தெரிகிறது.

இதற்கு நேரெதிராக, இத்தொகுப்பில் வரும் ஒவ்வொரு கதையும், துணிந்து களத்தில் இறங்கி நடவடிக்கை எடுப்பதைத் தேர்ந்தெடுத்த ஒரு நபரைக் குறிக்கிறது. நமக்கு நிகழக்கூடிய விஷயங்களை எல்லா நேரங்களிலும் நம்மால் தேர்ந்தெடுக்க முடியாது, ஆனால் அந்நிகழ்வுகளுக்கு நாம் மேற்கொள்ளக்கூடிய பதில்நடவடிக்கைகளை நம்மால் தேர்ந்தெடுக்க முடியும் என்பதை அறிந்தவர்கள் அவர்கள். சிலர் ஏற்கனவே பிரபலமானவர்கள், ஆனால் பலர் அவ்வளவாக அறியப்படாதவர்கள். சிலர் துணிகரமான தேர்ந்தெடுப்புகளை மேற்கொள்கின்றனர், பெரும்பாலானோர் அவ்வாறு செய்வதில்லை. சிலர் பொதுவாழ்வில் தேர்ந்தெடுப்புகளை மேற்கொள்கின்றனர், பெரும்பாலானோர் அப்படிச் செய்வதில்லை. பெரும்பான்மையான மக்கள், ஒவ்வொரு நாளும் தனிப்பட்ட வழிகளில் சாதாரணமான தேர்ந்தெடுப்புகளை மேற்கொள்கின்ற சாமானிய மக்களே. அவர்களுடைய வாழ்க்கையையும் அவர்களுடைய தேர்ந்தெடுப்புகளையும் ஆய்வு செய்து பார்க்குமாறு நான் உங்களை அழைக்கிறேன். “நடவடிக்கை எடுப்பதைத் தேர்ந்தெடுக்கின்ற மக்கள்தான் வாழ்விலிருந்து மிக அதிகமாகப் பெறுகின்றனர், சமுதாயத்திற்கு மிக அதிகமான பங்களிப்புகளை வழங்குகின்றனர்” என்ற, எனக்குப் புலப்படுகின்ற அதே கருப்பொருள் உங்களுக்கும் புலப்படுகிறதா என்று பாருங்கள்.

நம் சொந்த வாழ்க்கைக்கும் நம் சொந்த எதிர்காலத்திற்குமான படைப்பாற்றலாக நம்மால் ஆக முடியும், நாம் அவ்வாறு ஆகத்தான் வேண்டும்.

2. வாழ்க்கைக் குறிக்கோள் குறித்தத் தேர்ந்தெடுப்பு

ஆனால் செயலில் இறங்குவதைத் தேர்ந்தெடுத்துள்ள நம்மில் பலர், நாம் மேற்கொண்ட பிற தேர்ந்தெடுப்புகள் மோசமானவை என்பதைப் பின்னர் அறிகிறோம். அவை நமக்கோ அல்லது மற்றவர்களுக்கோ

எவ்விதத்திலும் மதிப்புக் கூட்டுவதாக இல்லாமல் போனதையும், சில தேர்ந்தெடுப்புகள் தீங்கு விளைவிப்பதாக இருந்ததையும் கண்டு நாம் வருந்துகிறோம்.

எனவே, நாம் தினமும் மேற்கொள்ள வேண்டிய இரண்டாவது தேர்ந்தெடுப்பு அதிக முக்கியத்துவம் வாய்ந்தது: நம் அன்றாடத் தேர்ந்தெடுப்புகள் எந்தக் குறிக்கோள்களுக்கு அல்லது விளைவுகளுக்கு நம்மை இட்டுச் செல்லப் போகின்றன?

நாம் ஒவ்வொருவரும் மதிப்பு வாய்ந்தவராக இருக்க விரும்புகிறோம், நம் வாழ்க்கை முக்கியமானது என்று அறிய விரும்புகிறோம். நாம் வெறுமனே ஏதோ ஒன்றில் மும்முரமாக இருக்க விரும்புவதில்லை. மாறாக, மதிப்பான குறிக்கோள்களைப் பின்தொடர்வதில் நாம் மும்முரமாக இருக்க விரும்புகிறோம். ஆனால் இன்றைய அதிவேக உலகில், நாம் எந்தக் குறிக்கோள்களைப் பின்தொடர்ந்து சென்று கொண்டிருக்கிறோம் என்பதைப் பற்றி சிந்திக்காமலேயே ஒவ்வொரு நாளின் ஊடாகவும் நாம் விரைவாகக் கடந்து சென்றுவிடுகிறோம். பலர் இவ்வாறு ஓரிடத்திலிருந்து இன்னோர் இடத்திற்கு அவசர அவசரமாக ஓடிக் கொண்டிருப்பதையும், ஆனால் உண்மையில் அவர்கள் எங்கும் சென்றடையாமல் போவதையும் நாம் பார்க்கிறோம்.

ஆனால் இத்தொகுப்பில் உள்ளவர்கள் அப்படிப்பட்டவர்கள் அல்ல. சக்கர நாற்காலிகளைத் தயாரிக்கின்ற ஒரு நபரிலிருந்து, ஊனமுற்ற ஒரு குழந்தையைச் சுற்றித் தங்கள் வாழ்க்கையை அமைத்துக் கொண்டுள்ள ஒரு குடும்பம்வரை, தாங்கள் எதிர்கொள்ளக்கூடிய துணிகரமான சவால்களையும், தாங்கள் செய்ய வேண்டிய தனிப்பட்டத் தியாகங்களையும் பொருட்படுத்தாமல், அர்த்தமுள்ள, மதிப்பான குறிக்கோள்களைப் பின்தொடர்வதற்கான, முன்யோசனையுடன்கூடிய தேர்ந்தெடுப்புகளை இவர்கள் அனைவருமே மேற்கொள்கின்றனர்.

உண்மையில், தங்கள் வாழ்க்கைக்கான ஒரு குறிக்கோளைத் தேர்ந்தெடுத்த, காலம் சென்ற டிவிட் வாலஸும் அவருடைய மனைவி லைலா வாலஸும்தான் இத்தொகுப்பின் மூலங்கள். ரீடர்ஸ் டைஜஸ்ட் பத்திரிகையைத் தோற்றுவித்தவர்கள் இவர்கள்தான். 1922ம் ஆண்டில், புதுமணத் தம்பதியராக, வாழ்க்கை நடத்துவதற்குத் தேவையான பணத்தை ஈட்டுவதற்காகவே அவர்கள் அப்பத்திரிகையைத் துவக்கினர். ஆனால் அவர்களுடைய இலக்கு வெறுமனே பணம் சம்பாதிப்பதோடு மட்டும் நின்றுவிடவில்லை. டிவிட் வாலஸ் ஒரு சிறுவனாக இருந்தபோது எழுதி வைத்திருந்த ஒரு நீண்ட தேடலை நிறைவேற்றுவது குறித்தும் அவர்கள் இருவரும் முனைப்பாக இருந்தனர். அது இதுதான்: “என் தொழில் எதுவாக இருந்தாலும் சரி, என்னால் முடிந்த அளவுக்கு இவ்வுலகில் நல்ல விஷயங்களை நான் முழுமூச்சுடன் செய்வேன்.” துணிச்சல், ஈகை, நாணயம், தரம், மதிப்பு, ஒற்றுமை ஆகியவை உட்பட, சிறந்த வாழ்க்கைக்குத் தேவையான பல்வேறு கொள்கைகளை வலியுறுத்திய கதைகள், சிறு நிகழ்வுகள், ஏராளமான நகைச்சுவைகள், நடைமுறை உள்நோக்குகள் ஆகியவற்றால் தங்கள் பத்திரிகையின் ஒவ்வொரு வெளியீட்டையும் நிரப்புவதன் மூலம் ‘மக்கள் தங்களுக்குத் தாங்களே உதவிக் கொள்ளத் தாங்கள் அவர்களுக்கு உதவுப் போவதாக’ அத்தம்பதியர் தீர்மானித்தனர்.

இன்று, 21 மொழிகளில் அச்சிடப்படுகின்ற இப்பத்திரிகை, அதே கொள்கைகளை ஆதரித்து வருகிறது. உலகம் நெடுகிலும் 8 கோடி வாசகர்களைக் கொண்ட மிகப் பெரியதொரு சமூகமாக வளர்ந்துள்ள இது, உலகில் மிக அதிகமாகப் படிக்கப்படும் பத்திரிகையாகத் திகழ்கிறது.

இத்தம்பதியர், ஒவ்வொரு பக்கமாக, ஒவ்வொரு வெளியீடாக, ஒரு குறிக்கோளுடன்கூடிய ஒரு வாழ்க்கையை வாழ்வதைத் தேர்ந்தெடுத்தனர். இத்தொகுப்பில் உள்ளவர்களும் ஒவ்வோர் அடியாக, ஒவ்வொரு நாளாக, மதிப்பான குறிக்கோள்களைப் பின்தொடர்வதற்கான தேர்ந்தெடுப்புகளை மேற்கொண்டனர். அவர்கள் பின்தொடர்ந்து சென்ற குறிக்கோள்களை நீங்கள் படித்து மகிழ்வீர்கள் என்றும், உங்கள் வாழ்க்கையை அர்த்தமுள்ளதாகவும் பங்களிப்புகள் நிறைந்ததாகவும் ஆக்குவதற்கான உங்கள் சொந்த முயற்சிகளைப் பற்றி சிந்திப்பதற்கான ஒரு வாய்ப்பாக இதை நீங்கள் பயன்படுத்திக் கொள்வீர்கள் என்றும் நான் நம்புகிறேன்.

3. பின்பற்ற வேண்டிய கொள்கைகள் குறித்தத் தேர்ந்தெடுப்பு

மேற்கூறப்பட்டுள்ள எதுவும் மந்திரத்தாலோ அல்லது அதிர்ஷ்டத்தாலோ நடந்துவிடாது. நேர்மறைச் சிந்தனையின் சக்தியில் எனக்கு நம்பிக்கை உண்டு என்றாலும், வெறுமனே நேர்மறையாகச் சிந்திப்பதன் மூலம் நம்மால் வெற்றியையும் மன அமைதியையும் பெற முடியும் என்ற நம்பிக்கை எனக்கு இல்லை. அர்த்தமும் முன்னேற்றமும் செழித்தோங்கும் ஒரு வாழ்க்கையை, அதாவது, ஒவ்வொரு நாளையும் ஒரு மகத்துவமான நாளாக ஆக்குவதை உள்ளடக்கிய ஒரு வாழ்க்கையை வாழ்வதும் அதை மகிழ்ச்சியாக அனுபவிப்பதும், காலங்காலமாக நிலைத்திருக்கின்ற உலகளாவிய கொள்கைகளுடன் நாம் இணக்கமாக வாழ்வதிலிருந்து மட்டுமே சாத்தியமாகிறது.

எனவே நாம் தினமும் மேற்கொள்ள வேண்டிய மூன்றாவது தேர்ந்தெடுப்பு, 'நிரூபிக்கப்பட்டக் கொள்கைகளுக்கு இசைவாக நம் வாழ்க்கையை நாம் வாழப் போகிறோமா அல்லது அவ்வாறு செய்யாமல் போவதால் ஏற்படக்கூடிய பின்விளைவுகளால் நாம் துன்புறப் போகிறோமா?' என்பதுதான்.

மேற்கூறப்பட்டக் கேள்வியை, ரீடர்ஸ் டைஜஸ்ட் பத்திரிகையின் 1983ம் ஆண்டு டிசம்பர் மாத வெளியீட்டில் இடம்பெற்ற ஒரு குட்டிக் கதையைக் கொண்டு நான் உங்களுக்கு விளக்குகிறேன். இக்கதை வெறும் நகைச்சுவையை நோக்கமாகக் கொண்டிருந்தாலும், கொள்கைகளின் சக்தியையும் அவை நம் வாழ்விலும் நம் தேர்ந்தெடுப்புகளிலும் ஏற்படுத்தும் தாக்கத்தையும் விரிவாக விளக்குவதாக நான் நம்புகிறேன்.

பனிமூட்டமான ஓர் இரவின்போது, ஒரு கப்பலின் தலைவன், தூரத்திலிருந்து ஏதோ வெளிச்சம் தங்கள் கப்பலை நோக்கி வந்து கொண்டிருந்ததை கவனித்தான். அது இன்னொரு கப்பலில் இருந்து வந்ததுபோல அவனுக்குத் தோன்றியது. எனவே அவன் தன் சமிக்கையாளரை அழைத்து, " 'உங்கள் கப்பலுடன் மோதக்கூடிய ஒரு பாதையில் எங்கள் கப்பல் வந்து கொண்டிருக்கிறது; தெற்கே 20 டிகிரி பாதை மாறிச் செல்லவும்' என்று அந்தக் கப்பலுக்குச் சமிக்கை அனுப்புங்கள்," என்று கட்டளையிட்டான்.

பதிலுக்கு, "நீங்கள் வடக்கே 10 டிகிரி பாதை மாறிச் செல்லுமாறு அறிவுறுத்துகிறேன்," என்று எதிர்த்திசையிலிருந்து சமிக்கை வந்தது.

இதனால் எரிச்சலடைந்த அத்தலைவன், "நான் இக்கப்பலின் தலைவன். உடனடியாகத் தெற்கே 20 டிகிரி பாதை மாறிச் செல்லவும்," என்று மீண்டும் கூறினான்.

"நானும் ஒரு கடற்படை வீரன்தான். வடக்கே 10 டிகிரி பாதை மாறிச் செல்வது உங்களுக்கு நல்லது," என்று எதிர்த்திசையிலிருந்து பதில் வந்தது.

இதைக் கேட்டு அக்கப்பல் தலைவன் கோபத்தில் குமுறினான். "நான் ஒரு போர்க்கப்பல். உடனடியாகத் தெற்கே 20 டிகிரி பாதை மாறிச் செல்லவும்," என்று அவன் மீண்டும் சமிக்கை அனுப்பினான்.

"நான் ஒரு கலங்கரைவிளக்கம். உடனடியாக வடக்கே 10 டிகிரி பாதை மாறிச் செல்லவும்," என்று மின்னல் வேகத்தில் பதில் வந்தது. (பங்களிப்பு: டேன் பெல்)

இது நகைச்சுவையாகத் தோன்றினாலும், இதன் செய்தி நேரடியானதாக உள்ளது. கப்பலின் அளவோ அல்லது அதன் தலைவனின் பதவியோ இங்கு முக்கியமாக இருக்கவில்லை. கலங்கரை விளக்கம் தன் பாதையை மாற்றிக் கொள்ளப் போவதில்லை. அது ஒரே இடத்தில் நிலையாக இருக்கும் ஒன்று. தன் பாதையைத் திருத்திக் கொள்ள வேண்டுமா அல்லது வேண்டாமா என்ற தேர்ந்தெடுப்பு அந்தக் கப்பலின் தலைவனுக்கு மட்டுமே இருந்தது.

அந்தக் கலங்கரைவிளக்கம் ஒரு கொள்கையைப் போன்றது. கொள்கைகள் அசைக்கப்பட முடியாதவை. அவை என்றென்றும் நிலைத்திருப்பவை, உலகளாவியவை. அவை ஒருபோதும் மாறுவதில்லை. வயது, இனம், சாதி, ஆண் பெண் பாகுபாடு, பதவி போன்ற எதையும் அவை பொருட்படுத்துவதில்லை. அவற்றின் பார்வையில் இவை அனைத்துமே சமமானவைதான். அந்தக் கலங்கரைவிளக்கம் எவ்வாறு கப்பல்களுக்கு வழிகாட்டுகிறதோ, அதேபோல, புயலோ அல்லது அமைதியோ, இருட்டோ அல்லது வெளிச்சமோ, எல்லாக் காலகட்டங்களிலும் மக்கள் தாங்கள் பயணிக்க விரும்புகின்ற திசையை நிர்ணயித்துக் கொள்வதற்கான நிரந்தரமான வழிகாட்டுதல்களைக் கொள்கைகள் நமக்கு வழங்குகின்றன.

ஐன்ஸ்டீன், நியூட்டன் போன்ற அறிவியலறிஞர்களின் பங்களிப்புகளால், இப்படிப்பட்டப் பல கொள்கைகள் (இயற்கை விதிகள்) அறிவியல் தளங்களில் கண்டுபிடிக்கப்பட்டுள்ளன. எடுத்துக்காட்டாக, விமானிகள், பறப்பது குறித்த நான்கு கொள்கைகளால் கட்டுப்படுத்தப்படுகின்றனர். அவை: புவியீர்ப்பு ஆற்றல், மேலுயர்த்தும் ஆற்றல், உந்து சக்தி, மற்றும் இழுவை சக்தி. விவசாயிகளும் இதே போன்ற கொள்கைகளை (அறுவடை விதிகளை) மிகத் திறமையாகக் கையாள வேண்டும். ஜிம்னாஸ்டிக் வீரர்களும் பொறியாளர்களும் இயற்பியலின் கொள்கைகளுக்கு உட்பட்டு இயங்க வேண்டும். ஆனால் இந்த விமானிகளோ, விவசாயிகளோ, ஜிம்னாஸ்டிக் வீரர்களோ, அல்லது பொறியாளர்களோ இக்கொள்கைகளைப் புதிதாகக் கண்டுபிடிக்கவில்லை. அவர்களால் அவற்றை மாற்றவும் முடியாது. மாறாக, அக்கப்பற்தலைவனைப்போலவே, தாங்கள் இக்கொள்கைகளின்படி தங்கள் பாதைகளை அமைத்துக் கொள்ள வேண்டுமா இல்லையா என்பதை மட்டுமே அவர்களால் தேர்ந்தெடுக்க முடியும். ஒருவருடைய பண்புநெறிகள்

அவருடைய நடத்தைகளைக் கட்டுப்படுத்துவதைப்போல, கொள்கைகள் பின்விளைவுகளைக் கட்டுப்படுத்துகின்றன.

அறிவியலைப்போலவே, மனிதத் தளத்திலும் அதே போன்ற கலங்கரைவிளக்கக் கொள்கைகள் இருப்பதாக நான் உறுதியாக நம்புகிறேன். முன்னோக்கு, புதுமை, பணிவு, தரம், புரிந்துணர்வு, பெருந்தன்மை, விடாமுயற்சி, சமநிலை போன்ற கொள்கைகள் இத்தொகுப்பில் எடுத்துக்கூறப்பட்டுள்ளன. நாம் அதிகத் திறம்படைத்தவராக ஆவதற்கும் வாழ்வில் அதிக மனநிறைவை அனுபவிப்பதற்கும் நம்மை உந்தித் தள்ளக்கூடிய கொள்கைகள் இவை. இதில் உங்களுக்கு சந்தேகம் இருந்தால், இக்கொள்கைகளுக்கு நேரெதிரான, முன்னோக்கின்மை, சோம்பேறித்தனம், பகட்டு, கவனக்குறைவு, குறுகிய மனப்போக்கு, பழியுணர்வு, மன உறுதியின்மை, சமநிலையின்மை போன்றவற்றின் அடிப்படையில் வாழ்ந்து பாருங்கள். வாழ்வில் தோல்விக்கு வழிவகுக்கும் காரணிகள் இவை.

இத்தொகுப்பில் இடம்பெற்றுள்ள சில கதைகள் பலப்பல வருடங்களுக்கு முன்பு எழுதப்பட்டவை. ஆனால் அவை அனைத்தும் கொள்கைகளின் அடிப்படையில் அமைந்திருப்பதுதான் அவற்றைக் காலத்தால் அழியாதவையாகவும், முன்புபோல இன்றும், இன்னும் இருபது வருடங்களுக்குப் பிறகும் நடைமுறைக்குப் பொருத்தமாக இருப்பவையாகவும் ஆக்குகின்றது. எனவே, இத்தொகுப்பிலுள்ள கதைகளை நீங்கள் படிக்கும்போது, அவை நிகழ்ந்த காலகட்டங்கள்மீதோ அல்லது அவற்றில் இடம்பெற்றுள்ள நபர்கள்மீதோ நீங்கள் அதிக அக்கறை காட்ட வேண்டியதில்லை. மாறாக, அக்கதைகளில் இடம்பெற்றுள்ள கொள்கைகள்மீதும், அக்கதைகளின் நாயகர்கள் மற்றும் நாயகிகள் எவ்வாறு அக்கொள்கைகளைத் தங்கள் வாழ்வில் செயல்படுத்தினர் என்பதன்மீதும் மட்டுமே கவனம் செலுத்துங்கள். அதைவிட முக்கியமாக, உங்கள் வாழ்க்கைப் பாதையை வகுத்துக் கொள்வதற்கும், உங்கள் முன்னேற்றத்தை அளவிடுவதற்கும், உங்கள் வாழ்வின் ஒவ்வொரு நாளையும் ஒரு மகத்துவமான நாளாக ஆக்குவதை நோக்கிய உங்கள் பயணத்தில் சிறுசிறு திருத்தங்களை மேற்கொள்வதற்கும் இந்தக் கலங்கரைவிளக்கக் கொள்கைகளை உங்கள் வாழ்வில் தனிப்பட்ட முறையில் முழுமையாக எவ்வாறு பயன்படுத்தலாம் என்பதைப் பற்றி நீங்கள் சிந்திக்க வேண்டும்.

நீங்கள் என்ன செய்யப் போகிறீர்கள்?

ஒவ்வொரு நாளையும் ஒரு மகத்துவமான நாளாக ஆக்குவதற்கு அடித்தளமான மூன்று தேர்ந்தெடுப்புகள் இப்போது உங்கள் வசம் உள்ளன. ஒரு விதத்தில் பார்த்தால், செயலில் இறங்குவது குறித்தத் தேர்ந்தெடுப்பு, வாழ்விற்குள் நாம் கொண்டு வரும் ஆற்றலைக் குறிக்கிறது, நம் மன உறுதியை உணர்த்துகிறது. வாழ்க்கைக் குறிக்கோள் குறித்தத் தேர்ந்தெடுப்பு, வாழ்வில் நாம் எங்கே சென்றடைவதைத் தேர்ந்தெடுக்கிறோமோ, எதை சாதிப்பதைத் தேர்ந்தெடுக்கிறோமோ, அதைக் குறிக்கிறது. பின்பற்ற வேண்டிய கொள்கைகள் குறித்தத் தேர்ந்தெடுப்பு, நாம் தேர்ந்தெடுத்துள்ள இடத்தை நாம் எவ்வாறு சென்றடைவோம் என்பதையும், நம் இலக்குகளை நாம் எவ்வாறு சாதிப்போம் என்பதையும் உணர்த்துகிறது.

இந்த முன்னுரையின் துவக்கத்தில் நான் குறிப்பிட்ட மக்கள், அதாவது, இன்றைய உலகில் ஒவ்வொரு நாளையும் ஒரு மகத்துவமான நாளாக ஆக்குவதைத் தீவிரமாகக் கடைபிடிக்கின்ற மக்கள், இந்த மூன்று தேர்ந்தெடுப்புகளுக்கும் தாங்கள் அளித்தச் செயல்விடைகளின் மூலம் தங்களைத் தனித்துவப்படுத்திக் கொண்டுள்ளனர். இத்தொகுப்பில் நீங்கள் யாரைப் பற்றிப் படிக்கவிருக்கிறீர்களோ, அவர்கள் இந்த மூன்று தேர்ந்தெடுப்புகளுக்கும் நேர்மறையாகச் செயல்விடை அளித்ததன் மூலம் தங்கள் வாழ்வின் பல்வேறு நிலைகளில் தங்களைப் பெருமளவு தனித்துவப்படுத்திக் கொண்டுள்ளனர் என்று நான் நம்புகிறேன்.

ஆனால், இத்தொகுப்பு உண்மையில் அவர்களைப் பற்றியது அல்ல. இது உங்களைப் பற்றியது. வேறு வார்த்தைகளில் கூறினால், மற்றவர்கள் என்ன செய்துள்ளனர் அல்லது கூறியுள்ளனர் என்பதை வலியுறுத்துவது இதன் நோக்கமல்ல. மாறாக, உங்கள் சொந்த வாழ்க்கையைப் பரிசீலிப்பதற்கு உங்களை ஊக்குவிப்பதற்கான ஒரு முயற்சிதான் இது. அன்றாட அடிப்படையில் உங்கள் பங்களிப்புகள் என்னென்ன? மக்களை நீங்கள் எவ்வாறு நடத்துகிறீர்கள்? உங்கள் நேரத்தை நீங்கள் எவ்வாறு பயன்படுத்துகிறீர்கள்? நீங்கள் ஓரளவுக்குச் சிறப்பாகச் செயல்படுகிறீர்களா அல்லது உங்களால் இயன்ற அளவுக்கு மிகச் சிறப்பாகச் செயல்படுகிறீர்களா?

நான் உங்களிடம் கேட்கும் கேள்விகள் இவைதான்:

- உங்கள் வாழ்க்கை, அலைகள்மீது அல்லாடிக் கொண்டிருக்கும் ஒரு மரக்கட்டையைப்போல அங்குமிங்கும் அலைக்கழிக்கப்படுகிறதா அல்லது நீங்கள் உங்கள் சொந்த அலைகளை உருவாக்கி, நீங்கள் விரும்பும் திசையில், நீங்கள் தேர்ந்தெடுத்துள்ள திசையில் பயணித்துக் கொண்டிருக்கிறீர்களா?
- உங்களுடைய அன்றாடத் தேர்ந்தெடுப்புகள் எந்தக் குறிக்கோள்களுக்கு, எந்த விளைவுகளுக்கு உங்களை இட்டுச் செல்கின்றன? அவை உங்களை எந்தக் குறிக்கோள்களுக்கும் எந்த விளைவுகளுக்கும் இட்டுச் செல்ல வேண்டும் என்று நீங்கள் விரும்புகிறீர்கள்?
- காலங்காலமாக நிலைத்திருக்கின்ற உலகளாவிய கொள்கைகளுடன் உங்கள் வாழ்க்கை இணக்கமாக உள்ளதா?

இவை கடினமான கேள்விகள்தாம் என்பதை மறுப்பதற்கில்லை. இவற்றுக்கான பதில்கள் உங்களுக்கு உறுதியாகத் தெரியாவிட்டாலோ, அல்லது உங்கள் பதில்கள் உங்களுக்கு மகிழ்ச்சியளிக்கவில்லை என்றாலோ, இத்தொகுப்பை நீங்கள் உங்களுக்கு அனுகூலமாகப் பயன்படுத்திக் கொள்ளுமாறு நான் உங்களைக் கேட்டுக் கொள்கிறேன். ஏனெனில், இதிலுள்ள ஒவ்வொரு விஷயமும், பின்வரும் முக்கியமான உண்மையை உங்களுக்கு நினைவுபடுத்துகின்றன: உங்கள் வாழ்க்கை முக்கியமானது; உங்களைச் சுற்றி இருக்கும் உலகில் என்ன நிகழ்ந்து கொண்டிருந்தாலும் சரி, உங்கள் நாட்களை அர்த்தமுள்ளவையாகவும் செழித்தோங்குபவையாகவும் அமைத்துக் கொள்வது சாத்தியம்தான்.

இந்நூலில் இடம்பெற்றுள்ள கதைகள் ஏழு வகைகளாகப் பிரிக்கப்பட்டுள்ளன. ஒவ்வொரு வகையிலும் மூன்று கொள்கைகள் உள்ளடங்கியுள்ளன. இந்த 21 கொள்கைகள் ஒவ்வொன்றுக்குள்ளும், அக்கொள்கையை விளக்குகின்ற மூன்று கதைகள் அடங்கியுள்ளன. அவற்றைத் தொடர்ந்து என்னுடைய கருத்துரை இடம்பெற்றுள்ளது. நீங்கள் இப்புத்தகத்தின் எந்தப் பக்கத்தைத் திறந்தாலும், அதிலிருந்து உங்களுக்கு

உத்வேகம் கிடைக்கும்படி இத்தொகுப்பு அமைக்கப்பட்டுள்ளது இதன் சிறப்பு. இந்நூலில் ஒரு குறிப்பிட்ட அத்தியாயத்தைப் படிப்பதற்கு, முந்தைய அத்தியாயத்தை நீங்கள் படித்திருக்க வேண்டிய அவசியமில்லை.

இத்தொகுப்பினால் ஏற்படவிருக்கும் பல்வேறு பலன்களை இப்போதே என்னால் காண முடிகிறது. இளைஞர்களை ஊக்குவிப்பதற்காகப் பெற்றோர்களும் ஆசிரியர்களும் இதிலுள்ள பல நற்சிந்தனைகளையும் கதைகளையும் எடுத்தாள்வது என் மனக்கண்ணில் தெரிகிறது. தொழில்முறைப் பேச்சாளர்களும் வியாபாரத் தலைவர்களும் இதை ஒரு கருத்துக் கருவூலமாகப் பயன்படுத்துவதை என்னால் மனக்காட்சிப்படுத்த முடிகிறது. அலுவலகங்களில் பல பணிக் குழுக்கள் இதிலுள்ள கொள்கைகளைப் பற்றிக் கலந்துரையாடி, அவற்றைப் பல்வேறு பணி முயற்சிகளுக்குப் பயன்படுத்துவதை என்னால் கற்பனை செய்ய முடிகிறது. எல்லாவற்றையும்விட மேலாக, உங்களைப் போன்ற தனிநபர்கள், குறிப்பிட்டத் தனிப்பட்ட சவால்களுக்கான தீர்வுகளைக் கண்டுபிடிப்பதற்கும், உத்வேகமூட்டுகின்ற மற்றும் மனத்தை விசாலமாக்குகின்ற உள்நோக்குகளைக் கண்டுபிடிப்பதற்கும் இதைப் பயன்படுத்துவதை என்னால் காண முடிகிறது. எனவே, திறந்த மனத்துடன் இத்தொகுப்பைப் படித்து, உங்கள் இலக்குகளை அடைய எந்தக் கொள்கைகளும் உள்நோக்குகளும் உங்களுக்கு உதவும் என்று உங்களுக்குத் தோன்றுகிறதோ, அவற்றை அடிக்கோடிட்டுக் கொள்ளுங்கள். பிறகு, உங்கள் வாழ்வின் ஒவ்வொரு நாளையும் ஒரு மகத்துவமான நாளாக ஆக்கிக் கொள்வதற்கான உங்கள் ஆற்றலை மேம்படுத்திக் கொள்வதற்கான ஒரு யதார்த்தமான திட்டத்தை உருவாக்கிக் கொள்வதற்கு நான் வழங்கியுள்ள பரிந்துரைகளையும் பயன்படுத்திக் கொள்ளுங்கள்.

நிறைவாக

இத்தொகுப்பைத் திரட்டுவதற்குப் பங்களித்த அனைவருக்கும் நான் என் நன்றியையும் மரியாதையையும் தெரிவித்துக் கொள்வதோடு கூடவே, இறுதியாக உங்களுக்கு இன்னோர் ஊக்குவிப்பையும் வழங்கி இந்த முன்னுரையை நிறைவு செய்ய விரும்புகிறேன்.

முதலில், ரீடர்ஸ் டைஜஸ்ட் பத்திரிகையைத் தோற்றுவித்த வாலஸ் தம்பதியரில் தொடங்கி, அப்பத்திரிகையை இன்றுவரை வெற்றிகரமாக நடத்தி வந்துள்ள அனைத்துக் குழு உறுப்பினர்களுக்கும் நான் மரியாதை செலுத்த விரும்புகிறேன். இத்தொகுப்பில் உள்ள அனைத்துக் கதைகளும், ரீடர்ஸ் டைஜஸ்ட் பத்திரிகையின் ஏதோ ஒரு வெளியீட்டில் இடம்பெற்றவைதான். இவை அவர்களுக்கும் அவர்களுடைய உன்னதமான குறிக்கோள்களுக்கும் உரிய பாராட்டுகளே.

இரண்டாவதாக, இந்நூலைத் தொகுப்பதில் டேவிட் ஹேட்ச் மேற்கொண்ட விரிவான முயற்சிகளை நான் பாராட்டுகிறேன். ஒரு தலைமைத்துவ ஆலோசகர் என்ற முறையில் தன் தொழிலில் பயன்படுத்துவதற்காகக் கதைகளையும் மேற்கோள்களையும் திரட்டிக் கொண்டிருந்தபோதுதான் இத்தகைய ஒரு முயற்சியை அவர் முன்மொழிந்தார். அவர் எவ்வளவு அதிகமானவற்றைத் திரட்டினாரோ,

இவை உலக அளவில் எல்லோருடனும் பகிர்ந்து கொள்ளப்பட வேண்டும் என்ற உந்துதல் அவ்வளவு அதிகமாக அவருக்குள் எழுந்தது. ரீடர்ஸ் டைஜஸ்ட் பத்திரிகையின் ஆயிரத்திற்கும் அதிகமான வெளியீடுகளைப் பொறுமையாக அலசி, உங்களைப் போன்றவர்களுக்குப் பெரும் பலனளிக்கக்கூடியவற்றைச் சேகரித்துத் தொகுத்துள்ள அவருடைய பணி மெச்சப்பட வேண்டிய ஒன்று.

மூன்றாவதாக, இத்தொகுப்பில் தங்கள் ஆழமான அறிவையும் ஞானத்தையும் வழங்கியுள்ள பல எழுத்தாளர்களுக்கும் தத்துவவியலாளர்களுக்கும் சாமானியக் கதாநாயகர்களுக்கும் நான் என் நன்றியைத் தெரிவித்துக் கொள்கிறேன். இவர்களில் பலரை நான் தனிப்பட்ட முறையில் அறிவேன். அவர்களைக் கண்டு நான் பிரமித்து நிற்கிறேன். அவர்கள் ஒவ்வொருவருமே தங்கள் சொந்த வழியில் பிறருக்கு ஓர் உத்வேகமாக விளங்குகின்றனர். நம்மைப்போலவே, அவர்களும் கச்சிதமானவர்கள் அல்ல. ஆனால் உன்னதமான செயல்களைச் செய்வதற்குப் பேரார்வம் கொண்டவர்களாக அவர்கள் உள்ளனர். இதன் வாயிலாக, நம்மாலும் ஒரு வித்தியாசத்தை ஏற்படுத்த முடியும் என்ற ஒரு நம்பிக்கை நம் ஒவ்வொருவருக்குள்ளும் உருவாக அவர்கள் உதவுகின்றனர்.

இறுதியாக, வாசகர்களாகிய நீங்கள் ஒரு தனித்துவமான நபர் என்ற முறையில் உங்களுக்கு என் மரியாதை கலந்த வணக்கத்தை நான் தெரிவித்துக் கொள்கிறேன். ஏகப்பட்டக் குழப்பங்கள் நிறைந்த இவ்வுலகில் நல்ல விஷயங்களை ஏற்கனவே செய்து கொண்டிருப்பவர்களாக நான் முன்பு குறிப்பிட்டவர்களில் ஒருவர் நீங்கள். உங்களுக்கே உரிய தனித்துவமான திறமைகளும் அனுபவங்களும் உங்களுக்கு உள்ளன. அவற்றை நம்புங்கள். இத்தொகுப்பில் உள்ள பல உள்நோக்குகளை மேம்படுத்துவதற்கு அவற்றைப் பயன்படுத்துங்கள். ஆனால் எல்லாவற்றுக்கும் மேலாக, முன்பு குறிப்பிடப்பட்ட அந்த மூன்று தேர்ந்தெடுப்புகளையும் மேற்கொள்ளுங்கள். செயலில் இறங்குங்கள். உற்சாகமும் உத்வேகமும் ஊட்டுகின்ற அர்த்தமுள்ள குறிக்கோள்களுடன் உங்களை இணைத்துக் கொள்ளுங்கள். காலத்தால் அழியாத உலகளாவிய கொள்கைகளுக்கு இசைவாக வாழுங்கள். நீங்கள் அவ்வாறு செய்யும்போது, அதிக மகிழ்ச்சியும் அதிக மன அமைதியும் உங்கள் வசமாகும் என்று நான் உறுதியாக நம்புகிறேன். ஒவ்வொரு நாளும் ஒரு மகத்துவமான நாளாக இருக்கும்படியான ஒரு வாழ்க்கையை வாழ்வதிலிருந்து கிடைக்கின்ற ஒரு மேம்பட்ட மதிப்புணர்வும், நீங்கள் முக்கியமானவர் என்ற உணர்வும் உங்களுக்குள் எழும் என்பது உறுதி.

வாழ்வின் பொருளைத் தேடி

"அழிவே இல்லாத ஆசைகள் என்னுள் உள்ளன."

- வில்லியம் ஷேக்ஸ்பியர்

ஒவ்வொரு தனிநபருக்குள்ளும் வாழ்வின் பொருள் குறித்தத் தேடலுக்கான தேவை உள்ளது, தான் மதிப்பு வாய்ந்தவனாக இருக்க வேண்டும் என்ற ஆசை உள்ளது. குறிக்கோள் குறித்த இந்தத் தணியாத ஆசைதான் வாழ்வில் நமக்கு அதிக மகிழ்ச்சியையும் நிறைவையும் கொண்டு வரக்கூடிய தேர்ந்தெடுப்புகளை நாம் மேற்கொள்வதற்கு நம்மை உந்தித் தள்ளுகிறது. ஆனால் ஒரு மும்முரமான உலகில், காலப்போக்கில் அவ்வளவாக மதிப்பில்லாத அல்லது அர்த்தமில்லாத தேர்ந்தெடுப்புகள் சுலபமாக நம் கவனத்தைத் திசை திருப்பிவிடுகின்றன. எனவே, நாம் விரும்புகின்ற மன அமைதியையும் சாதனை உணர்வையும் அடைவதற்கு, எந்தக் கனவுகளும் முன்னுரிமைகளும் இலக்குகளும் நமக்கும் மற்றவர்களுக்கும் நிரந்தரமான அர்த்தத்தை வழங்கும் என்று நாம் நம்புகிறோமோ, அவற்றைப் பற்றிய ஒரு தெளிவான காட்சியை உருவாக்கிக் கொள்வதற்கு நாம் சற்று நிதானிக்க வேண்டும்.

அர்த்தம் குறித்தத் தேடலில் நமக்கு உதவக்கூடிய கொள்கைகள் இவை:

- பங்களிப்பு
- ஈகை
- ஒருமித்தக் கவனம்

1

பங்களிப்பு

"நாங்கள் எதிலிருந்து ஓடிக் கொண்டிருக்கிறோம், எதை நோக்கி ஓடிக் கொண்டிருக்கிறோம், ஏன் ஓடிக் கொண்டிருக்கிறோம் என்பதைத் தாங்கள் இறந்து போவதற்கு முன்பு தெரிந்து கொள்ள ஒவ்வொருவரும் முனைப்போடு செயல்பட வேண்டும்."

- ஜேம்ஸ் துர்பர்

நாம் தனிமையில் சிந்தனையில் ஆழ்ந்திருக்கும்போது, நாம் ஒவ்வொருவருமே இவ்வுலகில் ஒரு வித்தியாசத்தை ஏற்படுத்த விரும்புகிறோம், சமுதாயத்திற்கு ஒரு பங்களிப்பை வழங்க விரும்புகிறோம். நீங்கள் அதை ஒரு லட்சியம் என்று அழைத்தாலும் சரி, அல்லது ஒரு குறிக்கோள் என்று அழைத்தாலும் சரி, அர்த்தமுள்ள ஏதோ ஒன்றின் ஒரு பகுதியாக நாம் இருக்க வேண்டும் என்று நாம் விரும்புகிறோம். ஆனால் அன்றாட அடிப்படையில் நம் பங்களிப்பு என்னவாக இருக்கும் என்பதைக் கண்டுபிடிப்பது எப்போதும் சுலபமாக இருப்பதில்லை. குறிப்பாக, வாழ்வின் சிறுசிறு விஷயங்களில் நாம் சிக்கித் தவிக்கும்போது, நம் பங்களிப்பைப் பற்றி நம்மால் யோசிக்க முடிவதில்லை. ஆனாலும், தான் எதை ஆதரிப்போம், எந்தக் குறிக்கோளைப் பின்தொடர்வதைத் தான் தேர்ந்தெடுப்போம் என்பதை ஒவ்வொரு தனிநபரும் தெளிவுபடுத்த வேண்டிய ஒரு காலகட்டம் அவர்களுடைய வாழ்வில் வந்தே தீரும்.

பின்வரும் மூன்று கதைகள், வாழ்வில் ஒரு தேர்ந்தெடுப்பை மேற்கொள்ள வேண்டிய ஒரு காலகட்டத்தை எட்டிய மூன்று நபர்களைப் பற்றியவை. முன்னோக்கி அடியெடுத்து வைத்து ஒரு பங்களிப்டை வழங்கித் தங்கள் வாழ்வைத் தங்கள் கட்டுப்பாட்டில் வைத்துக் கொள்ள வேண்டுமா, அல்லது வெறுமனே ஓய்ந்து போய் உட்கார்ந்து கொண்டு, வாழ்க்கை தன் போக்கில் போகட்டும் என்று இருந்துவிடலாமா என்று தீர்மானிக்கும் கட்டாயத்திற்கு அவர்கள் ஒவ்வொருவரும் ஆளாயினர். முதல் கதை ஜான் பேக்கர் என்ற ஓர்

இளைஞரைப் பற்றியது. ஒலிம்பிக்கில் பங்கு கொள்ள வேண்டும் என்ற பேரார்வம் கொண்டிருந்த, மிகத் திறமையான ஓட்டக்காரர் அவர். ஜானின் அர்த்த உணர்வும் பங்களிப்பும் முன்பு ஒருபோதும் இல்லாத அளவுக்குப் பெரும் சோதனைக்கு ஆளாயின. அவர் மேற்கொண்ட தேர்ந்தெடுப்புகளையும், தன் வாழ்வில் பின்தொடர்வதற்கு அவர் தேர்ந்தெடுத்தக் குறிக்கோள்களையும் பற்றி நீங்கள் படிக்கும்போது, அடுத்த ஒருசில வாரங்களில், மாதங்களில், மற்றும் வருடங்களில் நீங்கள் உங்கள் வாழ்க்கையைக் கொண்டு என்ன செய்வீர்கள் என்பதைப் பற்றி சிந்தித்துப் பாருங்கள். அப்போது நீங்கள் எத்தகைய பங்களிப்புகளை வழங்குவீர்கள்?

ஜான் பேக்கரின் இறுதி ஓட்டம்

வில்லியம் ஜே. பியூக்கனன்

1969ம் ஆண்டின் வசந்தகாலத்தில், இருபத்து நான்கு வயது இளைஞரான ஜான் பேக்கரின் எதிர்காலம் பிரகாசமாகத் தெரிந்தது. தலைசிறந்த ஓட்டக்காரரான அவருடைய தடகள வாழ்க்கை உச்சகட்டத்தில் இருந்தது. உலகின் மிக வேகமான ஓட்டக்காரர்களில் ஒருவர் அவர் என்று விளையாட்டு விமர்சகர்கள் முழங்கினர். 1972ம் ஆண்டில் நடைபெறவிருந்த ஒலிம்பிக் போட்டியில் அமெரிக்காவின் சார்பில் கலந்து கொள்வது ஜான் பேக்கரின் பெரும் கனவாக இருந்தது.

ஆனால் அவருடைய ஆரம்ப நாட்களில், அவர் இவ்வளவு பிரபலமடைவார் என்பதற்கான எந்த அறிகுறிகளும் இருக்கவில்லை. உயர்நிலைப் பள்ளியில் அவர் படித்துக் கொண்டிருந்தபோது, ஒல்லியான உருவத்தைக் கொண்டவராகவும், தன் சக மாணவர்களைவிட ஒருசில அங்குலங்கள் குட்டையாகவும் இருந்தார். போட்டிகளில் ஓடுவதற்கு அவர் பொருத்தமானவரல்ல என்று அவருடைய பயிற்றுவிப்பாளர்கள் கருதினர். ஆனால் ஒரு குறிப்பிட்ட நிகழ்வு அவருடைய வாழ்க்கைப் பாதையை மாற்றியது.

மன்சானோ உயர்நிலைப் பள்ளியின் தடகளப் பயிற்றுவிப்பாளரான பில் உல்ஃபார்த், நெட்டையான உருவத்தைக் கொண்ட, மிகத் திறமையான ஓட்டக்காரரான ஜான் ஹாலன்ட் என்ற மாணவரைத் தன் தடகள அணியில் சேர்ந்து கொள்ளுமாறு சில காலமாக நச்சரித்து வந்திருந்தார். ஆனால் ஹாலன்ட் மறுத்துவிட்டார். ஹாலன்ட் ஜான் பேக்கரின் உயிர் நண்பர். திடீரென்று ஒருநாள், ஜான் பேக்கர் அப்பயிற்றுவிப்பாளரிடம் சென்று, “உங்களுடைய அணியில் என்னைச் சேர்த்துக் கொள்ளுங்கள். அப்போது ஹாலன்டும் சேர்ந்து கொள்ளக்கூடும்,” என்று பரிந்துரைத்தார். பில் உல்ஃபார்த் இதற்கு சம்மதித்தார். ஜான் பேக்கரின் திட்டம் வெற்றி பெற்றது. அவர் ஓர் ஓட்டக்காரராக ஆனார்.

அந்த ஆண்டின் முதல் நெடுந்தூர ஓட்டப் பந்தயம், அமெரிக்காவின் நியூ மெக்சிகோ மாநிலத்தின் புகழ்பெற்ற ஆல்புகெர்க்கீ நகரின் கிழக்கில் அமைந்த மலையடிவாரங்களின் ஊடாக நடைபெற இருந்தது. 1.7 மைல் தூர ஓட்டம் அது. ஆல்புகெர்க்கீ நகரைச் சேர்ந்த, மாநில சாம்பியனான லாயிட் காஃபின்மீதே பெரும்பாலானோரின் பார்வை நிலைத்திருந்தது.

போட்டி துவங்கிவிட்டதை அறிவிக்கும் விதத்தில் துப்பாக்கி வெடித்ததும், ஓட்டக்காரர்கள் அனைவரும் மின்னல் வேகத்தில் ஓடினர். நான்கு நிமிடங்களுக்குப் பிறகு, தொலைவில் இருந்த மிகத் தாழ்வான ஒரு குன்றின் பின்னால் அவர்கள் ஒவ்வொருவராக ஓடி மறைந்தனர். பிறகு ஓரிரு நிமிடங்கள் கழித்து, ஒரே ஓர் உருவம் தனியாக அங்கு தோன்றியது. பயிற்றுவிப்பாளர் உல்ஃபார்த், தன் உதவியாளர் ஒருவரிடம், "லாயிட் வருகிறான் பாருங்கள்," என்று கூறினார். பிறகு தன் பைனாக்குலரின் வழியாகப் பார்த்த அவர், "அது லாயிட் அல்ல, நம்முடைய ஜான் பேக்கர்!" என்று உற்சாகமாகக் கத்தினார்.

மற்ற ஓட்டக்காரர்கள் அனைவரும் வெகுதூரம் பின்தங்கியிருக்க, ஜான் பேக்கர் தன்னந்தனியாக எல்லைக் கோட்டைத் தாண்டினார். 1.7 மைல் தூரத்தை 8 நிமிடங்கள் 3.5 நொடிகளில் கடந்து அவர் ஒரு புதிய சாதனையை ஏற்படுத்தினார்.

தொலைவில் இருந்த குன்றுக்குப் பின்னால் என்ன நிகழ்ந்தது? பேக்கர் பிறகு அதற்கு விளக்கமளித்தார். போட்டி தொடங்கிய சிறிது நேரத்தில், அவர் மற்றவர்களைவிட மிகவும் பின்தங்கியிருந்தார். அப்போது அவர், "நான் என்னால் முடிந்த அளவுக்குச் சிறப்பாக ஓடிக் கொண்டிருக்கிறேனா?" என்று தன்னைத் தானே கேட்டுக் கொண்டார். அவருக்கு அதற்கான விடை உறுதியாகத் தெரியவில்லை. தனக்கு உடனடியாக முன்னால் ஓடிக் கொண்டிருந்த நபரின் முதுகின்மீது அவர் தன் பார்வையை நிலைப்படுத்தினார். இப்போது வேறு எதுவும் அவருடைய கண்களுக்குத் தெரியவில்லை. தனக்கு முன்னால் ஓடிக் கொண்டிருந்த வீரரை முந்திச் சென்று, பிறகு அடுத்து ஒவ்வொரு வீரராகக் குறி வைக்க வேண்டும் என்ற ஒரே ஓர் எண்ணம் மட்டுமே அவருடைய மனத்தில் நிலை கொண்டிருந்தது. அப்போது அவருக்கே தெரியாமல் அவருடைய உடலில் திடீரென்று ஏராளமான ஆற்றல் பீறிட்டது. அவர் ஒவ்வொரு வீரராகக் கடந்து சென்றார். தன் தசைகளை நார்நாராகக் கிழித்தெடுத்தக் களைப்பைப் பொருட்படுத்தாமல், அவர் தொடர்ந்து வேகமாக ஓடி, எல்லைக் கோட்டைக் கடந்து களைத்து விழுந்தார்.

அவருடைய வெற்றி அதிர்ஷ்டவசமானதா? அந்த ஆண்டில், பயிற்றுவிப்பாளர் உல்ஃபார்த், பேக்கரைப் பல போட்டிகளில் பங்கு கொள்ளச் செய்தார். அனைத்துப் போட்டிகளிலும் பேக்கரே வெற்றி பெற்றார். ஓடுகளத்திற்கு வெளியே பணிவும் குதூகலமும் கொண்ட பருவ வயதினனாகப் பரிணமித்த ஜான் பேக்கர், களத்தில் இறங்கியதும் ஒரு தீவிர ஓட்டக்காரராக மாறினார். அவர் தன் பள்ளிப் படிப்பை முடித்தபோது, ஓட்டத்தில் ஆறு புதிய சாதனைகளை ஏற்படுத்தியிருந்தார். பதினெட்டு வயதுகூட நிரம்பியிராத அந்த இளைஞர், நியூ மெக்சிகோ மாநிலத்தின் தலைசிறந்த ஓட்டக்காரர் என்ற பெருமையைப் பெற்றார்.

1962ம் ஆண்டின் இலையுதிர்காலத்தில், ஆல்புகெர்க்கீ நகரில் அமைந்த நியூ மெக்சிகோ பல்கலைக்கழகத்தில் சேர்ந்து, அவர் தன் பயிற்சியைத் தீவிரப்படுத்தினார். அவர் ஒவ்வொரு நாள் அதிகாலையிலும், ஆல்புகெர்க்கீ நகரின் வீதிகள் பூங்காங்கள், கோல்ஃப் மைதானங்கள் ஆகியவற்றின் ஊடாக, நாளொன்றுக்கு இருபத்தைந்து மைல்கள் ஓடினார். அவருடைய பயிற்சி மிகச் சிறந்த பலனளித்தது. விரைவில், அபிலீன், துல்ஸா, சால்ட் லேக் சிட்டி உட்பட, 'நியூ மெக்சிகோ லோபோஸ்' அணி எங்கெல்லாம்

போட்டியிட்டதோ, அங்கெல்லாம், பிரபலமாக இருந்த பல போட்டியாளர்களை ஓரங்கட்டிவிட்டு, ஜான் பேக்கர் தன் வெற்றிக் கொடியை நாட்டினார்.

1965ம் ஆண்டின் வசந்தகாலத்தில், தெற்குக் கலிபோர்னியா பல்கலைக்கழகத்தின் தடகள அணியான 'டுரோஜன்'தான் மிகச் சிறந்த அணியாகவும், தங்கள் திறமையால் எல்லோரையும் அச்சுறுத்திய அணியாகவும் இருந்தது. எனவே, ஓட்டப் பந்தயத்திற்காக அந்த அணி ஆல்புகெர்க்கீ நகரில் வந்திறங்கியபோது, ஜான் பேக்கர் இடம்பெற்றிருந்த லோபோஸ் அணிக்கு சாவுமணி அடிக்கப்பட்டுவிட்டதாக விளையாட்டு விமர்சகர்கள் கணித்தனர். தெற்குக் கலிபோர்னியா பல்கலைக்கழகத்தைச் சேர்ந்த தலைசிறந்த ஓட்டக்காரர்களான கிறிஸ் ஜான்சன், டக் கால்ஹௌன், புரூஸ் பெஸ் ஆகியோருக்குத்தான் ஓடுகளம் சொந்தமாகப் போவதாக அந்த விமர்சகர்கள் கூறினர். அந்த மூவரும் பேக்கரைவிட மிக வேகமாக ஓடக்கூடியவர்களாக இருந்தனர்.

போட்டி நாளன்று, முதல் சுற்றில் பேக்கர் முன்னிலை வகித்தார். பிறகு வேண்டுமென்றே அவர் நான்காம் நிலைக்குப் பின்தங்கினார். இதைக் கண்டு குழம்பிப் போன பெஸ்ஸும் கால்ஹௌனும் சற்று அசௌகரியத்துடன் வேகமாக முன்னேறினர். எச்சரிக்கையுடன் இருந்த ஜான்சன் இப்போது சிறிது பின்வாங்கினார். மூன்றாவது சுற்றின் முடிவில், ஒரே கணத்தில் பேக்கரும் ஜான்சனும் ஒருவரையொருவர் முந்திச் செல்ல முயன்று, ஒருவர்மீது ஒருவர் மோதினர். கீழே விழுந்துவிடாமல் இருக்கப் போராடிய ஜான் பேக்கர், அப்போது சில பொன்னான கணங்களை இழந்தார். ஜான்சன் இப்போது அவரை முந்திச் சென்றார். 300 மீட்டர் தூரம் மீதமிருந்த நிலையில், பேக்கர் தன் உச்சபட்ச வேகத்தில் ஓடத் துவங்கினார். முதலில் பெஸ்ஸையும், பிறகு கால்ஹௌனையும் அவர் முந்திச் சென்றார். இறுதிச் சுற்றில், ஜான்சனும் பேக்கரும் கிட்டத்தட்ட ஒரே நிலையில் ஓடினர். பேக்கர் மெல்ல மெல்லத் தன் வேகத்தை அதிகரித்தார். பிறகு மூன்று வினாடி இடைவெளியில் அவர் ஜான்சனைத் தோற்கடித்து, எல்லைக் கோட்டைக் கடந்தார். பேக்கரின் வெற்றியால் உத்வேகம் பெற்ற லோபோஸ் அணியினர், அந்தப் போட்டியைத் தொடர்ந்து நிகழ்ந்த மற்ற அனைத்துப் போட்டிகளிலும் வெற்றி வாகை சூடி, டுரோஜன் அணியினரை ஒட்டுமொத்தமாக வீழ்த்தினர். அறுபத்தைந்து ஆண்டுகளில் டுரோஜன் அணி பெற்ற மிக மோசமான மூன்றாவது தோல்வியாக அது அமைந்தது.

கல்லூரிப் படிப்பை முடித்திருந்த நிலையில், பேக்கர் தன் எதிர்காலத்தைப் பற்றி சிந்தித்தார். தங்கள் அணிகளுக்குப் பயிற்றுவிப்பாளராக வருமாறு பல கல்லூரிகளிலிருந்து அவருக்கு அழைப்புகள் வந்தன. ஆனால் குழந்தைகளுக்குப் பயிற்றுவிக்கவே அவர் எப்போதும் திட்டமிட்டு வந்திருந்தார். பிறகு தன்னுடைய ஓட்டத்தைப் பற்றியும் அவர் சிந்தித்தார். ஒலிம்பிக் போட்டியில் பங்கு கொள்வதற்குத் தான் உண்மையிலேயே திறமை படைத்தவனா என்று அவர் யோசித்தார். இறுதியில், தன்னுடைய இரண்டு லட்சியங்களையும் பின்தொடர்வதற்கு வாய்ப்பளித்த ஒரு வேலையை அவர் ஏற்றுக் கொண்டார். ஆல்புகெர்க்கீ நகரில் அமைந்த ஆஸ்பென் தொடக்கப் பள்ளியின் பயிற்றுவிப்பாளராக அவர் ஆனார். அதே சமயத்தில், 1972 ஒலிம்பிக் போட்டியில் தன் மனத்தை நிலைப்படுத்தி, அவர் மேலும் தீவிரமாகப் பயிற்சி செய்தார்.

ஆஸ்பென் பள்ளியில் பேக்கரின் பண்புநலனின் மற்றொரு பரிமாணம் வெளிப்பட்டது. அவர் தன் மாணவர்கள் அனைவரையும் சமமாக நடத்தினார். திறன் இல்லை என்பதற்காக அவர் யாரையும் விமர்சிக்கவில்லை. ஒவ்வொரு குழந்தையும் தன்னால் முடிந்த அளவுக்குச் சிறப்பாகச் செயல்பட வேண்டும் என்பதுதான் அவருடைய ஒரே நிபந்தனையாக இருந்தது. இந்த நியாயமான அணுகுமுறையும், தன்னுடைய மாணவர்கள் நலன் குறித்து அவர் கொண்டிருந்த உண்மையான அக்கறையும் அம்மாணவர்கள்மீது ஒரு சக்திவாய்ந்த தாக்கத்தை ஏற்படுத்தின. அவர்கள் தங்கள் பிரச்சனைகளை முதலில் பேக்கரிடம்தான் கொண்டு வந்தனர். உண்மையோ அல்லது கற்பனைப் புனைவோ, அக்கணத்தில் அப்பிரச்சனைதான் உலகிலேயே மிக முக்கியமான விஷயம் என்பதுபோல பேக்கர் நடந்து கொண்டார். 'ஜான் பேக்கர் மிகவும் அக்கறை கொண்ட ஒரு நபர்' என்ற ஒரு பேச்சு வேகமாகப் பரவியது.

*1969*ம் ஆண்டு மே மாதத்தின் துவக்கத்தில், தன் இருபத்தைந்தாவது பிறந்தநாளுக்கு ஒருசில நாட்களுக்கு முன்பு, பயிற்சியின்போது தான் மிக வேகமாகக் களைப்படைந்து கொண்டிருந்ததை பேக்கர் கவனித்தார். இரண்டு வாரங்களுக்குப் பிறகு, அவருக்கு நெஞ்சுவலி ஏற்பட்டது. மே மாதத்தின் முடிவில் ஒருநாள் காலையில் அவர் கண்விழித்தபோது, தன் அடிவயிற்றுக்கும் மேல்தொடைகளுக்கும் இடைப்பட்டப் பகுதியில், அதிக வலியோடுகூடிய ஒரு வீக்கம் இருந்ததை கவனித்தார். எனவே அவர் மருத்துவ ஆலோசனையை நாடினார்.

பேக்கரைப் பரிசோதித்த சிறுநீரக மருத்துவரான எட்வர்டு ஜான்சனுக்கு, பேக்கரின் அறிகுறிகள் மோசமாகத் தோன்றின. எனவே மேலும் ஆராய்வதற்கு ஓர் அறுவைச் சிகிச்சை தேவை என்று அவர் பேக்கருக்குப் பரிந்துரைத்தார். அந்த அறுவைச் சிகிச்சை ஜான்சனின் சந்தேகங்களை உறுதிப்படுத்தின. பேக்கரின் விரைகளில் ஒன்றில் புற்றுநோய் ஏற்பட்டிருந்தது. அது ஏற்கனவே பரவத் தொடங்கியிருந்தது. இரண்டாவதாக ஓர் அறுவைச் சிகிச்சை செய்தால்கூட, பேக்கரால் வெறும் ஆறு மாதங்கள் மட்டுமே உயிர்வாழ முடியும் என்று ஜான்சன் கணித்தார். ஆனால் அவர் இதை பேக்கரிடம் கூறவில்லை.

இரண்டாவது அறுவைச் சிகிச்சைக்குத் தயாராவதற்காக வீட்டில் ஓய்வெடுத்துக் கொண்டிருந்த பேக்கர், ஓர் இருண்ட யதார்த்தத்தை எதிர்கொள்ள வேண்டியிருந்தது. இனிமேல் தன்னால் ஓட முடியாது, ஒலிம்பிக் போட்டியில் கலந்து கொள்ள முடியாது, பயிற்றுவிப்பாளராகத் தன் வேலை முடிந்துவிட்டது என்று நினைத்து அவர் மருகினார். எல்லாவற்றையும்விட, தன் குடும்பத்தாருக்குத் தன்னால் ஏற்பட்டிருந்த பல மாதத் துயரத்தை நினைத்து அவர் வருந்தினார்.

இரண்டாவது அறுவைச் சிகிச்சைக்கு முந்தைய ஞாயிற்றுக்கிழமையன்று, பேக்கர் தன் வீட்டைவிட்டுத் தனியாக வெளியேறி, தன் காரை மலையோரமாக ஓட்டிச் சென்றார். பல மணிநேரம் கழித்து, மாலையில் ஒருவழியாக அவர் தன் வீட்டிற்குத் திரும்பி வந்தபோது, அவரிடம் ஒரு பெரிய மாற்றம் ஏற்பட்டிருந்தது. அவருடைய உற்சாகம் பல மடங்கு அதிகரித்திருந்தது. சமீப காலமாக ஒப்புக்குப் புன்னகைத்துக் கொண்டிருந்த அவருடைய இதழ்களில் இப்போது இயல்பான, உண்மையான புன்னகை ஒளி வீசியது. எல்லாவற்றையும்விட மேலாக, இரண்டு வாரங்களில்

முதன்முறையாக, அவர் தன் எதிர்காலத்தைப் பற்றிப் பேசினார். இரவு வெகுநேரம் கழித்து, அன்றைய பகல் பொழுதில் நடந்திருந்த விஷயத்தைப் பற்றி அவர் தன் சகோதரி ஜில்லிடம் பேசினார்.

ஆல்புகெர்க்கியின் கிழக்கில் அமைந்த, இரண்டு மைல் உயரம் கொண்ட சான்டியா கிரெஸ்ட் என்ற பிரம்மாண்டமான மலைக்கு அவர் தன் காரில் சென்றிருந்தார். ஒரு செங்குத்துப் பாறையின் விளிம்பிற்குத் தன் காரை ஓட்டிச் சென்று, காரில் அமர்ந்தபடியே, தன்னுடைய உடல்நிலையால் தன் குடும்பத்தாருக்கு ஏற்படக்கூடிய வேதனையைப் பற்றி அவர் சிந்தித்தார். அந்தச் செங்குத்துப் பாறையிலிருந்து கீழே குதித்து, ஒரே கணத்தில் அந்த வேதனைக்குத் தன்னால் ஒரு முற்றுப்புள்ளி வைக்க முடியும் என்று அவர் நினைத்தார். பிறகு அவர் அமைதியாகப் பிரார்த்தித்துவிட்டு, தன் காரின் எஞ்சினைத் துவக்கினார். அவருடைய ஒரு கை, எமர்ஜென்ஸி பிரேக்கை விடுவிக்க நீண்டது. அப்போது திடீரென்று, ஆஸ்பென் பள்ளிக் குழந்தைகளின் முகங்கள் அவருடைய கண்களுக்கு முன்னால் பளிச்சிட்டன. தடைகளை உடைத்தெறிந்து தங்களால் இயன்ற அளவுக்குச் சிறப்பாகச் செயல்பட வேண்டும் என்று அவர் எந்தக் குழந்தைகளுக்குக் கற்றுக் கொடுத்திருந்தாரோ, அந்தக் குழந்தைகளின் முகங்கள் இப்போது அவர் முன்னே தோன்றின. தன்னுடைய தற்கொலை, அக்குழந்தைகளுக்கு எந்த வகையான செய்தியை விட்டுச் செல்லும் என்று யோசித்த அவர், தன்னைக் குறித்துப் பெரும் அவமானம் கொண்டார். பிறகு, தன் காரின் எஞ்சினை அணைத்துவிட்டு, இருக்கையில் அமர்ந்தபடியே குலுங்கிக் குலுங்கி அழுதார். சிறிது நேரத்திற்குப் பிறகு, தன்னுடைய பயங்கள் மறைந்துவிட்டிருந்ததையும், தன் மனம் அமைதி அடைந்திருந்ததையும் அவர் உணர்ந்தார். "இந்த பூமியில் எனக்கு எத்தனை நாட்கள் மிச்சமிருக்கின்றனவோ, அவற்றை நான் குழந்தைகளுக்காக அர்ப்பணிக்கப் போகிறேன்," என்று அவர் தனக்குத் தானே கூறிக் கொண்டார்.

செப்டம்பர் மாதத்தில், ஒரு பெரிய அறுவைச் சிகிச்சை மற்றும் பல்வேறு பிற சிகிச்சைகளைத் தொடர்ந்து, பேக்கர் மீண்டும் தன் வேலையில் தன்னை மூழ்கடித்துக் கொண்டார். ஏற்கனவே நேரமின்றி வேலை பார்த்துக் கொண்டிருந்த அவர், 'ஊனமுற்றக் குழந்தைகளுக்கான விளையாட்டு' என்ற ஒரு புதிய முயற்சிக்குத் தன்னை அர்ப்பணித்துக் கொண்டார். வலுவின்மை, திறனின்மை, அல்லது ஊனம் என்று ஏதோ ஒரு காரணத்திற்காக விளையாட்டு அணிகளில் இடம்பெற முடியாமல் ஓரங்கட்டப்பட்டக் குழந்தைகளுக்கு, 'நேரக் கண்காணிப்பாளர்,' 'விளையாட்டு உபகரணங்கள் மேற்பார்வையாளர்' போன்ற, விளையாட்டுத் தொடர்பான பல்வேறு பொறுப்புகளை அவர் கொடுத்தார். விளையாட்டு அணிகளில் இடம்பெற்ற மாணவர்களைப்போல, அவர்களுக்கும் ஆஸ்பென் பள்ளி ஜெர்ஸிக்கள் வழங்கப்பட்டன. கடினமாக முயற்சித்தக் குழந்தைகளுக்கு, பேக்கர் தன் சொந்தச் செலவில் தன் கைப்பட உருவாக்கிய ரிப்பன்களைக் கொடுத்து, அவர்களை ஊக்குவித்தார்.

நவம்பர் மாதத்தில் 'நன்றித் திருநாள்' நெருங்கியபோது, கிட்டத்தட்ட ஒவ்வொரு நாளும், பேக்கரைப் புகழ்ந்து எண்ணற்றக் கடிதங்கள் ஆஸ்பென் பள்ளிக்கு வந்தன. தங்கள் குழந்தைகளின் வாழ்வில் அவர் ஒரு பெரும் மாற்றத்தை ஏற்படுத்தியிருந்ததற்கு நன்றியும் பாராட்டும் தெரிவித்து அக்குழந்தைகளின் பெற்றோர்கள் எழுதிய கடிதங்கள் அவை. ஒரு

வருடத்திற்கு சுமார் ஐநூறுக்கும் மேற்பட்டக் கடிதங்கள் வந்து குவிந்தன. "காலையில் என் மகனைப் பள்ளிக்குத் தயார் செய்வது தினமும் ஒரு போராட்டமாகவே இருந்தது. அவனைப் படுக்கையிலிருந்து எழுப்பி, சாப்பிட வைத்து, வீட்டைவிட்டு வெளியேற்றுவதற்குள் நான் என் பாதி மூச்சைத் தொலைக்க வேண்டியிருக்கும். இப்போது நிலைமை தலைகீழாக ஆகிவிட்டது. பள்ளிக்குச் செல்ல அவன் துடிப்போடு இருக்கிறான். ஒவ்வொரு நாளையும் அவன் ஆவலோடு எதிர்பார்க்கிறான். பேக்கரின் அணியில் மைதானப் பராமரிப்பாளராக அவன் பொறுப்பு வகிக்கிறான்," என்று ஒரு தாயார் எழுதியிருந்தார்.

"என் மகன் என்னிடம் பல முறை வலியுறுத்திக் கூறியிருந்தும்கூட, ஆஸ்பென் பள்ளியில் ஒரு சூப்பர்மேன் இருந்தார் என்பதை என்னால் நம்ப முடியவில்லை. பயிற்றுவிப்பாளர் பேக்கர் தன் மாணவர்களைக் கையாண்ட விதத்தை நான் ரகசியமாகக் கண்காணித்தேன். என் மகன் கூறியது சரிதான்," என்று இன்னொரு தாயார் எழுதியிருந்தார். ஒரு குழந்தையின் தாத்தாவும் பாட்டியும் எழுதிய ஒரு கடிதத்தின் ஒரு பகுதி இது: "மற்றப் பள்ளிகளில் எங்கள் பேத்தி சுயமதிப்புக் குறைவால் துன்புற்றாள். ஆனால், ஆஸ்பென் பள்ளியில் இந்த அற்புதமான வருடத்தில், அவள் தன்னால் இயன்ற அளவுக்குச் சிறப்பாக உழைத்ததற்காக அவளுடைய பயிற்றுவிப்பாளர் பேக்கர் அவளுக்கு ஒரு நற்சான்றிதழை வழங்கினார். கூச்ச சுபாவம் கொண்ட ஒரு குழந்தைக்கு சுயமதிப்பைக் கொடுத்த இந்த இளைஞரைக் கடவுள் ஆசீர்வதிக்க வேண்டும்."

டிசம்பர் மாதத்தில், டாக்டர் ஜான்சனுடனான வழக்கமான மருத்துவப் பரிசோதனையின்போது, தொண்டை எரிச்சலும் தலைவலியும் தன்னைத் தொந்தரவு செய்ததாக பேக்கர் அவரிடம் கூறினார். புற்றுநோய் அவருடைய கழுத்திற்கும் மூளைக்கும் பரவியிருந்ததைப் பரிசோதனைகள் உறுதிப்படுத்தின. தன் கவனக்குவிப்பின் சக்தியைக் கொண்டு ஓட்டங்களின்போது பேக்கர் எவ்வாறு தன் களைப்பைப் பொருட்படுத்தாமல் ஓடினாரோ, அதேபோல, இப்போது அதே சக்தியைக் கொண்டு அவர் தன் வலியை நான்கு மாதங்களாக அமைதியாகத் தாங்கிக் கொண்டிருந்தார் என்பதை ஜான்சன் உணர்ந்தார். வலியைப் போக்கும் ஊசிகளைப் போட்டுக் கொள்ளுமாறு அவர் பேக்கருக்குப் பரிந்துரைத்தார். ஆனால், "என்னால் நடமாட முடியும்வரை நான் குழந்தைகளுடன் சேர்ந்து பணியாற்ற விரும்புகிறேன். இந்த ஊசிகள் என் உணர்வுகளை மழுங்கடித்துவிடும்," என்று கூறி, ஜான்சனின் பரிந்துரையை ஏற்றுக் கொள்ள பேக்கர் மறுத்துவிட்டார்.

பின்னாளில் இது பற்றிக் குறிப்பிட்ட ஜான்சன், "அக்கணத்திலிருந்து, முற்றிலும் தன்னலமற்ற மனிதர்களில் ஒருவராக ஜான் பேக்கரை நான் பார்க்கத் தொடங்கினேன்," என்று கூறினார்.

1970ம் ஆண்டின் துவக்கத்தில், ஆல்புகெர்க்கீ நகரில் அமைந்த 'டியூக் சிட்டி டேஷர்ஸ்' என்ற சங்கத்தைச் சேர்ந்த சிறுமியருக்கு ஓட்டப் பயிற்சி அளிக்குமாறு பேக்கரிடம் கேட்டுக் கொள்ளப்பட்டது. ஆரம்பப் பள்ளியில் தொடங்கி, உயர்நிலைப் பள்ளி வரையிலான மாணவிகள் அடங்கிய ஒரு குழு அது. பேக்கர் இதற்கு உடனே சம்மதித்தார். ஆஸ்பென் பள்ளிக் குழந்தைகளைப்போலவே, டேஷர்ஸ் சங்கச் சிறுமியரும் இப்புதிய பயிற்றுவிப்பாளரின்கீழ் உற்சாகமாகச் செயல்பட்டனர்.

ஒருநாள், ஒரு பயிற்சியின்போது, பேக்கர் தன் கையில் ஓர் அட்டைப் பெட்டியுடன் வந்தார். அதில் இரண்டு விருதுகள் இருந்ததாக அச்சிறுமியரிடம் அவர் அறிவித்தார். அவற்றில் ஒன்று, வெற்றி பெறாவிட்டாலும் ஒருபோதும் தன் முயற்சியைக் கைவிடாத ஒரு சிறுமிக்குக் கொடுக்கப்படும் என்று கூறிவிட்டு, அப்பெட்டியைத் திறந்து, பளபளப்பான தங்கப் பரிசுக் கோப்பைகள் இரண்டை அவர் வெளியே எடுத்தார். அங்கிருந்த சிறுமியர் அனைவரும் ஆச்சரியத்தில் வாயடைத்து நின்றனர். அன்றிலிருந்து, டேஷர்ஸ் சங்கத்தில் இருந்த தகுதி வாய்ந்த சிறுமியருக்கு அத்தகைய கோப்பைகள் வழக்கமாகக் கொடுக்கப்படலாயின. ஆனால் அந்தக் கோப்பைகள் அனைத்தும் பேக்கர் பல போட்டிகளில் கலந்து கொண்டு வென்றவையே என்பது பல மாதங்களுக்குப் பிறகுதான் அவருடைய பெற்றோருக்குத் தெரிய வந்தது. அக்கோப்பைகளில் பொறிக்கப்பட்டிருந்த தன் பெயரை பேக்கர் எச்சரிக்கையாக அழித்துவிட்டிருந்தார்.

கோடைக்காலம் வந்தபோது, டியூக் சிட்டி டேஷர்ஸ் சங்கம், நியூ மெக்சிகோ மற்றும் அதையொட்டி அமைந்த பிற மாநிலங்களில் நடந்த பல போட்டிகளில் கலந்து கொண்டு தொடர்ந்து பல புதிய சாதனைகளைப் படைத்தது. "டேஷர்ஸ் சங்கம் தேசிய அமெச்சூர் தடகளக் கூட்டமைப்பின் இறுதிப் போட்டியில் பங்கு கொள்ளப் போகிறது," என்று பேக்கர் துணிச்சலாக அறிவித்தார்.

ஆனால் அதற்குள் பேக்கரை ஒரு புதிய பிரச்சனை ஆட்டிப் படைத்தது. அவருக்கு அடிக்கடி செலுத்தப்பட்ட வேதிச்சிகிச்சை ஊசிகள் அவருக்குக் கடுமையான குமட்டலை ஏற்படுத்தியதால், உணவைத் தன் வயிற்றுக்குள் தக்க வைத்துக் கொள்ள அவரால் முடியவில்லை. அவருடைய உடற்திறன் தொடர்ந்து குறைந்து கொண்டே வந்தும்கூட, அவர் தொடர்ந்து டேஷர்ஸ் சங்கத்தின் பயிற்சிகளை மேற்பார்வையிட்டார், அம்மாணவியரை ஊக்குவித்தார்.

அக்டோபர் மாதத்தில் ஒருநாள் மதிய வேளையில் ஒரு சிறுமி அவரிடம் ஓடோடி வந்து, "பேக்கர் அவர்களே, உங்கள் கணிப்பு உண்மையாகிவிட்டது. அடுத்த மாதம் புனித லூயீ நகரில் நடைபெறவுள்ள தேசிய அமெச்சூர் தடகளக் கூட்டமைப்பின் இறுதிப் போட்டியில் கலந்து கொள்ள நமக்கு அழைப்பு வந்துள்ளது," என்று மகிழ்ச்சியாகக் கூறினாள்.

இச்செய்தியால் உற்சாகமடைந்த பேக்கர், அந்தப் போட்டிக்கு அவர்களுடன் சென்று திரும்பும்வரை தான் உயிரோடு இருக்க வேண்டும் என்ற தன் ஆசையைத் தன்னுடைய நெருங்கிய நண்பர்களிடம் கூறினார். ஆனால் அவருடைய விருப்பம் நிறைவேறவில்லை. அக்டோபர் 28ம் நாளன்று காலையில், ஆஸ்பென் பள்ளியில், பேக்கர் திடீரென்று தன் வயிற்றைப் பிடித்துக் கொண்டு விளையாட்டு மைதானத்தின்மீது நிலை குலைந்து விழுந்தார். வேகமாகப் பரவிக் கொண்டிருந்த அவருடைய புற்றுநோய் தீவிரமடைந்து இப்போது அவருக்குள் அதிர்ச்சியைத் தூண்டிக் கொண்டிருந்ததை மருத்துவப் பரிசோதனைகள் வெளிப்படுத்தின. மேற்கொண்டு சிகிச்சை பெறுவதற்காக மருத்துவமனையில் தங்க வேண்டும் என்ற மருத்துவர்களின் கோரிக்கையை நிராகரித்த பேக்கர், கடைசியாக ஒரே ஒரு நாள் மீண்டும் ஆஸ்பென் பள்ளிக்குத் தான் செல்ல விரும்பியதாகத் திட்டவட்டமாகக் கூறினார். ஆஸ்பென் சிறுவர்களும்

சிறுமியரும், தன்னம்பிக்கையோடு நடைபோட்ட ஒருவனாகத்தான் தன்னை நினைத்துப் பார்க்க வேண்டுமே தவிர, ஆதரவின்றி விழுந்து கிடந்த ஒருவனாக அல்ல என்று பேக்கர் தன் பெற்றோரிடம் கூறினார்.

அவருக்குப் பலமுறை மாற்று ரத்தம் செலுத்தப்பட்டது. பெரும்பான்மை நேரம் அவர் மயக்கத்தில் இருக்கும்படி பார்த்துக் கொள்ளப்பட்டார். இந்த நிலையில், புனித லூயி நகருக்கு டேஷர்ஸ் சங்கச் சிறுமியருடன் தன்னால் பயணிக்க முடியாது என்பதை பேக்கர் உணர்ந்தார். எனவே, ஒவ்வொரு நாள் மாலையிலும், அவர் அவர்களைத் தொலைபேசியில் அழைத்து, இறுதிப் போட்டியில் மிகச் சிறப்பாகச் செயல்பட வேண்டும் என்று அவர்கள் ஒவ்வொருவரிடமும் வலியுறுத்தினார்.

நவம்பர் 23ம் நாளன்று மாலையில், பேக்கர் மீண்டும் நிலை குலைந்து விழுந்தார். கிட்டத்தட்ட உணர்விழந்த நிலையில் இருந்த அவரை, மருத்துவ உதவிக் குழுவினர் முதலுதவி வண்டியில் ஏற்றிக் கொண்டிருந்தபோது, அவர் தன் பெற்றோரிடம், "வண்டியின் முன்விளக்குகள் பிரகாசமாக எரியும்படி பார்த்துக் கொள்ளுங்கள். நான் இந்த இடத்தைவிட்டுப் போகும்போது மிடுக்காகச் செல்ல விரும்புகிறேன்," என்று கிசுகிசுத்தார். நவம்பர் 26ம் நாளன்று காலையில், மருத்துவமனையில் தன் படுக்கைக்கு அருகே அமர்ந்து தன் கைகளை இறுக்கமாகப் பிடித்திருந்த தன் தாயாரிடம், பேக்கர், "இத்தனை மாதங்களாக உங்களுக்கு இவ்வளவு தொல்லைகளைக் கொடுத்து வந்துள்ளது குறித்து நான் மிகவும் வருந்துகிறேன்," என்று கூறிவிட்டு, ஓர் இறுதிப் பெருமூச்சுடன் தன் கண்களை மூடிக் கொண்டார். 1970ம் ஆண்டின் நன்றித் திருநாள் அது. ஆறு மாதங்கள் மட்டுமே தான் உயிர் வாழ்வோம் என்று தன்னைப் பற்றி டாக்டர் ஜான்சன் கணித்திருந்ததை முறியடித்து, பேக்கர் கூடுதலாகப் பன்னிரண்டு மாதங்கள் உயிர் வாழ்ந்தார்.

அவர் இறந்து இரண்டு நாட்களுக்குப் பிறகு, தங்கள் கன்னங்களில் கண்ணீர் வழிய, டியூக் சிட்டி டேஷர்ஸ் சங்கச் சிறுமியர், புனித லூயி நகரில் தேசிய அமெச்சூர் தடகளக் கூட்டமைப்பின் சாம்பியன் பட்டத்தை வென்றனர். அவர்கள் அந்த விருதை ஜான் பேக்கருக்கு அர்ப்பணித்தனர்.

ஜான் பேக்கரின் கதை அதோடு முடிந்துவிடவில்லை. அவருடைய இறுதிச் சடங்கிற்குப் பிறகு, ஒரு வினோதமான சம்பவம் நடந்தது. ஆஸ்பென் பள்ளியைச் சேர்ந்த குழந்தைகளில் ஒருசிலர், தங்கள் பள்ளியை 'ஜான் பேக்கர் பள்ளி' என்று அழைக்கத் தொடங்கினர். இந்தப் பெயர் மாற்றம் ஒரு காட்டுத் தீயைப்போலப் பரவியது. பிறகு அப்புதிய பெயரை அதிகாரப்பூர்வமானதாக ஆக்க வேண்டும் என்று ஓர் இயக்கம் தொடங்கியது. "இது எங்களுடைய பள்ளி. இதை ஜான் பேக்கர் பள்ளி என்று அழைக்க நாங்கள் அனைவரும் விரும்புகிறோம்," என்று அக்குழந்தைகள் கூறினர். ஆஸ்பென் பள்ளி அதிகாரிகள் இந்த விவகாரத்தை ஆல்புகெர்க்கீ பள்ளிக் குழுமத்திடம் எடுத்துச் சென்றனர். ஒரு வாக்கெடுப்பின் மூலம் இந்த விவகாரத்தைக் கையாள்வது நல்லது என்று அக்குழுமம் பரிந்துரைத்தது. 1971ம் ஆண்டின் வசந்தகாலத்தில், ஆஸ்பென் மாவட்டத்தில் இருந்த 520 குடும்பங்கள் அந்த வாக்கெடுப்பில் கலந்து கொண்டு வாக்களித்தன. 520 வாக்குகளும் ஆஸ்பென் பள்ளியின் பெயர் மாற்றத்திற்கு ஆதரவாகவே அமைந்தன.

அவ்வருடம் மே மாதத்தில், பேக்கரின் நண்பர்கள் மற்றும் அவருடைய மாணவர்கள் உட்பட, நூற்றுக்கணக்கானோர் கலந்து கொண்ட ஒரு

விழாவில், ஆஸ்பென் பள்ளி, ஜான் பேக்கர் தொடக்கப் பள்ளி என்று அதிகாரப்பூர்வமாகப் பெயர் மாற்றம் பெற்றது. தன் வாழ்க்கை இருண்டு போனபோதுகூட, ஒரு கடுந்துயரத்தை, தன் பெயர் சொல்லும்படி ஒரு நிரந்தரமான சீதனமாக மாற்றிய ஒரு துணிச்சலான இளைஞருக்கான ஒரு மாபெரும் அடையாளச் சின்னமாக அப்பள்ளி இன்றும் மிடுக்காக இயங்கிக் கொண்டிருக்கிறது.

ஜான் பேக்கருக்கு ஏற்பட்டப் புற்றுநோய் அவர் தானாகத் தேர்ந்தெடுத்த ஒன்றல்ல. ஆனால், அதற்கு அவர் மேற்கொண்ட பதில்நடவடிக்கை அவருடைய தேர்ந்தெடுப்புதான். அவர் ஒரு பங்களிப்பை வழங்குவதைத் தேர்ந்தெடுத்தார். தன்னிடம் எஞ்சியிருந்த ஆற்றலைத் தன் பள்ளிக் குழந்தைகளின் இதயங்கள்மீதும் உற்சாகத்தின்மீதும் குவித்ததன் மூலம் அவர் யாருடைய வாழ்வையெல்லாம் தொட்டுச் சென்றாரோ, அவர்களுடைய வாழ்வில் ஒரு நிரந்தரமான சீதனத்தை அவர் விட்டுச் சென்றார். அவ்வாறு செய்ததன் மூலம், ஓர் அர்த்தமுள்ள வாழ்க்கைக்குக் கிடைக்கும் உள்ளார்ந்த வெகுமதிகளை அவர் நிச்சயமாக அனுபவித்தார்.

ஜான் பேக்கரைப்போலவே, மேரி கிளார்க்கும் ஒரு தேர்ந்தெடுப்பை மேற்கொள்ள வேண்டிய ஒரு நிலையை எட்டினார். அவருடைய கணவர் அவரை விவாகரத்து செய்திருந்தார். அவருடைய குழந்தைகளும் வளர்ந்து பெரியவர்களாகித் தங்கள் கூட்டைவிட்டு வெளியேறி இருந்தனர். இந்த நிலையில், தான் வெறுமனே ஒரு 'பார்வையாளராக' இருக்க வேண்டுமா அல்லது ஒரு பங்களிப்பை வழங்குபவராக இருக்க வேண்டுமா என்பதை அவர் தேர்ந்தெடுக்க வேண்டியிருந்தது.

சிஸ்டர் அந்தோணியாவின் லட்சியப் பயணம்

கெயில் கேமரன் வெஸ்காட்

மெக்சிகோ நாட்டின் டிஜுவானா நகரில் அமைந்த லா மேஸா சிறைச்சாலையில் ஒரு தீவிரக் கலவரம் நிகழ்ந்து கொண்டிருந்தது. 600 நபர்களுக்காகக் கட்டப்பட்ட ஒரு வளாகத்திற்குள் 2,500 கைதிகள் அடைக்கப்பட்டிருந்தனர். அவர்கள் பெருங்கோபத்துடன், உடைந்த கண்ணாடி பாட்டில்களை சிறைக் காவலர்கள்மீது வீசியெறிந்து கொண்டிருந்தனர். பதிலுக்கு, அக்காவலர்கள் அவர்களை நோக்கி இயந்திரத் துப்பாக்கிகளால் சுட்டுக் கொண்டிருந்தனர்.

அந்த அமளி உச்சகட்டத்தில் இருந்தபோது, திடீரென்று ஓர் உருவம் அங்கு தோன்றி எல்லோரையும் திடுக்கிடச் செய்தது. ஐந்தடி இரண்டு அங்குல உயரம் கொண்ட அறுபத்து மூன்று வயதுப் பெண்மணி ஒருவர், அமைதியை வலியுறுத்தும் விதமாகத் தன் கைகள் இரண்டையும் அகல விரித்து நீட்டியபடி, ஒரு கன்னியாஸ்திரிக்கே உரிய சாந்தத்துடன் அந்த யுத்தக்களத்திற்குள் நடந்து வந்தார். துப்பாக்கிகளிலிருந்து பொழிந்த குண்டுகளையும் தன்னைச் சுற்றிப் பறந்து கொண்டிருந்த பாட்டில்களையும் பொருட்படுத்தாமல், அவர் அமைதியாக நின்று, கலவரத்தை நிறுத்தும்படி எல்லோருக்கும் கட்டளையிட்டார். நம்புதற்கரிய விதத்தில், அவர்கள் அனைவரும் அவருடைய சொல்லுக்குக் கட்டுப்பட்டுத் தங்கள் சண்டையை நிறுத்தினர். "சிஸ்டர் அந்தோணியாவைத் தவிர இவ்வுலகில் வேறு யாராலும் இதைச் செய்திருக்க முடியாது. அவர் ஆயிரக்கணக்கானோரின் வாழ்க்கையை மாற்றியுள்ளார்," என்று அச்சிறையின் முன்னாள் கைதியாக இருந்து, இப்போது திருந்தி வாழ்ந்து கொண்டிருந்த ராபர்ட் காஸ் கூறினார்.

திஜுவானாவில் எந்தவொரு சாலையின் நடைபாதை வழியாகவும் சிஸ்டர் அந்தோணியா நடந்து சென்றால், சாலைப் போக்குவரத்து வழக்கமாக நின்றுவிடும். மக்கள் அவரை உள்ளூர் அன்னை தெரசாவாகப் பாசத்துடன் நடத்தினர். கடந்த இருபத்தைந்து ஆண்டுகளாக, லா மேஸா சிறைச்சாலையில், பத்தடி நீளமும் பத்தடி அகலமும் கொண்ட கான்கிரீட் சிறை ஒன்றில் அவர் வாழ்ந்து வந்தார். இது அவர் தானாகத் தேர்ந்தெடுத்துக் கொண்ட ஒன்று. அங்கு வெந்நீர் வசதி கிடையாது. கொலையாளிகள், திருடர்கள், போதை மருந்து கடத்தியவர்கள் ஆகியோர்தான் அவரைச் சூழ்ந்திருந்தனர். அவர்கள் அனைவரையும் தன் 'மகன்கள்' என்று அவர் அன்புடன் அழைத்தார். இரவுபகல் பாராமல் அவர்களுடைய தேவைகளை அவர் கவனித்துக் கொண்டார். கைதிகளுக்கு நோயெதிர்ப்பு மருந்துகளை வாங்கிக் கொடுப்பது, மூக்குக் கண்ணாடிகளை வினியோகிப்பது, தற்கொலை எண்ணத்துடன் இருந்த கைதிகளுக்கு ஆலோசனையும் ஆதரவும் வழங்குவது, புதைக்கப்பட வேண்டியிருந்த சடலங்களைக் குளிப்பாட்டி சுத்தப்படுத்துவது உட்பட, அவர் அச்சிறைச்சாலையில் இருந்தவர்களுக்குப் பல்வேறு சேவைகளைச் செய்தார். "நள்ளிரவில் யாரேனும் குத்தப்பட்டுவிட்டால் அவர்களுக்கு என் உதவி தேவைப்படக்கூடும் என்பதால் நான் சிறை வளாகத்திலேயே வாழ்கிறேன்," என்று அவர் எந்தத் தயக்கமும் வருத்தமும் இன்றி விளக்கினார்.

சிஸ்டர் அந்தோணியா இளம்பெண்ணாக இருந்த காலத்தில் கலிபோர்னியா மாநிலத்தின் செழிப்பான பெவர்லி ஹில்ஸ் பகுதியில் வசித்து வந்தார். ஹாலிவுட் நட்சத்திரங்கள் உலா வந்த பகுதி அது. அப்போது அவருடைய பெயர் மேரி கிளார்க். அவருடைய தந்தை மிகச் சாதாரணமான நிலையிலிருந்து துவக்கி, பின்னாளில் ஒரு செழிப்பான நிறுவனத்தின் உரிமையாளராக ஆனார். " 'பணம் படைத்தவர்களாக இருக்கும்போது, எந்தவொரு துன்பம் வந்தாலும் அதை சுலபமாக எதிர்கொண்டுவிடலாம். நீ பெவர்லி ஹில்ஸ் பகுதியில் வாழ்ந்துவிட்டால் பிறகு உன்னால் வேறு எங்கும் வாழ முடியாது,' என்று அவர் எப்போதும் கூறினார். நான் அதை நம்பினேன்," என்று அவர் நினைவுகூர்ந்தார்.

"நான் காதல் ரசனை கொண்டவளாக இருந்தேன். இப்போதும் நான் அப்படித்தான் இருக்கிறேன். உலகம் என் கண்களுக்கு மிகவும்

ரம்மியமானதாகத் தோன்றுகிறது," என்று அவர் கூறினார். திருமணமாகி, பல குழந்தைகளைப் பெற்றெடுத்து, ஒரு நல்ல குடும்பத்தை அமைப்பதும், ஓர் அழகான வீட்டில் வாழ்வதும்தான் அவருடைய கனவாக இருந்தது.

ஒரு காலகட்டத்தில் இவை அனைத்தும் உண்மையாகின. அவர் தன் உயர்நிலைப் பள்ளிப் படிப்பை முடித்தவுடன் திருமணம் செய்து கொண்டு ஏழு குழந்தைகளைப் பெற்று வளர்த்தார். கிரனாடா ஹில்ஸ் பகுதியில் ஓர் அழகான சொகுசு வீட்டில் அவர் தன் குடும்பத்துடன் வாழ்ந்தார். இருபத்தைந்து ஆண்டுகளுக்குப் பிறகு, அவருடைய திருமணம் விவாகரத்தில் முடிந்தது. அவர் உயிரோடு இருந்த காலம் நெடுகிலும் அவருக்கு இது வேதனையளித்தது. அவர் இது பற்றி யாருடனும் பேச மறுத்துவிட்டார். "ஒரு கனவு முடிந்துவிடுகிறது என்பதற்காக, அந்தக் கனவு முன்பொரு முறை மெய்யாகவில்லை என்று அர்த்தமாகிவிடாது. என்னுடைய இந்த இரண்டாவது வாழ்க்கைதான் இப்போது எனக்கு முக்கியம்," என்று அவர் கூறினார்.

அவருக்கு விவாகரத்தாகி, அவருடைய குழந்தைகளும் வளர்ந்து பெரியவர்களாகி வீட்டைவிட்டு வெளியேறியவுடன், தன்னைவிடத் தாழ்ந்த நிலையில் இருந்த மக்களுக்கு உதவுவதை நோக்கி அவர் மனம் சென்றது. மற்றவர்களுடைய துன்பம் அவரை எப்போதுமே ஆழமாக பாதித்தது. தன் தந்தை மறைந்த பிறகு, அவர் தன் தந்தையின் தொழிலைப் பதினேழு வருடங்கள் ஏற்று நடத்தினார். ஆனால் அதை அவர் விரிவுபடுத்த விரும்பவில்லை. "வியாபார அழைப்புகளை மேற்கொள்வதற்கும், பெரு நாட்டில் உள்ள மருத்துவமனைகளுக்குப் படுக்கைகளை தானம் செய்யுமாறு கேட்டு மக்களுக்குத் தொலைபேசி அழைப்புகள் விடுப்பதற்கும் ஒரே அளவு ஆற்றல்தான் தேவைப்படுகிறது. வெறுமனே ஒரு பார்வையாளராக மட்டும் இல்லாமல், களத்தில் இறங்கிப் பங்களிக்க வேண்டிய ஒரு நேரம் எல்லோருடைய வாழ்க்கையிலும் வந்தே தீரும்," என்று அவர் கூறினார்.

விரைவில், அவர் தன் வாழ்வில் ஒரு மிகப் பெரிய அடியை முன்னெடுத்து வைத்தார். 1960களின் மத்தியில், ஏழைகளுக்காக மருந்துகளையும் பிற தேவையான பொருட்களையும் எடுத்துக் கொண்டு, அவர் ஒரு கத்தோலிக்கப் பாதிரியாருடன் சேர்ந்து, மெக்சிகோ நாட்டின் எல்லையைக் கடந்து பயணிக்கத் துவங்கினார். "அந்த நேரத்தில், எனக்குத் தெரிந்த மெக்சிகர்கள், கலிபோர்னியாவில் தோட்டக்காரர்களாக வேலை செய்தவர்கள் மட்டும்தான்," என்று அவர் கூறினார். ஆனால் விரைவில், மெக்சிகோ நாட்டு மக்கள் அனைவர்பாலும் அவர் ஆழமாக ஈர்க்கப்பட்டார்.

அவரும் அவருடன் வந்த கத்தோலிக்கப் பாதிரியாரும் திஜுவானாவில் தங்கள் வழியைத் தொலைத்த நாளன்று, அவருடைய இரண்டாவது வாழ்க்கை துவங்கியது. அந்த ஊரிலிருந்த வேறொரு சிறைச்சாலையைத் தேடிக் கொண்டிருந்த அவர்கள், தவறுதலாக லா மேஸா சிறைச்சாலையை வந்தடைந்தனர். ஆனால் அங்கு அவர் கண்ட காட்சி அவருடைய மனத்தைக் கசக்கிப் பிழிந்தது. "அங்கிருந்த மருத்துவக்கூடத்தில், ஆண்கள் மிகவும் நோய்வாய்ப்பட்டிருந்தனர். ஆனாலும் யாரேனும் உள்ளே நுழைந்தால், அவர்கள் எழுந்து நின்றனர்," என்று அவர் கூறினார். விரைவில், அவர் பல இரவுகளை அங்கே கழிக்கத் துவங்கினார். சிறைச்சாலையில் பெண்கள் பிரிவில் ஒரு படுக்கையில் அவர் தூங்கினார். பிறகு ஸ்பானிஷ் மொழியைக் கற்றுக் கொண்டு, சிறைக் கைதிகளுக்கும் அவர்களுடைய குடும்பங்களுக்கும் அவர் தன்னாலான உதவிகளைச் செய்தார்.

1977ம் ஆண்டில், கடவுள் தனக்காகத் திட்டமிட்டிருந்த உண்மையான குறிக்கோளைத் தான் கண்டுபிடித்திருந்ததாக உறுதியாக நம்பிய அவர், மேரி கிளார்க்கிலிருந்து சிஸ்டர் அந்தோணியாவாக மாறினார். லா மேஸா சிறைச்சாலை அவருடைய நிரந்தரமான வீடாக ஆனது. கிறிஸ்துமஸ் பண்டிகையைக்கூட அவர் அங்குதான் கொண்டாடினார். சிஸ்டர் அந்தோணியாவின் தோழியான ராரீன் வால்ஷ் பெருன் அவரைப் பற்றிக் கூறியபோது, “அவருடைய குழந்தைகள் அவருடைய முன்னுரிமைகளைப் புரிந்து கொண்டுள்ளனர். அவர் தங்களை நல்ல முறையில் வளர்த்து ஆளாக்கினார் என்பதையும், இப்போது அவர் அதே கவனிப்பை மற்றவர்களுக்குக் கொடுக்கிறார் என்பதையும் அவர்கள் உணர்ந்துள்ளனர்,” என்று குறிப்பிட்டார்.

“அவருடைய வேகத்திற்கு மற்றவர்கள் எப்படி ஈடு கொடுக்கிறார்கள் என்று எனக்குத் தெரியவில்லை. அவர் எப்போதும் விரைந்து கொண்டே இருப்பார். ஆனாலும் மற்றவர்களுக்காக அவரிடம் எப்போதும் நேரம் இருக்கும். காரணம் இல்லாமலா எல்லோரும் அவரை நேசிக்கின்றனர்?” என்று ராபர்ட் காஸ் கூறினார். முன்னாள் கைதியான அவர், சமீபத்தில் பிறந்த தன் மகளுக்கு சிஸ்டர் அந்தோணியாவின் பெயரைச் சூட்டியுள்ளார்.

“நான் எல்லோருக்கும் அன்பைத்தான் கொடுக்கிறேன். குற்றங்களை நான் கடுமையாக எதிர்க்கிறேன். ஆனால் குற்றவாளிகளிடம் நான் கடுமை காட்டுவதில்லை,” என்று சிஸ்டர் அந்தோணியா கூறினார். “இன்று காலையில், பத்தொன்பது வயது இளைஞன் ஒருவனுடன் நான் பேசிக் கொண்டிருந்தேன். அவன் ஒரு காரைத் திருடிவிட்டான். ஒரு கார் வாங்குவதற்கு ஒரு குடும்பம் எவ்வளவு தூரம் சிரமப்பட வேண்டியிருக்கிறது என்று அவனுக்குத் தெரியுமா என்று நான் அவனிடம் கேட்டேன். பிறகு, ‘நான் உன்னை நேசிக்கிறேன், ஆனால் உன்மீது என்னால் பரிவு காட்ட முடியாது. உனக்குக் காதலி யாரேனும் இருக்கிறாளா? அப்படி இருந்தால், நீ இங்கு சிறையில் இருக்கும்போது, வேறு யாரோ ஒருவன் அவளைத் திருடிக் கொண்டு போய்விடுவான்,’ என்று நான் அவனிடம் கூறினேன். பிறகு அவனை அன்போடு கட்டியணைத்தேன்.” சிஸ்டர் அந்தோணியா, சிறைக் காவலர்கள் உட்பட எல்லோரையும் பாசத்துடன் கட்டியணைத்துத் தன் அன்பை வெளிப்படுத்தினார். அதோடு, அவர் அக்காவலர்களுக்கு ஆலோசனைகளையும் அறிவுறுத்தல்களையும் வழங்கினார்.

மிக வசீகரமான பேச்சாளரான அவர், பல ஆதரவாளர்களைத் தன் பக்கம் கவர்ந்து இழுத்திருந்தார். படுக்கைகள், மருந்துகள், பணம் உட்பட, பல்வேறு அத்தியாவசியப் பொருட்களை அவர்கள் அவரிடம் தானமாகக் கொடுத்தனர். உள்ளூரில் இருந்த பல் மருத்துவர் ஒருவர், பல்துலக்கியைக்கூட ஒருபோதும் பார்த்திராத ஆயிரக்கணக்கான கைதிகளுக்குப் பொய்ப்பற்களை தானமாகக் கொடுத்துள்ளார். “ஒரு வேலை கிடைக்க வேண்டும் என்றால், உங்களால் புன்னகைக்க முடிய வேண்டும்,” என்று சிஸ்டர் அந்தோணியா பட்டென்று கூறினார். “உலகிலேயே பெரும் அதிர்ஷ்டக்காரி நான்தான். நான் ஒரு சிறையில் வாழ்கிறேன். ஆனால், இருபத்தேழு ஆண்டுகளில் ஒருநாள்கூட நான் மனச்சோர்வை அனுபவித்ததில்லை. நான் ஒருபோதும் நம்பிக்கை இழந்ததில்லை. மற்றவர்கள் சிறப்புறுவதற்கு என்னால் ஏதேனும் செய்ய முடியும் என்று நான் எப்போதும் உறுதியாக நம்பினேன்.”

இக்கதையிலிருந்து நாம் தெரிந்து கொள்ள வேண்டியது இதுதான்: ஒருவர் ஒரு பங்களிப்பை வழங்குவதற்குத் தன் நாட்டையும், வீட்டையும், அல்லது வாழ்க்கைமுறையையும் கைவிட வேண்டும் என்று அர்த்தமில்லை. மாறாக, ஒருவருடைய வயது எதுவாக இருந்தாலும் சரி, அவருடைய அந்தஸ்தும் பதவியும் எதுவாக இருந்தாலும் சரி, வெறுமனே ஒரு பார்வையாளராக இருக்க வேண்டுமா அல்லது களத்தில் இறங்கிப் பங்களிக்க வேண்டுமா என்ற தீர்மானத்தை மேற்கொள்ளும் ஒரு நிலை ஒவ்வொருவருடைய வாழ்க்கையிலும் பல்வேறு முறை வந்தே தீரும். சிஸ்டர் அந்தோணியா, தன் பார்வையாளர் நாற்காலியை உதறிவிட்டு, ஓர் அர்த்தமுள்ள வாழ்க்கையில் தன்னை ஈடுபடுத்திக் கொள்வதைத் தேர்ந்தெடுத்தார். மற்றவர்களுடைய வாழ்வில் ஒரு வித்தியாசத்தை ஏற்படுத்துவதை அவர் தேர்ந்தெடுத்தார்.

வெட்ரன் ஸ்மெயிலோவிச் என்பவரும் ஒரு முக்கியமான தேர்ந்தெடுப்பை மேற்கொள்ள வேண்டிய நிலையை எதிர்கொண்டார். போரினால் ஏற்பட்டச் சீரழிவுகளைப் பார்த்திருந்த அவருக்கு, எதிலும் தலையிடாமல் தன் வீட்டிற்குள் பாதுகாப்பாக இருந்து கொள்வதற்குப் போதுமான காரணங்கள் இருந்தன. ஆனாலும், வாழ்க்கை அவருக்கு ஓர் அழைப்பு விடுத்தபோது, தான் எதில் திறமை படைத்தவராக இருந்தாரோ அதைச் சிறப்பாகச் செய்து அந்த அழைப்புக்கு அவர் பதிலளித்தார்.

சரயேவோ நகரின் 'செல்லோ' இசைக்கலைஞர்

பால் சல்லிவன்

ஒரு பியானோ கலைஞன் என்ற முறையில், இங்கிலாந்தின் மான்செஸ்டர் நகரில் நடைபெற்ற சர்வதேச செல்லோ இசை விழாவில் பிரபல செல்லோ கலைஞரான யூஜீன் ஃப்ரீசனுடன் இணைந்து இசைக்க எனக்கு அழைப்பு வந்தது. இரண்டு ஆண்டுகளுக்கு ஒருமுறை, உலகின் தலைசிறந்த செல்லோ கலைஞர்கள், அக்கருவி வடிவமைப்பாளர்கள், அக்கருவியை சேகரிப்பவர்கள், வரலாற்றியலாளர்கள் உட்பட, அறுநூறு பேர் கலந்து கொள்கின்ற அந்நிகழ்ச்சி ஒரு வாரத்திற்கு நடைபெறும். அந்த நேரத்தில் பயிலரங்குகள், இசை நிகழ்ச்சிகள், இசை வகுப்புகள், கேளிக்கை விருந்துகள் ஆகியவை நிகழும். ஒவ்வொரு மாலைப் பொழுதிலும் ஓர் இசைக் கச்சேரி நடைபெறும்.

1994ம் ஆண்டின் ஏப்ரல் மாதத்தில், ராயல் நார்தர்ன் இசைக் கல்லூரியில் நடைபெற்ற அவ்விழாவின் துவக்க இரவன்று, 'செல்லோ' தனியாவர்த்தனம் நடைபெறவிருந்தது. அந்த பிரம்மாண்டமான அரங்கில் அமைந்த மேடையின் நடுவே ஒரே ஒரு நாற்காலி வைக்கப்பட்டிருந்தது.

அங்கு வேறு எந்தத் துணைக் கருவிகளும் இருக்கவில்லை. மக்கள் எதிர்பார்ப்புடனும் ஒருமித்தக் கவனத்துடனும் அந்த அரங்கில் அமர்ந்திருந்தனர். அங்கு ஓர் ஆழமான அமைதி நிலை கொண்டிருந்தது.

அன்றிரவு, உலகப் புகழ்பெற்ற செல்லோ கலைஞரான 'யோ—யோ மா'வும் வாசிக்கவிருந்தார். அன்று அவர் தன் செல்லோவில் இசைக்கவிருந்த இசைக்குப் பின்னால், நெஞ்சை நெகிழ வைக்கும் ஒரு கதை இருந்தது.

1992ம் ஆண்டு மே மாதம் 27ம் நாளன்று, போர் நடந்து கொண்டிருந்த சரயேவோ நகரில், சிறிதளவு கோதுமை மாவு மிச்சமிருந்த ஒருசில பேக்கரிகளில் ஒன்று, ரொட்டிகளைத் தயாரித்து, பசியால் வாடிக் கொண்டும் போரால் துவண்டு போயும் இருந்த மக்களுக்கு அவற்றை வினியோகித்துக் கொண்டிருந்தது. திடீரென்று, எங்கிருந்தோ வந்த பீரங்கிக் குண்டு ஒன்று, வரிசையில் நின்று கொண்டிருந்த மக்களின் நடுவே விழுந்தது. அதில் இருபத்திரண்டு பேர் கொல்லப்பட்டனர். அவர்களுடைய சதைகளும் ரத்தமும் எலும்புகளும் நாலாத் திசைகளிலும் தெறித்தன.

அங்கிருந்து சிறிது தொலைவில், முப்பத்தைந்து வயது இசைக் கலைஞரான வெட்ரன் ஸ்மெயிலோவிச் வாழ்ந்து வந்தார். போருக்கு முன்பு, சரயேவோ ஓப்பெரா குழுவில் அவர் ஒரு செல்லோ கலைஞராக இடம்பெற்றிருந்தார். மீண்டும் அத்தொழிலைத் தொடர அவர் பெரும் ஆவலுடனும் பொறுமையுடனும் காத்திருந்தார். ஆனால் வெளியே நிகழ்ந்த இந்தப் படுகொலையை அவர் தன் வீட்டு சன்னல் வழியாகப் பார்த்தபோது, அதற்கு மேல் அவரால் தன்னைக் கட்டுப்படுத்திக் கொள்ள முடியவில்லை. பெரும் மனவேதனை அடைந்த அவர், தான் எப்போதும் மிகச் சிறப்பாகச் செய்து கொண்டிருந்த ஒன்றைச் செய்வதென்று உறுதி பூண்டார். யுத்தக்களத்தில் பொதுமக்கள் மத்தியில் துணிச்சலாக அவர் தன் செல்லோவை இசைப்பதென்று தீர்மானித்தார்.

அடுத்த இருபத்தோரு நாட்கள், மாலை நான்கு மணிக்கு, தன்னுடைய கச்சேரிகளுக்குச் சென்றபோது அவர் எவ்வாறு மிடுக்காக உடையணிந்து சென்றாரோ அதேபோல உடையணிந்து, தன் செல்லோவைக் கையில் எடுத்துக் கொண்டு, தன் வீட்டிலிருந்து வெளியேறி, தன்னைச் சுற்றி நிகழ்ந்து கொண்டிருந்த சண்டையின் நடுவே அவர் நடந்து சென்றார். பீரங்கிக் குண்டு ஏற்படுத்தியிருந்த பெரும் குழிக்குப் பக்கத்தில் ஒரு பிளாஸ்டிக் நாற்காலியில் உட்கார்ந்து கொண்டு, பிரபல இத்தாலிய இசையமைப்பாளரான, காலம் சென்ற அல்பினோனியின் நினைவாக, மிகப் பிரபலமான சோகப் பாடல் ஒன்றை அவர் வாசித்தார். மரணத்தின் அவலங்களை நெஞ்சைக் கசக்கிப் பிழியும் விதத்தில் வெளிப்படுத்திய இசையமைப்பு அது கைவிடப்பட்டத் தெருக்கள், நசுக்கப்பட்ட வண்டிகள், எரிந்து கொண்டிருந்த கட்டடங்கள் ஆகியவற்றின் ஊடாக அலைந்து திரிந்து, வீசப்பட்ட குண்டுகளுக்கு பயந்து பதுங்குக் குழிகளில் பயத்துடன் ஒளிந்திருந்த மக்களுக்காக அவர் வாசித்தார். தன்னைச் சுற்றி பயங்கரமான யுத்தம் நடந்து கொண்டிருக்க, மனித கண்ணியத்திற்காகவும், போரில் மடிந்தவர்களுக்காகவும், மனித நாகரீகத்திற்காகவும், மனிதாபிமானத்திற்காகவும், அமைதிக்காகவும், கற்பனைக்கு எட்டாத துணிச்சலுடன் அவர் தன் இசையின் மூலம் குரல் கொடுத்து நின்றார். குண்டு மழை தொடர்ந்து பொழிந்து கொண்டிருந்தபோதிலும், அவர் ஒருபோதும் காயப்படவில்லை.

இந்த அசாதாரணமான நபரைப் பற்றிய கதையை செய்தித்தாள்கள் வெளியிட்டப் பிறகு, டேவிட் வைல்டு என்ற ஆங்கிலேயே இசையமைப்பாளர் இக்கதையால் மிகவும் மனம் நெகிழ்ந்து, அதற்கென்று பிரத்யேகமாக ஒரு சிறப்புப் பாடலை இயற்றி இசையமைப்பதென்று தீர்மானித்தார். செல்லோவில் தனியாவர்த்தனமாக வாசிப்பதற்காக 'சரயேவோ நகர செல்லோ இசைக் கலைஞர்' என்ற ஒரு பாடலை அவர் இசையமைத்தார். அதில் அவர் தன் சொந்தக் கோபத்தையும் அன்பையும் வெட்ரன் ஸ்மெயிலோவிச்சின்மீதான நேசத்தையும் கொட்டியிருந்தார்.

'சரயேவோ நகர செல்லோ இசைக் கலைஞர்' என்ற இசையமைப்பைத்தான் அன்றைய மாலை வேளையில் யோ—யோ மா வாசிக்கவிருந்தார்.

அவர் அந்த மேடைக்கு வந்து, பார்வையாளர்களைப் பார்த்து வணங்கிவிட்டு, அங்கிருந்த நாற்காலியின்மீது அமைதியாக அமர்ந்தார். பிறகு இசை தொடங்கியது. யோ—யோ மாவின் செல்லோவில் இருந்து வெளிப்பட்ட இசை, நிசப்தமான அந்த அரங்கை ஒட்டுமொத்தமாக ஆட்கொண்டது. அந்த இசை மெல்ல மெல்ல வேதனையையும் அலறலையும் வெளிப்படுத்தி, ஒரு போர்க்களத்தை எல்லோருடைய கண்முன்னேயும் கொண்டு வந்து நிறுத்தியது. மரண ஓலங்களும் வேதனைக் குரல்களும் அந்த இசையிலிருந்து பீறிட்டுக் கிளம்பின. சிறிது நேரத்திற்குப் பிறகு அந்த இசை நின்றபோது, அங்கு ஒரு மயான அமைதி நிலவியது.

அப்போது யோ—யோ மா தன் செல்லோவின்மீது தன் தலையைச் சாய்த்தார். அந்த அரங்கில் நெடுநேரம் யாரும் அசையவில்லை. சரயேவோ நகரில் நடந்த அந்தக் கொடூரமான படுகொலையைத் தாங்கள் நேரில் கண்டதுபோல எல்லோரும் அமைதியாக இருந்தனர்.

இறுதியில், யோ—யோ மா, பார்வையாளர்கள் பக்கம் தன் கையை நீட்டி, யாரையோ மேடைக்கு வரும்படி அழைத்தார். அவர் யாரை அழைத்தார் என்பதை நாங்கள் உணர்ந்தபோது, விவரிக்க முடியாத ஒரு மின்னதிர்ச்சி எங்கள் அனைவரையும் தாக்கியது. வெட்ரன் ஸ்மெயிலோவிச்தான் அவர்!

ஸ்மெயிலோவிச் தன் இருக்கையிலிருந்து எழுந்து மேடையை நோக்கி நடந்தார். யோ—யோ மா அவரை வரவேற்பதற்காக அந்த மேடையிலிருந்து கீழே இறங்கினார். அவர்கள் இருவரும் மகிழ்ச்சி கலந்த உற்சாகத்துடன் ஒருவரை ஒருவர் கட்டித் தழுவினர். அப்போது அந்த அரங்கில் இருந்த அனைவரும் உணர்ச்சிவசப்பட்டுக் கைதட்டினர், உற்சாகமாகக் கத்தினர், மகிழ்ச்சியில் கூச்சலிட்டனர்.

இந்த உணர்ச்சிகரமான காட்சிக்கு நடுவே அவ்விருவரும் எந்த வெட்கமும் இன்றி ஒருவரையொருவர் கட்டியணைத்துக் கொண்டு அழுது கொண்டிருந்தனர். யோ—யோ மா, ஓர் இளவரசனைப்போல் மிடுக்காக உடையணிந்திருந்தார். ஆனால் வெட்ரனோ, கறை படிந்த, நைந்து போன ஓர் ஆடையை அணிந்திருந்தார். அவருடைய காட்டுத்தனமான நீண்ட தலைமுடியும் பெரிய மீசையும் அவருடைய வயதை மிகவும் கூட்டிக் காட்டின. கண்ணீரும் வேதனையும் மிக்க ஒரு வாழ்க்கையை அவர் அனுபவித்திருந்தார் என்பதை அவை உணர்த்தின.

பீரங்கிக் குண்டுகளையும் மரணத்தையும் சீரழிவையும் பொருட்படுத்தாமல், அவற்றின் நடுவே தன் செல்லோவைத் தூக்கிக் கொண்டு நடந்து சென்ற இந்த மனிதர், மனிதநேயத்தின் மொத்த உருவமாக எங்களுக்குக் காட்சியளித்தார்.

சர்வதேச செல்லோ இசை விழா முடிந்து ஒரு வாரத்திற்குப் பிறகு, ஒரு மாலைப் பொழுதில், எங்கள் உள்ளூர் மருத்துவமனையில் இருந்த நோயாளிகளுக்காக நான் பியானோ வாசித்துக் கொண்டிருந்தேன். இங்கிலாந்தில் நடந்த இசை விழாவில் நான் பார்த்திருந்த பிரம்மாண்டத்திற்கும், எங்கள் உள்ளூர் மருத்துவமனையில் நான் நிகழ்த்திக் கொண்டிருந்த இந்தக் கச்சேரிக்கும் இடையே இருந்த முரண்பாட்டை என்னால் கவனிக்காமல் இருக்க முடியவில்லை. ஆனால் திடீரென்று, இவ்விரண்டுக்கும் இடையே இருந்த ஆழமான ஒற்றுமைகள் எனக்குப் புலப்படத் துவங்கின. சரயேவோ நகரின் செல்லோ கலைஞர் தன் இசையால் மரணத்தையும் துயரத்தையும் எதிர்த்திருந்தார், அன்பையும் வாழ்க்கையையும் கொண்டாடியிருந்தார். அவர் செய்த அதே விஷயத்தைத்தான் நாங்கள் இந்த மருத்துவமனையில் ஒரு பழைய பியானோவைக் கொண்டு செய்து கொண்டிருந்தோம். இங்கு பீரங்கிக் குண்டுகளோ அல்லது துப்பாக்கிக் குண்டுகளோ இருக்கவில்லை, ஆனால் உண்மையான வேதனை இருந்தது. மங்கிக் கொண்டிருக்கும் பார்வை, மனத்தை வாட்டிக் கொண்டிருக்கும் தனிமை, மனக்காயங்கள், வேதனை வடுக்கள் போன்றவை பஞ்சமின்றி நிறைந்திருக்கும் நம் வாழ்வில், சில மகிழ்ச்சியான நினைவுகள் மட்டுமே நமக்கு ஆறுதலளிப்பவையாக உள்ளன. ஆனாலும் நாங்கள் பாடினோம், கைதட்டி ஆர்ப்பரித்தோம்.

இசை என்பது நாம் எல்லோரும் சமமாகப் பகிர்ந்து கொள்ளும் ஒரு பரிசு என்பதை அப்போதுதான் நான் உணர்ந்தேன். இசையை நாம் உருவாக்கினாலும் சரி அல்லது வெறுமனே அதைச் செவிமடுத்தாலும் சரி, நமக்கு மிகவும் தேவையான ஒரு நேரத்தில் அல்லது நாம் சற்றும் எதிர்பார்க்காத ஒரு நேரத்தில், நமக்கு ஆறுதலளிக்கக்கூடிய, நமக்கு உத்வேகமூட்டக்கூடிய, நம்மை ஒன்றிணைக்கக்கூடிய ஒரு பரிசாகவே அது விளங்குகிறது.

இன்றைய உலகம் போர்க்களங்களால் சூழப்பட்டுள்ளது. அவற்றில் சில, உண்மையான போர்க்களங்கள். மற்றவை, சமூகரீதியானவை, உணர்ச்சிரீதியானவை, அல்லது ஆன்மீகரீதியானவை. ஏதோ காரணங்களால் தங்கள் வாழ்வில் பல்வேறு அளவுகளில் துயரத்தை அனுபவித்துக் கொண்டிருக்கும் மக்களை நாம் அனைவருமே அறிவோம். அவர்கள் தங்கள் வேலையை இழக்கும் ஆபத்தில் இருக்கக்கூடும் அல்லது தங்கள் குடும்ப உறுப்பினர் ஒருவரைப் பற்றிக் கவலைப்பட்டுக் கொண்டிருக்கக்கூடும். அல்லது அவர்களுடைய ஆரோக்கியம் சீர்குலைந்து கொண்டிருக்கக்கூடும். உதவி தேவைப்பட்ட மக்களை வெட்ரன் ஸ்மைலோவிச் பார்த்தபோது, தன் வீடு கொடுத்தப் பாதுகாப்பைவிட்டு வெளியேறி, தான் எதில் மிகச் சிறந்தவராகத் திகழ்ந்தாரோ அதைச் செய்வதென்று அவர் தீர்மானித்தார். அதாவது, இசையை வழங்குவதென்று அவர் தீர்மானித்தார்.

ரத்தினச்சுருக்கமாக

ஜான் பேக்கர், சிஸ்டர் அந்தோணியா, வெட்ரன் ஸ்மெயிலோவிச் ஆகிய ஒவ்வொருவரும் தங்கள் வாழ்வில் ஒரு முக்கியமான தேர்ந்தெடுப்பை மேற்கொள்ள வேண்டிய ஒரு நிலையை எதிர்கொண்டனர். ஜான் பேக்கர் அத்திருப்புமுனைத் தருணத்தை சான்டியா கிரெஸ்ட் மலையின்மீது எதிர்கொண்டார். சிஸ்டர் அந்தோணியா, தன் கணவரும் குழந்தைகளும் தன்னைவிட்டுப் போனதைத் தொடர்ந்து அந்நிலையை எதிர்கொண்டார். வெட்ரன் ஸ்மெயிலோவிச் தன் வீட்டின் சன்னல் வழியாகச் சீரழிவுகளைக் கண்டபோது அந்நிலையை எதிர்கொண்டார். இத்தேர்ந்தெடுப்புகள் அனைத்தும் முக்கியமானவை என்றபோதிலும், அவர்கள் ஒவ்வொரு நாளும் எதிர்கொண்ட, உண்மையிலேயே வாழ்க்கையை மாற்றக்கூடிய தீர்மானங்கள் அனைத்தும், அவர்கள் தங்கள் 'பார்வையாளர்கள்' இருக்கையைப் புறக்கணித்துவிட்டு ஒரு பங்களிப்பை வழங்குவதென்று தீர்மானித்தபோதுதான் நிகழ்ந்தன. ஒவ்வொரு நாளையும் ஒரு மகத்துவமான நாளாக ஆக்குவது என்பது அதுதான். இது ஒருமுறை நிகழும் நிகழ்வல்ல. அது ஓர் அன்றாட வாழ்க்கைமுறை, ஒரு தினசரித் தேர்ந்தெடுப்பு.

நீங்கள் எப்படி? கடந்தவாரத்தின் அடிப்படையில் பார்க்கும்போது, நீங்கள் ஒரு பார்வையாளரா அல்லது ஒரு பங்களிப்பாளரா? உங்களுடைய தற்போதைய பங்களிப்புகள் உங்களுக்குத் திருப்தி அளிக்கின்றனவா? இல்லை என்றால், "வாழ்க்கை என்னிடமிருந்து எதைக் கேட்கிறது?" என்ற கேள்வியை ஒவ்வொரு நாளும் உங்களை நீங்களே கேட்டுக் கொண்டு, பிறகு அதற்கான விடையாக, உங்களுக்குள் இருக்கும் மனசாட்சியின் அமைதியான சிறு குரல் கூறுவதை உன்னிப்பாகக் கேளுங்கள்.

சிந்தனைக்காக

- தன் எதிர்காலத்தைப் பற்றியும், தான் வழங்க விரும்பிய பங்களிப்பைப் பற்றியும் யோசிப்பதற்குத் தேவையான தனிமையை சான்டியா கிரெஸ்ட் மலை தனக்குக் கொடுத்ததை ஜான் பேக்கர் கண்டார். உங்களுடைய சான்டியா கிரெஸ்ட் எங்கே இருக்கிறது? நீங்கள் அங்கு போதுமான அளவு அடிக்கடி செல்கிறீர்களா?
- அடுத்த வருடம் உங்கள் கடைசி வருடமாக இருக்கப் போகிறது என்பதை நீங்கள் அறிந்தால், அதை நீங்கள் எவ்வாறு செலவிடுவீர்கள்? உங்களுடைய அடுத்த மாதத்தை அல்லது அடுத்த நாளை நீங்கள் எவ்வாறு செலவிடுவீர்கள்?
- சிஸ்டர் அந்தோணியா, தன் பெவர்லி ஹில்ஸ் வாழ்க்கைமுறையைப் புறக்கணித்துவிட்டு, ஒரு சிறைக்குள் தூங்குவதை ஒவ்வொரு நாளும் தேர்ந்தெடுத்தார். அதிக முக்கியத்துவம் வாய்ந்த ஒரு பங்களிப்பை வழங்குவதற்கு நீங்கள் என்னென்ன சௌகரியங்களை விட்டுக்கொடுக்கத் தயாராக இருக்கிறீர்கள்?
- வெட்ரன் ஸ்மெயிலோவிச், தான் எதில் சிறந்த திறமை படைத்தவராக இருந்தாரோ, அதைச் செய்வதைத் தேர்ந்தெடுத்தார். இசையை உருவாக்குவதை அவர் தேர்ந்தெடுத்தார். அவருடைய எடுத்துக்காட்டால் உத்வேகம் பெற்ற, அவருடைய கதையைப் பகிர்ந்து கொண்ட ஆசிரியரான பால் சல்லிவன், மருத்துவமனை நோயாளிகளுக்காகப் பியானோ வாசித்தார். இவர்கள் மூவருமே மற்றவர்களைவிட அதிகச் சிறப்பாகச் செயல்பட முயற்சிக்கவில்லை. தாங்கள் எதில் திறமை பெற்றவர்களாக இருந்தார்களோ, அதில் அவர்கள் தங்களால் இயன்ற அளவுக்குச் சிறப்பாகச் செயல்பட்டனர். நீங்கள் எதில் சிறந்தவர்?

2

ஈகை

"வாழ்க்கை குதூகலமானது என்பதை நான் காண்கிறேன்.
அது மற்றவர்களுக்காக வாழப்படும்போது,
இன்னும் அதிகக் குதூகலமூட்டுவதாக உள்ளது."
- ஹெலன் கெல்லர்

சிலர் முழுக்க முழுக்க சுயநல நோக்குடன் தங்கள் வாழ்க்கையை வாழக்கூடும் என்றாலும், மற்றவர்களுக்கு நம்மைக் கொடுப்பதில்தான் நாம் ஓர் ஆழமான அர்த்தத்தை உணர்கிறோம். எனவே, வாழ்வின் பொருள் குறித்த நம் தேடலில், நாம் தேடிப் பார்க்க வேண்டிய மிகச் சிறந்த இடங்களில் ஒன்று நமக்கு வெளியேதான் உள்ளது. ஈகை எனும் கொள்கையை நாம் பின்பற்றும்போது, நம் தேடலுக்கான விடை நமக்குக் கிடைக்கிறது.

பெரும்பாலான சமயங்களில், ஈகை என்றால், பொருளாதார ரீதியாக நலிவடைந்துள்ள மக்களுக்கு வெறுமனே யாசகமிடுவது அல்லது பணத்தை தானமாகக் கொடுப்பது என்று மட்டுமே பொருள் கற்பிக்கப்படுகிறது. ஆனால் உண்மையான ஈகை என்பது இதைவிட அதிகமானவற்றை உள்ளடக்கியது. ஏழைகளானாலும் சரி, பணக்காரர்களானாலும் சரி, அவர்கள் எல்லோருடைய வாழ்வையும் வளமாக்கும் விதத்தில் நம் இதயங்களையும் மனங்களையும் திறமைகளையும் அவர்களுக்குக் கொடுப்பதும் அதில் அடங்கும். சுயநலமின்மைதான் ஈகை. வேலை எனும் ஆடை அணிந்து வரும் அன்புதான் அது. நெஞ்சை நெகிழ வைக்கும் 'ரயிலில் வந்த மனிதர்' என்ற பின்வரும் கதையில் இதற்கான எடுத்துக்காட்டு உள்ளது. புகழ்பெற்ற எழுத்தாளரான அலெக்ஸ் ஹேலி நினைவுகூர்கின்ற இக்கதை, அவர் ஒருபோதும் சந்தித்திராத, ஆனால் அவர் மிகவும் மதிக்கின்ற ஒருவரின் உண்மைக் கதை. இது வெறும் யாசகத்தைப் பற்றியதல்ல, அதைவிடப் பன்மடங்கு மேலான ஒன்றைப் பற்றியது.

ரயிலில் வந்த மனிதர்

அலெக்ஸ் ஹேலி

எப்போதெல்லாம் நானும் என் சகோதர சகோதரிகளும் ஒன்றுகூடுகிறோமோ, அப்போதெல்லாம் நாங்கள் எங்கள் தந்தையைப் பற்றி ஏதேனும் பேசாமல் இருப்பதே இல்லை. எங்கள் வெற்றிகள் அனைத்திற்கும் நாங்கள் அவருக்குக் கடமைப்பட்டுள்ளோம். அவரோடு கூடவே, என்றோ ஓர் இரவில் ஒரு ரயிலில் அவர் சந்தித்த ஒரு மர்ம மனிதருக்கும் நாங்கள் கடமைப்பட்டுள்ளோம்.

எங்கள் தந்தையின் பெயர் சைமன் அலெக்சாண்டர் ஹேலி. 1892ம் ஆண்டில் டென்னெஸீ மாநிலத்தின் சவானா நகரில், அலெக் ஹேலி மற்றும் குயின் ஹேலி தம்பதியருக்கு எட்டாவது மகனாகப் பிறந்தவர் அவர். மன உறுதியும் பிடிவாதமும் கொண்ட அவருடைய தந்தை அலெக் ஹேலி, பகுதிநேர விவசாயியாக வேலை செய்தார். அவர் ஒரு முன்னாள் அடிமை.

என் பாட்டி குயின் ஹேலி மிகவும் உணர்ச்சிவசப்படக்கூடியவராகவும் எளிதில் தூண்டப்படுபவராகவும் இருந்தாலும், என் தாத்தாவைப்போலவே மன உறுதியும் பிடிவாதமும் கொண்டவர். குறிப்பாக, தன் குழந்தைகளின் நலன் தொடர்பான விஷயங்களில் அவருடைய உறுதியும் பிடிவாதமும் எப்போதும் வெற்றி பெற்றன.

சவானா நகரில், வயல் வேலை செய்யும் அளவுக்குப் பெரிதாக வளர்ந்த குழந்தைகள் பள்ளியில் நீடித்தால், அவர்கள் 'வீணானவர்கள்' என்று கருதப்பட்ட ஒரு காலகட்டம் அது. எனவே, என் தந்தை ஆறாவது வகுப்பை எட்டியபோது, என் பாட்டி என் தாத்தாவை சாமர்த்தியமாகத் தன் வழிக்குக் கொண்டு வரும் முயற்சியில் ஈடுபடத் துவங்கினார்.

"நமக்கு எட்டுக் குழந்தைகள் இருக்கிறார்கள். இதில் ஒரு குழந்தையை 'வீணடித்து' அவனை நன்றாகப் படிக்க வைத்தால் அது நமக்கு மிகப் பெரிய கௌரவமாக இருக்கும் இல்லையா?" என்று அவர் விவாதித்தார். பல விவாதங்களுக்குப் பிறகு, என் தந்தை எட்டாம் வகுப்பை முடிப்பதற்கு என் தாத்தா ஒப்புக் கொண்டார். ஆனாலும், பள்ளி முடிந்த பிறகு மாலை வேளைகளில், என் தந்தை, வயல் வேலைகளில் ஈடுபட வேண்டியிருந்தது.

ஆனால் என் பாட்டிக்கு இது திருப்தியளிக்கவில்லை. என் தந்தை எட்டாவது வகுப்பை முடித்தபோது, என் பாட்டி தன் கணவரிடம், "நம் மகன் உயர்நிலைப் பள்ளிக்குச் சென்றால் அது உங்கள் மதிப்பை உயர்த்தும், உங்களுக்குப் பெருமை சேர்க்கும்," என்று கூறி, அவர் மனத்தில் புதிய விதைகளை விதைக்கத் துவங்கினார். அவருடைய திட்டம் பலனளித்தது. என் தாத்தா, தான் கடினமாக உழைத்து சம்பாதித்தப் பணத்தில் ஐம்பது டாலர்களை என் தந்தையிடம் கொடுத்து, இதற்கு மேல் தன்னிடம் பணம் எதுவும் கேட்கக்கூடாது என்று கூறி, அவரை உயர்நிலைப் பள்ளிக்கு அனுப்பி வைத்தார். என் தந்தை முதலில் குதிரை வண்டியிலும், பிறகு ரயிலிலும் பயணித்து, டென்னெஸீ மாநிலத்தின் ஜாக்சன் நகரைச் சென்றடைந்து, அங்கு லேன் பள்ளியில் சேர்ந்தார். அப்பள்ளியில் பன்னிரண்டாம் வகுப்புவரை இருந்தது. ஆப்பிரிக்க அமெரிக்கக் குழந்தைகளுக்கான பள்ளி அது.

என் தந்தையிடம் இருந்த ஐம்பது டாலர்கள் பணம் விரைவில் கரைந்து போனது. எனவே, பள்ளிப் படிப்பைத் தொடர்வதற்காக, ஓர் உணவகத்தில் சிப்பந்தியாகவும், கீழ்ப்படிதலும் கட்டுப்பாடும் இல்லாத மாணவர்களுக்கான ஒரு பள்ளியில் ஓர் உதவியாளராகவும் அவர் வேலை செய்தார். குளிர்காலம் வந்தபோது, அவர் அதிகாலை நான்கு மணிக்கே எழுந்து, பணக்கார வெள்ளையர்களின் வீடுகளுக்குச் சென்று, அவர்கள் சௌகரியமாகத் தூங்குவதற்காக நெருப்பு மூட்டிக் கொடுத்துப் பணம் ஈட்டினார்.

எப்போதும் ஒரே ஒரு ஜோடி காற்சட்டையுடனும் தூங்கி வழிந்த கண்களுடனும் பள்ளிக்குச் சென்ற அவர், எல்லோருடைய நகைப்புக்கும் ஆளானார். தன் மடியில் ஒரு புத்தகத்துடன் அவர் தூங்கி விழுவது அடிக்கடி நிகழ்ந்த ஒன்று.

பணம் சம்பாதிப்பதற்காக அவர் தொடர்ந்து போராட வேண்டியிருந்தது அவருடைய படிப்பை பாதித்தது. வகுப்பில் அவருடைய மதிப்பெண்கள் குறைந்தன. ஆனால் அவர் எப்படியோ சிரமப்பட்டுப் பன்னிரண்டாம் வகுப்புவரை படித்து முடித்தார். பிறகு, வடக்குக் கரோலினா மாநிலத்தின் கிரீன்ஸ்பாரோ நகரில் அமைந்த ஏடி&டி கல்லூரியில் அவர் சேர்ந்தார். அங்கு முதல் இரண்டு ஆண்டுகள் அவர் மீண்டும் போராட வேண்டியிருந்தது. இரண்டாம் ஆண்டின் முடிவில் ஒரு மதிய வேளையில், ஓர் ஆசிரியர் என் தந்தையைத் தன் அலுவலகத்திற்கு அழைத்து, அவர் ஒரு பாடத்தில் தோற்றுவிட்டிருந்ததாகத் தெரிவித்தார். அந்தப் பாடத்திற்கான புத்தகத்தை வாங்கிப் படிப்பதற்கு என் தந்தையிடம் அப்போது பணம் இருக்கவில்லை.

ஒருவிதமான தோல்வியுணர்வு என் தந்தையைத் தழுவியது. பல வருடங்களாக அவர் தன்னால் இயன்ற அளவுக்குக் கடினமாக உழைத்திருந்தார், உண்மையாக முயற்சித்திருந்தார். ஆனாலும் தான் எதையும் சாதித்திருக்கவில்லை என்ற உணர்வு அவருள் எழுந்தது. தன் ஊருக்குத் திரும்பிச் சென்று விவசாயத்தில் ஈடுபடுவதுதான் தன் விதி போலும் என்று அவர் நினைத்தார். ஆனால் சில நாட்களுக்குப் பிறகு, 'புல்மேன் நிறுவனம்' என்ற ஒரு ரயில் நிறுவனத்திடமிருந்து அவருக்கு ஒரு கடிதம் வந்தது. கோடை விடுமுறையில் பகுதிநேர வேலையாக, ரயிலில் பயணியருக்கு உதவி செய்யும் உதவியாளர் வேலைக்கு விண்ணப்பித்து, ஆப்பிரிக்க அமெரிக்கக் கல்லூரி மாணவர்களிடமிருந்து தங்களுக்கு வந்திருந்த நூற்றுக்கணக்கான விண்ணப்பங்களிலிருந்து தேர்ந்தெடுக்கப்பட்ட இருபத்து நான்கு மாணவர்களில் என் தந்தையும் ஒருவர் என்று அக்கடிதத்தில் குறிப்பிடப்பட்டிருந்தது. இதைக் கண்டு என் தந்தை குதூகலமடைந்தார். இதைத் தனக்குக் கிடைத்த ஒரு வாய்ப்பாக அவர் கருதினார். அவர் உடனடியாக அந்நிறுவனத்திற்குச் சென்று பணியில் சேர்ந்தார். பஃபலோ நகரிலிருந்து பிட்ஸ்பர்க் நகருக்குச் சென்ற ரயிலில் அவருக்கு வேலை கொடுக்கப்பட்டது.

ஒருநாள் அதிகாலை இரண்டு மணிக்கு, ரயிலில் அவருடைய அறையின் அழைப்பு மணி ஒலித்தது. என் தந்தை வேகமாக எழுந்து, தன் சீருடையைச் சரிசெய்து கொண்டு, பயணியரின் இருக்கைகளை நோக்கிச் சென்றார். மற்றவர்களிடமிருந்து வித்தியாசமாகத் தெரிந்த ஒருவர், தன்னாலும் தன் மனைவியாலும் சரியாகத் தூங்க முடியவில்லை என்றும், தங்கள்

இருவருக்கும் சூடான பால் வேண்டும் என்றும் என் தந்தையிடம் கூறினார். என் தந்தை ஒரு வெள்ளித் தட்டில் இரண்டு டம்ளர் பால் மற்றும் சில காகிதக் கைக்குட்டைகளை வைத்து, அந்த மனிதரிடம் சென்று கொடுத்தார். அந்த மனிதர், ஒரு டம்ளரைத் தன் மனைவியிடம் கொடுத்துவிட்டு, இன்னொன்றைத் தான் எடுத்துப் பருகியபடி என் தந்தையிடம் உரையாடத் துவங்கினார்.

"ஆமாம்" அல்லது "இல்லை" ஆகியவற்றைத் தாண்டி, பயணியருடன் வேறு எந்த உரையாடலிலும் ஈடுபடக்கூடாது என்பது என் தந்தையைப் போன்ற உதவியாளர்களுக்கு அந்த ரயில் நிறுவனம் விதித்திருந்த கண்டிப்பான விதிமுறைகள். ஆனால் இந்தக் குறிப்பிட்டப் பயணி என் தந்தையிடம் தொடர்ந்து கேள்விகள் கேட்டபடி இருந்தார். என் தந்தை, உதவியாளர்களுக்குரிய அறைக்குச் சென்றபோது, அநத நபரும் அவரைப் பின்தொடர்ந்தார்.

"உன் சொந்த ஊர் எது?" என்று அவர் என் தந்தையிடம் கேட்டார்.

"டென்னெஸீ மாநிலத்தின் சவானா நகரம், ஐயா," என்று என் தந்தை பதிலளித்தார்.

"நீ சிறப்பாகப் பேசுகிறாய்."

"நன்றி, ஐயா."

"இதற்கு முன்பு நீ என்ன வேலை செய்தாய்?"

"ஐயா, கிரீன்ஸ்பாரோ நகரில் அமைந்த ஏடி&டி கல்லூரியில் நான் படித்துக் கொண்டிருக்கிறேன்."

அந்தப் படிப்பைப் பாதியிலேயே கைவிட்டுவிட்டு, மீண்டும் தன் ஊருக்குத் திரும்பிச் சென்று விவசாயத்தில் ஈடுபடுவது குறித்துத் தான் யோசித்துக் கொண்டிருந்ததைப் பற்றி என் தந்தை அவரிடம் கூறவில்லை. அந்நபர் என் தந்தையை உற்றுப் பார்த்துவிட்டு, பிறகு அவருக்கு வாழ்த்துத் தெரிவித்துவிட்டுத் தன் இருக்கைக்குத் திரும்பினார்.

அடுத்த நாள் காலையில் அந்த ரயில் பிட்ஸ்பர்க் நகரை அடைந்தது. ஐம்பது சென்ட்டுகள் டிப்ஸ் கிடைத்தாலே பெரிய விஷயமாக இருந்த அந்தக் காலகட்டத்தில், சைமன் ஹேலிக்கு அந்த மனிதர் ஐந்து டாலர்கள் டிப்ஸ் கொடுத்தார். என் தந்தை இது குறித்துப் பெரும் நன்றியுணர்வு கொண்டார். அந்தக் கோடைக்காலம் முழுவதும் தனக்குக் கிடைத்த டிப்ஸ் பணத்தை அவர் அப்படியே சேமித்து வைத்தார். இறுதியில் அந்த வேலை முடிந்தபோது, சொந்தமாக ஒரு கோவேறுக் கழுதையையும் உழுவதற்கு ஓர் ஏரையும் வாங்கும் அளவுக்கு அவரிடம் பணம் சேர்ந்திருந்தது. ஆனால் இந்தப் பணம், தான் எடுபிடி வேலை எதுவும் செய்யாமலேயே ஏடி&டி கல்லூரியில் ஒரு முழு செமஸ்டர் படித்து முடிப்பதற்குத் தனக்கு உதவும் என்பதையும், அந்த செமஸ்டருக்கான செலவுகள் அனைத்தையும் இந்தப் பணத்தைக் கொண்டு தன்னால் சமாளித்துக் கொள்ள முடியும் என்பதையும் என் தந்தை உணர்ந்தார்.

ஒரு செமஸ்டராவது வெளி வேலை எதுவும் செய்யாமல் படிப்பில் மட்டும் கவனம் செலுத்த வேண்டும் என்று தந்தை விரும்பினார். அதற்குத் தான் தகுதியானவன்தான் என்று அவர் தீர்மானித்தார். அது மட்டுமன்றி, படிப்பில் மட்டுமே கவனம் செலுத்தும்போதுதான் தன்னால் உண்மையிலேயே எவ்வளவு மதிப்பெண்களைப் பெற முடியும் என்பதைத் தன்னால் தெரிந்து கொள்ள முடியும் என்றும் அவர் நினைத்தார்.

அவர் கிரீன்ஸ்பாரோவிற்குத் திரும்பி வந்து, தன் கல்லூரிக்குள் நுழைந்த உடனேயே, கல்லூரி முதல்வரைச் சென்று பார்க்குமாறு அவருக்குத் தகவல் வந்தது. என் தந்தை பயத்தோடு அந்த முதல்வரின் முன்னால் அமர்ந்தார்.

"சைமன், எனக்கு ஒரு கடிதம் வந்துள்ளது," என்று அந்த முதல்வர் கூறினார்.

"சரி, ஐயா."

"இந்தக் கோடை விடுமுறையில் புல்மேன் நிறுவனத்தில் நீ ஓர் உதவியாளனாக வேலை செய்தாயா?"

"ஆமாம், ஐயா."

"ஏதோ ஓர் இரவில் ஒரு குறிப்பிட்ட நபரை சந்தித்து, அவருக்கு சூடான பாலைக் கொண்டு கொடுத்தாயா?"

"ஆமாம், ஐயா."

"அவருடைய பெயர் திரு. ஆர்.எஸ்.எம். பாய்ஸ். 'ஸேட்டர்டே ஈவினிங் போஸ்ட்' என்ற செய்தித்தாளைப் பிரசுரிக்கின்ற கர்ட்டிஸ் பதிப்பகத்திலிருந்து பணி ஓய்வு பெற்ற ஓர் உயரதிகாரி அவர். ஒரு முழு வருடத்திற்கு உன்னுடைய படிப்புக்கும் விடுதிக்கும் புத்தகங்களுக்கும் ஆகும் செலவுகளை சமாளிப்பதற்கு அவர் உனக்கு ஐநூறு டாலர்களை நன்கொடையாக அனுப்பி வைத்துள்ளார்."

என் தந்தை வியந்து போனார். எதிர்பாராத இந்த நன்கொடை, என் தந்தை ஏடி&டி கல்லூரியில் தன் படிப்பை முடிப்பதற்கு உதவியதோடு, தன் வகுப்பிலேயே முதல் மாணவனாகத் தேர்ச்சி பெறவும் உதவியது. என் தந்தையின் அந்த சாதனை, நியூயார்க் நகரின் இத்தாகா நகரில் உள்ள கார்னெல் பல்கலைக்கழகத்தில் முழு கல்வி உதவித் தொகையுடன் படிப்பதற்கான வாய்ப்பை அவருக்குப் பெற்றுக் கொடுத்தது.

1920ல், புதிதாகத் திருமணமாகியிருந்த என் தந்தை, தன் மனைவி பெர்த்தாவை அழைத்துக் கொண்டு இத்தாகாவிற்கு இடம்பெயர்ந்தார். அங்கு கார்னெல் பல்கலைக்கழகத்தில் அவர் தன் மேற்படிப்பைத் தொடர்ந்தார். என் தாய், இத்தாகா இசைப் பள்ளியில் சேர்ந்து பியானோ பயின்றார். அதற்கடுத்த வருடம் நான் பிறந்தேன்.

பலப்பல ஆண்டுகள் கழித்து ஒருநாள், 'ஸேட்டர்டே ஈவினிங் போஸ்ட்' பத்திரிகையின் பதிப்பாசிரியர்களிடமிருந்து எனக்கு ஓர் அழைப்பு வந்தது. நான் எழுதிக் கொண்டிருந்த 'மால்கம் எக்ஸின் வாழ்க்கை வரலாறு' என்ற என் முதல் புத்தகத்தைப் பற்றி விவாதிப்பதற்காக நியூயார்க்கில் இருந்த தங்கள் அலுவலகத்திற்கு வரும்படி அவர்களிடமிருந்து வந்த அழைப்பு அது. நான் அவர்களுடன் அவர்களுடைய பிரம்மாண்டமான அறையில் அமர்ந்து கொண்டிருந்தது குறித்துப் பெருமையும் மகிழ்ச்சியும் கொண்டேன். திடீரென்று திரு. பாய்ஸின் நினைவு எனக்கு வந்தது. அங்கிருந்த பதிப்பாசிரியர்களுக்கு மத்தியில் ஓர் எழுத்தாளனாக இருக்க எனக்கு உதவிய அவருடைய தாராள குணத்தை நினைத்தபோது என்னையும் அறியாமல் நான் அழத் துவங்கினேன். என்னை என்னால் கட்டுப்படுத்திக் கொள்ள முடியவில்லை.

என் சகோதர சகோதரிகளும் நானும் திரு. பாய்ஸைப் பற்றியும், ஓர் ஏழை இளைஞனின்மீது அவர் செய்த முதலீட்டைப் பற்றியும் அடிக்கடி நினைத்துப் பார்க்கிறோம். அவருடைய தாராள மனப்பான்மையின் தொடர் விளைவாக, நாங்களும் பயனடைந்தோம். ஒரு கிராமத்தில் விவசாயிகளாக

வளர்வதற்கு பதிலாக, கல்வி கற்றப் பெற்றோர்களுடனும் அலமாரிகள் நிறையப் புத்தகங்களுடனும் ஒரு நகர்ப்புற வீட்டில் நாங்கள் வளர்ந்தோம். என் ஒரு சகோதரர் ஜார்ஜ், அமெரிக்க அஞ்சல் ஒழுங்கமைப்பு நிறுவனத்தின் தலைவராகவும், மற்றொரு சகோதரரான ஜூலியஸ் ஒரு கட்டடக் கலைஞராகவும் இருக்கின்றனர். என் சகோதரி லாயிஸ் ஓர் இசை ஆசிரியராக இருக்கிறார். நான் ஓர் எழுத்தாளன்.

திரு. பாய்ஸ் என் தந்தையின் வாழ்வில் திடீரென்று ஓர் ஆசீர்வாதம்போலத் தோன்றினார். அதை ஒரு தற்செயலான நிகழ்வு என்று பலர் கருதக்கூடும். ஆனால் கடவுள் நிகழ்த்திய ஓர் அதிசயம் அது என்றே நான் கருதுகிறேன்.

வெற்றிகளால் ஆசீர்வதிக்கப்பட்டுள்ள ஒவ்வொருவருக்கும், அந்த ஆசீர்வாதத்தின் ஒரு பகுதியை மற்றவர்களின் நலனுக்காகத் திருப்பிக் கொடுப்பதற்கான கடமை இருப்பதாக நான் நம்புகிறேன். நாம் ஒவ்வொருவரும் ரயிலில் வந்த அந்த மனிதரைப்போல வாழவும் நடந்து கொள்ளவும் வேண்டும்.

சைமன் ஹேலியின் கல்விக்கு திரு. பாய்ஸ் உதவினார் என்பது உண்மை. ஆனால், ஈகை என்ற பெயரில் அவர் வெறுமனே பணத்தை மட்டும் கொடுக்கவில்லை. சைமன் ஹேலியோடு உரையாடலில் ஈடுபட்டு, அவரைப் பற்றித் தெரிந்து கொள்வதற்கும், அவருடைய பல்கலைகழகத்தின் தலைவரைத் தொடர்பு கொள்வதற்கும் அவர் தன் நேரத்தைச் செலவிட்டார். மற்றவர்கள் வெறுமனே ஒரு வேலைக்காரனாக மட்டுமே அந்த இளைஞரைப் பார்த்தபோது, இவர் மட்டும் அவரிடம் இருந்த அளப்பரிய ஆற்றலைக் கண்டுகொண்டு, அந்த இளைஞருக்கு ஒரு முன்னோக்கைக் கொடுத்தார். சைமனின் பேச்சுத் திறமையைப் பாராட்டி அவருக்குத் தன்னம்பிக்கையைக் கொடுத்தார். வசதிகள் குறைவாகவும் லட்சிய வெறி அதிகமாகவும் இருந்த ஓர் இளைஞருக்கு அவர் நம்பிக்கையைக் கொடுத்தார். அவ்வாறு செய்ததன் மூலம், அவருடைய ஈகை அந்த இளைஞருக்கு உதவியதோடு மட்டும் நின்றுவிடாமல், இக்கதையை எழுதிய எழுத்தாளர் அலெக்ஸ் ஹேலி உட்பட, சைமன் ஹேலியின் வம்சாவழியினர் அனைவரும் தங்கள் வாழ்வில் நல்ல நிலைகளை எட்டுவதற்கும் உதவியது. ஒரே ஒரு தரும காரியம் தொடர்ந்து எத்தகைய பலன்களை விளைவிக்கக்கூடும் என்பதை யாராலும் முன்கூட்டியே கணிக்க முடியாது.

சுயநலமின்மை என்ற கோட்பாடு, ஈகையில் மிக ஆழமாகப் பொதிந்துள்ளது. பின்வரும் கதையில் தோன்றுகின்ற இளைஞர், முற்றிலும் நம்பிக்கையற்ற ஒரு சூழ்நிலையில், தன்னைப் பற்றி மட்டுமே சிந்திப்பதை நிறுத்திவிட்டு மற்றவர்கள்மீது கவனம் செலுத்தத் தொடங்கிய கணத்தில், இவ்வுலகில் இன்றளவும் எண்ணற்ற துரதிர்ஷ்டசாலிகளின் வாழ்க்கையை மாற்றிக் கொண்டிருக்கின்ற ஒரு மிகப் பெரிய ஆற்றலாகத் தான் மாறுவோம் என்று அவர் தன் கனவிலும் நினைத்துப் பார்த்திருக்க மாட்டார்.

சுயநலமின்மை விதி

ஃபுல்டன் ஆர்ஸ்லர்

நாம் அவரை பில் வில்கின்ஸ் என்று அழைக்கலாம். வால் ஸ்டிரீட் தரகரான அவர், திடீரென்று ஒருநாள், ஒரு மருத்துவமனையில் குடிகாரர்கள் பிரிவில் கண்விழித்தார். முற்றிலும் ஊக்கமிழந்திருந்த அவர், தன் மருத்துவரைப் பார்த்து, "டாக்டர், நான் எத்தனை முறை இங்கு அனுமதிக்கப்பட்டிருக்கிறேன்?" என்று கேட்டார்.

"ஐம்பது! இப்போது நீங்கள் அரை சதம் அடித்துவிட்டீர்கள்."

"குடிப் பழக்கம் நிச்சயமாக என்னைக் கொல்லப் போகிறது, இல்லையா?"

"பில், இம்முறை நீங்கள் அதிக காலம் தாக்குப்பிடிக்க மாட்டீர்கள்," என்று அந்த மருத்துவர் வருத்தத்தோடு பதிலளித்தார்.

"அப்படியென்றால், இன்னும் ஒரே ஒரு முறை நான் குடித்தால் என்ன?" என்று பில் கேட்டார்.

"அதில் தவறில்லை என்று எனக்குத் தோன்றுகிறது. ஆனால் ஒரு நிபந்தனைக்கு நீங்கள் கட்டுப்பட்டாக வேண்டும். பக்கத்து அறையில் ஓர் இளைஞன் மிக மோசமான நிலையில் இருக்கிறான். அவன் முதன்முறையாக இங்கு அனுமதிக்கப்பட்டுள்ளான். உங்களுடைய கொடூரமான எடுத்துக்காட்டை நீங்கள் அவனுக்குக் காட்டினால், உங்கள் நிலைமையைக் கண்டு பயந்து, அவன் தன் எஞ்சிய வாழ்நாள் முழுவதும் மீண்டும் மதுவைத் தொடாமல் போகக்கூடும்," என்று அந்த மருத்துவர் கூறினார்.

கோபத்திற்கு பதிலாக, பில்லிடம் ஒரு திடீர் ஆர்வம் பளிச்சிட்டது. "சரி. ஆனால் நான் திரும்பி வந்ததும் எனக்கு ஒரு கோப்பை மது வேண்டும். அதை மறந்துவிடாதீர்கள்," என்று அவர் கூறினார்.

பக்கத்து அறையில் இருந்த இளைஞன், தன் எதிர்காலம் பாழாகிவிட்டதாகவும் தன் வாழ்க்கை தொலைந்துவிட்டதாகவும் உறுதியாக நம்பினான். கடவுளிடம் பாரத்தை ஒப்படைக்குமாறு பில் அந்த இளஞனுக்கு அறிவுறுத்தினார். இது அவருக்கே சிறிது ஆச்சரியத்தைக் கொடுத்தது.

"மது என்பது உங்களை முழுவதுமாக ஆக்கிரமித்துள்ள ஒரு புற ஆற்றல்," என்று பில் வலியுறுத்தினார். "இன்னொரு புற ஆற்றலால்தான் உங்களைக் காப்பாற்ற முடியும். அதை நீங்கள் கடவுள் என்று அழைக்க விரும்பாவிட்டால், உண்மை என்று கூப்பிடுங்கள். பெயர் இங்கு முக்கியமல்ல."

அவருடைய பேச்சு அந்த இளைஞனின்மீது எத்தகைய தாக்கத்தை ஏற்படுத்தியதோ தெரியாது. ஆனால் பில் தன் பேச்சைக் கேட்டுத் தானே பிரமித்தார். அவர் மீண்டும் தன் அறைக்குத் திரும்பியபோது, தன் மருத்துவரிடம் தான் கேட்டிருந்த ஒரு கோப்பை மதுவைப் பற்றி மறந்து போயிருந்தார். அவர் மீண்டும் மதுவைத் தொடவே இல்லை. வேறொருவரைப் பற்றி சிந்தித்ததன் மூலம், சுயநலமின்மை விதி தன்மீது செயல்பட பில் ஒரு வாய்ப்பைக் கொடுத்திருந்தார். அது அவருடைய வாழ்வில் மிகச் சிறப்பாகப் பலனளித்ததில், இறுதியில், ஆல்கஹாலிக்ஸ் அனானிமஸ் என்ற ஓர் ஆற்றல்வாய்ந்த இயக்கத்தை அவர் தோற்றுவித்தார்.

அந்த இயக்கம் இன்றளவும் லட்சக்கணக்கான குடிகாரர்களின் வாழ்க்கையை மாற்றிக் கொண்டிருக்கின்ற ஒன்றாகத் திகழ்ந்து கொண்டிருக்கிறது.

பில் வில்கின்ஸின் உண்மையான பெயர் வில்லியம் கிரிஃபித் வில்சன். ஆல்கஹாலிக்ஸ் அனானிமஸ் இயக்கத்தின் வழக்கப்படி, பில் என்ற பெயரில்தான் பெரும்பாலானோர் அவரை அறிந்திருந்தனர். தன் கவனத்தை சுயநலத்திலிருந்து சுயநலமின்மையை நோக்கித் திருப்பியதன் விளைவாக உலக அளவில் நன்மை விளையக்கூடும் என்று அவரால் எப்படிக் கற்பனை செய்திருக்க முடியும்? நம்மைப் பற்றி மறந்துவிட்டு, மற்றவர்கள்மீது நாம் முதலீடு செய்வதன் மூலமாகவே நாம் மாபெரும் பதிலீடுகளைப் பெறுகிறோம்.

தியாகம்தான் ஈகையின் மையம். தியாகம் என்பது, மற்றவர்களுக்கு நன்மை பயக்கும் ஏதோ ஒன்றிற்காக, தனிப்பட்ட முறையில் தனக்கு மதிப்புவாய்ந்த ஏதோ ஒன்றை விட்டுக்கொடுப்பதை உள்ளடக்கியுள்ளது. அன்டோனியோ ஸேயின் பின்வரும் கதை அதைத்தான் வெளிப்படுத்துகிறது.

சகோதரத்துவ அன்பு

டாம் ஹால்மேன் ஜூனியர்

அன்டோனியோ ஸே தன் படுக்கையின் விளிம்பில் அமர்ந்து கொண்டு, தன் கையிலிருந்த தன் புகைப்படத்தையே பார்த்துக் கொண்டிருந்தார். அவருடைய அந்தப் புகைப்படம், ஒருசில வருடங்களுக்கு முன்பு கல்லூரியில் அவர் படித்துக் கொண்டிருந்தபோது எடுக்கப்பட்டிருந்தது. அவர் அந்தப் படத்தைத் தொட்டு, அதிலிருந்த தூசியைத் துடைத்தார்.

கடந்தகாலத்தை மறந்துவிடும்படி அவர் தனக்குத் தானே கூறிக் கொண்டு, அந்தப் புகைப்படத்தைத் தன் படுக்கையின்மீது போட்டார். பிறகு, அன்றைய அஞ்சல்களில் தன் கவனத்தைத் திருப்பினார். தான் செலுத்த வேண்டியிருந்த கட்டணங்களுக்கான பில்களைக் கண்ட அவர், பெருமூச்செறிந்துவிட்டு, அந்த அஞ்சலுறைகளை ஓர் ஓரமாக ஒதுக்கி வைத்தார். பிறகு மீண்டும் தன் தலையணையின்மீது தலை வைத்துப் படுத்து, கூரையை வெறித்துப் பார்த்தார்.

அவருடைய முன்னாள் கல்வித் தோழர்கள் இருவர் சமீபத்தில் அவரைத் தொலைபேசியில் அழைத்திருந்தனர். இருவருக்குமே சிறந்த சம்பளத்துடன் நல்ல வேலைகள் கிடைத்திருந்தன. அதில் ஒருவருக்குத் திருமணமாகவிருந்தது. இத்தகைய நல்ல விஷயங்கள் தன் வாழ்விலும் நிகழ வேண்டும் அன்டோனியோ விரும்பினார். சட்டக் கல்லூரிக்குச் சென்று படிக்கவோ அல்லது காவல்துறையில் ஓர் அதிகாரியாக ஆகவோ அவர்

திட்டமிட்டிருந்தார். மாறாக, தன் 25வது வயதில், மயாமி நகரின் ஒரு பாழடைந்த பகுதியில் ஒரு மோசமான வீட்டில் அவர் சிக்கிக் கொண்டிருந்தார். அவ்வீட்டின் சமையலறை மேடையில் கரப்பான்கள் நடனமாடிக் கொண்டிருந்தன. வீட்டு உபயோகப் பொருட்கள் அவரைவிட அதிக வயதானவையாக இருந்தன. படுக்கையறை உட்பட, வீடு முழுவதிலும் இருந்த தரைகள் உடைந்து போயும் கறை படிந்தும் இருந்தன. சுவர்களின் வண்ணப்பூச்சுகள் உரிந்து போயிருந்ததால், அச்சுவர்கள் களையிழந்து காணப்பட்டன. பல வருடக் கடின வாழ்க்கையை அவை பறைசாற்றின.

மனம் முழுக்கக் கனவுகளுடன் புகைப்படத்தில் இருந்த அந்த இளைஞனை அன்டோனியோ மீண்டும் பார்த்தார். பிறகு அவர் தன் படுக்கையைவிட்டு இறங்கி, வீட்டைவிட்டு வெளியேறி, ஏதோ யோசித்தபடி வீதியில் நடந்து சென்றார். அந்த இரவு நேரத்தில், எங்கோ ஓரிடத்திலிருந்து ஒரு காடுத்தனமான இசைச் சத்தம் வந்தது. தெரு முனையில் யாரோ கத்தினர். கார் டயர்கள் கீறீச்சிட்ட சத்தம் கேட்டது. குப்பைக் கூளங்கள் நிரம்பிய ஒரு பாதை வழியாக நடந்து சென்ற அவர், பின்னால் திரும்பித் தன் வீட்டைப் பார்வையிட்டார். தான் அந்த இடத்திலிருந்து தப்பிச் செல்லப் போவதாகத்தான் முதலில் அவர் தனக்குத் தானே உறுதியெடுத்திருந்தார். ஆனால் அவர் தன் கண்களை மூடி நின்றபோது, நான்கு வருடங்களுக்கு முன்பு தன் தாயார் தன்னிடம் பேசியது அவருக்கு மீண்டும் நினைவில் வந்தது. அன்று தன்னை ஒரு கடைக்குக் கூட்டிச் செல்லுமாறு அவருடைய தாயார் அவரிடம் கேட்டிருந்தார். அன்றுதான் அன்டோனியோவின் இந்தப் பயணம் துவங்கியது.

2002ம் ஆண்டு ஆகஸ்ட் மாதத்தின் ஒரு மதிய வேளையில் நன்றாக வெயில் காய்ந்து கொண்டிருந்தது. எதிர்காலத்தைப் பற்றிக் கனவு காண்பதில் மும்முரமாக இருந்த அன்டோனியோ, தானும் தன் நான்கு சகோதர சகோதரிகளும் தங்கள் தாயார் டோரத்தியுடன் வசித்த அந்த அவலமான குடியிருப்பை அரிதாகவே கவனித்தார். ஏனெனில், அவர் எப்போதும் எதிர்காலத்திலேயே வாழ்ந்து கொண்டிருந்தார்.

அவருடைய குடும்பத்தில் கல்லூரிக்குச் சென்ற முதல் நபர் அவர்தான். நியூ ஜெர்ஸீ நகரில் அமைந்த புனித பீட்டர்ஸ் கல்லூரியில் வணிக மேலாண்மை மற்றும் சட்டவியலில் அவர் பட்டம் பெற்றார்.

காரில் தன்னுடன் அமைதியாக அமர்ந்து கொண்டு, சன்னலுக்கு வெளியே பார்த்துக் கொண்டிருந்த தன் தாயாரை அன்டோனியோ ஏறிட்டுப் பார்த்தார். தந்தை இல்லாத அந்தக் குடும்பத்தில், டோரத்திதான் அன்டோனியோவின் உத்வேகமாகவும் வலிமையாகவும் இருந்தார். டோரத்தி தன் நிலைமையைப் பற்றி ஒருபோதும் குறைகூறியிருக்கவில்லை. தான் செய்த தவறுகளைத் தன் குழந்தைகள் செய்துவிடக்கூடாது என்பது மட்டுமே அவருடைய ஒரே விருப்பமாக இருந்தது. எனவே தன் குழந்தைகள் சாமர்த்தியமானவர்களாக வளர வேண்டும் என்று அவர் ஆசைப்பட்டார்.

"அன்டோனியோ," என்று அவர் தன் மகனை மெதுவாக அழைத்தார். "நான் உன்னிடம் ஒரு விஷயத்தைச் சொல்லியாக வேண்டும்."

இதைக் கேட்டு அன்டோனியோவின் வயிறு இறுகியது. தன் தாயார் இவ்விதமாகப் பேசினால், அது ஏதோ தீவிரமான விஷயமாகத்தான் இருக்கும் என்பதை அவர் நன்றாக அறிந்திருந்தார்.

"அன்டோனியோ, நான் இதை முன்பே உன்னிடம் கூறியிருக்க வேண்டும். ஆனால் எப்படிக் கூறுவதென்று எனக்குத் தெரியவில்லை," என்று கூறி நிறுத்திய டோரத்தி, சரியான வார்த்தைகளைத் தேடினார். "நான் எய்ட்ஸ் நோயால் பாதிக்கப்பட்டுள்ளேன்."

இதைக் கேட்டுத் திடுக்கிட்ட அன்டோனியோ அமைதியானார். அவர் தன் காரின் ஸ்டியரிங் வீலைத் தன் இரண்டு கைகளாலும் இறுக்கமாகப் பற்றினார்.

"அன்டோனியோ, நான் விரைவில் இறக்கப் போகிறேன்," என்று அவருடைய தாயார் கூறினார்.

ஒருசில நாட்களில் அன்டோனியோ தன் கல்லூரிக்குத் திரும்பிச் சென்றார். அவரும் அவருடைய தாயாரும் ஒவ்வொரு வாரமும் தொலைபேசியின் மூலமாகப் பேசினர். தன் தாயார் ஒருவரை உயிருக்குயிராக நேசித்திருந்ததையும், அவரை முழுமையாக நம்பியிருந்ததையும், அந்த நபரின் வாயிலாகத்தான் அவரை எய்ட்ஸ் நோய் தாக்கியிருந்தது என்பதையும் அன்டோனியா தெரிந்து கொண்டார். இவ்விஷயத்தை டோரத்தி தன் மகனிடம் கூறியபோது, நோய் ஏற்கனவே முற்றிப் போயிருந்தது. அன்டோனியோ தன் பட்டப் படிப்பை முடித்து வீட்டிற்குத் திரும்பி வரும்வரை டோரத்தி எப்படியோ உயிரோடு இருந்தார். இரண்டு மாதங்களுக்குப் பிறகு, அவர் மீண்டும் மருத்துவமனையில் அனுமதிக்கப்பட்டார். அதையடுத்து, தீவிர நோயாளிகளைக் கவனித்துக் கொண்ட ஒரு காப்பகத்தில் அவர் சேர்க்கப்பட்டார்.

சில நாட்களுக்குள், டோரத்தி இறந்துவிட்டதாக அக்காப்பகத்திலிருந்து ஒரு செவிலி தகவல் கொடுத்தார். டோரத்தியின் மரணம் அவருடைய குடும்பத்தைச் சீர்குலைத்தது. அன்டோனியோ தன் 15 வயது சகோதரி ஷரோன்டாவையும், 13 வயது சகோதரி கெயராவையும், 14 வயது இரட்டைச் சகோதரர்கள் டோரியன் மற்றும் கோரியனையும் கைவிட்டுவிட்டால், அவரால் இந்த இக்கட்டிலிருந்து தப்பித்துக் கொள்ள முடியும் என்ற நிலை இருந்தது.

அவருடைய நெருங்கிய உறவினர்கள் சிலர் அவருடைய ஊருக்கு அருகில்தான் வசித்தனர். மற்றவர்கள் வெளிமாநிலங்களில் இருந்தனர். ஆனால் யாரும் அக்குழந்தைகளை கவனித்துக் கொள்ளத் தயாராக இருக்கவில்லை. எனவே, அக்குழந்தைகள் அரசாங்கத்தின் பொறுப்பில் ஒப்படைக்கப்பட வேண்டிய நிலைக்கு ஆளாயினர். ஃப்புளோரிடா மாநிலத்தின் 'குழந்தைகள் மற்றும் குடும்ப நலத் துறையின்' மேற்பார்வையின்கீழ் அவர்கள் பிறர் வீடுகளில் வளர வேண்டியிருக்கும்.

அப்போது அன்டோனியோவிற்கு ஒரு வினோதமான யோசனை தோன்றியது. தானே தன் சகோதர சகோதரிகளுக்கு சட்டப்படிக் காப்பாளர் பொறுப்பேற்றால் என்ன என்று அவர் நினைத்தார். அப்படிப்பட்ட ஒரு சம்பவம் அதற்கு முன்பு நிகழ்ந்ததாக அவர் ஒருபோதும் கேள்விப்பட்டிருக்கவில்லை. ஆனால் முயற்சித்துப் பார்த்தால் என்ன என்று அவர் தன்னைத் தானே கேட்டுக் கொண்டார். அவர் இது பற்றித் தன் நண்பர்களிடம் கலந்து பேசினார். சிலர் அவருடைய துணிச்சலைக் கண்டு பிரமித்தனர். மற்றவர்கள், இது போன்ற கிறுக்குத்தனமான யோசனையைக் கைவிட்டுவிட்டு, திரும்பிப் பார்க்காமல் அங்கிருந்து ஓடிவிடும்படி அறிவுறுத்தினர். தன் சகோதர சகோதரிகள் தனக்கு ஒரு சுமையாக

அமைவார்கள் என்பதை அன்டோனியோ அறிந்திருந்தார். அந்தச் சுமையை ஏற்றுக் கொள்வதற்குத் தான் தயாராக இருந்தால், தன் கடைசி சகோதரிக்கு 21 வயது ஆகும்வரை, அதாவது, இன்னும் எட்டு வருடங்களுக்கு, ஒரு சிறந்த வாழ்க்கை குறித்தக் கனவையும் சட்டக் கல்லூரியில் மேற்படிப்புப் படிப்பது குறித்தக் கனவையும் தான் தள்ளிப்போட வேண்டியிருக்கும் என்பதை அவர் உணர்ந்தார். இவர்களைப் பார்த்துக் கொள்வதற்கு அரசாங்கத்திடமிருந்து தனக்குச் சிறிது உதவித் தொகை கிடைக்கும் என்பதை அவர் அறிந்தார். ஆனால் தனக்கென்று சொந்தமாக ஒரு வேலை இல்லாததால், தனக்கும் அந்த நான்கு குழந்தைகளுக்குமான செலவுகளை அச்சிறு தொகையைக் கொண்டு தன்னால் சமாளிக்க முடியாது என்பது அவருக்குத் தெரிந்தது.

குடும்பத்தினர் அனைவரும் பிரிந்து, அரசாங்கத்தின் கண்காணிப்பில் ஆளுக்கொரு வீட்டில் வளர்வதுதான் நல்ல முடிவாக இருக்குமோ என்றும் அவருக்குத் தோன்றியது. அவர் தேர்ந்தெடுப்பதற்கு இரண்டு விஷயங்களே இருந்தன. ஒன்று, அவர் தன் தம்பிகளையும் தங்கைகளையும் கைவிட வேண்டும், அல்லது தன் கனவுகளைக் கைவிட வேண்டும். தான் சரியான காரியத்தைச் செய்வதற்குத் தனக்கு வழிகாட்டுமாறு கடவுளிடம் அவர் பிரார்த்தித்தார்.

நீதிமன்றத்தில் அவருடைய சார்பில் வாதிடுவதற்கு ஒரு பெண் வழக்கறிஞர் பொறுப்பேற்றார். அப்பெண்மணி அந்த வழக்கிற்குப் பணம் எதுவும் வாங்கிக் கொள்ளவில்லை. அவர் அன்டோனியோவிடம் ஒருசில கேள்விகளைக் கேட்டுவிட்டு, சில படிவங்களை நிரப்பினார். அன்டோனியோ சில மணிநேரத்திற்குப் பிறகு தன் வீட்டிற்குத் திரும்பிச் சென்று, தன் சகோதர சகோதரிகளை அழைத்து, எதிர்காலத்தைப் பற்றி அவர்களிடம் வெளிப்படையாகப் பேசினார். அவர் தன் கண்களில் கண்ணீருடன், “நாம் உறுதியான மனத்துடன் இருக்க வேண்டும். நம் அம்மா இறந்துவிட்டதால் இவ்வுலகம் ஒரு முடிவுக்கு வந்துவிட்டது என்று அர்த்தமில்லை. நாம் எல்லோரும் இன்னும் ஒரே குடும்பமாகத்தான் இருக்கிறோம். என்ன நடந்தாலும் சரி, நாம் ஒருவருக்கொருவர் என்றென்றும் ஆதரவாக இருக்க வேண்டும்,” என்று கூறினார்.

டோரத்தியின் இறுதிச் சடங்கு முடிந்து ஒரு வாரம்வரை, அண்டைவீட்டார் அக்குடும்பத்திற்கு உணவு கொண்டு வந்து கொடுத்தனர். ஒரு வாரத்திற்குப் பிறகு, அன்டோனியோ தனித்து விடப்பட்டார். நீதிமன்றம் தன் வழக்கை விசாரிப்பதற்காக அவர் காத்திருந்தார். நீதிபதி தன்னை முட்டாள் என்று நினைத்துவிடக்கூடாது என்றும், தான் உண்மையிலேயே தன் சகோதர சகோதரிகளை ஒரு தந்தையைப்போலப் பார்த்துக் கொள்ள விரும்பியதைப் புரிந்து கொள்பவராக இருக்க வேண்டும் என்றும் அவர் பிரார்த்தித்தார்.

அவருடைய வழக்கு விசாரணைக்கு வந்தபோது, அந்த வழக்கை விசாரித்த நீதிபதி, எழுந்து நிற்குமாறு அன்டோனியோவிடமும் அவருடைய தம்பிகளிடமும் தங்கைகளிடமும் கூறினார். பிறகு அவர் அன்டோனியோவைப் பார்த்து, “உன்னைப் பார்த்தால் மிகக் குறைந்த வயது இளைஞனைப்போலத் தோன்றுகிறது. உன் வயது என்ன?” என்று கேட்டார்.

“இருபத்து மூன்று,” என்று அன்டோனியோ பதிலளித்தார்.

“இது ஒரு பெரிய பொறுப்பு. பெரும்பாலான ஆண்கள் தங்கள் சொந்தக் குழந்தைகளுக்குக்கூடப் பொறுப்பேற்றுக் கொள்ள மாட்டார்கள். ஆனால்

நீ, உன் தம்பிகளுக்கும் தங்கைகளுக்கும் சட்டப்படிப் பொறுப்பேற்றுக் கொள்ள அனுமதி கேட்டு இங்கு வந்திருக்கிறாய்," என்று கூறிய அந்த நீதிபதி, அன்டோனியோவின் வழக்கறிஞர் தன்னிடம் சமர்ப்பித்திருந்த படிவங்களைப் படித்துப் பார்த்தார்.

பிறகு அவர் அன்டோனியோவைப் பார்த்து, "நான் உன்னை மதிக்கிறேன்," என்று கூறிவிட்டு, அவருடைய சகோதர சகோதரிகளை நோக்கித் திரும்பி, "நீங்கள் உங்கள் சகோதரனுடன் சேர்ந்து வாழ விரும்புகிறீர்களா?" என்று கேட்டார்.

"ஆமாம்," என்று அவர்கள் பதிலளித்தனர்.

விசாரணை முடிந்து ஐந்து நிமிடங்களுக்குப் பிறகு, அன்டோனியோ சில காகிதங்களில் கையெழுத்திட்டுவிட்டு, தன் குடும்பத்தை அழைத்துக் கொண்டு ஒரு புதிய வாழ்க்கையை நோக்கிப் பயணித்தார்.

அவர் அவர்களுக்கு ஓர் உண்மையான தந்தையைப்போல நடந்து கொண்டார். படிப்பில் அக்கறையின்றி இருந்த தன் சகோதரி கெயராவிற்கு அவர் கண்டிப்புடனும் அன்புடனும் புத்திமதி கூறினார். தன் புத்தகப் பையைத் தொலைத்துவிட்டு, 15 டாலர்கள் கொடுத்து இன்னொரு புத்தகப் பையை வாங்கிவிட்டு, பேருந்தில் பயணச்சீட்டு வாங்கக் காசு இல்லாமல் நடந்தே வீட்டிற்கு வந்து தன்னிடம் பணம் கேட்டக் கொரியனிடம், "அது உன் பொறுப்பு. உன் பையை நீதானே தொலைத்தாய்? நான் ஏன் உனக்குப் பணம் கொடுத்து உதவ வேண்டும்? பேருந்தில் பயணிப்பதற்கு பதிலாக, சில நாட்கள் நீ நடந்தே பள்ளிக்குச் சென்று வா. நீ ஒவ்வோர் அடியாக எடுத்து வைக்கும்போது, எப்போதும் எச்சரிக்கையாக இருக்க வேண்டும் என்பதை நீ கற்றுக் கொள்வாய்," என்று பதிலளித்த அன்டோனியோ, வேறு பக்கமாகத் திரும்பிக் கொண்டு, தன் தம்பிகளும் தங்கைகளும் பார்க்காதபடி புன்னகைத்தார்.

தன் குடும்பத்திற்கு முதன்முதலில் தான் பொறுப்பேற்றுக் கொண்டபோது, தான் எவ்வளவு அப்பாவியாக இருந்தோம் என்பதை அவர் நினைத்துப் பார்த்தார். எல்லோரும் தன்னை விரும்ப வேண்டும் என்று அவர் விரும்பினார். எனவே, அவர்களிடம் அவர் கடுமையாக நடந்து கொள்ளவில்லை. ஆனால் அக்குழந்தைகள் விரைவில் ஆளுக்கொரு திசையில் செல்லத் தொடங்கினர். குடும்பம் நிலைகுலையத் தொடங்கியது. அன்டோனியோவின் தங்கைகளும் தம்பிகளும் பள்ளியில் மிகக் குறைவான மதிப்பெண்களைப் பெற்றனர், வீட்டுப்பாடங்களைத் தவறவிட்டனர். வீட்டு வேலைகளிலும் அவர்கள் யாரும் உதவவில்லை. எனவே ஓர் இரவில், அன்டோனியோ தன் அறையில் தனியாக அமர்ந்து, தன் சகோதர சகோதரிகளைப் பாரபட்சமின்றி மதிப்பீடு செய்தார்.

சிறந்த மதிப்பெண்களைப் பெறுவதற்கு ஷ்ரோன்டாவை யாரும் ஊக்குவிக்காததால் அவள் மோசமான மதிப்பெண்களைப் பெற்றுக் கொண்டிருந்தாள் என்பதையும், கொரியனின் நண்பர்கள் அவனை ஏமாற்றித் தவறான பாதையில் அழைத்துச் சென்று, அவனைத் தங்களுக்கு சாதகமாகப் பயன்படுத்திக் கொண்டிருந்தனர் என்பதையும், தான் பிடிபட்டுவிடக்கூடும் என்ற பயம் துளிகூட இன்றி டோரியன் ஏய்த்துக் கொண்டிருந்தான் என்பதையும், கெயரா அளவுக்கதிகமாகக் கவலைப்பட்டாள் என்பதையும், அவள் துளிகூடத் தன்னம்பிக்கையின்றி இருந்தாள் என்பதையும் அன்டோனியா கண்டறிந்தார்.

அன்றிரவு அன்டோனியோ அவர்கள் அனைவரையும் அழைத்துப் பேசினார். அவர் ஒரு தீவிரமான முகத்துடன் அவர்கள் முன்னால் குறுக்கும் நெடுக்குமாக நடந்தார். தன் மனத்தில் இருந்ததை அவர்களுக்கு நன்றாகப் புரிய வைப்பதில் அவர் உறுதியாக இருந்தார். "இவ்வுலகில் நமக்கு இருக்கும் ஒரே ஆதரவு நாம் மட்டும்தான். வாழ்வில் நாம் வெற்றி பெற வேண்டும். அதுதான் நம் தாயாரை மகிழ்ச்சிப்படுத்தும்," என்று அவர் கூறினார்.

பிறகு அவர் அவர்கள் ஒவ்வொருவருக்கும் வீட்டு வேலைகளைப் பகிர்ந்து கொடுத்தார். நான்கு காகிதங்களை எடுத்து, ஒவ்வொன்றிலும் ஒவ்வொருவரின் பெயரை எழுதி, அவரவரின் பெயருக்குக் கீழே சில குறிப்பிட்ட வேலைகளை அவர் பட்டியலிட்டார். இதைக் கண்டு அவர்கள் முனகினர். அன்டோனியோ மிகவும் கண்டிப்புடன் நடந்து கொண்டதாக அவர்கள் குறைபட்டனர். ஆனால் அன்டோனியோ வளைந்து கொடுக்கவில்லை. வீட்டுப்பாடங்கள் ஒரு குறிப்பிட்ட நேரத்திற்குள் செய்து முடிக்கப்பட வேண்டும் என்று அவர் ஒரு நிபந்தனை விதித்தார். வீட்டுப்பாடங்களில் அவர்களுக்கு அவர் உதவினார். ஆசிரியர்கள் தங்களிடமிருந்து அதிகமாக எதிர்பார்த்ததாக அவர்கள் அன்டோனியோவிடம் குறை கூறியபோது, அவர் தங்கள் ஆசிரியர்களைவிட அதிகமாக எதிர்பார்த்ததை அவர்கள் கண்டனர்.

அதோடு, அவர்கள் ஒவ்வொருவரும் ஏதேனும் ஒரு நல்ல பொழுதுபோக்கையோ, விளையாட்டையோ, அல்லது தங்களுக்கு விருப்பமான வேறு ஏதேனும் ஒன்றையோ தேர்ந்தெடுக்க வேண்டும் என்று அன்டோனியோ அவர்களைக் கட்டாயப்படுத்தினார். தாங்கள் வசித்தப் பகுதியைவிட உலகம் மிகப் பெரியது என்பதை அவர்கள் உணர்ந்து கொள்ள வேண்டும் என்று அவர் விரும்பினார். அவர்கள் போதை மருந்துகளுக்கு அடிமையாகிவிடாமல், தறுதலைகளாக ஆகிவிடாமல், கல்லூரிக்குச் சென்று படிக்க வேண்டும் என்று அவர் வலியுறுத்தினார்.

விரைவில், ஷரோன்டாவின் மதிப்பெண்கள் அதிகரித்தன. இரட்டைச் சகோதரர்களின் மதிப்பெண்களும் கணிசமாக உயர்ந்தன. கொரியன் தன் பள்ளியின் கால்பந்து அணியில் சேர்ந்து விளையாடினான். பாடுவதில் தனக்கு விருப்பம் இருந்ததைக் கண்டுகொண்ட டோரியன், பள்ளியின் பாடகர் குழுவில் சேர்ந்தான். கெயராவும் ஷரோன்டாவும் தங்கள் தேவாலயத்தின் நடனக் குழுவில் சேர்ந்தனர்.

2003ம் ஆண்டு டிசம்பர் மாதத்தில் ஒருநாள், ஆண்டொன்றுக்கு 31,000 டாலர்கள் சம்பளத்தில், லாபநோக்கற்ற ஒரு நிறுவனத்தில் இளைஞர்களுக்கான ஆலோசனையாளராக அன்டோனியோவிற்கு வேலை கிடைத்தது. இந்த வேலையின் விளைவாக, தினமும் இரவு சரியான நேரத்தில் வீட்டிற்கு வந்து தன் தம்பிகளுக்கும் தங்கைகளுக்கும் அவரால் உணவு தயாரிக்க முடிந்தது. அவர்கள் கால்பந்து விளையாடியபோதும், தேவாலயத்தில் அவர்கள் பாடியபோதும் ஆடியபோதும் தவறாமல் அவர் அந்நிகழ்ச்சிகளில் ஒரு பார்வையாளராகக் கலந்து கொண்டார். பள்ளியில் பெற்றோர்—ஆசிரியர் சந்திப்புக்கூட்டங்களிலும் அவர் பங்கு கொண்டார். ஒவ்வொரு மாதமும் அவர்கள் ஒவ்வொருவருக்காகவும் சிறிது பணத்தை சேமிப்புக் கணக்குகளில் அவரவர் பெயர்களில் போட்டு வைத்தார்.

இன்றிரவு, 2006ம் ஆண்டின் இன்னொரு வெப்பமான மாலை நேரத்தில், தன்னுடைய பழைய புகைப்படமும், தான் செலுத்த வேண்டிய

கட்டணங்களுக்கான பில்களும் படுக்கையின்மீது கிடக்க, வீட்டை நோக்கி நடந்து வந்து கொண்டிருந்த அன்டோனியோ, வீட்டிற்கு வெளியே இருந்த குப்பையான நடைபாதையில் திடீரென்று நின்றார். தூரத்தில் கொரியன் சில சிறுவர்களுடன் பேசிக் கொண்டிருந்ததை அவர் பார்த்தார். ஆண் துணை இல்லாத வீடுகள் அதிகமாக இருந்த இப்பகுதியில், காரணமின்றி வீட்டைவிட்டு வெளியே போவதற்கோ அல்லது வீதிகளில் சுற்றித் திரிவதற்கோ தன் சகோதர சகோதரிகளை அனுமதிக்காத ஒரு கண்டிப்பான நபர் என்று அன்டோனியோ அங்கிருந்தவர்களிடையே பிரபலமாகியிருந்தார்.

50,000 டாலர்கள் பெறுமானமுள்ள கார் ஒன்று அத்தெருமுனையில் தோன்றியது. அன்டோனியோ தன் தம்பி கொரியனையும் அவனுடைய நண்பர்களையும் பார்த்து, “அது யாரென்று எனக்குத் தெரியவில்லை. உடனடியாக நீங்கள் அனைவரும் இங்கே வாருங்கள்,” என்று அவசரப்படுத்தினார்.

அன்டோனியோ தன் கைகளைத் தன் மார்பின் குறுக்காகக் கட்டியபடி, தூரத்தில் நின்றுவிட்ட அந்தக் காரையே வெறித்துப் பார்த்தார். பதினைந்து நொடிகள் கழித்து, அந்தக் கார், போதைப் பொருட்களை விற்றவர்களின் வீடுகள் அடங்கிய பக்கத்துக் குடியிருப்பை நோக்கி நகர்ந்தது. “நீங்கள் எல்லோரும் நம் வீட்டிற்கு அருகேயே இருந்து பேசுங்கள். புரிகிறதா?” என்று அவர் தன் தம்பியிடமும் அவனுடைய நண்பர்களிடமும் கண்டிப்புடன் கூறினார்.

பிறகு திருப்தியடைந்தவராக, அவர் தன் வீட்டிற்குள் சென்று, ஓர் அலமாரியின் முன்னால் நின்றார். அவருடைய தாயாரின் அஸ்தி வைக்கப்பட்டிருந்த ஒரு வெள்ளை டப்பா அதில் இருந்தது. அன்டோனியோவின் தம்பிகளில் ஒருவன், அந்த டப்பாவின் வெளிப்பகுதியில், “அம்மா, நாங்கள் எல்லோரும் உங்களை எப்போதும் நேசிக்கிறோம்,” என்று எழுதியிருந்தான். அந்த டப்பாவின் விளிம்பில் செருகி வைக்கப்பட்டிருந்த டோரத்தியின் சிறிய புகைப்படம் ஒன்று, அவர் தன் குழந்தைகளை மேலிருந்து கண்காணித்துக் கொண்டிருந்ததுபோலத் தோன்றியது.

குடும்பத் தலைவரான அன்டோனியோ, கொட்டாவி விட்டுவிட்டுத் தன் முகத்தை அழுத்தித் துடைத்தார். அவர் தினமும் காலையில் ஐந்தரை மணிக்கு எழுந்து, எல்லோருக்கும் உணவு தயாரித்துக் கொடுத்து, அவர்களைப் பள்ளிக்குக் கூட்டிச் சென்று, பிறகு அங்கிருந்து நேராகத் தன் அலுவலகத்திற்குச் சென்றார். மதிய உணவு இடைவேளையின்போது, இரவு உணவுக்குத் தேவையான பொருட்களை அவர் வாங்கி வைத்துக் கொண்டார். இவை எல்லாவற்றையும் தனியொருவனாகச் செய்வது அவருக்குக் கடினமாகத்தான் இருந்தது, ஆனாலும் சமாளிக்கக்கூடியதாகவும் இருந்தது. அவர் தன் படுக்கையின் விளிம்பில் உட்கார்ந்தார். செலுத்தப்பட வேண்டியிருந்த கட்டணங்களுக்கான பில்களும், கனவுகளுடன் இருந்த அச்சிறுவனின் புகைப்படமும் இன்னும் அந்தப் படுக்கையின்மீதுதான் இருந்தன.

அப்போது வீட்டு வாசலில் சிரிப்புச் சத்தம் கேட்டது. “எல்லாம் ஒழுங்காக இருக்கிறதா?” என்று உள்ளேயிருந்து குரல் கொடுத்த அன்டோனியோ, வாசலில் நின்று அரட்டையடித்துக் கொண்டிருந்த தன்

சகோதரர்களிடம், "பிரச்சனை எதையும் கொண்டு வராதீர்கள்," என்று கண்டிப்பான குரலில் கூறினார்.

எல்லாம் ஒழுங்காக இருந்தது!

நல்ல சம்பளம், மேற்படிப்புக்கான ஒரு வாய்ப்பு, ஒரு நல்ல இடத்தில் ஓர் அழகான வீடு, ஒரு புதிய கார், சில நல்ல ஆடைகள் - இக்கனவுகளையும் இன்னும் அதிகமான கனவுகளையும் அன்டோனியோ மேலும் ஒருநாள் தள்ளிப் போட்டார். அன்டோனியோவின் எண்ணங்கள், அவருக்கு அதிக மதிப்புவாய்ந்த அவருடைய குடும்பத்தின்மீதே நிலைத்திருந்தன. எனவே, தான் செய்ய வேண்டிய காரியங்களைத் தேர்ந்தெடுப்பதில் அவருக்கு எந்தத் தயக்கமும் இருக்கவில்லை. குடும்பத்தை இரண்டாம்பட்சமாக நினைக்கின்ற ஏராளமானோர் வாழ்கின்ற ஒரு சமுதாயத்தில், தன் கனவுகளைவிடத் தன் குடும்பம்தான் தனக்கு முக்கியம் என்று தேர்ந்தெடுத்த அன்டோனியோவின் மன உறுதி, தியாகத்திற்கும் ஈகைக்குமான நெஞ்சைத் தொடும் ஓர் எடுத்துக்காட்டு. ஈகையின் விதைகள் வீட்டில்தான் விதைக்கப்படுகின்றன, அவை அங்குதான் வேர்விடுகின்றன. எனவே, அங்குதான் அவை வளமான விளைச்சலைக் கொடுக்கின்றன.

ரத்தினச்சுருக்கமாக

ஈகை நம் வார்த்தைகளிலும் செயல்களிலும் காணப்பட்டாலும், பெரும்பாலும் அது நம் உள்நோக்கங்களில்தான் காணப்படுகிறது. சைமன் ஹேலிக்கு உதவிய திரு. பாய்ஸ், ரயிலில் சேவை செய்த அந்த இளம் உதவியாளரின் குழந்தைகளில் ஒருவன் பிரபலமான எழுத்தாளனாக ஆகி எதிர்காலத்தில் தன்னைப் பற்றி எழுதுவான் என்பதற்காக அவருக்கு உதவவில்லை. ஆல்கஹாலிக்ஸ் அனானிமஸ் நிறுவனத்தைத் துவக்கிய பில், பிரபலத்துவம் வேண்டி அதைத் துவக்கவில்லை. அவர் யாருக்கும் தெரியாத ஒருவராகவே இருக்க விரும்பினார். இவர்கள் யாருக்குமே செல்வம் உள்நோக்கமாக இருக்கவில்லை. இவர்களுடைய நோக்கங்கள் தன்னலமற்றவையாக இருந்தன. ஏனெனில், அவர்கள் தங்களுக்கு வெளியே பார்த்து, மற்றவர்களின் வாழ்வை மேம்படுத்துவதைத் தேர்ந்தெடுத்தனர்.

வாழ்வின் பொருள் குறித்த உங்கள் சொந்தத் தேடலில், நீங்கள் தேடத் துவங்க வேண்டிய இடம் உங்களுக்கு வெளியேதான் உள்ளது. மற்றவர்களைப் பற்றி சிந்திப்பதன் மூலமும், ஈகையை வெளிப்படுத்தும் செயல்களைச் செய்வதன் மூலமும்தான் உங்கள் தேடல் துவங்குகிறது. அச்செயல்கள் எவ்வளவு சிறியவையாக இருந்தாலும், அது ஒரு பொருட்டல்ல. பரிவை வெளிப்படுத்தும் ஓர் எளிய காரியத்தைச் செய்வது, ஒருவருக்கு நம்பிக்கை ஒளி வழங்குவது, உரிய நேரத்தில் ஒருவருக்குப் பாராட்டுத் தெரிவிப்பது, ஒருவருடைய இருண்ட பாதையில் ஒளியேற்றி வைப்பது போன்றவற்றின் மூலம், பணம் கொடுப்பதைத் தாண்டி ஈகையை வெளிப்படுத்துவதற்கான வாய்ப்புகள் ஒவ்வொரு நாளும் ஒவ்வொரு கணமும் அபரிமிதமாக உள்ளன.

சிந்தனைக்காக

- இளைஞரான ஃசமன் ஹேலியிடம் அளப்பரிய ஆற்றல் இருந்ததை திரு. பாய்ஸ் கண்டுகொண்டு, அவருக்கு உதவுவதென்று உறுதி பூண்டார். உங்களுடைய ஈகைச் செயல்கள் மூலம் நீங்கள் நேர்மறையான தாக்கம் செலுத்தக்கூடிய அத்தகைய 'ரயில் உதவியாளர்கள்' யாராவது இருக்கிறார்களா? உங்கள் உதவி தேவைப்படுகின்ற உங்கள் அண்டைவீட்டார், சக ஊழியர்கள், நண்பர்கள் என்று யாரேனும் இருக்கிறார்களா?
- இக்கதைகளில் இடம்பெற்றுள்ள தனிநபர்கள், பணத்தைவிட அதிக மதிப்பு வாய்ந்தவற்றை வழங்கினர். அவர்கள் மற்றவர்களின் நலனுக்காகத் தங்கள் நேரத்தையும் முன்னோக்கையும் ஊக்குவிப்பையும் அறிவையும் கொடுத்தனர். நீங்கள் எவற்றைப் பகிர்ந்து கொள்ளப் போகிறீர்கள்? உங்கள் திறமைகளையா, நகைச்சுவையையா, பொழுதுபோக்குகளையா, உங்கள் உடமைகளையா, நம்பிக்கையையா, அல்லது பாராட்டுகளையா?
- ஆல்கஹாலிக்ஸ் அனானிமஸ் இயக்கத்தைத் தொடங்கிய பில், யாருக்கும் தெரியப்படாத ஒருவராக இருக்க விரும்பினார். நீங்கள் உங்களுடைய ஈகைச் செயல்களை ரகசியமாக வைத்துக் கொள்கிறீர்களா? மற்றவர்களுக்காக 'நீங்கள் செய்யும் காரியங்களுக்குப் பின்னால்' என்ன உள்நோக்கங்கள் உள்ளன?
- தன் சகோதர சகோதரிகளின் நலனுக்காக அன்டோனியோ தன் கனவுகளைத் தள்ளிப்போட்டார். உங்கள் குடும்ப உறுப்பினர்கள் உங்கள் ஈகைச் செயல்களை உணர்ந்து கொள்ள வாய்ப்பளிக்கும் விதத்தில் என்னென்ன தியாகங்களைச் செய்ய நீங்கள் தயாராக இருக்கிறீர்கள்?

3

தனிப்பட்டக் கவனம்

"எண்ணற்றோரின் விமோசனத்திற்காகக் கடுமையாக உழைப்பதைவிட, ஒரே ஒரு தனிநபருக்கு உங்களை முற்றிலுமாகக் கொடுப்பது அதிக உன்னதமானது."

- டாக் ஹம்மர்ஸ்கோல்டு

வாழ்வில் ஓர் அர்த்தத்தைக் கண்டுபிடிப்பதற்கு, கோடிக்கணக்கான மக்களின்மீது தாக்கம் ஏற்படுத்துகின்ற ஒரு மிகப் பெரிய பங்களிப்பை வழங்குவது அவசியம் என்று மக்கள் சில சமயங்களில் தவறுதலாக நினைக்கின்றனர். ஆனால் அதிக அர்த்தம் வாய்ந்த, நிரந்தரமான பங்களிப்புகளும் ஈகைச் செயல்களும், ஒரு நேரத்தில் ஒரு நபர் என்ற முறையில், சிறிய வழிகளில், ஒரு தனிநபர்மீது ஒருமித்தக் கவனம் செலுத்தப்படும்போதுதான் நிகழ்கின்றன.

உண்மையில், தங்கள் வாழ்வில் மாபெரும் தாக்கத்தை ஏற்படுத்திய ஒருவரைப் பற்றிக் கூறுமாறு நான் என் பார்வையாளர்களிடம் கேட்கும்போது, அக்கேள்விக்கு விடையாக, ஏதேனும் துணிகரச் செயலைச் செய்த ஒருவரைப் பற்றியோ அல்லது ஒரு குறிப்பிட்டத் திறமையில் கைதேர்ந்து விளங்கிய ஒருவரைப் பற்றியோ அவர்கள் கூறுவதில்லை. மாறாக, தங்களுடைய பல வேலைகளுக்கு இடையேயும் சிறிது நேரத்தை ஒதுக்கிக் கொண்டு, தனிநபர்கள் என்ற முறையில் தங்கள்மீது கவனம் செலுத்தி, தங்களை முக்கியமானவர்களாக உணரச் செய்த மக்களைத்தான் தங்கள்மீது தாக்கம் விளைவித்தவர்களாக அவர்கள் விவரிக்கின்றனர். பின்வரும் கதைகளை நீங்கள் படிக்கும்போது, ஒரு நேரத்தில் ஒரு நபர் என்ற விதத்தில் நீங்கள் தனிப்பட்டக் கவனம் செலுத்தினால் யாரெல்லாம் பயனடையக்கூடும் என்பதைப் பற்றி நினைத்துப் பாருங்கள்.

எழுத்துக் கூட்டிப் படிக்க முடியாத சிறுவன்

டைலர் கர்ரி

மில்டுரெட் கிரீன் தொடக்கப் பள்ளியில் ஆசிரியராகச் சேர்ந்திருந்த நான், என் வகுப்பின் முதல் நாளன்று, ரோமெல் என்ற மாணவனால் எழுத்துக் கூட்டிப் படிக்க முடியாது என்பதை அறிந்தேன். தங்களைப் பற்றி விவரித்து எழுதுமாறு கூறி, சில வேடிக்கையான கேள்விகள் அடங்கிய கேள்வித் தாள்களை நான் அவர்களுக்குக் கொடுத்திருந்தேன். "உன்னால் ஓர் ஐஸ்கிரீமாக இருக்க முடியும் என்றால், நீ எந்த ஐஸ்கிரீமாக இருக்க விரும்புவாய்? அதற்கான காரணத்தை விளக்கவும்," என்ற கேள்வி உட்பட, ஒருசில கேள்விகளை நான் அமைத்திருந்தேன். என் புதிய மாணவர்களின் திறமைகளைத் தெரிந்து கொள்வதற்காக நான் அவர்களுக்கு அப்பயிற்சியைக் கொடுத்தேன்.

மதிய வேளை வந்தபோது, என்னுடைய நான்காம் வகுப்பு மாணவர்கள் இருபத்தேழு பேரையும் சாப்பாட்டு அறைக்கு அணிவகுத்து அழைத்துச் சென்று விட்டுவிட்டு, நான் என் அறைக்குத் திரும்பி, அவர்கள் அளித்திருந்த விடைகளைப் படிக்கத் துவங்கினேன். என் மாணவர்களில் பலர் காலபந்து வீரர்களாகவும் பாடகர்களாகவும் சாக்லேட் ஐஸ்கிரீம்களாகவும் ஆக விரும்பியதாகத் தெரிவித்திருந்தனர். ஒரே ஒரு தாள் மட்டும் பதில் எதுவும் எழுதப்படாமல் இருந்தது. பிறந்த தேதியோ, பிடித்த நிறமோகூட அதில் குறிப்பிடப்பட்டிருக்கவில்லை. அது ரோமெல்லின் கேள்வித்தாள். பள்ளியின் முதல் நாளன்று, மாணவர்கள் அனைவரும் தங்கள் ஆசிரியர்களைக் கவர்வதற்கும் அவர்களிடம் நற்பெயர் சம்பாதிப்பதற்கும் போட்டிப் போட்டுக் கொண்டு நல்ல பிள்ளைகளாக நடந்து கொள்வது வழக்கம் என்பதால், ரோமெல் எதுவும் எழுதாமல் இருந்தது என்னைத் திடுக்கிடச் செய்தது.

நான் சாப்பாட்டு அறைக்குத் திரும்பிச் சென்று ரோமெல்லைத் தேடினேன். அங்கிருந்த ஏராளமான குழந்தைகளில் யார் ரோமெல் என்று எனக்குத் தெரியவில்லை. பிறகு, பள்ளிச் சீருடையில் இல்லாத ஒரு பத்து வயதுச் சிறுவன் என் பார்வையில் பட்டான். அவன் ஒல்லியாகவும் ஆரோக்கியமாகவும் இருந்தான். அவனுடைய முடி சீராக வெட்டப்பட்டிருந்தது. "ரோமெல், நான் உன்னிடம் ஒரு நிமிடம் பேசலாமா?" என்று நான் அவனிடம் கேட்டேன்.

"ம்ம்ம்," என்று கூறிவிட்டு, ஒரு துள்ளலுடன் அவன் என்னைப் பின்தொடர்ந்து நடந்தான்.

"உன் கோடை விடுமுறை எப்படி இருந்தது?" என்று நான் கேட்டேன்.

"பரவாயில்லை."

"விடுமுறையில் நீ என்ன செய்தாய்?"

அவன் சற்றுத் தடுமாறியபடியே, "எனக்கு நினைவில்லை," என்று பதிலளித்தான்

“கவலைப்படாதே, அது ஒன்றும் மோசமான விஷயம் அல்ல,” என்று நான் அவனுக்கு தைரியம் ஊட்டினேன். பிறகு, “புத்தகங்களை வாசிப்பது உனக்கு சிரமமாக இருக்கிறதா?” என்று நான் கேட்டேன்.

“ஆமாம். ஆனால் நான் முயற்சித்துக் கொண்டிருக்கிறேன்.”

நான் முதல் வகுப்பு மாணவர்களுக்கான ஒரு புத்தகத்தை வெளியே எடுத்து, அதைத் திறந்து, அதன் முதல் பக்கத்தைச் சுட்டிக்காட்டி, “இதைப் படித்துக் காட்டு,” என்று ரோமெல்லிடம் கூறினேன்.

முதலில் இருந்த ஒரு வார்த்தையை மட்டுமே அவனால் சமாளிக்க முடிந்தது. மேற்கொண்டு அவனால் படிக்க முடியவில்லை. அவன் தன்னைத் தற்காத்துக் கொள்ளும் விதமாக, ‘அ—ம்—மா’ என்ற வார்த்தையைத் தன் தாயார் தனக்குக் கற்றுக் கொடுத்திருந்ததாகவும், அதைத் தன்னால் படிக்க முடியும் என்றும் கூறினான்.

“பிரமாதம்,” என்று நான் கூறினேன்.

நாங்கள் இருவரும் ஒருசில நிமிடங்கள் அரட்டையடித்தோம். “நான் கற்பதில் குறைபாடு உள்ளவன்,” என்று ரோமெல் கூறினான். அதைக் கூறியபோது அவனுடைய முகத்தில் மகிழ்ச்சி தென்படவில்லை. விளையாட்டுகளில் ஈடுபடுவது தனக்குப் பிடிக்காது என்று அவன் கூறினான். இசையின்மீதும் அவனுக்கு நாட்டம் இருக்கவில்லை. ஓவியங்கள் வரைவதில் அவன் பெருவிருப்பம் கொண்டிருந்தான். தான் வரைந்திருந்த ஓவியங்களை அவன் என்னிடம் காட்டினான். அவை உண்மையிலேயே அருமையாக இருந்தன. அவனுடைய கைவண்ணத்தைக் கண்டு நான் பிரமித்தேன். ஆனால் அவனை என் வகுப்பில் வைத்துக் கொண்டு என்ன செய்வதென்று நான் விழித்தேன். இச்சிறுவன் நன்காம் வகுப்பில் இருக்கக்கூடாது என்பது எனக்குத் தெளிவாகத் தெரிந்தது.

2000ம் ஆண்டு செப்டம்பர் 5ம் நாள் அது. வாஷிங்டன் நகரின் தென்கிழக்கில் அமைந்த மில்டுரெட் கிரீன் பள்ளியில், ஆசிரியராக அது எனக்கு இரண்டாவது வருடம். மிச்சிகன் பல்கலைக்கழகத்தில் ஆங்கிலப் பாடத்தில் இளநிலைப் பட்டம் பெற்றிருந்த நான், ‘டீச் ஃபார் அமெரிக்கா’ இயக்கத்தில் சேர்ந்தேன். புதிதாகப் பட்டம் பெற்றக் கல்லூரி மாணவர்களை, குறைவான சம்பளத்தில், நாடு முழுவதிலுமுள்ள நகரப் பள்ளிகளில் ஆசிரியர்களாக நியமிக்கின்ற ஓர் இயக்கம் அது.

பெரும்பாலான குழந்தைகளுக்கு ஓரளவுக்குப் படிக்கவும் எழுதவும் தெரிந்திருந்தது. ஆனால் ரோமெல்லுக்குப் பிரத்யேகமாகப் பாடம் சொல்லிக் கொடுத்த ஓர் ஆசிரியை, மிகுந்த வருத்தத்துடன், “ரோமெல்லால் இனி ஒருபோதும் வாசிக்க முடியாது,” என்று என்னிடம் கூறினார்.

அவர் கூறிய அந்த மோசமான விஷயத்தை நான் நீண்டகாலம் மறுத்துரைக்கவில்லை. மற்ற மாணவர்களிடம் ஒழுங்கை நிலை நாட்டுவதிலும், அவர்களைக் கட்டுப்படுத்துவதிலும், அவர்களுக்குப் பாடம் சொல்லிக் கொடுப்பதிலும் நான் மும்முரமாக இருந்தேன். ரோமெல்லை நான் முற்றிலுமாக ஒதுக்கிவிட்டேன் என்று கூறலாம். ஆங்கில இலக்கிய வகுப்புகளில், மற்றக் குழந்தைகள் தங்கள் புத்தகங்களைப் படித்தபோது, ரோமெல் மட்டும் வகுப்பில் ஓர் ஓரமாக அமர்ந்து, ஒலிநாடாவில் பதிவு செய்யப்பட்டக் கதைகளைக் கேட்டான். நான் அவனுக்குக் கொடுத்தப் பாடங்களை அவனால் எழுத முடியாததால், நான் அவனை அவற்றை வரையச் செய்தேன்.

ஆனால் ரோமெல் முட்டாளல்ல. நான் கணிதப் பாடங்களைக் கற்பித்தபோது, அவற்றைப் புரிந்து கொள்வதில் அவனுக்கு எந்தப் பிரச்சனையும் இருக்கவில்லை. அப்படியென்றால், புத்தகங்களை வாசிக்க மட்டும் அவன் ஏன் கற்றுக் கொள்ளவில்லை என்று நான் வியந்தேன். இக்கேள்வியை அடிக்கடி என்னை நானே கேட்டுக் கொண்டேன். அதற்குக் காரணம் இல்லாமல் இல்லை. மாணவர்களுக்கு நான் கதைகளைப் படித்துக் காட்டிய நேரங்களில் மட்டும் ரோமெல் மிக ஆர்வமாகப் பங்கு கொண்டான். தினமும் காலையில் முதல் வேலையாகவும், மதிய இடைவேளைக்குப் பிறகும் நான் கதைகளைப் படித்தேன். சரளமாகப் படிப்பதற்குப் பல மாணவர்கள் சிரமப்பட்டனர். ரோமெல்லைப் பொறுத்தவரை, அவனால் படிக்கவே முடியவில்லை.

ஆனாலும் அவன் என் கதைகளில் முற்றிலுமாக மூழ்கிப் போனான். மற்றவர்கள் தவறவிட்ட நகைச்சுவைகளை அவன் மிக சுலபமாகப் புரிந்து கொண்டு சிரித்தான். ஏதேனும் கதாபாத்திரங்கள் நம்பிக்கைத் துரோகம் செய்யும் விதத்தில் நடந்து கொண்டால், "இது அநியாயம்!" என்று அவன் உணர்ச்சிவசப்பட்டுக் கத்தினான். கதை கூறி முடித்தப் பிறகு நான் கேட்டக் கேள்விகளுக்கு அவன் விடையளித்தான், தன் அபிப்பிராயங்களுக்கு ஆதரவாக வாதாடினான், தன் சக மாணவர்கள் கூறிய விளக்கங்கள்மீது எதிர்க்கேள்விகள் கேட்டான். கதைகளில் வந்த விலங்குக் கதாபாத்திரங்களைப்போல அவன் நடித்துக் காட்டினான்.

ஆனால் கதை நேரம் முடிந்தவுடன், அவன் திடீரென்று மாறிவிடுவான். தன் மந்திரக்கோலில் இருந்த மாயாஜாலத்தைத் தொலைத்துவிட்ட ஒரு மந்திரவாதியைப்போல, அவன் தன் உற்சாகத்தை இழந்துவிடுவான். மீண்டும், படிக்கத் தெரியாத ஒரு சிறுவனாக அவன் ஆகிவிடுவான்.

கிறிஸ்துமஸ் விடுமுறை முடிந்து பள்ளி திறந்தபோது, ரோமெல்லுக்கு உதவுவதற்காக நான் ஒரு திட்டத்தை உருவாக்கினேன். 'கிள்ளும் வார்த்தைகள்' என்று நான் அதற்குப் பெயரிட்டேன்.

ரோமெல்லும் நானும் ஒவ்வொரு நாளும் பத்து நிமிடங்கள் 'ஹாரி பாட்டரும் பாதாள அறை ரகசியங்களும்' புத்தகத்தைப் படித்தோம். அந்நேரத்தில் வேறு யாரும் எங்களுடன் இருக்க மாட்டார்கள். ஹாரி பாட்டர் கதையை ரோமெல் பெரிதும் நேசித்தான். நான் கதை படிக்கும்போது, முன்கூட்டியே தேர்ந்தெடுக்கப்பட்ட இரண்டு வார்த்தைகளைப் பொருத்தமான இடங்களில் கூறுவது ரோமெல்லின் பொறுப்பு என்று நாங்கள் இருவரும் ஒப்புக் கொண்டிருந்தோம். இவைதான் 'கிள்ளும் வார்த்தைகள்.'

"ரோமெல், 'கேட்டான்' என்பதுதான் இன்றைய கிள்ளும் வார்த்தை," என்று கூறிவிட்டு, அந்த வார்த்தையைக் கரும்பலகையின்மீது நான் எழுதுவேன். பிறகு கதையைப் படிக்கத் துவங்குவேன். இறுதியில், இது போன்ற ஒரு வாக்கியத்தைக் கூறுவேன்: " 'என்ன ஆயிற்று?' என்று ஹாரி —' " கிள்ளும் வார்த்தைதான் அடுத்து வர வேண்டிய வார்த்தை என்பதை ரோமெல் உணர்ந்து கொள்ள வேண்டும். 'கேட்டான்' என்று அவன் கூறினால், நான் கதையைத் தொடர்வேன். இல்லையென்றால், அவனுடைய கையில் நான் கிள்ளுவேன்.

எனவே, ரோமெல்லின் குறையை ஒவ்வொரு வார்த்தையாக நான் கிள்ளிக் களைந்தேன். என் வழிமுறை யாராலும் பரிசோதிக்கப்பட்ட ஒன்றல்ல. அது வழக்கமானதும் அல்ல. அது சட்டத்திற்குப் புறம்பானதாகக்கூட இருக்கக்கூடும். ஆனால் நான் தனிப்பட்ட முறையில் கொடுத்த கவனிப்பும் நான் வாசித்தக் கதையும் ரோமெல்லுக்கு மிகவும் பிடித்திருந்ததால், வேறு எதையும் நான் கண்டுகொள்ளவில்லை. அதோடு, நான் அவ்வளவு பலமாகக் கிள்ளுவதும் இல்லை!

பல வாரங்களுக்குப் பிறகும் ரோமெல்லால் வாசிக்க முடியாமல் இருந்தது. நாங்கள் கடுமையாக முயற்சிக்கப் போவதாக நான் அவனிடம் தொடர்ந்து கூறிக் கொண்டே இருந்தேன். ஆனால் ஒருநாள், பள்ளியில் வேறொரு சிறுவனுடன் ஒரு கைகலப்பில் ஈடுபட்டு, பள்ளியிலிருந்து அவன் தற்காலிகமாக நிறுத்தி வைக்கப்பட்டான்.

இது அவனுக்கு முதன்முறையல்ல. ஒரு வாரத்திற்குப் பிறகு அவன் தன் தாயாருடன் பள்ளிக்கு வந்தான். பள்ளியின் துணைத் தலைமை ஆசிரியையான ஃபுளோரீன் புரூட்டனும் நானும் ரோமெல்லுக்குப் பல அறிவுரைகளை வழங்கினோம். "சுயகட்டுப்பாட்டை வளர்த்துக் கொள்." "சண்டை எதையும் தீர்த்து வைக்காது." "உன் ஆசிரியரிடம் உதவி கேள்." அறிவுரைப் பட்டியல் பெரிதாக நீண்டது.

ரோமெல்லின் தாயார் அவனுடைய வாசிப்பைப் பற்றிப் பேச்செடுத்தபோது நான் அவர் கூறியதை உன்னிப்பாகக் கேட்டேன். ரோமெல் தலை குனிந்து உட்கார்ந்திருந்தான். அவனுடைய தாயார் அவனிடம் கெஞ்சினார்: "ரோமெல், உன் ஆசிரியர் கூறுவதைக் கேட்டு நடந்தால் நிச்சயமக உன்னால் படிக்க முடியும். திரு. டைலர் கூறும் விஷயங்கள்மீது கவனம் செலுத்து. அவர் உனக்குக் கற்றுக் கொடுப்பார்."

பிரச்சனை ரோமெல்லிடத்தில் இல்லை, மாறாக எங்களிடத்தில்தான் இருந்தது என்று அவனுடைய தாயிடம் நான் கூற விரும்பவில்லை. ரோமெல்லுக்குப் படிக்கக் கற்றுக் கொடுத்திருக்க வேண்டிய அவனுடைய ஆசிரியர்களும், படிக்கத் தெரியாத அவனை ஒவ்வொரு வகுப்பாகத் தேர்ச்சி பெறச் செய்த நிர்வாகிகளும்தான் பிரச்சனையே. சுயவெறுப்பில் மூழ்கித் தலை குனிந்து அமர்ந்திருந்த இச்சிறுவனை நாங்கள் அனைவருமாகச் சேர்ந்து தோற்கடித்திருந்தோம்.

2000—2001 கல்வியாண்டு முடியும் தருவாயில் இருந்தது. 'ஹாரி பாட்டரும் பாதாள அறை ரகசியங்களும்' புத்தகத்தை ரோமெல்லுக்கு நான் முழுமையாகப் படித்துக் காட்டியிருந்தேன். என்னுடைய அப்புத்தகத்தைத் தனக்குக் கடன் கொடுக்குமாறு அவன் என்னிடம் கேட்டபோது நான் ஆச்சரியமடைந்தேன்.

"ரோமெல், உன்னால் இதைத் தனியாகப் படிக்க . . ." என்று தொடங்கிய நான், என் பேச்சைப் பாதியிலேயே நிறுத்தினேன். பிறகு, "ரோமெல், என்னிடம் இந்த ஒரே ஒரு பிரதிதான் இருக்கிறது," என்று கூறினேன்.

இறுதியில், பல வீணான கெஞ்சல்களுக்குப் பிறகு, அவன் தன் இருக்கைக்குச் சென்று, வரைவதற்கான காகிதங்களை வெளியே எடுத்தான்.

நாளின் முடிவில், நான் என் வீட்டிற்குச் சென்று என் காலணிகளைக் கழற்றிவிட்டு, என் பாதங்களை வருடிக் கொடுத்தபடியே, என் சிறிய

வீட்டைச் சுற்றிலும் பார்த்தேன். என்னுடைய புத்தகங்கள் பல அடுக்குகளில் நிலையின்றி நின்று கொண்டிருந்தன. படிப்பறிவால் கிடைக்கும் மகிழ்ச்சிக்கான நினைவுச் சின்னங்களாக அவை நின்றன.

நான் மீண்டும் என் காலணிகளை அணிந்து கொண்டு, ஒரு புத்தகக் கடைக்குச் சென்று, 'ஹாரி பாட்டரும் பாதாள அறை ரகசியங்களும்' ஒலிநாடா ஒன்றை வாங்கினேன். அடுத்த நாள், ரோமெல்லுக்கு அந்த ஒலிநாடாவையும் என் புத்தகத்தையும் கொடுத்தபோது, அவனுடைய கண்கள் ஆச்சரியத்தில் விரிந்தன.

"ரோமெல், இவற்றை நீ வைத்துக் கொள். இவை உனக்குத்தான்," என்று நான் கூறினேன்.

"மிக்க நன்றி!" என்று அவன் பதிலளித்துவிட்டுத் தன் புத்தகப் பையை எடுத்துத் தன் தோளின்மீது போட்டபோது, அது அங்கிருந்த மேசையின்மீது இடித்ததில், ஏராளமான காகிதங்கள் அதிலிருந்து வெளியே விழுந்தன. அவை அனைத்திலும் அவன் வரைந்திருந்த ஓவியங்கள் ஒளிர்ந்தன. அவன் அவற்றையெல்லாம் எடுத்து, அருகிலிருந்த குப்பைத் தொட்டிக்குள் திணித்தான். ஒரு வருடம் வீணாகிப் போயிருந்ததைக் கண்டு நான் வருந்தினேன்.

ரோமெலுக்கு நான் வாசிக்கக் கற்றுக் கொடுக்கப் போவதாக அன்றிரவு நான் தீர்மானித்தேன். என் வினோதமான முயற்சிக்கு எங்கள் பள்ளியின் துணைத் தலைமை ஆசிரியை தன் முழு ஒத்துழைப்பைக் கொடுத்தார். அவர் எங்களுக்காக ஒரு சிறிய வகுப்பறையையும் ஒதுக்கிக் கொடுத்தார். ரோமெல்லும் நானும் ஒவ்வொரு வாரமும் ஒன்பது மணிநேரங்களை அங்கு செலவிடுவதென்று நான் தீர்மானித்தேன். அப்பள்ளியில் நான் வேறு யாருக்கும் கற்றுக் கொடுக்கவில்லை. எனவே அங்கு எனக்கு எந்தச் சம்பளமும் கொடுக்கப்படவில்லை. ஆனால் மாலை நேரங்களில் ஓர் உணவகத்தில் நான் ஒரு சிப்பந்தியாக வேலை செய்ததிலிருந்து எனக்குக் கிடைத்த ஊதியம் எனக்குப் போதுமானதாக இருந்தது.

2001ம் ஆண்டு செப்டம்பர் 4ம் நாளன்று, ரோமெல்லும் நானும் முதன்முறையாக அந்த வகுப்பறையில் உட்கார்ந்தோம். ரோமெல்லுக்கு அரிச்சுவடியிலிருந்து நான் கற்றுக் கொடுக்க வேண்டியிருந்தது. அவனுக்குப் புரியும் விதத்தில் பல்வேறு வழிகளில் நான் அவனுக்குக் கற்றுக் கொடுத்தேன். பல வாரக் கடின உழைப்பிற்குப் பிறகு, நான் திருமதி புரூட்டனின் அறைக்குச் சென்றேன். அங்கு பல மாணவர்கள் கூடியிருந்தனர். "குழந்தைகளே, ஒரு கணம் அமைதியாக இருங்கள்," என்று அவர் அவர்களிடம் கூறினார்.

ரோமெல் அவருக்குப் பக்கத்தில் அமர்ந்தான். அவன் தன் தொண்டையைச் சரி செய்துவிட்டு, டாக்டர் சூஸின் 'த ஃபுட் புக்' என்ற ஒரு புத்தகத்தைத் திறந்தான். ஒரு பெருமைமிகு பாதிரியாரைப்போல அவன் மெதுவாகப் படிக்கத் துவங்கினான். எல்லோரும் ஆச்சரியமடைந்தனர்.

ஒரு வாரமாக, திருமதி புரூட்டனுடனான இந்த சந்திப்பிற்காக அவன் கடுமையாகப் பயிற்சி செய்து வந்திருந்தான். அவன் படித்து முடித்தபோது, அவர் அவனைக் கட்டியணைத்து, "நான் உன்னைக் கண்டு பெருமைப்படுகிறேன்," என்று கூறினார்.

அது ஒரு பெரிய விஷயமே அல்ல என்பதுபோல ரோமெல் நடந்து கொண்டான். ஆனால் திருமதி புரூட்டன், "நான் உன் தாயாரை அழைத்து,

இந்த மகிழ்ச்சியான விஷயத்தை அவரிடம் கூறப் போகிறேன்," என்று கூறினார். ரோமெல்லால் அதற்கு மேல் தன்னைக் கட்டுப்படுத்திக் கொள்ள முடியவில்லை. அவனுடைய முகத்தில் தென்பட்ட மகிழ்ச்சியை அதற்கு முன்பு நான் ஒருபோதும் பார்த்திருக்கவில்லை.

விடுமுறை நெருங்கியபோது, எல்லோரையும் பிரமிக்க வைக்கும் விதத்தில், ரோமெல் மிக வேகமாகப் படிக்கக் கற்றுக் கொண்டான். அவன் தீவிர ஆர்வத்துடன் எல்லாவற்றையும் கற்றான். ஆனால் அவனுக்குப் படிக்கக் கற்றுக் கொடுப்பதில் மும்முரமாக இருந்த நான், அதற்கு இணையான இன்னொரு முக்கியமான விஷயத்தை மறந்துவிட்டிருந்தேன். நான் அவனுக்கு எழுதக் கற்றுக் கொடுத்திருக்கவில்லை. எனவே, கிறிஸ்துமஸ் விடுமுறைக்குப் பிறகு நான் அவனுக்கு ஒரு நோட்டுப் புத்தகத்தைக் கொடுத்து, இனி அதில் எழுதுவதன் மூலம் எங்கள் வகுப்புகள் தொடங்கும் என்று அவனிடம் கூறினேன்.

"எனக்குப் பாஸ்தா பிடிக்கும்," என்பதுதான் அவன் எழுதிய முதல் வாசகம். வசந்தகால விடுமுறை முடிந்து அவன் பள்ளிக்குத் திரும்பி வந்தபோது, ஹாரி பாட்டர் வரிசையில் மூன்றாவதான 'ஹாரி பாட்டரும் ஆஸ்கபான் கைதியும்' என்ற புத்தகத்தைத் தான் படித்துக் கொண்டிருந்ததாக அவன் என்னிடம் பெருமையடித்துக் கொண்டான். அதைப் பற்றித் தன் நோட்டுப் புத்தகத்தில் எழுதுமாறு நான் அவனிடம் கூறினேன். அவன் பின்வருமாறு எழுதினான்: "இரண்டாவது அத்தியாயத்தில், ஹாரி தன் வீட்டிலிருந்து ஓடிவிட முடிவு செய்தான். அவன் தன்னுடைய அத்தையைத் தன் மந்திரத்தால் குண்டாக்கிவிட்டதால் அவன் அவ்வாறு முடிவு செய்தான். அதன் விளைவாக அவன் ஃபட்ஜை சந்தித்துப் பேசினான். அவனுடைய தேர்வு சரி என்றுதான் எனக்குத் தோன்றுகிறது. ஏனெனில், அவன் வீட்டிலேயே இருந்திருந்தால், பிரச்சனைக்கு ஆளாகியிருப்பான்."

ரோமெல் ஒருபோதும் படிக்கக் கற்றுக் கொள்ள மாட்டான் என்று பள்ளியில் நிலவிய கருத்தை நெடுங்காலமாக நான் நம்பி வந்திருந்தேன். ஆனால் படிப்பதில் இக்குழந்தைக்கு இவ்வளவு ஆர்வம் இருந்ததை எங்களில் ஒருவர்கூடப் புரிந்து கொண்டிருக்கவில்லை. ரோமெல்லால் படிக்க முடியவில்லை என்பது உண்மையல்ல. படிப்பதற்கு நாங்கள் அவனுக்கு ஒருபோதும் கற்றுக் கொடுக்கவில்லை என்பதுதான் உண்மை.

பெரும்பாலான ஆசிரியர்களுக்கு, அவர்களுக்குரிய பாராட்டுகளோ அல்லது கவனிப்போ கொடுக்கப்படுவதில்லை. ஆனாலும், தடைகளையும் வளவசதிகள் பற்றாக்குறையையும் பொருட்படுத்தாமல், தனிப்பட்டக் கவனம் செலுத்துவதைத் தேர்ந்தெடுத்த ஓர் உன்னதமான ஆசிரியரால் எத்தனை மாணவர்களின் வாழ்க்கையில் பெரும் மாற்றங்கள் நிகழ்ந்துள்ளன தெரியுமா? இக்கதையில், தன்னுடைய மதிய உணவு நேரத்தில் ரோமெல்லைத் தேடிச் சென்ற அந்த ஒரு நடவடிக்கை, திரு. கர்ரியைப் பற்றியும், தனிப்பட்டக் கவனத்தின்மீது அவர் வைத்திருந்த முக்கியத்துவத்தையும் உணர்த்துகிறது.

தனிப்பட்டக் கவனத்தின் மதிப்பை உணர்ந்து கொள்பவர்கள் ஆசிரியர்கள் மட்டுமல்ல. மாபெரும் தலைவர்களாக நான் கருதுகின்ற பல தனிநபர்களுடன் நான் இணைந்து பணியாற்றியுள்ளது எனக்குக் கிடைத்த அதிர்ஷ்டம் என்றுதான் கூற வேண்டும். ஒரு விஷயம் இவர்கள் அனைவரையும் மற்றவர்களிடமிருந்து தனித்துக் காட்டுகிறது, மற்றவர்களைவிட இவர்களை உயர்த்துகிறது. தங்கள் நிறுவனத்தின் அளவும் இயல்பும் எதுவாக இருந்தாலும் சரி, தனிநபர்களின் மதிப்பை அவர்கள் ஒருபோதும் மறப்பதில்லை. கோடிக்கணக்கான மக்களின் தலைவரான, பின்வரும் நபரைப் பற்றிப் படியுங்கள். சிறிதளவு தனிப்பட்டக் கவனம்கூட ஒரு தனிநபருக்கு எவ்வளவு அர்த்தம் வாய்ந்ததாக இருக்கும் என்பதை ஒருபோதும் மறக்காத ஒரு தலைவர் அவர்.

போப்பாண்டவர் இரண்டாம் ஜான் பால்

பெக்கி நூனன்

2000ம் ஆண்டு ஜூன் மாதத்தில், ரோம் நகரில், சுமார் முப்பது நபர்களுடன் சேர்ந்து போப்பாண்டவரை சந்திப்பதற்கு எனக்கு ஒரு வாய்ப்புக் கொடுக்கப்பட்டது. அதற்கு முந்தைய நாள், இத்தாலியப் பெண்மணி ஒருவர் என்னைத் தொலைபேசியில் தொடர்பு கொண்டு, “வாட்டிகன் மாளிகையின் வெண்கலக் கதவுகள் அருகே சென்று காத்திருங்கள்,” என்று மட்டும் கூறினார். வேறு முகவரி எதுவும் அவர் கொடுக்கவில்லை. எனவே நானும் அங்கு சென்று காத்திருந்தேன். பிறகு ஒருவர் வந்து என்னை ஓர் அறைக்குள் அழைத்துச் சென்றார். அங்கிருந்த மற்றவர்கள் அமைதியாக அரட்டையடித்துக் கொண்டிருந்தனர். அங்கு ஒருவிதமான உற்சாகம் நிலை கொண்டிருந்தது.

திடீரென்று அந்த அறை அமைதியானது. எல்லோரும் ஒரே திசையில் திரும்பிப் பார்த்தோம். அந்த அறையின் கதவுகள் திறந்தன. போப்பாண்டவர் இரண்டாம் ஜான் பால் தன் கைத்தடியுடன் மெதுவாக உள்ளே நடந்து வந்தார். மக்கள் உற்சாகத்தில் கைதட்டினர். நீல நிற அங்கிகள் அணிந்தும் கருத்தத் தலைமுடியுடனும் இடப்பக்கத்தில் நின்ற கன்னியாஸ்திரிகள் அடங்கிய குழு ஒன்று மகிழ்ச்சியாகப் பாடத் துவங்கியது.

மெதுவாக நடந்து வந்து கொண்டிருந்த போப்பாண்டவர், அவர்கள் முன்னால் நின்றார். பிறகு அவர் தன் தலையை லேசாகப் பின்னுக்குத் தள்ளி, தன் கைத்தடியை எடுத்து வேடிக்கையாக அவர்களை நோக்கி ஆட்டியபடி, ஒரு கம்பீரமான குரலில், “பிலிப்பைன்ஸா?” என்று கேட்டார்.

இதைக் கேட்டு அந்தக் கன்னியாஸ்திரிகள் மகிழ்ச்சிக் கூத்தாடினர். சிலர் மண்டியிட்டு அவரைப் பணிந்தனர்.

அடுத்து, அவர் இன்னொரு குழுவினரை நோக்கித் தன் கைத்தடியை அசைத்து, “பிரேசிலா?” என்று கேட்டார். பிரேசில் நாட்டிலிருந்து வந்திருந்த அவர்கள் கைதட்டி ஆர்ப்பரித்து, மகிழ்ச்சிக் கண்ணீர் வடித்தனர்.

போப்பாண்டவர் இப்போது சற்று வேகமாக நடந்தார். அடர்த்தியான, கரிய தலைமுடியுடன் மிக அசாதாரணமாகத் தோன்றிய ஒரு நபரை அவர் அணுகினார். ஆசியக் கண்டத்தைச் சேர்ந்த அந்நபர், பாதிரியார் பயிற்சி பெற்றுக் கொண்டிருந்த ஒருவரைப்போல உடையணிந்தும் ஒல்லியாகவும் இருந்தார். மகிழ்ச்சியாகக் காணப்பட்ட அவர், தன் கைகளைக் குவித்து வணங்கினார். போப்பாண்டவர் தன் கைத்தடியை அவரை நோக்கி உயர்த்தி, "சீனா!" என்று கூறியதும், அந்த இளைஞர் உடனடியாக மண்டியிட்டு, அவருடைய காலணிகளை முத்தமிட முனைந்தார். ஆனால் அவர் அந்த இளைஞரைத் தாங்கிப் பிடித்துக் கட்டியணைத்தார். உண்மையாகவும் தன்னிச்சையாகவும் தோன்றிய இச்செயலைக் கண்டு என் கண்கள் கண்ணீரால் நிரம்பின.

இறுதியில், போப்பாண்டவர் என்னை நெருங்கினார். என்ன கூறுவதென்று நான் சிந்திக்க முயன்றேன். சாதாரணக் குடும்பத்தில் பிறந்து, உலகின் மிகப் பிரபலமான மனிதராக உருவாகி, கோடிக்கணக்கானவர்களுக்கு வழிகாட்டிக் கொண்டிருந்த அவரை சந்திப்பதைப் பல வருடங்களாக நான் ஆவலோடு எதிர்பார்த்திருந்ததைப் பற்றி அவரிடம் சொல்லலாமா என்று நான் நினைத்தேன். பிறகு திடீரென்று, அவர் என்னிடமிருந்து ஒருசில அங்குல தூரத்தில் இருந்தார். சிந்திப்பதற்கு எனக்கு நேரம் இருக்கவில்லை. ஆனால் அதை நான் பொருட்படுத்தவில்லை. அவர் என் முன்னால் வந்து நின்றார். நான் அவருடைய இடது கையை என் கைகளால் தொட்டு, லேசாகக் குனிந்து வணங்கினேன். பிறகு அவருடைய கையை உயர்த்தி, முன்னால் சாய்ந்து, அவருடைய கனத்தக் கணுக்களில் முத்தமிட்டுவிட்டு, "திருத்தந்தையே!" என்று அழைத்தேன்.

அவர் என்னைப் பார்த்துவிட்டு, என் கைக்குள் ஒரு மென்மையான, பழுப்பு நிறப் பிளாஸ்டிக் அஞ்சலுறை ஒன்றை வைத்து அழுத்தினார். அது இரண்டு அங்குல அளவு கொண்ட சதுர வடிவத்தில் இருந்தது. அதில் போப்பாண்டவரின் அலுவலக முத்திரை பொறிக்கப்பட்டிருந்தது. பின்னர் நான் அதைத் திறந்தபோது, அதில் வெள்ளை நிறத்தில் பிளாஸ்டிக் ஜப மாலை ஒன்றும், வெள்ளிச் சிலுவை ஒன்றும் இருந்ததைக் கண்டேன்.

நாங்கள் சந்தித்தபோது எடுக்கப்பட்டப் புகைப்படம் ஒன்று இன்றும் என்னிடம் உள்ளது. யாரும் எங்களைப் புகைப்படம் எடுத்ததை நான் பார்க்கவில்லை. எனவே, திருத்தந்தையின் அலுவலகத்திலிருந்து எனக்கு அது வந்தபோது நான் ஆச்சரியமடைந்தேன், மகிழ்ச்சியில் திளைத்தேன்.

அந்த அறையில் போப்பாண்டவரை சந்திக்கவிருந்த கடைசி நபர், கனடா நாட்டைச் சேர்ந்த ஒரு ராக் இசைக் கலைஞர். போப்பாண்டவர் அந்த இளைஞரை அணுகியபோது, அவர் குனிந்து வணங்கிவிட்டு, போப்பின் கையில் முத்தமிட்டார். "நான் உங்களுக்காக ஒரு பாடலை எழுதியுள்ளேன்," என்று கூறிவிட்டு, அழகான எழுத்துக்களில் எழுதப்பட்டிருந்த ஒரு பாடல் அடங்கிய ஒரு காகிதத்தைப் போப்பாண்டவரிடம் அவர் கொடுத்தார்.

"இதை நீங்கள் எழுதினீர்களா?" என்று போப்பாண்டவர் கேட்டார்.

அதற்கு அந்த இளைஞர், "ஆமாம், உங்களுக்காக," என்று கூறினார்.

போப்பாண்டவர் அதை எடுத்துக் கொண்டு, அங்கிருந்த பழுப்பு நிற மேசை ஒன்றிற்குச் சென்று, அந்தக் காகிதத்தில் கையெழுத்திட்டார். பிறகு மீண்டும் அந்த இளைஞரிடம் திரும்பி வந்து, அக்காகிதத்தை அவரிடம்

கொடுத்துவிட்டு, அந்த அறையிலிருந்து மெதுவாக வெளியேறினார். அப்போது அங்கு ஒரு பெரும் அமைதி நிலவியது. இறுதியில் அந்த இளைஞர், "என் வாழ்வின் மாபெரும் கணம் இது," என்று மெதுவாகக் கூறினார்.

நாங்கள் எல்லோரும் அழுது கொண்டும் சிரித்துக் கொண்டும் அந்த அறையைவிட்டு வெளியேறினோம். காற்றைவிட லேசாக இருந்ததுபோல உணர்ந்த நான், ஒரு டாக்ஸியில் என் ஹோட்டலைச் சென்றடைந்தேன். உற்சாக வெள்ளத்தில் மிதந்து கொண்டிருந்த நான், மறந்து போய் என் மூக்குக்கண்ணாடியைக் காரிலேயே விட்டுவிட்டு என் அறைக்குத் திரும்பினேன். ஆனால் போப்பாண்டவர் கொடுத்த ஜப மாலையை நான் மறக்கவில்லை.

அது இன்னும் என்னிடம் பத்திரமாக இருக்கிறது.

ஒருசில நிமிடங்களுக்குள், ஒருசில அடிகள் தூரத்திற்குள், கோடிக்கணக்கானவர்களின் தலைவரான போப்பாண்டவர் இரண்டாம் ஜான் பால், தன் செயல்களின் மூலம் தனிப்பட்டக் கவனத்தின் மதிப்பைப் பற்றி ஒரு திறமையான சொற்பொழிவை நிகழ்த்திக் காட்டினார். மாபெரும் நிறுவனங்கள்கூட, தாங்கள் முக்கியமானவர்கள் என்பதை அறிந்து கொள்ள விரும்புகின்ற தனிநபர்களால் ஆனதுதான். ஒரு நேரத்தில் ஒருவர்மீது தனிப்பட்டக் கவனம் செலுத்துவதுதான் பலரின் இதயத்திற்குள் நுழைவதற்கான சிறந்த வழி.

"நாம் யாரை மிகவும் நேசிக்கிறோமோ, அவர்களைத்தான் நாம் அடிக்கடிக் காயப்படுத்துகிறோம்," என்று கூறப்பட்டு வந்துள்ளது. இதை வேறு விதமாகவும் கூறலாம். "யாரை நாம் அதிகமாக நேசிக்கிறோமோ, அவர்களைத்தான் நாம் அடிக்கடிப் புறக்கணித்துவிடுகிறோம்." பின்வரும் கதையில் வரும் கணவர், தன் மனைவியின்மீதும் தன் குடும்பத்தின்மீதும் முழுமையான கவனம் செலுத்தியதன் மூலம், மேற்கூறப்பட்டதை மாற்றுவதற்கான ஒரு வழியைக் கண்டறிந்தார்.

அன்பு எவ்வாறு திரும்பி வந்தது

டாம் ஆன்டர்ஸன்

கடற்கரையில் அமைந்திருந்த எங்கள் உல்லாச வீட்டை நோக்கி நான் என் காரில் பயணித்துக் கொண்டிருந்தபோது, எனக்கு நானே ஒரு வாக்குறுதி அளித்துக் கொண்டேன். அடுத்த இரண்டு வாரங்களுக்கு, என் மனைவிக்கு ஓர் அன்பான கணவனாகவும் என் குழந்தைகளுக்கு ஓர் அன்பான தந்தையாகவும் இருக்க முயற்சிக்கப் போவதாகவும், அவர்கள்மீது நிபந்தனையற்ற அன்பு செலுத்தப் போவதாகவும் நான் உறுதியெடுத்துக் கொண்டேன்.

என் காரின் டேப் ரெக்கார்டரில் ஒலித்துக் கொண்டிருந்த ஒரு சொற்பொழிவை நான் கேட்டுக் கொண்டிருந்தபோதுதான் எனக்கு அந்த யோசனை உதித்தது. கணவன்மார்கள் தங்கள் மனைவியரிடத்தில் அக்கறை கொண்டவர்களாக இருக்க வேண்டியது பற்றிய பைபிள் குறிப்பு ஒன்றை மேற்கோள் காட்டிய அச்சொற்பொழிவாளர், "அன்பு என்பது ஒருவர் மனமுவந்து செய்யும் ஒரு செயல். அடுத்தவர்மீது அன்பு செலுத்துவதை ஒருவரால் தேர்ந்தெடுக்க முடியும்," என்று குறிப்பிட்டார். நான் ஒரு சுயநலவாதக் கணவனாக இருந்திருந்தேன் என்பதை எனக்கு நானே ஒப்புக் கொண்டாக வேண்டியிருந்தது. எனக்கும் என் மனைவி எவெலினுக்கும் இடையேயான நேசம், அவளுடைய உணர்வுகளை நான் புரிந்து கொள்ளாததன் விளைவாகத்தான் நலிவடைந்திருந்தது. அவள் எல்லாவற்றிலும் தாமதப் போக்கைக் கொண்டிருந்ததற்காக அவளை நான் கடிந்து கொண்டேன்; எனக்கு விருப்பமான தொலைக்காட்சி நிகழ்ச்சிகளையே இருவரும் பார்க்க வேண்டும் என்று நான் வற்புறுத்தினேன்; என் மனைவி படிக்க விரும்புவாள் என்று தெரிந்தும் பழைய செய்தித்தாள்களை நான் தூர எறிந்தேன். இவ்வாறு பல அற்பமான வழிகளில் அவளுடைய உணர்வுகளை நான் காயப்படுத்தினேன். ஆனால் விரைவில் இவையெல்லாம் மாறவிருந்தன.

எனக்கு நானே கொடுத்துக் கொண்ட வாக்குறுதியை நான் காப்பாற்றினேன். நான் எங்கள் வீட்டை அடைந்ததும், வீட்டு வாசலிலேயே எவெலினுக்கு முத்தமிட்டுவிட்டு, "நீ அணிந்திருக்கும் மஞ்சள் நிற ஸ்வெட்டர் உனக்கு எடுப்பாக இருக்கிறது," என்று கூறினேன்.

அவள் ஆச்சரியத்துடனும் மகிழ்ச்சியுடனும் லேசான குழப்பத்துடனும், "டாம், நீங்கள் இதை கவனிப்பீர்கள் என்று நான் நினைக்கவே இல்லை," என்று கூறினாள்.

நான் நீண்ட நேரம் காரோட்டி வந்திருந்ததால் மிகவும் களைத்துப் போயிருந்தேன். எனவே சிறிது நேரம் உட்கார்ந்து, ஒரு புத்தகத்தைப் படிக்க விரும்பினேன். ஆனால் இருவருமாகக் கடற்கரையில் நடந்துவிட்டு வரலாம் என்று எவெலின் பரிந்துரைத்தாள். நான் அதற்கு மறுப்புத் தெரிவிக்க முற்பட்டேன். ஆனால் உடனடியாக, "இந்த வாரம் முழுவதும் குழந்தைகளோடு அவள் தனியாக இருந்திருக்கிறாள். இப்போது அவள் என்னுடன் தனியாக இருக்க விரும்புகிறாள்," என்ற எண்ணம் எனக்குத் தோன்றியது. எங்கள் குழந்தைகள், வெளியே பட்டங்களைப் பறக்கவிட்டு விளையாடிக் கொண்டிருந்தனர். எனவே நாங்கள் இருவரும் கடற்கரையில் நடக்கத் துவங்கினோம்.

நான் என் வாக்கை ஒவ்வொரு நாளும் காப்பாற்றிக் கொண்டிருந்தேன். நான் இயக்குனராகப் பணியாற்றிக் கொண்டிருந்த ஒரு முதலீட்டு நிறுவனத்தை இரண்டு வாரங்களாக நான் தொடர்பு கொண்டு பேசியிருக்கவில்லை; பொதுவாக எனக்கு அருங்காட்சியகங்கள் பிடிக்காது என்றாலும்கூட, என் குடும்பத்தோடு ஓர் அருங்காட்சியகத்திற்குச் சென்றேன் (அந்த விஜயத்தை நான் ரசித்தேன் என்பது வேறு விஷயம்); ஹோட்டலுக்குப் போகும் நேரத்தில் மிகவும் நிதானமாகத் தயாராகிக் கொண்டிருந்ததற்காக என் மனைவியை நான் கடிந்து கொள்ளவிருந்தபோது, கடைசி நேரத்தில் என்னை நான் கட்டுப்படுத்திக் கொண்டேன். இந்த ஒட்டுமொத்த விடுமுறையும் ஆசுவாசமாகவும் மகிழ்ச்சியாகவும் கழிந்தது. அன்பைத்

தேர்ந்தெடுப்பதை நினைவில் வைத்துக் கொள்ள வேண்டும் என்று எனக்கு நானே ஒரு புதிய உறுதிமொழி எடுத்துக் கொண்டேன்.

ஆனால் என்னுடைய பரிசோதனை முயற்சியில் ஒரே ஒரு விஷயம் தவறாகப் போனது. எவெலினும் நானும் அதை நினைத்து இன்றுகூடச் சிரிக்கிறோம். எங்கள் விடுமுறையின் கடைசி இரவன்று, நாங்கள் படுக்கைக்குச் செல்லத் தயாராகிக் கொண்டிருந்தபோது, எவெலின் என்னை வருத்தம் தோய்ந்த முகத்துடன் பார்த்தாள்.

"என்ன விஷயம்?" என்று நான் அவளிடம் கேட்டேன்.

அவள் வேதனை நிரம்பிய ஒரு குரலில், "டாம், நீங்கள் எதையேனும் என்னிடமிருந்து மறைக்கிறீர்களா?" என்று கேட்டாள்.

நான் குழப்பத்துடன், "நீ என்ன சொல்கிறாய்?" என்று பதிலுக்குக் கேட்டேன்.

"ம்ம்ம் . . . பல வாரங்களுக்கு முன்பு நான் ஒரு மருத்துவப் பரிசோதனை செய்து கொண்டேன் இல்லையா . . . அந்த மருத்துவர் . . . அவர் என்னைப் பற்றி உங்களிடம் ஏதேனும் கூறினாரா? டாம், இந்த இரண்டு வாரங்களும் நீங்கள் என்னிடம் மிகுந்த அன்புடனும் அக்கறையுடனும் நடந்து வந்திருக்கிறீர்கள் . . . நான் விரைவில் இறக்கப் போவதாக அந்த மருத்துவர் கூறினாரா?"

அவள் என்ன கூற வந்தாள் என்பதைப் புரிந்து கொள்வதற்கு எனக்கு ஒரு கணம் தேவைப்பட்டது. பிறகு நான் உரத்தக் குரலில் சிரித்தேன்.

"இல்லை, எவெலின். நீ இறக்கப் போவதில்லை, நான்தான் இப்போது வாழத் துவங்கியிருக்கிறேன்!" என்று கூறி, நான் அவளை இறுக அணைத்துக் கொண்டேன்.

தன் குடும்பத்தின்மீது ஒருமித்தக் கவனம் செலுத்துவதற்காக, முக்கியமாகத் தன் மனைவி எவெலின்மீது தனிப்பட்டக் கவனம் செலுத்துவதற்காக, டாம், தன் நிறுவனத்தைப் பற்றிய கவலைகளையும் தன் தனிப்பட்ட விருப்பங்களையும் ஒதுக்கி வைத்ததன் மூலம், 'அன்பு செலுத்துவதைத் தேர்ந்தெடுத்தார்.' தனிநபர்களின்மீது, குறிப்பாக, நாம் மிகவும் நேசிக்கின்றவர்கள்மீது தனிப்பட்டக் கவனம் செலுத்துவதன் மூலம், அதிக அர்த்தம் வாய்ந்த, நிரந்தரமான தாக்கத்தை நாம் அவர்களிடம் ஏற்படுத்துகிறோம். எவெலினின் விஷயத்தில், தன் கணவனிடமிருந்து தனக்குக் கிடைத்த, வழக்கத்திற்கு மாறான தனிப்பட்டக் கவனத்தால் ஆச்சரியமடைந்த அவள், தான் விரைவில் இறக்கவிருந்ததால்தான் அவன் அவ்வாறு நடந்து கொண்டதாக நினைத்தாள். ஆனால் சிறிதளவு தனிப்பட்டக் கவனத்திற்காக இவ்வுலகில் பலர் ஏங்கிக் கொண்டிருக்கின்றனர். அவர்களைக் கண்டுபிடித்து, அவர்களுடைய ஏக்கத்தை உங்களால் தீர்த்து வைக்க முடிகிறதா என்று பாருங்கள்.

ரத்தினச்சுருக்கமாக

தங்களிடம் பயிலும் ஒவ்வொரு குழந்தையின்மீதும் தனிப்பட்டக் கவனம் செலுத்துகின்ற ஆசிரியர்கள் இருக்கிறார்கள் என்ற அறிதல் எனக்கு நம்பிக்கையூட்டுகிறது. தங்கள்கீழ் பணியாற்றும் ஊழியர்கள்

ஒவ்வொருவர்மீதும் தனிப்பட்டக் கவனம் செலுத்துவதற்கு நேரத்தை ஒதுக்கிக் கொள்கின்ற தலைவர்கள் இருக்கின்றனர் என்பது என் மனத்திற்கு இதமளிக்கிறது. ஏனெனில், நாம் ஒவ்வொருவரும் மதிப்பு வாய்ந்தவர்கள். எனவே, தனிப்பட்டக் கவனத்தின் மதிப்பை உணர்ந்து கொள்கின்ற மக்கள் இவ்வுலகில் உள்ளனர் என்று தெரிய வருவது நெஞ்சை நெகிழ வைக்கிறது. தனித்தனியாக நாம் ஒவ்வொருவருமே முக்கியமானவர்கள், மதிப்பு வாய்ந்தவர்கள், தனித்துவமானவர்கள் என்பது அவ்வப்போது நமக்கு நினைவூட்டப்பட வேண்டியுள்ளது. எனவே, வாழ்வின் பொருள் குறித்த உங்கள் தேடலில் நீங்கள் செய்ய வேண்டிய காரியங்களில் ஒன்று, சிறிது நேரத்தை ஒதுக்கிக் கொண்டு, பின்வரும் கேள்வியை உங்களை நீங்களே கேட்டுக் கொள்வதுதான்: "என்னிடமிருந்து கிடைக்கக்கூடிய தனிப்பட்டக் கவனத்தால் எந்தெந்தத் தனிநபர்கள் பெரும் பயனடைவார்கள்?" தனிப்பட்டக் கவனத்தின் சக்தியை ஒருபோதும் குறைத்து மதிப்பிட்டுவிடாதீர்கள்.

சிந்தனைக்காக

- ஒருவருக்குத் தனிப்பட்டக் கவனத்தைக் கொடுப்பதற்கு உங்கள் ஒட்டுமொத்த வாழ்க்கையையும் நீங்கள் அர்ப்பணிக்க வேண்டியதில்லை. சில சமயங்களில், ஒருவருக்குத் தேவைப்படுவதெல்லாம், உங்கள் நேரத்தில் ஒருசில நிமிடங்களோ அல்லது ஒரு பாராட்டு வார்த்தையோதான்.
- உங்கள் வாழ்வில் ஒரு நெருக்கடியான காலகட்டத்தில் உங்களுக்குத் தேவைப்பட்டத் தனிப்பட்டக் கவனத்தைக் கொடுத்தவர்கள் யாரேனும் இருக்கின்றனரா? வேறொருவருக்கு நீங்கள் அப்படிப்பட்ட ஒரு நபராக இருக்கிறீர்களா?
- கோடிக்கணக்கானவர்களின் தலைவராக இருந்தும்கூட, போப்பாண்டவர் இரண்டாம் ஜான் பால், தனிப்பட்டக் கவனத்தைக் கொடுப்பதற்கான வழிகளைக் கண்டுபிடித்தார். நீங்கள் ஒரு தொழிலதிபராக இருந்தாலும் சரி, அல்லது ஒரு பெற்றோராகவோ, ஓர் ஆசிரியராகவோ, அல்லது ஒரு பயிற்றுவிப்பாளராகவோ இருந்தாலும் சரி, உங்கள் அனுபவத்தில், தனிப்பட்டக் கவனம் செலுத்துவதற்கான வெற்றிகரமான வழிகள் என்று எவற்றை நீங்கள் கண்டுபிடித்திருக்கிறீர்கள்?

பொறுப்பேற்றுக் கொள்ளுதல்

"நீங்கள் சரியான பாதையில் சென்று கொண்டிருந்தாலும், வெறுமனே ஒரே இடத்தில் உட்கார்ந்திருந்தால், யாரேனும் உங்களை முந்திச் சென்றுவிடுவர்."

- வில் ரோஜர்ஸ்

வாழ்வின் பொருள் குறித்தத் தேடல், வாழ்வில் நாம் வழங்க விரும்புகின்ற பங்களிப்புகள் எவை என்று கண்டுபிடிப்பதற்குத் தேவையான உத்வேகத்தை நமக்குக் கொடுக்கிறது. வாழ்வில் நமக்குரிய பாதையை வகுத்துக் கொள்வதற்கும் நம் முன்னேற்றத்தை அளவிடுவதற்கும் தேவையான ஓர் அன்றாடத் தரக் கட்டுப்பாட்டை வரையறுத்துக் கொள்ளவும் அது நம்மை ஊக்குவிக்கிறது. ஆனால் யதார்த்தம் என்னவென்றால், நம் வாழ்வை நாம் நம் கட்டுப்பாட்டிற்குள் கொண்டு வராவிட்டால், நம் கனவுகளை நனவாக்குவதற்கு நாம் பொறுப்பேற்றுக் கொள்ளாவிட்டால், உண்மையில் எதுவும் நிகழாது. நம் வாழ்வில் குறிப்பிடத்தக்க ஏதேனும் நிகழ வேண்டும் என்றால், தீவிர ஒழுங்கும், எது மிக முக்கியமோ அதன்மீது ஒருமித்தக் கவனம் செலுத்துவதும் அவசியம்.

வாழ்க்கையை நம் கட்டுப்பாட்டில் கொண்டு வருவதற்குத் தேவையான கொள்கைகள் இவை:

- பொறுப்பு
- துணிச்சல்
- ஒழுங்கு

4

பொறுப்பு

"ஒவ்வோர் உரிமையும் ஒரு பொறுப்பையும், ஒவ்வொரு வாய்ப்பும் ஓர் அர்ப்பணிப்பையும், ஒவ்வோர் உடமையும் ஒரு கடமையையும் சுட்டிக்காட்டுவதாக நான் நம்புகிறேன்."

- நெல்சன் ராக்கஃபெல்லர்

வாழ்க்கை நமக்கு விருப்பமான வழியில் செல்லாதபோதோ அல்லது கவனக்குறைவால் நாம் ஒரு தவறைச் செய்துவிடும்போதோ, சாக்குப்போக்குகளைக் கூறுவதும், அடுத்தவர்மீது பழி போடுவதும், அல்லது சூழல்கள் நமக்கு எதிராக இருந்ததாக வாதிடுவதும் சுலபமாக இருக்கிறது. ஆனால் நம் செயல்களுக்கும் மனப்போக்குகளுக்கும் நாம் எந்த அளவுக்குப் பொறுப்பேற்றுக் கொண்டு, நம் சொந்தச் சூழல்களை உருவாக்குவதற்குத் தேவையான முயற்சிகளை மேற்கொள்கிறோமோ, அந்த அளவுக்கு மட்டுமே வாழ்க்கையில் நாம் முன்னேறுகிறோம்.

பின்வரும் தன்வரலாற்றுக் குறிப்புகள், முன்னாள் அமெரிக்க அதிபர் ஜெரால்டு ஃபோர்டின் மனைவி எலிசபெத் ஃபோர்டு, எழுத்தாளர் மாயா ஏஞ்சலூ, நடிகர் சக் நாரிஸ் ஆகிய மூன்று பிரபலங்களும் தங்கள் வாழ்வில் எந்த அளவுக்குப் பொறுப்பேற்றுக் கொள்ள வேண்டும் என்று தீர்மானிப்பதற்கு அவர்களைக் கட்டாயப்படுத்திய நிகழ்வுகளை விவரிக்கின்றன. இவர்கள் மூவருமே, தங்கள் வாழ்க்கையைத் தங்கள் கட்டுப்பாட்டிற்குள் கொண்டு வர வேண்டுமா அல்லது புறக்காரணிகள் தங்கள் தேர்ந்தெடுப்புகளின்மீது தாக்கம் ஏற்படுத்த அனுமதிப்பதா என்று தீர்மானிக்க வேண்டிய சூழல்களை எதிர்கொண்டனர். நாம் எலிசபெத் ஃபோர்டின் கதையிலிருந்து துவக்கலாம். அவர் தன் குடிப்பழக்கத்தைப் பற்றித் துணிச்சலோடும் வெளிப்படையாகவும் விவரிக்கிறார். இப்படிப்பட்டத் தனிப்பட்ட வாக்குமூலங்கள் பொதுமக்களின் கவனத்திற்கு அரிதாகவே வந்த ஒரு காலகட்டம் அது.

என்னால் முடியும்!

கிறிஸ் சேஸுடன் இணைந்து எலிசபெத் ஃபோர்டு

என் கணவரின் பதவிக் காலம் முடிந்து, நாங்கள் வெள்ளை மாளிகையைவிட்டு வெளியேறி எங்கள் தனிப்பட்ட வாழ்க்கையைத் தொடங்கியபோதுதான், நான் தீவிரப் பிரச்சனைக்கு ஆளாகியிருந்ததை என் குடும்பத்தினர் உணர்ந்தனர். பதினான்கு வருடங்களாக, கீல்வாதம், கழுத்தில் வலிமிக்கத் தசைச் சுருக்கம் போன்ற நோய்களுக்காக நான் பல மருந்துகளை உட்கொண்டு வந்திருந்தேன். பிறகு 1974ல் மார்பக நீக்கச் சிகிச்சைக்குப் பிறகு, அந்த வலியிலிருந்து நிவாரணம் பெறுவதற்காக நான் ஏகப்பட்ட மருந்துகளை உட்கொண்டேன். இவ்வளவு மருந்துகளை உட்கொண்ட பிறகு, சிறிதளவு மது குடித்தாலே நான் நிலை தடுமாறினேன், பலவீனமடைந்தேன், உணர்விழந்தேன்.

1977ம் ஆண்டின் இலையுதிர்காலத்தில், தொலைக்காட்சியில் பாலே நடன நிகழ்ச்சி ஒன்றை விவரித்துக் கூறுவதற்காக நான் மாஸ்கோவிற்குச் சென்றேன். நான் 'போதை வழிந்த கண்களுடனும், குழறிய நாக்குடனும்' பேசியதாகப் பின்னாளில் விமர்சனங்கள் வந்தன. என் கணவர் ஜெரால்டும் என் குழந்தைகளும் என்னைப் பற்றிக் கவலைப்பட்டனர். ஆனால் எனக்கு என்ன நிகழ்ந்து கொண்டிருந்தது என்பது பற்றியோ, நான் எவ்வளவு தூரம் மாறியிருந்தேன் என்பது பற்றியோ எனக்குக் கடுகளவு யோசனைகூட இருக்கவில்லை. ரஷ்யாவிற்குச் சென்று வந்த பிறகு எனக்கு நினைவு தவறத் தொடங்கியிருந்ததை நான் பிறகுதான் உணர்ந்தேன்.

இறுதியில், என் மகள் சூசன், என் நிலைமை பற்றி என் மருத்துவருடன் கலந்து பேசினாள். எனக்கு நேரடியான குறுக்கீடு தேவை என்று அந்த மருத்துவர் பரிந்துரைத்தார். போதை மருந்துகளுக்கோ, மதுவிற்கோ, அல்லது மாத்திரைகளுக்கோ அடிமையாகியிருக்கும் ஒரு நபர், மிக மோசமான நிலையை அடைந்து, பிறகு, தான் நலம் பெற வேண்டும் என்று தானாகத் தீர்மானிக்கும்போதுதான் உண்மையான குணமாதல் தொடங்குகிறது என்ற நம்பிக்கை முன்பொரு காலத்தில் நிலவியது. ஆனால் இப்போது, நோய்வாய்ப்பட்டுள்ள ஒரு நபரின் குடும்பமும், அந்த நோயாளிக்கு மிக முக்கியமான மற்றவர்களும் சேர்ந்து குறுக்கிட்டு அவருக்கு உதவ முடியும் என்று நிரூபிக்கப்பட்டுள்ளது. இப்புதிய குறுக்கீட்டு வழிமுறையினால், குணமாதல் விகிதம் குறிப்பிடத்தக்க அளவு அதிகரித்துள்ளது.

என் கணவர் கிழக்கு நாடுகளில் பேசுவதற்காக ஒரு சுற்றுப் பயணம் மேற்கொண்டிருந்தபோது, என் மருத்துவரும், என் மகள் சூசனும், என் செயலாளர் கேரலைன் கோவென்ட்ரியும் என் அறைக்கு வந்து, என்னிடம் வெளிப்படையாகப் பேசினர். நான் என் மருந்துகளையும் மதுவையும் முற்றிலுமாகக் கைவிட வேண்டும் என்று அவர்கள் வலியுறுத்தினர். நான் மிகுந்த கோபமும் ஏமாற்றமும் கொண்டேன். அவர்கள் அனைவரும் அங்கிருந்து போன பிறகு, என் தோழி ஒருத்தியைத் தொலைபேசியில் அழைத்து, என் தனிப்பட்ட வாழ்வில் இவர்கள் இவ்வாறு அத்துமீறி நுழைந்து கொண்டிருந்தது குறித்துக் குறை கூறினேன்.

ஏப்ரல் 1ம் தேதியன்று காலையில், பிட்ஸ்பர்க் நகரில் இருந்த என் மகன் மைக்கிற்கும் அவனுடைய மனைவி கெயிலுக்கும் தொலைபேசி அழைப்பு விடுப்பது பற்றி நான் யோசித்துக் கொண்டிருந்தபோது, எங்கள் வீட்டு வாசற்கதவு திறந்தது. மைக்கும் கெயிலும் தங்கள் குழந்தைகளோடு உள்ளே நுழைந்தனர். நான் உடல்நலமின்றி இருந்ததால் என்னைப் பார்ப்பதற்காகத்தான் அவர்கள் வந்திருந்ததாக நினைத்து நான் மகிழ்ச்சி கொண்டேன். நாங்கள் ஒருவரையொருவர் கட்டித் தழுவி முத்தமிட்டுவிட்டு, எங்கள் வீட்டு வரவேற்பறைக்குச் சென்றோம். அங்கு அவர்கள் அனைவரும் இரண்டாவது முறையாக என் பிரச்சனையைப் பற்றிக் கண்டிப்பான குரலில் பேசினர். மது மற்றும் போதைப் பழக்கங்களுக்கு அடிமையானவர்களுக்குச் சிகிச்சை வழங்கி, அவர்கள் அந்தப் பழக்கங்களிலிருந்து விடுபட உதவிய, லாங் பீச் நகரில் அமைந்த மறுவாழ்வு மையத்தில் தலைமை மருத்துவராக இருந்த முன்னாள் கடற்படை மருத்துவரான கேப்டன் ஜோ பர்ஷையும் அவர்கள் உடனழைத்து வந்திருந்தனர்.

நான் என்னைக் கட்டுப்படுத்திக் கொள்ள முடியாமல் அழுதேன். ஆனால் அவர்கள் என்னை அழ வைப்பதற்காக அங்கு வரவில்லை, மாறாக, அவர்கள் என்னை மிகவும் நேசித்ததால் எனக்கு உதவுவதற்காகவே அங்கு வந்திருந்தனர் என்பதை உணர்ந்து கொள்ளும் அளவுக்குப் போதுமான அறிவு இன்னும் எனக்கு இருந்தது.

ஆனாலும் என் குடிப்பழக்கம்தான் என் உடல்நலச் சீர்கேட்டிற்குக் காரணம் என்று அவர்கள் கூறியதை நான் எதிர்த்தேன். நான் அளவுக்கதிகமான மருந்துகளை உட்கொண்டதுதான் என்னை நோய்வாய்ப்படுத்தியிருந்ததாக மட்டும் நான் ஒப்புக் கொண்டேன். அது ஒரு பொருட்டல்ல என்று கூறிய கேப்டன் பர்ஷ், 'ஆல்கஹாலிக்ஸ் அனானிமஸ்' என்ற புத்தகத்தை என்னிடம் கொடுத்து, அதைப் படிக்கும்படி கூறினார்.

முதலில், வலி தாக்கும்வரை காத்திருப்பதற்கு பதிலாக, வலி வராமல் தடுப்பதற்காக ஏகப்பட்ட மாத்திரைகளை உட்கொள்ளுமாறு இத்தனை வருடங்களாக எனக்கு அறிவுறுத்தி வந்திருந்த மருத்துவ உலகத்தை நான் வெறுத்தேன். நான் வலி மாத்திரைகளையும் தூக்க மாத்திரைகளையும் கணக்கு வழக்கின்றி உட்கொண்டிருந்தேன். அது போதாதென்று, கவலையையும் மன இறுக்கத்தையும் களைவதற்கான மாத்திரைகளையும் நான் அதிக அளவில் உட்கொண்டிருந்தேன். இன்று, இந்த மாத்திரகளில் ஆபத்து இருப்பதாகப் பல மருத்துவர்கள் உணரத் தொடங்கியுள்ளனர். ஆனால், அவர்களில் சிலர், முன்பு ஆர்வத்தோடு மருந்துகளை எழுதித் தள்ளுவதில் மும்முரமாக இருந்தவர்கள்தான்.

என் அறுபதாவது பிறந்தநாள் முடிந்து இரண்டு நாட்களுக்குப் பிறகு, லாங் பீச் நகரில் அமைந்த அந்த மருத்துவமனைக்குள் நான் நுழைந்தேன். என்னால் ஒரு தனியார் மருத்துவமனைக்குச் சென்றிருக்க முடியும், ஆனால் திரைமறைவாகச் சிகிச்சை பெறுவதற்கு பதிலாக வெளிப்படையாகச் சிகிச்சை பெறுவது சிறந்தது என்று நான் தீர்மானித்தேன். நான் அந்த மருத்துவமனையில் பாதுகாப்பாக அனுமதிக்கப்பட்டவுடன், அளவுக்கதிகமான மாத்திரகளையும் மருந்துகளையும் நான்

உட்கொண்டிருந்ததாகப் பத்திரிகைகளுக்கு நான் ஓர் அறிக்கை வெளியிடுவதற்கு ஏற்பாடு செய்யப்பட்டிருந்தது.

அம்மருத்துவமனையின் நான்காவது தளத்தில் கேப்டன் பர்ஷ் என்னை சந்தித்து, நான்கு படுக்கைகள் கொண்ட ஓர் அறைக்கு என்னை அழைத்துச் சென்றார். தனிமையை எதிர்பார்த்திருந்த நான் இதனால் ஏமாற்றமடைந்து, அந்த மருத்துவமனையில் சிகிச்சை பெற மாட்டேன் என்று முரண்டு பிடித்தேன். பத்திரிகைகளுக்கு அறிக்கை வெளியிட மாட்டேன் என்று நான் அச்சுறுத்தினேன். கேப்டன் பர்ஷ் அச்சூழ்நிலையைத் திறமையாகக் கையாண்டார். “நீங்கள் ஒரு தனியறையில்தான் இருப்பீர்கள் என்று வலியுறுத்தினால், இப்பெண்கள் அனைவரையும் நான் இங்கிருந்து வெளியேற்ற வேண்டியிருக்கும் . . .” என்று கூறிவிட்டு, முடிவை அவர் என்னிடம் விட்டுவிட்டார்.

நான் உடனடியாக, “இல்லையில்லை, அது தேவையில்லை,” என்று கூறினேன். ஒரு மணிநேரம் கழித்து, பத்திரிகையாளர்களுக்கு அந்த அறையில் வைத்து என் அறிக்கை வாசிக்கப்பட்டது.

நான் லாங் பீச் மருத்துவமனையில் அனுமதிக்கப்பட்டு ஒரு வாரம் கழித்து, ஏப்ரல் 15ம் நாளன்று, மருத்துவமனைக்கு வெளியே ஒரு பத்திரிகை நிருபரிடம் அகப்பட்டுக் கொண்ட என் மகன் ஸ்டீவ், நான் மருந்துகளின் பின்விளைவுகளோடு மட்டுமன்றி, மதுவின் பின்விளைவுகளோடும் போராடிக் கொண்டிருந்ததாக அந்நிருபரிடம் கூறினான். இதைக் கேட்டு நான் வெகுண்டேன். இதை ஒத்துக் கொள்ள நான் இன்னும் தயாராக இருக்கவில்லை. நான் அளவுக்கதிகமான மருந்துகளை உட்கொண்டிருந்ததால்தான் எனக்குப் பிரச்சனை ஏற்பட்டிருந்ததாக முந்தைய வாரம் நெடுகிலும் நான் பேசி வந்திருந்தேன். அதைக் கேட்டு எல்லோரும் மரியாதையுடன் தலையாட்டியிருந்தனர்.

ஐந்து நாட்களுக்குப் பிறகு, கேப்டன் பர்ஷின் அலுவலகத்தில் ஒரு சந்திப்புக்கூட்டம் நிகழ்ந்தது. அங்கு நானும் என் கணவரும் பல மருத்துவர்களும் இருந்தோம். நான் மதுவிற்கும் அடிமையாகியிருந்ததாகப் பத்திரிகையில் ஓர் அறிக்கை வெளியிட வேண்டும் என்று அவர்கள் என்னிடம் கூறினர். நான் மறுத்தேன். “நான் என் கணவருக்கு அவமானத்தை ஏற்படுத்த விரும்பவில்லை,” என்று நான் கூறினேன்.

“நீங்கள் உங்கள் கணவருக்குப் பின்னால் ஒளிந்து கொள்ள விரும்புகிறீர்கள்,” என்று கேட்பன் பர்ஷ் என்னிடம் கூறிவிட்டு, “நீங்கள் மதுவிற்கு அடிமையாகியிருப்பதாக ஒப்புக் கொண்டால் அது உங்கள் கணவருக்கு அவமானத்தை ஏற்படுத்துமா என்று அவரிடமே நீங்கள் கேட்டால் என்ன?” என்று கேட்டார்.

நான் அழத் தொடங்கினேன். என் கணவர் என் கையைப் பிடித்துக் கொண்டு, “இதில் எனக்கு எந்த அவமானமும் இருக்காது. என்ன கூறப்பட வேண்டுமோ அதை நீ தயங்காமல் கூறு,” என்று வலியுறுத்தினார்.

நான் மேலும் அதிகமாக அழுதேன். பிறகு என் கணவர் என்னை என் அறைக்கு அழைத்துச் சென்றபோது, என்னால் மூச்சுவிட முடியாத அளவுக்கு நான் இன்னும் தேம்பிக் கொண்டிருந்தேன். இதுபோல அழுவதற்கான சூழ்நிலை இனி ஒருபோதும் ஏற்படக்கூடாது என்று நான் பிரார்த்தித்துக் கொண்டேன். அது மிகவும் அச்சுறுத்துவதாக இருந்தது. ஆனால் நான் அழுது முடித்ததும் ஓரளவு நிம்மதியாக உணர்ந்தேன்.

அன்றிரவு, படுக்கையில் சாய்ந்து உட்கார்ந்து கொண்டு நான் இன்னோர் அறிக்கையை எழுதினேன்: "நான் என் கீல்வாத நோய்க்காக எடுத்துக் கொண்டிருந்த மருந்துகளுக்கு அடிமையாகியிருப்பதோடு மட்டுமல்லாமல், மதுவிற்கும் நான் அடிமையாகியுள்ளேன். இங்கு எனக்கு அளிக்கப்படும் சிகிச்சையும் ஆதரவும் என் பிரச்சனைகளுக்கு ஒரு தீர்வாக அமையும் என்று நான் நம்புகிறேன். இச்சிகிச்சையையும் ஆதரவையும் எனக்கு மட்டுமன்றி, என் குடும்பத்தாருக்காகவும் நான் ஏற்றுக் கொள்கிறேன்." இதை எழுதுவது எனக்கு மிகக் கடினமாக இருந்தது. ஆனால், நான் எடுத்து வைக்க வேண்டியிருந்த பல அடிகளில் முதலாவது அடிதான் அது.

இறுதியில், ஒன்று மட்டும் எனக்குப் புரிந்தது. உங்கள் வாழ்க்கைக்கு நீங்கள்தான் பொறுப்பேற்றுக் கொள்ள வேண்டும். உங்கள் சூழ்நிலைக்கு மற்றவர்கள்மீது குறை கூறுவது முழுக்க முழுக்க நேர விரயமே.

நான் மருத்துவமனையில் அனுமதிக்கப்பட்டபோது, என் நலம் விரும்பிய மக்களிடமிருந்து ஏராளமான மலர்க்கொத்துகளும் கடிதங்களும் எனக்கு வந்தன. ஏராளமான மக்கள் எனக்காகப் பிரார்த்தித்துக் கொண்டிருந்தனர். என் மார்பக அறுவைச் சிகிச்சையைப் பற்றி நான் வெளிப்படையாகப் பேசியது, "மார்பகப் புற்றுநோய்க்கு பலியாகியுள்ள பிற எண்ணற்ற மக்களுக்கும் அந்நோய் வரக்கூடிய சாத்தியமுள்ளவர்களுக்கும் நம்பிக்கை அளிப்பதாக இருக்கிறது," என்று 'வாஷிங்டன் போஸ்ட்' பத்திரிகை செய்தி வெளியிட்டது. மருந்துகளுக்கும் மதுவிற்கும் நான் அடிமையாகியிருந்ததை நான் வெளிப்படுத்தியது குறித்து அப்பத்திரிகை என்னைப் புகழ்ந்தது. "எந்த வகையான உணர்ச்சிரீதியான அழுத்தமும் மன அழுத்தமும் உடல் வேதனையும் அவரை இந்த நிலைமைக்குக் கொண்டு வந்திருந்தாலும் சரி, அவர் இப்பழக்கத்திலிருந்து மீள்வதில் உறுதியாக இருக்கிறார். அதை ஒத்துக் கொள்வதற்கு அவர் பயப்படவில்லை, அது குறித்து அவர் அவமானமும் கொள்ளவில்லை."

நான் அந்தப் பத்திரிகைக்கு என் நன்றியைத் தெரிவித்துக் கொள்கிறேன். ஆனால் அதன் புகழ்ச்சிக்கு நான் தகுதியானவள் அல்ல. நான் பயமும் அவமானமும் கொண்டது உண்மை. தனிமையையும் மனச்சோர்வையும் கோபத்தையும் ஊக்க இழப்பையும் நான் அனுபவித்துள்ளேன்.

ஆனால் நான் முன்னேறிக் கொண்டிருக்கிறேன். நான் இனிமேல் மதுவருந்த விரும்பவில்லை. மதுப் பழக்கத்தை விட்டொழித்தது எனக்குப் பெரும் நிம்மதியைக் கொடுத்துள்ளது. பாம் ஸ்பிரிங்ஸில் அமைந்த ஐசன்ஹோவர் மருத்துவமனை, மருந்துகளுக்கு அடிமையாகியுள்ள மக்கள் அதிலிருந்து விடுபடுவதற்கு ஒரு வலிமையான திட்டத்தை உருவாக்கிக் கொண்டிருக்கிறது. மற்றவர்களுக்கு உதவுவதற்கு நான் அதில் கலந்து கொள்ளத் திட்டமிட்டுக் கொண்டிருக்கிறேன். எனக்குக் கிடைக்கக்கூடிய மிகச் சிறந்த சிகிச்சை அதுதான்.

மருந்துகளைச் சார்ந்துள்ள என்னைப் போன்ற மக்கள் ஏராளமானோர் உள்ளனர். மற்றவர்களாகக் கண்டுபிடிக்கும்வரை அல்லது அவர்களாகவே தங்கள் நிலைமையை வெளிப்படுத்தும்வரை தாங்கள் குடிகாரர்கள் என்பதை உணர்ந்து கொள்ளாத பெண்கள் பலர் உள்ளனர். வியாபாரத்திலும் சமூகத்திலும் வெற்றிகரமாகத் திகழ்கின்ற பெண் தலைவர்கள் பலர், தங்கள் தேநீரிலோ அல்லது காபியிலோ வோட்கா என்ற மதுபானத்தைக் கலந்து

பருகுவது பற்றிய பல கதைகளை நான் கேள்விப்பட்டிருக்கிறேன். மருந்துகளுக்கோ அல்லது மதுவிற்கோ அடிமையாவது எளிது என்பதை உணர்ந்து கொள்வது மிகமிக முக்கியம். தாங்கள் அவற்றுக்கு அடிமையாகியுள்ளதை ஒப்புக் கொள்வது மிகமிகக் கடினம்.

லாங் பீச் மறுவாழ்வு மையத்தின் தலைவரான கேப்டன் பர்ஷூக்கும் என்மீது நம்பிக்கை வைத்த மற்றவர்களுக்கும் நான் மிகவும் நன்றிக்கடன்பட்டுள்ளேன். அவர்களுடைய திறமைகளையும் பரிவுடன்கூடிய கவனிப்பையும் நான் மனதாரப் பாராட்டுகிறேன். என்மீது அன்பு காட்டி, எனக்கு ஊக்கமும் உத்வேகமும் கொடுத்த, எனக்கு முன்பின் அறிமுகமில்லாத ஆயிரக்கணக்கானோருக்கு நான் என் நன்றியைத் தெரிவித்துக் கொள்கிறேன்.

நான் என்னைப் பற்றி ஏராளமானவற்றைக் கற்றுக் கொண்டுள்ளேன். நான் தொடர்ந்து என்னை ஆய்வு செய்து, என் நிறைகுறைகளைக் கண்டறிந்து, என்னை நானே திருத்திக் கொண்டு, விழிப்புணர்வோடு என் எதிர்காலத்தை நோக்கிச் சென்று கொண்டிருக்கும் அதே நேரத்தில், என்னைப் பற்றிய இன்னும் அதிகமான விஷயங்கள் எனக்கு வெளிப்படுத்தப்படும் என்பதை நான் உறுதியாக அறிவேன். அதை நான் ஆவலோடு எதிர்பார்த்துக் கொண்டிருக்கிறேன்.

லாங் பீச் மறுவாழ்வு மையத்திலிருந்து திரும்பி வந்த பிறகு, எலிசபெத் ஃபோர்டு தன்னைச் சீர்படுத்திக் கொண்டதோடு, மற்றவர்களுக்குத் தன்னாலான வழிகளில் உதவுவதற்கு மிகக் கடுமையான முயற்சிகளை மேற்கொண்டார். மது மற்றும் மருந்துகளுக்கு அடிமையாகியிருந்த மக்கள் அவற்றிலிருந்து விடுபடுவதற்கு அவர் மேற்கொண்ட முயற்சிகளும், மார்பகப் புற்றுநோயுடன் போராடிக் கொண்டிருந்த பெண்களுக்கு உதவுவதற்காக அவர் மேற்கொண்ட பிரச்சாரங்களும் பெரிதும் பாராட்டப்பட்டன. அவர் சாதித்துள்ள அனைத்திலும் தனிச்சிறப்புடன் நிற்பது அவர் தன்னைப் பற்றித் தானே தெரிந்து கொண்ட ஒரு பாடம்தான். "இறுதியில், ஒன்று மட்டும் எனக்குப் புரிந்தது. உங்கள் வாழ்க்கைக்கு நீங்கள்தான் பொறுப்பேற்றுக் கொள்ள வேண்டும்." அவருடைய வெளிப்படையான பேச்சு, உண்மையான அக்கறை, அவருடைய எடுத்துக்காட்டு ஆகியவற்றின் மூலமாக, ஆயிரக்கணக்கான மக்கள் அவருடைய பாதையைப் பின்பற்றி நலமடைந்துள்ளனர்.

இளவயதிலேயே தன் பெற்றோரிடமிருந்து பிரிக்கப்பட்டு, பாரபட்சமான ஒரு கல்வி முறைக்கு பலியான மாயா ஏஞ்சலூ, தன் கனவுகளைக் கைவிட்டுவிட்டு, தன் பாதகமான சூழல்கள்மீது குறை கூற விரும்பியிருந்தால், அதற்கு அவருக்கு ஏராளமான காரணங்கள் கிடைத்திருக்கும். ஆனால் அவர் எழுதியுள்ள பின்வரும் உண்மைக் குறிப்பை நீங்கள் படிக்கும் நேரத்தில், தன் வாழ்விற்குத் தான் முழுப் பொறுப்பு ஏற்றுக் கொள்ளும்போது எந்தச் சூழ்நிலையிலும் தன்னால்

வெற்றி பெற முடியும் என்பதைத் தன் பள்ளியின் ஆண்டு நிறைவு விழா நாளன்று மாயா உணர்ந்து கொண்டபோது நிகழ்ந்த திருப்புமுனையைக் கூர்ந்து கவனியுங்கள்.

நான் கற்றுக் கொண்ட பாடம்

மாயா ஏஞ்சலூ

1940ம் ஆண்டில், பள்ளி முடிவடைவதற்கு ஒருசில நாட்களே இருந்தபோது, அர்கன்சாஸ் மாநிலத்தின் லஃபாயெட் மாவட்டத்தில் ஸ்டாம்ப்ஸ் நகரில், கறுப்பர் இனக் குழந்தைகள் எதிர்பார்ப்புடனும் நடுக்கத்துடனும் இருந்தது வெளிப்படையாகத் தெரிந்தது. எட்டாவது, பத்தாவது மற்றும் பன்னிரண்டாவது வகுப்புகளைச் சேர்ந்த மாணவர்கள் அதிக எண்ணிக்கையில் தேர்ச்சி பெறவிருந்தனர். அவர்கள் அனைவரும் பள்ளியில் அங்குமிங்கும் மிடுக்காக அலைந்து கொண்டிருந்தனர். தொடக்க வகுப்புகளைச் சேர்ந்த மாணவர்கள் இவர்களை மரியாதையாகப் பார்த்தனர். ஆசிரியர்கள்கூட அவர்களை மரியாதையோடு நடத்தினர்.

ஸ்டாம்ப்ஸ் நகரில் இருந்த வெள்ளையர்களுக்கான உயர்நிலைப் பள்ளிகளில் இருந்ததைப் போன்ற புல்வெளிகளும் டென்னிஸ் மைதானங்களும் கறுப்பர்களுக்கான 'லஃபாயெட் மாவட்டப் பயிற்சிப் பள்ளியில்' இருக்கவில்லை. இப்பள்ளியில் ஒரு மேடான இடத்தில் இரண்டு கட்டடங்கள் இருந்தன. அவற்றில்தான் முக்கிய வகுப்பறைகள் இருந்தன. சமையல் உட்பட, வீட்டு நிர்வாகத்திற்குரிய அனைத்து அம்சங்களையும் கற்றுக் கொடுத்த வகுப்புகளும் அந்தக் கட்டடங்களில்தான் அமைந்திருந்தன. பள்ளியின் இடப்பக்கத்தில் இருந்த ஒரு பெரிய வெற்றிடம் பேஸ்பால் மைதானமாகவும் கூடைப்பந்து மைதானமாகவும் பயன்படுத்தப்பட்டது. நிலையின்றி அசைந்தாடிக் கொண்டிருந்த கம்பங்களில் இருந்த துருப்பிடித்த 'ஹுலாஹூப்' வளையங்கள்தான் நிரந்தரமான பொழுதுபோக்குக் கருவிகளாக இருந்தன.

தேர்ச்சி பெற்ற மாணவர்களில் ஒரு சிறு சதவீதத்தினரே எங்கள் உள்ளூர்க் கல்லூரியில் தங்கள் படிப்பைத் தொடர்வர். அமெரிக்காவின் தென்மாநிலங்களில் அமைந்த வேளாண்மை மற்றும் இயந்திரவியல் கல்லூரிகளில் ஒன்று அது. நீக்ரோ மாணவர்கள் தச்சுத் தொழிலாளர்களாகவும், விவசாயிகளாகவும், கொத்தனார்களாகவும், சமையற்காரர்களாகவும், வீட்டுப் பணியாளர்களாகவும், குழந்தைகளைப் பராமரிக்கும் செவிலியராகவும் ஆவதற்கு அக்கல்லூரி அவர்களுக்குப் பயிற்சி அளித்தது. பள்ளியின் ஆண்டு நிறைவு விழா குறித்த மகிழ்ச்சி, கல்லூரிக்குச் செல்லத் தயாராகிக் கொண்டிருந்த மாணவர்களிடம் தென்படவில்லை. ஏனெனில், எதிர்காலம் பற்றிய கவலை அவர்கள் முகங்களில் தெரிந்தது.

அக்கணத்தில் நான்தான் எங்கள் வீட்டுக் கதாநாயகி. அன்று எனக்குப் பிறந்தநாள். எனவே எல்லோருடைய ஒட்டுமொத்தக் கவனமும் என்மீதே குவிந்திருந்தது. என் பாட்டி என் ஆடையில் அலங்காரத் தையல்

வேலைப்பாடுகளைச் செய்திருந்தார். நான் வெறும் எட்டாவது வகுப்பிலிருந்துதான் தேர்ச்சி பெற்றுக் கொண்டிருந்தேன் என்பது பற்றி எனக்கு எந்தக் கவலையும் இருக்கவில்லை. ஆண்டு நிறைவு விழாவில் நான் அழகாகத் தோன்றப் போவதாக முடிவு செய்து கொண்டேன்.

என் வகுப்பில் நான் அதிக மதிப்பெண்கள் பெற்று முதல் மாணவியாகத் தேர்ச்சி பெற்றிருந்தேன். ஆண்டு நிறைவு விழாவில் மேடைக்கு அழைக்கப்படவிருந்த முதல் ஒருசில மாணவர்களில் நானும் ஒருத்தியாக இருந்தேன். ஆனால் ஹென்ரி ரீட் என்ற ஒரு சிறுவன்தான் அவ்விழாவில் எங்கள் வகுப்பின் சார்பில் பிரிவுரை ஆற்றவிருந்தான். பெரும்பாலான சமயங்களில் அவன் என்னைவிடச் சிறப்பான மதிப்பெண்களைப் பெற்றான். ஆனால் நான் ஏமாற்றமடைவதற்கு பதிலாக, முதல் நிலையை நாங்கள் இருவரும் எங்களுக்கிடையே பகிர்ந்து கொண்டது குறித்து மகிழ்ச்சியடைந்தேன். அவன் பெரியவர்களிடம் பணிவோடு நடந்து கொண்டான். ஆனால் விளையாட்டு மைதானத்தில், மிகவும் முரட்டுத்தனமான விளையாட்டுக்களை விளையாடுவதை அவன் தேர்ந்தெடுத்தான். நான் அவனைக் கண்டு பிரமித்தேன்.

ஆண்டு நிறைவு விழாவிற்கு முந்தைய ஒருசில வாரங்கள் உற்சாகமான நடவடிக்கைகளால் நிரம்பி வழிந்தன. ஒருசில சிறு குழந்தைகள், டெய்ஸி மலர்களாகவும் முயல்களாகவும் ஒரு நாடகத்தில் நடிக்கவிருந்தனர். அவர்கள் முயல்கள்போலத் துள்ளிக் கொண்டும் தங்களுடைய பாடல்களைப் பாடிக் கொண்டும் உற்சாகமாகப் பயிற்சி செய்த சத்தம் அந்தக் கட்டடம் நெடுகிலும் கேட்டது. சமையல் வகுப்பு நடைபெற்றக் கட்டடத்தைச் சுற்றி இஞ்சி, பட்டை, பாக்கு, சாக்லேட் ஆகியவற்றின் மணம் காற்றில் மிதந்தது. பட்டறையில் கோடாலிகளாலும் ரம்பங்களாலும் மரக்கட்டைகளைப் பிளந்தும் அறுத்தும், நாடகத்திற்குத் தேவையான மேடைப் பொருட்களை மாணவர்கள் உருவாக்கினர்.

ஒருவழியாக ஆண்டு நிறைவு விழா வந்தபோது, நான் என் படுக்கையைவிட்டுத் துள்ளிக் குதித்து, வீட்டின் பின்பக்கக் கதவைத் திறந்து கொண்டு தோட்டத்திற்கு ஓடினேன். காலைநேர இளஞ்சூரியனின் ஒளி கதகதப்பாக இருந்தது. நான் வெற்றுக் கால்களுடனும் என் இரவுநேர ஆடைகளுடனும் அங்கு நின்றேன். என் வாழ்வில் நான் எத்தகைய தீங்கைச் செய்திருந்தாலும், இந்த நாளைப் பார்ப்பதற்கு என்னை அனுமதித்திருந்ததற்காகக் கடவுளுக்கு நான் நன்றி கூறினேன்.

என் மூத்த சகோதரன் பெய்லீ என்னை நோக்கி ஓடி வந்து, ஒரு பரிசை என் கையில் திணித்தான். தான் அதற்காகப் பல மாதங்களாகப் பணத்தைச் சேமித்திருந்ததாக அவன் என்னிடம் கூறினான். எட்கர் ஆலன் போ என்ற கவிஞரின் கவிதைத் தொகுதி அது. நான் அதைத் திறந்து, ஒரு கவிதையை வாய்விட்டுப் படித்தவாறே பெய்லீயுடன் அந்தத் தோட்டத்தைச் சுற்றி நடந்தேன்.

அன்று வெள்ளிக்கிழமையாக இருந்தும்கூட, காலை உணவிற்காக, ஞாயிற்றுக்கிழமைகளில் சமைப்பது போன்ற ஒரு விருந்துச் சாப்பாட்டைக் என் பாட்டி எனக்காகத் தயாரித்திருந்தார். சாப்பிடுவதற்கு முன்பு இறைவனுக்கு நன்றி கூறுவதற்காக எல்லோருடனும் சேர்ந்து நானும் என் கண்களை மூடினேன். நன்றி கூறிவிட்டு நான் என் கண்களைத் திறந்தபோது, என்னுடைய தட்டின்மீது ஒரு 'மிக்கி மௌஸ்' கைக்கடிகாரம் இருந்ததை

நான் கண்டேன். அன்றைய நாள் எனக்கு ஒரு கனவு நாளாக அமைந்தது. எல்லாம் சுமூகமாகச் சென்றது. மாலை நேரம் நெருங்கியபோது, நான் என் அழகான ஆடையை அணிந்து கொண்டு, மிடுக்காக என் பள்ளியை நோக்கி நடந்தேன். நான் சூரியனைப்போலப் பிரகாசமாகத் தோன்றியதாக எல்லோரும் கூறினர்.

முதலில், பள்ளியின் இசைக்குழுவைச் சேர்ந்த மாணவர்களின் அணிவகுப்பு நடைபெற்றது. மற்ற மாணவர்கள் அனைவரும், முன்கூட்டியே முன்வரிசையில் எங்களுக்காக ஒதுக்கப்பட்ட இருக்கைகளுக்கு அருகே சென்று நின்றோம். பிறகு, நாங்கள் கடப்பாட்டு உறுதிமொழியை மேற்கொண்டோம். அதையடுத்து, எனக்குத் தெரிந்த கறுப்பர் இன மக்கள் ஒவ்வொருவரும் 'நீக்ரோ தேசிய கீதம்' என்று அழைத்த ஒரு பாடலைப் பாடுவதற்காக நாங்கள் தொடர்ந்து நின்று கொண்டிருந்தோம். ஆனால் திடீரென்று, இசைக்குழு இயக்குனரும் எங்கள் தலைமையாசிரியரும், எங்கள் இருக்கைகளில் அமருமாறு எங்களுக்கு அவசர அவசரமாக சைகை காட்டினர். நாங்கள் எதுவும் புரியாமல் தட்டுத்தடுமாறி எங்கள் இருக்கைகளில் அமர்ந்தோம்.

எங்கள் தலைமையாசிரியர் அங்கு வருகை புரிந்திருந்த எல்லோரையும் வரவேற்றுவிட்டு, பிரார்த்தனையை வழிநடத்துமாறு எங்கள் பாதிரியாரிடம் கேட்டுக் கொண்டார். பிறகு, பார்வையாளர்களிடையே உரையாற்றுவதற்காக அவர் மீண்டும் மேடைக்கு வந்தபோது, அவருடைய குரல் மாறியிருந்தது. அன்பான மக்கள், தங்களைவிடத் தாழ்ந்த நிலையில் இருக்கும் மக்களுடன் கொண்டிருக்கும் நட்பைப் பற்றி ஒருசில தெளிவற்ற விஷயங்களை அவர் கூறினார். அதன் பிறகு அவருடைய குரல் கிட்டத்தட்டத் தேய்ந்து போனது. ஆனால் அவர் லேசாகச் செருமிவிட்டு, "இன்று நம்மிடையே துவக்கவுரை ஆற்ற வருகை தந்திருக்கும் நம் சிறப்பு விருந்தினர் திரு. எட்வர்டு டான்லீவி அவர்களை நான் வரவேற்கிறேன்," என்று கூறினார்.

ஸ்டாம்ப்ஸ் நகரில் இருந்த குழந்தைகளான எங்களுக்கு நிகழவிருந்த அற்புதமான மாற்றங்களைப் பற்றி டான்லீவி எங்களிடம் கூறினார். வெள்ளையர் பள்ளி மாணவர்களுக்கு இசையைக் கற்றுக் கொடுப்பதற்கு லிட்டில் ராக் நகரிலிருந்து ஒரு பிரபலமான இசைக் கலைஞர் வரவிருந்தார். புதிய நுண்ணோக்கிகளும் வேதியல் கருவிகளும் அவர்களுடைய பரிசோதனைக்கூடங்களுக்கு வழங்கப்படவிருந்தன. அப்பள்ளிக்கு இந்த மேம்பாடுகள் கிடைக்கும்படி செய்தது யார் என்பதை டான்லீவி விரைவிலேயே எங்களுக்குத் தெரிவித்தார். இந்த மேம்பாட்டுத் திட்டத்தில் நாங்கள் மறக்கபட்டுவிடவில்லை என்றும் அவர் கூறினார்.

அர்கென்சாஸ் மாநிலத்தின் முக்கியக் கல்லூரிகளில் கால்பந்து விளையாட்டில் முன்னணியில் இருந்தவர்கள் அனைவரும் லஃபயேட் மாவட்டப் பயிற்சிப் பள்ளியில் பயின்று தேர்ச்சி பெற்றவர்கள்தான் என்பதைக் கல்வித்துறையின் உயர்நிலை அதிகாரிகளிடம் தான் சுட்டிக்காட்டியிருந்ததாக டான்லீவி கூறினார். ஃபிஸ்க் பல்கலைக்கழகத்தின் கூடைப்பந்து அணியின் மிகச் சிறந்த வீரர்களில் ஒருவன்கூட லஃபயேட் மாவட்டப் பயிற்சிப் பள்ளியில்தான் தன் விளையாட்டைத் துவக்கினான் என்று அந்த அதிகாரிகளிடம் தான் பெருமையாகப் பேசியிருந்ததாகவும் அவர் தெரிவித்தார்.

எங்களுக்கு எல்லாம் புரிந்தது. வெள்ளையர்களின் குழந்தைகள் கலீலியோக்களாகவும் மேடம் கியூரிகளாகவும் எடிசன்களாகவும் ஆவதற்கான வாய்ப்புகளைப் பெறவிருந்தனர். ஆனால் எங்கள் மாணவர்கள் (மாணவியரைப் பற்றி யாரும் குறிப்பிடக்கூட இல்லை) ஜெஸ்ஸீ ஓவென்ஸ்களாகவும் ஜோ லூயீக்களாகவும் ஆக முயற்சிப்பார்கள். ஓவென்ஸ் போன்றோர் எங்கள் உலகில் மாபெரும் கதாநாயகர்கள்தான். ஆனால் இவர்கள் மட்டும்தான் எங்களுடைய கதாநாயகர்களாக இருக்க வேண்டும் என்று தீர்மானிப்பதற்கு லிட்டில் ராக்கைச் சேர்ந்த வெள்ளை அதிகாரிகளுக்கு என்ன உரிமை இருந்தது? என் வகுப்புத் தோழன் ஹென்றி ரீட் ஓர் அறிவியலறிஞராக ஆக வேண்டும் என்றால், அவன் ஜார்ஜ் வாஷிங்டன் கார்வரைப்போல, காலணிகளைப் பளிச்சூட்டும் வேலையைச் செய்து மிகக் கடினமாக உழைத்துதான் ஓர் உருப்படாத நுண்ணோக்கியை வாங்க வேண்டும் என்று தீர்மானிப்பதற்கு யாருக்கு என்ன உரிமை இருந்தது?

டான்லீவியின் உயிரற்ற வார்த்தைகள் எங்களைச் சுற்றிப் பாறாங்கற்களைப்போல விழுந்தன. எனக்கு வலப்பக்கமும் இடப்பக்கமும் அமர்ந்திருந்த, அவ்வருடம் பள்ளியைவிட்டு வெளியேறவிருந்த, தேர்ச்சி பெற்ற மாணவர்கள், தங்கள் தலைகளைத் தொங்கப் போட்டுக் கொண்டு உட்கார்ந்திருந்தனர். எங்கள் தலைமையாசிரியர், ஒரு சிற்பியால் நிராகரிக்கப்பட்ட ஒரு சிலையைப்போல அந்த மேடையில் உணர்ச்சியற்று அமர்ந்திருந்தார்.

என் பெயர் அழைக்கப்படுவதற்கு முன்பாகவே, அன்றைய விழா குறித்த உற்சாகம் முழுவதும் என்னிடமிருந்து கரைந்து போயிருந்தது. என் சாதனைக்கு எந்த அர்த்தமும் இல்லை. எங்களால் எதுவும் சாதிக்க முடியாது என்று டான்லீவி எங்களிடம் வெளிப்படையாகக் கூறியிருந்தார். நாங்கள் வீட்டுப் பணியாளர்களாகவும் விவசாயிகளாகவும் கூலியாட்களாகவும் வண்ணான்களாகவும் மட்டுமே இருக்கத் தகுதியானவர்கள் என்றும், அந்த வேலைகளைவிட மேலான எதற்கும் நாங்கள் ஆசைப்படுவது நகைப்புக்கிடமானது மற்றும் பொருத்தமற்றது என்றும் அவர் தெள்ளத் தெளிவாகக் கூறியிருந்தார்.

திடீரென்று என்னைச் சுற்றி ஒரு சலசலப்பு ஏற்பட்டது. ஹென்றி ரீட் தன் பிரிவுரையைக் கொடுத்துக் கொண்டிருந்தான். நான் என் கண்களை மூடி அவனுடைய பேச்சைக் கேட்டேன். நான் மீண்டும் என் கண்களைத் திறந்தபோது, ஹென்றி, பார்வையாளர்களிடமிருந்து திரும்பி எங்களைப் பார்த்து நின்றான். பிறகு, நீக்ரோ தேசிய கீதத்தை அவன் பாடத் தொடங்கினான். எங்களை அறியாமல், நாங்களும் அவனுடன் சேர்ந்து பாடினோம். எங்கள் பெற்றோரும் எழுந்து நின்று, உத்வேகமூட்டும் அந்தப் பாடலைப் பாடினர். பிறகு, சிறு குழந்தைகளும் எங்களோடு சேர்ந்து கொண்டனர்.

எனக்குத் தெரிந்த ஒவ்வொரு குழந்தையும், அரிச்சுவடியோடு கூடவே இந்தப் பாடலையும் கற்றுக் கொண்டிருந்தனர். ஆனால், முன்பு நான் அந்தப் பாடலை ஓராயிரம் முறை பாடியிருந்தும்கூட, அதன் வார்த்தைகளை இன்றுபோல உன்னிப்பாக நான் ஒருபோதும் கேட்டிருக்கவில்லை. அவற்றுக்கும் எனக்கும் எந்தத் தொடர்பும் இல்லை என்பதுபோல நான் நடந்து கொண்டிருந்தேன். ஆனால் இப்போது முதன்முறையாக அதன் வார்த்தைகள் என் காதுகளில் தெளிவாக விழுந்தன:

"கண்ணீரால் வளர்க்கப்பட்ட ஒரு பாதையின் வழியாக
நாங்கள் நடந்து வந்துள்ளோம்,
படுகொலை செய்யப்பட்டவர்களின் ரத்தத்தின் ஊடாக
நாங்கள் எங்கள் வழியைக் கண்டுபிடித்து வந்துள்ளோம்."

அப்பாடலின் எதிரொலிகள் காற்றில் மிதந்து கொண்டிருந்தபோது, ஹென்ரி ரீட் தன் இருக்கைக்குத் திரும்பினான். அங்கிருந்த பலர் தங்கள் கண்களிலிருந்து வழிந்த கண்ணீரைத் துடைக்க முயற்சிக்கவில்லை.

அந்த ஆண்டின் நிறைவு விழாவையும், அதைத் தொடர்ந்து பல ஆண்டுகளின் நிறைவு விழாக்களையும் அடுத்து, டாக்டர் மாயா ஏஞ்சலூ, இஸ்ரேலிலும் இத்தாலியிலும் மாணவர்களுக்கு நவீன நடனம் கற்றுக் கொடுத்தார். 'போர்ஜி அன்ட் பெஸ்' ஓப்பெரா இசைக் குழுவுடன் இருபத்து இரண்டு நாடுகளுக்கு சுற்றுப்பயணம் மேற்கொண்டு, இசை நிகழ்ச்சிகளில் அவர் தோன்றினார். லண்டன் நகரில் 'மூன் ஆன் எ ரெயின்போ' என்ற நாடகத்தை அவர் இயக்கினார். பிறகு, எகிப்தில் ஒரு பத்திரிகையின் பதிப்பாசிரியராகவும், கானா பல்கலைக்கழகத்தின் இசைப் பள்ளியில் ஒரு நிர்வாகியாகவும் அவர் ஆனார். ஆறு மொழிகளில் சரளமாகப் பேசும் திறமை பெற்றிருந்த அவர், அவ்வப்போது சில ஆர்க்கெஸ்ட்ரா நிகழ்ச்சிகளை நடத்தினார். அலெக்ஸ் ஹேலியின் 'வேர்கள்' என்ற ஒரு தொலைக்காட்சி நாடகத்திலும் அவர் நடித்தார். அவருடைய எழுத்துப் படைப்புகள் புலிட்சர் பரிசுக்குத் தேர்ந்தெடுக்கப்பட்டன. பிராட்வே நாடக அரங்கில் தான் நடித்த முதல் நாடகத்திலேயே டோனி விருதிற்காக அவர் தேர்ந்தெடுக்கப்பட்டார்.

இவற்றுக்கும், மாயாவின் ஏராளமான பிற சாதனைகளுக்கும், தன் பள்ளியின் ஆண்டு விழாவன்று பாடப்பட்ட, கறுப்பர் இனத்தவரின் தேசிய கீதத்திலிருந்து அவருக்குக் கிடைத்த உத்வேகம் நிச்சயமாக ஒரு பங்கு வகித்தது என்று கூறலாம். தங்கள் கனவுகளை நனவாக்குவதற்குத் தன் மூதாதையர் எவ்வாறு கடினமான பாதைகளைக் கடந்து வந்திருந்தனர் என்பதை அந்தப் பாடல் அவருக்கு நினைவுபடுத்தியது. எந்த வகையான சூழ்நிலைகளை எதிர்கொள்ள வேண்டியிருந்தாலும் சரி, அல்லது டான்லீவி போன்றவர்கள் எந்த இடையூறுகளை ஏற்படுத்தினாலும் சரி, தன் வாழ்விற்குத் தானே பொறுப்பேற்றுக் கொள்ளவும், அன்றாட நடவடிக்கைகளில் வெற்றியைக் கண்டுபிடிக்கவும், யாராலும் வெற்றி கொள்ள முடியாத மன உறுதியை அந்தப் பாடலின் வரிகள் மாயாவின் உள்ளத்தில் சுடர்விடச் செய்தன.

தற்காப்புக் கலைகளில் திறம்படைத்தவரும், 'வே ஆஃப் த டிராகன்' திரைப்படத்தில் புரூஸ்லீயுடன் இணைந்து நடித்தவருமான சக் நாரிஸ், தன் வாழ்விற்குத் தானே முழுப் பொறுப்பு ஏற்றுக் கொள்கின்ற ஒருவருக்கான கச்சிதமான 'முன்மாதிரி' என்பதில் சந்தேகமில்லை. தன் இளமைப் பருவத்தில் தனக்கு அவ்வளவு துணிச்சல் கிடையாது என்பதை அவர் தானே ஒப்புக் கொள்கிறார்.

உங்கள் சொந்த வாய்ப்புகளை நீங்களே உருவாக்கிக் கொள்ளுங்கள்

நடிகர் சக் நாரிஸ்

அப்போது எனக்குப் பதினாறு வயது. லாஸ் ஏஞ்சலீஸ் மாவட்டத்தின் கார்டெனா நகரில், ஒரு பெரிய மளிகைக் கடையில், மளிகைகளைப் பெரிய பெரிய அட்டைப் பெட்டிகளில் அடுக்கிக் கட்டும் வேலை எனக்குக் கிடைத்திருந்தது. 1960க்கு முந்தைய காலகட்டம் அது. அந்நாட்களில், கனமான பொருட்களுக்கு அட்டைப் பெட்டிகளைத்தான் பயன்படுத்தினர்.

என் வேலை ஒழுங்காகச் சென்று கொண்டிருந்ததாக நான் நினைத்தேன். ஆனால் முதல் நாளின் முடிவில், இனிமேல் நான் வேலைக்கு வரத் தேவையில்லை என்று அக்கடை மேலாளர் என்னிடம் கூறினார். நான் போதுமான அளவு வேகமாக அடுக்கவில்லை என்பதால் நான் வேலையிலிருந்து நீக்கப்பட்டிருந்ததாக அவர் விளக்கமளித்தார்.

நான் மிகவும் கூச்ச சுபாவம் கொண்டவனாக இருந்தேன். ஆனால், நான் அந்த மேலாளரிடம், “எனக்கு இன்னும் ஒரே ஒரு வாய்ப்புக் கொடுங்கள். நான் நாளைக்கு வந்து இன்னொரு முறை முயற்சிக்கிறேன். நான் சிறப்பாக வேலை செய்வேன் என்று நான் நம்புகிறேன்,” என்று கூறியதைக் கேட்டு நானே ஆச்சரியமடைந்தேன். துணிச்சலோடு பேசுவது என் இயல்பு அல்ல, ஆனால் அது எனக்குப் பலனளித்தது. எனக்கு ஓர் இரண்டாவது வாய்ப்புக் கிடைத்தது. நான் அதிக வேகமாகவும் அதிக சுறுசுறுப்பாகவும் வேலை செய்தேன். ஒன்றரை ஆண்டுகள்வரை, வார நாட்களில் காலை நான்கு மணியிலிருந்து இரவு பத்து மணிவரை நான் அந்த வேலையைச் செய்தேன். சில சமயங்களில், ஞாயிற்றுக்கிழமைகளிலும்கூட நாள் முழுதும் நான் வேலை செய்தேன்.

நான் எனக்கு ஆதரவாகத் துணிச்சலோடு பேசிய கணம் என் நினைவில் ஆழமாகப் பதிவாகியுள்ளது. அதிலிருந்து கிடைத்தப் படிப்பினையும் எனக்கு நன்றாக நினைவிருக்கிறது: வாழ்வில் நீங்கள் எதையேனும் சாதிக்க விரும்பினால், வெறுமனே ஓரிடத்தில் உட்கார்ந்து கொண்டு, அது தானாகவே நிகழும் என்று காத்துக் கொண்டிருப்பதில் எந்த அர்த்தமும் இல்லை. நீங்கள்தான் அதை நிகழச் செய்ய வேண்டும்.

நான் கராத்தே கற்றுக் கொள்ளத் துவங்கியபோது, நான் அவ்வளவு வலிமையானவனாக இருக்கவில்லை. ஆனால் மற்ற அனைவரைவிடவும் நான் அதிகக் கடினமாகப் பயிற்சி செய்தேன். அதன் விளைவாக, தொடர்ந்து ஆறு ஆண்டுகளுக்கு உலக கராத்தே சாம்பியன் பட்டத்தை நான் வென்றேன். பின்னாளில், நான் ஒரு நடிகனாக ஆக விரும்பியபோது எனக்கு வயது முப்பத்தெட்டு. நடிப்பில் எனக்கு எந்த அனுபவமும் இருக்கவில்லை. ஹாலிவுட்டில் சுமார் பதினாறாயிரம் நடிகர்கள் வேலையின்றி இருந்தனர். ஏற்கனவே திரைப்படங்களிலோ அல்லது தொலைக்காட்சியிலோ தோன்றியிருந்த பலருடன் நான் போட்டியிட்டுக் கொண்டிருந்தேன். “நான் நடிகனாவதற்கு வாய்ப்பில்லை,” என்று எனக்கு நானே கூறியிருந்தால், நிச்சயமாக நான் ஒரு நடிகனாக ஆகியிருக்க மாட்டேன்.

"எனக்கு வாய்ப்புகள் கிடைக்காததால்தான் நான் வெற்றி பெறவில்லை," என்று மக்கள் புலம்புகின்றனர். ஆனால் உங்கள் சொந்த வாய்ப்புகளை நீங்கள்தான் உருவாக்கிக் கொள்ள வேண்டும்.

நாம் எதிர்கொள்கின்ற அன்றாடச் சூழல்கள், நம் வழியில் வருகின்ற வாய்ப்புகள்மீது தாக்கம் ஏற்படுத்துகின்றன என்பதை மறுப்பதற்கில்லை. ஆனால், இறுதியாகப் பார்த்தால், நடிகர் சக் நாரிஸ் சுட்டிக்காட்டியதுபோல, நம் வாழ்க்கைக்கு நாம் பொறுப்பேற்றுக் கொள்வதன் மூலமாக நம் வாய்ப்புகளை நாமே உருவாக்கிக் கொள்கிறோம். கடினமாக உழைப்பதும் நமக்காகக் குரல் கொடுப்பதும் அந்தப் பொறுப்புகளில் அடங்கும்.

ரத்தினச்சுருக்கமாக

நிறுவனங்களுக்கு ஆலோசனை வழங்குவதிலும், பார்வையாளர்கள் முன்னால் விளக்கவுரைகளை வழங்குவதிலும் நான் செலவிட்டு வந்துள்ள இத்தனை வருடங்களில், வேறு எதுவொன்றையும்விட, ஒருவர் தன் வாழ்க்கைக்குப் பொறுப்பேற்றுக் கொள்வது பற்றிய பேச்சுதான் மக்களிடையே அதிக ஆர்வத்தையும் அதிக விவாதத்தையும் தூண்டியுள்ளது. நமக்கு என்ன நிகழ்ந்தாலும் சரி, நம்முடைய செயல்விடைகளைத் தேர்ந்தெடுப்பதற்கான திறன் நம்மிடம் உள்ளது. அதாவது, நம் மனப்போக்குகள், எண்ணங்கள், செயல்கள் ஆகியவற்றைத் தேர்ந்தெடுப்பது நம் கட்டுப்பாட்டில்தான் உள்ளது. நீங்கள் வெற்றி ஏணியில் ஏற விரும்பினால், வெறுமனே ஓரமாக உட்கார்ந்து கொண்டு, அதிர்ஷ்டத்திற்காகவோ அல்லது சாதகமான சூழல்கள் வருவதற்காகவோ காத்திருப்பது முட்டாள்தனம். நம் எதிர்காலத்தை நாமே உருவாக்கிக் கொள்வதுதான் நம் எதிர்காலத்தைக் கணிப்பதற்கான சிறந்த வழி. பொறுப்பு எனும் கொள்கை, நம் கட்டுப்பாட்டில் உள்ள, மிகவும் சக்திவாய்ந்த, வாழ்க்கையை மேம்படுத்தக்கூடிய, வாழ்க்கையை மாற்றக்கூடிய கொள்கைகளில் ஒன்று.

சிந்தனைக்காக

- தன் பிரச்சனைகளுக்கு மற்றவர்களைக் குறை கூறியதோ, சாக்குப்போக்குகளைக் கூறியதோ எலிசபெத் ஃபோர்டுக்குக் கடுகளவுகூட உதவவில்லை. உங்கள் பிரச்சனைகளுக்கு அல்லது குறைபாடுகளுக்கு நீங்கள் மற்றவர்களையோ, உங்கள் பரம்பரையையோ, அல்லது உங்கள் சூழலையோ எப்போதேனும் குறை கூறுகிறீர்களா?
- பாதகமான சூழல்கள் தன் வாழ்க்கையையும் தன் மனப்போக்கையும் கட்டுப்படுத்துவதற்கு மாயா ஏஞ்சலூ அனுமதிக்கவில்லை. வாழ்வில் நீங்கள் செய்கின்ற காரியங்கள்மீது உங்கள் சூழல்கள் தாக்கம் ஏற்படுத்த நீங்கள் அனுமதிக்கிறீர்களா அல்லது நீங்களே உங்கள் சொந்தச் சூழல்களை உருவாக்கிக் கொள்கிறீர்களா?
- தனக்காகக் குரல் கொடுத்ததன் மூலமாகவும், அதிகச் சிறப்பாக வேலை செய்யப் போவதாகத் தனக்குத் தானே வாக்குக் கொடுத்துக் கொண்டதன் மூலமாகவும் சக் நாரிஸ் தன்முனைப்பை வெளிப்படுத்தித் தன் சொந்த வாய்ப்புகளை உருவாக்கினார். வாழ்வில் சூழல்கள் கடினமாக இருக்கும்போது, நீங்கள் எந்த அளவுக்குத் தன்முனைப்பை வெளிப்படுத்துகிறீர்கள்?

5

துணிச்சல்

"துணிச்சல் என்பது முதலில் பயத்தால் உறைந்து போய்,
பிறகு அதன் முதுகில் ஏறி சவாரி செய்வதுதான்."

- ஜான் வெயின்

நாம் நம் சௌகரியமான எல்லையையும் நம் சந்தேகங்களையும்விட்டு வெளியே வந்து, நமக்குப் பரிச்சயமில்லாத ஒன்றுக்குள் அடியெடுத்து வைப்பதற்குத் துணிச்சல் தேவை. பயம் இல்லாமல் இருப்பதற்குப் பெயர் துணிச்சல் அல்ல. மாறாக, அந்த பயத்தைவிட அதிக முக்கியமான வேறு ஏதோ உள்ளது என்ற விழிப்புணர்வுதான் துணிச்சல். கண்ணுக்குப் புலப்படக்கூடிய வீரமான வழிகளிலோ அல்லது நாம் நம்முடைய உள்ளார்ந்த பயங்களை வெற்றி கொள்ள முயற்சிக்கும்போது நிகழும் அமைதியான, தனிப்பட்டச் சண்டைகளின் மூலமாகவோ துணிச்சலை நம்மால் வெளிப்படுத்த முடியும். பின்வரும் மூன்று கதைகளில் வெவ்வேறு விதமான துணிச்சல் வெளிப்படுத்தப்படுகிறது. சில குழந்தைகளைக் காப்பாற்றுவதற்காக, தன்னைச் சிறை வைத்திருந்த ஜெர்மானிய நாஜிப் படையினரை எதிர்த்து நின்ற லூபா ஜெர்காக்கின் துணிச்சல் வீரத்தன்மை கொண்டது. தன் பயங்களைக் கண்டு பயந்தோடக்கூடாது என்பதைத் தன் தாயிடமிருந்து கற்றுக் கொள்கின்ற லீ மேனார்டின் துணிச்சல் வெளிப்படையாகத் தெரியும் ஒன்றல்ல. தான் இன்னொருவரைப்போல நடந்து கொள்ள வேண்டியதில்லை, மாறாக, தன் இயல்பின்படி இருப்பதே சிறந்தது என்பதை உணர்ந்து, அவ்வாறு உருவாவதற்கான தன்னம்பிக்கையைத் தன்னிடம் வளர்த்துக் கொள்ளும்போது, ரேபா மெக்என்டையர் கொள்கின்ற துணிச்சல் லீ மேனார்டின் துணிச்சலைவிடக் குறைவான தீவிரம் கொண்டது. நீங்கள் இம்மூன்று கதைகளையும் படிக்கும்போது, தனிப்பட்ட சந்தேகங்களிலிருந்தும் பயங்களிலிருந்தும் மீள்வதில் நீங்கள் அன்றாடம் எவ்வளவு துணிச்சலை வெளிப்படுத்துகிறீர்கள் என்பதையும், உங்கள் கொள்கைகளை விட்டுக்கொடுக்காமல் வாழ்வதில் நீங்கள் எவ்வளவு வலிமையாக இருக்கிறீர்கள் என்பதையும் கருத்தில் கொள்ளுங்கள்.

நரகத்தில் ஒரு வீராங்கனை

லாரன்ஸ் எல்லியட்

இரண்டாம் உலகப் போரின்போது, 1944ம் ஆண்டு டிசம்பர் மாதத்தின் முதல் வாரத்தில் ஒருநாள், ஜெர்மனியில் இருந்த பெர்ஜென்—பெல்சென் நாஜி வதை முகாமில், ஒரு திறந்த வெளியில், குளிரில் நடுங்கிக் கொண்டு, கந்தல் ஆடைகளுடன் பல குழந்தைகள் நின்று கொண்டிருந்தனர். அவர்கள் அனைவரும் நெதர்லாந்தைச் சேர்ந்த ஆதரவற்ற யூதக் குழந்தைகள். போரையும் பல மாதச் சிறைவாசத்தையும் சமாளித்து, நான்கரை ஆண்டுகள் அவர்கள் எப்படியோ உயிர் பிழைத்திருந்தனர்.

தங்கள் தந்தையரையும் அண்ணன்மார்களையும் ஜெர்மானிய 'நாஜி' படையினர் பல லாரிகளில் கொண்டு சென்றதை இவர்கள் மௌனமாகப் பார்த்திருந்தனர். அவர்கள் எங்கே கொண்டு செல்லப்பட்டுக் கொண்டிருந்தனர் என்று யாரும் கூறவில்லை. ஆனால் ஆஸ்விச், டிரெப்லிங்க்கா, செல்ம்னோ போன்ற மரண முகாம்களின் பெயர்களை யாரோ முணுமுணுத்ததை இக்குழந்தைகள் செவிமடுத்திருந்தனர்.

அந்த நாஜி வீரர்கள் அங்கிருந்து சென்றதும், வேறு சில லாரிகளுடன் வேறு சில நாஜி வீரர்கள் அங்கு வந்து, அக்குழந்தைகளின் அம்மாக்களையும் அக்காக்களையும் கூட்டிச் சென்றனர். அவர்கள் போன பிறகு, இக்குழந்தைகள், பெண்கள் சிறை வைக்கப்பட்டிருந்த வளாகத்தில் கொண்டுவிடப்பட்டனர். அவர்களைக் கூட்டி வந்த லாரிகள் அங்கிருந்து புறப்பட்டுப் போனபோது, பதினோரு வயதுச் சிறுவனான ஜெரார்டு லாக்மேக்கர், தன்னுடைய கடைசி ஒருசில சாமான்கள் அடங்கிய மஞ்சள் நிறப் போர்வை காணாமல் போயிருந்ததைக் கண்டான்.

இப்போது அக்குழந்தைகள் அனைவரும் இருட்டுக்குள் நெருக்கமாகக் கூடி நின்றனர். அழுது கொண்டிருந்த பச்சிளம் குழந்தைகளை, வயதில் மூத்தக் குழந்தைகள் சமாதானப்படுத்த முயன்றனர்.

பக்கத்தில் இருந்த ஒரு கூடாரத்தில், லூபா ஜெர்காக் என்ற ஒரு பெண்மணி, தன் பக்கத்தில் படுத்திருந்த இன்னொரு பெண்ணை உலுக்கி எழுப்பி, "ஒரு குழந்தை அழும் சத்தம் உனக்குக் கேட்கிறதா?" என்று கேட்டார்.

"எனக்கு எந்தச் சத்தமும் கேட்கவில்லை. நீ மீண்டும் மோசமான கனவுகளைக் கண்டு கொண்டிருக்கிறாய். பேசாமல் படுத்துத் தூங்கு," என்று அந்தப் பெண் பதிலளித்தாள். தன் மனத்தில் தோன்றிய கொடூரமான நினைவுகளை ஒதுக்கித் தள்ள முயற்சித்த லூபா, தன் கண்களை இறுக்கமாக மூடினார்.

அவர் போலந்து நாட்டில் ஒரு யூத சமூகத்தில் வளர்ந்திருந்தார். தன் பருவ வயதில், ஹெர்ஷ் ஜெர்காக் என்பவரை அவர் மணமுடித்தார். அவர்களுக்கு ஐசக் என்ற ஒரு மகன் பிறந்தான். லூபாவும் அவருடைய கணவரும், மேலும் ஒருசில குழந்தைகளைப் பெற்றுக் கொண்டு, ஓர் அமைதியான வாழ்க்கையை வாழ்வதென்று கனவு கண்டனர். ஆனால் அப்போது போர் தொடங்கியது. லூபா வாழ்ந்த பகுதியில் இருந்த அனைத்து

யூதர்களும் குதிரை வண்டிகளில் அடைக்கப்பட்டு, ஜெர்மானிய நாஜிப் படையினர் அமைத்திருந்த மிகக் கொடூரமான மரண முகாமான ஆஸ்விச்—பிர்க்கெனாவ் முகாமிற்குக் கொண்டு செல்லப்பட்டனர்.

லூபா அந்த முகாமிற்குள் நுழைந்தபோது, தன் மகனைத் தன் கைகளில் இறுக்கமாகத் தாங்கிப் பிடித்திருந்தார். ஆனால் ஒருசில நிமிடங்களுக்குள், ஜெர்மானிய வீரர்கள் சிலர் அங்கு வந்து, அந்த மூன்று வயதுக் குழந்தையை அவரிடமிருந்து பிடுங்கினர். பிறகு, வேலை செய்வதற்கு லாயக்கற்றச் சிறு குழந்தைகளும் வயோதிகர்களும் இருந்த ஒரு லாரிக்குள் அவர்கள் அக்குழந்தையைத் தூக்கி எறிந்தபோது, 'அம்மா! அம்மா!' என்று அவன் அலறிய சத்தம், காய்ச்சிய ஈயமாக லூபாவின் காதுகளில் பாய்ந்தது. விரைவில், விஷவாயு அறையை நோக்கி அந்த லாரி போனது. ஒருசில நாட்கள் கழித்து, ஒரு லாரி, தன் கணவனின் உயிரற்ற உடலைச் சுமந்து வந்ததை லூபா கண்டார். அவர் அதற்கு மேல் உயிர்வாழ விரும்பவில்லை.

ஆனால் அவருக்குள் இருந்த ஓர் உள்ளார்ந்த வலிமை, தன் முயற்சியைக் கைவிடுவதற்கு லூபாவை அனுமதிக்கவில்லை. கடவுள் அவருக்கென்று ஒரு கடமையை வைத்திருந்தார் போலும். அவருடைய தலைமுடி மழிக்கப்பட்டு, 32967 என்ற எண் அவருடைய கையில் பச்சை குத்தப்பட்டது. ஆஸ்விச் மருத்துவமனையில் ஒரு செவிலியாக வேலை செய்ய அவர் எப்படியோ அனுமதி வாங்கினார். நோய்வாய்ப்பட்டக் கைதிகள், யாருடைய கவனிப்புமின்றி அங்கு செத்துக் கொண்டிருந்தனர்.

பல முடிவற்ற நாட்களும் திகில் நிறைந்த இரவுகளும் கடந்தன. லூபா ஜெர்மன் மொழியைக் கற்றுக் கொண்டு, அங்கு நடைபெற்ற உரையாடல்களை எப்போதும் உன்னிப்பாக கவனித்தார். ஒருநாள், செவிலியர் அனைவரும் ஜெர்மனியில் இருந்த ஒரு முகாமிற்கு அனுப்பப்படவிருந்த செய்தியை அவர் கேட்டார். அங்கு செல்வதற்கு லூபா தானாகவே முன்வந்தார். 1944ம் ஆண்டு டிசம்பர் மாதத்தில், பெர்ஜென்—பெல்சென் வதை முகாமிற்கு அவர் அனுப்பி வைக்கப்பட்டார். அந்த முகாமில் விஷவாயு அறை எதுவும் இருக்கவில்லை. ஆனால் ஊட்டச்சத்துக் குறைவாலும் நோய்களாலும் நீதி விசாரணையற்ற மரண தண்டனைகளாலும் அங்கு ஏராளமானோர் இறந்து கொண்டிருந்தனர். கைதிகளைக் கொலை செய்வதில் இந்த முகாம் பயங்கரமாகவும் திறமையாகவும் செயல்பட்டது.

நேச நாடுகள் ஜெர்மனியை ஆக்கிரமிக்கத் தொடங்கியதன் விளைவாக, நாட்டில் ஒழுங்குமுறை சீர்குலைந்து கொண்டிருந்தபோது, ஏற்கனவே மோசமாக இருந்த சூழ்நிலைகள் மேலும் அதிகமாக மோசமடைந்தன. எண்ணற்ற லாரிகள், பசியால் வாடிய இன்னும் ஏராளமான கைதிகளை, ஒட்டுண்ணிகள் நிறைந்த இந்த முகாமில் கொண்டு வந்து குவித்தன.

படுக்கையில் தவிப்புடன் புரண்டு கொண்டிருந்த லூபாவிற்கு, ஒரு குழந்தையின் அழுகுரல் மீண்டும் கேட்டது. இம்முறை, அவர் தன் படுக்கையைவிட்டு எழுந்து, அக்கூடாரத்தின் கதவை நோக்கிச் சென்றார். ஆனால், வெளியே தெரிந்த காட்சி அவரை அந்த இடத்திலேயே ஆணியடித்தாற்போல நிற்கச் செய்தது. பயத்திலும் குளிரிலும் நடுங்கிக் கொண்டு, வெட்ட வெளியில் நின்று கொண்டிருந்த அக்குழந்தைகளை அவர் கண்டார். அருகே வருமாறு அவர் அவர்களுக்கு சைகை காட்டினார். ஒருசில குழந்தைகள் எச்சரிக்கையோடு அவரை அணுகினர்.

“என்ன நிகழ்ந்தது? யார் உங்களை இங்கே கொண்டு வந்து இறக்கிவிட்டார்கள்?” என்று அவர் ஒரு கிசுகிசுப்பான குரலில் கேட்டார்.

தாங்கள் எங்கே கொண்டு செல்லப்பட்டுக் கொண்டிருந்தோம் என்பதைத் தங்களிடம் கூறாமலேயே சில நாஜி வீரர்கள் தங்களை இங்கே இறக்கிவிட்டுப் போய்விட்டிருந்ததாக, ஜாக் ரோட்ரி என்ற ஒரு மூத்தச் சிறுவன், தனக்குத் தெரிந்த அரைகுறையான ஜெர்மன் மொழியில் பதிலளித்தான். அங்கு மொத்தம் ஐம்பத்து நான்கு குழந்தைகள் இருந்தனர். அவர்கள் அனைவரிலும் மூத்தவள் ஹெட்டி வெர்க்கென்டாம் என்ற ஒரு பதினான்கு வயதுச் சிறுமி. ஸ்டெல்லா டிஜென் என்ற ஓர் இரண்டரை வயதுக் குழந்தையை அவள் தன் கைகளில் வைத்திருந்தாள். ஜாக்கின் கையைப் பிடித்து அழைத்துச் சென்ற லூபா, தன்னைப் பின்தொடர்ந்து வருமாறு மற்றக் குழந்தைகளுக்கு சைகை காட்டினார்.

அக்குழந்தைகளைத் தங்கள் கூடாரத்திற்குள் கொண்டு வருவதற்கு அங்கிருந்த பல பெண்கள் எதிர்ப்புத் தெரிவித்தனர். அவர்கள் லூபாவைத் தடுக்க முயன்றனர். காரணமே இல்லாமல் கொலை செய்த நாஜி வீரர்களுக்கு, இது தங்களைக் கூண்டோடு மேலே அனுப்புவதற்கான ஒரு நல்ல காரணமாக இருக்கும் என்பதை அவர்கள் அறிந்திருந்தனர்.

ஆனால் லூபா தன் நிலையில் உறுதியாக இருந்தார். அவர் அப்பெண்களிடம், “இவர்கள் உங்கள் குழந்தைகளாக இருந்தால், இவர்களை வெளியே விரட்டியடிக்குமாறு நீங்கள் கூறுவீர்களா? இவர்கள் நம் குழந்தைகளாக இல்லாவிட்டாலும்கூட, வேறு சிலருடைய குழந்தைகள்,” என்று கூறிவிட்டு, அக்குழந்தைகளை உள்ளே வழிநடத்திச் சென்றார்.

காலையில், ஜாக் ரோட்ரி, தங்கள் கதையை லூபாவிடம் கூறினான். அவர்களுடைய தந்தையர் அனைவரும் ஆம்ஸ்டெர்டாம் நகரின் வைரப் பட்டறைகளில் வேலை செய்தனர். வைரங்களைப் பட்டை தீட்டுவதற்கு அவர்களுடைய திறமைகள் ஜெர்மானியர்களுக்குத் தேவைப்பட்டதால், அத்தொழிலாளர்களும் அவர்களுடைய குடும்பங்களும் பெர்ஜென்—பெல்சென் நகரங்களுக்கு அனுப்பி வைக்கப்பட்டனர். எனவே, துவக்கத்தில் நாஜிப் படையினரின் அட்டூழியங்களிலிருந்து இக்குழந்தைகள் தப்பியிருந்தனர். ஆனால் வைரங்களைப் பட்டை தீட்டும் வேலை முடிந்த பிறகு, இக்குழந்தைகளின் பெற்றோர்கள் வதை முகாம்களுக்குக் கொண்டு செல்லப்பட்டனர். இவர்கள் மட்டும் இந்த முகாமிற்குக் கொண்டுவரப்பட்டனர்.

இக்குழந்தைகளைத் தன்னிடம் அழைத்து வந்ததற்காக லூபா தன் இதயப்பூர்வமாகக் கடவுளுக்கு நன்றி தெரிவித்தார். கடவுள் அவருடைய வாழ்க்கைக்கு மீண்டும் அர்த்தத்தைக் கொடுத்திருந்தார். தன் மகன் கொலை செய்யப்பட்டிருந்தாலும், இக்குழந்தைகளை அக்கொடுமையிலிருந்து தான் பாதுகாக்கப் போவதாக லூபா தீர்மானித்தார்.

இத்தனைக் குழந்தைகளைத் தன்னால் மறைத்து வைக்க முடியாது என்பதை அறிந்த லூபா, அந்த முகாமில் இருந்த ஒரு ஜெர்மானிய அதிகாரியிடம், நிகழ்ந்திருந்த விஷயத்தைக் கூறினார். பிறகு அவர் அந்த அதிகாரியின் கையின்மீது தன் கையை வைத்து, “நான் இவர்களை கவனித்துக் கொள்ள எனக்கு அனுமதி கொடுங்கள். இவர்களால் உங்களுக்கு ஒருபோதும் எந்தப் பிரச்சனையும் ஏற்படாது. அதற்கு நான் உத்தரவாதம் கொடுக்கிறேன்,” என்று கெஞ்சினார்.

“நீ ஒரு செவிலி. ஒன்றுக்கும் உதவாத இந்த யூதக் கழிசடைகளை வைத்துக் கொண்டு நீ என்ன செய்யப் போகிறாய்?” என்று அந்த அதிகாரி கேட்டான்.

“நானும் ஒரு தாய்தான். என் சொந்தக் குழந்தையை ஆஸ்விச்சில் நான் பறி கொடுத்தேன்,” என்று லூபா கூறினார்.

இதை உள்வாங்கிக் கொண்டிருந்த அந்த அதிகாரி, லூபாவின் கை இன்னும் தன்மீது இருந்ததை உணர்ந்தான். கைதிகள் ஜெர்மானியர்களைத் தொடுவதற்கு அனுமதி இருக்கவில்லை. எனவே அவன் லூபாவின் முகத்தைத் தன் முஷ்டியால் தாக்கி அவரைக் கீழே தள்ளினான்.

ரத்தம் வழிந்த உதடுகளுடன் லூபா எழுந்து நின்றார். ஆனால் அவர் அந்த இடத்தைவிட்டுப் போகவில்லை. அவர் அந்த அதிகாரியிடம், “உங்களுக்கும் பேரக்குழந்தைகள் இருக்கக்கூடும். இந்த அப்பாவிக் குழந்தைகளுக்கு நீங்கள் ஏன் தீங்கு விளைவிக்க விரும்புகிறீர்கள்? கைக்குழந்தைகள் உங்களை என்ன செய்தார்கள்? இவர்களை யாரேனும் கவனித்துக் கொள்ளாவிட்டால், நிச்சயமாக இவர்கள் அனைவரும் இறந்துவிடுவார்கள்,” என்று கூறினார்.

அந்த அதிகாரி இரக்கம் கொண்டானா அல்லது அக்குழந்தைகளை என்ன செய்வதென்று அவன் தீர்மானிக்க விரும்பவில்லையா என்று தெரியாது. ஆனால், “அவர்களை உன்னுடன் வைத்துக் கொள். அவர்கள் எக்கேடாவது கெட்டுப் போகட்டும்,” என்று அவன் முணுமுணுத்தான்.

ஆனால் லூபா அதோடு விடுவதாக இல்லை. “அவர்கள் சாப்பிடுவதற்கு ஏதாவது வேண்டும். எனக்குச் சிறிது ரொட்டி கிடைக்க உதவுங்கள்,” என்று அவர் அந்த அதிகாரியிடம் கேட்டார். இரண்டு முழு ரொட்டிகளை லூபாவிற்குக் கொடுப்பதற்கான ஓர் உத்தரவை அவன் ஒரு சீட்டில் தன் சமையற்காரர்களுக்கு எழுதி, அதில் தன் கையெழுத்திட்டு, அதை லூபாவிடம் கொடுத்தான்.

ஒவ்வொரு நாளும் உணவின்மீதுதான் முக்கியக் கவனம் செலுத்தப்பட்டது. தினமும் ஒரு துண்டு ரொட்டியும், ஒரு கிண்ணம் நீர்த்துப் போன சூப்பும் மட்டுமே கைதிகளுக்கு வழங்கப்பட்டன. அது பசியைப் போக்கப் போதுமானதாக இருக்கவில்லை. எனவே ஒவ்வொரு நாள் காலையிலும், லூபா அந்த முகாமைச் சுற்றி வந்து, சமையலறை, பேக்கரி, மளிகைப் பொருட்கள் வைக்கப்பட்டிருந்த அறை ஆகியவற்றிலிருந்து சிறிது உணவைத் திருடினார். சில சமயங்களில், அங்கிருந்த பணியாளர்களிடம் கெஞ்சினார். வேறு சமயங்களில், பண்டமாற்று முறையைப் பயன்படுத்தினார். தூரத்தில் லூபா வருவது தெரிந்தபோது, அக்குழந்தைகள் தங்கள் கூடாரத்தின் கதவருகே கூடினர். “லூபா வருகிறார்! நமக்கு சாப்பாடு கொண்டு வருகிறார்!” என்று அவர்கள் மகிழ்ச்சிக் கூத்தாடினர்.

அவர்கள் தங்கள் சொந்த அம்மாக்களை இழந்திருந்ததால், தங்களைத் தாய்போல அக்கறையுடன் கவனித்துக் கொண்ட லூபாவை அவர்கள் கொண்டாடினர். லூபா அவர்களுடைய தேவைகளை கவனித்துக் கொண்டார். அவர்கள் நோய்வாய்ப்பட்டபோது, அவர் அவர்களுக்குச் செவிலியாக இருந்து பணிவிடை செய்தார். நீண்ட, இருண்ட இரவுகளில், அவர் அவர்களுக்குத் தாலாட்டுப் பாடல்களைப் பாடினார். டச்சு மொழி பேசிய அக்குழந்தைகளுக்கு லூபாவின் வார்த்தைகள் புரியவில்லை, ஆனால் அவருடைய அன்பு அவர்களுக்கு நன்றாகப் புரிந்தது.

வாரங்களும் மாதங்களும் உருண்டோடின. நேசப் படையினர் மிக அருகில் நெருங்கிக் கொண்டிருந்ததை பெர்ஜென்—பெல்செனில் இருந்த கைதிகள் அறிந்திருந்தனர். அது 1945ம் ஆண்டு. கொடூரமான குளிர்காலம் முடிவடைந்து, வசந்தகாலம் வரத் தொடங்கிய நேரம் அது. வதை முகாமில் எல்லா இடங்களிலும் சிதறிக் கிடந்த சடலங்களை ஜெர்மானியர்கள் அங்கிருந்து அகற்ற முயற்சித்தனர். ஆனால் அவர்கள் தோற்றுக் கொண்டிருந்தனர். அந்த முகாமில் வயிற்றுப்போக்கு நோய் பரவியது. இதனால் குழந்தைகள் வலுவிழந்தனர், களைப்பின் காரணமாக அவர்களால் நடக்க முடியவில்லை. டைஃபஸ் காய்ச்சலாலும் அதனால் ஏற்பட்டத் தலைவலியாலும் அந்த முகாமில் இருந்த குழந்தைகள் எளிதில் தாக்கப்பட்டனர்.

அருகிலிருந்த இன்னொரு கூடாரத்தில், ஆம்ஸ்டர்டாம் நகரைச் சேர்ந்த இன்னொரு சிறுமியான ஆன் ஃபிராங்க் ('ஆன் ஃபிராங்க்கின் நாட்குறிப்பேடு' என்ற உலகப் புகழ்பெற்ற நூலை எழுதியவள்) இந்தக் காய்ச்சலுக்குப் பலியானாள். லூபாவின் கூடாரத்தில் இருந்த குழந்தைகளும் நோய்வாய்ப்பட்டனர். அவர் ஒவ்வொரு குழந்தையையும் தனிப்பட்ட முறையில் கவனித்துக் கொண்டார். சாப்பிட முடிந்த குழந்தைகளுக்கு அவர் உணவளித்தார். அவர்களுக்குக் காய்ச்சல் இருந்ததா என்று பரிசோதித்து, மிகச் சொற்பமாகவே இருந்த ஆஸ்பிரின் மாத்திரைகளை, அவை மிகவும் தேவைப்பட்டவர்களுக்கு மட்டும் கொடுத்தார். அவர்களைக் காப்பாற்றுவதற்கு ஓர் அதிசயத்தை எதிர்பார்த்து ஆண்டவனிடம் அவர் பிரார்த்தித்தார்.

அந்த அதிசயம், 1945ம் ஆண்டு ஏப்ரல் 15ம் நாள் ஞாயிற்றுகிழமையன்று நிகழ்ந்தது. அன்று ஆங்கிலேயப் படையின் பீரங்கி ஒன்று அந்த முகாமிற்குள் நுழைந்தது. "நீங்கள் சுதந்திரமானவர்கள்! உங்களுக்கு சுதந்திரம் கிடைத்துவிட்டது!" என்று ஒலிபெருக்கிகள் பல மொழிகளில் அறிவித்தன.

நேசப் படையினர் மருத்துவர்களை உடனழைத்து வந்தனர், மருந்துகளைக் கொண்டு வந்தனர், ஆனால் பல கைதிகளுக்குக் காலம் கடந்துவிட்டிருந்தது. எரிக்கப்படாத எண்ணற்றச் சடலங்கள் அந்த முகாமெங்கும் சிதறிக் கிடந்தன. அங்கிருந்த அறுபதாயிரம் கைதிகளில், விடுதலைக்குப் பிறகு சுமார் பதினைந்தாயிரம் கைதிகள் இறந்து போயினர்.

ஆனால் பதினெட்டு வாரங்களுக்கு முன்பு லூபா கண்டெடுத்திருந்த ஐம்பத்து நான்கு குழந்தைகளில், இருவரைத் தவிர மற்றவர்கள் உயிர் பிழைத்தனர். பயணம் செய்யக்கூடிய அளவுக்கு அவர்கள் வலிமை பெற்றபோது, ஆங்கிலேயே ராணுவ விமானம் ஒன்று அவர்களை அவர்களுடைய நாட்டிற்கு அழைத்துச் சென்றது. நெதர்லாந்தைச் சேர்ந்த ஓர் அதிகாரி பின்னாளில் இவ்வாறு ஒரு கடிதம் எழுதினார்: "லூபாவினால்தான் இக்குழந்தைகள் உயிர் பிழைத்தனர். அவர் செய்துள்ள தியாகத்திற்கு, டச்சுக்காரர்கள் என்ற முறையில் நாங்கள் மிகவும் கடமைப்பட்டுள்ளோம்."

இக்குழந்தைகள் தங்கள் அம்மாக்களுடன் ஒன்று சேர்க்கப்படுவதற்காக, தற்காலிக முகாம்களில் தங்க வைக்கப்பட்டனர். அவர்களுடைய அம்மாக்களில் கிட்டத்தட்ட அனைவரும் உயிர் பிழைத்திருந்தனர். போரினால் அனாதைகளாகி, பிற முகாம்களில் இருந்த நாற்பது

குழந்தைகளை ஸ்வீடன் நாட்டிற்கு அழைத்துச் செல்வதற்கு, அக்குழந்தைகளுக்குத் துணையாகத் தங்களுடன் வருமாறு சர்வதேச செஞ்சிலுவைச் சங்கம் விடுத்த வேண்டுகோளை ஏற்றுக் கொண்டு, லூபா அவர்களுடன் சென்றார். ஸ்வீடன் நாட்டில் அக்குழந்தைகள் புதிய வாழ்க்கையைத் தொடங்கினர்.

லூபாவும் அங்கு ஒரு புதிய வாழ்க்கையைத் துவக்கினார். ஸ்வீடன் நாட்டில் அவர் சால் ஃப்ரெட்ரிக் என்பவரை சந்தித்தார். அவரும் வதை முகாம் ஒன்றிலிருந்து தப்பிப் பிழைத்தவர்தான். அவர்கள் இருவரும் திருமணம் செய்து கொண்டு அமெரிக்காவிற்குக் குடிபெயர்ந்தனர். அங்கு அவர்கள் இரண்டு குழந்தைகளைப் பெற்றெடுத்தனர். ஆனால் லூபா மற்றக் குழந்தைகளை மறக்கவில்லை.

பல்வேறு இடங்களில் குடியமர்ந்த லூபாவின் 'குழந்தைகள்' எல்லோரும் தங்கள் வாழ்வில் சிறப்பாகத் திகழ்ந்தனர். ஜாக் ரோட்ரி இறுதியில் லாஸ் ஏஞ்சலீஸுக்கு இடம்பெயர்ந்து, ஒரு வெற்றிகரமான தொழிலதிபராக ஆனான். ஹெட்டி வெர்க்கன்டாம் ஆஸ்திரேலியாவில் குடியமர்ந்து, வீடுமனை வாங்கல் மற்றும் விற்றல் தொழிலில் ஈடுபட்டாள். வெளிநாட்டிலிருந்து ஆஸ்திரேலியாவில் குடியேறியவர்களில் மிகவும் வெற்றிகரமானவர் என்று அவள் தேர்ந்தெடுக்கப்பட்டாள். ஜெரார்டு லாக்மேக்கர் ஒரு வெற்றிகரமான உற்பத்தியாளராக ஆனான். ஸ்டெல்லா டிஜென்னுக்கு பெர்ஜென்—பெல்சென் பற்றி எதுவும் நினைவிருக்கவில்லை. ஆனால் அவள் பெரியவளாக வளர்ந்தபோது, லூபா என்ற பெண்ணுக்கு அவள் மிகவும் கடமைப்பட்டிருந்ததாக அவளுடைய தாயார் அவளிடம் கூறினார்.

இப்போது பெரியவர்களாக வளர்ந்திருந்த மற்றக் 'குழந்தைகள்' அனைவரும் லூபாவைத் தேடிக் கண்டுபிடிப்பதென்று தீர்மானித்தனர். ஜாக் ரோட்ரி எப்படியோ ஒரு வழியைக் கண்டுபிடித்து, தொலைக்காட்சியில் லூபாவின் கதையைக் கூறினான். பிறகு, "அவர் எங்கே வாழ்ந்து கொண்டிருக்கிறார் என்று யாருக்காவது தெரிந்தால், தயவு செய்து இந்தத் தொலைக்காட்சி நிலையத்தைத் தொடர்பு கொள்ளுங்கள்," என்று அவன் மன்றாடினான்.

மறுகணமே அந்நிலையத்திற்கு ஒரு தொலைபேசி அழைப்பு வந்தது. "எனக்குத் தெரியும். அவர் வாஷிங்டன் நகரில் வசிக்கிறார்," என்று வாஷிங்டன் நகரைச் சேர்ந்த ஒரு நேயர் தெரிவித்தார்.

ஜாக் அந்த இடத்திலிருந்தே லூபாவைத் தொடர்பு கொண்டான். ஒரு வாரத்திற்குள், அவன் லூபாவின் வீட்டு வாசலில் நின்று கொண்டு, அவரை அன்புடன் கட்டியணைத்தான். இருவரும் எந்தத் தயக்கமுமின்றி அழுதனர்.

சில நாட்களுக்குப் பிறகு, லண்டன் நகரில் வசித்த ஜெரார்டு லாக்மேக்கர், லூபாவிற்கு ஒரு நன்றிக் கூட்டத்தை ஏற்பாடு செய்வதில் மும்முரமாக ஈடுபட்டான். ஏற்கனவே ஒருவரோடு ஒருவர் தொடர்பு வைத்திருந்த ஒருசில 'குழந்தைகள்,' மற்றவர்களைத் தேடத் துவங்கினர்.

1995ம் ஆண்டு ஏப்ரல் மாதத்தில் ஒருநாள் மதியம், தாங்கள் விடுதலை பெற்று ஐம்பதாவது ஆண்டில், ஆண்களும் பெண்களுமாக சுமார் முப்பது நபர்கள், ஆம்ஸ்டெர்டாம் மாநகர மன்றத்தில் லூபாவிற்கு மரியாதை செலுத்துவதற்காக ஒன்றுகூடினர். முகாம்களிலிருந்து அவர்கள் பிரிந்து

சென்றபோது, அவர்கள் ஒருவரையொருவர் குழந்தைகளாகத்தான் பார்த்திருந்தனர்.

ஆம்ஸ்டர்டாம் நகர மேயர் உணர்ச்சி பொங்க உரையாற்றி, பீட்ரிக்ஸ் அரசியின் சார்பில், நெதர்லாந்தின் மனிதநேய சேவைகளுக்கான கௌரவ வெள்ளிப் பதக்கத்தை லூபாவிற்கு வழங்கினார். லூபா உணர்ச்சிவசப்பட்டு அழுதார்.

விழா முடிந்த பிறகு, ஸ்டெல்லா டெஜென் அவரை அணுகினாள். "உங்களை என் வாழ்நாள் முழுவதும் நான் நினைத்து வந்துள்ளேன்," என்று கூறிய அவள், தன் குரலை நிலையாக வைத்துக் கொள்ளப் போராட வேண்டியிருந்தது. "தான் என்னைப் பெற்றிருந்தாலும்கூட, லூபா என்ற பெண்ணுக்குத்தான் நான் கடமைப்பட்டிருந்தேன் என்று என் தாயார் என்னிடம் அடிக்கடிக் கூறினார். அதை நான் ஒருபோதும் மறக்கக்கூடாது என்றும் அவர் கூறினார்," என்று கூறிவிட்டு, தன்னைக் கட்டுப்படுத்திக் கொள்ள முடியாமல் அழுத அவள், லூபாவின் கைகளைப் பிடித்துக் கொண்டு, "அதை நான் ஒருபோதும் மறக்க மாட்டேன்," என்று மென்மையாகக் கூறினாள்.

லூபா அவளைக் கட்டியணைத்துவிட்டு, கண்ணீர்க் கண்களுடன் மற்றவர்களைப் பார்த்தார். ஏனெனில், மீண்டும் 'தன்னுடைய குழந்தைகளுடன்' இருப்பதும், அன்புதான் அவர்களையும் தன்னையும் அந்த மரண முகாம்களின் பிடியிலிருந்து பாதுகாத்தது என்பதை அறிவதும்தான் அவருக்குக் கிடைத்த உண்மையான விருது.

வதை முகாமில் அந்தக் குறிப்பிட்ட இரவன்று லூபா அக்குழந்தைகளை சந்தித்தபோது, அவர் அவர்களுடைய கண்களில் பயத்தைக் கண்டார். ஆனால் அவர்களோ, அவருடைய துணிச்சலான கண்களில் ஒரு நம்பிக்கைக் கீற்றையும் அடைக்கலத்தையும் கண்டனர். தான் எந்தப் பண்புநெறிகளுக்கும் கொள்கைகளுக்கும் தோள் கொடுத்து நின்றோம் என்பதை லூபா அறிந்திருந்தார். தன் உயிருக்கு ஆபத்து ஏற்படக்கூடும் என்பதை அறிந்தும்கூட, அவர் அந்தப் பண்புநெறிகளையும் கொள்கைகளையும் கடைசிவரை விட்டுக்கொடுக்காமல் இருந்தார்.

சில சமயங்களில், உயிருக்கு ஆபத்து ஏற்படுகின்ற சூழ்நிலைகளில் துணிச்சல் வெளிப்படுத்தப்பட்டாலும், நம் அன்றாட வாழ்வில் நிகழ்கின்ற சிறுசிறு நிகழ்வுகளில்தான் அது பெரும்பாலும் முளைத்தெழுகிறது. ஆனால் அப்போதுகூட, நம் பயங்களிலிருந்து நாம் தப்பி ஓடிவிடலாமா அல்லது சிறப்பான ஏதோ ஒன்றை நோக்கி ஓடுவதற்கான துணிச்சலை நாம் வளர்த்துக் கொள்ளலாமா என்பதை நாம்தான் தீர்மானிக்க வேண்டும்.

ஓடிப் போனவன்

லீ மேனார்ட்

நான் என் விமானத்திலிருந்து இறங்கி, விமான நிலையத்தைவிட்டு வெளியே வந்து, ஈரமாகவும் வெளிச்சமின்றியும் இருந்த தெருக்கள் வழியாக, என் தாயார் அனுமதிக்கப்பட்டிருந்த மருத்துவமனைக்கு விரைந்தேன். அந்த மருத்துவமனையில் ஒரு பெரிய வெள்ளை அறையில் என் தாயாரின் படுக்கையருகே சென்று நான் அமர்ந்தேன். அவருடைய கண்கள் மூடியிருந்தன, ஆனால் அவ்வப்போது ஒரு லேசான அசைவை என்னால் பார்க்க முடிந்தது. அவருடைய மனத்தில் ஏதோ ரகசியமான விஷயங்கள் நிகழ்ந்து கொண்டிருந்ததுபோல எனக்குத் தோன்றியது. அவர் மென்மையாகவும் லேசாகவும் சுவாசித்ததை நான் பார்த்துக் கொண்டிருந்தேன். நான் அவருக்குப் பக்கத்தில் அமர்ந்திருந்தது அவருக்குத் தெரியுமா என்று என்னை நானே கேட்டுக் கொண்டேன். நான் தன்னுடைய மகன் என்பது என் தாய்க்குத் தெரியுமா என்றும் நான் யோசித்தேன்.

நான் கூறுவதற்கு ஏகப்பட்ட விஷயங்கள் இருந்தன, ஆனால் அதைக் கேட்பதற்கு அங்கு யாரும் இருக்கவில்லை. நான் மிக அதிக காலம் காத்திருந்துவிட்டேன். எனவே இப்போது மீண்டும் நான் காத்திருக்கும்படி ஆயிற்று.

என் தாயின் தோள்கள் லேசாக முறுக்கிக் கொண்டன. நான் அவருடைய கையை மென்மையாகத் தொட்டுத் தூக்கி, என் முகத்தை அதன்மீது வைத்து அழுத்தினேன். இத்தனை வருடங்களுக்குப் பிறகும்கூட, அவர் என் தாய்தான் என்று எனக்குக் கூறிய அவருடைய வாசனையை அந்தக் கையில் நான் முகர்ந்தேன். என் கையில் அவருடைய விரல்கள் அசைந்ததை நான் உணர்ந்தேன்.

தலைமறைப்புடன்கூடிய என் மேற்சட்டையின் உட்பகுதியில், என் இதயத்திற்கு சற்று மேலே வைத்துத் தைக்கப்பட்டிருந்த பழைய, தட்டையான, பழுப்பு நிறப் பொத்தானை நான் தொட்டுப் பார்த்தேன். என்னிடம் இருந்த ஒவ்வொரு மேற்சட்டையின் உட்பகுதியிலும் இது போன்ற ஒரு பொத்தான் வைத்துத் தைக்கப்பட்டுள்ளது. அந்தப் பொத்தான் எனக்குக் கிடைத்த நாளை என்னால் இப்போதுகூடத் தெளிவாகப் பார்க்க முடிகிறது. அது ஏதோ நேற்றுதான் நடந்ததுபோல எனக்கு நன்றாக நினைவிருக்கிறது.

நாங்கள் அமெரிக்காவின் அப்பலேச்சியா பகுதியில் மிகவும் உள்ளே தள்ளி இருந்த ஓர் இடத்தில் வாழ்ந்து வந்தோம். எங்களுடையது மிகச் சிறிய குடும்பம். மரக்கட்டைகளைக் கொண்டு கட்டப்பட்டிருந்த எங்கள் வீடு, எந்நேரத்திலும் நொறுங்கி விழுந்துவிடக்கூடிய நிலையில் இருந்தது. எங்கள் பிழைப்பு எப்படியோ நடந்து கொண்டிருந்தது. என் தந்தை இரண்டு வேலைகளைச் செய்து வந்தார். அவர் பக்கத்து மாவட்டத்திற்குச் சென்று வேலை செய்ய வேண்டியிருந்தது.

நான் மிகக் குறைந்த அறிவும் மிக விரிவான கற்பனையும் கொண்ட ஒரு சிறுவனாக இருந்தேன். நான் இருக்க வேண்டிய இடம் அதுவல்ல என்ற உணர்வு என்னுள் எழுந்தது. எனக்குக் கிடைத்த ஒவ்வொரு வாய்ப்பிலும் நான் அந்த இடத்தைவிட்டு ஓடினேன். ஆனால் எனக்கு வேறு

போக்கிடம் எதுவும் இருக்கவில்லை. நான் எங்கு ஓடினாலும், அச்சுறுத்தும் மலைகளிலும் கலங்கலான நதியிலுமே சென்று முட்டி நின்றேன். ஆனால் அது என்னைத் தடுத்து நிறுத்தவில்லை. நான் மீண்டும் அங்கிருந்து ஓடினேன்.

இம்முறை, என் தாயார் என்னை அலட்சியப்படுத்திவிட்டதாக நினைத்துக் கொண்டு, கோபத்தில் காட்டிற்குள் ஓடிவிட்டேன். எது சரி, எது தவறு என்பது பற்றிய என் அப்பாவித்தனமான பிடிவாத உணர்வு என்னை அவ்வாறு செய்ய வைத்தது. நான் யார் என்பதை என் தாயாருக்குக் காட்ட விரும்பினேன். அவர் தன் செயல் குறித்து வருந்தும்படி செய்யப் போவதாக நான் தீர்மானித்தேன்.

ஆனால் இப்போது குளிரும் பசியும் என்னை வதைத்தன. எனவே நான் வேகமாக ஓடி அக்காட்டைவிட்டு வெளியேறி, மாலைநேரக் குளிரில் நடுங்கிக் கொண்டே, நதிக்கரையின்மீது அமைந்திருந்த எங்கள் வீட்டை நோக்கித் தட்டுத்தடுமாறியபடி விரைந்தேன். ஆனால் என் தாயார் அங்கிருந்து போய்விட்டிருந்தார்.

பயம் என்னைக் கவ்வியது. நான் வேகமாக என் வீட்டிற்குள் நுழைந்தேன். அடுப்பில் நெருப்பு எரியவில்லை. வீடு குளிராக இருந்தது. நான் மீண்டும் வெளியே ஓடிச் சென்று, வீட்டைச் சுற்றி ஓடினேன். கடினமான களிமண் தரையின்மீது என் பாதங்கள் உரத்தச் சத்தத்தை உண்டாக்கின. பிறகு, அரைக் கிலோமீட்டர் தொலைவில் இருந்த ஓர் 'அண்டைவீட்டை' நோக்கி ஆற்றங்கரையின் வழியாக நான் ஓடினேன். மரத்தின் கூரிய இலைகள் என் முகத்தைத் தாக்கின.

"உன் தாயார் இப்போது இங்கு இல்லை. வெளிச்சமாக இருந்தபோது அவர் இங்கு வந்து, உன் சகோதரியை மட்டும் என்னிடம் விட்டுவிட்டுச் சென்றுவிட்டார் . . . அவர் வேறு எதுவும் கூறியதாக எனக்கு நினைவில்லை. அவர் அவசர அவசரமாக ஓடிப் போய்விட்டார்," என்று அந்த அண்டைவீட்டுப் பெண்மணி கூறினார்.

"ஓடிப் போய்விட்டாரா? ஏன்? அவரால் எப்படி எனக்கு இதைச் செய்ய முடிந்தது?" என்று என் மனத்திற்குள் என்னை நானே தவிப்போடு கேட்டுக் கொண்டேன். "ஒருவேளை அவர் நீண்டகாலமாகவே ஓடிப் போக விரும்பியிருக்கக்கூடும். அவருக்கு இங்கே இருக்கப் பிடிக்கவில்லை போலும். ஏனெனில், வாசிப்பதற்கு இங்கு எந்தப் பியானோவும் இல்லை, யாரும் இங்கு பாடுவதில்லை, அவருடைய இனிய குரலைக் கேட்க இங்கு யாரும் இல்லை. ஆனால் அவர் ஏன் என்னை இங்கே தனியாக விட்டுவிட்டுப் போனார்?"

நான் மீண்டும் ஆற்றை நோக்கி நடந்து சென்று, அதன் கரையின்மீது அமர்ந்து, பக்கத்தில் கிடந்த களிமண் கட்டிகளை எடுத்து, ஆற்றுக்குள்ளும் வில்லோ மரங்களை நோக்கியும் எறிந்தேன். அப்போது, ஒரு வில்லோ மரத்தில் என் தாயின் கந்தலான மேலங்கி தொங்கிக் கொண்டிருந்ததை நான் கண்டேன்.

நான் ஓடிச் சென்று அதை எடுத்தேன். அப்போது அந்த எண்ணம் என்னை இடியெனத் தாக்கியது: அவர் அங்கிருந்து ஒரேயடியாக ஓடிவிட்டிருந்தார். ஆற்றைக் கடந்து கென்டக்கி மாநிலத்திற்கு அவர் சென்றுவிட்டிருந்தார்.

வில்லோ மரக்கிளைகளை ஒதுக்கித் தள்ளியபடி, "அம்மா!" என்று கத்திக் கொண்டே நான் அந்த ஆற்றுக்குள் வேகமாகப் பாய்ந்தேன். என்

தொண்டை அடைக்கும்வரை நான் கத்திக் கொண்டே இருந்தேன். பிறகு களைத்துப் போய், மீண்டும் கரைக்கு வந்தேன். அங்கு என் தாயாரின் மேலங்கி கிடந்தது. அவர் என்னைக் கைவிட்டுவிட்டுச் சென்றதற்கான கந்தல் அடையாளம் அது. அதை நான் நார்நாராகக் கிழிக்கத் துவங்கினேன். பிறகு அதை அங்குமிங்கும் வேகமாகச் சுழற்றி, கீழே மண்ணில் போட்டுக் கால்களால் மிதித்தேன். ஒரு பெரிய, தட்டையான, பழுப்பு நிறப் பொத்தான் என் கையில் வந்து விழுந்தது. இறுதியில் நான் அந்த மேலங்கியை அந்த ஆற்றுக்குள் வீசி எறிந்தேன்.

நான் எங்கள் வீட்டிற்குள் போக விரும்பவில்லை. எனவே, வெளியே கொட்டடியில் இருந்த ஒரு கிழிந்த போர்வையை எடுத்துப் போர்த்திக் கொண்டு, அந்தக் குளிரான இருட்டில் ஒரு மரத்தின் அருகே நான் ஒடுங்கி உட்கார்ந்தேன்.

காலைவரை நான் அங்கேயே காத்துக் கொண்டிருந்தேன். காலைக் கதிரொளி, மலைமுகட்டின் மேலாக வந்து பள்ளத்தாக்கிற்குள் தலைகாட்டியபோது, என் தாயார், ஒரு கரடுமுரடான பாதை வழியாக எங்கள் வீட்டை நோக்கி வந்து கொண்டிருந்ததை நான் பார்த்தேன். ஒரு சால்வையைத் தன் தோள்களைச் சுற்றிப் போர்த்தியபடி, எங்கள் யாரிடமும் இல்லாத ஒய்யாரத்துடனும் நளினத்துடனும் அவர் நடந்து வந்தபோது, கதிரொளி அவருடைய செந்நிறத் தலைமுடியின்மீது பட்டு அதை ஒளிரச் செய்தது.

அவர் என்னைக் கண்டபோது, என்னிடம் எதுவும் கூறவில்லை. நேற்று நான் வீட்டைவிட்டு ஓடிப் போனது பற்றி அவர் என்மீது கோபமாக இருந்தார் என்பதை என்னால் பார்க்க முடிந்தது.

அவர் எங்கள் வீட்டிற்குள் நுழைந்து அடுப்பைப் பற்ற வைத்தவுடன் வீடு கதகதப்பாக ஆனது. நான் சமையலறைக்குள் நுழைந்து, ஒரு மூலையில் இருந்த மரப்பெட்டி ஒன்றின்மீது உட்கார்ந்தேன். அவர் தனக்குத் தானே பேசிக் கொண்டதுபோலப் பேசத் தொடங்கினார். ஆனால் அவர் என்னிடம்தான் பேசிக் கொண்டிருந்தார் என்பது எனக்குத் தெரிந்தது. "இங்கிருந்து சிறிது தொலைவில் உள்ள நம் அண்டைவீட்டு மூதாட்டி ஒருவருக்கு உடம்பு சரியில்லை என்பதால், நான் அவருக்கு உதவுவதற்காகப் போயிருந்தேன்," என்று அவர் கூறினார்.

"ஆனால் நான் உங்கள் மேலங்கியை ஆற்றங்கரையின்மீது பார்த்தேன்."

"நீ என் மேலங்கியைப் பார்த்தாயா? அதை அந்த அண்டைவீட்டுச் சிறுமிக்கு நான் கொடுத்திருந்தேன். என்னிடம் சால்வை இருந்தது, ஆனால் அவளிடம் எதுவும் இருக்கவில்லை. அவள் சிறிது கவனக்குறைவானவள். அதை அவள் இங்கேயே விட்டுவிட்டுப் போய்விட்டாள் என்று நினைக்கிறேன்."

தான் ஓடிப் போய்விட்டிருந்ததாக நான் நினைத்துக் கொண்டிருந்ததை என் தாயார் உணர்ந்து கொண்டார் போலும். அவர் என்னை உற்றுப் பார்த்தார்.

"வலிமையான மக்கள், பயத்தால் ஒன்றிலிருந்து ஓடிப் போவதில்லை. வாழ்க்கையை வாழ்வதற்கான வழி அதுவல்ல. மாறாக, வலிமையான மக்கள், ஏதேனும் சிறப்பான ஒன்று இருந்தால் அதை நோக்கி ஓடிப் போகலாம்," என்று அவர் கூறினார்.

பிறகு அவர் எனக்குக் காலை உணவு பரிமாறினார். பிஸ்கட்டுகள், கையால் கடையப்பட்ட வெண்ணெய், இறைச்சி என்று, ஒரு பெரிய விருந்தை அவர் படைத்தார். அவர் என்னை மன்னித்துவிட்டார் என்பதை அது எனக்கு உணர்த்தியது. ஆனால் அவருடைய மேலங்கியை நான் என்ன செய்தேன் என்று நான் அவரிடம் ஒருபோதும் கூறவில்லை.

ஆண்டுகள் உருண்டோடின. இப்போது நான் இந்தப் பெரிய வெள்ளை அறையில், என் தாயின் கையைப் பிடித்துக் கொண்டு, அவரருகே அமர்ந்திருந்தேன். என் மேற்சட்டையின் உள்ளே இருந்த பழைய பொத்தானை என் விரல்கள் வருடிக் கொண்டிருந்தன. என் வாழ்வில் ஆயிரக்கணக்கான முறை, பயந்து போய் ஒன்றிலிருந்து தப்பி ஓடுவதற்கான எண்ணம் எனக்குத் தோன்றியபோதெல்லாம், நான் அந்தப் பொத்தானை வருடினேன். அதன் பிறகு நான் என் திசையை மாற்றிக் கொண்டேன்.

நான் இப்போது அந்தப் பொத்தனை இறுக்கமாகப் பற்றினேன். என் தாயார் இப்போது எங்கே ஓடிக் கொண்டிருந்தாலும் சரி, அவர் ஏதோ சிறப்பான ஒன்றை நோக்கித்தான் ஓடிக் கொண்டிருந்தார் என்பதை நான் அறிந்தேன்.

நம்முடைய பயங்களிலிருந்து பயந்து ஓடுவதை விட்டுவிட்டு, நம் கனவுகள், நாம் உறுதியாகக் கடைபிடிக்கின்ற கொள்கைகள் ஆகியவை உட்பட, 'சிறப்பான ஏதோ ஒன்றை' நோக்கி ஓடுவதற்குரிய துணிச்சலை, நம்முள் ஆழமாக உறைந்திருக்கின்ற, கொழுந்துவிட்டு எரிந்து கொண்டிருக்கின்ற ஏதோ ஒன்று நமக்குக் கொடுக்கிறது.

துணிச்சலின் மிக சவாலான வடிவங்களில் ஒன்று தன்னம்பிக்கை. உண்மையில், பலர் தங்களுக்குள் உள்நாட்டுக் கலகம் ஒன்றை நடத்திக் கொண்டிருக்கின்றனர். தாங்கள் யாராக இருக்கிறார்களோ, அது குறித்துப் பெருமிதமாக உணர்வதற்காக அவர்கள் சண்டையிட்டுக் கொண்டிருக்கின்றனர். கிராமிய இசையில் தனக்கென்று ஒரு பாணியை உருவாக்கிக் கொண்ட இசைக் கலைஞரான ரேபா மெக்என்டையர் இப்படிப்பட்ட ஒரு போராட்டத்தை மேற்கொண்டார்.

என்னுடைய சொந்தப் பாணி

அலானா நாஷுடன்
ரேபா மெக்என்டையர் பகிர்ந்து கொண்டது

1977ம் ஆண்டு செப்டம்பர் 17ம் நாளன்று, டென்னெஸீ மாநிலத்திலுள்ள நாஷ்வில் நகரில் அமைந்த 'கிராண்ட் ஓல் ஆப்ரி' இசை மேடையில் நான் நின்று கொண்டிருந்தேன். கிராமிய இசைக்கான தலையாய அந்த மேடையில் நான் முதன்முதலாக இரண்டு பாடல்களைப் பாடவிருந்தேன். அப்போது

எனக்கு இருபத்திரண்டு வயது. ஓக்லஹோமா மாநிலத்தின் கையோவா நகரில் நான் முதலாம் வகுப்பில் படித்துக் கொண்டிருந்த காலத்திலிருந்தே ஒரு மாபெரும் இசை நட்சத்திரமாக ஆக நான் கனவு கண்டு வந்திருந்தேன். சிறு வயதில் என் அண்ணனுடனும் என் தங்கையுடனும் சேர்ந்து நான் பல இடங்களில் பாடியிருந்தேன். ஒவ்வொரு நாளும் என்னை இக்கணத்திற்கு அருகே கூட்டி வந்திருந்ததுபோலத் தோன்றியது.

சூட்டுக்கோலால் அடையாளக் குறியிடும் நாளன்று பயந்து ஒடுங்கி நிற்கும் ஓர் இளங்கன்றைப்போல, உள்ளுக்குள் நான் பதற்றமாக இருந்தாலும், அன்று அந்த மேடையில் பாடுவதற்கு நான் தயாராக இருந்தேன். அப்போது ஒருவர் என்னிடம் வந்து, "ரேபா, இன்று ஒரே ஒரு பாடல் மட்டுமே பாட உனக்கு வாய்ப்புக் கொடுக்கப்படுகிறது," என்று கூறினார்.

"ஏன்?" என்று நான் கேட்டேன்.

"பிரபல பாடகியான டாலி, திடீரென்று இங்கு வந்திருக்கிறார்," என்று அவர் கூறினார்.

என் கால்கள் குழலாடின. "டாலி பார்ட்டன் இங்கு வந்திருக்கிறாரா?" என்று நான் கேட்டேன். அப்போது, மிக அழகான உடையலங்காரத்தில், டாலி, ஒய்யாரமாக நடந்து வந்தார். ஒரு நட்சத்திரம் என்றால் இப்படித்தான் இருக்க வேண்டும் என்று நான் நினைத்துக் கொண்டேன். அவரைக் கண்டதே எனக்குக் கிடைத்தப் பெரும் பாக்கியம் என்று நான் கருதினேன். நான் மேடையில் பாடினேனா இல்லையா என்பது பற்றி அதன் பிறகு நான் கவலைப்படவில்லை. டாலி பார்ட்டனை நேரில் கண்டதே எனக்குப் போதுமானதாக இருந்தது.

டாலி பார்ட்டன், நாஷ்வில் நகரின் முடிசூடா ராணியாக மட்டும் இருக்கவில்லை, அவர் என்னுடைய கதாநாயகியும்கூட. 1967ம் ஆண்டில் 'த போர்ட்டர் வாக்னர் ஷோ' என்ற தொலைக்காட்சி நிகழ்ச்சியில் அவருடைய பாடலை முதன்முதலாகக் கேட்ட நாளிலிருந்தே நான் அவருடைய பரம ரசிகையாக ஆகியிருந்தேன். அவர் எழுதியிருந்த பல பாடல்கள் பல குழந்தைப்பருவ நினைவுகளை எனக்குக் கொண்டு வந்தன. நான் கூடைப்பந்துப் போட்டிகளுக்குச் சென்றபோது, அவருடைய பாடல்களைப் பாடி அங்கிருந்த குழந்தைகளை உற்சாகப்படுத்தினேன்.

ஒருவரை அப்படியே நகலெடுப்பதுதான் நாம் அவருக்குக் கொடுக்கக்கூடிய மிகச் சிறந்த பாராட்டு என்று நான் கேள்விப்பட்டிருக்கிறேன். நான் இம்மி பிசகாமல் டாலியை அப்படியே நகலெடுத்தேன். நான் அவரை நன்றாக ஆய்வு செய்தேன். அவரால் மென்மையாகவும் உணர்ச்சிகரமாகவும் உரத்தக் குரலிலும் பாட முடிந்தது. நான் அவருடைய பாணியை அப்படியே பின்பற்ற முயற்சித்தேன். அவர் 'கித்தார்' இசைக்கருவியை வாசித்த விதத்தைக் கண்டு நான் பிரமித்தேன். அவர் ஒரு தொழிலதிபரும்கூட. திரைப்படங்களிலும் தொலைக்காட்சியிலும்கூட அவர் தோன்றியிருந்தார். நான் இப்போது அவற்றையெல்லாம் நினைத்துப் பார்த்தபோது, என் சிறுவயதிலேயே அவர் எனக்கு முன்மாதிரியாக இருந்திருந்தார் என்பதை நான் உணர்ந்தேன்.

டென்னெஸீ மாநிலத்தின் கிழக்குப் பகுதியில் பிறந்த அவருக்கு, குழந்தைப்பருவம் அவ்வளவு இனிமையானதாக அமையவில்லை. அவருடைய குடும்பம் ஏழ்மையானது. ஆனால் அவர் எப்போதுமே தடைகளைக் கடந்து தன் வாழ்வை மேம்படுத்த முயற்சித்தார். தான்

உண்மையிலே மிகக் கடினமாக உழைத்தால் தன்னால் என்னவெல்லாம் சாதிக்க முடியும் என்பதை அவர் பார்க்க விரும்பினார். நானும் அப்படியே செய்தேன்.

நான் டாலி பார்ட்டனாகவே வாழ்ந்தேன் என்று கூறினால் மிகையாகாது. ஆனால், நான் அவருடைய நிழலைவிட்டு ஒதுங்கி, ரேபாவாக வாழக் கற்றுக் கொள்ள வேண்டிய ஒரு நேரம் வந்தது. அதுதான் எனக்கு மிகக் கடினமானதாக இருந்தது.

நான் உயர்நிலைப் பள்ளியில் இருந்தபோது, எங்கள் பள்ளியில் கிராமிய—மேற்கத்திய இசைக் குழு ஒன்று இருந்தது. என் தாயார் எப்போதும் என்னிடம், "ரேபா, இவ்வுலகில் ஒரே ஒரு டாலி பார்ட்டன் மட்டுமே இருக்கிறார். பாடுவதில் நீ உன் சொந்தப் பாணியைக் கண்டுபிடிக்க வேண்டும். நீ டாலியிடம் பேசினால், அவர் உனக்குக் கொடுக்கின்ற முதல் அறிவுரை இதுவாகத்தான் இருக்கும்," என்று கூறினார்.

என் தாயார் கூறியது சரிதான். என்னுடைய ஆரம்பகால இசைத்தட்டுகளில் என் பாடல்களில் டாலியின் குரலை உங்களால் கேட்க முடியும். அவருடைய ஒலியை என் குரலிலிருந்து களைவதற்கு நான் கடினமாக உழைத்தேன். அவரை என் நினைவுகளிலிருந்து ஒட்டுமொத்தமாகத் தூக்கியெறிவது சாத்தியமற்றதாக இருந்தது. குறிப்பாக, நான் உடையணிந்த விதம் அப்படியே அவர் சாயலில் இருந்தது. அவர் பளபளப்பான ஆடைகளை விரும்பி அணிந்தார். நானும் அவ்வாறே செய்தேன். அவருடைய உடை வடிவமைப்பாளரான டோனி சேஸை என் உடைகளை வடிவமைப்பதற்கு நான் நியமித்தேன். டாலிக்கு அவர் எப்படிப்பட்ட உடைகளை வடிவமைத்தாரோ, அதேபோல எனக்கும் வடிவமைத்துக் கொடுத்தார். ஆனால் அது எனக்குப் பலனளிக்கவில்லை. அந்த உடையில் நான் நானாக இருக்கவில்லை. என் தாயார் கூறியதுபோல, தனக்கு சௌகரியமாக இல்லாத ஓர் உடையை டாலி நிச்சயமாக அணிந்திருக்க மாட்டார் என்பதை நான் உணர்ந்தேன்.

உடையலங்காரத்திலும் என் சொந்தப் பாணியை உருவாக்கிக் கொள்வதற்கு எனக்குச் சிறிது காலம் தேவைப்பட்டது. பல வருடங்களாக, நான் எந்த வகையான ஆடைகளை அணிய வேண்டும் என்று மக்கள் கூறினார்களோ, நான் அவற்றை அணிந்தேன். ஆனால் அவற்றில் நான் அசௌகரியமாக உணர்ந்தபோது, நான் ஏமாற்றப்பட்டது போன்ற ஓர் உணர்வு என்னுள் எழுந்தது. மாறாக, நான் எனக்கு விருப்பமான விதத்தில் உடையணிந்தபோது, உண்மையான 'நான்' வெளிப்பட்டேன். அப்போது நான் மிகச் சிறப்பாகச் செயல்பட்டேன்.

இப்போது எனக்கென்று சொந்தமாக ஒரு பாணியை நான் உருவாக்கியிருக்கிறேன். ஆனாலும் டாலியை சிறிதளவு பின்பற்றி, வியாபாரத்தில் இறங்கி, 'ரேபா' என்ற பெயரில் நவீன ஆடை வகைகளை நான் அறிமுகப்படுத்தியுள்ளேன்.

உண்மையான ரேபாவை இறுதியில் நான் கண்டுகொண்டுவிட்டேன். அதற்கு எனக்குச் சிறிது காலம் ஆனது உண்மை என்றாலும், ரேபா யார் என்பதை இப்போது நான் நன்றாக அறிவேன். ஆனால் நான் இன்னும் டாலியின் மிகப் பெரிய ரசிகை என்பதை நான் ஒப்புக் கொண்டாக வேண்டும்!

இந்த நட்சத்திர அந்தஸ்து திடீரென்று மறைந்தால் என்ன செய்வார் என்று ரேபாவின் முன்மாதிரியான டாலி பார்ட்டனிடம் கேட்கப்பட்டபோது, அவர், "எல்லோருடைய பாராட்டுகளும் ஒட்டுமொத்தக் கவனமும் எனக்கு எப்போதும் கிடைக்கும். நான் ஓர் உணவகத்தில் சிப்பந்தியாக இருந்தால், மிகப் பிரபலமான சிப்பந்தியாக இருப்பேன். என் திறமையால் மக்களை நான் மகிழ்ச்சிப்படுத்துவேன். மக்களை நான் சிரிக்கச் செய்வேன். நான் கீழ்நிலையிலிருந்து துவக்கக்கூடும். ஆனால், நான் விரும்பினால், விரைவில் எல்லாவற்றையும் என் கட்டுப்பாட்டிற்குள் என்னால் கொண்டு வர முடியும்," என்று கூறினார். தன்னம்பிக்கை என்ற வகையான துணிச்சல் டாலியிடம் நிச்சயமாக உள்ளது. தன் சொந்தப் பாணியை உருவாக்கிக் கொண்டதன் மூலம், ரேபாவால் டாலியின் நிழல்களைவிட்டு வெளியே வந்து, தன்னுடைய தன்னம்பிக்கையை வளர்த்துக் கொள்ள முடிந்தது.

ரத்தினச்சுருக்கமாக

லூபா எதிர்கொண்டதைப்போல உயிருக்கு ஆபத்து ஏற்படுத்தக்கூடிய தேர்ந்தெடுப்புகளை எதிர்கொண்டாலும் சரி, அல்லது நம்முடைய அன்றாட அமைதிக்கு அச்சுறுத்தலாக அமைகின்ற சிறு நிகழ்வுகளை எதிர்கொண்டாலும் சரி, நாமும் நம் சௌகரிய எல்லையைவிட்டு வெளியேறி, துணிச்சலான நடவடிக்கைகள் மூலம் நம்முடைய உறுதியான நம்பிக்கைகளைத் தூக்கி நிறுத்த வேண்டும். துணிச்சலையும் தன்னம்பிக்கையையும் வளர்த்துக் கொள்வதற்கான இது போன்ற முயற்சிகள், எல்லோரும் மேற்கொள்கின்ற அன்றாடப் பயணங்களே. இதில் யாரும் விதிவிலக்கல்ல. ஆனால் நாம் பக்குவமடையும்போது, மேன்மேலும் அதிக அளவில் தன்னம்பிக்கையை வளர்த்துக் கொள்வதும், பிறரை நகலெடுப்பதற்கு பதிலாக நமக்கென்று சொந்தமாக ஒரு பாணியை உருவாக்கிக் கொள்வதும்தான் நம்முடைய போக்காக இருக்க வேண்டும். நாம் அவ்வாறு செய்யும்போது, ரேபாவைப்போல, நம் உள்ளார்ந்த சந்தேகங்களிலிருந்து மீள்வதற்கான நம்முடைய திறனை நம்மால் விரிவுபடுத்திக் கொள்ள முடியும். நம்முடைய பார்வையாளர்கள் யாராக இருந்தாலும் சரி, நாம் நாமாக இருப்பது நமக்கு சுலபமாகவும் சௌகரியமாகவும் இருக்கிறது. பயம் இல்லாமல் இருப்பது துணிச்சல் அல்ல, மாறாக, அதைவிட முக்கியமான ஏதோ உள்ளது என்ற விழிப்புணர்வுதான் துணிச்சல் என்பதை உணர்ந்து கொள்வதுதான், அனைத்து வகையான மற்றும் அனைத்து நிலைகளிலான துணிச்சலை வளர்த்துக் கொள்வதிலுள்ள முக்கிய அம்சம்.

சிந்தனைக்காக

- உங்களுக்குத் துணிச்சல் தேவைப்படுகின்ற, நீங்கள் தற்போது சிக்கியுள்ள ஒரு குறிப்பிட்டச் சூழ்நிலையைப் பற்றி நினைத்துக் கொள்ளுங்கள். அச்சூழ்நிலையில் நீங்கள் துணிச்சலோடு இருப்பதுபோல உங்கள் மனத்தில் உங்களால் காட்சிப்படுத்திப் பார்க்க முடிந்தால், அப்போது நீங்கள் எந்தக் குறிப்பிட்ட வார்த்தைகளைப் பயன்படுத்திக் கொண்டிருப்பீர்கள்? எந்தக் குறிப்பிட்ட நடவடிக்கைகளை நீங்கள் மேற்கொண்டிருப்பதை நீங்கள் காண்பீர்கள்?
- உங்களுடைய பொதுவான பயங்கள் எவை? எவ்வளவு அடிக்கடி நீங்கள் அவற்றை எதிர்கொள்ள நேரிடுகிறது? இந்த பயங்களிலிருந்து மீள்வதற்கு, லூபா, லீ, அல்லது ரேபாவின் எடுத்துக்காட்டுகளில் இருந்து எவற்றை நீங்கள் கற்றுக் கொள்ளக்கூடும்?
- துணிச்சலையும் கரிசனத்தையும் சமநிலையில் கையாள்வதற்கான திறன்தான் ஒருவர் பக்குவமடைந்திருக்கிறார் என்பதை உணர்த்துகிறது. உங்களுடைய துணிச்சல், திறமையான கணிப்பாலும் சாதுரியத்தாலும் புடம் போடப்பட்டுள்ளதா அல்லது நீங்கள் உங்கள் தைரியத்தை உங்கள் பெருமைகளைத் தம்பட்டம் அடித்துக் கொள்வதற்குப் பயன்படுத்திக் கொள்வதாகப் பிறர் நினைக்கிறார்களா?
- நாம் நம்முடைய பலவீனங்கள் பற்றிய சிந்தனையிலேயே மூழ்கிக் கிடப்பதும், அவற்றைப் பயன்படுத்தி நம் சுயமதிப்பைச் சிரழித்துக் கொள்வதும் மிகவும் சுலபம். நீங்கள் எவற்றின்மீது அதிக கவனம் செலுத்துகிறீர்கள்: உங்கள் பலவீனங்கள்மீதா அல்லது வலிமைகள்மீதா? உங்கள் தோல்விகள்மீதா அல்லது வெற்றிகள்மீதா?

6

ஒழுங்கு

"தன்னைத் தானே வெற்றி கொள்ளாத மனிதனால் ஒருபோதும் சுதந்திரமாக இருக்க முடியாது."

- எபிக்டெட்டஸ்

உங்கள் வாழ்க்கைக்குப் பொறுப்பேற்றுக் கொள்வதற்கு ஏகப்பட்ட ஒழுங்கு தேவை. ஆனால் ஒழுங்கை வளர்த்துக் கொள்ள மக்கள் அவ்வளவு தயாராக இருப்பதுமில்லை, அதைத் தக்க வைத்துக் கொள்வது அவ்வளவு சுலபமானதுமில்லை. வெற்று விருப்பங்களிலிருந்தும் தவறான பழக்கங்களிலிருந்தும் மீள்வதற்குரிய மன உறுதி அதற்குத் தேவை. நமக்கு ஆசை காட்டி, அர்த்தமற்ற விஷயங்களை நோக்கி நம் கவனத்தைத் திசை திருப்பக்கூடிய பல சபலங்களின் ஈர்ப்பை எதிர்ப்பதற்குரிய நெஞ்சுரமும் அதற்குத் தேவை. ஆனால் எல்லாவற்றையும்விட மேலாக, எது அதிக முக்கியமானதோ அதன்மீது தொடர்ந்து ஒருமித்தக் கவனம் செலுத்துவது இன்றியமையாதது.

பின்வரும் கதைகளில் இடம்பெற்றுள்ள தனிநபர்கள் எல்லோருக்கும் கனவுகள் இருந்தன. ஆனால் அவர்கள் எதிர்கொண்ட பயங்கரமான முட்டுக்கட்டைகள் அனைத்தும் அவர்களுக்கு உள்ளேயேதான் இருந்தன. '10 லட்சம் டாலர்களை உதறித் தள்ளிய மனிதர்' என்ற உண்மைக் கதையில் வரும் ஜோ பேட்டர்னோ இதை முதலில் விளக்குகிறார். கல்லூரிகளிடையே மிகப் பிரபலமாக இருந்த பயிற்றுவிப்பாளர்களில் ஒருவரான ஜோ பேட்டர்னோவின் வெற்றிகளுக்கு, விளையாட்டு மைதானத்திலும் வெளியேயும் அவர் தன் அணியினரிடையே எதிர்பார்க்கின்ற தீவிர ஒழுங்குதான் முக்கியக் காரணம். அவருடைய வெற்றிகளுக்கு இன்னும் அதிகப் பங்காற்றுவது அவர் தன்னிடமிருந்து எதிர்பார்க்கின்ற தீவிர ஒழுங்குதான் என்பது அவரைப் பற்றி நன்றாக அறிந்தவர்களுக்குத் தெரியும்.

10 லட்சம் டாலர்களை உதறித் தள்ளிய மனிதர்

பெர்னார்டு ஆஸ்பெல்லுடன் இணைந்து ஜோ பேட்டர்னோ

நான் யார் என்று தீர்மானிக்கும் கட்டாயத்திற்கு நான் ஆளாகிய நாள் எனக்கு நன்றாக நினைவிருக்கிறது. இரவு முழுதும் கொட்டக் கொட்டக் கண்விழித்தபடி என் கடந்தகாலத்தோடு போராடிக் கொண்டும் என் எதிர்காலத்தைப் பற்றிப் புரிந்து கொள்ள முயற்சித்துக் கொண்டும் நான் என் படுக்கையின்மீது புரண்டு கொண்டிருந்தேன். 1972ம் ஆண்டு டிசம்பர் மாதம் அது. பென்சில்வேனியா மாநிலப் பல்கலைக்கழகக் கால்பந்து அணியின் தலைமைப் பயிற்றுவிப்பாளராக ஏழு வருடங்களாக நான் பணியாற்றி வந்திருந்தேன். நான் மனநிறைவோடு இருந்ததாக நான் நினைத்தேன்.

திடீரென்று ஒருநாள், எதிர்பாராத தொலைபேசி அழைப்பு ஒன்று எனக்கு வந்தது. பாஸ்டன் நகரைச் சேர்ந்த 'நியூ இங்கிலாந்து பேட்ரியாட்ஸ்' கால்பந்து அணியின் முன்னாள் தலைவரும் அதன் முக்கிய உரிமையாளருமான பில் சல்லிவனிடம் இருந்து எனக்கு வந்த அழைப்பு அது. "என் அணிக்கு நீங்கள் பயிற்சி அளிப்பது தொடர்பாக நான் உங்களை சந்தித்துப் பேச விரும்புகிறேன்," என்று அவர் கூறினார்.

எனக்கு வேறு பல வாய்ப்புகள் இருந்ததாகவும், தொழில்முறை கால்பந்து அணிக்குப் பயிற்சியளிக்க எனக்கு அவ்வளவு ஆர்வமில்லை என்றும் நான் சல்லிவனிடம் கூறினேன். அப்போது நான் எதிர்பார்த்திராத ஒன்றை அவர் என்னிடம் கூறினார். ஆண்டொன்றுக்குப் பதிமூன்று லட்சம் டாலர்கள் ஊதியமும், கிளை உரிமத்தில் ஒரு குறிப்பிட்டப் பகுதி உரிமையும், ஒப்பந்தத்தில் கையெழுத்திடுவதற்கு ஒரு லட்சம் டாலர் சிறப்புத் தொகையும் தரத் தான் தயாராக இருந்ததாக அவர் என்னிடம் தெரிவித்தார். இவ்வளவு பெரிய வாய்ப்பை என்னால் மறுக்க முடியவில்லை.

பென்சில்வேனியா மாநிலப் பல்கலைக்கழகத்தில் ஆண்டொன்றுக்கு வெறும் 35,000 டாலர்கள் சம்பளம் மட்டுமே நான் வாங்கிக் கொண்டிருந்தேன். அந்தப் பணம் என் குடும்பத்தின் தேவைகளை நிறைவேற்றுவதற்கு எப்போதுமே போதுமானதாக இருந்திருந்தது. ஆனால் சல்லிவன் கொடுக்கத் தயாராக இருந்த விலை என் தலையைக் கிறுகிறுக்கச் செய்தது. அன்றைய நாளின் முடிவில், "நான் அந்த வேலையை ஏற்றுக் கொண்டாக வேண்டும்," என்று நான் என் மனைவியிடம் கூறினேன்.

"ஜோ, உங்கள் விருப்பம் எதுவாக இருந்தாலும், அதில் எனக்கு சம்மதம்தான்," என்று என் மனைவி பதிலளித்தாள்.

நான் சல்லிவனைத் தொடர்பு கொண்டு, அந்த வேலையை ஏற்றுக் கொள்ள சம்மதம் தெரிவித்தேன். அன்றிரவு நானும் என் மனைவியும் தூங்கச் சென்றபோது, "இன்றிரவு, நீ ஒரு லட்சாதிபதியுடன் தூங்கப் போகிறாய்," என்று நான் வேடிக்கையாகக் கூறினேன்.

அதிகாலை இரண்டு மணியளவில், என் மனைவி ஒரு சாய்வு நாற்காலியில் அமர்ந்து எங்கள் கைக்குழந்தைக்குப் பால் கொடுத்துக்

கொண்டிருந்தாள். நான் தூங்கிக் கொண்டிருந்ததாக அவள் நினைத்திருந்தாள் என்று எனக்கு உறுதியாகத் தெரிந்தது. பாஸ்டனுக்குச் செல்லத் தனக்கு விருப்பமில்லை என்று அவள் என்னிடம் ஒருபோதும் கூறியிருக்கவில்லை. ஆனால் இப்போது அவளுடைய கண்களிலிருந்து தாரைதாரையாகக் கண்ணீர் வழிந்து கொண்டிருந்தது.

நான் படுக்கையில் படுத்தபடியே, நான் இங்கு விட்டுவிட்டுச் செல்லவிருந்த வாழ்க்கையைப் பற்றி சிந்தித்துக் கொண்டிருந்தேன். என் மனைவியை நான் முதன்முதலில் சந்தித்தப் பள்ளி, எங்களுடைய ஐந்து குழந்தைகளும் பிறந்து வளர்ந்த இந்த வீடு, என் கல்லூரி மாணவர்கள், என் அணியில் விளையாடிய வீரர்கள் ஆகியவை என் மனக்கண்ணில் தோன்றின.

சல்லிவன் கொடுத்த வாய்ப்பை ஏற்றுக் கொள்ள நான் ஏன் தயாராக இருந்தேன்? பாஸ்டன் ஒரு சிறந்த நகரம் என்பதாலா? அல்லது, அது ஒரு புதிய சவால் என்பதாலா? இவையெல்லாம் உண்மைதான். ஆனால் . . . நான் அந்த வேலையை ஒப்புக் கொண்டதற்கு முக்கியக் காரணம் பணம்தான்.

மேற்கொண்டு நான் செய்ய வேண்டும் என்பது உடனடியாக எனக்குத் தெரிந்தது. முக்கியமாக, நான் என்ன செய்ய விரும்பினேன் என்பது எனக்குத் தெளிவாகத் தெரிந்தது.

காலையில் நான் என் மனைவியிடம், "நீ ஒரு லட்சாதிபதியுடன் தூங்கச் சென்றாய். ஆனால் இப்போது என்னுடன் கண்விழித்திருக்கிறாய். நான் பாஸ்டனுக்குப் போகப் போவதில்லை," என்று கூறினேன். அக்கணத்தில் கடவுளுக்குத் தான் மனதார நன்றி கூறியதாகப் பின்னர் அவள் என்னிடம் தெரிவித்தாள்.

அந்த இரவு வேளையில் எனக்குக் கிடைத்த ஞானோதயம் ஒரு விஷயத்தை எனக்குத் தெளிவாகப் புரிய வைத்தது. தொழில்முறை கால்பந்து அணிகளுக்குப் பயிற்றுவிப்பதில் எனக்கு விருப்பம் இருக்கவில்லை. கல்லூரி மாணவர்களுக்குப் பயிற்சியளிப்பதையே நான் விரும்பினேன். மற்ற எந்தவொரு பயிற்றுவிப்பாளரையும் போலவே, என் அணி வெற்றி பெறுவதை நான் விரும்பினேன். ஆனால் வெற்றி மற்றும் தோல்வியைவிட அதிக முக்கியமான ஏதோ ஒன்று இருந்ததை நான் அறிந்தேன். என் அணியினர் தங்கள் தனிப்பட்ட ஒழுங்கிலும் தங்கள் படிப்பிலும் சிறப்பாக முன்னேறுவதையும், அவர்கள் நல்ல மனிதர்களாக உருவாவதையும் பார்க்கும் வாய்ப்பு எனக்கு வாய்த்திருக்கிறது. தொழில்முறை கால்பந்து விளையாட்டில் எனக்கு ஒருபோதும் கிடைக்க முடியாத ஓர் ஆழமான, நிரந்தரமான வெகுமதி அது.

1972ல் ஜோ அந்தத் தேர்ந்தெடுப்பை மேற்கொண்டு பல ஆண்டுகள் கடந்துவிட்டன. பல விளையாட்டு வீரர்கள் வந்து போயுள்ளனர். பல சாம்பியன் பட்டங்கள் வெற்றி கொள்ளப்பட்டுள்ளன. பயிற்றுவிப்பாளர்களின் சம்பளம் அதிகரித்துள்ளது. ஜோ பேட்டர்னோ, 1966லிருந்து 2011வரை, பென்சில்வேனியா மாநிலப் பல்கலைக்கழகத்தின் தலைமைப் பயிற்றுவிப்பாளராக இருந்தார். அவருடைய விளையாட்டு வீரர்களில் பலர் தொழில்முறை கால்பந்து விளையாடச் சென்றனர்.

மேலும் பலர் வெற்றிகரமான தொழிலதிபர்களாகவும் ஆசிரியர்களாகவும் ஆகியுள்ளனர். ஜோ பேட்டர்னோவும் அவர் கற்றுக் கொடுத்த விஷயங்களும்தான் தாங்கள் நல்ல நிலைமைகளில் இருப்பதற்குக் காரணம் என்று இவர்கள் அனைவருமே கூறுகின்றனர். இவை அனைத்தும், ஜோவும் அவருடைய மனைவியும் அந்தக் குறிப்பிட்ட இரவன்று மட்டுமல்லாமல், அதையடுத்து வந்த வருடங்கள் நெடுகிலும் அன்றாட அடிப்படையில் குறிக்கோள் குறித்து வெளிப்படுத்திய ஒழுங்கின் விளைவாக ஏற்பட்டவையே.

பின்வரும் உண்மைக் கதையில், கணவனைவிட்டுப் பிரிந்த ஒரு பெண்மணி ஓர் இக்கட்டான சூழ்நிலையை எதிர்கொள்கிறார். அதிக அர்த்தம் வாய்ந்த ஒரு வாழ்க்கைக்காக அதிக சம்பளத்துடனும் உயர்ந்த பதவியுடனும்கூடிய ஒரு வேலையைக் கைவிடுவதா அல்லது அதிக வசதியான வாழ்க்கைக்காக அர்த்தமற்ற ஒரு வாழ்க்கையை வாழ்வதா என்று தீர்மானிக்க அவர் போராட வேண்டியிருந்தது.

இப்போது இல்லை என்றால், பிறகு எப்போது?

சாரா மஹோனி

வாழ்க்கையிலிருந்து ஓடிவிட வேண்டும் என்ற உணர்வு எனக்கு முதன்முதலாக ஏற்பட்டபோது, நான் என் குழந்தைகளுடன் ஒரு மலையின்மீது உட்கார்ந்து கொண்டிருந்தேன். அன்று இதமான வெயில் காய்ந்து கொண்டிருந்தது. அதே சமயம், குளிர்ந்த காற்றும் வீசியது. அப்போது என் ஒன்பது வயது மகள் மேகியும் எட்டு வயது மகன் எவெனும் ஒருவரையொருவர் துரத்திப் பிடித்து விளையாடிக் கொண்டும், பாறைகள்மீது ஏறிக் கொண்டும், புல்லின்மீது புரண்டு கொண்டும் மகிழ்ச்சியாக விளையாடிக் கொண்டிருந்தனர்.

மின்னஞ்சல்கள், தொலைபேசிகள் ஆகியவற்றிடமிருந்து வெகு தொலைவில் இருந்த நான், பல வருடங்களாக அனுபவித்திராத அமைதியை அப்போது உணர்ந்தேன். நான் என் குழந்தைகளுடன் நெருக்கமாக இருந்ததுபோலவும் பாதுகாப்பாகவும் உணர்ந்தேன். கடந்த எட்டு நாட்களாக, காலையிலும் மதியமும் இரவிலும் அவர்கள் என்ன சாப்பிட்டார்கள் என்பதை நான் அறிந்திருந்தேன்.

அப்போது எனக்குள் இருந்து ஒரு குரல், "சாரா, வருடத்திற்கு ஒருமுறை மட்டுமே உன்னால் உன் குழந்தைகளோடு இப்படியொரு விடுமுறையைக் கழிக்க முடியும் என்றால், நீ நடத்திக் கொண்டிருக்கும் வாழ்க்கையை நீ உண்மையிலேயே விரும்புகிறாயா?" என்று கேட்டது. அந்த எண்ணம் திடீரென்று எங்கிருந்து வந்தது என்று எனக்குத் தெரியவில்லை.

நான் வேகமாக சுயநினைவுக்கு வந்தேன். ஒரு பிரபலமான பெண்கள் பத்திரிகையின் பதிப்பாசிரியராக நான் வேலை செய்து கொண்டிருந்தேன். அந்த வேலையிலிருந்து விலகுவது பற்றி என்னால் யோசித்துக்கூடப் பார்க்க முடியவில்லை. பதிப்பாசிரியர் என்ற முறையில், தலையங்கங்களை எழுதுவது, எழுத்துப் பிரதிகளைத் திருத்துவது, பழைய பிரபலங்களை சுவாரசியமானவர்களாக மீண்டும் சித்தரிப்பது போன்றவற்றில் நான் தினமும் மும்முரமாக இருந்தேன்.

என் வேலை மிக அருமையானது. அதைவிட்டு விலகுவது தற்கொலை செய்து கொள்வதற்கு சமம். "இது போன்ற இன்னொரு வேலை உனக்கு ஒருபோதும் கிடைக்காது," என்று எனக்குள் இருந்த யதார்த்தம் கூறியது. எனவே, வளர்ந்தவர்கள் என்ன செய்வார்களோ, அதையே நானும் செய்தேன். நான் அந்த யதார்த்தக் குரலிடம், "வாயை மூடு. என்னைப் போன்றவர்களால் இப்படிப்பட்ட வேலையைவிட்டு விலக முடியாது," என்று கூறினேன்.

நான் என் குழந்தைகளை அழைத்துக் கொண்டு அந்த மலையைவிட்டுக் கீழே இறங்கினேன். பிறகு நாங்கள் மூவரும் எங்கள் வீட்டை நோக்கிப் பயணித்தோம்.

வசந்தகாலம் முடிந்து கோடைக்காலம் வந்தது. கடற்கரை மணலில் விளையாடுவதிலும் குழந்தைகளுக்கான உல்லாச முகாம்களுக்குச் சென்று வருவதிலும் குழந்தைகள் தங்கள் பொழுதைக் கழித்தனர். அது ஓர் இனிய கோடைக்காலமாக இருந்தது. நல்ல தட்பவெப்ப நிலை செப்டம்பர் மாதமும் தொடர்ந்ததில் நியூயார்க் நகர மக்கள் மகிழ்ந்தனர். ஒவ்வொரு நாளும் முந்தைய நாளைவிட அதிக அழகானதாக இருந்தது.

செப்டம்பர் 11ம் நாளன்று காலையில், நன் என் கராத்தே வகுப்பு முடிந்து ஒரு வாடகைக் காரில் ஏறினேன். என் குழந்தைகளும் நானும் அந்த மலையில் கழித்த நாளைப்போலவே, அன்றும் வானம் தெளிவாக இருந்ததும் இதமான காற்று வீசியதும் எனக்கு நன்றாக நினைவிருக்கிறது. தாங்கள் விளையாடிக் கொண்டிருந்த இடத்திற்கு அருகில் சில மலையாடுகள் ஏறி வந்து கொண்டிருந்ததைக் கண்ட என் மகன் எவென் "அம்மா!" என்று உற்சாகமாகக் கத்தியதை நான் நினைத்துப் பார்த்தேன்.

"உலக வர்த்தக மையத்தின் இரட்டைக் கோபுரங்கள் இடிந்து விழுந்து கொண்டிருக்கின்றன," என்று நான் சென்று கொண்டிருந்த காரின் ஓட்டுனர் என்னிடம் கூறினார். பிறகு, தன் காரில் இருந்த வானொலியின் சத்தத்தை அவர் அதிகரித்தார். நாங்கள் அச்செய்தியை அதிர்ச்சியோடு கேட்டோம்.

அடுத்த நாள் காலையில், என் மகன் தன் விளையாட்டுப் பொருட்களுடன் தன் படுக்கையில் விளையாடிக் கொண்டிருந்தான். நான் அவனுடைய தலையில் முத்தமிட்டுவிட்டு, என்னைக் கட்டுப்படுத்திக் கொள்ள முடியாமல் அழுதேன். உலக வர்த்தக மையத்தின் கட்டடங்கள் எரிந்து கொண்டிருந்த காட்சியை முந்தைய நாள் இரவில் தொலைகாட்சிச் செய்தியில் நான் பார்த்திருந்தேன்.

என்னுடன் கராத்தே பயின்ற கேப்டன் பேட்ரிக் பிரவுன், நியூயார்க் தீயணைப்புப் படையில் வேலை செய்தார். விபத்து நடந்த இடத்திற்கு அவர் நிச்சயமாக அனுப்பி வைக்கப்பட்டிருப்பார் என்பது எனக்கு உறுதியாகத் தெரிந்தது.

நானும் என் குழந்தைகளும் அவருக்காகவும் மற்றவர்களுக்காகவும் பிரார்த்தனை செய்தோம். நாங்கள் பொதுவாக இவ்வாறு ஒன்றாகப்

பிரார்த்திப்பது இல்லை. ஒருசில வாரங்களுக்கு, நாங்கள் எங்கள் வீட்டில் இரவு முழுதும் மெழுகுவர்த்திகளை ஏற்றி வைத்தோம். போர், சமாதானம், பழியுணர்வு, மன்னிப்பு, துக்கம், பயம் ஆகியவற்றைப் பற்றி நாங்கள் பேசினோம்.

நாட்கள் செல்லச் செல்ல, அந்த இடிபாடுகளில் சிலராவது தப்பிப் பிழைத்திருப்பார்கள், காப்பாற்றப்பட்டிருப்பார்கள் என்ற நம்பிக்கை கரைந்து போனது. பேட்ரிக்கும் அவருடைய குழுவைச் சேர்ந்தவர்களில் பாதிப் பேரும் இன்னும் பலரும் இறந்துவிட்டனர்.

மற்றவர்களோடு சேர்ந்து நானும் மெல்ல மெல்ல இயல்பு வாழ்க்கைக்குத் திரும்பினேன். ஆனால் செப்டம்பர் 11ம் தேதி நடந்த அந்தக் கொடூர நிகழ்வு என்னில் ஏதோ ஒரு மாற்றத்தை ஏற்படுத்தியிருந்தது.

நான் பேருந்தில் பயணித்தபோதும் இரவில் தூங்க முயற்சித்தபோதும் இரண்டு குரல்கள் என் மனத்தில் எப்போதும் விவாதித்தன:

"வேலையை விட்டுவிடு," என்று ஒரு குரல் கூறியது. அது என்னுள் இருந்து பேசிய ஆலோசனையாளர் குரல்.

என் வேலைக்கு வக்காலத்து வாங்கிய தொழில்வாழ்க்கைக் குரல் அதற்கு இவ்வாறு பதிலளித்தது: "உன்னால் வேலையை விட முடியாது. நீ எப்படி வாழ்க்கை நடத்துவாய்? உன் குழந்தைகளைப் பார்த்துக் கொள்கின்றவருக்கும், இந்த வீட்டிற்கும், உன் காருக்கும், உணவுக்கும் ஆகும் செலவுகளுக்கு யார் பணம் கொடுப்பார்கள்?"

"நீ ஓர் எழுத்தாளர்தானே? பத்திரிகைகளில் உனக்கு அப்படித்தானே வேலை கிடைத்தது? பல வருடங்களுக்கு முன்பு நீ ஓர் எழுத்தாளராக இருந்தாய். அதை நீ மிகவும் விரும்பினாய். இப்போது நீ அதை மீண்டும் செய்தால், உன் குழந்தைகளைப் பார்த்துக் கொள்வதற்கு உனக்கு வேறு யாரும் தேவையில்லை," என்று என் ஆலோசனையாளர் குரல் மெதுவாகக் கூறியது.

"இப்போது நீ அதைச் செய்யாதே. வேலையிலிருந்து ஓய்வு பெறும் நேரம் வரும்போது மக்கள் செய்கின்ற காரியம் அது," என்று என் தொழில்வாழ்க்கைக் குரல் கூறியது.

அதற்கு என் ஆலோசனையாளர் குரல், "இல்லை, இப்போதே நீ உன் வேலையை விட வேண்டும். உன் நேரம் கரைந்து கொண்டே போகிறது. உன் குழந்தைகள் விரைவில் பருவ வயதை எட்டிவிடுவார்கள். பிறகு அவர்கள் உன்மீது ஆர்வம் காட்டுவதைவிட, வெளியே சுற்றித் திரிவதில் அதிக ஆர்வம் காட்டத் தொடங்கிவிடுவார்கள்," என்று பதிலளித்துவிட்டு, "இந்தத் தீர்மானத்தை நீ இப்போது எடுக்கவில்லை என்றால், பிறகு எப்போது எடுப்பாய்?" என்று கேட்டது.

"நியூயார்க்கில் வாழ்க்கை நடத்துவது அதிகச் செலவு மிக்கது."

"அப்படியென்றால், இந்த இடத்தைக் காலி செய்துவிட்டு, மெயின் மாநிலத்திற்குப் போ."

"என் தாயாரை என்ன செய்வது? அவர் ஞாபக மறதியால் துன்புற்றுக் கொண்டிருக்கிறார். அவரை இங்கே காப்பகத்தில் தனியாக விட்டுவிட்டு நான் எப்படி வேறு இடத்திற்குப் போவது?"

என் ஆலோசனையாளர் குரல், வருத்தத்துடன், "உன் தாயார் உன்னை விட்டுவிட்டுப் போகப் போகிறார். மேலும், மெயின் மாநிலத்திலும் இத்தகைய காப்பகங்கள் இருக்கின்றன," என்று பதிலளித்தது.

டிசம்பர் மாதத்தில் ஒருநாள், என் நாற்பத்தியோராவது பிறந்தநாளுக்கு சில நாட்களுக்கு முன்பு, நாங்கள் வேறு ஊருக்குக் குடிபெயரவிருந்ததாக நான் என் குழந்தைகளிடம் கூறினேன். நான் என் மேலதிகாரியிடம் விஷயத்தைத் தெரிவித்துவிட்டு, என் வீட்டை விற்பதற்காக வீடுமனை முகவர்களைத் தொடர்பு கொண்டேன்.

மெயின் மாநிலத்தின் போர்ட்லேன்ட் நகருக்கு வெகு அருகே உள்ள ஒரு சிறுநகரில் இப்போது நான் என் குழந்தைகளுடன் வாழ்ந்து கொண்டிருக்கிறேன். வீட்டில் இருந்தபடியே முழுநேர எழுத்தாளராக நான் வேலை செய்கிறேன். எங்கள் வீட்டிற்கு அருகில் ஓர் அழகான பூங்கா உள்ளது. அதனருகில், பசுமையால் சூழப்பட்ட ஒரு சிறிய குன்று இருக்கிறது. அதில் காட்டு வான்கோழிகளும் மான்களும் ஏராளமாக உள்ளன.

எங்களுக்கு விருப்பமான நேரத்தில் நானும் என் குழந்தைகளும் எங்கள் நாயுடன் அங்கு சென்று வருகிறோம். அந்தக் குன்றின்மீது ஏறிச் சென்று, ஒரு பாறையின்மீது அமர்ந்து, இந்த அழகான உலகத்தைப் பார்த்து மகிழ்ந்து, கடவுளுக்கு நான் நன்றி கூறுகிறேன்.

ஜோ பேட்டர்னோவைப்போலவே, வாழ்வில் தனக்கு எது மிகவும் முக்கியம் என்பதை சாரா மஹோனியும் முதலில் தீர்மானித்தார். பிறகு, மற்ற சபலங்கள் அனைத்தையும் புறக்கணித்துவிட்டு, தனக்கு மிகவும் பிடித்த விஷயங்களைச் செய்வதற்கான ஒழுங்கை அவர் கடைபிடித்தார்.

முந்தைய இரண்டு கதைகளும், தொழில்வாழ்க்கை தொடர்பான தேர்ந்தெடுப்புகளை மேற்கொள்வதில் தேவைப்பட்ட ஒழுங்கை விளக்கின. ஆனால் ஒழுங்கு என்பது, தடகளப் பயிற்சி, படிப்பு ஆகியவை உட்பட, வாழ்வின் அனைத்து அடிப்படை அம்சங்களிலும் தேவைப்படுகிறது. சில சமயங்களில், ஒரு நண்பரிடமிருந்து சிறிதளவு உதவியைப் பெறுவதும் உதவிகரமாக இருக்கிறது.

ஒழுங்கே உயர்வு

பீட்டர் மிச்செல்மோர்

வசந்தகாலத்தின் அந்தக் குளிரான மதிய வேளையில், அந்த உயர்நிலைப் பள்ளியின் கால்பந்து மைதானத்தில் பேய்த்தனமான காற்று வீசியது. ஆனால் சார்லி கேனின் கண்கள், சிவப்பு நிறக் கால்சட்டையுடன் ஓடுகளத்தில் ஓடிக் கொண்டிருந்த ஒடிசலான சிறுவனின்மீது நிலைத்திருந்தன. அச்சிறுவனின் ஓட்டம் சொல்லிக் கொள்ளும்படியாக இருக்கவில்லை.

"ஓடுவதில் பிரையனுக்கு அலாதி விருப்பம்," என்று அவருக்குப் பக்கத்தில் நின்று கொண்டிருந்த சூ பாயெட் என்ற பெண்மணி கூறினார்.

அவருடைய குரல் கெஞ்சுவதுபோல இருந்தது. ஒன்பது வருடங்களுக்கு முன்பு அவருக்கும் அவருடைய கணவருக்கும் இடையே விவாகரத்து ஏற்பட்டிருந்தது. தன் ஒன்பது வயது மகனுக்கு ஓட்டப் பயிற்சி அளிப்பதற்காக ஒரு திறமையான நபரை அவர் தேடிக் கொண்டிருந்தார். அவருடைய தோழி ஒருவர் சார்லி கேனிடம் அவரை அறிமுகப்படுத்தியிருந்தார். நரைத்தத் தலைமுடியுடன் இருந்த சார்லிக்கு அப்போது ஐம்பத்தெட்டு வயது. அவருடைய தோற்றத்தைக் கண்டால் அவர் ஒரு பயிற்றுவிப்பாளர் என்று யாரும் கூற மாட்டார்கள். உண்மையில், அவர் அப்போது ஓர் அச்சகத்தில் அச்சுத் திருத்துபவராக இருந்தார். அவர் ஓட்டக்காரர்களுக்குப் பயிற்சியளித்துப் பல ஆண்டுகள் ஆகியிருந்தன.

பிரையன் தான் ஓடி முடிக்க வேண்டிய சுற்றுகளை ஓடிவிட்டு, சார்லியை ஓரக்கண்ணால் பார்த்தபடியே தன் தாயிடம் சென்றான்.

"ஓடுவது உனக்கு மிகவும் பிடிக்கும் என்று உன் தாயார் கூறுகிறார். ஆனால் நீ உண்மையிலேயே பயிற்சி பெற விரும்புகிறாயா?" என்று சார்லி அவனிடம் கேட்டார்.

பிரையன் அவருடைய பார்வையைத் தவிர்த்துக் கொண்டே, "அப்படித்தான் நினைக்கிறேன்," என்று கூறினான். ஆனால் இந்த அரைமனது அர்ப்பணிப்பில் சார்லிக்கு உடன்பாடு இருக்கவில்லை. பிரையன் முழு மனத்துடன் "ஆமாம்!" என்று கூறும்வரை, அவர் அவனிடம் தொடர்ந்து துளைத்துத் துளைத்துக் கேட்டார்.

அவன் முழு மனத்துடன் ஒப்புக் கொண்டவுடன், "சரி, அப்படியென்றால் நான் உனக்குப் பயிற்சி அளிக்கிறேன்," என்று சார்லி கூறினார்.

சார்லிக்கு வாழ்வில் ஒரு பிடிப்பு இல்லாமல் போயிருந்தது. அவருடைய மூத்த மகன்கள் இருவரும் படித்து முடித்துவிட்டு, வீட்டைவிட்டு வெளியேறி, தத்தம் வேலையில் மும்முரமாக இருந்தனர். அவருடைய கடைசி மகன் கடற்படையில் சேரவிருந்தான்.

ஓர் உயர்நிலைப் பள்ளி ஆசிரியராகவும் ஓட்டப் பயிற்சி அளிக்கும் பயிற்றுவிப்பாளராகவும் ஆவதுதான் முதலிலிருந்தே சார்லியின் லட்சியமாக இருந்து வந்திருந்தது. இறுதியில் அவர் ஒரு முதுகலைப் பட்டம் பெற்று, நியூஜெர்ஸியைச் சேர்ந்த பள்ளிகளில் பதிமூன்று வருடங்கள் பணியாற்றி, தனக்கு மிகவும் பிடித்ததைச் செய்தார். எப்படிப் படிப்பது என்பதையும், எப்படி ஓடுவது என்பதையும் அவர் தன் மாணவர்களுக்குக் கற்றுக் கொடுத்தார்.

ஆனால் 1970களில் அவருக்கு விவாகரத்து ஏற்பட்டபோது, குழந்தைகளை வளர்க்கும் பொறுப்பு அவரிடம் ஒப்படைக்கப்பட்டது. அவர் தன் குழந்தைகளுடன் கலிபோர்னியாவிற்குக் குடிபெயர்ந்து ஒரு புதிய வாழ்க்கையைத் துவக்கினார். அங்கு ஓர் உயர்நிலைப் பள்ளியில் இரண்டு வருடங்களாக அவர் ஒரு தடகளப் பயிற்றுவிப்பாளராக இருந்தார். அவருக்கு அதிகச் சம்பளம் தேவைப்பட்டதால், தொழில்நுட்பக் கையேடுகளின் பதிப்பாசிரியராக அவர் ஒரு வேலையை ஏற்றுக் கொண்டார். நியூஜெர்ஸியின் நினைவு அவரை வாட்டியெடுத்தது. எனவே, 1994ல் அவர் மீண்டும் நியூஜெர்ஸிக்குத் திரும்பிச் சென்று, அச்சுத் திருத்தும் வேலை ஒன்றில் சேர்ந்தார். அதில் கிடைத்த வருமானம் அவருடைய செலவுகளுக்குப்

போதுமானதாக இருந்தது. ஆனால் அது அவருக்கு எந்த ஆழமான திருப்தியையும் கொடுக்கவில்லை. பயிற்றுவிப்புதான் அவருக்கும் பிரையனுக்கும் தேவைப்பட்டது.

பிரையன் தன் புதிய பயிற்றுவிப்பாளரிடம் முதலில் எதிர்ப்புக் காட்டினான். ஆனால் சார்லி அவனுக்குப் பயிற்சியளிக்கத் துவங்கிய சில நாட்களிலேயே, அவன் தன் சொந்த ஊரான பார்சிப்பனி ஹில்ஸில் இரண்டு நெடுந்தூர ஓட்டங்களில் பங்கு கொண்டான்.

"முதலில் மெதுவாக ஓடு. பிறகு மெல்ல மெல்ல வேகத்தை அதிகரித்து, இறுதிச் சுற்றில் அதிவேகமாக ஓடி எல்லைக் கோட்டைத் தாண்டு," என்று சார்லி அவனுக்கு அறிவுறுத்தினார்.

800 மீட்டர் ஓட்டப் பந்தயம் தொடங்கியவுடனேயே, பிரையன் உச்சபட்ச வேகத்தில் ஓடினான். கடைசி 100 மீட்டர் தூரத்தைக் கடக்க வேண்டியிருந்தபோது, அவன் தன் ஆற்றல் முழுவதையும் இழந்திருந்தான். அப்போட்டியில் அவன் தோல்வியடைந்தான். சார்லி பெருங்கோபம் கொண்டார்.

"நீ என் வழியைப் பின்பற்றப் போகிறாயா அல்லது உன் வழியில் போகப் போகிறாயா?" என்று அவர் உறுமினார். பிரையன் அதற்கு பதிலேதும் கூறவில்லை.

அடுத்த 1600 மீட்டர் போட்டியில், பிரையன் மீண்டும் தொடக்கத்திலேயே முதலாவதாக ஓடினான். ஆனால் பிறகு, களைப்பினாலோ அல்லது வேறு ஏதோ காரணத்தாலோ, அவன் மற்றவர்களைவிடப் பின்தங்கினான். ஆனால் இறுதிச் சுற்றில், அவன் தன் ஆற்றல் முழுவதையும் ஒன்றுதிரட்டி வேகமாக ஓடி, எல்லோரையும் முந்திச் சென்று முதலாவதாக எல்லைக் கோட்டைக் கடந்து வெற்றி பெற்றான்.

அவன் மூச்சிறைத்தபடியே தன் பயிற்றுவிப்பாளரிடம் வந்து, "நான் உங்கள் வழியைப் பின்பற்றுகிறேன்!" என்று ஒரு புன்னகையுடன் கூறினான்.

சார்லி கேனின் வேலை நேரம் முடிந்த பிறகு, அவர்கள் இருவரும் ஒவ்வொரு நாளும் மாலையில் ஓடுகளத்தில் சந்தித்துக் கொண்டனர். நாட்கள் மாதங்களாகி, பிறகு வருடங்களாயின.

பிரையனுக்குப் பதிமூன்று வயது ஆனபோது, அவன் பருவ வயதினருக்கான நெடுந்தூர ஓட்டப் பந்தயங்கள் பலவற்றில் வெற்றி பெற்றான். அனைத்துப் பந்தயங்களிலும் இறுதிச் சுற்றுகளில் அவன் அதிவேகத்தில் ஓடி முதலாவதாக எல்லைக் கோடுகளைக் கடந்தான். "நீ என்றேனும் ஒருநாள் அமெரிக்க ஒலிம்பிக் குழுவில் இடம்பெறுவாய்," என்று சார்லி கேன் அவனிடம் கூறினார்.

பிரையனின் தன்னம்பிக்கை வளர்ந்தது. ஆனால் அவனுடைய தாயார் சூசன், தன் மகனுக்கும் தன் மகள் ஜெனிபருக்கும் தான் செய்ய வேண்டியவற்றைத் தான் செய்து கொண்டிருக்கவில்லை என்று கவலைப்பட்டார். அவருடைய விவாகரத்திற்குப் பிறகு, பணம் பற்றாக்குறையாக இருந்தது. வீடுகளுக்குத் தோட்டங்களை உருவாக்கிக் கொடுத்த ஒரு சிறிய நிறுவனத்தில் அவர் ஒரு கணக்காளராக வேலை செய்தார். ஆனால் அந்நிறுவனம் ஒவ்வொரு குளிர்காலத்திலும் இரண்டு மாதங்களுக்கு மூடப்பட்டது. அப்போதெல்லாம் சூசன் வேலை இல்லாமல் இருந்தார்.

சார்லியின் வருமானமும் சொல்லிக் கொள்ளும்படியாக இருக்கவில்லை. எனவே அவர் சூசனோடும் அவருடைய குடும்பத்தோடும் சேர்ந்து சூசனின் வீட்டில் ஒன்றாக வாழ அவரிடம் அனுமதி கேட்டார். தன்னுடைய வருமானத்தையும் சூசனின் வருமானத்தையும் கொண்டு தங்கள் அனைவராலும் வசதியாக வாழ முடியும் என்று அவர் பரிந்துரைத்தார். "நீங்கள் ஏற்கனவே எங்கள் குடும்பத்தில் ஒருவராக ஆகிவிட்டீர்கள். எனவே, உங்கள் பரிந்துரையை நான் ஏற்றுக் கொள்கிறேன்," என்று சூசன் பதிலளித்தார்.

1997ம் ஆண்டு ஜனவரி மாதத்தில், சார்லி, சூசனின் வீட்டிற்குக் குடிபெயர்ந்தார். அவ்வீட்டின் அடித்தளத்தில் ஒரு படுக்கை அவருக்குக் கொடுக்கப்பட்டது. அதே வருடம், பிரையன் ஏழடி உயரம் வளர்ந்து, உயர்நிலைப் பள்ளிக்குள் அடியெடுத்து வைத்தான். அவன் இப்போது ஒரு தொழில்முறை ஓட்டக்காரனைப்போலக் காணப்பட்டான். ஆனால் படிப்பில் அவன் சுமாரான மாணவனாகவே இருந்தான்.

உயர்நிலைப் பள்ளி மாணவர்கள், ஹோமரின் 'த இலியட்' நூலைப் படிக்க வேண்டியிருந்தது. ஆனால் அதை ஏன் தாங்கள் படிக்க வேண்டும் என்று பிரையனுக்குப் புரியவில்லை. சார்லிக்கு அது புரிந்தது. ஓர் இரவில், 'டுரோஜன்' போரைப் பற்றி கிரேக்க மொழியில் ஹோமர் எழுதியிருந்த ஒரு பிரபலமான கவிதைக் காவியத்தின் ஒரு மொழியாக்கத்துடன், சார்லி, சமையலறை மேசையில் பிரையனுக்காகக் காத்துக் கொண்டிருந்தார்.

"இதெல்லாம் எதைப் பற்றியது?" என்று பிரையன் அவரிடம் கேட்டான்.

"இது வாழ்க்கையைப் பற்றியது!" என்று கூறிய சார்லி, உட்காரும்படி பிரையனுக்கு சைகை காட்டினார்.

சூசனும் ஜெனிபரும் சமையல் செய்து கொண்டிருந்தபோது, சார்லி, அந்தப் புராதனக் கவிதையை, ஏற்ற இறக்கங்களுடன் மிக அழகாகப் படித்தார். பிரையன் ஆச்சரியத்துடன் அதைக் கேட்டான். சில நிமிடங்களுக்குப் பிறகு, அக்கவிதையைப் படிக்க முயற்சிக்குமாறு சார்லி அவனை வற்புறுத்தினார்.

தர்மசங்கடமாக உணர்ந்த பிரையன், இறுதியில் அதைப் படிக்கத் துவங்கினான். வீரம், கோழைத்தனம், விசுவாசம், நயவஞ்சகம் ஆகியவற்றை விவரித்த அக்கதையில் அவன் விரைவில் மூழ்கிப் போனான்.

இது ஒவ்வோர் இரவும் பல வாரங்களுக்குத் தொடர்ந்தது. அதிகாலையிலும் மதியத்திலும் ஓடுகளத்தில் ஓட்டப் பயிற்சி; இரவு உணவிற்குப் பிறகு ஹோமரின் இலியட். இவற்றின் ஊடாக, சார்லி வேறொரு முக்கியமான விஷயத்தில் பிரயனுக்குப் பயிற்சி அளித்துக் கொண்டிருந்தார். ஒரு மனிதனாக ஆவதைப் பற்றி அவர் அவனுக்குக் கற்றுக் கொடுக்கத் தொடங்கியிருந்தார்.

டுரோஜன் கதையின் நாயகனான ஹெக்டர், தன்னைவிட அதிக வலிமையான கிரேக்க வீரனான அக்கில்லிஸைக் கைச்சண்டையில் நேருக்கு நேர் எதிர்கொள்வது பற்றிய பத்திகளை பிரையனும் சார்லியும் சேர்ந்து படித்தனர். துவக்கத்தில், சக்திவாய்ந்த கடவுள்கள் அக்கில்லிஸுக்கு சாதகமாகத்தான் இருந்தனர் என்பதை அறிகின்ற ஹெக்டர், பயந்து போய் ஓட்டமெடுக்கிறான். ஆனால் ஒருசில கணங்களில் அவன் தன் ஓட்டத்தை

நிறுத்திவிட்டு, எப்படியிருந்தாலும் தன் முடிவு நிச்சயம் என்பதை உணர்ந்து கொண்டவனாக, தன் கௌரவத்தைக் காப்பாற்றிக் கொள்வதற்காகத் தன் எதிரியை எதிர்கொள்ளத் திரும்புகிறான். பயத்தால் ஊடுருவ முடியாதபடி இருப்பது துணிச்சல் அல்ல, மாறாக, ஒன்றைக் குறித்து பயம் இருந்தாலும், ஹெக்டரைப்போல அந்த பயத்தை எதிர்கொள்வதுதான் துணிச்சல் என்று சார்லி பிரையனிடம் கூறினார்.

காலையில் ஓட்டப் பயிற்சியும் இரவில் வாசிப்புப் பயிற்சியும் தினமும் தொடர்ந்தன. மெல்ல மெல்ல, இவ்விரண்டு பயிற்சிகளுமே பலனளிக்கத் துவங்கின. பிரையனின் படுக்கையறை அலமாரிகள் ஏராளமான புத்தகங்களாலும், மாவட்ட அளவிலும் மாநில அளவிலும் அவன் வென்ற பல பரிசுக் கோப்பைகளாலும் நிரம்பி வழிந்தன.

1998ம் ஆண்டின் இலையுதிர்காலத்தின்போது, பிரையனின் தொடை எலும்பு ஒன்றில் ஒரு சிறு முறிவு ஏற்பட்டதால், அவனால் சில காலம் எந்தப் போட்டியிலும் கலந்து கொள்ள முடியவில்லை. சார்லியும் தசை பலவீனத்தால் துன்புறத் தொடங்கினார். ஒரு வருடத்திற்கு முன்பு அவர் இப்பிரச்சனைக்காக மருத்துவமனையில் அனுமதிக்கப்பட்டிருந்தார். அவருக்கு லேசான பக்கவாதம் ஏற்பட்டிருந்ததாக மருத்துவர்கள் நினைத்தனர். அவர் ஒரு கைத்தடியைப் பயன்படுத்தி நடக்க வேண்டியிருந்தது.

ஒருசில மாதங்களில், பிரையனின் கால்கள் வலிமையடைந்தன. ஆனால் சார்லியிடம் எந்த முன்னேற்றமும் ஏற்படவில்லை. அவர் மிகவும் சிரமப்பட்டு நடந்தார். நிற்பதுகூட அவருக்குக் கடினமாக இருந்தது. பிரையன் தன் சேமிப்புக் கணக்கில் இருந்த பணம் முழுவதையும் செலவிட்டு, மூன்று சக்கர ஸ்கூட்டர் ஒன்றை அவருக்கு வாங்கிக் கொடுத்தான். அவர் தினமும் அதில்தான் ஓடுகளத்திற்குச் சென்று பிரையனின் ஓட்டப் பயிற்சியை மேற்பார்வையிட்டார்.

2000ம் ஆண்டு மார்ச் மாதத்தில், நியூயார்க் நகரில் நடந்த ஒரு தேசிய உள்ளரங்குத் தடகளப் போட்டியில் பிரையன் கலந்து கொண்டான். இரண்டு மைல் தூர ஓட்டப் பந்தயம் அது. அமெரிக்காவின் மிகச் சிறந்த ஓட்டக்காரர்கள் அங்கு வந்திருந்தனர். சூசன் சார்லியை ஒரு சக்கர நாற்காலியில் அமர வைத்து அங்கு அழைத்து வந்தார்.

போட்டி துவங்கியதும். பிரையன் வேகமாக எல்லோரையும் முந்திக் கொண்டு ஓடினான். ஆனால் சார்லி பயிற்றுவித்திருந்ததைப்போலவே, திடீரென்று தன் வேகத்தை வெகுவாகக் குறைத்துப் பின்தங்கினான். பாதி வழியில், மீண்டும் தன் வேகத்தை அதிகரித்து, மத்தியில் ஓடிக் கொண்டிருந்தவர்களுடன் சேர்ந்து ஓடினான். முதல் நிலையில் ஓடிக் கொண்டிருந்தவனுக்கும் அவனுக்கும் இடையே ஒரு பெரிய இடைவெளி இருந்தது. ஆனால் அவன் இறுதிச் சுற்றுக்குள் நுழைந்தபோது, பார்வையாளர்களின் உற்சாகக் கைதட்டல்களையும் ஊக்குவிப்புக் குரல்களையும் கேட்டு அவனுள் ஆற்றல் ஊற்றெடுத்துப் பாய்ந்தது.

எல்லைக் கோட்டின் அருகே ஓர் இடத்தில் அமர்ந்திருந்த சார்லி, தான் அதுவரை பார்த்திராத ஒரு வேகத்தில் பிரையன் ஓடி வந்ததையும், முதல் ஆளாக எல்லைக் கோட்டைக் கடந்து அப்போட்டியில் அவன் வெற்றி பெற்றதையும் கண்டார்.

ஒரு மாதத்திற்குப் பிறகு, சார்லி தன் பேச்சுத் திறனை இழக்கத் துவங்கினார். அவரால் சரிவர உணவு உட்கொள்ளவும் முடியவில்லை. இறுதியில், அவருக்கு நரம்புச் சீரழிவு நோய் ஏற்பட்டிருந்ததை மருத்துவர்கள் கண்டுபிடித்தனர். சார்லி தன் தசைகளின் அனைத்து இயக்கங்களையும் இழந்து கொண்டிருந்தார். அவருடைய முதுகுத் தண்டு தேய்ந்து கொண்டிருந்தது. அவர் ஒருசில மாதங்களே உயிர் வாழ்வார் என்று கணிக்கப்பட்டது.

இதைக் கேட்டு வேதனைப்பட்ட பிரையனிடம், சார்லி, "நீ கவலைப்படாதே. நான் ஒரு மிகச் சிறப்பான வாழ்க்கையை வாழ்ந்திருக்கிறேன். நான் இன்னும் சிறிது காலம் உனக்குப் பயிற்சியளிப்பேன்," என்று கூறினார்.

சூசன் அவரை முழுமையாக கவனித்துக் கொள்ளும் பொறுப்பை ஏற்றுக் கொண்டார். ஓடுகளத்திற்கு அவரை அழைத்துச் செல்வது, அவருக்கு சவரம் செய்துவிடுவது, அவருடைய தலைமுடியை வெட்டுவது, அவருக்கு உணவு ஊட்டுவது, அவரைக் குளிப்பாட்டுவது உட்பட, அவருடைய அனைத்துத் தேவைகளையும் சூசன் கவனித்துக் கொண்டார். ஆனால் ஒவ்வொரு நாளும், வீட்டின் அடித்தளத்தில் இருந்த படுக்கையறையிலிருந்து ஒன்பது படிகள் ஏறி மேலே வருவதற்குத்தான் சார்லி அதிகமாகப் போராட வேண்டியிருந்தது.

அதைத் தனியொருவராக சமாளிப்பதற்கு அவர் கடுமையாகப் போராடினார். விரைவில் அவரால் அது முடியாமல் போனது. சூசனின் உதவியோடுகூட அந்தப் படிகளில் ஏறி வருவதற்கு அவருக்குப் பத்து நிமிடங்கள் ஆயின. அது அவருக்குக் கடும் வேதனையையும் கொடுத்தது. நாட்கள் செல்ல செல்ல, அவருடைய சிரமமும் வலியும் அதிகரித்துக் கொண்டே போயின.

அப்போது ஒருநாள், சூசன் சில நாட்கள் வேறோர் ஊருக்குப் போக வேண்டியிருந்தது. அவருடைய மகள் ஜெனிபர், ஆகஸ்ட் மாதத்தில் அரிசோனா மாநிலப் பல்கலைக்கழகத்தில் சேரவிருந்தாள். அவளை அங்கு அழைத்துச் சென்று, மாணவிகளுக்கான விடுதியில் விட்டுவிட்டு வருவதற்கு சூசன் அவளோடு செல்ல வேண்டியிருந்தது.

"அம்மா, நீங்கள் ஜெனிபரோடு செல்லுங்கள். சார்லியை என்னால் கவனித்துக் கொள்ள முடியும்," என்று பிரையன் சூசனிடம் கூறினான். கேளிக்கை முகாம் ஆலோசனையாளராகத் தற்காலிகமாகப் பகுதிநேர வேலை பார்த்துக் கொண்டிருந்த பிரையன், சூசன் அங்கிருந்து புறப்பட்டுச் சென்ற மறுநாள், அதிகாலையிலேயே தன் அலுவலகத்திற்குச் சென்று இரண்டு மணிநேரம் அந்த வேலையைப் பார்த்துவிட்டு, பிறகு வீட்டிற்கு விரைந்து வந்தான். அப்போது சார்லி தன் சிறிய இருண்ட அறையில் ஒரு நாற்காலியில் உட்கார்ந்து அழுது கொண்டிருந்ததை அவன் கண்டான்.

உடை மாற்றிக் கொண்டு ஓடுகளத்திற்குப் போகத் தயாராகுமாறு கூறி, பிரையன் அவரைத் தூக்கிவிட முயன்றான். ஆனால் சார்லி அதற்கு எதிர்ப்புத் தெரிவித்தார்.

அன்று மதியம், சார்லியின் கடைசி மகன், விர்ஜீனியா மாநிலத்திலுள்ள கடற்படைத் தளத்திலிருந்து தன் தந்தையைப் பார்க்க வந்தான். பிரையனும்

அவனுமாகச் சேர்ந்து, சார்லியிடம் கெஞ்சிக் கூத்தாடி, அவரை உடை மாற்ற வைத்து, அந்த அறையைவிட்டு வெளியே கூட்டி வந்தனர்.

இப்போது அவர் அந்த ஒன்பது படிகளைக் கடக்க வேண்டியிருந்தது. அவர் முற்றிலும் ஊக்கமிழந்திருந்ததை பிரையனால் பார்க்க முடிந்தது. முன்பொரு காலத்தில் திடகாத்திரமாக இருந்த சார்லி இந்தப் படிகளைக் கண்ணிமைக்கும் நேரத்தில் கடந்திருப்பார், ஆனால் இப்போது அது அவருக்கு ஒரு மலையைப்போலத் தோன்றியது. அவ்விரு இளைஞர்களும் அவரைக் கைத்தாங்கலாக அழைத்துச் செல்ல முயன்றபோது, அவர் அவர்களைப் பார்த்துக் கத்தியபடி அதற்கு எதிர்ப்புத் தெரிவித்தார். மீண்டும் படுக்கைக்குச் செல்லத் தன்னை அனுமதிக்குமாறு அவர் அவர்களிடம் கெஞ்சினார். அவர் அதற்கு மேல் முயற்சிக்க விரும்பவில்லை.

"உங்களால் இந்தப் படிகளில் ஏறி வர முடியும்," என்று பிரையன் அவரை ஊக்குவித்தான், இறுதியில், தன் பயிற்றுவிப்பாளரின் கண்களில் ஓர் உறுதியை அவன் கண்டான்.

அவர் அவ்விருவரின் கைகளின்மீது சாய்ந்து கொண்டு, பாதங்கள் தடுமாற, கால்கள் குழலாட, ஒவ்வொரு படியாக மேலே ஏறினார். இறுதியில் ஒன்பது படிகளையும் கடந்து மேலே வந்து, தான் நேசித்த இரண்டு மகன்களும் தன்னைத் தாங்கிப் பிடித்திருக்க, மூச்சு வாங்கியபடி சமையறையில் நின்றார்.

அன்று மாலை அவர்கள் அனைவரும் ஓடுகளத்திலிருந்து வீட்டிற்குத் திரும்பி வந்தபோது, சமையலறை மேசையைச் சுற்றி ஒன்றாக அமர்ந்தனர். சார்லியும் பிரையனும் ஹோமரின் கிரேக்கக் காவியத்தை உரத்தக் குரலில் படித்தனர். பிறகு பிரையன் தன் பயிற்றுவிப்பாளரின் கையைப் பிடித்துக் கொண்டு, "சார்லி, நான் இன்று யாராக இருக்கிறேனோ, அதற்கு முழுக்க முழுக்க நீங்கள்தான் காரணம்," என்று கூறினான்.

ஜூன் 6ம் நாளன்று, நியூஜெர்ஸி மாநில சாம்பியன் பட்டத்திற்கான 3,200 மீட்டர் ஓட்டப் பந்தயத்தில் பிரையன் கலந்து கொண்டு வென்றான். சார்லி தன் சக்கர நாற்காலியில் உட்கார்ந்தபடியே இதைப் பார்த்தார். அவருடைய கையில் ஒரு நிறுத்தற்கடிகாரம் இருந்தது. அவர் அந்தத் தள்ளாத நிலையிலும், பிரையன் எவ்வளவு நேரத்தில் அந்த தூரத்தைக் கடந்தான் என்பதை ஆர்வத்துடன் கணக்கிட்டார். அடுத்த நாள் காலையில் அவருடைய ஒட்டுமொத்த உடலும் பக்கவாதத்தால் பாதிக்கப்பட்டது. சூசனும் பிரையனும் அவருடைய கடைசி நாள்வரை அவரை அக்கறையோடு கவனித்துக் கொண்டனர். சார்லி கேன், 2001ம் ஆண்டு ஜூன் 23ம் நாள் இயற்கை எய்தினார்.

நாம் உண்மையிலேயே பின்தொடர விரும்புகின்ற குறிக்கோள்களை நாம் கண்டுகொள்ளும்போது, அரைமனத்துடன்கூடிய அர்ப்பணிப்புகள் போதாது. வெற்றிகரமான தேடல்கள், நிரந்தரமான மற்றும் சீரான வேகத்துடன்கூடிய அன்றாட முயற்சிகளிலிருந்து மட்டுமே வருகின்றன. பிரையனும் சார்லியும் கண்டுபிடித்ததுபோல, சில சமயங்களில், ஒரு நண்பனின் நிலையான உதவியால் ஒழுங்கு பெரிதும் ஊக்குவிக்கப்படுகிறது.

ரத்தினச்சுருக்கமாக

நீங்கள் யாராக இருந்தாலும் சரி, உங்கள் தேடல்கள் எவையாக இருந்தாலும் சரி, அர்த்தமுள்ள ஒரு வாழ்க்கையை வாழ்வதற்கு ஒழுங்கு இன்றியமையாதது. நமக்குள் ஓர் ஆழமான உறுதி கொழுந்துவிட்டு எரிந்து கொண்டிருக்கும்போது, சபலங்களுக்கு ஆளாகாமல் இருப்பதும் குறைவான அர்த்தம் கொண்ட தேர்ந்தெடுப்புகளை ஒதுக்கித் தள்ளுவதும் எளிதாகிவிடுகின்றன. ஜோ பேட்டர்னோவிடமும் சாரா மஹோனியிடமும் அந்த ஆழமான உறுதி இருந்தது. தங்கள் கவனத்தைத் திசை திருப்பியவற்றை ஒதுக்கித் தள்ளுவதற்குத் தேவையான நெஞ்சுரமும் அவர்களுக்கு இருந்தது. பிரையன் மற்றும் சார்லியிடமும் ஆழமான இலக்குகள் இருந்தன. மிக முக்கியமாக, தங்கள் தடைகளைத் தாண்டிச் செல்வதற்கு அவர்கள் பரஸ்பரம் ஒருவருக்கொருவர் உதவினர். ஒழுங்கு இல்லையென்றால், நம் மனத்தில் நாம் உருவாக்கிக் கொள்கின்ற உன்னதமான குறிக்கோள்கள் வெறும் பகற்கனவுகளாகவே இருந்துவிடும்.

சிந்தனைக்காக

- ஜோ பேட்டர்னோ, பத்து லட்சம் டாலர்களைவிட அதிக மதிப்பு வாய்ந்த ஏதோ ஒன்றின்மீது தன் எண்ணங்களை நிலைப்படுத்தியிருந்தார். யாரேனும் உங்களுக்குப் பத்து லட்சம் டாலர்கள் பணம் கொடுக்க முன்வந்தாலும்கூட, நீங்கள் ஒருபோதும் கைவிடத் தயாராக இல்லாத எந்த முக்கியமான இலக்குகளும் பண்புநெறிகளும் உங்களிடம் உள்ளன?
- "இப்போது இல்லையென்றால், பிறகு எப்போது?" என்று சாரா மஹோனி தன்னைத் தானே கேட்டுக் கொண்டார். நீங்கள் எந்தக் கனவுகளைப் பின்தொடர மிகவும் விரும்புகிறீர்களோ, அவற்றைப் பற்றி சிந்திக்கும்போது இக்கேள்வியை நீங்கள் உங்களிடம் கேட்டுக் கொள்கிறீர்களா?
- ஒழுங்கை அடைவதில் பிரையனும் சார்லியும் ஒருவருக்கொருவர் உதவிக் கொண்டனர். நீங்கள் உங்கள் இலக்குகளை நோக்கிச் செல்வதில் அதிக ஒழுங்குடன் இருப்பதற்கு உங்களுக்கு உதவக்கூடிய நண்பர்கள் யாரேனும் இருக்கிறார்களா? அதிக ஒழுங்கை அடைவதற்கு ஒரு நண்பரின் உதவி தேவைப்படுகின்ற வேறு நண்பர்கள் யாரேனும் உங்களுக்கு இருக்கிறார்களா?

உள்ளிருந்து துவக்குதல்

"நீங்கள் யாராக இருக்கிறீர்களோ, அதில் உங்களுக்கு மனநிறைவு இல்லை என்றால், உங்களிடம் இருப்பவற்றைக் கொண்டு உங்களால் ஒருபோதும் திருப்தியடைய முடியாது."

- டோரிஸ் மார்ட்மேன்

நம்மைச் சுற்றி இருக்கும் உலகில், அதாவது, நம் சமூகங்களில், பணியிடங்களில், மற்றும் வீடுகளில், நாம் வெற்றி பெற வேண்டும் என்றால், முதலில் நம்மை நாமே வெற்றி கொண்டாக வேண்டும் என்று வாழ்வின் மாபெரும் படிப்பினைகளில் சில பரிந்துரைக்கின்றன. நாம் கூறும் விஷயங்களோ, நாம் செய்யும் செயல்களோ, அல்லது நாம் வைத்திருக்கும் பொருட்களோ நம்முடைய எந்தவோர் இலக்கிலும் அல்லது உறவிலும் நமக்கு உதவாது. நாம் உண்மையிலேயே யாராக இருக்கிறோமோ, அதுதான் நம் இலக்குகளிலும் உறவுகளிலும் மிக முக்கியமான அம்சமாக விளங்குகிறது.

நம்மை நாமே வெற்றி கொள்வதற்கான நம் திறனை வலுப்படுத்துவதற்கான சில கொள்கைகள் இவை:

- நாணயம்
- பணிவு
- நன்றியுணர்வு

7

நாணயம்

"நாம் செய்யும் ஒரு செயலை ஒருவர் பார்க்கக்கூடும் அல்லது பார்க்காமல் போகக்கூடும் என்று தெரிந்திருந்தும் சரியான செயலைச் செய்வதுதான் உண்மையான நாணயம்."

- ஓப்ரா வின்ஃப்ரே

நாணயம்தான் நாம் தினமும் மகத்துவமானவர்களாக வாழ்வதற்கு நமக்கு உதவக்கூடிய மற்ற அனைத்துக் கொள்கைகளையும் தாங்கிப் பிடிக்கின்ற பொதுவான காரணி. எடுத்துக்காட்டாக, துணிச்சலான ஒருவர் மற்றவர்களின் பார்வையில் நேர்மையற்றவராகத் தோன்றினால், அவர்கள் அவரைக் கண்டு பயப்படுவார்கள், அவரைத் தவிர்த்துவிடுவார்கள். அறச்செயல்களில் ஈடுபடுகின்ற ஒருவர் மற்றவர்களின் பார்வையில் நெறிமுறையற்றவராகத் தென்பட்டால், அவர் தன் சுயநலத்திற்காக மக்களைத் தனக்கு சாதகமாகப் பயன்படுத்திக் கொள்வதாகக் கருதப்படுவார். எனவே, நாணயம் எனும் அடித்தளம் இல்லாமல், மற்றக் கொள்கைகள் அனைத்தும் பெருமளவில் குன்றிப் போய்விடுகின்றன.

நாணயமான மக்களின் வார்த்தைகளும் செயல்களும் ஒன்றுபோல இருக்கும். அவர்களுடைய நடத்தைமுறைகள் அவர்களுடைய பண்புநெறிகளைப் பிரதிபலிக்கும். அவர்களுடைய நேர்மையையும் நெறிமுறைகளையும் நிபந்தனையின்றி நம்மால் நம்ப முடியும். அவர்கள் தாங்கள் கொடுக்கும் வாக்குறுதிகளைக் காப்பாற்றுவர். அவர்கள் நம்பத்தக்கவர்கள். சரியான நேரங்களில், சரியான காரணங்களுக்காக, சரியான செயல்களைச் செய்வதற்குப் பிரபலமானவர்கள் அவர்கள். நாணயம் தொடர்பான எண்ணற்ற உண்மைக் கதைகள், மற்றவர்களின் கண்களுக்குத் தென்படக்கூடிய விதத்தில் பொது இடங்களில் நிகழ்ந்தாலும், யாரும் பார்க்காத ஒரு நேரத்தில், ஒரு தனிமைக் கணத்தின் அமைதியில்தான் நாணயத்திற்கான சக்திவாய்ந்த எடுத்துக்காட்டுகள் நிகழ்கின்றன. பின்வரும் கதை அதற்கான ஒரு சிறந்த எடுத்துக்காட்டு.

தூண்டிலில் சிக்கிய மாபெரும் மீன்

ஜேம்ஸ் பி. லென்ஃபெஸ்டி

அவனுக்கு அப்போது பதினோரு வயது. அமெரிக்காவின் நியூஹாம்ப்ஷயர் மாநிலத்தில் ஓர் ஏரிக்கு நடுவே அமைந்த ஒரு தீவில் தன் குடும்பத்திற்குச் சொந்தமான ஒரு வீட்டில் தன் கோடைக்கால விடுமுறையைக் கழித்துக் கொண்டிருந்த அவன், வாய்ப்புக் கிடைத்தபோதெல்லாம் தன் வீட்டிற்குப் பின்னால் மீன் பிடிக்கச் சென்றான்.

'பாஸ்' என்ற ஒரு வகையான மீனைப் பிடிப்பதற்கென்று அங்கு ஒரு குறிப்பிட்டப் பருவம் ஒதுக்கப்பட்டிருந்தது. அப்பருவம் தொடங்கும் நாள் அதிகாரப்பூர்வமாக அறிவிக்கப்படும். அதன் பிறகே மக்கள் 'பாஸ்' மீன்களைப் பிடித்துத் தங்களுடன் எடுத்துச் செல்லலாம். அப்படி அறிவிக்கப்பட்ட ஒரு பருவம் துவங்குவதற்கு முந்தைய நாளன்று மாலையில், அச்சிறுவனும் அவனுடைய தந்தையும் மீன் பிடித்துக் கொண்டிருந்தனர். அவன் தன் தூண்டிலில் புழுக்களை மாட்டி, வேறு சில சிறிய மீன் வகைகளைப் பிடித்துக் கொண்டிருந்தான். தண்ணீருக்குள் அவன் வீசிய தூண்டிலால் உருவான சிற்றலைகள், அந்த மாலைநேரக் கதிரொளியில் பல வண்ணங்களைப் பிரதிபலித்தன. பிறகு, வானில் சந்திரன் உதயமானபோது, அந்தச் சிற்றலைகள் வெள்ளியைப்போல மினுமினுத்தன.

அச்சிறுவன் மீண்டும் ஒருமுறை தன் தூண்டிலை அந்த ஏரிக்குள் வீசியபோது, பெரிதாக ஏதோ ஒன்று அதில் சிக்கியிருந்ததை உணர்ந்தான். தன் மகன் அந்த மீனை லாவகமாகத் தன் பக்கம் இழுத்து வந்த விதத்தைக் கண்டு அவனுடைய தந்தை பெருமிதம் கொண்டார்.

இறுதியில், அவன் கவனமாக அந்த மீனை வெளியே இழுத்தான். அவன் அதுவரை பார்த்திராத மிகப் பெரிய மீன் அது. ஆனால் அது 'பாஸ்' இனத்தைச் சேர்ந்த ஒரு மீன்.

அச்சிறுவனும் அவனுடைய தந்தையும் அந்த அழகான மீனைக் கண்ணிமைக்காமல் பார்த்தனர். அதன் செவுள்கள் அந்த நிலவொளியில் முன்னும்பின்னுமாக அசைந்தாடின. அச்சிறுவனின் தந்தை ஒரு தீக்குச்சியைப் பற்ற வைத்து, அதன் வெளிச்சத்தில் தன் கைக்கடிகாரத்தைப் பார்த்தார். அப்போது இரவு மணி பத்து. 'பாஸ்' பருவம் தொடங்குவதற்கு இன்னும் இரண்டு மணிநேரம் இருந்தது. அவர் அந்த மீனைப் பார்த்தார், பிறகு தன் மகனைப் பார்த்தார்.

"நீ அந்த மீனை மீண்டும் ஏரிக்குள் விட்டுவிட வேண்டும்," என்று அவர் தன் மகனிடம் கூறினார்.

"அப்பா!" என்று அச்சிறுவன் நம்ப முடியாமல் கத்தினான்.

"வேறு பல மீன்கள் வரும்," என்று அவர் பதிலளித்தார்.

"ஆனால் இதுபோலப் பெரிய மீன் கிடைக்காது," என்று அவன் ஏமாற்றத்தோடு கூறினான்.

அவன் அந்த ஏரியைச் சுற்றிலும் பார்த்தான். கண்ணுக்கு எட்டிய தூரம்வரை, அப்பகுதியைச் சுற்றி வேறு மீனவர்களோ அல்லது படகுகளோ தென்படவில்லை. அவர்கள் மட்டுமே தனியாக இருந்தனர். அவன் மீண்டும் தன் தந்தையைப் பார்த்தான்.

யாரும் அவர்களைப் பார்த்திருக்கவில்லை என்றாலும், அவன் எத்தனை மணிக்கு அந்த மீனைப் பிடித்திருந்தான் என்பது யாருக்கும் தெரியப் போவதில்லை என்றாலும், தன் தந்தை தன் முடிவை மாற்றிக் கொள்ளப் போவதில்லை என்பதை அவருடைய குரலின் தெளிவிலிருந்து அவனால் புரிந்து கொள்ள முடிந்தது. அவன் தன் தூண்டிலின் கொக்கியை அந்த மீனின் வாயிலிருந்து மெதுவாக விடுவித்து, அந்த மீனை கவனமாக மீண்டும் ஏரிக்குள் விட்டுவிட்டான்.

அது தன் சக்திவாய்ந்த உடலை அங்குமிங்கும் ஆட்டிக் கொண்டு வேகமாக நீந்தி மறைந்து போனது. இப்படிப்பட்ட ஒரு மிகப் பெரிய மீனை இனி ஒருபோதும் தான் பார்க்கப் போவதில்லை என்று அச்சிறுவன் தன் மனத்திற்குள் நினைத்துக் கொண்டான்.

முப்பத்து நான்கு வருடங்களுக்கு முன்பு நிகழ்ந்த ஒரு நிகழ்வு இது. இன்று அச்சிறுவன், நியூயார்க் நகரில் ஒரு வெற்றிகரமான கட்டடக்கலை நிபுணராக இருக்கிறான். அவனுடைய தந்தையின் வீடு அந்த ஏரிக்கு நடுவில் அமைந்த தீவில் இன்னும் இருக்கிறது. அவன் தன் மகனையும் மகள்களையும் அழைத்துக் கொண்டு அதே இடத்திற்கு மீன் பிடிக்கச் செல்கிறான்.

முப்பத்து நான்கு வருடங்களுக்கு முன்பு அவன் நினைத்தது சரிதான். தன் தந்தையோடு அந்த இரவு நேரத்தில் அவன் பிடித்திருந்தது போன்ற ஒரு பிரம்மாண்டமான மீனை அதன் பிறகு அவன் ஒருபோதும் பிடிக்கவே இல்லை. ஆனால் நெறிமுறைகள் தொடர்பான கேள்வியைத் தான் எதிர்கொள்ள நேரிடும் ஒவ்வொரு முறையும், அதே மீனை அவன் மீண்டும் மீண்டும் பார்க்கிறான்.

ஏனெனில், விஷயங்களை, எது சரி, எது தவறு என்று வகைப்படுத்துவதுதான் நெறிமுறைகள். அவ்வாறு வகைப்படுத்துவது சுலபம். ஆனால் அந்த நெறிமுறைகளைப் பின்பற்றுவதுதான் கடினமான செயல் என்பதை அவனுடைய தந்தை அவனுக்குக் கற்றுக் கொடுத்திருந்தார். யாரும் நம்மைக் கண்காணித்துக் கொண்டிருக்காதபோது நாம் சரியான செயல்களைச் செய்கிறோமா? ஒரு வேலை ஒரு குறிப்பிட்ட நேரத்தில் செய்து முடிக்கப்பட வேண்டும் என்பதற்காக அதை அரைகுறையாகச் செய்து முடிக்க நாம் மறுக்கிறோமா? நமக்குத் தெரியக்கூடாத தகவல்கள் நமக்குக் கிடைக்கும்போது, அவை நமக்குத் தெரியக்கூடாது என்று நமக்கு நன்றாகத் தெரிந்திருக்கும்போது, அத்தகவல்களின் அடிப்படையில் பங்குச் சந்தையில் பங்குகளை வாங்கவோ அல்லது விற்கவோ நாம் மறுக்கிறோமா?

அந்த மீனை மீண்டும் ஏரிக்குள் தூக்கி எறிய வேண்டும் என்று நாம் குழந்தைகளாக இருந்தபோது நமக்குக் கற்றுக் கொடுக்கப்பட்டிருந்தால், மேற்கூறப்பட்டவற்றை நாம் நிச்சயமாகச் செய்வோம்.

சரியான செயல்களைச் செய்வதென்று நாம் மேற்கொண்ட தீர்மானம் நம் நினைவில் என்றும் பசுமையாக இடம்பெற்றிருக்கும். அக்கதையை நாம் நம் நண்பர்களிடமும் பேரக்குழந்தைகளிடமும் பெருமையோடு கூறுவோம்.

ஒருவரிடமிருந்து ஒன்றை எவ்வாறு நயவஞ்சகமாகப் பறித்தோம் என்று நாம் அவர்களிடம் கூற விரும்ப மாட்டோம். மாறாக, சரியான செயல்களைச் செய்ததன் மூலம் எவ்வாறு நாம் என்றென்றைக்குமாக வலுவூட்டப் பெற்றோம் என்பது பற்றியே நாம் அவர்களிடம் எடுத்துரைக்க விரும்புவோம்.

அந்தத் தந்தையும் மகனும் தாங்கள் பிடித்த மீனைப் பற்றி யாரிடமும் மூச்சுவிடவில்லை என்றாலோ, அவர்கள் தங்கள் கைக்கடிகாரங்களில் நேரத்தை லேசாக மாற்றியிருந்தாலோ, யாருக்கும் தெரிந்திருக்கப் போவதில்லை. உண்மையில், இவ்விஷயம் வெளியே தெரிந்தாலும்கூட, யாரும் நேரத்தைப் பற்றிக் கவலைப்பட்டிருக்க மாட்டார்கள். எனவே, அன்றிரவு அவர்கள் இருவரையும் அவர்களுடைய மனசாட்சி மட்டுமே கட்டுப்படுத்திக் கொண்டிருந்தது. தங்கள் பண்புநெறிகளுக்கு உண்மையாக நடந்து கொள்ளவும், தாங்கள் பரஸ்பரம் ஒருவர்மீது ஒருவர் கொண்டிருந்த நம்பிக்கைக்கு உண்மையாக நடந்து கொள்ளவும் அவர்களுடைய மனசாட்சி அவர்களைக் கட்டாயப்படுத்தியது. எனவே, நாணயம் எனும் உயர்ந்த பாதையை அவர்கள் தேர்ந்தெடுத்தனர். தனிப்பட்டப் பாதுகாப்பிற்கும் நம்பிக்கைக்குமான உண்மையான மூல ஆதாரம் அதுதான்.

அந்த மீனை மீண்டும் தண்ணீருக்குள் விடுவது பற்றி அந்தத் தந்தை மேற்கொண்ட தீர்மானம், ஓர் அமைதியான, தனிமையான சூழ்நிலையில் மேற்கொள்ளப்பட்டது. பின்வரும் கதையில், சரி என்று தான் நம்பிய ஒரு விஷயத்திற்கு ஆதரவாகக் குரல் கொடுப்பதென்று ஒரு தாய் மேற்கொண்ட தீர்மானம், பொதுமக்களின் பலத்த எதிர்ப்புக்கு இடையே மேற்கொள்ளப்பட்டது.

ஸ்டீராய்டுகளுக்கு எதிராகக் குரல் கொடுத்தத் தாய்

லின் ரோஸெல்லீனி

2004ம் ஆண்டு செப்டம்பர் மாதத்தில் ஒருநாள், லோரி லூயிஸ், தன் மகனுக்குப் புதிதாக வாங்கியிருந்த ஒரு ஜீன்ஸைக் கடையில் திருப்பிக் கொடுப்பதற்காக அதை அவனுடைய அலமாரியில் தேடிக் கொண்டிருந்தார். அப்போது, தான் முன்பின் பார்த்திராத ஒரு பையை அவர் அங்கு கண்டார். ஆர்வ மிகுதியால் அவர் அதைத் திறந்தபோது, அதில் ஓர் ஊசியும் ஒரு சிறிய குப்பியில் ஏதோ ஒரு திரவமும் இருந்ததைக் கண்டார். அது, தன் வயிற்றில் யாரோ ஓங்கி மிதித்தது போன்ற ஓர் உணர்வை அவருக்கு ஏற்படுத்தியது. தன் மகன் போதைப் பொருளை உட்கொண்டு கொண்டிருந்ததாக அவர் நினைத்தார்.

உள்ளூரில் இருந்த வால்கிரீன்ஸ் மருந்துக்கடையைத் தொலைபேசியில் அழைத்து, அத்திரவம் பற்றி அவர் விசாரித்தார். தன் மகனின் அலமாரியில் தான் கண்டெடுத்தத் திரவம், உடல் வளர்ச்சிக்குப் பயன்படுத்தப்படும் ஒரு வகையான ஸ்டீராய்டு என்பதை அறிந்து அவர் நிம்மதியடைந்தார். ஆனால் அடுத்த வினாடி, அவருக்குக் கோபம் தலைக்கேறியது.

தன் மகன் ஏன் ஸ்டீராய்டுகளைப் பயன்படுத்த வேண்டும் என்று அவர் கோபம் கொண்டார்.

"பிரையன், உன் தாயார் உன்னைத் தேடிக் கொண்டிருக்கிறார்," என்று பிரையனின் நண்பன் ஒருவன் அவனிடம் கூறினான். டெக்சாஸ் மாநிலத்தின் டல்லாஸ் நகரின் செழிப்பான பகுதியில் அமைந்த காலிவில் ஹெரிடேஜ் உயர்நிலைப் பள்ளியில் தன் மதிய வகுப்புகளை முடித்துவிட்டு அவன் வெளியே வந்து கொண்டிருந்தான். தன் நண்பன் சுட்டிக்காட்டிய திசையில் பார்த்த பிரையன், தன் தாயார் தன் காரில் கோபத்தோடு உட்கார்ந்திருந்ததைக் கண்டான்.

"உடனே வீட்டிற்கு வா," என்று அவர் கூறினார்.

பதினேழு வயதான பிரையன், ஆறடி உயரம் கொண்டவனாக வளர்ந்திருந்தான். பள்ளியில் அவன் நல்ல மதிப்பெண்களைப் பெற்றான். அவன் தன் பள்ளியின் கால்பந்து அணியில் இடம்பெற்றிருந்தான். அவன் ஒரு கைக்குழந்தையாக இருந்தபோது அவனுடைய பெற்றோருக்கிடையே விவாகரத்து ஏற்பட்டது. அவன் தன் தாயோடும், வளர்ப்புத் தந்தையோடும், தன் தங்கையோடும் வாழ்ந்து வந்தான். அவனுடைய உண்மையான தந்தை, உயர்நிலைப் பள்ளியில் படித்தக் காலத்தில் கால்பந்து அணியில் ஒரு பிரபலமான வீரராக இருந்திருந்தார். அருகிலிருந்த ஆர்லிங்டன் நகரில்தான் அவர் இப்போது வசித்து வந்தார். அவர் பிரையனின் தாயை விவாகரத்து செய்திருந்தாலும், பிரையனின் வாழ்வில் எல்லா முக்கியமாக நிகழ்வுகளிலும் அவர் பங்கு கொண்டார். பிரையனும் அவனுடைய தாயாரும் ஒருவருக்கொருவர் மிக நெருக்கமாக இருந்தனர். ஆனால் அக்கணத்தில் அவன் தன் தாயை எதிர்கொள்ள அஞ்சினான்.

அவன் தன் வீட்டிற்குள் நுழைந்தபோது, தன் கையில் ஒரு சிறிய குப்பியுடனும் ஓர் ஊசியுடனும் அவனுடைய தாயார் காத்துக் கொண்டிருந்தார்.

"நீ ஏன் ஸ்டீராய்டுகளைப் பயன்படுத்திக் கொண்டிருக்கிறாய்?" என்று அவர் கண்டிப்பான குரலில் கேட்டார்.

பிரையனால் பேச முடியவில்லை. இறுதியில், "அம்மா, எங்கள் அணியில் பெரும்பாலானவர்கள் ஸ்டீராய்டுகளைப் பயன்படுத்துகின்றனர்," என்று அவன் கூறினான். பல்கலைக்கழக அளவிலான கால்பந்து அணியில் இடம்பெற அவன் விரும்பினான். எனவே உடல் தசைகளை அதிகரித்து, உடல் எடையைக் கூட்டுமாறு அவனுடைய தந்தையும் அவனுடைய பயிற்றுவிப்பாளர்களும் அவனைக் கட்டாயப்படுத்தினர். அவன் உட்கொண்ட ஊட்டச்சத்து பானங்கள் எதுவும் அவனுக்கு அவ்வளவாக உதவவில்லை. எனவே, பகுதிநேர வேலை செய்து தான் சம்பாதித்திருந்த பணத்தைப் பயன்படுத்தி, தன் அணியில் இருந்த மூத்த மாணவன் ஒருவனிடம் இருநூறு டாலர்கள் கொடுத்து ஒரு ஸ்டீராய்டை வாங்கி, ஐந்து வாரங்களுக்கு அவன் அதைத் தன் இடுப்பில் ஓர் ஊசியால் ஏற்றிருந்தான்.

லோரி குறுக்கிட்டு, "என்ன நினைத்துக் கொண்டு நீ அதைச் செய்தாய்?" என்று கேட்டார்.

"அம்மா, பெரிதாகவும் வலிமையாகவும் வேகமாகவும் ஆகுமாறு பயிற்றுவிப்பாளர்கள் எங்களை நச்சரிக்கின்றனர். ஆனால் எவ்வாறு அப்படி ஆவது என்று அவர்கள் கூறுவதில்லை. அவர்கள் வெறுமனே உத்தரவிடுகின்றனரே தவிர வேறு எந்த விதத்திலும் உதவுவதில்லை," என்று பிரையன் கூறினான்.

பருவ வயதுக் குழந்தைகளைக் கொண்ட பல பெற்றோரைப்போலவே, மது, போதை மருந்துகள், மற்றும் இதர தீய பொருட்களால் ஏற்படும் ஆபத்தை லோரி நன்றாக அறிந்திருந்தார். உடல் வளர்ச்சிக்குப் பயன்படுத்தப்படும் ஸ்டீராய்டுகள் சட்டத்திற்குப் புறம்பானவை என்பதையும் அவர் அறிந்திருந்தார். பிறகு அவர் இணையத்தளத்தில் இது பற்றி ஆய்வு செய்தபோது, இந்த ஸ்டீராய்டுகளைத் தொடர்ந்து பயன்படுத்துவதால் கல்லீரல் பாதிப்பு, புற்றுநோய், இதய நோய், மற்றும் பிற உடல்நலப் பிரச்சனைகள் ஏற்படும் என்பதைக் கண்டறிந்தார். கூடவே, மனச்சோர்வு, கோபம் போன்ற உணர்ச்சிரீதியான பாதிப்புகளும் ஏற்படும் என்பதை அவர் அறிந்தார்.

லோரி தன் மகனின் அலமாரியில் அந்த ஸ்டீராய்டைக் கண்டுபிடிப்பதற்குப் பல மாதங்களுக்கு முன்பே, பிரையன் அந்த மருந்தைத் தன் உடலில் ஏற்றுவதை நிறுத்தியிருந்தான். ஏனெனில், அவனுடைய முதுகில் கொப்பளங்கள் வந்திருந்தன. ஸ்டீராய்டுகளைப் பயன்படுத்துவதால் ஏற்படும் பக்க விளைவுகளில் ஒன்று அது. ஆனால் எத்தனைக் குழந்தைகள் இன்னும் அதைப் பயன்படுத்திக் கொண்டிருந்தனரோ என்று லோரி கவலைப்பட்டார்.

"நான் உன் பள்ளியைத் தொடர்பு கொள்ளப் போகிறேன்," என்று அவர் தன் மகனிடம் கூறினார்.

"வேண்டாம்!" என்று பிரையன் கெஞ்சினான். "அவர்கள் என்னைக் கொன்றுவிடுவார்கள்."

"கவலைப்படாதே. உன் பெயர் வெளியில் வராதபடி நான் பார்த்துக் கொள்கிறேன்," என்று லோரி அவனுக்கு உத்தரவாதம் கொடுத்தார்.

அடுத்து நடந்ததைப் புரிந்து கொள்வதற்கு முன், ஒரு விஷயத்தை நீங்கள் தெரிந்து கொள்ள வேண்டியது முக்கியம். உயர்நிலைப் பள்ளிக் கால்பந்து விளையாட்டானது டெக்சாஸ் மாநிலத்தில் மிகப் பெரிய பங்கு வகிக்கிறது. இம்மாநிலத்தின் கால்பந்து அணிகள், நாட்டின் சிறந்த அணிகளில் வழக்கமாக இடம்பெறுகின்றன. வெள்ளிக்கிழமை இரவுகளில் இருபதாயிரத்திற்கும் அதிகமான மக்கள் கால்பந்து மைதானங்களில் குழுமுவது சர்வசாதாரணமான நிகழ்வு. இருபது லட்சம் டாலர்கள் விலைமதிப்புக் கொண்ட மைதானங்கள் இவை. தங்கள் அணிகள் வெற்றி பெற வேண்டும் என்பதில் வெறியாக இருக்கின்ற, பண பலம் படைத்த உரிமையாளர்கள் இதற்கு ஏராளமாக நிதியுதவி செய்கின்றனர். வெற்றிகரமான பயிற்றுவிப்பாளர்களால் ஆறு இலக்க ஊதியத்தைப் பெற முடியும். எனவே, பயிற்றுவிப்பாளர்கள் பதவிக்குக் கடுமையான போட்டி நிலவும். ஏகப்பட்டப் பணம் புரளும் ஒரு விளையாட்டு இது.

எனவே, குறுக்கு வழியானாலும் பரவாயில்லை, எப்படியாவது முன்னேறிவிட வேண்டும் என்று சில வீரர்கள் நினைப்பதில் ஆச்சரியமில்லை. 1991க்கும் 2003க்கும் இடையே அமெரிக்கா நெடுகிலும் உயர்நிலைப் பள்ளிகளில் ஸ்டீராய்டுகளின் பயன்பாடு இரண்டு மடங்கிற்கும் அதிகமாக அதிகரித்தது. 2004ல் டெக்சாஸ் மாநிலத்தில் நடத்தப்பட்ட ஓர் ஆய்வில், ஏழாவது வகுப்பிலிருந்து பன்னிரண்டாவது வகுப்புவரையிலான மாணவர்களில் 41,000க்கும் அதிகமானவர்கள் தாங்கள் போதை மருந்துகளைப் பயன்படுத்தியிருந்ததாகக் கூறினர். உள்ளூர் போதை மருந்து வினியோகிப்பாளர்கள் மூலமோ அல்லது இணையத்தளத்தின் வழியாகவோ

இச்சிறுவர்களுக்கு போதை மருந்துகள் சுலபமாகக் கிடைக்கின்றன. வெகுசில பள்ளிகளில் மட்டுமே மாணவர்கள் ஸ்டீராய்டு சோதனைக்கு உட்படுத்தப்படுவதால், தாங்கள் கண்டுபிடிக்கப்படுவோம் என்ற கவலையோ அல்லது பயமோ இச்சிறுவர்களுக்கு இருப்பதில்லை.

தன் மகனிடமிருந்து விஷயத்தைத் தெரிந்து கொண்ட லோரி, அடுத்த நாளே காலிவில் பள்ளியின் துணைத் தலைமையாசிரியரான டெட் பீலைத் தொலைபேசியில் தொடர்பு கொண்டு, பிரையனின் கதையைக் கூறினார். தான் இது பற்றி விசாரிப்பதாக டெட் பீல் கூறினார். ஒருசில மணிநேரத்திற்குப் பிறகு அவர் லோரியைத் தொலைபேசியில் அழைத்து, "நான் எங்கள் கால்பந்துப் பயிற்றுவிப்பாளரான கிறிஸ் கன்னிங்கமுடன் பேசினேன். பிரச்சனையும் எதுவும் இல்லை என்று அவர் உறுதியாகக் கூறுகிறார்," என்று லோரியிடம் கூறினார்.

"அவ்வளவுதானா? இதற்கு மேல் நீங்கள் விசாரிக்கப் போவதில்லையா?" என்று லோரி கேட்டார்.

தகுந்த ஆதாரம் இல்லாமல் தன்னால் எந்த நடவடிக்கையும் எடுக்க முடியாது என்று பீல் அவரிடம் கூறினார்.

லோரி கடுஞ்சினம் கொண்டார். அவர்கள் தன்னைத் தவிர்க்க முயற்சித்ததாக அவர் நினைத்தார். நாற்பத்தோரு வயது லோரிக்கு எதற்காகவும் போராடிப் பழக்கமிருக்கவில்லை. காலிவில் நகர மேயருக்காகவும் ஜார்ஜ் புஷ்ஷுக்காகவும் சில பிரச்சார வேலைகளில் ஈடுபட்ட அனுபவம் மட்டுமே அவருக்கு இருந்தது.

"உயர்நிலைப் பள்ளியில் நடைபெறும் விளையாட்டுகளை நான் ஆதரிக்கிறேன். ஆனால் குழந்தைகள் தங்கள் உயிருக்கு ஆபத்தை ஏற்படுத்திக் கொள்வதை என்னால் அனுமதிக்க முடியாது. இப்படிப்பட்ட ஒரு விளையாட்டால் என்ன பயன்?" என்று அவர் நினைத்தார். மறுநாள், காலிவில் கூரியர் என்ற பத்திரிகையை அவர் தொலைபேசியில் தொடர்பு கொண்டார்.

மறுவாரம், ஸ்காட் பிரைஸ் என்ற நிருபரும், பதிப்பாசிரியர் சார்லஸ் டி. யங்கும், மாணவர்கள், பயிற்றுவிப்பாளர்கள், மற்றும் பள்ளி அதிகாரிகளிடமிருந்து தகவல்களைத் திரட்டினர். அக்டோபர் 1ம் நாளன்று, அப்பத்திரிகையின் முதல் பக்கத்தில் அக்கதை வெளியிடப்பட்டது. லோரியின் பெயரைக் குறிப்பிடாமல் ஸ்காட் பிரைஸ் இவ்வாறு எழுதியிருந்தார்: "இந்தத் தாயின் கரிசனங்களுக்குப் பின்னால் உள்ள காரணங்கள் உண்மையா இல்லையா என்பதைத் தெரிந்து கொள்வதற்கு அதிக காலம் ஆகவில்லை. உயர்நிலைப் பள்ளிகளில் ஸ்டீராய்டுகள் பயன்படுத்துவது அங்குள்ளவர்களுக்குத் தெரிந்தே நடைபெறுகிறது என்பதைக் கூரியர் பத்திரிகை கண்டுபிடித்துள்ளது."

சில நாட்களுக்குள், 'டல்லாஸ் மார்னிங் நியூஸ்' செய்தித்தாள் நிறுவனம் லோரியைத் தொடர்பு கொண்டது. ஸ்டீராய்டுகளைப் பற்றித் தான் ஒருபோதும் கேள்விப்படாமல் இருந்திருந்தால் நன்றாக இருந்திருக்கும் என்று பிரையன் இப்போது வருந்தினான். "அம்மா, நீங்கள் ஏன் இதை பூதாகாரமாக்கினீர்கள்? இது எல்லோருக்கும் ஏன் தெரிய வேண்டும்?" என்று அவன் தன் தாயிடம் கத்தினான். ஆனால் எடுத்தக் காரியத்தை முடிக்காமல் ஓய்வது லோரியின் இயல்பு அல்ல. "இது எங்கோ ஓரிடத்தில் யாரோ ஒருவனின் உயிரைக் காப்பாற்றப் போகிறது," என்று அவர் பிரையனிடம் கூறினார்.

பிப்ரவரி மாதத் துவக்கத்தில், டல்லாஸ் மார்னிங் நியூஸ் செய்தித்தாளில், "ரகசிய அனுகூலம்: உயர்நிலைப் பள்ளிகளில் ஸ்டீராய்டுகள்" என்ற தலைப்பில் ஒரு கட்டுரை வெளிவந்தது. டெக்சாஸ் மாநிலத்தின் வடக்குப் பகுதிகளைச் சேர்ந்த உயர்நிலைப் பள்ளிகளில் ஸ்டீராய்டுகள் பயன்படுத்தப்பட்டதை நிருபர்கள் உறுதிப்படுத்தினர். 'பேட்ரிக்' என்ற ஒரு கால்பந்து வீரனைப் பற்றி அவர்கள் ஒரு நீளமான கட்டுரையை வெளியிட்டனர். பிரையனுக்கு அவர்கள் வைத்தப் புனைப் பெயர் அது.

பீதியடைந்த பிரையன், தன் தாயைத் தொலைபேசியில் அழைத்து, "அம்மா, அவர்கள் என்னைப் 'பேட்ரிக்' என்று அழைக்கின்றனர்," என்று கூறினான். அவனுடைய குட்டு வெளிப்பட்டுவிட்டது. உள்ளூர் வினியோகிப்பாளன் ஒருவன் தன்னைத் தேடிக் கொண்டிருந்ததாகவும், தன் பள்ளியின் கால்பந்து வீரர்கள் அனைவரும் தன்னை அடித்துப் போடத் திட்டமிட்டுக் கொண்டிருந்ததாகவும் தான் கேள்விப்பட்டதாக அவன் தன் தாயிடம் கூறினான். தனக்கு ஏகப்பட்ட அச்சுறுத்தல்கள் வந்து கொண்டிருந்ததாகவும் அவன் கூறினான்.

செப்டம்பர் மாதத்தில், லோரியின் குற்றச்சாட்டுகள் 'ஆதாரமற்றவை' என்று கூறி, மாவட்டக் கல்வி நிர்வாக அதிகாரி ஸ்டீவ் டிராக்கியர், பள்ளியின் மூத்த அதிகாரிகளுக்கு ஒரு மின்னஞ்சலை அனுப்பினார். லோரி ஒரு 'பொய்யர்' என்று அழைத்தப் பயிற்றுவிப்பாளர் கன்னிங்கம், "தன் பிரச்சனைக்கு வேறு யார்மீதோ பழி போட முயற்சிக்கின்ற ஒரு கிறுக்குப் பெண்மணி அவர்," என்று 'மார்னிங் நியூஸ்' நிருபரிடம் கூறினார். (பின்னர் அவர் இதற்கு வருத்தம் தெரிவித்தார்.)

அன்றிரவு, லோரி தன் படுக்கையில் படுத்துக் கொண்டு, "நான் என்ன காரியம் செய்துள்ளேன்?" என்று தன்னைத் தானே கேட்டுக் கொண்டார்.

லோரியின் கணவர் ஜாக் அவருடைய மிகப் பெரிய ஆதரவாளராக இருந்தார். ஆனால் அவர் தங்கள் எட்டு வயது மகள் மெக்கென்னாவைப் பத்திரிகைகளிடமிருந்து பாதுகாத்துக் கொண்டு ஒதுங்கியே இருந்தார். "நீ மேற்கொண்ட நடவடிக்கைகளைக் கொண்டு மக்கள் உன்னை எடைபோட்டுக் கொண்டிருக்கின்றனர். இப்போது நீ நிறுத்தக்கூடாது!" என்று அவர் தன் மனைவியிடம் கூறினார்.

பிரையனின் பள்ளியைச் சேர்ந்த ஒன்பது தடகள வீரர்கள் (அவர்களில் பெரும்பாலானோர் கால்பந்து வீரர்கள்), தாங்கள் ஸ்டீராய்டுகளைப் பயன்படுத்தியதை இறுதியில் ஒப்புக் கொண்டு, பயிற்றுவிப்பாளர் கன்னிங்கமின் கூற்றைப் பொய்யாக்கினர். (விளையாட்டு வீரர்கள் ஸ்டீராய்டுகளைப் பயன்படுத்தியது கன்னிங்கமிற்கோ அல்லது மற்றப் பயிற்றுவிப்பாளர்களுக்கோ தெரிந்திருந்ததற்கான எந்த ஆதாரமும் கிடைக்கவில்லை.) ஆனாலும் லோரிக்கு வெகுசில ஆதரவாளர்களே இருந்தனர். அண்டைவீட்டுக்காரர்கள் அவரிடம் பேசுவதை நிறுத்தினர். பிரையனின் பள்ளியைச் சேர்ந்த சக மாணவர்களின் தாய்மார்கள் அவரைக் கண்டால் வேறு பக்கமாகத் திரும்பிக் கொண்டார்கள்.

இறுதியில், பிரையனுக்கும் லோரிக்கும் இடையே மனத்தாங்கல் ஏற்பட்டது. "அம்மா, நீங்கள் என் வாழ்க்கையைப் பாழாக்கிவிட்டீர்கள்!" என்று அவன் கூறினான். அவனுக்குத் தொடர்ந்து அச்சுறுத்தல்கள் வந்ததால், வேறொரு தனியார் பள்ளிக்கு மாற அவன் ஒப்புக் கொண்டான்.

முப்பது மைல்களுக்கு அப்பால், பிளானோ நகரில், இரண்டு பேர் லோரியைத் தங்கள் மனத்திற்குள் பாராட்டினர். டான் ஹூட்டன் மற்றும்

குவென் ஹூட்டன் தம்பதியர், 'மார்னிங் நியூஸ்' செய்தித்தாளில் வந்த லோரியின் கதையில் ஒரு தனி ஆர்வம் கொண்டனர். அவர்களுடைய பதினேழு வயது மகன் டெய்லர், 2003ம் ஆண்டில் தற்கொலை செய்துவிட்டிருந்தான். மகிழ்ச்சியாகவும், பிறருடன் சகஜமாகக் கலந்து பழகக்கூடிய ஒருவனாகவும் இருந்த அவன், தன் பேஸ்பால் விளையாட்டை மேம்படுத்திக் கொள்வதற்காக ஸ்டீராய்டுகளைப் பயன்படுத்தியிருந்தான். அப்பழக்கத்தை நிறுத்திய பிறகு, அவன் தீவிர மனச்சோர்வால் துன்புற்றான். இறுதியில் அவன் தற்கொலை செய்து கொண்டான். ஸ்டீராய்டுகள்தான் அவனுடைய மரணத்திற்குக் காரணம் என்று அவனுடைய பெற்றோர் குறைகூறினர்.

அன்றிலிருந்து, டான் ஹூட்டன், ஸ்டீராய்டுகளுக்கு எதிராக தேசிய அளவில் பேசத் தொடங்கினார். பெற்றோர்களையும் பயிற்றுவிப்பாளர்களையும் குழந்தைகளையும் அவர் எச்சரித்தார். அவர் லோரியிடம், "நீங்கள் சரியான செயலைச் செய்திருக்கிறீர்கள். உங்கள் முயற்சியைத் தொடருங்கள். ஆனால் இதில் உங்களுக்கு நண்பர்கள் கிடைப்பார்கள் என்று எதிர்பார்க்காதீர்கள்," என்று கூறினார். ஹூட்டனின் சொந்த சமூகத்தில், மக்கள் அவரை விமர்சித்துப் பத்திரிகைகளுக்குக் கடிதம் எழுதினர். அவருடைய மகன் போதை மருந்துகளுக்கும் அடிமையாகியிருந்தான் என்று பொய்யான வதந்திகளை அவர்கள் பரப்பினர்.

"மக்கள் என்ன நினைக்கிறார்கள் என்பது பற்றி இனி எனக்குக் கவலை இல்லை. அவர்கள் மனம் மகிழும்படி நடந்து கொள்ள வேண்டிய தேவை எனக்கு இல்லை. இந்த பயங்கரமான பிரச்சனையை எதிர்த்துப் போராட வேண்டியதுதான் என் வேலை," என்று லோரி நினைத்தார். ஏப்ரல் மாதக் கடைசியில், பயிற்றுவிப்பாளர் கன்னிங்கமின்மீது அவர் ஓர் அவதூறு வழக்கைத் தொடர்ந்தார். ஒருசில நாட்களுக்குப் பிறகு, உயர்நிலைப் பள்ளியைச் சேர்ந்த தடகள வீரர்கள் ஸ்டீராய்டு சோதனைகளுக்கு உட்படுத்தப்பட வேண்டியதைக் கட்டாயமாக்கும் மசோதாவிற்கு சாதகமாக ஒரு சட்டக் குழுமத்தின் முன்னிலையில் அவர் வாக்குமூலம் கொடுத்தார்.

மே மாதத்தில், காலிவில் பள்ளிக் குழுமத்தின் முன்னால் லோரி ஆஜரானார். அப்போது ஓர் அசாதாரணமான விஷயம் நிகழ்ந்தது. விளையாட்டுகளில் கலந்து கொள்ளும் மாணவர்கள் ஸ்டீராய்டுகள் தொடர்பான திடீர் சோதனைகளுக்கு உட்படுத்தப்படுவதற்கு அக்குழுமம் ஒருமனதாக ஒப்புதல் வழங்கியது. "இது அப்பிரச்சனையைத் தடுப்பதற்கான ஓர் அச்சுறுத்தலாக அமைவதோடு மட்டுமன்றி, மாணவர்கள் போதைப் பொருட்களையும் ஸ்டீராய்டுகளையும் பயன்படுத்துவதை நாங்கள் சகித்துக் கொள்ள மாட்டோம் என்பதையும் இது வலியுறுத்தும்," என்று பள்ளியின் சார்பாக ஓர் அதிகாரி பேசினார்.

இன்றுவரை வேறு எந்த மாவட்டத்திலும் இது பின்பற்றப்படவில்லை. ஆனால் லோரி இதை இப்படியே விட்டுவிடுவதாக இல்லை.

பிரையன் தன் புதிய பள்ளியின் கால்பந்து அணியில் சேர்ந்து, விரைவில், அந்த அணியின் முக்கிய வீரனாக ஆனான். ஒஹையோ மாநிலத்தில் அமைந்த ஒரு கல்லூரி, சமீபத்தில், தங்கள் கல்லூரியில் சேர்வதற்கு பிரையனுக்கு அழைப்பு விடுத்தது. பிரையன் இவை அனைத்தையும் ஸ்டீராய்டுகளைப் பயன்படுத்தாமலேயே சாதித்தான்.

ஏதோ தவறு நடந்து கொண்டிருந்தது என்பதை அவனுடைய தாயார் தன் மனத்தின் அடியாழத்தில் அறிந்திருந்தார். தான் தன் முடிவில் உறுதியாக இருந்தால், தானும் தன் குடும்பமும் பல சோதனைகளுக்கு ஆளாகக்கூடும் என்பதையும், குறிப்பாக, தன் மகனுக்கு இது பெரும் பிரச்சனையை ஏற்படுத்தும் என்பதையும் அவர் அறிந்திருந்தார். ஆனால் தான் சரி என்று நம்பிய ஒரு விஷயத்திற்கு ஆதரவாகப் போராட அவர் துணிந்ததால், மற்றத் தாய்மார்களும் அவர்களுடைய மகன்களும் பயன் பெற்றனர்.

பின்வரும் கதையில் வரும் இளம்பெண்ணும், தான் சரி என்று நம்பிய ஒரு விஷயத்திற்கு ஆதரவாக நின்றாள். தன் சகோதரனையும் சகோதரியையும் பாதுகாப்பது தன் பொறுப்பு என்று அவள் நம்பினாள். அதற்காக அவள் தன் உயிரைப் பணயம் வைக்கவும் தயாராக இருந்தாள்.

கடும் பனிப்புயலை எதிர்கொண்ட ஒரு சிறுமி

ஹெலன் ரெஸாட்டோ

மார்ச் மாதம் 15ம் நாள் காலைப் பொழுது மிக இனிமையாகவும் கதகதப்பாகவும் இருந்தது. வடக்கு டக்கோட்டா மாநிலத்தின் சென்டர் நகரில், வில்லியம் மைனர் என்ற ஒரு விவசாயி தன் காலைநேர வேலைகளையெல்லாம் செய்து முடித்தபோது, வயல்களில் ஆங்காங்கே திட்டுத்திட்டாகப் பனி உறைந்திருந்தது.

மதியம் அவர் தன் வீட்டிற்குச் சென்றபோது, "இரவுக்குள் பனி முழுதும் கரைந்துவிடும்," என்று தன் மனைவியிடம் கூறினார். அவர்கள் இருவரும் தங்கள் மதிய உணவை நிதானமாகச் சாப்பிட்டு முடித்தனர். தற்செயலாகத் தங்கள் சமையலறை சன்னல் வழியாக வெளியே பார்த்த மைனர், "அடக் கடவுளே!" என்று அதிர்ச்சியுடன் கூறினார்.

வடமேற்குத் திசையில் தொடுவானத்தின் மேலாக மிகப் பெரிய, கரிய மேகம் ஒன்று சூழ்ந்திருந்தது. அது சத்தமின்றியும் எதுவொன்றாலும் தடுத்து நிறுத்த முடியாதது போலவும் வேகமாக நகர்ந்து கொண்டிருந்தது. அதன் அடர்ந்த கருநீல விளிம்புகள், வானம் நெடுகிலும் விரிந்து பரவி, சூரியனை மறைக்கத் தொடங்கின.

"இது நிச்சயமாக ஒரு பெரிய பனிப்புயலாக மாறப் போகிறது!" என்று மைனர் கூறினார். பூதாகாரமான அந்தப் பெரிய மேகத்தை அவர்கள் இருவரும் கவலையோடு பார்த்தனர். திடீரென்று, மைனர் தன் மனைவியிடம், "வெளியே மேய்ந்து கொண்டிருக்கும் நம் கால்நடைகளைக் கொட்டகைக்குள் ஓட்டிச் சென்று கட்டிப் போடு. வானிலை மோசமடைவதற்குள் நான் பள்ளிக்குச் சென்று நம் குழந்தைகளை அழைத்து வந்துவிடுகிறேன்," என்று கூறினார்.

மைனர், புயலின்போது அணிவதற்குரிய ஆடைகளை அணிந்து கொண்டு, தன் குதிரையின்மீது ஏறி, சகதியாக இருந்த அப்பாதையின் வழியாக, இரண்டரை மைல் தொலைவில் இருந்த அந்தப் பள்ளியை நோக்கிப் பயணிக்கத் துவங்கினார். இதற்குள், அந்தக் கரிய மேகம் மேலும் விரிவடைந்து, சூரியனை முற்றிலுமாக மறைத்திருந்தது. எங்கும் இருள் சூழத் துவங்கியது. அப்போது திடீரென்று ஒரு பலத்தக் காற்று வீசி, மைனரையும் அவருடைய குதிரையையும் தடுமாறச் செய்தது. கூடவே, பார்வையை மறைக்கும் அளவுக்கு மளமளவெனப் பனி பெய்யத் தொடங்கியது. மைனர் அந்தக் காற்றையும் பனியையும் சிரமப்பட்டு சமாளித்துப் பள்ளியைச் சென்றடைந்தார். பள்ளியின் கொட்டகையில் தன் குதிரையைக் கட்டிப் போட்டுவிட்டு, வகுப்பறையை நோக்கி அவர் விரைந்தார்.

ஆசிரியரும் மாணவர்களும் பனிப்புயல் வந்து கொண்டிருந்ததை கவனித்திருந்தும், தங்கள் பாடங்களில் கவனம் செலுத்துவதுபோலப் பாசாங்கு செய்து கொண்டிருந்தனர். குதிரைகளால் இழுத்துச் செல்லப்பட்ட இழுவை வண்டிகளில்தான் பெரும்பாலான மாணவர்கள் பள்ளிக்கு வந்தனர். ஆனால் பனிப்புயல் நேரத்தில், பெற்றோர்களின் அழைப்பு இல்லாமல் குழந்தைகள் தாங்களாகவே பள்ளியைவிட்டுச் செல்வதற்குப் பள்ளி விதிமுறை அனுமதிக்கவில்லை.

மைனர் அந்த வகுப்பறையை நெருங்கியபோது, “அப்பா!” என்று ஒரு குரல் கேட்டது. மைனரின் பதினைந்து வயது மகள் ஹேஸலின் குரல் அது. அவள் தன் பதினோரு வயதுத் தம்பி எம்மெட்டையும், எட்டு வயதுத் தங்கை மிர்டித்தையும் நோக்கித் திரும்பி, “நாம் நம் குதிரையை பத்திரமாக வீட்டிற்குக் கூட்டி வருவோம் என்று நம் அப்பாவுக்கு நம்பிக்கை இல்லைபோலும்!” என்று சிரித்துக் கொண்டே கூறினாள்.

மைனர் தன் மகளைப் பார்த்துப் புன்னகைத்துவிட்டு, “சரி, உங்கள் கம்பளி ஆடைகளை எடுத்துக் கொண்டு வேகமாக இங்கிருந்து புறப்படுங்கள்,” என்று அவர்களை அவசரப்படுத்தினார். தான் கொண்டு வந்திருந்த கூடுதல் சால்வைகளையும் அவர் அவர்களிடம் கொடுத்தார்.

ஹேஸல் தன் தங்கையின் காலணிகளைச் சரி செய்தபடி, தன் தம்பியைப் பார்த்து, “உன் வரலாற்றுப் புத்தகத்தை எடுத்துக் கொள்ள மறந்துவிடாதே,” என்று கூறினாள். தன் மகள் மிகவும் பொறுப்பானவளாக இருந்தது குறித்து மைனர் பெருமிதம் கொண்டார்.

அவர் மிர்டித்தைத் தூக்கிக் கொண்டு, அவர்களுடைய இழுவை வண்டி இருந்த இடத்தை நோக்கிச் சென்றார். அது அவர் தன் கைப்பட உருவாக்கிய வண்டி. கான்வாஸ் துணியால் ஆன கூரையுடன்கூடிய அந்த வண்டியினுள் மிர்டித்தையும் எம்மெட்டையும் அவர் அமரச் செய்தார். பிறகு இரண்டு கனமான போர்வைகளையும் ஒரு பழைய கம்பளி அங்கியையும் அவர்களைச் சுற்றி இறுக்கமாகப் போர்த்தினார். ஹேஸல் ஓட்டுனர் இருக்கையில் அமர்ந்தாள். மைனர் தன் குழந்தைகளின் குதிரையை இழுத்து வந்து அந்த வண்டியில் பூட்டினார். பேய்த்தனமாக வீசிக் கொண்டிருந்த காற்றின் இரைச்சலையும் தாண்டி, “நான் வரும்வரை மூவரும் இங்கேயே இருங்கள்! நான் என் குதிரையைக் கொண்டு வந்தவுடன் என் பின்னாலேயே வாருங்கள்,” என்று மைனர் கத்தினார்.

அவர்களுடைய குதிரை, வடக்குத் திசையில் இருந்த கதவை நோக்கி நின்றது. அந்த வழியாகத்தான் அவர்கள் தங்கள் வீட்டிற்குச் சென்றாக

வேண்டும். அப்போது, காதைச் செவிடாக்கும் சத்தத்துடன் பேரிடி ஒன்று இடித்தது. இந்தத் திடீர்ச் சத்தத்தைக் கேட்டு, வண்டியில் பூட்டப்பட்டிருந்த குதிரை திடுக்கிட்டு, தென்திசையில் அமைந்த கதவின் வழியாகத் தறிகெட்டு ஓடத் துவங்கியது. இதை எதிர்பார்க்காத ஹேஸல் நிலை தடுமாறினாள். சுழன்று வீசிக் கொண்டிருந்த பனியில், முன்னால் இருந்த எதுவும் அவளுக்குத் தெரியவில்லை. தங்கள் குதிரை தவறான திசையில் சென்று கொண்டிருந்ததைக்கூட முதலில் அவள் உணரவில்லை. அதிர்ச்சியுடன் அமர்ந்திருந்த தன் தம்பியையும் தங்கையையும் பார்த்து, ஓர் உரத்தக் குரலில் "கவலைப்படாதீர்கள். நாம் நம் அப்பாவை முந்திக் கொண்டு வீட்டிற்குப் போய்விடலாம். நம் குதிரைக்கு வழி தெரியும்," என்று அவள் கூறினாள்.

ஹேஸலால் அக்குதிரையைக் கட்டுப்படுத்த முடியவில்லை. முன்பு அவள் நிலை தடுமாறியதில், அதன் கடிவாளத்தைத் தன் கைகளிலிருந்து அவள் தவறவிட்டிருந்தாள். ஆனால் சிறிது நேரம் கழித்து, அவர்களுடைய குதிரை தானாகவே தன் வேகத்தைக் குறைத்துக் கொண்டு, இறுதியில் மெதுவாக நடக்கத் துவங்கியது. பிறகு ஓரிடத்தில் அது நின்றுவிட்டது.

"நாம் நம் வீட்டிற்கு வந்து சேர்ந்துவிட்டோமா? அப்பாவை நாம் தோற்கடித்துவிட்டோமா?" என்று எம்மெட் கேட்டான்.

ஹேஸல் இப்போது வண்டியைவிட்டுக் கீழே பனிக்குள் இறங்கினாள். அவளுக்குத் தலை சுற்றியது. தாங்கள் இருந்தது ஒரு சாலையா அல்லது ஒரு வயல்வெளியா என்று அவளுக்கு சரியாகத் தெரியவில்லை. எங்கு பார்த்தாலும் வெள்ளையாக இருந்தது. அந்தப் பனி இந்த ஒட்டுமொத்த உலகத்தையும் விழுங்கிவிடப் போவதுபோல அச்சுறுத்தியது. ஹேஸல் மூச்சிரைத்தபடியே தன் குதிரையின் கடிவாளத்தை எடுத்துக் கொண்டு, தட்டுத்தமாறி நடந்து, மீண்டும் தன் ஓட்டுனர் இருக்கையில் அமர்ந்தாள். பிறகு தன் தம்பியைப் பார்த்து, "நாம் இன்னும் நம் வீட்டை அடையவில்லை. ஆனால் நம் வீட்டிற்கு மிக அருகே வந்துவிட்டோம் என்று நினைக்கிறேன். நம் குதிரை இப்போது ஆசுவாசமடைந்துவிட்டது. வீட்டிற்குச் செல்வதற்கான வழி அதற்குத் தெரியும்," என்று அவள் கூறினாள்.

தன் பொறுப்பற்ற நடத்தை குறித்து வருந்திய அக்குதிரை, அதிகரித்துக் கொண்டிருந்த இருட்டின் ஊடாக மெல்ல நடந்தது. அப்போது தவறுதலாக, தண்ணீர் நிரம்பிய ஒரு தாழ்வான இடத்தில் அது இறங்கிவிட்டது. பனி அதன் தொண்டையை நெறித்தது. அப்போது, அக்குதிரையையும் வண்டியையும் இணைத்துக் கட்டியிருந்த ஒரு கயிறு அவிழ்ந்து கீழே விழுந்தது. அதை எடுப்பதற்காக ஹேஸல் மீண்டும் கீழே இறங்க வேண்டியதாயிற்று. நடுநடுங்க வைத்த அந்தக் குளிரான தண்ணீருக்குள் இறங்கி, தன் வெற்றுக் கைகளை அதற்குள் விட்டு, தட்டுத்தடுமாறி அந்தக் கயிற்றை எடுத்த அவள், வெடவெடத்துக் கொண்டே அதைத் தங்கள் வண்டியுடன் இணைத்துக் கட்டினாள். அவள் ஒருவழியாகத் தன் குதிரையை அந்தத் தண்ணீரைவிட்டு வெளியே இழுத்து வந்தபோது, அவள் தன் இடுப்புவரை நனைந்துவிட்டிருந்தாள். அவளுடைய ஆடைகள் பனியால் இறுகி, கனமான போர்க்கவசத்தைப்போல ஆகத் தொடங்கியிருந்தன.

அப்போது, தாங்கள் இருந்த இடத்திற்கு வெகு அருகே, பனிக்கு மேலே ஒரு வேலிக் கம்பம் துருத்திக் கொண்டு நின்றதை அவள் கண்டாள். எனவே, அந்த வேலியைக் கண்டுபிடிப்பதற்காக அவள் மீண்டும் தன் வெற்றுக்

கைகளைப் பனிக்குள் விட்டுத் தோண்டினாள். ஒரு வீட்டையோ அல்லது வயல்வெளியையோ சுற்றித்தான் வேலிகள் அமைக்கப்பட்டிருக்கும் என்பதை அவள் அறிந்திருந்ததால், அந்த வேலியைக் கண்டுபிடித்துவிட்டால், தாங்கள் அதைப் பிடித்துக் கொண்டு ஒரு பாதுகாப்பான இடத்திற்குச் சென்றுவிடலாம் என்று அவள் நினைத்தாள்.

ஹேஸல் என்ன செய்து கொண்டிருந்தாள் என்று பார்ப்பதற்காக எம்மெட் அந்த வண்டியைவிட்டுக் கீழே இறங்கினான். அவர்கள் இருவருமாகச் சேர்ந்து, தங்கள் குதிரையின் முகத்தைச் சுற்றி உருவாகியிருந்த பனியை அகற்றினர். பிறகு அவர்கள் அதன் கடிவாளத்தைப் பிடித்துக் கொண்டு, வேலியை ஒட்டி நடந்தனர். ஆனால் சிறிது தூரத்தில் ஒரு பெரிய பனிக்குவியல் அவர்களுடைய வழியைத் தடுத்தது. எனவே, அவர்கள் அதைச் சுற்றிப் போக வேண்டியிருந்தது. இதனால் தங்கள் பாதையைத் தவறவிட்ட அக்குழந்தைகள், இன்னொரு வேலிக் கம்பத்தையோ அல்லது வேலியையோ கண்டுபிடிப்பதற்காகப் பரிதவிப்போடு பனியைத் தோண்டினர். ஆனால் அவர்களால் எதையும் கண்டுபிடிக்க முடியவில்லை. (வெறும் இருநூறு அடிகள் தொலைவில் இருந்த ஒரு வீட்டிற்கு இட்டுச் சென்ற கதவு, அவர்கள் சுற்றி வந்த அந்தப் பனிக்குவியலின் அடியில் புதைந்து போயிருந்தது.)

தொடர்ந்து வீசிய பலத்தக் காற்றாலும் பனியாலும் மூச்சுத் திணறிய அவர்கள், மீண்டும் தங்கள் இழுவை வண்டிக்குள் ஏறினர். அவர்களுடைய குதிரை விடாப்பிடியாக முன்னே நடந்தது. திடீரென்று, பனிக்குள் புதைந்து போயிருந்த ஏதோ ஒன்றின்மீது அது மோதியதில், வண்டி ஒரு பக்கமாகச் சரிந்தது. எம்மெட்டும் மிர்டித்தும் வண்டியின் கான்வாஸ் கூரையின்மீது தூக்கி எறியப்பட்டனர்.

எம்மெட்டும் ஹேஸலும் மீண்டும் வெளியே வந்தனர். பனி அவர்களுடைய கண்களை மறைத்தது. அவர்கள் தங்கள் வண்டியை நேராக்கக் கடுமையாகப் போராடினர். ஆனால் பனிக்குள் ஆழமாகச் சிக்கிக் கொண்ட அந்த வண்டியை அவர்களால் இழுக்கவோ அல்லது தள்ளவோ முடியவில்லை. ஊளையிட்டுக் கொண்டிருந்த அந்த இருட்டில், மூத்தவளான தான் சிந்தித்தாக வேண்டும் என்பதை ஹேஸல் உணர்ந்தாள். அவள் தட்டுத்தடுமாறி அந்தக் கான்வாஸுக்குள் ஏறி, "நாம் இப்போது ஒரு சிறிய குகையில் இருக்கிறோம். இதை நாம் நமக்கு சௌகரியமானதாக ஆக்கிக் கொள்ளலாம், சரியா?" என்று தன் தம்பியிடமும் தங்கையிடமும் கேட்டாள்.

வண்டி தன் பக்கவாட்டில் சரிந்திருந்ததால், அதன் குறுகலான மர இருக்கை, கிழக்கில் ஒரு தாழ்வான சுவர்போல அமைந்துவிட்டது. வண்டியின் கான்வாஸ் மேற்கூரை ஒரு கூடாரம்போல ஆனது. ஆனால், மற்ற இரண்டு பக்கங்களும் திறந்திருந்ததால், அது ஒரு மலைவழிப் பாதைபோல இருந்தது. ஹேஸல எப்படியோ தங்கள் போர்வைகளையும் கம்பளி அங்கியையும் இருட்டில் தட்டுத்தடுமாறிக் கண்டுபிடித்தாள். பனியால் தன் கைகள் முறுக்கிக் கொண்டிருந்ததைப் பொருட்படுத்தாமல், அவள் அந்த இரண்டு போர்வைகளையும் கேன்வாஸ் 'தரையின்மீது' வைத்தாள். எம்மெட்டும் மிர்டித்தும் அவள் கூறியபடியே அவற்றின்மீது படுத்துக் கொண்டு, ஒருவரையொருவர் இறுக்கமாகக் கட்டிப் பிடித்துக் கொண்டனர். வடக்குப் பக்கத்தில் இருந்த திறந்த வழியின் ஊடாகக் காற்று சுழன்றடித்தது. தங்கள் கம்பளி அங்கியை ஒரு திரைபோல இழுத்துக் கட்ட

ஹேஸல் முயற்சித்தாள். ஆனால் காற்றின் வேகத்தைத் தாங்க முடியாத அந்த அங்கி, மீண்டும் மீண்டும் கீழே விழுந்தது. இறுதியில், அவள் அந்த அங்கியைத் தன் தம்பியையும் தங்கையையும் சுற்றி இறுக்கமாகப் போர்த்தினாள்.

பேய்த்தனமான அந்தக் காற்று, வண்டியின் கேன்வாஸ் கூரையைக் கிழித்துக் குதறியது. ஹேஸல், காற்றில் படபடத்துக் கொண்டிருந்த அந்தக் கிழிந்த துணிகளைப் பிடுங்கி, அவற்றையும் அந்தக் கம்பளி அங்கியின்மீது குவித்தாள். இறுதியில், தானே அவர்களுக்குப் போர்வையாக ஆவதென்று தீர்மானித்த அவள், அவர்கள்மீது படுத்தாள். இப்போது அந்த மூன்று குழந்தைகளுக்கும் அந்தக் கடுமையான பனிப்புயலுக்கும் இடையே எதுவும் இருக்கவில்லை.

பனி இடைவிடாமல் பெய்தது. அந்தக் கொடூரமான பனிக்கும் பயங்கரமான காற்றுக்கும் இடையே அக்குழந்தைகள் மூவரும் அசையாமல் படுத்துக் கிடந்தனர். அவர்களுடைய உடல்களும் மனங்களும் மரத்துப் போயிருந்தன. ஆனால், இதற்கிடையிலும், "எம்மெட்! மிர்டித்!" என்று ஹேஸல் கத்தினாள். "நீங்கள் இருவரும் உங்கள் கண்களை ஒருபோதும் மூடக்கூடாது. ஒருவரையொருவர் அடியுங்கள், குத்துங்கள்! நீங்கள் எதையாவது செய்து ஒருவரையொருவர் விழிப்புடன் இருக்கச் செய்யுங்கள். நான் நூறுவரை எண்ணுவேன். நீங்கள் ஓடுவதுபோலப் பாசாங்கு செய்து கொண்டு உங்கள் கால்களை மேலும் கீழுமாக ஆட்ட வேண்டும். தொடங்குங்கள் — ஒன்று, இரண்டு, மூன்று —" தன் தம்பி மற்றும் தங்கையின் கால்விரல்கள் தனக்குக் கீழே லேசாக அசைந்ததை அவளால் உணர முடிந்தது. அவள் தன்னுடைய கால் விரல்களை அசைக்க முயன்றாள். அவளுடைய மூளை அவளுடைய கால்களுக்குக் கட்டளையிட்டது. ஆனால் அக்கால்கள் என்ன செய்தன என்று அவளுக்கு உறுதியாகத் தெரியவில்லை.

"எனக்குக் களைப்பாக இருக்கிறது. நாங்கள் இப்பயிற்சியை நிறுத்தலாமா?" என்று மிர்டித் மெல்லிய குரலில் கெஞ்சினாள்.

"கூடாது!" என்று ஹேஸல் கண்டிப்பான குரலில் கூறினாள். "நான் இன்னும் நூறு எண்ணி முடிக்கவில்லை."

அடுத்து, "உங்கள் விரல்களை உங்கள் கையுறைகளுக்குள் நூறு முறை நீட்டி மடக்குங்கள்," என்று ஹேஸல் இன்னொரு கட்டளையிட்டாள்.

எம்மெட் தன் கம்பளி அங்கிக்கு வெளியே எட்டிப் பார்த்து, "ஹேஸல், நீயும் உள்ளே வா. நம் மூவருக்கும் இங்கு இடம் இடக்கிறது," என்று கூறினான்.

"இல்லை, நம் மூவருக்கும் அங்கே இடம் போதாது. மேலும், காற்றில் எல்லாம் பறந்துவிடும். நான் இந்தக் கம்பளி அங்கியையும் இந்தத் துணிகளையும் தாங்கிப் பிடித்தாக வேண்டும். எனக்கு ஒன்றும் அவ்வளவாகக் குளிரவில்லை," என்று பதிலளித்த ஹேஸல், "இன்று காலையில் நம் பள்ளியில் நாம் பாடிய பாடலை இப்போது பாடலாம்," என்று கூறினாள்.

அங்கிக்கு அடியிலிருந்து மெல்லிய குரல்கள் வெளிவந்தன. அவர்கள் அந்தப் பாடலைப் பாடி முடித்ததும், "நாம் இப்போது கடவுளிடம் உதவி கேட்டுப் பிரார்த்தனை செய்யலாம்," என்று கூறிவிட்டு, அவள் அவர்களைப் பிரார்த்தனையில் வழிநடத்தினாள்.

அதைத் தொடர்ந்து, பயிற்சிகள், கதைகள், பாடல்கள், பிரார்த்தனைகள் ஆகியவற்றின் மூலம் இரவு முழுவதும் அவள் அவர்களை விழிப்புடன்

வைத்திருந்தாள். இரவில் அவள் பலமுறை எழுந்து உட்கார்ந்து, மிர்டித் மற்றும் எம்மெட்டின் கால்களைச் சுற்றி உருவாகியிருந்த மெல்லிய பனிக்கட்டிகளை, கிட்டத்தட்ட முடமாகிப் போயிருந்த தன் விரல்களால் உடைத்தெறிந்தாள். அவர்களைச் சுற்றிலும் படர்ந்த பனிகளை அவள் சுரண்டித் தள்ளினாள்.

பிறகு, "நான் தூங்கினால்கூட நீங்கள் இருவரும் தூங்கக்கூடாது. உங்களுக்கு எவ்வளவு தூக்கம் வந்தாலும் நீங்கள் ஒருபோதும் தூங்கக்கூடாது," என்று அவள் அவர்கள் இருவரிடமும் மீண்டும் மீண்டும் கூறிக் கொண்டே இருந்தாள். "நீங்கள் ஒருவரையொருவர் விழிப்புடன் வைத்துக் கொள்ளப் போவதாக எனக்கு வாக்குக் கொடுப்பீர்களா?" என்று அவள் கேட்டாள். அவர்கள் தூங்கிவிட்டால், பிறகு அவர்களால் மீண்டும் ஒருபோதும் கண்விழிக்க முடியாது என்பதை ஹேஸல் அறிந்திருந்தாள்.

மிர்டித்தும் எம்மெட்டும் அவ்வாறே வாக்குக் கொடுத்தனர்.

"அப்பா ஏன் இன்னும் நம்மைக் கண்டுபிடிக்கவில்லை?" என்று மிர்டித் பல முறை கேட்டாள்.

பள்ளியிலிருந்து தன் குழந்தைகள் காணாமல் போயிருந்ததை வில்லியம் மைனர் கண்டுபிடித்தபோது, வேகமாக உருவாகிக் கொண்டிருந்த பனிக்குவியல்களின் ஊடாக, அவர் தன் குதிரையை ஈவு இரக்கமின்றித் தன் வீட்டை நோக்கி விரட்டினார். தன் குழந்தைகளின் குதிரை அவர்களைத் தங்கள் வீட்டிற்கு அழைத்துச் சென்றிருக்கும் என்று அவர் உறுதியாக நம்பினார். ஆனால் வீட்டு வாசலில் அவர் தன் மனைவியை எதிர்கொண்டபோது, இருவரும் பீதியுடன் ஒருவரையொருவர் பார்த்தனர்.

உடனடியாக, அவர் தன் அண்டைவீட்டாரிடம் விஷயத்தைக் கூறினார். கிட்டத்தட்ட நாற்பது ஆண்கள், தங்கள் உயிர்களைப் பணயம் வைத்து, மைனரின் வயலுக்கும் அவருடைய குழந்தைகளின் பள்ளிக்கூடத்திற்கும் இடையே இருந்த பனி மூடிய வயல்கள் மற்றும் சாலைகளின் ஊடாக மெதுவாகவும் விடாப்பிடியாகவும் நடந்தனர். காபி அருந்துவதற்காகவும், தங்கள் கால்களில் பனியினால் ஏற்பட்டப் புண்களுக்குச் சிகிச்சை அளிப்பதற்காகவும், குழந்தைகளைத் தேடுவது தொடர்பாகப் புதிய திட்டங்களை உருவாக்குவதற்காகவும் மட்டும் தங்கள் தேடலின் இடையே அவர்கள் ஆங்காங்கே சில வீடுகளில் சிறிது நேரம் தங்கினர். மற்றக் குழந்தைகள் அனைவரும் பத்திரமாகத் தங்கள் வீடுகளில் இருந்தனர். ஆனால் மைனரின் குழந்தைகளை மட்டும் அவர்களால் கண்டுபிடிக்க முடியவில்லை.

காற்று இப்போது மணிக்கு அறுபது மைல் வேகத்தில் வீசியது. வெப்பநிலை பூஜ்யத்திற்கு கீழே சென்றது. எல்லா இடங்களிலும் அடர்த்தியான இருள் சூழ்ந்தது. பனி இடைவிடாது பெய்தது. மறுநாள் விடியும்வரை அவர்கள் தங்கள் தேடலைக் கைவிட நேரிட்டது.

அடுத்த நாள் காலையில், பள்ளியின் தென்வாசல் வழியாக ஒரு சிறிய இழுவை வண்டி மற்றும் ஒரு குதிரை சென்றதற்கான தடங்களைத் தாங்கள் கண்டுபிடித்திருந்ததாகவும், ஆனால் தொடர்ந்து பெய்த பனி, பாதி வழிக்குப் பிறகு அத்தடங்களை மறைத்துவிட்டிருந்ததாகவும் அக்குழந்தைகளைத் தேடுவதற்குச் சென்றவர்களில் ஒரு குழுவினர் தெரிவித்தனர். விரைவில், தேடல் தென்திசையிலிருந்து துவங்கியது. இழுவை வண்டிகள் மற்றும் குதிரைகளில் சென்றும் கால்நடையாகச் சென்றும் அவர்கள் தீவிரமாகத் தேடத் துவங்கினர்.

செவ்வாய்க்கிழமை மதியம் இரண்டு மணிக்கு, மைனரின் குழந்தைகள் காணாமல் போய் இருபத்தைந்து மணிநேரத்திற்குப் பிறகு, பள்ளியிலிருந்து இரண்டு மைல் தூரத்தில் ஒரு மேய்ச்சல் நிலத்தில் அவர்கள் எதையோ கண்டுபிடித்தனர். குப்புறக் கவிழ்ந்து கிடந்த ஓர் இழுவை வண்டி அது. அதற்குப் பக்கத்தில், ஒரு காவலாளியைப்போல ஒரு குதிரை அசையாமல் நின்றது. ஆனால் அது இன்னும் உயிருடன் இருந்தது. பிறகு, கேன்வாஸ் துணியற்ற அந்த வெற்று வண்டிக்கு உள்ளே பனி மேடு ஒன்றை அவர்கள் கண்டனர்.

ஒரு சிறுமியின் விறைப்பான உடல் தலைகுப்புறக் கிடந்தது. பொத்தான்கள் அவிழ்க்கப்பட்ட அவளுடைய மேலங்கி பரந்து விரிந்திருந்தது. அவளுடைய கைகள் தன் தம்பியின்மீதும் தங்கையின்மீதும் விரிந்து கிடந்தன. தான் வாழ்ந்தபோது அவள் அவர்களை எவ்வாறு பாதுகாத்திருந்தாளோ, தன் மரணத்திலும் அவள் அவர்களை அவ்வாறே அரவணைத்துப் பாதுகாத்திருந்தாள்.

அக்குழந்தைகளைத் தேடி வந்தவர்கள் அவளை கவனமாகத் தூக்கி, அவளுடைய மேலங்கியை மெதுவாகக் கழற்றினர். அவள் தன் தம்பிக்கும் தங்கைக்கும் வெப்பம் கொடுப்பதற்காக அவர்களுடைய கம்பளி அங்கியின்மீது குவித்துப் போட்டிருந்த கிழிந்த கேன்வாஸ் துணித் துண்டுகளை அவர்கள் அப்புறப்படுத்தினர். அவற்றுக்குக் கீழே, மிர்டித்தும் எம்மெட்டும் அதிர்ச்சியோடும் பாதி உறைந்தும் கிடந்தனர். ஆனால் அவர்கள் உயிரோடு இருந்தனர். தங்கள் சகோதரிக்கு வாக்குக் கொடுத்திருந்ததைப்போலவே, அவர்கள் இருவரும் தூங்காமல் இருந்தனர்.

இன்று, நகர மையத்தின் நீதிமன்ற வளாகத்தில் அமைக்கப்பட்டுள்ள ஒரு கிரானைட் அடையாளச் சின்னத்தின்மீது இவ்வார்த்தைகள் பொறிக்கப்பட்டுள்ளன:

ஹேஸல் மைனர்

தோற்றம்: ஏப்ரல் 11, 1904

மறைவு: மார்ச் 16, 1920

இச்சிறுமியின் வாழ்க்கை
இறந்து போனவர்களுக்கு ஓர் அஞ்சலி,
வாழ்ந்து கொண்டிருப்பவர்களுக்கு ஒரு நினைவுப் பொக்கிஷம்,
வருங்காலத்தினருக்கு ஓர் ஊக்குவிப்பு.

தான் வாழ்ந்தபோதும் சரி, தன் இறப்பிலும் சரி, ஹேஸல் தன் தம்பி மற்றும் தங்கையின் பாதுகாப்பிற்குத் தன்னை முழுவதுமாக அர்ப்பணித்தாள். உயிரை உறைய வைத்த அந்தக் குளிரில் தன்னைப் பற்றிய சிந்தனை அவள் மனத்தில் ஒருபோதும் எழவே இல்லை. அவளுடைய இந்தத் துணிகரச் செயல், நாம் உயர்வாக மதிக்கின்ற பண்புநெறிகளை நிலைநாட்டுவதற்கு நாம் எவ்வளவு தூரம் செல்லத் தயாராக இருக்கிறோம் என்று நம்மை வியக்க வைக்கிறது.

ரத்தினச்சுருக்கமாக

நாணயம் என்ற வார்த்தை, கொள்கைகளுடன் ஒருங்கிணைந்து இருப்பது என்று பொருள்படும். உண்மையான நாணயத்தை வெளிப்படுத்துகின்ற ஒருவர், சூழ்நிலையின் அடிப்படையிலோ அல்லது தனக்கு சௌகரியமான சமயங்களில் மட்டுமோ நேர்மையாக இருப்பதில்லை. நாணயம் என்பது ஓர் அன்றாடத் தேர்ந்தெடுப்பு, ஓர் அன்றாட வாழ்க்கைமுறை. மீன் பிடித்துக் கொண்டிருந்த தந்தையின் கதையை நீங்கள் படித்தபோது, அவர் அன்றாட அடிப்படையிலும் எல்லாச் சூழல்களிலும் நேர்மையுடனும் முழு நாணயத்துடனும் நடந்து கொண்டார் என்ற உணர்வு உங்களுக்கு ஏற்பட்டது, இல்லையா? ஸ்டீராய்டுகளுக்கு எதிராகப் போர்க்கொடி உயர்த்திய அந்தத் தாயின் கதையைப் படித்தபோது, அவர் தன் மகனின் நலனுக்காகவும் மற்றத் தாய்மார்களின் நலனுக்காகவும் எப்போது வேண்டுமானாலும் சண்டையிடுவார் என்று உங்களுக்குத் தோன்றியது, இல்லையா? ஹேஸலைப் பற்றி நீங்கள் படித்தபோது, அவள் தன் மரணத்தில் மட்டுமல்லாமல், ஒவ்வொரு நாளும் தன் தம்பியையும் தங்கையையும் அக்கறையோடு கவனித்துக் கொண்டாள் என்ற உணர்வை நீங்கள் பெற்றீர்கள், இல்லையா? அவர்கள் மூவரும் அன்றாட அடிப்படையில் நாணயத்தைக் கடைபிடிப்பதற்கான ஒரு வலிமையான திறனைப் பெற்றிருந்தனர் என்பது அவர்களுடைய கதைகளிலிருந்து நமக்குத் தெரிகிறது.

சிந்தனைக்காக

- எந்தவொரு பரிசுக் கோப்பையாலும் கொடுத்திருக்க முடியாத ஓர் உள்ளார்ந்த திருப்தியை அந்தத் தந்தையும் மகனும் அனுபவித்தனர். அன்றிரவு நடந்த அந்த ஒரு சம்பவத்தில், பண்புநெறியும் மனசாட்சியும் கண்ணியமும் நேர்மையும் வெற்றி பெற்றன. அவர்கள் எதிர்கொண்ட ஒரு சூழ்நிலையில் நீங்கள் இருந்தால், உங்கள் நாணயத்தை நீங்கள் எந்த அளவுக்குத் தூக்கிப் பிடிப்பீர்கள்?
- மீன் பிடிப்பதில் ஆர்வம் கொண்டுள்ள மக்கள், தாங்கள் பிடிக்கும் மீன்களின் அளவை மிகைப்படுத்துவதாக அடிக்கடிக் குற்றம் சாட்டப்படுகிறது. குறிப்பாக, தங்கள் பிடியிலிருந்து நழுவிய மீன்களின் அளவை அவர்கள் எப்போதுமே மிகைப்படுத்துவதாகக் கூறப்படுகிறது. நீங்கள் எப்படி? நீங்கள் உங்கள் கதைகளை மிகைப்படுத்துகிறீர்களா? மற்றவர்களுடன் நீங்கள் நூறு சதவீதம் நேர்மையாக இருக்கிறீர்களா? உங்களுடன் நீங்கள் நூறு சதவீதம் நேர்மையாக இருக்கிறீர்களா?
- ஸ்டீராய்டுகளுக்கு எதிராகச் சண்டையிட்ட அந்தத் தாய் ஏராளமானவற்றைப் பணயம் வைக்க வேண்டியிருந்தது. பருவ வயதுப் பெண்ணான ஹேஸல், தான் சரி என்று நம்பிய ஒரு விஷயத்தைச் செய்வதற்குத் தன்னை முழுமையாகக் கொடுத்தாள். நீங்கள் சரி என்று நம்பும் விஷயங்களைச் செய்வதற்கு நீங்கள் எவ்வளவு தூரம் போகத் தயாராக இருக்கிறீர்கள்?

8

பணிவு

"பணிவு வினோதமானது. அது உங்களுக்கு இருப்பதாக நீங்கள் நினைக்கும் கணத்தில், அதை நீங்கள் இழந்துவிடுகிறீர்கள்."

- ஈ.டி.ஹல்ஸ்

தன் அழகு குறித்து மிகவும் கர்வம் கொண்டிருந்த ஒரு செவிலி, தன் நோயாளிகளின் இதயத்துடிப்பைப் பரிசோதித்தபோதெல்லாம், அதில் பத்துப் புள்ளிகளைக் கழித்துக் கொண்டதாக நகைச்சுவை நடிகர் கிரௌச்சோ மார்க்ஸ் ஒருமுறை குறிப்பிட்டார். தன் அழகு அந்த நோயாளிகளின் இதயத்துடிப்பில் பத்துப் புள்ளிகளை ஏற்றியிருக்கும் என்று அச்செவிலி நிச்சயமாக நம்பியதாக அவர் குறிப்பிட்டார். பணிவு அவ்வளவு பொதுவான விஷயம் இல்லைதான்.

உறுதியான தன்னம்பிக்கையும் உயர்ந்த சுயமதிப்பும் ஆரோக்கியமான பண்புநலன்கள்தான் என்றாலும், ஒருவர் மற்றவர்களைவிடத் தன்னை மிக முக்கியமானவராகக் கருதும்போதும், அல்லது தான் கற்றுக் கொள்ள இனி ஏதும் இல்லை என்று கருதும்போதும், இன்னொருவரின் மனத்தைச் சோர்வுறச் செய்யும் விதத்தில் தன்னைப் பற்றிப் பெருமையடித்துக் கொள்ளும்போதும், அந்தப் பண்புநலன்கள் தம் மதிப்பை இழந்துவிடுகின்றன. மறுபுறம், பணிவு, வளர்ச்சியையும் நட்பையும் ஊக்குவிக்கிறது. பணிவைக் கற்றுக் கொள்வதற்கான மிகச் சிறந்த தளம் குழந்தை வளர்ப்பு என்று கூறலாம். பின்வரும் கதை அதற்கான ஓர் எடுத்துக்காட்டாக அமைந்துள்ளது.

எங்கள் கேக்

மைக்கேல் ஏ. ஆன்ட்ரூஸ்

எங்கள் ஒன்பது வயது மகன் மைக், தன் சாரணர் இயக்க சந்திப்புக்கூட்டம் முடிந்து வீட்டிற்கு வந்தபோது, 'கேக் விற்பனை விழா' ஒன்றை நடத்தத் தன் அணியினர் தீர்மானித்திருந்ததாகக் கூறினான். கேக்குகளை வேறு யாருடைய உதவியுமின்றி, அச்சிறுவர்களும் அவர்களுடைய தந்தையரும் மட்டுமே சேர்ந்து தயாரிக்க வேண்டும் என்பது அந்த விற்பனை விழாவின் ஒரு முக்கிய நிபந்தனையாக இருந்தது.

கேக் தயாரித்து எனக்குப் பழக்கம் இருக்கவில்லை. ஆனால் 'உடனடி கேக் மிக்ஸ்'களைப் பயன்படுத்தி என் மனைவி கேக் தயாரித்து நான் பார்த்திருந்ததால், என் மகனுடன் சேர்ந்து கேக் தயாரிக்கும் நாளை எந்தத் தயக்கமுமின்றி நான் ஆவலோடு எதிர்பார்த்தேன்.

அந்த நாள் வந்தபோது, மைக்கும் நானும் ஒரு மஞ்சள் கேக் மிக்ஸைத் தேர்ந்தெடுத்தோம். அதில் கூறப்பட்டிருந்த வழிமுறையைப் பின்பற்றி, தேவையான பொருட்களை ஒன்றுகலந்து, அந்த மாவை இரண்டு வட்ட வடிவப் பாத்திரங்களில் ஊற்றி, நம்பிக்கையோடு அவற்றை எங்கள் கணப்பு அடுப்பிற்குள் வைத்தோம். அந்த வழிமுறையில் கூறப்பட்டு இருந்ததுபோலவே, சரியாக முப்பது நிமிடங்களுக்குப் பிறகு நாங்கள் அந்த அடுப்பைத் திறந்து அப்பாத்திரங்களை வெளியே எடுத்தோம். ஆனால், அவற்றிலிருந்த கேக்குகள், விளம்பரங்களில் நான் பார்த்திருந்ததுபோல உயரமாகவும் உப்பலாகவும் இருக்கவில்லை. உண்மையில், பாத்திரங்களின் பாதியளவுக்குக்கூட அவை எழும்பியிருக்கவில்லை. மைக் அதைக் கண்டுகொண்டதுபோலத் தெரியவில்லை. மேலும், அவனுக்கு ஏமாற்றம் ஏற்பட்டுவிடக்கூடாது என்பதற்காக, நான் பார்த்திருந்த மிகச் சிறந்த பல கேக்குகள் குட்டையான கேக்குகளே என்று அவனிடம் நான் கூறினேன்.

நாங்கள் அந்த இரண்டு கேக்குகளையும் ஒன்றன்மீது ஒன்றாக அடுக்கி வைத்தோம். கேக்குகள்மீது 'ஐஸிங்' செய்வதற்கு ஒரு பிரத்யேகமான சர்க்கரை தேவை என்பது பிறகுதான் எனக்குத் தெரிய வந்தது. ஆனால் அப்போது எங்களிடம் அந்த சர்க்கரை இருக்கவில்லை. அது என்ன சர்க்கரை என்றுகூட எனக்கு உறுதியாகத் தெரியவில்லை. கடைக்குச் சென்று அதை வாங்குவதற்கு எங்களுக்கு நேரமும் இருக்கவில்லை. கேக் விற்பனை இன்னும் ஒரு மணிநேரத்தில் துவங்கவிருந்தது.

"எந்த சர்க்கரையாக இருந்தால் என்ன, எல்லாம் சர்க்கரைதானே?" என்று நான் கூறினேன். ஆனால் வீட்டில் பயன்படுத்தப்படும் சர்க்கரை இதற்கு சரிப்பட்டு வராது என்று என் மனைவி என்னிடம் வலியுறுத்தினாள். நான் ஒரு பேரங்காடிக்கு விரைந்து சென்று, 'ரெடிமேட் ஐஸிங்' ஒன்றுடன் வீடு திரும்பினேன்.

விற்பனை விழாவிற்கு ஏற்கனவே தாமதமாகிவிட்டிருந்ததால், நாங்கள் அந்த ஐஸிங்கை எங்கள் கேக்குகள்மீது அவசர அவசரமாகத் தடவினோம். பல இடங்களில் ஐஸிங் திட்டுத்திட்டாக இருந்தது. அந்தக் கேக்குகளின் மேற்பரப்பில் அலங்காரமாக சில ஐஸிங் குமிழ்களை அமைத்து, என்னால் முடிந்த அளவுக்கு அவற்றை நான் அழகுபடுத்தினேன். மைக்கும் நானும்

ஒருவரையொருவர் பெருமையோடு பார்த்துப் புன்னகைத்தோம். எங்கள் தயாரிப்பு அழகாக இருந்ததுபோல எங்களுக்குத் தோன்றியது.

என் மனைவி என்னைப் பார்த்துச் சிரித்துவிட்டு, எங்கள் கேக் அழகாக இருந்ததாகக் கூறினாள். ஆனால் அவை ஒரு பக்கமாகச் சரிந்திருந்ததை நான் கவனித்திருக்கவில்லை. நாங்கள் அந்த விற்பனை அரங்கிற்குள் வேகவேகமாக நுழைந்து கொண்டிருந்தபோது, கேக் விற்பனையில் ஏலம் நடைபெறவிருந்ததாக மைக் தறசெயலாகக் கூறினான். கேக்குகளை இன்னும் சிரத்தையுடன் தயாரித்திருக்கலாமோ என்று ஒரு கணம் நான் நினைத்தேன்.

அந்த அரங்கம் மக்களால் நிரம்பி வழிந்தது. நாங்கள் எங்கள் கேக்கைத் தூக்கிக் கொண்டு, ஏலம் நடைபெற இருந்த அறையை நோக்கிச் சென்றோம். நாங்கள் அந்த அறைக்குள் நுழைந்தபோது, அங்கு நான் கண்ட காட்சியால் நான் கிட்டத்தட்ட மூர்ச்சையானேன். அங்கு போடப்பட்டிருந்த ஒரு நீண்ட மேசையின்மீது, பல வகையான அழகான கேக்குகள் வரிசையாக அடுக்கி வைக்கப்பட்டிருந்தன. அவை பல வண்ணங்களிலும் பல்வேறு வடிவங்களிலும் அழகாகவும் வசீகரமாகவும் இருந்தன. செவ்விந்தியர்களின் கூடாரங்கள், தொப்பிகள், சாரணர் இயக்கச் சின்னம், விண்வெளிக் கப்பல்கள் ஆகியவற்றைப்போல வடிவமைக்கப்பட்டக் கேக்குகள் பிரம்மாண்டமாகத் தோன்றின. அவற்றின்மீது தடவப்பட்டிருந்த ஐஸிங், கண்ணைப் பறிக்கும் விதத்தில் அருமையாக இருந்தது. அந்தக் கேக்குகள் கண்கவர் பீங்கான் தட்டுகளில் வைக்கப்பட்டிருந்தன. இது ஒரு சாதாரணமான கேக் விற்பனை என்று மைக் தவறாகப் புரிந்து கொண்டான்போலும். அது ஏதோ உலக கேக் போட்டிபோலத் தோன்றியது. அங்கு காட்சிப்படுத்தப்பட்டிருந்த கேக்குகளைத் தயாரிப்பதற்கு, அச்சிறுவர்களுக்கும் அவர்களுடைய தந்தையருக்கும் அச்சிறுவர்களின் அம்மாக்கள் நிச்சயமாக உதவியிருக்க வேண்டும் என்று நான் நினைத்தேன். கேக்குகளின் அலங்காரத்திற்குத் தொழில்முறை கேக் தயாரிப்பாளர்கள் உதவியிருக்கக்கூடும். நாங்கள் தவறான இடத்தில் இருந்ததுபோல நான் உணர்ந்தேன்.

மைக் தன் கேக்கை ஒரு காகிதத் தட்டின்மீது வைத்துப் பெருமையோடு முன்னால் கொண்டு சென்றான். அங்கிருந்த மேசையில் இடம் இல்லாததால், அதன் பின்னால் இருந்த ஒரு ரேடியேட்டரின்மீது அவன் தன் கேக்கை வைத்து, அதை மூடியிருந்த அலுமினியத் தாளை எச்சரிக்கையாக விலக்கினான். கேக்கின்மீது தடவப்பட்டிருந்த ஐஸிங் அந்த அலுமினியத் தாளில் பல இடங்களில் ஒட்டிக் கொண்டதால், அந்த கேக், குதறப்பட்டிருந்ததுபோலத் தோன்றியது. மைக்கைப் பார்த்து நான் பரிதாபப்பட்டேன். ஆனால் எங்கள் தயாரிப்புக் குறித்து அவன் எந்த அவமானமும் கொள்ளவில்லை.

இந்த ஏலத்தில் நாங்கள் பங்கெடுக்கக்கூடாது என்று நான் அவனிடம் பரிந்துரைக்க முற்பட்டேன். ஆனால் அதற்குள், நீலநிறச் சீருடைகளில் சிறுவர்கள் பட்டாளம் ஒன்று, காதைப் பிளக்கும் இரைச்சலுடன் அந்த அறைக்குள் நுழைந்தது.

அங்கு வாசிக்கப்பட்ட ஏல விதிமுறைகளை என்னால் கேட்க முடியவில்லை. என் பக்கத்தில் இருந்த ஒரு பெண்மணி, அவற்றில் சில விதிமுறைகளை என்னிடம் விளக்கிக் கூறினார். சாரணர்கள் மட்டுமே ஏல

மேடையில் நின்று ஏலம் எடுக்கலாம் என்றும், மற்றவர்கள் கீழே அமர வேண்டும் என்றும் அவர் கூறினார். நான் மைக்கிடம் எட்டு டாலர்கள் பணம் கொடுத்துவிட்டு, பார்த்து ஏலம் எடுக்குமாறு கத்தினேன். ஆனால் அவன் அதற்குள் அங்கிருந்து ஓடிவிட்டான்.

ஐந்து நிமிடங்களுக்குப் பிறகு அச்சிறுவர்களின் இரைச்சல் ஒருவழியாக அடங்கியபோது, சோதனை துவங்கியது. ஏலமிட்டவர் முதல் கேக்கை உயர்த்திப் பிடித்தார். அவர் அதன் வடிவமைப்பையும், அலங்காரத்தையும், அதன் சிறப்பு அம்சங்களையும், அதன் பிரகாசமான வண்ணங்களையும், ஐஸிங்மீது இருந்த செர்ரிப் பழத்தையும் நேர்த்தியாக விவரித்து ஏலத்தைத் துவக்கினார். “எழுபத்தைந்து சென்ட்டுகள்! எண்பது சென்ட்டுகள்! ஒரு டாலர்! ஒருமுறை, இரண்டு முறை; ஒரு டாலருக்கு இது விற்கப்பட்டுவிட்டது!” பிறகு அவர் அடுத்தக் கேக்கை எடுத்து, அது பற்றி விவரித்தார். அது ஐம்பது சென்ட்டுகளுக்கு ஏலம் எடுக்கப்பட்டது. எங்கள் கேக்கைப் பற்றி மக்கள் என்ன நினைப்பார்கள் என்று நான் நினைத்தபோது, என் மனம் வேதனையடைந்தது.

எங்கள் கேக்கைக் கண்டு மக்கள் கைகொட்டிச் சிரித்ததை என் மனக்கண்ணில் நான் பார்த்தேன். மேடையில் நின்ற என் மகனின் கவனத்தைக் கவர முயன்று நான் அவனுக்கு சைகைகள் காட்டினேன். முன்னால் ஓடிச் சென்று, வேண்டுமென்றே எங்கள் கேக்கைக் கீழே தட்டிவிட்டு, அது தற்செயலாக நிகழ்ந்ததுபோலக் காட்டலாமா என்றுகூட நான் யோசித்தேன். அது மைக்கிற்கு நேரக்கூடிய அவமானத்தைத் தடுக்கும் என்று நான் நினைத்தேன். “மைக், ஏதாவது ஒரு கேக்கை ஏலத்தில் எடுத்துவிட்டு வா. நாம் இங்கிருந்து ஓடிவிடலாம்,” என்று எனக்கு நானே மென்மையாகக் கூறிக் கொண்டேன். எனக்குப் பக்கத்தில் இருந்த பெண்மணி என்னை சந்தேகத்தோடு பார்த்தார். அதன் பிறகு நான் பேசாமல் இருந்துவிட்டேன்.

ஏலமிட்டவர் வேண்டுமென்றே எங்கள் கேக்கை ஒதுக்கி வைத்தாரா அல்லது அது என் கற்பனையா என்று எனக்குத் தெரியவில்லை. ஆனால் திடீரென்று, ‘திட்டுத் திட்டாக’ இருந்த ஒரு கேக்கைப் பற்றி அங்கிருந்த பார்வையாளர்கள் முணுமுணுத்தது என் காதில் விழத் தொடங்கியது. எனக்குப் பின்னால் அமர்ந்திருந்த விடலையர்கள் சிலர் அதைத் ‘தொழுநோய் கேக்’ என்று கேலி செய்தனர். மைக்கிற்காக என் இதயம் வேதனைப்பட்டது.

அந்த சோதனைக் கணம் வந்தது. ஏலமிட்டவர் எங்கள் கேக்கை உயர்த்தினார். அது வைக்கப்பட்டிருந்த காகிதத் தட்டு அவருடைய கைகளின் மேலாகத் தொங்கியது. அந்தக் கேக்கின் விளிம்பிலிருந்து சில துகள்கள் கீழே விழுந்தன. மேடையின் மேலாக அமைக்கப்பட்டிருந்த பிரகாசமான விளக்குகளுக்குக் கீழே எங்கள் கேக்கின் ஐஸிங்கில் இருந்த பல ஓட்டைகள் அலங்கோலமாகப் பல்லிளித்தன. ஏலமிட்டவர், அந்தக் கேக்கைப் பற்றி விவரிப்பதற்காகத் தன் வாயைத் திறந்தார். அவர் வாயிலிருந்து ஒரு வார்த்தை வருவதற்கு முன்பாகவே, மைக் தன் இருக்கையிலிருந்து எழுந்து, “எட்டு டாலர்கள்!” என்று தன் தொண்டை கிழியக் கத்தினான்.

அங்கு ஓர் அதிர்ச்சி கலந்த மௌனம் நிலவியது. யாரும் அதற்கு மேல் ஏலம் எடுக்கவில்லை. ஏலமிட்டவர், “சரி, இது . . .” என்று கூறத்

தொடங்கியபோது, மைக் தன் முகத்தில் ஒரு பெரிய புன்னகையுடன் வேகமாக முன்னால் ஓடினான். போகும் வழியில், "அது என் கேக்! நானும் என் அப்பாவும் சேர்ந்து தயாரித்தக் கேக்!" என்று அவன் தன் நண்பர்களிடம் மகிழ்ச்சியாகக் கூறியது என் காதுகளில் விழுந்தது.

அவன் தன்னிடமிருந்த எட்டு டாலர்களை அவரிடம் கொடுத்துவிட்டு, தன் கேக்கைப் பெருமையுடன் பார்த்தான். புன்னகைத்தபடியே அவன் அதை எடுத்துக் கொண்டு தன் இருக்கைக்குத் திரும்பி வந்து கொண்டிருந்தபோது, தன் ஆட்காட்டி விரலால் அதன் ஐஸிங்கை வழித்துச் சுவைத்தான். பிறகு அவன் என்னைப் பார்த்தபோது, "அப்பா! நம் கேக்கை நானே வாங்கிவிட்டேன்!" என்று உற்சாகமாகக் கத்தினான்.

மைக் தன் பரிசைத் தன் மடிமீது தாங்கிப் பிடித்திருக்க, நாங்கள் எங்கள் காரில் மகிழ்ச்சியாக வீடு திரும்பினோம். அவன் ஏன் முதலிலேயே எல்லாப் பணத்தையும் கொடுத்துக் குரல் கொடுத்தான் என்று நான் அவனிடம் கேட்டபோது, "வேறு யாரும் நம் கேக்கை வாங்கிவிடக்கூடாது என்பதற்காகத்தான்," என்று அவன் பதிலளித்தான்.

"இது நம்முடைய கேக்!" அது 'எங்கள்' கேக். ஆனால் நான் அந்தக் கேக்கை என் கண்களின் வழியாகத்தான் பார்த்திருந்தேனே தவிர, என் மகனின் கண்கள் வழியாகப் பார்க்கவில்லை. வீட்டிற்குப் போனவுடன் மைக்கும் நானும் எங்கள் கேக்கிலிருந்து ஆளுக்கொரு துண்டு சாப்பிட்டோம். பிறகு அவன் மகிழ்ச்சியாகத் தன் படுக்கைக்குச் சென்றான். எங்கள் கேக் உண்மையிலேயே ருசியாகத்தான் இருந்தது. பார்க்கவும் அது அழகாகத்தான் இருந்தது.

மற்றவர்கள் என்ன நினைப்பார்களோ என்று அந்தத் தந்தை கவலைப்பட்டார். அது அவருடைய அகங்காரத்தின் விளைவு. ஆனால் இளஞ்சிறுவனான மைக், தன் கைவண்ணம் குறித்தும், தன் தந்தையுடனான தன் உறவு குறித்தும் பெருமிதம் கொண்டிருந்தான். உங்களுக்கும், வாழ்விலிருந்து உங்களுக்குக் கிடைக்கக்கூடிய மகிழ்ச்சிக்கும் இடையே உங்கள் அகங்காரம் எப்போதேனும் குறுக்கிடுகிறதா? உங்களுக்கும், உங்களுக்கு முக்கியமானவர்களுடனான உங்கள் உறவுகளுக்கும் இடையே உங்கள் அகங்காரம் குறுக்கிட நீங்கள் அனுமதிக்கிறீர்களா?

யாரேனும் ஒரு மாபெரும் தலைவரின் பெயரைக் கூறுமாறு என் பார்வையாளர்களிடம் நான் கேட்கும்போது, உலகில் நான் எங்கிருந்தாலும் சரி, ஆபிரகாம் லிங்கனின் பெயரைத்தான் பெரும்பாலான மக்கள் முதலில் குறிப்பிடுகின்றனர். நேர்மைக்குப் பெயர் பெற்ற ஆபிரகாம் லிங்கன், பணிவிற்கும் புகழ் பெற்றவர் என்பதில் சந்தேகமில்லை.

ஆபிரகாம் லிங்கனுக்கு முதன்முதலாகக் கிடைத்த மிகப் பெரிய சம்பளத் தொகை

மிட்செல் வில்சன்

1855ம் ஆண்டில் ஒரு மதிய வேளையில், மிடுக்காக உடையணிந்த பிலடெல்பியா நகர வழக்கறிஞர் ஒருவர், இல்லினாய் மாநிலத்தின் ஸ்பிரிங்ஃபீல்டு நகரில் அமைந்த ஒரு பரந்த புல்வெளியில் வந்து நின்று, திரு.ஏ.லிங்கன் என்பவருடைய வீட்டிற்கு வழி கேட்டார். லிங்கனின் வீடு, மரத்தால் ஆன மிக எளிமையான ஒன்றாக இருந்ததை அவர் கண்டார்.

அந்த வீட்டின் கதவைத் திறந்தவர், மிகவும் ஒல்லியாகவும் மிகமிக உயரமாகவும் இருந்தார். அவருடைய கால்களும் கைகளும் அசாதாரணமான நீளத்தில் இருந்தன. அவருடைய தோள்கள் குறுகலாகவும் வளைந்தும் இருந்தன. அவருடைய கைவிரல்களும் கால்விரல்களும் அளவுக்கதிகமாகப் பெரிதாக இருந்தன. அவருடைய கரிய தலைமுடி, காட்டுத்தனமாக இருந்தது. பிலடெல்பியாவிலிருந்து வந்திருந்த அந்த வழக்கறிஞரைக் கவர்ந்த ஒரே விஷயம், அந்நபரின் ஆழமான, வருத்தம் தோய்ந்த, அறிவார்ந்த கண்கள் மட்டுமே.

அந்த வழக்கறிஞர், "என் பெயர் பி.எச்.வாட்சன்," என்று தன்னை அறிமுகப்படுத்திக் கொண்டு, "இல்லினாய் மாநிலத்தின் ராக்ஃபோர்டு நகரைச் சேர்ந்த ஜே.எச்.மானி என்பவருக்கு உதவுவதற்காக ஒரு கூட்டு நிதியைத் திரட்டியுள்ள சில உற்பத்தியாளர்கள் அடங்கிய ஒரு குழுவினர், என்னை அவர்களுடைய ஆலோசனையாளராக நியமித்துள்ளனர். ஜே.எச்.மானியைப் பற்றி நீங்கள் கேள்விப்பட்டிருப்பீர்கள் என்று நான் நினைக்கிறேன்," என்று கூறினார்.

இதைக் கேட்டு ஆபிரகாம் லிங்கனின் முகம் ஒளிர்ந்தது. "மெக்கார்மிக்—மானி வழக்கைப் பற்றியா பேசுகிறீர்கள்?" என்று அவர் கேட்டார். வாட்சன் அதை ஆமோதித்துத் தலையசைத்தார்.

அன்றைய காலகட்டத்தில், மெக்கார்மிக்—மானி வழக்கு மிக முக்கியமான வழக்குகளில் ஒன்றாக இருந்தது. அறுவடை இயந்திரத்தைக் கண்டுபிடித்த சைரஸ் மெக்கார்மிக்கின் மாபெரும் வெற்றியைக் கண்டு பல சிறிய தொழிற்சாலைகளும் அந்த இயந்திரத்தை உற்பத்தி செய்து கொண்டிருந்தன. ஆனால் அத்தொழிற்சாலைகளில் ஒன்றுகூட, அந்த இயந்திரங்களுக்கான ராயல்டி தொகைகளை மெக்கார்மிக்கிற்குக் கொடுக்கவில்லை. தங்களுடைய இயந்திரங்கள் அவருடைய இயந்திரங்களிலிருந்து மாறுபட்டிருந்ததாக அவை முழங்கின. தன்னுடைய முக்கியப் போட்டியாளரான ஜே.எச்.மானியை எதிர்த்து வழக்குத் தொடர்ந்த மெக்கார்மிக், தன் சார்பில் வாதாடுவதற்காக, நாட்டின் மிகப் பிரபலமான வழக்கறிஞர்களை நியமித்திருந்தார்.

மானி தன் வியாபாரத்தை நிறுத்தும்படி ஆகிவிட்டால், தாங்கள் எல்லோரும் ஒட்டுமொத்தமாகத் தங்கள் வியாபாரங்களை இழுத்து மூட நேரிடும் என்பதை மற்ற உற்பத்தியாளர்கள் உணர்ந்து கொண்டனர். வாட்சன் தன் கட்சிக்காரர்களுக்கு இவ்வாறு அறிவுறுத்தினார்: "இந்த வழக்கு, இல்லினாய் மாநிலத்தின் வட மாவட்டங்களில் ஒன்றில் விசாரணைக்கு

வரப் போகிறது. அது ஸ்பிரிங்ஃபீல்டாக இருக்கலாம். நீதிபதி டிரம்மான்ட்தான் அதை விசாரிக்கவிருக்கிறார். அவருக்கு நல்ல நண்பராக உள்ள யாரேனும் ஓர் உள்ளூர் வழக்கறிஞரை உங்கள் சார்பில் வாதாட நீங்கள் தேர்ந்தெடுப்பது நல்லது. பிரபலமானவர்களின் ஆதரவைப் பெறுவது புத்திசாலித்தனமானது."

இந்த வேலையைச் செய்து முடிக்கத்தான் வாட்சன் இப்போது ஸ்பிரிங்ஃபீல்டில் ஆபிரகாம் லிங்கனின் வீட்டில் அவருடன் பேசிக் கொண்டிருந்தார். வழக்கறிஞராகப் பணியாற்றிக் கொண்டிருந்த லிங்கனுக்கு அவர் ஐநூறு டாலர்களை முன்பணமாகக் கொடுத்துவிட்டு, வழக்கு முடிந்த பிறகு, லிங்கன் அதுவரை பெற்றிராத மிகப் பெரிய தொகையை அவருக்குத் தருவதாக ஒரு வாக்குறுதியையும் கொடுத்தார். ஒருசில நூறு டாலர்கள் தொகை பெறுமானமுள்ள வழக்குகளையே லிங்கன் அதுவரை கையாண்டு வந்திருந்தார். மேலும், அந்த நேரத்தில், அவர் தன் சொந்த மாவட்டத்தில் இருந்தவர்கள் மத்தியில் மட்டுமே பரிச்சயமாகியிருந்தார்.

ஆனால், வாட்சன், இந்த வழக்குப் பற்றிய சில உண்மைகளை லிங்கனிடம் கூறவில்லை. வாட்சன் அங்கிருந்து புறப்பட்டுச் சென்றபோது, லிங்கன் அதிர்ச்சியில் சிலையாக அமர்ந்திருந்தார். அவருக்கு அப்போது நாற்பத்து ஆறு வயது. அவர் பெரும் கடனில் இருந்தார். ஒருவிதமான தோல்வியுணர்வு அவரை வாட்டியெடுத்துக் கொண்டிருந்தது. இப்போது திடீரென்று, ஒரு வழக்கறிஞராக தேசிய அளவில் புகழ் பெறுவதற்கு அவருக்கு ஒரு வாய்ப்புக் கிடைத்திருந்தது. காப்புரிமைச் சட்டங்கள் பற்றியோ அல்லது அறுவடை இயந்திரங்களின் இயக்கங்கள் பற்றியோ அப்போது அவருக்கு எதுவும் தெரியாது. ஆனால், தனக்குத் தெரிந்திருக்க வேண்டிய விஷயங்களைத் தெரிந்து கொள்வதற்கு அவர் கடினமாக உழைத்தார். ஆனாலும், பழுத்த அனுபவமும் உயர்ந்த கல்வித் தகுதியும் மிடுக்கான தோரணையும் கொண்ட கிழக்கத்திய வழக்கறிஞர்களுக்கு இணையாக நீதிமன்றத்தில் தன்னால் வாதாட முடியுமா என்று அவர் கவலைப்பட்டார்.

மெக்கார்மிக்—மானி வழக்குத் தொடர்பான விஷயங்களில் அவர் மும்முரமாக மூழ்கியிருந்த காலகட்டத்தில், வாட்சனிடமிருந்து ஒருசில கடிதங்கள் மட்டுமே அவருக்கு வந்தன. ஆனால் இந்த வழக்கில் அவருக்கு முழு சுதந்திரம் இருந்தது போன்ற ஓர் உணர்வை அக்கடிதங்கள் அவருக்குக் கொடுத்தன. நாளுக்கு நாள் லிங்கனின் தன்னம்பிக்கை உறுதியடைந்தது. ஒருநாள், அந்த வழக்கு, இரு தரப்பினரின் ஒப்புதலுடன் ஸ்பிரிங்ஃபீல்டிலிருந்து சின்சினாட்டி நகருக்கு மாற்றப்பட்டிருந்ததாகவும், அவருக்கு அறிமுகமில்லாத ஒரு நீதிபதி அந்த வழக்கை விசாரிக்கவிருந்ததாகவும் லிங்கனுக்குத் தெரிவிக்கப்பட்டது. இந்த விவகாரத்தில் அவர்கள் தன் அபிப்பிராயத்தையும் கேட்டிருக்க வேண்டும் என்று லிங்கன் நினைத்தார். இந்த வழக்குத் தொடர்பான பல விபரங்களை வாட்சன் தன்னிடமிருந்து மறைத்துக் கொண்டிருந்ததாக அவர் தனக்குத் தானே கூறிக் கொண்டு, மீண்டும் தன் வேலையில் மூழ்கினார்.

பிறகு அவர் தன் கட்சிக்காரர்களை சந்திப்பதற்காக சின்சினாட்டி நகருக்குச் சென்றார். அவர்கள் தன் திறமையை மதித்ததாகவும் இந்த வழக்கில் வெற்றி பெறுவதற்குத் தன்னை நம்பிக் கொண்டிருந்ததாகவும் அவர் உறுதியாக நம்பினார். இத்தனை நாட்களாகத் தான் கஷ்டப்பட்டுத்

தயாரித்திருந்த வாதத்தை அவர் தன் பாக்கெட்டில் வைத்திருந்தார். அவருடைய எதிர்காலம் அதைச் சார்ந்திருந்தது.

வழக்கு விசாரணை நடைபெறவிருந்த நாளன்று, அவர் தனக்குத் தெரிந்த அளவுக்கு நன்றாக உடையணிந்து, கண்ணியமானவராகத் தோன்றினார். ஆனால் அந்தக் கிழக்கத்திய வழக்கறிஞர்களோ, தொளதொளவென்று ஆடையணிந்திருந்த ஒரு காட்டுமிராண்டியாகவே அவரைப் பார்த்தனர். லிங்கன் அணிந்திருந்த கால்சட்டை அவருடைய கரண்டைக் கால்கள்வரை மட்டுமே எட்டின. அவர் அணிந்திருந்த மேலங்கியில் வியர்வைக் கறைகள் படிந்திருந்தன.

பிறகு, மெல்ல மெல்ல, லிங்கனின் மாயை விலகத் துவங்கியது. எட்வின் எம். ஸ்டான்டன் என்ற இன்னொரு வழக்கறிஞர் இந்த வழக்கை வாதாடுவதற்காகத் தேர்ந்தெடுக்கப்பட்டிருந்ததை லிங்கன் அறிந்தார். உண்மையில், துவக்கத்திலிருந்தே அவர் இந்த வழக்கிற்காக நியமிக்கப்பட்டிருந்தார் என்பது லிங்கனுக்குத் தெரிய வந்தது.

மானி, ஸ்டான்டனின் ஹோட்டல் அறைக்கு லிங்கனை அழைத்துச் சென்றபோது, அந்த அறைக் கதவு திறந்திருந்தது. லிங்கன் அந்த அறைக்கு வெளியே காத்திருந்தார். குட்டையான உருவத்தையும் கொடிய நடத்தையையும் கொண்ட ஸ்டான்டன், லிங்கனைப் பார்த்தபோது, ஓர் உரத்தக் குரலில், "அவன் இங்கே என்ன செய்து கொண்டிருக்கிறான்? அவனை இங்கிருந்து வெளியேற்றுங்கள். அவனைப் போன்ற ஓர் அருவருப்பான குரங்குடன் நான் தொடர்பு கொள்ள விரும்பவில்லை. இவனைப் போன்ற ஒருவனுடன் சேர்ந்துதான் நான் இந்த வழக்கில் வாதாட வேண்டும் என்றால், பிறகு நான் இந்த வழக்கையே கைவிட்டுவிடுவேன்," என்று கத்தினார்.

லிங்கன் அமைதியாக இருந்தார். ஸ்டான்டன் வேண்டுமென்றே தன்னை இவ்வாறு அவமதித்ததை அவர் உணர்ந்து கொண்டார். ஆனாலும் எதுவும் தன் காதில் விழுந்திருக்காததுபோல நடந்து கொள்வதென்று அவர் தீர்மானித்தார். இந்த அவமானத்தைத் தாங்கிக் கொண்டு, நிமிர்ந்த தலையுடன் அவர் அங்கிருந்து படியிறங்கிக் கீழே சென்றார். அங்கு, அந்த வழக்கில் சம்பந்தப்பட்டிருந்த ஜார்ஜ் ஹார்டிங் என்ற இன்னொரு வழக்கறிஞர் லிங்கனுக்கு அறிமுகம் செய்து வைக்கப்பட்டார். பிறகு அவர்கள் அனைவரும் நீதிமன்றத்திற்குச் சென்றனர்.

நீதிமன்றத்தில் இரு தரப்பு வழக்கறிஞர்களும் ஒருவருக்கொருவர் நலம் விசாரித்துக் கொண்டனர். அவர்கள் அனைவரும் ஏற்கனவே ஒருவரை ஒருவர் சந்தித்திருந்தனர். ஆனால் லிங்கனை யாரும் அவர்களுக்கு அறிமுகப்படுத்தவில்லை. அவர் தன் கட்சிக்காரரின் மேசையருகே தனியாகவும் பரிதாபமாகவும் நின்றார்.

ஒவ்வொரு தரப்பும் இரண்டு உரைகளை மட்டுமே கொடுப்பது அப்போதைய வழக்கமாக இருந்தது. தன்னை இந்த வழக்கிற்காக நியமித்த ஒருசில நாட்களுக்குப் பிறகுதான் ஸ்டான்டனை இந்த வழக்கில் ஈடுபடுத்தியிருந்தனர் என்பதை அங்கு இடம்பெற்ற உரையாடல்களிலிருந்து லிங்கன் தெரிந்து கொண்டார். எனவே, தனக்குத்தான் முன்னுரிமை இருந்ததாகவும், தான்தான் மானியின் தரப்பில் இறுதியில் வாதத்தைத் தொகுத்துரைத்துப் பேசவிருந்ததாகவும் அவர் அனுமானித்துக் கொண்டார்.

மெக்கார்மிக்கின் வழக்கறிஞரான ரெவர்டி ஜான்சன் தன் இருக்கையைவிட்டு எழுந்து, தன்னம்பிக்கையுடன், "நீதிபதி அவர்களே, மூன்று வழக்கறிஞர்கள் எதிர்த்தரப்பினரின் பிரதிநிதிகளாக வந்திருப்பதை நாங்கள் காண்கிறோம். அவர்கள் மூவரின் வாதங்களையும் கேட்பதற்கு நாங்கள் தயாராக இருக்கிறோம். வழக்கமாக இரண்டு உரைகள் மட்டுமே வழங்கப்பட வேண்டும் என்ற விதிமுறையை இவர்களுக்காக நாங்கள் தளர்த்திக் கொள்ளத் தயாராக இருக்கிறோம். வேண்டுமானால் அவர்கள் மூன்று உரைகளை ஆற்றலாம். நாங்கள் விருப்பப்பட்டால், என் சக வழக்கறிஞரான திரு. எட்வர்டு டிக்கர்சன் இரண்டு முறை பேசுவதற்கு அனுமதி வழங்குமாறு நாங்கள் தாழ்மையுடன் கேட்டுக் கொள்கிறோம்," என்று கூறினார்.

ஸ்டான்டனும் ஹார்டிங்கும் ஒருவரை ஒருவர் பார்த்துக் கொண்டதை லிங்கன் கவனித்தார். அவர்களுக்கிடையே ஏதோ ஒரு விதமான புரிதல் இருந்ததுபோல அவருக்குத் தோன்றியது. தான் வெளி ஆள் என்ற ஓர் உணர்வு இப்போது அவருக்கு எழுந்தது.

"எதிர்த்தரப்பினரிடமிருந்து எங்களுக்கு எந்த உபகாரமும் தேவையில்லை. எங்கள் தரப்பில் நாங்கள் இரண்டு தொகுப்புரைகளை மட்டுமே ஆற்றப் போகிறோம். நீதிமன்றத்தின் விதிமுறைகளை மீறுவது குறித்த எண்ணம் எதுவும் எங்களுக்கு இல்லை," என்று ஸ்டான்டன் கூறினார்.

ஸ்டான்டன் தன் வாதங்களை எடுத்துரைக்கவிருந்தார் என்றால், இந்த வழக்கில் தன்னிடமிருந்து என்ன எதிர்பார்க்கப்பட்டிருந்தது என்று குழம்பிய லிங்கன், "ஸ்டான்டன் அவர்களே, என் குறிப்புகள் என்னிடம் தயாராக இருக்கின்றன," என்று கூறினார்.

ஸ்டான்டன் அவரை வெறுப்புடன் பார்த்துவிட்டு, "உங்களுக்குத்தான் முன்னுரிமை இருக்கிறது என்பதை நான் அறிவேன்," என்று கூறினார். லிங்கன் தனக்கே உரிய பணிவுடன், "ஸ்டான்டன் அவர்களே, எனக்கு பதிலாக நீங்கள் பேசுவதில் எனக்கு எந்த மறுப்பும் இல்லை," என்று கூறினார்.

ஸ்டான்டன் உடனடியாக அதை ஏற்றுக் கொண்டார். இந்த வழக்கிலிருந்து லிங்கன் தன்னை முற்றிலுமாக விலக்கிக் கொள்வதை அவர் ஏற்றுக் கொள்வதுபோல இருந்தது அது. ஹார்டிங் அமைதியாக அமர்ந்திருந்தார். இந்த வழக்கிலிருந்து ஒதுங்கிக் கொள்வதைத் தவிர தான் செய்வதற்கு வேறு எதுவும் இல்லை என்பதை உணர்ந்த லிங்கன், நீதிமன்றத்தைவிட்டு அமைதியாக வெளியேறினார்.

வேதனையோடும் கோபத்தோடும் அவமானத்தோடும் நீதிமன்ற வாசற்படிகளில் அவர் தனியாக நின்றார். ஆனாலும், வழக்குத் தொடர்பான குறிப்புகளைத் தயாரிப்பதற்குத் தனக்குப் பணம் கொடுக்கப்பட்டிருந்தது என்றும், தனக்கு எதற்காகப் பணம் கொடுக்கப்பட்டதோ, அதைத் தன் வாடிக்கையாளர்களுக்குக் கொடுப்பது தன் கடமை என்றும் உணர்ந்த அவர், மீண்டும் நீதிமன்றத்திற்குள் சென்று, பார்வையாளர்கள் பகுதியில் அமர்ந்தார்.

பிறகு, தான் தயாரித்திருந்த குறிப்புகளை அவர் வாட்சனிடம் கொடுத்துவிட்டு, "நான் இவற்றைத் தயாரிப்பதற்கு ஏராளமான நேரத்தைச் செலவிட்டுள்ளேன். ஹார்டிங்கிற்கு இவை பயன்படக்கூடும்," என்று கூறினார். வாட்சன் அவற்றை வாங்கி ஹார்டிங்கிடம் கொடுத்தார். ஆனால் ஹார்டிங் அதைத் தன் மேசையின்மீது ஒரு பக்கமாக வீசினார். அவர்

ஒருமுறைகூட அதைப் படித்துப் பார்க்கவில்லை. அடுத்த நாளும் அது அங்கேயே கிடந்தது.

அந்த வாரம் முழுவதும், வழக்கு விசாரணையின்போது, இரு தரப்பு வழக்கறிஞர்களும் அடிக்கடி ஒன்றாக உணவருந்தினர். ஒருமுறை, அந்த வழக்கை விசாரித்த நீதிபதியின் வீட்டில் அவர்களுக்கு விருந்து வழங்கப்பட்டது. ஆபிரகாம் லிங்கனுக்கு மட்டும் இவற்றில் எதற்கும் அழைப்பு விடுக்கப்படவில்லை.

வழக்கு உச்சகட்டத்தை அடைந்தது. மெக்கார்மிக்கின் புகழ்பெற்ற வழக்கறிஞர் ஜான்சன், தன் கட்சிக்காரரின் உரிமைகள் காப்பாற்றப்பட வேண்டும் என்று கூறி மிகத் திறமையாக வாதிட்டார். அவரை எதிர்த்து வெற்றிகரமாக வாதாடக்கூடியவர் பிரபலமாக ஆகியிருப்பார். லிங்கன்தான் அவரை எதிர்த்து வாதிட்டிருக்க வேண்டும். ஆனால் அவருக்குப் பதிலாக, ஸ்டான்டன் தன் இடத்திலிருந்து எழுந்து நின்றார்.

மெக்கார்மிக்கின் சாதனையை அவர் இழிவுபடுத்தவில்லை. ஆனால், அவர் முன்வைத்த ஒவ்வொரு வாதத்திற்கும் எதிராக, ஸ்டான்டன் கச்சிதமாக வாதாடினார். ஒரு கணம், லிங்கன் தன் மனக்காயத்தை மறந்துவிட்டு, ஸ்டான்டனின் புத்திசாலித்தனமான விவாதத்தில் மெய்மறந்து போனார்.

அன்று மாலை, லிங்கன் தன் நண்பர் ஒருவருடன் ஓய்வாக நடந்து சென்றபோது, "ஸ்டான்டனின் விவாதம் எனக்குத் தெளிவைக் கொடுத்துள்ளது. இவ்வளவு கவனமாகவும் முழுமையாகவும் தயாரிக்கப்பட்ட ஒரு விவாதத்தை இதுவரை நான் செவிமடுத்ததே இல்லை. என்னால் அவர்கள் யாரைப்போலவும் பேச முடியாது, அவர்களைப்போல மிடுக்காகத் தோன்ற முடியாது. ஆனால் நான் இன்றே என் ஊருக்குத் திரும்பிச் சென்று, மீண்டும் முதலிலிருந்து சட்டம் படிக்கப் போகிறேன். கிழக்கத்திய வழக்கறிஞர்கள் இங்கு அதிக எண்ணிக்கையில் வந்து கொண்டே இருக்கிறார்கள். அவர்களை அவர்கள் பாணியில் எதிர்கொள்வதற்கு நான் தயாராக இருக்க வேண்டும்," என்று கூறினார்.

ஸ்டான்டனின் சிறப்பான வாதம், மானிக்கு வெற்றியைப் பெற்றுக் கொடுத்தது. இரண்டாயிரம் டாலர்களுக்கான ஒரு காசோலையை வாட்சன் லிங்கனுக்கு அஞ்சல் வழியாக அனுப்பி வைத்தார். அந்தப் பணம் லிங்கனுக்குப் பல்லாயிரம் டாலர்கள் மதிப்புக் கொண்டதாக இருந்திருக்கும். ஆனால், அந்த வழக்கில் தான் எந்த விதத்திலும் பங்காற்றியிருக்காததால், தனக்கு அந்தப் பணத்தில் எந்த உரிமையும் இல்லை என்று கூறி, அவர் அதை வாட்சனுக்குத் திருப்பி அனுப்பிவிட்டார்.

லிங்கனை அந்த வழக்கிலிருந்து ஓரங்கட்டியதில் தன் பங்கு குறித்து இப்போது வாட்சனுக்குக் குழப்பமான உணர்வுகள் எழுந்தன. அவர் அந்தக் காசோலையை மீண்டும் ஒருமுறை லிங்கனுக்கு அனுப்பி வைத்தார். காசோலை வந்தடைந்த நேரத்தில், லிங்கன் மிக மோசமான சூழ்நிலையில் இருந்தார். எனவே இம்முறை அவர் அந்தப் பணத்தை ஏற்றுக் கொண்டு, அதில் பாதியைத் தன் கூட்டாளியான ஹெர்ன்டனுக்குக் கொடுத்தார்.

தனக்கு ஏற்பட்டக் காயத்தை லிங்கனால் களைய முடியவில்லை. அதன் நினைவு அவர் இதயத்தில் என்றென்றைக்கும் நிலைத்திருந்தது. ஆனால், இதேபோல இனி ஒருபோதும் தான் காயப்படாமல் இருப்பதற்குத் தன்னால்

தன்னை மாற்றிக் கொள்ள முடியும் என்பதை அவர் உணர்ந்தார். அவருடைய தோற்றமும் அவருடைய நடை உடை பாவனைகளும் அதிக கண்ணியமானவையாக ஆயின, அவருடைய உரைகள் அதிக மெருகும் ஆழமும் கொண்டவையாக ஆயின.

பிறகு, அவர் அரசியலில் தன்னை முழுவதுமாக ஈடுபடுத்திக் கொண்டார். அதுதான் அவருடைய முதல் காதலாகவும், மிக ஆழமான காதலாகவும் இருந்தது. மெக்கார்மிக்—மானி வழக்கிற்கு அவர் பெற்ற ஊதியம்தான், அரசியல் பிரச்சாரங்களில் ஈடுபடுவதற்கான நிதி சுதந்திரத்தை அவருக்குக் கொடுத்தது. அந்தப் பிரச்சாரங்கள்தான், மெக்கார்மிக்—மானி வழக்கில் அவர் கண்டுபிடிக்கத் தவறிய புகழை அவருக்குப் பெற்றுக் கொடுத்தன.

சிறிது காலத்திற்குப் பிறகு, அவர் அமெரிக்காவின் அதிபராக ஆனார். ஸ்டான்டன் அவருடைய மோசமான விமர்சகர்களில் ஒருவராக இருந்தார். கொடூரமான வார்த்தைகளைப் பேசிய ஸ்டான்டனுக்கும், பிரமாதமாக வாதிட்ட ஸ்டான்டனுக்கும் இடையேயான வித்தியாசத்தை லிங்கன் மறந்திருக்கவில்லை. போர்ச் செயலாளர் பதவிக்கு அவர் ஒருவரைத் தேர்ந்தெடுக்க வேண்டியிருந்தபோது, எட்வின் எம். ஸ்டான்டனை அவர் தேர்ந்தெடுத்தார்.

லிங்கனைப் போன்ற வலிமையான பண்புநலன்களைக் கொண்ட ஒருவரால் மட்டுமே ஸ்டான்டனின் அவமதிப்பைப் பொறுத்துக் கொண்டு, உயர்வான நிலையை அடைந்திருக்க முடியும். லிங்கனைப் போன்ற பெருந்தன்மை கொண்ட ஒருவரால் மட்டுமே பகைமையுணர்வின்றி இருந்திருக்க முடியும்.

லிங்கனின் ஆட்சியின்கீழ் பல ஆண்டுகள் சேவை செய்த பிறகு, யார் சிறந்த மனிதர் என்பதை ஸ்டான்டன் புரிந்து கொண்டார். லிங்கன் மரணப் படுக்கையில் இருந்தபோது, ஸ்டான்டன், சொல்லொணாத் துயரத்துடன் அவருக்குப் பக்கத்தில் நின்றார். லிங்கனின் கண்கள் இறுதியில் மூடியபோது, முன்பொரு காலத்தில் தன் கொடூரமான வார்த்தைகளால் அவரைக் காயப்படுத்தியிருந்த ஸ்டான்டன், "காலத்தால் அழிக்க முடியாத ஒருவராக அவர் ஆகிவிட்டார்!" என்ற நிலையான புகழஞ்சலியை அவருக்குக் கொடுத்தார்.

பலர் முற்றிலும் அவமானப்பட்டிருக்கக்கூடிய ஒரு சூழ்நிலையில், ஆபிரகாம் லிங்கன் மட்டும், தன் பலவீனங்களை உணர்ந்து கொள்வதற்கும், அவற்றிலிருந்து மீள்வதற்குக் கடினமாக உழைப்பதற்கான நெஞ்சுரம் தேவை என்பதை உணர்ந்து கொள்வதற்குமான பணிவைப் பெற்றிருந்தார். அவர் தன் அரசியல் வாழ்வின் உச்சத்தை அடைந்தபோது, மிக முக்கியமான ஒரு பதவிக்கும் அதிகாரத்திற்கும் ஸ்டான்டனை நியமித்ததன் மூலம் அவர் தன் பணிவை மீண்டும் வெளிப்படுத்தினார். ஆற்றல்மிக்கத் தலைமைத்துவத்திற்குப் பணிவு இன்றியமையாதது. ஆனாலும், பல உயரதிகாரிகளிடம் அது இருப்பதில்லை.

தங்கள் பாக்கெட்டுகளை நிரப்புவதற்காகவோ அல்லது பிரபலமானவர்களின் சார்பில் வழக்காடுவதற்காகவோ மட்டுமே சட்டத் தொழிலுக்குள் அடியெடுத்து வைக்கின்ற சிலருக்கு மத்தியில், உதவி தேவைப்படுகின்ற நபர்களுக்கு உதவி செய்வதே பின்வரும் கதையில் இடம்பெற்றுள்ள பணிவான வழக்கறிஞரின் இலக்காக இருந்தது.

போர்முனையில்

வில்லியம் எம். ஹென்ரிக்ஸ்

ஒருநாள், பிலடெல்பியாவின் முக்கிய வர்த்தகப் பகுதியில் மைக்கேல் நடந்து சென்று கொண்டிருந்தபோது, ஒரு பழைய திரைப்பட அரங்கின் வெளியே அமைக்கப்பட்டிருந்த ஒரு கேன்வாஸ் கூடாரத்திற்குக் கீழே, அழுக்கான ஆடைகளுடனும் கலைந்த தலைமுடியுடனும் கையில் ஒரு யாசகக் கலயத்துடனும் ஒரு சக்கரநாற்காலியில் ஒருவர் அமர்ந்திருந்ததைக் கண்டார். ஆஜானுபாகுவான தோற்றத்தைக் கொண்டிருந்த அந்நபருக்கு ஒரே ஒரு கால் மட்டுமே இருந்தது. 'வியட்நாம் போரில் சேவை செய்த ராணுவ வீரன்' என்ற வாசகத்தைத் தாங்கிய, நைந்து போன ஓர் அட்டையை அவர் தன் கையில் பிடித்திருந்தார்.

அவருடைய கண்களை நேருக்கு நேர் பார்ப்பதைத் தவிர்த்தப் பலரைப் போலன்றி, மைக்கேல் நேராக அவரை நோக்கி நடந்து சென்று, அவரைப் பார்த்துப் புன்னகைத்துவிட்டு, "நாட்டிற்காக சேவை செய்ததற்கு உங்களுக்கு என் மனமார்ந்த நன்றி," என்று கூறினார். பிறகு, தன்னுடைய பிசினஸ் கார்டு ஒன்றை அவருடைய கைக்குள் திணித்துவிட்டு, "என் அலுவலகத்திற்கு வந்து என்னைப் பாருங்கள். உங்களுக்கு என்னால் என்ன உதவி செய்ய முடியும் என்று நான் பார்க்கிறேன்," என்று கூறினார்.

பல வாரங்களுக்குப் பிறகு, அந்த முன்னாள் வீரர் தன் சக்கரநாற்காலியில் அமர்ந்தபடியே, 'வீடுவாசலின்றி நடுத்தெருவில் நிற்பவர்களுக்கு உதவும் திட்ட அமைப்பின்' தலைமைச் செயலகத்திற்குள் நுழைந்தார். குடியிருக்க வீடுவாசல் இல்லாதவர்களுக்கு இலவச ஆலோசனையும் சட்ட உதவியும் வழங்கிய அந்த அலுவலகத்தில், வீடுவாசலற்ற, உடல் ஊனமுற்ற முன்னாள் ராணுவ வீரர்களுக்குரிய சலுகைகளை அவர்களுக்குப் கொடுப்பதில் தனிச்சிறப்புப் பெற்ற ஒரு வழக்கறிஞராக மைக்கேல் பணியாற்றினார்.

மைக்கேல் அந்த ராணுவ வீரரைத் தன் சிறிய அறைக்கு அழைத்துச் சென்றார். அந்த வீரர், "என் பெயர் கெர்ட்டிஸ் டேனியல்ஸ்," என்று மைக்கேலிடம் தன்னை அறிமுகப்படுத்திக் கொண்டார். பிறகு, "நான் எனக்காகப் பிச்சையெடுக்கவில்லை. என் மகளின் கல்லூரிப் படிப்பிற்கு உதவுவதற்காகவே நான் இதைச் செய்கிறேன். ஒவ்வொரு மாதமும் எனக்குக் கிடைக்கின்ற 845 டாலர்கள் ஓய்வூதியத் தொகை எங்கள் செலவுகளுக்குப் போதுமானதாக இல்லை," என்று கூறினார். டேனியல்ஸ் ஒரு குடியிருப்பின் இரண்டாவது தளத்தில் அமைந்த ஒரு வீட்டில் வாழ்ந்தார். ஆனால் அந்தக் கட்டடத்தில் லிஃப்ட் வசதியோ அல்லது ஊனமுற்றோருக்கான பிரத்யேக வழியோ இல்லாததால், அவர் தன் சக்கரநாற்காலியை அந்தக் கட்டடத்தின் பின்வாசல் கதவுக்கு அருகே நிறுத்திவிட்டு, தன் ஒற்றைக் காலுடன் தன் வீட்டிற்குப் படியேறிச் செல்ல வேண்டியிருந்தது.

அந்த சந்திப்பின் முடிவில், டேனியல்ஸின் வழக்கை மைக்கேல் ஏற்றுக் கொண்டார். ஆண்டொன்றுக்கு இது போன்ற எண்பது வழக்குகளை அவர் கையாண்டார். முன்னாள் ராணுவ வீரர்களுக்குக் கிடைக்க வேண்டிய உதவிகளையும் சலுகைகளையும் அரசாங்கத்திடமிருந்து அவர்களுக்குப் பெற்றுக் கொடுப்பதில் அவர் மும்முரமாக ஈடுபட்டார். இச்சேவைக்காக அந்த வீரர்களிடமிருந்து பணம் எதுவும் வாங்கப்படவில்லை. அவர்களுக்கு உரிய அனைத்தும் அவர்களுக்கு ஒழுங்காகக் கிடைக்க வேண்டும் என்பதில் மைக்கேல் உறுதியாக இருந்தார்.

இன்று கெர்ட்டிஸ் டேனியல்ஸ், ஊனமுற்றோர் வந்து போவதற்கான வசதியைக் கொண்ட, கீழ்த்தளத்தில் அமைந்த ஒரு வீட்டில் வாழ்ந்து கொண்டிருக்கிறார். அவருடைய மகள் அவருடன் இருப்பதால், கூடுதல் ஆதரவுத் தொகையாக மாதம் 250 டாலர்கள் இப்போது அவருக்குக் கிடைக்கிறது. அவருடைய மகள், எடின்போரோ பென்சில்வேனியா பல்கலைக்கழகத்தில் குற்றவியல் சட்டப்படிப்புப் படித்துக் கொண்டிருக்கிறார்.

தொடக்கப் பள்ளியில் படித்துக் கொண்டிருந்த காலத்திலிருந்தே, தங்களுக்குத் தாங்களே உதவி செய்து கொள்ள முடியாத மக்களுக்கு உதவ மைக்கேல் விரும்பி வந்திருந்தார். 2003ல் வில்லனோவா பல்கலைக்கழகத்தின் சட்டக் கல்லூரியில் அவர் படித்துக் கொண்டிருந்தபோது அவருக்குக் கொடுக்கப்பட்ட ஒரு பணித்திட்டம், அநியாயத்தை எதிர்த்துப் போராடுவதற்கு அவர் கொண்டிருந்த தீர்மானத்தை உறுதிப்படுத்தியது. வேறொரு நாட்டிலிருந்து அமெரிக்காவிற்குக் குடிபெயர்ந்து, கட்டடத் தொழிலாளியாக வேலை செய்து கொண்டிருந்த ஒருவர், வேலையின்போது மேலேயிருந்து கீழே விழுந்துவிட்டார். அவருடைய சார்பில் வாதாடுவதற்கு மைக்கேல் நியமிக்கப்பட்டார். துவக்கத்தில் அந்நபரின் முதலாளி அவருக்குப் பணம் கொடுக்க மறுத்தாலும், அவருக்கு நியாயமாகக் கிடைக்க வேண்டிய இழப்பீட்டுத் தொகையை மைக்கேல் அவருக்குப் பெற்றுக் கொடுத்தார்.

"அந்தத் தொழிலாளிக்கு ஆங்கிலம் பேசத் தெரியவில்லை. நீதி அமைப்புமுறையை எதிர்த்துப் போராட அவருக்கு எந்த உதவியும் கிடைக்கவில்லை. நம்முடைய முன்னாள் ராணுவ வீரர்கள் பலரின் இன்றைய நிலையும் இதுதான். மற்றவர்களின் வாழ்க்கையை மேம்படுத்துவதற்கு என் சட்டப் படிப்பு எனக்கு உதவும் என்பதை நான் அறிந்திருந்தேன் என்றாலும், எப்படி என்பது மட்டும் அப்போது எனக்குத் தெரியவில்லை," என்று மைக்கேல் கூறினார்.

'எப்படி' என்பது, அவர் பட்டம் பெற்ற ஒருசில மாதங்களில் 'வீடுவாசலின்றி நடுத்தருவில் நிற்பவர்களுக்கு உதவும் திட்ட அமைப்பைப்' பற்றி அவர் கேள்விப்பட்டபோது அவருக்குத் தெளிவாகத் தெரிந்தது. அந்தப் பணித்திட்டம்தான் தனக்கு சரியானது என்று அவருக்குத் தோன்றியது. தன் வாழ்க்கைக் குறிக்கோள் தனக்குக் கிடைத்துவிட்டிருந்ததாக அவர் உணர்ந்தார். தான் இந்த வேலையை ஒப்புக் கொண்டால், ஒரு தனியார் சட்ட நிறுவனத்தில் தனக்கு ஏற்கனவே கிடைத்திருந்த ஒரு வேலைக்கான சம்பளத்தைவிட அறுபத்தைந்தாயிரம் டாலர்கள் குறைவான சம்பளத்தையே இதில் பெற முடியும் என்பதை நினைத்து அவர் சிறிது நேரம் வேதனைப்பட்டார். ஆனால் தன் முடிவில் அவர் உறுதியாக இருந்தார்.

மைக்கேல் தன் குறைவான சம்பளத்தைப் பற்றிக் கூறியபோது, "இந்த வருமானம் எனக்குப் போதும். முக்கியமான விஷயங்களுக்கு நான் என் பணத்தைப் பயன்படுத்துகிறேன். என்னைப் பொறுத்தவரை, பௌதீகப் பொருட்கள் எனக்கு முக்கியமானவை அல்ல," என்று குறிப்பிட்டார்.

மைக்கேலிடம் உதவி கேட்டு வருகின்ற முன்னாள் ராணுவ வீரர்கள், பெரும்பாலும், வீடுவாசலற்ற வீரர்களுக்கான ஒரு பகல்நேரக் காப்பகத்திலிருந்தே வருகின்றனர். இவர்களைப் போன்ற வீரர்கள் பிலடெல்பியா நகரில் மட்டும் இரண்டாயிரத்திற்கும் அதிகமானோர் இருப்பதாகக் கணக்கிடப்பட்டுள்ளது.

மைக்கேலைத் தேடி வருகின்ற முன்னாள் வீரர்கள் பலர் அவருடைய தந்தையின் வயதை ஒத்தவர்களாக இருந்தனர். சமீபத்தில் அவர் ஒரு காப்பகத்திற்குச் சென்றபோது, சுமார் இருபது வீரர்களுடன் அமர்ந்து அவர்களுடைய கதைகளை ஒவ்வொன்றாகச் செவிமடுத்தார். நாளின் முடிவில், அவருக்கு ஆறு புதிய வழக்குகள் கிடைத்திருந்தன.

மைக்கேலின் வெற்றிகரமான வழக்குகளில் ஒன்று ஜான் லேவரி என்பவருடையது. அந்த முன்னாள் ராணுவ வீரருக்கு ஐம்பத்தாறு வயது. 1977ல், உடல் ஊனம் தொடர்பான உதவிகளுக்கு அவர் நான்கு முறை விண்ணப்பித்திருந்தார். ஆனால் ஒவ்வொரு முறையும் அவருடைய விண்ணப்பம் நிராகரிக்கப்பட்டது. அவருக்கு மனரீதியாக ஒரு பெரிய குறைபாடு இருந்தது கண்டுபிடிக்கப்படாமல் இருந்தது. அந்நோயின் காரணமாக அவர் அடிக்கடிக் கோபப்பட்டு முரட்டுத்தனமாக நடந்து கொண்டார். அவர் தன் மருந்துகளையும் அஞ்சல்களையும் பெற்றுக் கொள்வதற்குத் தவிர, காப்பகத்திற்கு வருவதற்கு அவருக்குத் தடை விதிக்கப்பட்டிருந்தது.

முப்பது வருடங்களாக, அவர் வீதிகளிலும், மருத்துவமனையின் அவசரப் பிரிவு அறைகளிலும், கைவிடப்பட்டக் கார்களிலும் படுத்துத் தூங்கி வந்திருந்தார். குப்பைத் தொட்டிகளில் கிடைத்த உணவை அவர் சாப்பிட்டார். வீதிகளில் தான் கண்டெடுத்த சிகரெட் துண்டுகளை எடுத்து அவர் புகைத்தார். ராணுவத்தில் பணியாற்றியபோது, அவர் பல விருதுகளை வாங்கியிருந்தார், மிகப் பிரபலமான ஒரு ராணுவ நிபுணராக இருந்திருந்தார். அப்படிப்பட்ட அவர், இப்போது கடும் மனச்சோர்வுக்கு ஆளாகி, எட்டு முறை தற்கொலை செய்ய முயற்சித்திருந்தார். மைக்கேலை அவர் சந்தித்துப் பேசியபோது, இத்தனை வருடங்களில் முதன்முறையாக அவருடைய மனத்தில் நம்பிக்கை ஒளிர்ந்தது.

"மைக்கேலின் கண்களுக்குள் உற்றுப் பார்த்து, அவருடைய குரலில் உள்ள உண்மையை நீங்கள் செவிமடுக்கும்போது, அவர் உண்மையானவர் என்பது உங்களுக்குப் புரியும்," என்று லேவரி கூறினார்.

லேவரியின் அலங்கோலமான வாழ்க்கையைச் சீராக்குவதற்கு மைக்கேல் பல மாதங்களைச் செலவிட்டார். இறுதியில், லேவரியின் கதையை உறுதிப்படுத்துவதற்கு உதவக்கூடிய, ராணுவத்தில் அவருடன் பணியாற்றியவர்களை அவர் ஒருவழியாகக் கண்டுபிடித்தார்.

லேவரி நூறு சதவீதம் ஊனமுற்றவர் என்பது நிரூபிக்கப்பட்டு, முந்தைய வருடங்களுக்காக அவருக்கு நாற்பதாயிரம் டாலர்கள் பணம் வழங்கப்பட்டது. அதோடு, ஒரு மாதந்திர உதவித் தொகையும் அவருக்கு வழங்கப்பட்டது.

அவர் இப்போது தன் சொந்த வீட்டில் கண்ணியமாக வாழ்ந்து கொண்டிருக்கிறார். மதுவிற்கும் போதை மருந்துகளுக்கும் அடிமையானவர்களுக்கான ஒரு பாதுகாப்பு முகாமில் அவர் ஒவ்வொரு நாளும் தன்னார்வத் தொண்டு ஆற்றி வருகிறார்.

"என் விஷயத்தில் கிடைத்த வெற்றிக்கு மைக்கேல் சொந்தம் கொண்டாடவில்லை. இதை நான்தான் வென்றேன் என்று அவர் கூறுகிறார். அவர் மிகவும் பணிவானவர்," என்று லேவரி கூறினார். உதவி தேவைப்படுகின்ற மற்ற முன்னாள் ராணுவ வீரர்களை அவர் மைக்கேலிடம் தொடர்ந்து அனுப்பி வைக்கிறார்.

மைக்கேல் தன் வெற்றி குறித்துப் பணிவோடு பேசுகிறார். "லேவரியின் விஷயத்தில் கிடைத்தது போன்ற மிகப் பெரிய வெற்றி அரிதாகவே நிகழ்கிறது. அதேபோல, நாங்கள் எங்கள் கையிலெடுக்கும் ஒவ்வொரு வழக்கிலும் நாங்கள் வெற்றி பெறுகிறோம் என்று கூறிவிட முடியாது. ஆனால் தங்கள் வழக்கில் தோற்றுப் போகும் வீரர்கள்கூட, இறுதியில் கண்ணியமானவர்களாக வெளியே வருகின்றனர். ஏனெனில், மிக நீண்ட காலமாக அவர்கள் அனுபவித்திராத ஒன்றை நாங்கள் அவர்களுக்குக் கொடுக்கிறோம். நியாயமான நடத்தையும் பரிவும்தான் அவை. அதோடு, அவர்களுடைய வாழ்வில் ஒரு கடினமான அத்தியாயத்தை நாங்கள் ஏதோ ஒரு விதத்தில் அவர்களுக்கு முடித்துக் கொடுக்கிறோம். அவர்கள் இந்த இடத்தைவிட்டு வெளியேறும்போது, தாங்கள் மதிப்புவாய்ந்தவர்கள் என்ற எண்ணம் அவர்கள் ஒவ்வொருவர் மனத்திலும் ஏற்படுவதை நாங்கள் உறுதி செய்கிறோம்," என்று அவர் விவரித்தார்.

பிரபலமான மற்றும் வசீகரமான வழக்குகளை ஒதுக்கித் தள்ளிவிட்டு, உதவி தேவைப்பட்ட மக்களுக்கு உதவுவதில் மைக்கேல் அதிக அக்கறை கொண்டிருந்தார். ஒவ்வொரு நாளையும் ஒரு மகத்துவமான நாளாக ஆக்குவதற்கான ஓர் உறுதியான அறிகுறி அது. தன் பெயர் பிரபலமடைய வேண்டும் என்ற எந்த ஆர்வமும் இன்றி, பணிவோடு அவர் இதைச் செய்தார். அதோடு, தனக்குக் கிடைத்தப் பெருமையை அவர் மற்றவர்களோடு பகிர்ந்து கொண்டார்.

ரத்தினச்சுருக்கமாக

ஒரு பெற்றோராக இருந்தாலும் சரி, அல்லது ஒரு தலைவராகவோ அல்லது அவரைப் பின்பற்றும் ஒருவராகவோ இருந்தாலும் சரி, பணிவு என்பது ஒவ்வொரு நாளையும் ஒரு மகத்துவமான நாளாக ஆக்குவதற்குத் தேவையான ஒரு தனித்துவமான பண்புநலனாகும். ஏனெனில், இதில் தற்பெருமைக்கோ அல்லது அகந்தையுடன் பிறரைத் தாழ்வுபடுத்துவதற்கோ இடமில்லை. கைதட்டலைகளைப் பெறுவதும், உங்கள் அகந்தையைத் திருப்திப்படுத்துவதும், மற்றவர்களுக்குக் கிடைக்க வேண்டிய பாராட்டுகளைத் தட்டிப் பறிப்பதும்தான் உங்கள் நோக்கமாகவும் விருப்பமாகவும் இருந்தால், ஒவ்வொரு நாளையும் ஒரு மகத்துவமான நாளாக ஆக்குவது இன்னும் உங்கள் அன்றாட நடைமுறையின் ஒரு பகுதியாக ஆகவில்லை என்று பொருள்.

சிந்தனைக்காக

- முதல் கதையில் வந்த தந்தை, அன்றைய தினம் தான் நடந்து கொண்ட விதத்தின் வேதனையை உணர்ந்தார். இன்று நீங்கள் யாருடைய மனத்தையேனும் நோகடித்திருக்கிறீர்களா? நேற்று நீங்கள் யாருடைய மனத்தையேனும் புண்படுத்தினீர்களா? மன்னிப்புக் கேட்பதற்கோ அல்லது உங்களை மாற்றிக் கொள்வதற்கோ தேவையான பணிவு உங்களிடம் இருக்கிறதா?
- மற்றவர்களிடமிருந்து கற்றுக் கொள்வதற்கு நம் மனங்களைத் திறக்கின்ற திறவுகோலாக அமைவது பணிவுதான். எல்லாக் கேள்விகளுக்கான விடைகளும் உங்களுக்குத் தெரிந்திருக்க வேண்டும் அல்லது நீங்கள்தான் எல்லோரைவிடவும் மிகுந்த சாமர்த்தியசாலியாக இருக்க வேண்டும் என்ற ஒரு தேவை உங்களுக்குள் எழுகிறதா? அல்லது, மற்றவர்களுடைய உள்நோக்குகளைக் கருத்தில் கொள்வதற்கு நீங்கள் ஒரு திறந்த மனத்துடன் இருக்கிறீர்களா?
- ஆபிரகாம் லிங்கன், பணிவுக்குப் புகழ் பெற்றவர். எந்தெந்தப் பண்புநலன்கள் ஒரு தலைவரைப் பணிவானவராகக் காட்டுவதாக நீங்கள் நம்புகிறீர்கள்? அந்தப் பண்புநலன்களை நீங்கள் எவ்வளவு தூரம் வெளிப்படுத்துகிறீர்கள்?
- சரியாக நடைபெறும் எல்லாவற்றுக்கும் தாங்கள்தான் காரணம் என்று கூறி, எல்லாப் புகழையும் தாங்களே எடுத்துக் கொள்கின்ற சில தலைவர்கள் உள்ளனர். நீங்கள் எப்படிப்பட்டவர்? யாருக்குப் பாராட்டுக் கிடைக்க வேண்டுமோ, அவருக்கு அப்பாராட்டை நீங்கள் கொடுக்கிறீர்களா, அல்லது எல்லாப் பெருமையையும் நீங்களே எடுத்துக் கொள்கிறீர்களா?

9

நன்றியுணர்வு

"உடனடி நன்றியுணர்வுதான் மிக இனிமையானது."

- கிரேக்கப் பழமொழி

நாணயம் மற்றும் பணிவிற்கு மிகவும் நெருக்கமானது நன்றியுணர்வு. நாணயம் இல்லாத நன்றியுணர்வு என்பது போலிப் புகழ்ச்சி. ஆனால், "நன்றி. உங்கள் உதவி இல்லாமல் என்னால் இதைச் செய்திருக்க முடியாது," என்று கூறுவதற்குப் பணிவு தேவை. எனவே, நாணயம், பணிவு ஆகிய நம்முடைய கொள்கைகளைத் தொடர்ந்து, நன்றியுணர்வு இங்கு இடம்பெற்றிருப்பது பொருத்தமானதுதான்.

நன்றியைப் பல வழிகளில் நம்மால் வெளிப்படுத்த முடியும். 'திரு. டிட்டோ விட்டுச் சென்ற சீதனம்' என்ற பின்வரும் கதையில் காட்டப்பட்டுள்ளதுபோல, அது ஒரு சிறிய, உறுதியான நன்றி வெளிப்பாடாக இருக்கலாம். அல்லது, 'எனக்குக் கிடைத்த அறிவுச் சூடு' என்ற கதையில் விளக்கப்பட்டுள்ளதுபோல, ஒவ்வொரு கணமும் அல்லது ஒவ்வொரு நாளும் ஏற்படுகின்ற ஓர் அனுபவமாக இருக்கலாம். மற்ற சமயங்களில், அது புகழ்ச்சியின் வடிவில் வரலாம். அல்லது, 'கல்லுக்குள் ஈரம்' என்ற கதையில் வருவதைப்போல, மற்றவர்களுடைய இயல்பையோ அல்லது அவர்கள் செய்துள்ள ஏதோ ஒன்றையோ அங்கீகரித்து, அதைப் பாராட்டுவது அது. நன்றியுணர்வு எந்த வடிவத்தை எடுத்தாலும் சரி, நன்றியைத் தெரிவிப்பதற்கும் அதைப் பெற்றுக் கொள்வதற்குமான திறன், ஒவ்வோர் உறவையும் மேம்படுத்துகின்ற ஓர் உயர்ந்த பண்புநலனாகும். ஒவ்வொரு நாளையும் மகத்துவமானதாக ஆக்குவதற்கான மைய அம்சங்களில் ஒன்று அது.

திரு. டிட்டோ விட்டுச் சென்ற சீதனம்

டோரிஸ் செனி ஒயிட்ஹவுஸ்

திரு. டிட்டோவின் உயிர் பிரியவிருந்த நேரத்தில் நான் அவருடைய படுக்கைக்கு அருகே நின்று கொண்டிருந்தேன். அவர் தலை வைத்துப் படுத்திருந்த தலையணையின் வெண்மைக்கு எதிரே, அவர் ஒரு சிறிய, கரிய பொம்மையைப்போலக் காட்சியளித்தார். அவருடைய வயதான தலை, அத்தலையணையின் ஆழமான மடிப்புகளில் கிட்டத்தட்டப் புதைந்திருந்தது. அவருடைய நாடித்துடிப்பை மிக லேசாகவே உணர முடிந்தது. அங்கு ஒரு பரிபூரண மாற்றம் நிகழ்ந்து கொண்டிருந்தது போன்ற ஒரு வினோதமான விழிப்புணர்வு எனக்கு ஏற்பட்டது. திரு. டிட்டோவை நான் உன்னிப்பாக கவனித்தால், தன் புறத் தோலை உதிர்த்துவிட்டு வெளியே பறந்து செல்கின்ற ஓர் அந்துப்பூச்சியைப்போல அவருடைய ஆன்மா அவருடைய உடலைவிட்டு வெளியேறுவதை என்னால் பார்க்க முடியும் என்பது போன்ற ஓர் உணர்வு அது.

அவருடைய இறுதி மூச்சு வெளிவரத் துவங்கியிருந்தது லேசாகக் கேட்டது. அவர் தன் மரணத்தில்கூடப் போராடவில்லை. அவர் ஒரு நிறைவான பெருமூச்சுடன் மிக அமைதியாகத் தன் கண்களை மூடினார்.

அவருடைய படுக்கைக்கு அருகில் அமர்ந்திருந்த வில்லியம் ஹோவர்டு என்ற ஆப்பிரிக்க அமெரிக்கப் பாதிரியாரின் பெரிய கையில் ஒரு பைபிள் திறந்திருந்தது. அவர் அதை அமைதியாக மூடினார். பிறகு தன் தலையைக் குனிந்து கொண்டு, "கருணையுள்ள ஆண்டவரே, உம் சேவகனின் ஆன்மாவை வழிநடத்தும்," என்று மென்மையாகப் பிரார்த்தித்தார்.

ஒரு கணத்திற்குப் பிறகு அவர் என் தோளைக் கனிவாகத் தொட்டார். என் இதயத்தின் சுமையை அவர் புரிந்து கொண்டிருந்ததுபோல இருந்தது அது. "அவருடைய மரணம் குறித்து மகிழுங்கள்," என்று அவர் என்னிடம் கூறிவிட்டு, பின்னால் திரும்பி அந்த அறையைவிட்டு வெளியேறி, கதவை மென்மையாக மூடினார்.

அவர் தன் வேலையை முடித்துவிட்டுச் சென்றிருந்ததால், ஒரு செவிலி என்ற முறையில் ஒரு நோயாளிக்கு நான் செய்ய வேண்டியிருந்த கடமைகளை நான் நிறைவேற்றினேன். டிட்டோவின் படுக்கைக்கு அருகே இருந்த டிராயரைத் திறந்து, அவருடைய உடமைகள் அனைத்தையும் நான் சேகரிக்கத் தொடங்கினேன்: வளைந்து நெளிந்து போயிருந்த ஒரு மூக்குக்கண்ணாடி; ஒரு துருப்பிடித்த பிளேடுடன்கூடிய ஒரு சவரக் கத்தி; பல வருடங்கள் பயன்படுத்தப்பட்டதால் நைந்து போய்க் காணப்பட்ட ஒரு பைபிள். கூடவே, ஒவ்வொரு நாளும் அவருக்குப் பேரானந்ததைக் கொண்டு வந்திருந்த ஐந்து சென்ட் நாணயம் ஒன்றையும் நான் கண்டேன். அந்த நாணயம்தான் அவருடைய ஒட்டுமொத்தப் பொக்கிஷம். அதை நான் என் கையில் நீண்ட நேரம் வைத்திருந்தேன். என் நினைவுகள் பின்னோக்கிச் சென்றன . . .

1947ம் ஆண்டின் குளிர்காலத்தில், கென்டக்கி மாநிலத்தில் அமைந்த 'வெட்டரன் அட்மினிஸ்டிரேஷன்' மருத்துவமனையில் நான் ஓர் இளம் செவிலியாக வேலைக்குச் சேர்ந்தபோது, காசநோயால் பாதிக்கப்பட்டவர்களுக்கான வார்டில் என் பொறுப்பில் விடப்பட்ட முதல்

ஒருசில நோயாளிகளில் டிட்டோவும் ஒருவர். அமெரிக்க உள்நாட்டுக் கலகத்தின்போது, நியூ ஆர்லீன்ஸ் நகரில், கறுப்பர் இனத்தைச் சேர்ந்த அடிமைப் பெற்றோருக்கு மகனாகப் பிறந்த அவர், சிறு வயதிலேயே அனாதையானார். அதிபர் ஆபிரகாம் லிங்கன் வெளியிட்ட விடுதலை அறிவிப்பிற்குப் பிறகு, அவர் யதார்த்த உலகிற்குள் தூக்கி எறியப்பட்டார். அமெரிக்காவுக்கும் ஸ்பெயினுக்கும் இடையே நடைபெற்றப் போரில் அவர் சேவை செய்திருந்தார். அதன் பிறகு, இன்றுவரை, அவர் பல்வேறு கூலி வேலைகளைச் செய்து வாழ்க்கையை ஓட்டி வந்திருந்தார். முன்பொரு காலத்தில் தான் அடிமையாக வேலை செய்த நபர்கள் கொடுத்த ஒரு குடிசையில் அவர் தன்னந்தனியாக வாழ்ந்தார். சில வருடங்களுக்கு முன்பு அவர் லூயிஸ்வில் மாநிலத்திற்கு வந்திருந்தார். அவர் மிக நீண்டகாலம் நோயுற்றிருந்தார். அவர் இந்த மருத்துவமனையில் அனுமதிக்கப்பட்டபோது, அவருடைய காசநோய் முற்றிய நிலையில் இருந்தது. பெரிய கட்டி ஒன்று உடைந்து, அதிலிருந்து தொடர்ந்து சீழ் ஒழுகிக் கொண்டிருந்தது.

அவர் அனுமதிக்கப்பட்ட நாளன்று நான் அவருடைய அறைக்குள் நுழைந்தபோது, அந்தக் கட்டியிலிருந்து எழுந்த துர்நாற்றம் எனக்குக் குமட்டலை ஏற்படுத்தியது. நான் அங்கிருந்து திரும்பி ஓடிவிட விரும்பினேன். ஆனால் டிட்டோவின் கண்களில் தெரிந்த ஏதோ ஒன்று என்னைத் தடுத்து நிறுத்தியது. நான் அவரைப் பார்த்து, "இனிய காலை வணக்கம். நீங்கள் உங்கள் காலைநேர நடவடிக்கைகளுக்குத் தயாரா?" என்று கேட்டேன்.

"செவிலியம்மா, அவை என்ன நடவடிக்கைகளோ எனக்குத் தெரியாது. எனக்கு அவை தேவை என்று நீங்கள் நினைத்தால், நான் தயார்," என்று அவர் கூறினார்.

நான் அவரைக் குளிப்பாட்டி, அவருடைய படுக்கை விரிப்புகளை மாற்றினேன். அவருடைய சிறிய உடல் மிகவும் இளைத்துப் போயிருந்ததால், படுக்கையின்மீது நான் அவரை ஒரு பக்கமாகத் திருப்பியபோது, அவர் இறகுபோல எடையற்று இருந்ததை நான் உணர்ந்தேன். அவருடைய கண்கள் வலியால் விரிந்தன, ஆனால் அவர் லேசாக முனகக்கூட இல்லை.

அவருடைய இடுப்பில் இருந்த புண்ணைச் சுற்றிக் கட்டப்பட்டிருந்த துணியை நான் அவிழ்த்தபோது எழுந்த துர்நாற்றத்தால் எனக்கு ஏற்பட்டக் குமட்டல் எனக்கு நன்றாக நினைவிருக்கிறது. "அம்மா, நீங்கள் இந்த துர்நாற்றத்தை எப்படிப் பொறுத்துக் கொள்கிறீர்கள் என்று எனக்குத் தெரியவில்லை. இதை என்னாலேயே தாங்கிக் கொள்ள முடியவில்லை!" என்று கூறிவிட்டு, அவர் தன் முகத்தை அஷ்டகோணலாகச் சுருக்கியதைக் கண்டு நான் வாய்விட்டுச் சிரித்தேன். என் சிரிப்புச் சத்தத்தைக் கேட்டு அவரும் சிரித்தார். நாங்கள் ஒருவரையொருவர் வேதனையோடு பார்த்தோம். இந்தச் சிரிப்பு அந்த இடத்திற்குப் பொருத்தமற்றதாக இருந்தது. ஆனால், திடீரென்று, அந்த அறையில் இருந்த காற்று அதிகப் புத்துணர்ச்சி பெற்றதுபோலத் தோன்றியது. அவருடைய இடுப்பிலிருந்த புண் இப்போது எனக்கு அவ்வளவு அருவருப்பாகத் தோன்றவில்லை. அன்றிலிருந்து, அந்தப் புண்ணைக் கண்டு எனக்கு ஒருபோதும் குமட்டல் ஏற்படவில்லை.

நான் அவருடைய சுத்தமான வெள்ளை விரிப்பை அவருடைய மார்புவரை இழுத்துப் போர்த்தியபோது, அவருடைய முகம் இன்னும் எங்கள் சிரிப்பால் ஒளிர்ந்து கொண்டிருந்தது. "அம்மா, நான் உங்களுக்கு

என் நன்றியை வெளிப்படுத்தியாக வேண்டும். நான் இப்போது முன்பைவிட மிகச் சிறப்பாக உணர்கிறேன். நான் உண்மையைத்தான் கூறுகிறேன்," என்று கூறிய டிட்டோ, பலவீனமாகவும் நடுங்கிக் கொண்டும் இருந்த தன்னுடைய குச்சிக் கையால், தன் படுக்கையின் அருகே இருந்த மேசை டிராயரைத் திறந்து, அதற்குள் எதையோ துழாவினார். சில நொடிகளுக்குப் பிறகு, பளபளப்பான ஐந்து சென்ட் நாணயம் ஒன்றை அதிலிருந்து எடுத்து, அதை அவர் என்னிடம் கொடுத்தார்.

"நீங்கள் செய்யும் அனைத்திற்கும் இது ஈடாகாது. ஆனால் இந்தக் குளிரான காலைப் பொழுதில், ஒரு கப் சூடான காபி உங்களுக்கு இதமளிக்கும்," என்று அவர் கூறினார்.

அந்த டிராயர் இன்னும் திறந்தே இருந்தது. அதில் அவருடைய உடமைகளுடன் சுமார் இருபது ஐந்து செண்ட் நாணயங்கள் இருந்ததை நான் கண்டேன். அவருடைய ஒட்டுமொத்தச் சொத்து அந்த இருபது நாணயங்கள் மட்டும்தான். நான் அவர் கொடுத்த நாணயத்தை உடனடியாக ஏற்றுக் கொண்டிருக்க வேண்டும். மாறாக, நான் அவசரப்பட்டு, "டிட்டோ அவர்களே, இதை என்னால் எடுத்துக் கொள்ள முடியாது! பின்னாளில் என்றேனும் இது உங்களுக்கு உதவும்," என்று கூறினேன்.

அவருடைய முகம் உடனடியாக ஒளியிழந்தது. "பின்னாள் என்று எனக்கு எதுவும் இருக்கப் போவதில்லை," என்று அவர் கூறினார்.

அவருடைய குரலில் இருந்த தளர்ச்சியைக் கேட்ட நான், நான் செய்திருந்த காரியத்தைப் புரிந்து கொண்டேன். பிறருக்குக் கொடுப்பதற்கோ அல்லது ஒன்றை சாதிப்பதற்கோ எதுவும் இல்லாத, மரணத்தை மட்டுமே எதிர்பார்க்க வேண்டிய ஒரு முதியவராக நான் அவரை உணரச் செய்திருந்தேன். நான் உடனடியாக, "டிட்டோ அவர்களே, நீங்கள் கூறியதுதான் சரி. இப்போது எனக்குத் தேவையெல்லாம் ஒரு கப் சூடான காபிதான்," என்று கூறிவிட்டு, அவருடைய கையிலிருந்து நான் அந்த நாணயத்தை எடுத்தபோது, அவருடைய முகம் மீண்டும் மலர்ந்தது.

அதைத் தொடர்ந்து வந்த நாட்களில், டிட்டோவின் உடல்நிலை மேலும் மோசமானது. அவர் தொடர்ந்து பலவீனமடைந்தார். ஒவ்வொரு நாள் காலையிலும் நான் அவருக்கு அதே சேவைகளைச் செய்தேன். ஒவ்வொரு முறையும், அவர் மௌனமாகவும் பொறுமையாகவும் அந்த வேதனையைத் தாங்கிக் கொண்டார். அந்த நேரத்தில் எங்களுக்கிடையே எப்படியாவது ஒரு சிறு உரையாடலும், சிறிதளவு குதூகலமும், மெல்லிய சிரிப்பும் நிகழும். எனவே, நான் அவருடன் செலவிட்ட இந்த நேரத்தை மிக ஆவலாக எதிர்பார்த்தேன். தினமும் காலையில் அவருக்குச் செய்ய வேண்டியவற்றைச் செய்து முடித்துவிட்டு நான் அவருடைய அறையைவிட்டு வெளியேறுவதற்கு முன், அவர் தன் மேசை டிராயரைத் திறந்து, ஒரு ஐந்து சென்ட் நாணயத்தை எடுத்து என்னிடம் கொடுத்துவிடடு, "நீங்கள் செய்யும் அனைத்திற்கும் இது ஈடாகாது," என்று கூறுவார்.

அவருடைய நாணயக் குவியல் மெல்ல மெல்லக் கரைந்து கொண்டிருந்ததை நான் கவனித்தேன். அவை தீர்ந்து போவதற்கு முன்பாக அவர் இறைவனடி சேர்ந்துவிட வேண்டும் என்று நான் தினமும் பிரார்த்தனை செய்தேன். அவர் இப்போது முற்றிலுமாக வலிமை இழந்திருந்தார். ஆனால் என் உதவியில்லாமல் தன் கையைத் தூக்க முடியாத

நிலையில்கூட, எனக்குரிய பரிசைக் கொடுக்க அவர் ஒருநாளும் மறக்கவில்லை.

ஒருநாள், அவருடைய கை, அந்த டிராயரிலிருந்த கடைசி நாணயத்தைத் துழாவியதை நான் பார்த்தேன். நான் அவருடைய கையை அந்த நாணயத்தை நோக்கி வழிநடத்தினேன். என் கண்களில் துளிர்த்தக் கண்ணீரைக் கட்டுப்படுத்த நான் மிகவும் போராட வேண்டியிருந்தது. அந்த டிராயரில் நாணயங்கள் தீர்ந்துவிட்டிருந்ததை அவர் உணர்ந்திருந்ததற்கான அறிகுறி ஏதேனும் அவர் முகத்தில் தென்பட்டதா என்று நான் தேடினேன். ஆனால் நாணயங்கள் தீர்ந்துவிட்ட விஷயம் அவருக்குத் தெரியவில்லை. அவர் அந்தக் கடைசி நாணயத்தை என்னிடம் நீட்டி, வழக்கம்போல இனிமையாகப் புன்னகைத்தபடி, எனக்குப் பரிச்சயமான அதே வார்த்தைகளால் தன் நன்றியைத் தெரிவித்தார். மரணத்தை எதிர்கொண்டவர்களை ஆட்கொண்ட பாதி விழிப்புணர்வு அவரைத் தழுவியதை நான் உணர்ந்தேன். கொடுப்பது குறித்த மகிழ்ச்சி பற்றிய பிரக்ஞை மட்டுமே அவருக்கு இருந்தது. கணக்கு வைத்துக் கொள்ளும் நிலையை அவர் கடந்துவிட்டார் என்பதை அறிந்த நான் திடீரென்று மகிழ்ச்சியடைந்தேன். எனவே, என் கையிலிருந்த நாணயத்தை அவருக்குத் தெரியாமல் அந்த டிராயருக்குள் போட்டுவிட்டு அங்கிருந்து நகர்ந்தேன்.

அதன் பிறகு இரண்டு வாரங்கள் அவர் உயிர் வாழ்ந்தார். ஒவ்வொரு நாளும், காலையில் நான் அவருக்குரிய பணிவிடைகளைச் செய்து முடித்தபோது, அவர், "அம்மா, நீங்கள் உண்மையிலேயே ஒரு தேவதை," என்று மீண்டும் மீண்டும் முணுமுணுத்தார். பிறகு நான் அவருடைய கையைப் பிடித்து, அந்த மேசை டிராயரை நோக்கி அதை வழிநடத்த வேண்டும் என்பதை நான் அறிவேன். அவர் தினமும் எனக்கு அந்த நாணயத்தைக் கொடுத்தார். நான் தினமும் அதை அதே இடத்தில் மீண்டும் வைத்தேன்.

டிட்டோவின் கடைசி நாளன்று, பாதிரியார் ஹோவர்டுக்கு நான் செய்தி அனுப்பினேன். அவர் இங்கு வந்து, டிட்டோவின் அருகில் அமர்ந்து, தூங்கி விழவிருக்கும் ஒரு குழந்தைக்குப் படிப்பதைப்போல சில பைபிள் வாசகங்களை அவருக்குக் கேட்கும்படி மென்மையாகப் படித்தார்.

அந்தப் பாதிரியார் அங்கிருந்து சென்ற பிறகு, அந்தக் கடைசி நாணயத்தை நான் என் கையில் வைத்துக் கொண்டு நீண்ட நேரம் அப்படியே நின்றேன். இறுதியில், அதை டிட்டோவின் மற்ற உடமைகளோடு சேர்த்து ஒரு சிறிய மூட்டையாகக் கட்டி, அதன்மீது அவர் பெயரை எழுதினேன். பிறகு அதை மருத்துவமனை நிர்வாகத்திடம் கொடுத்து, பாதிரியார் ஹோவர்டிடம் அதை ஒப்படைத்துவிடுமாறு பரிந்துரைத்தேன்.

அன்று மதியம், நான் என் வேலை முடிந்து வீட்டிற்குப் புறப்படவிருந்த நேரத்தில், பாதிரியார் ஹோவர்டு மீண்டும் என் வார்டுக்கு வந்தார். அவர் என்னைப் பார்த்துப் புன்னகைத்துவிட்டு, "டிட்டோ அவர்கள் உங்களுக்கு ஒரு சிறு சீதனத்தை விட்டுச் சென்றிருக்கிறார்போலத் தெரிகிறது. அதை நீங்கள் பெற்றுக் கொள்வதை அவர் விரும்புவார் என்று நான் நினைக்கிறேன்," என்று கூறி, தன் பாக்கெட்டிலிருந்து அந்த ஐந்து சென்ட் நாணயத்தை எடுத்து என் கைக்குள் திணித்தார்.

இம்முறை அதை நான் உடனடியாக ஏற்றுக் கொண்டேன். ஏனெனில், டிட்டோவின் கண்களில் வீசிய ஒளியை நினைத்துப் பார்த்த எனக்கு,

அவருடைய பரிசின் அர்த்தம் திடீரென்று புரிந்தது. நான் அவரிடமிருந்து ஓர் ஐந்து செண்ட் நாணயத்தைப் பெற்ற ஒவ்வொரு முறையும், அதை அவருடைய ஏழ்மையின் ஓர் அடையாளமாக நினைத்து, துயரத்துடனேயே ஏற்றுக் கொண்டிருந்தேன். ஆனால் இப்போது முதன்முறையாக, அதை அதன் உண்மையான மதிப்பில் பார்த்தேன். எல்லையற்ற செல்வத்தின் ஓர் ஒளிமயமான அடையாளச் சின்னமாக அது எனக்குத் தோன்றியது. அந்த ஒரு பிரகாசமான கணத்தில், என்னுடைய எல்லா வருத்தமும் மறைந்தது, எல்லாப் பரிதாபமும் பறந்து போனது. என் பரிதாபகரமான டிட்டோ, உண்மையில், நம்புதற்கரிய செல்வந்தராகவே இருந்திருந்தார். அவருடைய அந்தப் பொக்கிஷத்தில், ஒரு மனித இதயத்தால் தாங்கிக் கொள்ளக்கூடிய அனைத்துப் பொறுமையும் விசுவாசமும் அன்பும் நிரம்பி வழிந்தது.

நான் நேராக மருத்துவமனை உணவு விடுதிக்குச் சென்று, ஒரு கப் காபியை வாங்கிக் கொண்டு, சன்னலுக்கு அருகே இருந்த ஒரு காலியான மேசையருகே சென்று அமர்ந்தேன். அப்போது கிட்டத்தட்ட இருட்டியிருந்தது. ஒரு சிறிய, மாலைநேர விண்மீன், முன்னதாகவே வானில் தோன்றி மின்னியது. ஆவி பறந்து கொண்டிருந்த காபியை நான் என் உதட்டருகே கொண்டு சென்று, டிட்டோவிற்காக அமைதியாகப் பிரார்த்தித்தேன். பிறகு நான் அந்தக் காபியை ரசித்துப் பருகினேன்.

நீங்கள் இந்தக் கதையைப் படிக்கும்போது, திரு. டிட்டோவின் அறையை நிரப்பிய அன்றாட அமைதி உங்கள் செவிகளை எட்டியிருக்கும். அவருடைய குடும்பத்தினரோ அல்லது நண்பர்களோ அவருடன் இல்லாத நிலையில், கதவுகள் மூடப்பட்ட அந்த அறையில் நிலவிய அமைதி, அவ்வப்போது அச்செவிலி நுழைந்த ஒருசில தருணங்களில்தான் தகர்க்கப்பட்டது. ஆனால் அப்போதுகூட, அங்கு கேட்ட ஒரே சத்தம், அந்தச் செவிலியும் திரு. டிட்டோவும் ஒருவருக்கொருவர் வெளிப்படுத்திக் கொண்ட நன்றியுணர்வுச் சத்தம் மட்டும்தான். அந்த வெளிப்பாடுகள்கூட அமைதியாகத்தான் நிகழ்ந்தன. நன்றியுணர்வின் ஆழ்ந்த வெளிப்பாடுகள், பெரும்பாலும் மென்மையாகவே நிகழ்கின்றன. ஆழ்ந்த நன்றிகள் ஏராளமான குதூகலத்துடனோ அல்லது ஊரைக் கூட்டியோ வெளிப்படுத்தப்படுவதில்லை. மாறாக, அவை ஒரு புன்னகையின் மூலமோ, அல்லது ஓர் எழுத்துக் குறிப்பின் மூலமோ மென்மையாக, ஆனால் உண்மையாகத் தெரிவிக்கப்படுகின்றன.

ஒரு கடுமையான உலகில்கூட, நன்றியுணர்வு கொள்வதற்கு ஏராளமான காரணங்களும் தருணங்களும் உள்ளன. ஆனாலும், வாழ்வில் நமக்குக் கிடைத்துள்ள நல்ல விஷயங்களை நாம் அரிதாகவே கண்டுகொள்கிறோம். பின்வரும் கதையில் வரும் பெண்ணும், வானம் இடிந்து தன் தலைமீது விழும்வரை அப்படித்தான் இருந்தார்.

உணரப்படாத ஆசிர்வாதங்கள்

சாரா பான் பிரெத்னாக்

1980களின் மத்தியில் ஒருநாள், நான் ஓர் உணவகத்தில் சாப்பிட்டுக் கொண்டிருந்தபோது, திடீரென்று அதன் மேற்கூரையின் ஒரு பகுதி இடிந்து என் தலைமீது வந்து விழுந்து, என்னை மேசையின்மீது சாய்த்துத் தள்ளியது. அங்கிருந்த வேறு யாருக்கும் அடிபடவில்லை.

நான் என் சுயநினைவை இழக்கவில்லை, ஆனால் என் தலையில் ஒரு பலமான காயம் ஏற்பட்டது. அதன் விளைவாக, நான் பல மாதங்களாகப் படுத்தப் படுக்கையானேன். தலையில் ஏற்பட்டக் காயத்தால் நான் அடிக்கடிக் குழம்பினேன், தன்னிலை மறந்தேன். சுமார் ஒன்றரை வருடம் நான் சிறிது செயலிழந்திருந்தேன். நான் நலமடைந்து கொண்டிருந்தபோது, முதல் ஒருசில மாதங்கள் என் உணர்வுகள் அனைத்தும் மழுங்கிப் போயிருந்தன. என் பார்வை மங்கியது. வெளிச்சத்தை என் கண்களால் எதிர்கொள்ள முடியவில்லை. எனவே, என் படுக்கையறைச் சன்னல்கள் அனைத்தும் திரைச்சீலைகளால் எப்போதும் மூடப்பட்டே இருந்தன. என் படுக்கை விரிப்பின்மீது இருந்த வடிவங்கள்கூட என் சமநிலையை பாதித்தன. எனவே, வடிவங்களோ பளிச்சென்ற நிறங்களோ இல்லாத வெறுமையான விரிப்புகளை நான் பயன்படுத்தினேன்.

இசையை என்னால் கேட்க முடியவில்லை. ஏனெனில், அது என் தலையைக் கிறுகிறுக்கச் செய்தது. தொலைபேசியில் என்னால் சரியாக உரையாட முடியவில்லை. ஏனெனில், சத்தங்களைப் புரிந்து கொண்டு, அவற்றை அர்த்தமுள்ள வார்த்தைகளாக மாற்றுவதற்கான என் மூளைத் திறன் பாதிக்கப்பட்டிருந்தது. என் உணவை என்னால் ருசிக்கவும் நுகரவும் முடியவில்லை. என் செல்ல மகளை என்னால் கொஞ்சி மகிழ முடியவில்லை.

யாராவது என்னை லேசாகத் தொட்டால்கூட எனக்கு வலி ஏற்பட்ட நாட்களும் உண்டு. ஒரு மெல்லிய போர்வை என் வெற்றுக் கால்களின்மீது பட்டால்கூட, என்னால் தாங்கிக் கொள்ள முடியாத அளவுக்கு அது கனமாக இருந்தது. ஒரு ஸ்வெட்டருக்குள் என் கைகளை நுழைப்பதுகூட என் முழங்கைகளில் சுரீரென்று வலி ஏற்படுத்தியது.

என் வாழ்நாள் முழுவதும் நான் உதாசீனப்படுத்தி வந்திருந்த என்னுடைய மற்ற உணர்வுகளும் எனக்கு அன்னியர்களாக ஆயின. அந்த உணர்வுகள் எனக்குத் திரும்பக் கிடைக்காதா என்று நான் ஏங்கினேன். நான் என் சமநிலை உணர்வையும், ஆழம் மற்றும் தூரம் குறித்த உணர்வையும் இழந்தேன். நான் எழுந்து நின்றால் நிலை தடுமாறிக் கீழே விழுவேன் என்பதை நான் அறிந்திருந்ததால், படுக்கையைவிட்டு எழுந்து ஒரு கோப்பைத் தேநீர் போடுவது பற்றிய எண்ணம்கூட வேதனையூட்டுவதாக இருந்தது. 'த வாஷிங்டன் போஸ்ட்' பத்திரிகையில் நான் ஒரு பத்திரிகையாளர் என்ற முறையில் கட்டுரைகள் எழுதி வந்தேன். ஆனால் எனக்கு ஏற்பட்ட விபத்திற்குப் பிறகு, அந்த வேலையும் பறி போனது. எனவே, என் எழுத்துப் படைப்புகள் மூலமாக எனக்குக் கிடைத்திருந்த நண்பர்களின் ஆதரவும் என்னிடமிருந்து பறிக்கப்பட்டது.

என் குடும்பத்தினரோடு நேரம் செலவிட முடியாமல், என் இரண்டு வயது மகளை கவனித்துக் கொள்ள முடியாமல், எப்போதும் நான் படுக்கையிலேயே கிடந்தது நான் என் அடையாளத்தைத் தொலைத்துவிட்டிருந்தது போன்ற ஓர் உணர்வை எனக்கு ஏற்படுத்தியது. நான் ஒரு மனைவி இல்லை, ஒரு தாய் இல்லை, ஓர் எழுத்தாளர் இல்லை என்றால், பிறகு நான் யார் என்று என்னை நானே கேட்டுக் கொண்டேன். ஒரு தற்செயலான நிகழ்வில், என் நகைச்சுவையுணர்வும், இடம், குறிக்கோள், பாதுகாப்பு ஆகியவை குறித்த உணர்வுகளும், மிக முக்கியமாக, என் அமைதியும் முற்றிலுமாக அழிக்கப்பட்டுவிட்டன.

இந்தப் பக்கவிளைவுகள் ஒருசில மாதங்கள் நீடித்து, என்னால் கற்பனை செய்து பார்க்க முடியாத அளவுக்கு என் வாழ்க்கையை மாற்றின. என்னால் ஒழுங்காகப் பேச முடியாமலும் படிக்க முடியாமலும் போனதால், அவமான உணர்வு என்னைத் திணறடித்தது. படுக்கையைவிட்டு எழுந்து நடமாடக்கூடிய அளவுக்கு நல்ல முன்னேற்றம் ஏற்பட்டும்கூட, என் வீட்டின் பின்னால் இருந்த தோட்டம்வரை செல்லக்கூட நான் தயங்கினேன். என் நிலை குறித்து நான் மிகவும் அவமானம் கொண்டேன். இது ஏற்கனவே என்னை ஆட்கொண்டிருந்த தனிமை உணர்வை அதிகரித்தது. என் குடும்பத்தினர் மற்றும் என் நண்பர்களுடன் சேர்ந்து நாட்களை மகிழ்ச்சியாகக் கழிப்பதற்கு பதிலாக, இப்போது என் நாட்கள் ஒருவித இழப்புணர்வால் நிரம்பியிருந்தன. இரவு நேரங்களில், என் எதிர்காலத்தைப் பற்றி நினைத்து நான் பயந்தேன்.

என் உணர்வுகளை இழந்த நிலையில் நான் ஒரு நடைபிணமாக வாழ்ந்து கொண்டிருந்தபோது, "எனக்கு ஏன் இது நிகழ்ந்தது? இப்போது ஏன் இவ்வாறு நிகழ்ந்தது? கடவுள் ஏன இத்துயரத்தை எனக்குக் கொடுத்தார்?" என்று என்மீது கழிவிரக்கம் கொண்டேன். எனக்கு நேர்ந்த விபத்திற்குக் கடவுள் காரணமல்ல, மாறாக, சூழ்நிலையும், தலைவிதியும், கர்மாவும், மனிதத் தவறும்தான் காரணம் என்பதை இப்போது நான் உணர்கிறேன். அந்த உணவகத்தின் மேற்கூரையில் இருந்த குளிர்சாதனக் குழாய் ஒன்றில் பழுது நீக்கப்பட்டப் பிறகு, அந்த மேற்கூரை மீண்டும் முழுமையாகப் பொருத்தப்பட்டிருக்கவில்லை என்பது பின்னர் எனக்குத் தெரிய வந்தது.

வேறு எதுவும் செய்ய முடியாத நிலையில், இப்போது சொர்க்கத்தின்மீது என் ஒட்டுமொத்தக் கவனமும் குவிந்தது. அப்போது ஒரு விஷயத்தை நான் கண்டுபிடித்தேன்: தெய்வீகம் என்பது எல்லா இடங்களிலும் உள்ளது; நீங்கள் சற்றும் எதிர்பார்க்காத நேரத்தில் அதை நீங்கள் கண்டுணர்வீர்கள். மோசஸ் தன் கடவுளை ஓர் எரியும் புதரில் கண்டுபிடித்தார். நான் என் கடவுளை, வீட்டில் தயாரிக்கப்பட்ட ஒரு 'ஸ்பகெட்டி' ஸாஸில் கண்டுபிடித்தேன். என் விபத்து நடந்து பல மாதங்களுக்குப் பிறகு, முதன்முதலாக அந்த ஸ்பகெட்டி ஸாஸைத்தான் என்னால் நுகர முடிந்தது.

என் தோழி ஒருத்தி எனக்குக் கொடுத்திருந்த அந்த அன்புப் பரிசு, கீழ்த்தளத்தில் இருந்த எங்கள் சமையலறையில் ஒரு பானையில் கொதித்துக் கொண்டிருந்தது. அங்கிருந்து என் படுக்கையறைக்கு வந்த அந்த வாசனையை நான் நுகர்ந்தபோது, என் மூக்கை என்னால் நம்ப முடியவில்லை. உற்சாகமடைந்த நான், பூண்டு, வெங்காயம், தக்காளி, மிளகு, ஓரெகானோ பொடி ஆகியவை கலந்த அந்த வாசனையைப் பின்தொடர்ந்து,

மாடிப்படிகள் வழியாகக் கீழிறங்கி, சமையலறைக்குள் ஓடினேன். சாதாரணமான ஒரு விஷயத்தில் கடவுளின் அதிசயத்தை நான் கண்டறிந்திருந்தேன். அக்கணத்தில் என் வாழ்க்கை மாறியது.

நான் ஒரு தேக்கரண்டியை எடுத்து, அதை அந்த ஸாஸ் பானைக்குள் விட்டு, அந்த ஸாஸை என் உதட்டருகே கொண்டு சென்றேன். என்னால் அந்த ஸாஸை ருசிக்க முடியவில்லை. ஆனால் அதன் சூட்டை என்னால் உணர முடிந்தது. அந்த சாதாரணமான வாழ்க்கையின் அருமையான வாசனையை நுகர முடிந்தது குறித்து நான் மிகுந்த நன்றியுணர்வு கொண்டேன். மிகுந்த உற்சாகத்தில் இருந்த நான், என் படுக்கையறைக்கு ஓடி, விக்ஸ் டப்பாவைத் திறந்து விக்ஸை நுகர்ந்தேன். ஆமாம்! யூகலிப்டஸ்! பிறகு, புதிதாக சலவை செய்யப்பட்டிருந்த துணிகளுக்குள் என் முகத்தைப் புதைத்து, அந்த வாசனையை நுகர்ந்தேன். என் வீட்டில் இருந்த ஒவ்வொரு பொருளையும் நான் இவ்வாறு நுகர்ந்து பார்த்து மகிழ்ந்தேன்.

அடுத்த ஒருசில மகிழ்ச்சியான வாரங்களில், என் செல்ல மகளைப்போலவே நான் என் வாழ்க்கையை ஆனந்தமாக ஆராய்ந்தேன். என் நுகர்வுணர்வை அடுத்து, என் சுவையுணர்வு எனக்குத் திரும்பி வந்தது. அதைத் தொடர்ந்து, என் செவியுணர்வையும் பார்வையையும் தொடுவுணர்வையும் நான் திரும்பப் பெற்றேன். ஒவ்வோர் உணர்வும் எனக்கு மீண்டும் கிடைத்தபோது, ஆனந்தக் கண்ணீருடன் அவற்றை நான் வரவேற்றேன். நான் ஒரு பழுத்த மாம்பழத்தைக் கடித்துச் சுவைத்தேன்; இசையைச் செவிமடுத்தேன்; சன்னல் வழியாக வந்த சூரிய ஒளியைப் பார்த்தேன்; எனக்குப் பிரியமான ஸ்வெட்டரை என்னால் அணிந்து கொள்ள முடிந்தது. மிக முக்கியமாக, என் செல்ல மகளை என்னால் தூக்கிக் கொஞ்ச முடிந்தது.

என் வாழ்வில் என் கண்ணுக்கு எதிரே இருந்த ஆசீர்வாதங்களை நான் மெச்சாமல் இருந்தது குறித்து நான் ஆச்சரியமும் அவமானமும் கொண்டேன். துரதிர்ஷ்டம் நம்மைத் தாக்கும்வரை, நாம் எவ்வளவு தூரம் ஆசீர்வதிக்கப்பட்டிருக்கிறோம் என்பதை நாம் உணர்வதில்லை. இனி நான் என் ஆசீர்வாதங்களை ஒருபோதும் மறக்க மாட்டேன் என்று எனக்கு நானே உறுதியளித்துக் கொண்டேன்.

இத்தனை வருடங்களுக்குப் பிறகும் நான் அவற்றை மறக்கவில்லை. ஒவ்வொரு நாளையும் ஒரு மகிழ்ச்சியான அனுபவமாக ஆக்க நான் கடுமையாக முயற்சிக்கிறேன். வாழ்வின் சுவைகளையும் காட்சிகளையும் ஒலிகளையும் வாசனைகளையும் ஒவ்வொரு கணமும் நான் அனுபவிக்கிறேன். நன்றியுணர்வின் சக்தியாலும் அருளாலும் உங்களாலும் இதைச் செய்ய முடியும்.

மீன்கள் தண்ணீரைக் கடைசியாகத்தான் கண்டுபிடிக்கின்றன. அவை அதிலேயே மூழ்கிப் போயிருப்பதால், அந்த நீரைப் பற்றிய விழிப்புணர்வு அவற்றுக்கு இருப்பதில்லை. அபரிமிதமான ஆசீர்வாதங்களிலும் வாய்ப்புகளிலும் மூழ்கிப் போயுள்ள பல மக்களும் இப்படித்தான் இருக்கின்றனர். அவ்வப்போது நின்று, நிதானித்து, அந்த ஆசீர்வாதங்களை நினைத்துப் பார்த்து, தங்களுக்குள் நன்றியுணர்வு ஊற்றெடுக்க அவர்கள் அனுமதிக்கும்வரை, அவர்கள் அந்த

ஆசீர்வாதங்கள் குறித்து அறியாதவர்களாக இருக்கின்றனர். பெரும்பாலான சமயங்களில், நம் மனசாட்சியைவிட, நம் சூழ்நிலைதான் நம் நன்றியுணர்வைத் தூண்டுகிறது என்பது வருத்தத்திற்குரிய விஷயம்.

சில சமயங்களில், புகழ்ச்சியின் வடிவில் நன்றியுணர்வு வெளிப்படுத்தப்படுகிறது. ஒருவருடைய இயல்பிற்காக நீங்கள் நன்றியுணர்வு கொண்டிருப்பதாகக் கூறுவதற்கான, அல்லது அவர் உங்களுக்குச் செய்த ஏதோ ஒன்றிற்காக நீங்கள் அவரைப் பாராட்டுவதற்கான ஒரு வழி அது. பின்வரும் கதையில் வரும் தாத்தா அதைச் சிறப்பாக விளக்குகிறார்.

கல்லுக்குள் ஈரம்

பெத் மல்லாலி

எங்கள் வீட்டின் பின்புறத்தில் இருந்த மைதானத்தில் நானும் என் சகோதரியும் என் சகோதரனும் எங்கள் தந்தையுடன் பேஸ்பால் விளையாடியபோதெல்லாம், அவர்தான் எப்போதும் பந்து வீசுபவராக இருந்தார். அதற்கு இரண்டு காரணங்கள் இருந்தன. ஒன்று, என்னாலும் என் சகோதர சகோதரிகளாலும் போதிய தூரத்திற்கு அந்தப் பந்தை வீச முடியவில்லை. இரண்டாவது, அவருக்கு ஒரு செயற்கைக் கால் பொருத்தப்பட்டிருந்தது. அந்தக் காலை வைத்துக் கொண்டு, மக்காச்சோளத் தோட்டத்திற்குள் விழுந்த பந்தை அவரால் துரத்திச் செல்ல முடியவில்லை. எனவே, அவர் அந்த வேகாத வெயிலில் நின்று கொண்டு, நாங்கள் 'பேட்' செய்வதற்குப் பந்து வீசினார்.

'யாங்க்கீஸ்' பேஸ்பால் அணியின் மேலாளருக்குரிய அதே அதிகாரத்துடன் அவர் எங்கள் விளையாட்டுகளை முன்னின்று நடத்தினார். அவர் எங்களுடைய மேலதிகாரியைப்போலச் செயல்பட்டார். அவருக்கென்று எதிர்பார்ப்புகள் இருந்தன. தொழில்முறை பேஸ்பாலில் காட்டப்பட்டத் தீவிரத்தை எங்கள் வீட்டின் பின்புறம் நாங்கள் விளையாடிய விளையாட்டுகளில் அவர் காட்டினார். அடிக்கப்பட்டப் பந்தை எங்களால் பிடிக்க முடியாது என்பது உறுதியாகத் தெரிந்தாலும்கூட, அந்தப் பந்தைத் துரத்திக் கொண்டு நாங்கள் ஓட வேண்டும் என்று அவர் எங்களைக் கட்டாயப்படுத்தினார். மைதானத்தில் அவர் எங்களிடம் கடுமையாக நடந்து கொண்டார்.

எங்கள் தந்தை வீசும் பந்தை அடிப்பது அவ்வளவு எளிதானதல்ல. சுயமதிப்பு போன்ற விஷயங்களை அவர் பொருட்படுத்தவில்லை. சாதாரணமாகப் பந்தை அடிக்கும் குழந்தைகளைப் பாராட்டி அவர்களை நல்லவிதமாக உணரச் செய்யும் பழக்கமெல்லாம் அவருக்குக் கிடையாது. அவர் பந்து வீசி என்னைத் தோற்கடித்தபோதெல்லாம், அது குறித்து அவர் ஒருபோதும் வருத்தம் கொண்டதில்லை. நான் எப்போதும் அவரிடம்

தோற்றுப் போனேன். அவர் மிக வேகமாகப் பந்து எறிந்ததாக நான் குறை கூறத் தொடங்கினால், "நீ பேஸ்பால் விளையாட விரும்புகிறாயா, இல்லையா?" என்று அவர் என்னிடம் ஒரு கண்டிப்பான குரலில் கேட்பார்.

நான் விளையாட விரும்பினேன். இறுதியில், அவர் வீசிய பந்தை எப்போதெல்லாம் நான் என் மட்டையால் கச்சிதமாக அடித்தேனோ, அப்போதெல்லாம் நான் அளவில்லா மகிழ்ச்சி கொண்டேன். பிறகு நான் முதல் 'பேஸை' நோக்கி ஓடிச் சென்று, என் தந்தையைத் திரும்பிப் பார்ப்பேன். அவர் தன் கையுறையைக் கழற்றித் தன் கைக்கு அடியில் வைத்துக் கொண்டு, எனக்காகக் கைதட்டுவார். அது, யாங்கீ விளையாட்டு அரங்கில் எல்லோரும் எழுந்து நின்று கைதட்டும் சத்தம்போல என் காதுகளில் ஒலிக்கும்.

பல வருடங்களுக்குப் பிறகு, என் மகன் என் தந்தையோடு விளையாடத் துவங்கினான். நான் கற்றுக் கொண்ட அதே விதிமுறைகளை அவனும் கற்க வேண்டியிருந்தது. ஆனால் இப்போது என் தந்தை ஒரு சக்கரநாற்காலியில் உட்கார்ந்தபடி பந்து வீசினார். அவருக்குக் கொடுக்கப்பட்ட ஒரு மருத்துவச் சிகிச்சையில் ஏற்பட்ட ஒரு குழறுபடியால் அவர் தன்னுடைய மற்றொரு காலையும் இழந்திருந்தார்.

ஆனால் அதைத் தவிர வேறு எதுவும் மாறியிருக்கவில்லை. தன்னால் பிடிக்க முடியாத வேகத்தில் ஓடிய பந்தை என் மகன் துரத்திச் சென்றாக வேண்டியிருந்தது. என் தந்தை மிக வேகமாகப் பந்து வீசியதாக அவன் புலம்பியபோதெல்லாம், "நீ பேஸ்பால் விளையாட விரும்புகிறாயா, இல்லையா?" என்று அவர் தன் வழக்கமான கண்டிப்புடன் கேட்டார்.

என் மகன் விளையாட விரும்பினான்.

என் தந்தை இறந்தபோது என் மகனுக்கு ஒன்பது வயது. அவர் உயிரோடு இருந்த காலத்தில், அவரும் அவனும் சேர்ந்து ஏகப்பட்ட நேரம் விளையாடியிருந்தனர். என் தந்தை மிக வேகமாகப் பந்து வீசியதாக அவன் அடிக்கடிக் குறை கூறினான்.

"உன் கண்களை அந்தப் பந்தின்மீது நிலைப்படுத்து!" என்று என் தந்தை அவனை மிரட்டுவார்.

இறுதியில், அவர் வீசிய ஒரு பந்தை அவன் லாவகமாகத் தன் மட்டையால் அடித்தான். பந்து அவனுடைய மட்டையின் மையத்தில் கச்சிதமாகப் பட்டது. அவன் அதை அடித்த விதத்தில், அது நேராக என் தந்தையை நோக்கிச் சென்றது.

அவர் அதைப் பிடிக்க முயன்றார், ஆனால் அவரால் முடியவில்லை. ஆனால் இந்த முயற்சியில், அவருடைய சக்கரநாற்காலி பின்னோக்கிச் சரிந்தது. அவர் பலமாகக் கீழே விழுந்ததை நாங்கள் அதிர்ச்சியோடு பார்த்தோம்.

முதல் 'பேஸை' நோக்கி ஓடிக் கொண்டிருந்த என் மகன், அதிர்ச்சியில் பாதி வழியில் அப்படியே நின்றான்.

என் தந்தை கீழே கிடந்தபடியே, "உன் ஓட்டத்தை நிறுத்தாதே!" என்று உறுமினார். "விளையாட்டு இன்னும் முடியவில்லை. ஓடு!"

என் மகன் முதல் பேஸைச் சென்றடைந்தபோது, கீழே விழுந்து கிடந்த என் தந்தையைத் திரும்பிப் பார்த்தான். அவர் தன் கையுறையைக் கழற்றித் தன் கைக்கு அடியில் வைத்ததை அவன் கண்டான். பிறகு தன் தாத்தா தனக்காகக் கைதட்டியது அவனுடைய காதுகளில் தேனாகப் பாய்ந்தது.

இப்படிப்பட்ட ஒரு தாத்தா எல்லோருக்கும் கிடைக்க வேண்டும். நம்மைச் சுற்றி ஏராளமான எதிர்மறைப் பண்புகளும் விமர்சனங்களுமே இருக்கின்றன. ஒரு சிறு புகழ்ச்சியோ, அல்லது நாம் மதிக்கும் ஒருவரிடமிருந்து ஒரு நன்றி வெளிப்பாடோ நமக்கு நிச்சயமாக உதவும். இந்தக் கண்டிப்பான தாத்தாவின் கைதட்டல்கள் அவருடைய குழந்தைகள் மற்றும் பேரக்குழந்தைகளின் நினைவுகளில் என்றென்றும் நிலைத்திருக்கும்.

ரத்தினச்சுருக்கமாக

அனைத்துக் கொள்கைகளிலும், நடைமுறையில் செயல்படுத்துவதற்கு மிகவும் எளிதான கொள்கை நன்றியுணர்வுதான். அது பொதுவாக மிகச் செழிப்பான வெகுமதிகளை வழங்குகிறது என்றாலும், அது அவ்வளவு பரவலாகப் பயன்படுத்தப்படுவதில்லை. ஏன்? பணிவின்மை அதற்கு ஒரு முக்கியக் காரணமாக இருக்கலாம். அதாவது, ஒருவருக்கு உதவி தேவை என்பதை அங்கீகரிப்பது கடினமானதாக இருக்கலாம். துணிவின்மை இன்னொரு காரணம். ஒருவர் தனக்கு எவ்வளவு தூரம் முக்கியமானவர் என்று அவரிடம் கூறுவதற்குரிய துணிச்சல் இல்லாமல் போவது அது. ஆனாலும், ஒவ்வொரு நாளையும் ஒரு மகத்துவமான நாளாக ஆக்க முயற்சிக்கும் மக்கள், தங்கள் நன்றியை உடனடியாக வெளிப்படுத்துகின்றனர். வாழ்க்கையையும் அடுத்தவர்களுடைய பரிவையும் அவர்கள் உதாசீனப்படுத்துவதில்லை. நன்றி என்ற வார்த்தையைக் கூறுவதற்கு அவர்கள் ஆர்வமாக உள்ளனர். பாராட்டுகளைத் தெரிவிப்பதில் அவர்கள் எல்லோரையும் முந்திக் கொள்கின்றனர். தங்களுடைய ஆசீர்வாதங்களை ஒவ்வொன்றாகக் கணக்கிடுவதுதான் தூக்கத்திற்கான சிறந்த மருந்து என்பதைப் பலர் கண்டுகொண்டுள்ளனர்.

சிந்தனைக்காக

- திரு. டிட்டோவின் ஐந்து சென்ட் நாணயங்கள் ஒவ்வொன்றும் ஓர் உண்மையான 'நன்றி'யைக் குறித்தன. சமீபத்தில் நீங்கள் எவ்வளவு நன்றி கூறினீர்கள்?
- டிட்டோ கொடுத்த நாணயங்களை மகிழ்ச்சியாகப் பெற்றுக் கொண்டதன் மூலம், அச்செவிலி அவரை நல்லவிதமாக உணரச் செய்தார். அடுத்தவர்கள் கொடுக்கும் 'நாணயங்களை' மகிழ்ச்சியாக ஏற்றுக் கொள்வதற்கான தருணங்கள் உங்களுக்கு வாய்க்கின்றனவா?
- தான் நன்றியுடன் இருப்பதற்கான ஏராளமான விஷயங்கள் தன் வாழ்வில் இருந்தன என்பதை சாரா உணர்ந்து கொள்வதற்கு, வானமே இடிந்து அவர் தலைமீது விழ வேண்டியிருந்தது. உங்கள் வாழ்வில் நீங்கள் எந்தெந்த ஆசீர்வாதங்களைக் கண்டுகொள்ளாமல் இருக்கிறீர்கள்?
- அந்தக் கண்டிப்பான தாத்தா வெளிப்படுத்தியதுபோல, பாராட்டு வெளிப்பாடுகள் ஒருவருக்கு நன்றி தெரிவிப்பதற்கான மிகச் சிறந்த வழிகளில் ஒன்று. பாராட்டு வெளிப்பாடுகள் உங்கள் அன்றாட அகராதியின் ஒரு பகுதியாக உள்ளனவா?

கனவை உருவாக்குதல்

"கனவுகள் மிகமிக முக்கியமானவை. உங்களால் கற்பனை செய்ய முடியாத ஒன்றை உங்களால் சாதிக்க முடியாது."

- ஜார்ஜ் லூக்காஸ்

பழைய ஹாலிவுட் திரைப்படங்களில் சூப்பர்மேனாக நடித்த கிறிஸ்டபர் ரீவ், ஒருமுறை, "நம் கனவுகளில் பெரும்பாலானவை முதலில் சாதிக்கப்பட முடியாதவைபோலத் தோன்றும்; பிறகு, சாத்தியமாகக்கூடியவைபோலக் காட்சியளிக்கும்; இறுதியில் அவை தவிர்க்க முடியாதவையாகிவிடும்," என்று கூறியுள்ளார். படைப்புத்திறனுடன் இருப்பதும், ஏதேனும் புதுமையான மற்றும் மதிப்புவாய்ந்த விஷயத்தில் ஈடுபடுவதும், பிறகு அது மெய்யாவதைக் காண்பதும் வாழ்வின் மிக ஆழமான மகிழ்ச்சிகளில் ஒன்று. ஆனால் படைப்புச் செயல்முறை, பல ஏற்ற இறக்கங்கள் கொண்டதாகவும், மகிழ்ச்சியும் துயரங்களும் நிரம்பியதாகவும் இருக்கும். இவற்றைக் கடந்துதான் வெகுமதிகளை உங்களால் அனுபவிக்க முடியும்.

படைப்புக் கலையை ஊக்குவிக்கின்ற கொள்கைகள் இவை:

- முன்னோக்கு
- புதுமை
- தரம்

10

முன்னோக்கு

"ஒரு விஷயத்தை நம்மால் செய்ய முடியும் என்றும், அது செய்து முடிக்கப்படும் என்றும் உறுதியாக நம்புங்கள். அப்போது அதற்கான வழியை நாம் கண்டுபிடிப்போம்."

- ஆபிரகாம் லிங்கன்

அனைத்துப் பொருட்களும் இரண்டு முறை உருவாக்கப்படுகின்றன. முன்னோக்குதான் முதல் படைப்பு. ஒரு வீட்டைப் பொறுத்தவரை, அது ஒரு வரைபடம். ஒரு வாழ்க்கையைப் பொறுத்தவரை, அது ஒரு லட்சிய நோக்கு. ஒரு நாளைப் பொறுத்தவரை, அது ஓர் இலக்கு மற்றும் திட்டம். ஒரு பெற்றோரைப் பொறுத்தவரை, அது தன் குழந்தையின் ஆற்றலில் உள்ள நம்பிக்கை. இந்த அனைத்து விஷயங்களும் முதலில் மனத்தில்தான் உருவாக்கப்படுகின்றன. பிறகுதான் இந்த பௌதீக உலகில் அவை வடிவம் பெறுகின்றன.

முன்னோக்கு, மற்றவர்கள் கண்களுக்குப் புலப்படாத நிகழ்கால வாய்ப்புகளை நாம் கண்டுகொள்ள நமக்கு உதவுவதோடு, எதிர்காலத்தை நமக்குச் சுட்டிக்காட்டி, "இன்றிலிருந்து ஐந்து வருடங்களில் நான் எங்கே இருககக விரும்புகிறேன்? இன்றிலிருந்து பத்து வருடங்களில் நான் எங்கே இருக்க விரும்புகிறேன்?" என்று நம்மை நாமே கேட்டுக் கொள்ள நமக்கு உத்வேகம் அளிக்கிறது. இக்கேள்விகளுக்கு விடையளிப்பதற்கு அதிக நேரம் ஆகும். சில சமயங்களில், நம் எதிர்காலத்தைப் பற்றி நாம் கனவுகூடக் காண வேண்டியிருக்கும். முன்னோக்கிலும் கனவிலும் திறமை பெற்று விளங்கியவர்களில் வால்ட் டிஸ்னியும் ஒருவர். அவருடைய படைப்புத்திறனும் முன்னோக்கும், மற்றவர்களுக்குப் புலப்படாத யோசனைகளைக் கண்டுபிடிப்பதற்கும் எதிர்கால வாய்ப்புகளை நோக்கி முன்னோக்கிப் பார்ப்பதற்கும் அவருக்கு உதவின. முன்னோக்கு எனும் கொள்கையை வெளிப்படுத்துகின்ற பின்வரும் கதைகளை நீங்கள் படித்து மகிழும்போது, அடுத்த ஐந்து வருடங்களுக்குள் நீங்கள் அடைய விரும்புகின்ற சாதனைகள் மற்றும் திட்டங்கள் குறித்த உங்களுடைய முன்னோக்கைக் கருத்தில் கொள்ளுங்கள். அவற்றை நீங்கள் எவ்வாறு சிறந்த முறையில் அடையப் போகிறீர்கள் என்பதையும் கருத்தில் கொள்ளுங்கள்.

மாபெரும் கனவுகளும் முன்னோக்குப் பார்வையும்

ரிச்சர்டு கோலியர்

வால்ட் டிஸ்னிக்கு நான்கு வயதாக இருந்தபோது, அவருடைய தந்தை எலியஸ் டிஸ்னி எடுத்த ஒரு தீர்மானம், வால்ட் டிஸ்னியின் எதிர்காலத்தை வடிவமைப்பதில் ஒரு முக்கியக் காரணியாக விளங்கியது. தச்சுத் தொழிலில் ஈடுபட்டிருந்த எலியஸ் டிஸ்னி, கண்ணியமானவராகவும் சமயப் பற்றுக் கொண்டவராகவும் இருந்தார். தன் வீட்டின் அருகில் பல முடி திருத்தும் நிலையங்கள் திறக்கப்பட்டபோது, அவர் கடுங்கோபம் கொண்டார். "குழந்தைகளை வளர்ப்பதற்கு இது ஏற்ற இடமல்ல," என்று அவர் தன் மனைவி ஃப்ளோராவிடம் கூறினார். விரைவில், கேன்சாஸ் நகரிலிருந்து வடகிழக்கில் நூறு மைல் தொலைவில் இருந்த 'கிரேன் பண்ணை'யை அவர் விலைக்கு வாங்கினார்.

வால்ட் டிஸ்னிக்கு ஹெர்பர்ட் *(17)*, ரேமன்ட் *(15)*, ராய் *(12)* ஆகிய சகோதரர்களும், ருத் *(2)* என்ற ஒரு சகோதரியும் இருந்தனர். தனக்கும் தன் சகோதரர்களுக்கும் இடையே இருந்த வயது இடைவெளியின் காரணமாக, வால்ட் டிஸ்னிக்கு அந்தப் பண்ணையில் எந்த விளையாட்டுத் துணையும் இருக்கவில்லை. எனவே, தங்கள் வீட்டுக் கால்நடைகள் மற்றும் வீட்டு விலங்குகளின் துணையை அவர் நாடினார். அவற்றுடன் விளையாடுவதற்காக சில விளையாட்டுகளை உருவாக்கி, அவற்றுக்கான விதிமுறைகளையும் அவர் வகுத்தார். அந்த விலங்குகளும் அவருடைய கட்டளைகளைப் புரிந்து நடந்து கொண்டதுபோலத் தோன்றியது. நோஞ்சானாக இருந்த ஒரு பன்றி, ஊளையிட்டபடி அவரோடு கண்ணாமூச்சி விளையாடியது. வால்ட் டிஸ்னியின் செல்லப் பிராணியான பீட் என்ற டெர்ரியர் நாய், வடமிழுக்கும் போட்டியில் திறமையாகச் செயல்பட்டது. சார்லி என்ற வயதான குதிரை, தனக்குத் தானே ஒரு விளையாட்டை உருவாக்கிக் கொண்டது. வால்ட் டிஸ்னி எப்போது அதன்மீது ஏறி அமர்ந்தாலும், அது உடனடியாக அந்த ஐந்து ஏக்கர் தோப்பை நோக்கி வேகமெடுத்தது. இந்த விலங்குகள்தான் வால்ட் டிஸ்னியின் பொம்மைகளாகவும் நண்பர்களாகவும் விளங்கின. இந்தப் பண்ணைதான் அவருடைய மாயாஜால விந்தை உலகங்களில் முதலாவதாகத் திகழ்ந்தது.

பெரும்பாலான விவசாயிகளைப்போலவே, எலியஸும், மழை நீரைத் தார் பீப்பாய்களில் சேமித்து வைத்தார். ஒருநாள், மதிய வெயிலில் அவற்றில் ஒரு பீப்பாயிலிருந்து தார் உருகிக் கொண்டிருந்ததை வால்ட் டிஸ்னி கண்டார். ஒருசில அடிகள் தள்ளி இருந்த பன்றிக் கொட்டகையில், அவருடைய செல்லப் பன்றி திருப்தியாக ஓய்வெடுத்துக் கொண்டிருந்தது. அப்பன்றி, வரைவதற்குக் கச்சிதமான ஒன்றாக வால்ட் டிஸ்னிக்கு எப்போதுமே தோன்றியது. எனவே, அவர் ஒரு தூரிகையை எடுத்து, உருகிக் கொண்டிருந்த அந்தத் தாரில் அதை நனைத்தெடுத்து, தன் வீட்டின் சுவரில் அப்பன்றியின் உருவத்தை வரையத் துவங்கினார்.

இதைக் கண்ட அவருடைய தந்தை, மாட்டுக் கொட்டகைக்கு அவரை விரட்டியடித்தார். தன் திறமையைத் தன் குடும்பத்தார் மெச்சவில்லை

என்பதை வால்ட் டிஸ்னி தெரிந்து கொண்டார். ஆனால் அவர் வரைந்த ஓவியத்தில் இருந்த உண்மையான திறமை அவருடைய அத்தை மார்கரெட்டுக்கு மட்டும் புலப்பட்டது. மார்கரெட் ஒரு டப்பா நிறைய வண்ணப் பென்சில்களையும் வரை பலகை ஒன்றையும் அவருக்கு வாங்கிக் கொடுத்தார். விரைவில், தன் பண்ணை முற்றத்தில் தன் கண்ணுக்குத் தென்பட்ட அனைத்தையும் வால்ட் டிஸ்னி வரையலானார்.

அவர் எப்போதும் வரைந்து கொண்டே இருந்தார். அவர் தன் நோட்டுப் புத்தகங்களின் ஓரங்கள் முழுதும் அணில்கள், ஆடுகள், பன்றிகள், தன் வீட்டுச் செல்லப் பிராணிகள் ஆகியவற்றுக்கு மனிதப் பண்புகளைக் கொடுத்து வரைந்து தள்ளினார். ஒருநாள், ஒரு கிண்ணம் நிறைய வசந்தகால மலர்கள் இருப்பதுபோல ஓர் ஓவியத்தை வரையுமாறு அவருடைய ஆசிரியர் அவருடைய வகுப்பு மாணவர்களுக்கு உத்தரவிட்டார். வால்ட் டிஸ்னி வரைந்த மலர்கள் அந்த ஆசிரியரை பிரமிக்கச் செய்தன. அவருடைய ஓவியத்தில் டியூலிப் மலர்களின் இதழ்கள் அழகான உதடுகளைப்போல வரையப்பட்டிருந்தன; அந்த மலர்களுக்கு அடர்த்தியான கண்ணிமைகளும் இருந்தன. டஃபோடில் மலர்கள் பேசின; தண்டுகளும் இலைகளும் கால்களாகவும் கைகளாகவும் உருமாற்றம் பெற்றிருந்தன.

1917ல் எலியஸ் மீண்டும் இடம்பெயர்ந்தார். இம்முறை அவர் தன் குடும்பத்தினருடன் சிக்காகோவிற்குச் சென்றார். வால்ட் டிஸ்னி மெக்கின்லி உயர்நிலைப் பள்ளியில் சேர்ந்தார். ஓவியங்கள் வரைவதும், வாரத்திற்கு மூன்று இரவுகள் சிக்காகோ நுண்கலை மையத்தில் தொழில்முறையாக கேலிச்சித்திரங்கள் வரைந்தவர்களிடமிருந்து கேலிச்சித்திரங்கள் வரையக் கற்றுக் கொள்வதும் மட்டுமே அவருக்கு இப்போது முக்கியமாக இருந்தது. பிரான்ஸில் செஞ்சிலுவைச் சங்கத்தின் ஆம்புலன்ஸ் ஓட்டுனராகக் கிட்டத்தட்ட ஒரு வருடம் அவர் பணியாற்றினார். 600 டாலர்கள் சேமிப்புடனும், "நான் ஓர் ஓவியக் கலைஞனாக ஆகப் போகிறேன்," என்ற ஓர் உறுதியான தீர்மானத்துடனும் அவர் அமெரிக்கா திரும்பினார்.

அவர் முதலில் ஐம்பது டாலர்கள் மாதாந்திர வருமானத்தில் ஒரு சிறிய விளம்பர நிறுவனத்தில் வேலைக்குச் சேர்ந்தார். இன்னோர் இளம் ஓவியரான ஐவெர்க்ஸை அங்கு அவர் சந்தித்தார். விரைவில் அவர்கள் இருவரும் கூட்டாளிகளாக ஆகி, சொந்தமாக விளம்பரங்களைச் செய்யத் தொடங்கினர். முதல் மாதத்தில் அவர்கள் 135 டாலர்கள் நிகர லாபம் ஈட்டினர். அடுத்த மாதம், அவர்கள் கிட்டத்தட்டப் பட்டினியால் வாடினர்.

பிறகு அவ்விருவருக்கும் கேன்சாஸ் நகர ஸ்லைடு நிறுவனத்தில் வேலைகள் கிடைத்தன. உள்ளூர் திரையரங்குகளில் காட்டப்படுவதற்கு ஒரு—நிமிட விளம்பரங்கள் தயாரித்துக் கொடுத்த நிறுவனம் அது. கார்ட்டூன் அனிமேஷன் உலகிற்குள் டிஸ்னி எடுத்து வைத்த முதலடி அது. அந்த நேரத்தில் அனிமேஷன் கலை தொடக்க நிலையில் இருந்தது. அனிமேஷன்கள் நேர்த்தியின்றியும் யதார்த்தமற்றவையாகவும் இருந்தன.

டிஸ்னி அது குறித்துப் பல பரிசோதனைகளை நிகழ்த்தத் துவங்கினார். அவர் எதிர்பார்த்த அளவுக்கு அவ்வுருவங்கள் யதார்த்தமான அசைவுகளைப் பெற்றன. ஆனால் அவற்றை உருவாக்குவதற்கு அவர் தேர்ந்தெடுத்த வழிமுறை அதிகச் செலவு கொண்டதாகவும் அதிக நேரம் பிடிப்பதாகவும் இருந்தது. ஒரு சிறுவன் தன் காலால் ஒரு பந்தை எட்டி உதைப்பது போன்ற ஒரு காட்சியை உருவாக்குவதற்கு, இருபது ஓவியங்களை அவர் வரைய

வேண்டியிருந்தது. பந்தை எட்டி உதைப்பதில் உள்ள ஒவ்வோர் அசைவையும் யதார்த்தமாகக் கொண்டு வருவதற்கு அவர் அத்தனை ஓவியங்களை வரைவது அவசியமாயிற்று.

ஐவெர்ட்ஸுடன் சேர்ந்து 'லாஃப்—ஓ—கிராம்ஸ்' என்ற ஒரு ஸ்டுடியோவைத் தோற்றுவித்து, உள்ளூர் திரையரங்கு ஒன்றிற்கு ஒரு—நிமிட விளம்பரங்கள் சிலவற்றை டிஸ்னி தயாரித்துக் கொடுத்தார். உள்ளூர் பொருட்களை விளம்பரப்படுத்துவதற்காக வடிவமைக்கப்பட்டவை அவை. ஆனால் விரைவில் அந்த ஸ்டுடியோ திவாலானது. வீட்டு வாடகை கொடுக்க முடியாமல் போனதால், டிஸ்னி தன் அலுவலகத்தில் இருந்த நாற்காலிகளிலேயே தூங்க வேண்டியதாயிற்று.

சில மாதங்களுக்கு முன்பு, டிஸ்னியின் அலுவலகத்தில் ஒரு சுண்டெலிப் பட்டாளம் படையெடுத்து வந்தது. குப்பைக்கூடைகளில் இருந்த மீதி உணவால் அவை அங்கு கவர்ந்திழுக்கப்பட்டு இருந்தன. அச்சுண்டெலிகள் அங்கிருந்த காகிதங்களையும் அழிப்பான்களையும் பென்சில்களையும் தம் கூரிய பற்களால் பதம் பார்த்தன. ஓர் எலிப் பொறியைப் பயன்படுத்தி அவற்றைப் பிடிக்கலாம் என்று அவருடன் வேலை செய்த சில ஓவியர்கள் அவருக்குப் பரிந்துரைத்தனர். ஆனால் டிஸ்னி அதை மறுத்துவிட்டார். தீங்கு விளைவிக்காத ஒரு பொறியைப் பயன்படுத்தி, பத்துச் சுண்டெலிகளை அவர் பிடித்தார். பிறகு, அவர் ஒரு கம்பிக் கூடையிலிருந்து ஒரு சிறிய கூண்டை உருவாக்கி, அந்தச் சுண்டெலிகள் அதில் நடமாடும்படி செய்தார். நள்ளிரவில் அவர் தனியாக வேலை பார்த்த சமயங்களில், எதையும் பதம் பார்க்காத ஒரே ஒரு சுண்டெலி மட்டும் தன் மேசைக்கு வர டிஸ்னி அனுமதித்தார். அதற்கு மார்ட்டிமர் என்று அவர் பெயரிட்டார்.

வாழ்க்கை நடத்துவதற்கு மிகவும் போராடிய டிஸ்னி, தன் கனவுகள் நனவாவதற்கு உதவக்கூடிய ஒரே இடம் ஹாலிவுட்தான் என்று தீர்மானித்தார். தன் உடமைகளை ஒரு பெட்டியில் அடைத்துக் கொண்டு, தன்னிடமிருந்த சில்லறைப் பணத்தைக் கொண்டு அவர் ஒரு ரயில் பயணச்சீட்டை வாங்கினார். அங்கிருந்து புறப்படுவதற்கு முதல் நாள் இரவில், அவர் அந்தச் சுண்டெலிக் கூண்டை வெளியே ஒரு வெற்றிடத்திற்கு எடுத்துச் சென்று, அதைத் திறந்துவிட்டார். அதிலிருந்த ஒன்பது எலிகள் கிடுகிடுவென்று அங்கிருந்து ஓடிவிட்டன. மார்ட்டிமர் மட்டும் தன் பிரகாசமான கண்களுடன் அவரையே பார்த்துக் கொண்டு நின்றது.

கேன்சாஸ் நகரைவிட்டுப் புறப்படுவதற்கு முன்பு, 'ஆலிஸ் இன் கார்ட்டூன்லேண்ட்' என்ற ஒரு புதிய தொடருக்கான வேலைகளை டிஸ்னி துவக்கியிருந்தார். வெள்ளைப் பின்புலத்திற்கு எதிராக ஒரு சிறுமியை வைத்துப் படமெடுத்துவிட்டு, அவளைச் சுற்றிக் கார்ட்டூன் விலங்குகளை நடமாடச் செய்து, அவற்றின் அசைவுகளை அவளுடைய அசைவுகளுக்குப் பொருத்தமானவையாக ஆக்குவது அவருடைய யோசனையாக இருந்தது. அந்தப் படத்தை அவர் விங்க்லர் நிறுவனத்திற்கு அனுப்பி வைத்திருந்தார். நியூயார்க்கில் அமைந்த ஒரு கார்ட்டூன் வினியோகிப்பு நிறுவனம் அது. பல வாரங்களுக்குப் பிறகும் ஹாலிவுட்டில் வேலை எதுவும் கிடைக்காமல் இருந்த அவருக்கு, 'ஆலிஸ் இன் கார்ட்டூன்லேண்ட்' தொடரில் பன்னிரண்டு தொடர்கள் வேண்டும் என்று கேட்டுத் தகவல் வந்தது.

முதலில் வெற்றிகரமாகத் திகழ்ந்த அத்தொடர், விரைவில் தோல்வியடைந்தது. டிஸ்னி தன் கையிலிருந்த பணத்தையெல்லாம்

செலவிட்டு, பக்கம் பக்கமாக வரைந்து தள்ளினார். அவர் மொத்தம் ஐம்பத்தேழு 'ஆலிஸ்' படங்களைத் தயாரித்தார். ஆனால் அவற்றில் பதினாறாவது படத்திற்கு மேல் எதுவும் விற்பனையாகவில்லை.

அவரிடம் வேலை செய்த திறமையான அனிமேஷன் கலைஞர்கள் வாரத்திற்கு 120 டாலர்கள் சம்பாதித்தனர். ஆனால் டிஸ்னி அதிகபட்சமாக 50 டாலர்கள் மட்டுமே தனக்காக எடுத்துக் கொண்டார். மிக மோசமான காலகட்டங்களில், அவர் வெறும் 15 டாலர்கள் மட்டுமே எடுத்தார். அவருடைய ஊழியர்களில் ஒருவரான லில்லியன் பவுன்ட்ஸ் என்ற பெண்மணி மற்ற எல்லோரையும்விட மிகக் குறைவான பணத்தையே வங்கியிலிருந்து எடுத்தார். இரண்டு வாரங்களாக அவர் பணம் எதையும் எடுத்துக் கொள்ளவில்லை என்பதை ஒருநாள் டிஸ்னியின் சகோதரரான ராய்தான் கண்டுபிடித்தார். லில்லியனை டிஸ்னி தன் காரில் அழைத்துச் சென்று அவருடைய வீட்டில் விட்டுவிட்டு வந்ததையும் அவர் கவனித்தார்.

கற்பனை உலகில் தன்னை மூழ்கடித்துக் கொண்ட டிஸ்னி, பெண்கள் விஷயத்தில் எந்த ஆர்வமும் காட்டவில்லை. ஆனால் லில்லியன் மட்டும் அவருடைய மனத்தைக் கவர்ந்தார். விரைவில், தன்னை மணமுடிக்க டிஸ்னி அவரிடம் சம்மதம் கேட்டார். 1925ம் ஆண்டு ஜூலை 25ம் நாளன்று அவர்கள் இருவரும் திருமணம் செய்து கொண்டனர்.

1928களில் துவக்கத்தில், 'ஆலிஸ் இன் கார்ட்டூன்லேன்ட்' தொடருக்கு முற்றுப்புள்ளி ஏற்படுவதற்கான சாத்தியக்கூறுகள் தெரிந்தன. டிஸ்னியும் அவருடைய ஊழியர்களும் 'ஆஸ்வால்டு த லக்கி ரேபிட்' என்ற ஒரு புதிய கார்ட்டூன் தொடரைத் தயாரிக்கும் முயற்சியில் இறங்கியிருந்தனர். ஆஸ்வால்டு கதாபாத்திரம் மக்களிடையே பிரபலமாக ஆனாலும்கூட, வால்ட் டிஸ்னி கச்சிதத்தின்மீது கொண்டிருந்த பிடிவாதம், விங்க்லர் நிறுவனத்தை ஸ்தம்பிக்கச் செய்தது. விரைவில் அந்த ஸ்டூடியோவிற்கு எந்த வியாபார வாய்ப்பும் இல்லாமல் போனது. அதிகப் பணத்தை முதலீடு செய்ய வேண்டும் என்று விங்க்லர் நிறுவனத்தை டிஸ்னி வலியுறுத்தினார். ஆனால் அந்நிறுவனம் அதற்கு ஒத்துழைக்கவில்லை. எனவே, டிஸ்னி அவர்களை நேருக்கு நேர் சந்திப்பதற்காக லில்லியனுடன் நியூயார்க்கிற்குச் சென்றார்.

விங்க்லர் நிறுவனத்துடனான சந்திப்பு, டிஸ்னி எதிர்பார்த்த விதத்தில் செல்லவில்லை. அந்த சந்திப்பின் முடிவில், அவருக்கும் அந்நிறுவனத்திற்கும் இருந்த உறவு முறிந்தது. அவர் கோபத்துடன் தன் ஹோட்டலுக்குத் திரும்பியபோது, லில்லியன் அங்கு அவருக்காகக் காத்துக் கொண்டிருந்தார். "இப்போது எனக்கு வேலை இல்லை. ஆனால் அது குறித்து எனக்குப் பெரும் மகிழ்ச்சி! என் வாழ்நாள் உள்ளவரை, இனி நான் எவரிடமும் ஒருபோதும் வேலை பார்க்கப் போவதில்லை!" என்று டிஸ்னி அவரிடம் கூறினார். பிறகு, டிஸ்னி தனக்கே உரிய உற்சாகத்துடன், "எல்லாம் சுமுகமாக முடிந்துவிட்டது. நான் வீட்டிற்குத் திரும்பி வருகிறேன்," என்று தன் சகோதரர் ராய்க்கு ஒரு தந்தி அனுப்பினார். ஆஸ்வால்டுக்கு பதிலாக வேறொரு கார்ட்டூன் கதாபாத்திரம் எப்படியாவது தனக்குக் கிடைக்கும் என்று அவர் உறுதியாக நம்பினார்.

1928ம் ஆண்டு மார்ச் 16ம் நாளன்று, டிஸ்னியும் லில்லியனும் தங்கள் ஊருக்குத் திரும்புவதற்காக ஒரு ரயிலில் ஏறினர். அவர்கள் தங்கள் இருக்கைகளை அடைந்த உடனேயே, டிஸ்னி ஒரு நோட்டுப் புத்தகத்தில்

எதையோ வேகவேகமாகக் கிறுக்கத் தொடங்கினார். பிறகு அந்தப் பக்கத்தை கிழித்துக் கசக்கிக் குப்பையில் போட்டுவிட்டு, இன்னொரு பக்கத்தில் எதையோ கிறுக்கினார். பிறகு அதையும் கிழித்துக் கசக்கி எறிந்தார். இது சில நிமிடங்கள் தொடர்ந்தது. சில சமயங்களில் அவர் வெளியே வெறித்துப் பார்த்தார். அவர் ஒரு சுண்டெலியைப் பற்றிக் கனவு கண்டு கொண்டிருந்தார். மார்ட்டிமர் என்ற சுண்டெலிதான் அது.

ரயிலில் அன்றிரவு அவர் தூங்கவில்லை. அடுத்த நாள், சிக்காகோவிலிருந்து மேற்கு நோக்கிப் பயணித்துக் கொண்டிருந்தபோது, டிஸ்னியின் புதிய கார்ட்டூன் நட்சத்திரம் பிறந்தது: சிவப்பு நிறத்தில் வெல்வெட் கால்சட்டையும், முத்துக்களால் ஆன பொத்தான்களையும் அணிந்த, குறும்புத்தனமான, எதற்கும் அஞ்சாத ஒரு சுண்டெலி. மார்ட்டிமர் சுண்டெலி நடிக்கும் 'பிளேன் கிரேசி' படம்தான் தன் அடுத்தப் படைப்பு என்று டிஸ்னி தீர்மானித்தார்.

தன் ஆர்வத்தைக் கட்டுப்படுத்திக் கொள்ள முடியாத அவர், தன் படத்திற்கான காட்சிகளையும் அவை குறித்த விபரங்களையும் லில்லியனிடம் கடகடவென் ஒப்பித்தார். ஆனால் லில்லியன் உடனடியாக அதற்கு மறுப்புத் தெரிவித்தார்.

"மார்ட்டிமர் என்பது ஒரு சுண்டெலிக்கு ஒரு மோசமான பெயர்!" என்று லில்லியன் கூறினார்.

"அப்படியானால், அதை மிக்கி என்று அழைத்தால் என்ன? மிக்கி மவுஸ் என்ற பெயர் கேட்பதற்கு நன்றாக இருக்கிறது, இல்லையா?" என்று டிஸ்னி கேட்டார்.

தினமும் மிக்கிக்கு உயிர் கொடுக்கப்பட்டது. டிஸ்னி அதைக் கச்சிதப்படுத்துவதற்கு ஒவ்வொரு நாளும் கடுமையாக உழைத்தார். இதற்கிடையே, மிக்கி மவுஸ் படத்திற்குரிய சில காட்சிகளை நியூயார்க்கிற்கு அவர் அனுப்பி வைத்தார். ஆனால் யாரும் அந்தப் படத்தைக் கண்டுகொள்ளவில்லை. மிக்கி மவுஸை அவர்கள் அனைவரும் நிராகரித்தனர். "டிஸ்னியின் வாழ்க்கையில் அது ஒரு மோசமான காலகட்டம். அவர் எல்லாவற்றையும் பணயம் வைத்தார். ஆனால் நியூயார்க்கில் ஒரு மாதம் செலவிட்டும்கூட, யாரையும் அவரால் திருப்திப்படுத்த முடியவில்லை," என்று ஐவெர்ட்ஸ் நினைவுகூர்ந்தார்.

டிஸ்னிக்கு இறுதியாக இன்னோர் உத்வேகம் கிடைத்தது. ஒரு வருடத்திற்கு முன்பு, 1927ம் ஆண்டு அக்டோபர் மாதத்தில், பேசும் படங்கள் முதன்முறையாக அறிமுகப்படுத்தப்பட்டு இருந்தன. அதன் பிறகு, சுமார் ஆயிரத்திற்கும் அதிகமான திரையரங்குகளில் ஒலியைப் பரப்புவதற்கான தொழில்நுட்பம் அமைக்கப்பட்டிருந்தது. வாரத்திற்கு 9.5 கோடி பார்வையாளர்கள் திரையரங்குகளுக்கு வந்து படம் பார்த்தனர். "மிக்கி மவுஸ் திரைப்படத்தை ஒலியோடு நாம் உருவாக்கலாம்," என்று டிஸ்னி தீர்மானித்தார்.

அது போன்ற ஒரு முயற்சி அதற்கு முன்பு ஒருபோதும் மேற்கொள்ளப்பட்டிருக்கவில்லை. நடிகர்கள் நேரடியாக வசனங்களைப் பேசியபோது படச்சுருளின்மீது ஒலியைப் பதிவு செய்வதற்கான வழிமுறை சிறப்பாக வேலை செய்தது. ஆனால் ஓவியங்கள் ஏற்கனவே வரைந்து முடிக்கப்பட்டுவிட்ட நிலையில், கார்ட்டூன் படைப்பை எப்படி ஒலிகளுடன் பொருந்தச் செய்ய முடியும் என்று எல்லோரும் வியந்தனர். ராயும் வால்ட்

டிஸ்னியும் முப்பத்தைந்தடி நீளப் படச்சுருளுடன் இந்தப் பரிசோதனையை நடத்தத் தீர்மானித்தனர். அது வெறும் முப்பது வினாடிகள் மட்டுமே ஓடியது. ஒலியெழுப்பிகள், மாட்டின் கழுத்தில் கட்டப்படும் மணிகள், விசில்கள் போன்றவற்றை அவர்கள் பயன்படுத்தினர். வால்ட் டிஸ்னி தன் விரல்களால் தன் மூக்கைப் பிடித்துக் கொண்டு, ஒரு பொய்க்குரலில் மிக்கி மவுஸுக்காகக் குரல் கொடுத்தார் (பதினெட்டு வருடங்களாக அவர் இவ்வாறு குரல் கொடுத்தார்!).

ராயும் வால்ட் டிஸ்னியும் உற்சாகமாகச் சிரித்தபடியே, அந்தப் பரிசோதனையை நள்ளிரவுவரை மீண்டும் மீண்டும் நிகழ்த்திப் பார்த்தனர். ஒலியையும் காட்சிகளையும் கச்சிதமாகப் பொருத்த அவர்கள் கடுமையாக முயற்சித்தனர். "ராய், நாம் வெற்றி பெற்றுவிட்டோம்! மிக்கி மவுஸ் வெற்றி பெற்றுவிடும்!" என்று வால்ட் டிஸ்னி மீண்டும் மீண்டும் கூறிக் கொண்டே இருந்தார்.

ஒரே இரவில், மிக்கி மவுஸ் உலகப் புகழ் பெற்றது. மிக்கி மவுஸின் வெற்றி மேலும் அதிகப் படைப்புத்திறனைத் தட்டியெழுப்பியது. டிஸ்னியின் ஸ்டூடியோவிலிருந்து ஏராளமான புதிய கார்ட்டூன் கதாபாத்திரங்கள் வெளிவந்தன. புளூட்டோ, கூஃபீ ஹொரேஸ் ஹார்ஸ்காலர், கிளாராபெல் கௌ, டொனால்டு டக் ஆகிய கதாபாத்திரங்கள் அனைத்தும், டிஸ்னியின் வயற்புற நண்பர்களை மனத்தில் கொண்டு உருவாக்கப்பட்டவையே.

டிஸ்னியின் மிக எளிமையான, சிக்கலற்றப் படங்கள் அனைத்தும் ஒருசில நீதிக் கருத்துக்களையே மீண்டும் மீண்டும் சுட்டிக்காட்டின: துணிவும் நற்பண்புகளும் சூழ்ச்சியையும் பயத்தையும் வெல்லும்; கடின உழைப்பு எப்போதும் வெற்றிக்கு வழி வகுக்கும்; போலி லட்சியம் தோல்வியை மட்டுமே உருவாக்கும்.

டிஸ்னி தன் குழந்தைகள் சிறுவர்களாக இருந்தபோது, சனிக்கிழமை மதிய வேளைகளில், தங்கள் வீட்டிற்கு அருகே இருந்த ஒரு கேளிக்கைப் பூங்காவிற்கு அவர்களை அழைத்துச் சென்றார். "என் வாழ்வின் மிக மகிழ்ச்சியான நாட்களில் சில அவை," என்று டிஸ்னி பின்னாளில் சிலாகித்தபடி நினைவுகூர்ந்தார். "என் குழந்தைகள் அங்கிருந்த ராட்டினங்களில் விளையாடுவர். நான் ஒரு பெஞ்சின்மீது அமர்ந்து கொண்டு, அவர்களைக் கண்காணித்தபடி வேர்க்கடலையைக் கொறித்துக் கொண்டிருப்பேன். அவ்வாறு தனியாக அமர்ந்திருந்த வேளைகளில், பெற்றோர்களும் குழந்தைகளும் ஒருசேரக் குதூகலமாகப் பொழுதைக் கழிக்கக்கூடிய ஒரு வகையான குடும்பக் கேளிக்கைப் பூங்கா உருவாக்கப்பட வேண்டும் என்று எனக்குத் தோன்றியது." தான் உருவாக்கிய திரைப்படங்களின் கதைகள் மற்றும் கதாபாத்திரங்களின் அடிப்படையில் தானே சொந்தமாக ஒரு கேளிக்கைப் பூங்காவை உருவாக்குவது பற்றி அவர் கனவு கண்டார். டிஸ்னிலேண்டிற்கான விதை அங்குதான் ஊன்றப்பட்டது.

லாஸ் ஏஞ்சலீஸ் நகருக்குத் தெற்கே இருபத்தைந்து மைல் தூரத்தில், 244 ஏக்கர் ஆரஞ்சுத் தோட்டம் ஒன்றை அவர் வாங்கத் தொடங்கினார். அந்தப் பணித்திட்டம் எப்போது நிறைவடையும் என்று ஒரு பத்திரிகை நிருபர் டிஸ்னியிடம் கேட்டபோது, "உலகில் கற்பனை எஞ்சியிருக்கும்வரை, இந்தப் பணித்திட்டம் ஒருபோதும் முற்றுப் பெறாது," என்று அவர் எளிமையாக பதிலளித்தார். 1955ம் ஆண்டு ஜூலை 17ம் நாள், கலிபோர்னியா

மாநிலத்தின் அனஹெம் நகரில் முதல் டிஸ்னிலேன்ட் கோலாகலமான கொண்டாட்டத்துடன் திறக்கப்பட்டது.

இதற்கிடையே, ஓய்வு பெறுமாறு வால்ட் டிஸ்னியின் மனைவி பல வருடங்களாக அவரிடம் கேட்டு வந்திருந்தார். தொடர்ந்து வேலை செய்வதற்கான பொருளாதார நெருக்கடியோ அல்லது பிரச்சனைகளோ அவர்களுக்கு இருக்கவில்லை. ஆனால் லில்லியனின் கெஞ்சல்களை டிஸ்னி எப்போதுமே மறுத்து வந்திருந்தார். "வெளியே சென்று புதிய உலகங்களை என்னால் வெற்றி கொள்ள முடியவில்லை என்றால், நான் செத்துவிடுவேன்," என்று அவர் தன் மனைவியிடம் கூறினார்.

ஃபுளோரிடா மாநிலத்தின் ஆர்லேன்டோ நகருக்கு அருகே 27,500 ஏக்கர் நிலம் ஒன்றை வாங்குவதற்கான முயற்சிகளில் அவர் தன் ஊழியர்களை ஈடுபடுத்தியிருந்தார். ஒருநாள் காலையில், ஒரு புதிய நகரத்திற்கான வரைபடத்துடன் அவர் தன் வடிவமைப்பு நிறுவனத்திற்கு வந்தார். அதை அவர் 'எப்காட்' என்று அழைத்தார்.

1966ல் வால்ட் டிஸ்னி மிகவும் நோய்வாய்ப்பட்டார். மேற்குறிப்பிடப்பட்டப் புதிய நகரத்திற்கான திட்டங்கள் அனைத்தும் இன்னும் வரைபட நிலையிலேயே இருந்தன. டிஸ்னிக்கு நுரையீரல் புற்றுநோய் இருந்ததை அவருடைய மருத்துவர்கள் கண்டுபிடித்தனர். நவம்பர் 7ம் நாளன்று, அந்த மருத்துவர்கள் அவருடைய இடது நுரையீரலை அவருடைய உடலிலிருந்து அகற்றினர். வேலை எதுவும் செய்யாமல் வெறுமனே ஓய்வாக இருந்து பழக்கப்பட்டிருக்காத டிஸ்னி, இரண்டு வாரங்களுக்குள், வழக்கம்போலத் தன் வேலைகளைச் செய்ய முற்பட்டார். ஆனால், நவம்பர் 30ம் நாள், அவர் மீண்டும் மருத்துவமனையில் அனுமதிக்கப்பட்டார். டிசம்பர் 15ம் நாளன்று காலையில் சுமார் ஒன்பதேகால் மணிக்கு, எப்போதுமே பரபரப்பாக இருந்த அவருடைய இதயம் தன் துடிப்பை நிறுத்திக் கொண்டது.

வால்ட் டிஸ்னி, மாபெரும் கனவுகளைக் காண்பதில் வல்லவர். அவர் முன்னோக்குப் பார்வை கொண்டவர். தாவரங்களிலும், விலங்குகளிலும், விளையாட்டு மைதானங்களிலும், மற்றவர்களால் கற்பனைகூட செய்து பார்க்க முடியாத தொழில்நுட்பத்திலும் அவர் ஒட்டுமொத்த உலகங்களைப் பார்த்தார். அவர் தன் பார்வையை எப்போதும் எதிர்காலத்தின்மீதே நிலைப்படுத்தினார். அவருடைய சகோதரர் ராய், அவரைப் பற்றிக் கூறியபோது, "அவர் இறப்பதற்கு முந்தைய இரவன்று, மருத்துவமனைக்குச் சென்று நான் அவரைப் பார்த்தேன். அவர் கடுமையாக நோய்வாய்ப்பட்டிருந்தும்கூட, தன் வாழ்நாள் முழுதும் அவர் எப்படி இருந்திருந்தாரோ, அன்றும் அதேபோல எதிர்காலம் குறித்தத் திட்டங்களைப் பற்றியே அவர் பேசினார்," என்று குறிப்பிட்டார். வால்ட் டிஸ்னி இறந்து பல வருடங்கள் கடந்துவிட்ட நிலையில், இன்றும்கூட, அவருடைய முன்னோக்கு, அவர் தன் பெயர் சொல்லும்படி விட்டுச் சென்றுள்ள சீதனங்களுக்குள் தொடர்ந்து விரிவடைந்து கொண்டிருக்கிறது.

கேளிக்கைப் பூங்காக்களையும் எதிர்கால நகரங்களையும் உருவாக்கியதன் மூலம் மக்களை மகிழ்ச்சிப்படுத்துவதற்கான முன்னோக்கை வால்ட் டிஸ்னி கொண்டிருந்தார். அவருடைய டிஸ்னிலேண்டிற்கு அருகில் வாழ்ந்த டான் ஷோன்டார்ஃபரும் மக்களை மகிழ்ச்சிப்படுத்துவதையே தன் நோக்கமாகக் கொண்டிருந்தார். ஆனால், முற்றிலும் வித்தியாசமான, கட்டுப்படியாகக்கூடிய விலையில் ஒன்றை உருவாக்கியதன் மூலம் அவர் தன் கனவை சாதித்தார்.

இலவச சக்கரநாற்காலிகள்

ஜேனட் கினோசியன்

அதிகாலை நான்கு மணிக்கு, டான் ஷோன்டார்ஃபர், தன் பணிமனையின் குளிர்ந்த சிமெண்ட் தரையின்மீது கால் வைத்து உள்ளே நுழைந்தார். மசாசூசெட்ஸ் தொழில்நுட்ப மையத்தில் படித்துப் பட்டம் பெற்று, கலிபோர்னியாவில் இயந்திரப் பொறியாளராகப் பணியாற்றிய அவர், உலகின் மிக மலிவான சக்கரநாற்காலியை உருவாக்குவதென்று உறுதி பூண்டார். தினமும் காலையில் வேலைக்குச் செல்வதற்கு முன், அந்தச் சக்கரநாற்காலியை உருவாக்குவதில் மூன்று மணிநேரத்தை அவர் தன் பணிமனையில் செலவிட்டார்.

முதலில், கேன்வாஸ் இருக்கையுடன்கூடிய ஒரு நாற்காலியை அவர் முயற்சித்தார். ஆனால் அதற்கு அதிகச் செலவானதால், அதை ஒதுக்கித் தள்ளினார். எளிதில் உடையாத, அதே சமயத்தில் மிகவும் மலிவான ஒரு நாற்காலியை உருவாக்க அவர் விரும்பினார். அந்த நாற்காலி, மலைகளிலும் சதுப்புநிலங்களிலும் பாலைவனங்களிலும் சுலபமாகப் பயணிக்க ஏதுவாக இருக்க வேண்டும் என்றும், வெப்பத்தையும் பனியையும் அதனால் தாங்கிக் கொள்ள முடிய வேண்டும் என்றும், குறைவான பராமரிப்புச் செலவு கொண்டதாக இருக்க வேண்டும் என்றும் அவர் விரும்பினார். உலகிலுள்ள ஏழைகளில் பலர், தினமும் இரண்டு டாலர்களுக்கும் குறைவான பணத்திலேயே வாழ்க்கை நடத்துகின்றனர் என்பதை அறிந்த அவர், ஆயிரக்கணக்கான டாலர்கள் விலைமதிப்புக் கொண்ட மேற்கத்திய வகை நாற்காலிகள் அவர்களுக்கு ஒருபோதும் கட்டுப்படியாகாது என்பதை உணர்ந்தார்.

இறுதியில், அவருக்கு ஒரு பிரமாதமான யோசனை முளைத்தது. புல்வெளிகளில் அமர்வதற்குப் பயன்படுத்தப்படுகின்ற, எல்லா இடங்களிலும் கிடைக்கின்ற பிளாஸ்டிக் நாற்காலியை அவர் தன் சக்கரநாற்காலிகளில் பயன்படுத்தத் தீர்மானித்தார். பிளாஸ்டிக் நாற்காலிகள் மலிவாக விற்கப்பட்ட இடங்களைத் தேடிக் கண்டுபிடித்து, ஒரு நாற்காலி மூன்று டாலர்கள் என்ற விலையில் நூற்றுக்கணக்கான நாற்காலிகளை அவர் வாங்கினார். பிறகு, வால்மார்ட் போன்ற கடைகளில் அலைந்து திரிந்து, மிக மலிவான விலையில் சைக்கிள் டயர்களையும் திருகாணிகளையும் அவர் வாங்கினார்.

மலிவான விலையில் சக்கரநாற்காலிகளைத் தயாரிக்கும் யோசனை அவருக்கு உதித்ததற்கு ஒரு வலுவான காரணம் இருந்தது. முப்பது

வருடங்களுக்கு முன்பு, 1977ல் அவர் தன் மனைவியுடன் ஆப்பிரிக்காவின் மொராக்கோ நாட்டிற்குச் சென்றிருந்தபோது, டேட்டோவான் நகரில் அவர்கள் சில நாட்கள் தங்கியிருந்தனர். சுட்டெரித்த மதிய வெயிலில், உடல் ஊனமுற்றப் பெண் ஒருத்தி, சாலையில் கிட்டத்தட்ட ஒரு பாம்பைப்போல ஊர்ந்து சென்றதை அவர்கள் பார்த்தனர். அவள் தன் விரல்நகங்களால் தன்னை உந்தித் தள்ளிக் கொண்டு, மிகவும் சிரமப்பட்டு அச்சாலையைக் கடந்தாள். தெருவோரப் பிச்சைக்காரர்களைவிட ஊனமுற்றவர்கள் மிக இழிவாக நடத்தப்பட்டதைக் கண்ட ஷோன்டார்ஃபர், அவர்களுக்கு உதவுவதென்று அக்கணத்தில் தீர்மானித்தார்.

இப்போது, தான் மலிவு விலையில் வாங்கிய டயர்களில் இரண்டை, திருகாணிகளையும் உலோகத் தகடுகளையும் கொண்டு ஒரு பிளாஸ்டிக் நாற்காலியுடன் அவர் பொருத்தினார். பிறகு, எல்லாம் சரியாகப் பொருத்தப்பட்டிருந்தனவா என்று இன்னொரு முறை அவர் பரிசோதித்தார். அந்த எளிய சக்கரநாற்காலியை கடைசியாக ஒருமுறை சுழற்றிவிட்டுப் பார்த்த அவர், “இது அந்த எளியவர்களின் வாழ்க்கையை முற்றிலுமாக மாற்றப் போகிறது!” என்று தனக்குத் தானே கூறிக் கொண்டார்.

அச்சிறிய சக்கரநாற்காலியை அவருடைய பாதிரியார் பார்த்தபோது, “டான், இது நிச்சயமாக வெற்றியடையப் போகிறது!” என்று மகிழ்ச்சியாக முழங்கினார். ஒன்பது மாதங்களில், டான் ஷோன்டார்ஃபர், நூறு சக்கரநாற்காலிகளை உருவாக்கியிருந்தார். அவருடைய பணிமனை, செயற்கை உறுப்புகள் பொருத்துகின்ற ஒரு மருத்துவமனையைப்போலக் காட்சியளித்தது.

சில நாட்களில் தங்கள் தேவாலயத்திலிருந்து இந்தியாவிற்குச் செல்லவிருந்த மருத்துவக் குழுவினருடன் அந்த நாற்காலிகளை எடுத்துக் கொண்டு இந்தியாவிற்குப் போகும் யோசனையை அப்பாதிரியார் ஷோன்டார்ஃபரிடம் பரிந்துரைத்தார். ஆனால் ஷோன்டார்ஃபர் முதன்முறையாக அவர்களுடைய சந்திப்புக்கூட்டத்திற்கு வந்தபோது, அக்குழுவில் இருந்தவர்களிடையே அந்த யோசனைக்கு அவ்வளவு வரவேற்பு இருக்கவில்லை. “இந்தச் சக்கரநாற்காலிகளைக் கப்பலில் கொண்டு செல்வதற்கு எவ்வளவு செலவாகும்?” என்று அவர்களில் ஒருவர் கேட்டார்.

ஷோன்டார்ஃபர் ஊக்கமிழந்தாலும், தொடர்ந்து அவர்களுடைய சந்திப்புக்கூட்டங்களில் கலந்து கொண்டார். “என்னையும் என் கண்டுபிடிப்பையும் தொடர்ந்து கேலி செய்து கொண்டே இருந்தால், என்றேனும் ஒருநாள் நான் மாயமாய் மறைந்துவிடுவேன் என்று அவர்கள் நினைத்தார்கள்போலும்,” என்று ஒரு புன்னகையுடன் அவர் நினைவுகூர்ந்தார்.

இறுதியில், நான்கு நாற்காலிகளை அவர் தன்னுடன் எடுத்து வருவதற்கு அவர்கள் ஒத்துக் கொண்டனர். சென்னைக்கு வெளியே, அளவுக்கதிகமான கூட்டம் நிரம்பி வழிந்த ஒரு மருத்துவமனையில், ஒரு தந்தை தன் ஊனமுற்ற மகனைச் சுமந்து சென்று கொண்டிருந்ததை ஷோன்டார்ஃபர் பார்த்தார். ‘இதுதான் சரியான கணம்,” என்று நினைத்த அவர், வெளியே ஓடிச் சென்று, ஒரு சக்கரநாற்காலியை உள்ளே உருட்டிக் கொண்டு வந்தார்.

எமானுவேல் என்ற அச்சிறுவன் அந்த நாற்காலியில் முதன்முறையாக உட்கார்ந்தபோது, குணப்படுத்துவதற்கான சக்தி தன் கண்டுபிடிப்பிற்கு இருந்ததை ஷோன்டார்ஃபர் அறிந்தார். எமானுவேலின் முகத்தில் திகைப்பும்

மகிழ்ச்சியும் மாற்றி மாற்றி வெளிப்பட்டன. “இந்த ரதத்தைக் கொடுத்து உதவியதற்குக் கடவுள் உங்களை ஆசீர்வதிக்கட்டும்,” என்று அவனுடைய தாயார் ஷோன்டார்ஃபரை வாழ்த்தினார்.

ஷோன்டார்ஃபர் தன் நாட்டிற்குத் திரும்பியபோது, அவர் வேலை செய்த நிறுவனம் திடீரென்று திவாலானது. ஒரு பொறியாளராக வேலை செய்வதை நிறுத்திவிட்டு, சக்கரநாற்காலிகளை உருவாக்குவதைத் தன் வாழ்வின் குறிக்கோளாக ஆக்கிக் கொள்வதென்று அவர் தீர்மானித்தார். அவர் சேமித்து வைத்திருந்த பணத்தைக் கொண்டு அவரும் அவருடைய மனைவியும் வாழ்க்கை நடத்தினர். அந்தப் பணம் தீரத் துவங்கியபோது, அவருடைய மனைவி, சமூகப் பாதுகாப்பு நிர்வாகத்தில் வேலைக்குச் சேர்ந்தார்.

சென்னைக்கு வெளியே அந்த முதல் நன்கொடை நிகழ்ந்ததிலிருந்து, ஷோன்டார்ஃபரின் ‘இலவச சக்கரநாற்காலிகள் வினியோக அமைப்பு’ என்ற லாபநோக்கற்ற நிறுவனம், கைகால் ஊனமுற்ற ஏழை மக்களுக்கு, அறுபத்து மூவாயிரத்திற்கும் அதிகமான நாற்காலிகளை இலவசமாக வழங்கியுள்ளது. இன்னும் ஒரு லட்சத்திற்கும் அதிகமான நாற்காலிகள், வினியோகத்திற்குத் தயாராக இருக்கின்றன.

இன்று, இந்த நாற்காலிகள் இரண்டு சீனத் தொழிற்சாலைகளில் தயாரிக்கப்படுகின்றன. உலகின் எந்தவொரு பகுதிக்கும் வெறும் 41.17 டாலர்கள் விலையில் அவை அனுப்பி வைக்கப்படுகின்றன. அங்கோலா, ஜிம்பாப்வே, மங்கோலியா, சீனா, இந்தியா, பெரு, ஃபீஜி, ஈராக் உட்பட, நாற்பத்தைந்து நாடுகளுக்கு அவை அனுப்பி வைக்கப்பட்டுள்ளன. 2004ல், ஈராக்கில் இருந்த அமெரிக்க ராணுவப் படையினர், அங்கு நூற்றுக்கணக்கான மக்களுக்கு அந்த நாற்காலிகளை வினியோகித்தனர். வளர்ந்து வரும் நாடுகளில், கைகால் ஊனமுற்றவர்கள் 10 கோடிக்கும் அதிகமானோர் உள்ளனர்.

“எனக்கு ஒரு சிறிய இலக்கு இருக்கிறது,” என்று ஷோன்டார்ஃபர் அமைதியாகக் கூறுகிறார். “2016க்குள் பத்து லட்சம் சக்கரநாற்காலிகளை நான் இலவசமாகக் கொடுக்க விரும்புகிறேன்.”

சக்கரநாற்காலிகளை இலவசமாகக் கொடுப்பதற்கு அவர் மேற்கொள்ளும் ஒவ்வொரு பயணத்தின்போதும், தன் கண்டுபிடிப்பு, மக்களின் வாழ்க்கையில் ஏற்படுத்துகின்ற விளைவை அவர் கண்கூடாகப் பார்க்கிறார். சென்னையைச் சேர்ந்த இந்திரா என்ற சிறுமி ஒருபோதும் பள்ளிக்குச் சென்றதே இல்லை. ஆனால் இப்போது அவள் ஒரு கட்டடக்கலை நிபுணராக ஆவதற்குப் படித்துக் கொண்டிருக்கிறாள். அங்கோலா நாட்டைச் சேர்ந்த ஒரு தாயின் கால்கள் கண்ணிவெடிகளால் துண்டிக்கப்பட்டிருந்தன. அவர் இப்போது தன் குழந்தைகளைத் தானே கவனித்துக் கொள்கிறார்.

முதன்முறையாக இந்த நாற்காலிகளைப் பெறும் நபர்கள், அவற்றில் அமர்ந்து அவற்றை ஓட்டிப் பார்ப்பதைத் தன்னார்வலர்கள் புகைப்படம் எடுக்கின்றனர். “அந்நபர்கள், அது தங்கள் திருமண நாள் அல்லது பட்டமளிப்பு நாள் என்பதுபோல நடந்து கொள்கின்றனர். அது அவர்களுடைய வாழ்வின் மிக முக்கியமான நாள் என்பதில் சந்தேகமில்லை. அவர்கள் தங்கள் கண்ணியத்தைத் திரும்பப் பெறும் நாள் அது,” என்று ஷோன்டார்ஃபர் கூறுகிறார்.

டான் ஷோன்டார்ஃபர், வால்ட் டிஸ்னியைப்போல ஒருபோதும் பிரபலமாகாமல் போகலாம். ஆனால் டிஸ்னியைப்போல, அவரும் மக்களை முகம் மலரச் செய்யவும் அவர்களுக்கு மகிழ்ச்சியைக் கொண்டுவரவும் விரும்பினார். முப்பது வருடங்களுக்கும் மேலாக அவர் தன் முன்னோக்கைத் தன் மனத்தில் உறுதியாக நிலைப்படுத்தியிருந்தார். இறுதியில் அதைப் பின்தொடர்வதற்கான வாய்ப்பு அவருக்குக் கிடைத்தபோது, அவர் அதைப் பிடித்துக் கொண்டார். தன் வீட்டின் பின்னாலிருந்த பணிமனையில் அந்தச் சக்கரநாற்காலியை உற்பத்தி செய்யத் துவங்கிய அவர், பின்னாளில் அந்த உற்பத்தியைச் சீனத் தொழிற்சாலைகளுக்குக் கொண்டு சென்றதன் மூலம், கட்டுப்படியாகக்கூடிய விலையில் அந்நாற்காலிகளை உருவாக்கி, தேவைப்பட்ட மக்களுக்கு அவற்றை வழங்கினார். 2016ம் ஆண்டுக்குள் பத்து லட்சம் சக்கரநாற்காலிகள் வழங்குவதென்று அவர் கொண்டுள்ள இலக்கை அவர் நிச்சயமாக அடைந்துவிடுவார் என்று நான் நம்புகிறேன்.

வால்ட் டிஸ்னியும் டான் ஷோன்டார்ஃபரும் தங்கள் முன்னோக்குகளைப் பின்தொடர்வதில் மிக உயர்ந்த எதிர்பார்ப்புகளை அமைத்தனர். ஆனால் அவர்களுடைய முன்னோக்குகள் ஒரே இரவில் சாதிக்கப்படவில்லை. மாறாக, ஒரு நேரத்தில் ஓர் அடி என்ற முறையில், காலப்போக்கில் அவர்கள் அவற்றை உருவாக்கினர். பின்வரும் கதையில் வரும் பெண்மணியின் விஷயத்தில், அவருடைய முன்னோக்கு, ஒவ்வொரு நாளாக, ஒவ்வொரு மலராக விரிந்தது.

தங்கத்தை உமிழ்ந்த கதிரவன்

ஜரோல்டீன் எட்வர்ட்ஸ்

அன்று பலத்த மழை பெய்து கொண்டிருந்தது. அந்த வானிலையில், மலைப்பாதை வழியாகக் காரோட்டிக் கொண்டு என் மகள் கேரலீனின் வீட்டிற்குச் செல்ல எனக்குத் துளிகூட விருப்பம் இருக்கவில்லை. ஆனால், மலையின் உச்சியில் இருந்த ஒன்றை நான் வந்து பார்த்தே ஆக வேண்டும் என்று அவள் என்னைக் கட்டாயப்படுத்தினாள்.

எனவே, நான் வேண்டா வெறுப்பாக, திரைகள்போலப் படர்ந்திருந்த பனிமூட்டத்தின் ஊடாக அந்த இரண்டு மணிநேரப் பயணத்தைத் துவக்கினேன். மலை உச்சியில் பனி மிகவும் அடர்த்தியாகப் பரவியிருந்ததை நான் கண்ட நேரத்தில், நான் ஏற்கனவே வெகுதூரம் வந்துவிட்டிருந்தேன். இது ஒரு வீணான பயணம் என்று நினைத்த நான், வேறு வழியின்றி, அந்த ஆபத்தான மலைப்பாதை வழியாக அங்குலம் அங்குலமாக நகர்ந்தேன்.

நான் என் மகளின் வீட்டிற்குள் நுழைந்தவுடனேயே, "நான் மதியம்வரை இருந்து உணவருந்திவிட்டு, பனி விலகியவுடன் இங்கிருந்து புறப்பட்டுவிடுவேன்," என்று அவளிடம் கூறினேன்.

"ஆனால் பணிமனைக்குச் சென்று என் காரை எடுத்து வருவதற்கு நீங்கள் உங்கள் காரில் என்னை அங்கே அழைத்துச் செல்ல வேண்டும்," என்று கேரலின் கூறினாள். "மலை உச்சிக்குச் சென்று பார்க்க உங்களுக்கு விருப்பம் இல்லை என்றால் பரவாயில்லை. ஆனால் எனக்காக இதையாவது செய்வீர்களா?" என்று அவள் கேட்டாள்.

"பணிமனை எவ்வளவு தூரத்தில் இருக்கிறது?" என்று நான் கேட்டேன்.

"இங்கிருந்து சுமார் மூன்று நிமிடங்கள் ஆகும். நானே காரோட்டுகிறேன். எனக்கு இந்த வானிலையில் காரோட்டிப் பழக்கமாகிவிட்டது," என்று அவள் கூறினாள்.

பத்து நிமிடங்கள் அந்த மலைப்பாதை வழியாகப் பயணித்தப் பிறகு, நான் அவளைக் கவலையுடன் பார்த்துவிட்டு, "கேரலின், வெறும் மூன்று நிமிடங்கள் ஆகும் என்றுதானே நீ கூறினாய்?" என்று கேட்டேன்.

அவள் என்னைப் பார்த்துக் குறும்பாகப் புன்னகைத்துவிட்டு, "நாம் வேறு பாதை வழியாகப் போகிறோம்," என்று கூறினாள்.

பிறகு, நாங்கள் ஒரு குறுகலான பாதையில் திரும்பி, எங்கள் காரை அங்கே நிறுத்திவிட்டுக் கீழே இறங்கினோம். அதிக வயது கொண்ட தேவதாரு மரங்கள் அடர்ந்திருந்த அந்தப் பாதை வழியாக நாங்கள் நடந்தோம். பசுமையான மரங்கள் விண்ணளாவ உயர்ந்து நின்றன. அந்த இடத்தின் அமைதி மெல்ல மெல்ல என் மனத்தை நிரப்பத் துவங்கியது.

அப்போது நாங்கள் ஒரு மூலையில் திரும்பினோம். அங்கு நான் கண்ட காட்சியில், மூச்சுவிட மறந்து, ஆச்சரியத்தில் நான் அப்படியே மெய்மறந்து நின்றேன். அந்த மலையின் உச்சியிலிருந்து தொடங்கி, பல ஏக்கர் நிலப்பரப்பில், மலை மடிப்புகள் மற்றும் பள்ளத்தாக்குகளின் குறுக்காக டஃபோடில் மலர்கள் வண்ணமயமாகப் பூத்துக் குலுங்கி நின்றன. வெள்ளை, அடர் மஞ்சள், ஆரஞ்சு நிறங்கள் உட்பட, பல்வேறு நிறங்களில் ஒரு செழிப்பான கம்பளம்போல அவை எங்கள் முன்னே பரந்து விரிந்திருந்தன. சூரியன் அந்த மலையின் உச்சியில் தடுக்கி விழுந்து, தங்கத்தை மேலிருந்து கீழே கொட்டிவிட்டிருந்ததுபோலத் தோன்றியது அது.

அந்த வண்ணக் கலவையின் மத்தியில், செவ்வூதா நிறத்தில் கருங்குவளை மலர்கள் மலர்ந்திருந்த விதம் ஓர் அருவிபோலக் காட்சியளித்தது. பவள நிற டியூலிப் மலர்கள் இங்கும் அங்குமாகப் பூத்திருந்தன. இந்தச் செழுமை போதாதென்று, செந்நிற மார்பையும் நீலநிறச் சிறகுகளையும் கொண்ட 'புளூபர்ட்' பறவைகள், தம் சிறகுகள் படபடக்க அந்த மலர்களின் மேலாக வட்டமிட்டது கண்கொள்ளாக் காட்சியாக இருந்தது.

என் மனத்தில் ஏராளமான கேள்விகள் எழுந்தன: யார் இத்தகைய அழகைப் படைத்தது? ஏன்? எப்படி?

அந்த இடத்தின் மையத்தில் நின்ற ஒரு வீட்டை நாங்கள் அணுகியபோது, "நீங்கள் உங்கள் மனத்திற்குள் கேட்டுக் கொண்டிருக்கும் கேள்விகளுக்கான விடைகள்" என்ற அறிவிப்பைத் தாங்கிய ஒரு பலகையை நாங்கள் கண்டோம்.

அதில் இடம்பெற்றிருந்த முதல் பதில் இது: "இரண்டு கைகளும், இரண்டு கால்களும், சிறிதளவு மூளையும் கொண்ட ஒரு பெண்மணி." இரண்டாவது பதில்: "ஒரு நேரத்தில் ஒரு செடி." மூன்றாவது பதில்: "1958ல் துவக்கப்பட்டது."

நாங்கள் வீடு திரும்பிக் கொண்டிருந்தபோது, நான் பார்த்திருந்த காட்சியால் இன்னும் பிரமிப்பில் இருந்த என்னால் எதுவும் பேச முடியவில்லை. இறுதியில், "ஒரு நேரத்தில் ஒரு செடியை நட்டு வைத்து, அவள் இந்த உலகத்தை மாற்றியிருக்கிறாள். சுமார் நாற்பது வருடங்களுக்கு முன்பு அவள் இதைத் தொடங்கியிருக்கிறாள். அப்போது அது வெறுமனே ஒரு யோசனையாக மட்டும் இருந்திருக்கும். ஆனால் விடாமுயற்சியால் அவள் இந்த சாதனையை நிகழ்த்தியிருக்கிறாள்," என்று நான் என் மகளிடம் கூறினேன்.

அந்த ஆச்சரியத்திலிருந்து என்னால் மீள முடியவில்லை. "கேரலீன், எனக்கு மட்டும் ஒரு முன்னோக்கு இருந்து, விடாமுயற்சியுடன் நான் அதைப் பின்தொடர்ந்திருந்தால், இன்று நான் என்ன சாதித்திருப்பேன் என்று கற்பனை செய்து பார்," என்று நான் கூறினேன்.

கேரலீன் என்னைப் பக்கவாட்டில் பார்த்துப் புன்னகைத்துவிட்டு, "நாளைக்குத் தொடங்குங்கள்," என்று கூறினாள். பிறகு உடனடியாக, "இல்லையில்லை, இன்றே துவக்குங்கள்," என்று கூறினாள்.

டிஸ்னியின் முன்னோக்கு ஓவ்வோர் ஓவியமாக உயிர் பெற்றது. டான் ஷோன்டார்ஃபரின் முன்னோக்கு ஒவ்வொரு சக்கரநாற்காலியாக உருவாக்கப்பட்டது. இந்தப் பெண்மணியின் முன்னோக்கு ஒவ்வொரு மலராக முளைத்தது. முன்னோக்கைக் கொண்ட மக்களால் இறுதி விளைவுகளைப் பார்க்க முடிவதோடு, தாங்கள் எங்கே சென்றடைய விரும்புகின்றரோ அங்கே சென்றடைவதற்கும், தாங்கள் யாராக ஆக விரும்புகிறார்களோ அவர்களாக ஆவதற்கும் தாங்கள் மேற்கொள்ள வேண்டிய அன்றாட நடவடிக்கைகளையும் அவர்களால் பார்க்க முடிகிறது.

ரத்தினச்சுருக்கமாக

முன்னோக்கு ஒரு குறிக்கோளை எடுத்துக் கொண்டு, அதைப் பல திட்டவட்டமான நடவடிக்கைகளாக மாற்றுகிறது. நீங்கள் குறிப்பாக என்னவெல்லாம் செய்வீர்கள், எப்போது செய்வீர்கள், எப்படிச் செய்வீர்கள் போன்ற விபரங்களை அது உங்களைப் பட்டியலிட வைக்கிறது. எடுத்துக்காட்டாக, வால்ட் டிஸ்னியும் டான் ஷோன்டார்ஃபரும் 'மக்களை மகிழ்விக்க வேண்டும்' என்ற ஒரே குறிக்கோளைத்தான் கொண்டிருந்தனர். ஆனால் என்ன செய்ய வேண்டும், அதை எப்படிச் செய்ய வேண்டும் என்பது குறித்து அவர்கள் கொண்டிருந்த முன்னோக்குகள் முற்றிலும் வேறுபட்டிருந்தன. இவர்கள் இருவருடைய விஷயங்களிலும், அவர்கள் தங்கள் முன்னோக்குகளைத் தங்கள் மனங்களில் நிலைப்படுத்தியவுடன் (அவர்களுடைய முதல் படைப்பு), தங்களுடைய இரண்டாவது படைப்பை உயிர்பெறச் செய்வதற்குத் தன்னம்பிக்கையோடு ஓவ்வோர் அடியாக எடுத்து வைத்தனர்.

உங்களைப் பற்றி உங்கள் மனத்தில் நீங்கள் உருவாக்குகின்ற முன்னோக்கு, உங்களுடைய மிக முக்கியமான முன்னோக்குகளில் ஒன்றாக இருக்கும். உங்களுடைய சுய முன்னோக்கு, உங்கள்

ஆழ்மனத்தையும் வெளிமனத்தையும் தொடர்புபடுத்தி, இறுதியில் உங்கள் பழக்கங்களை உருவாக்குகிறது. எனவே, எப்போதும் உங்கள்மீது நம்பிக்கை கொள்ளுங்கள். உங்களிடமிருந்து யதார்த்தமான, ஆனால் சவாலான விஷயங்களை எதிர்பாருங்கள்.

சிந்தனைக்காக

- டிஸ்னி எப்போதும் எதிர்காலத்தைப் பற்றிக் கனவு கண்டார். உங்கள் எதிர்காலக் கனவுகள் என்ன? இன்றிலிருந்து ஐந்து வருடங்களில் நீங்கள் உங்களை எந்த நிலையில் பார்க்கிறீர்கள்? உங்களுடைய மும்முரமான வேலைகளுக்கிடையே, சிறிதளவு கனவு காண்பதற்கு நீங்கள் எப்போதேனும் நேரத்தை ஒதுக்குகிறீர்களா?
- டிஸ்னியின் முன்னோக்குகள் நட்சத்திரங்களைக் குறி வைத்தன, ஆனாலும் யதார்த்தத்தின் அடிப்படையில் இருந்தன. உங்களுடைய எதிர்பார்ப்புகள் போதுமான அளவு உயரமாக இருக்கின்றனவா? அல்லது யதார்த்தத்தைக் கடந்த உயரத்தில் இருக்கின்றனவா?
- டான் ஷோன்டார்ஃபர் தன்னுடைய நீண்டகால முன்னோக்கை, அர்த்தமுள்ள, சிறிய, குறுகியகால இலக்குகளாகப் பிரித்துக் கொண்டார். முதலில் நூறு சக்கரநாற்காலிகள், பிறகு ஒரு லட்சம் நாற்காலிகள், பிறகு பத்து லட்சம் நாற்காலிகள். நீங்கள் உங்கள் இலக்குகளை, கொண்டாடுவதற்குத் தகுதியான அர்த்தமுள்ள மைல்கற்களாகப் பிரித்துக் கொள்கிறீர்களா?
- ஒவ்வொரு நாளையும் ஒரு மகத்துவமான நாளாக ஆக்குவது என்பது ஒரு நேரத்தில் ஒரு செடி என்ற முறையில் நிகழ்கிறது. நீங்கள் உங்களுடைய நாளைய முன்னோக்கை அடைவதை நோக்கி உங்களை உந்தித் தள்ளுவதற்கு உதவக்கூடிய எந்தக் குறிப்பிட்ட நடவடிக்கையை இன்று உங்களால் மேற்கொள்ள முடியும்?

11

புதுமை

“மனம் எப்போதெல்லாம் ஓர் எண்ணத்தை உருவாக்குகிறதோ, அப்போதெல்லாம் அது ஒரு சிறு வெற்றியைக் கொண்டாடுகிறது.”

- ரால்ஃப் வால்டோ எமர்சன்

கிரேக்கக் கணிதவியலாளரான ஆர்க்கிமெடிஸ், தன்னை மிகவும் திணறடித்த ஒரு சிக்கலான பிரச்சனைக்கு, ஒருநாள் குளியல் தொட்டியில் குளித்துக் கொண்டிருந்தபோது தீர்வு கண்டதாகவும், அந்த மகிழ்ச்சியில், பாதி குளித்திருந்த நிலையில், “யுரேக்கா!” என்று கத்திக் கொண்டே பண்டைய சைரகியூஸ் நகர வீதிகளில் நிர்வாணமாக ஓடியதாகவும் கூறப்படுகிறது.

புதுமையான ஒன்றைக் கண்டுபிடிக்கும்போது, வேதனை, வியர்வை, கண்ணீர், களைப்பு போன்ற பல உணர்ச்சிகளை அது ஒருவருக்குள் உருவாக்கும். அதே சமயம், ஒரு சாகச உணர்வையும் திருப்தியையும் மகிழ்ச்சியையும் அது ஏற்படுத்தும். ஆனால் புதுமைக்கு ஒரு விலையைக் கொடுத்தாக வேண்டும். புதுமையோடு தொடர்பு கொண்ட பல உணர்ச்சிகளும் கடின முயற்சியும் பின்வரும் மூன்று கதைகளிலும் வெளிப்படுத்தப்படுகின்றன.

அதிஅற்புதமான ஒரு கிறிஸ்துமஸ் கதை

தாமஸ் ஜே. பர்ன்ஸ்

1843ம் ஆண்டு அக்டோபர் மாதத்தில் ஓர் இரவில், சார்லஸ் டிக்கென்ஸ், லண்டனின் 'ரீஜென்ட் பார்க்' புலவெளியின் அருகே அமைந்த தன் வீட்டு முற்றத்திலிருந்து வெளியே அடியெடுத்து வைத்தார். மாலைநேரத்தின் குளிர்ந்த காற்று, பகலில் வழக்கத்திற்கு மாறாக நிலவிய கடும் வெயிலுக்குப் பிறகு இதமாக இருந்தது. ஒவ்வோர் இரவும், ஏழைகள் குடியிருந்த பகுதிக்கு நடந்து சென்றுவிட்டு வருவது அவருடைய வழக்கமாக இருந்தது. அன்றிரவும் அவர் அங்குதான் சென்று கொண்டிருந்தார்.

நீண்ட, பழுப்பு நிறத் தலைமுடியுடனும், ஒளிவீசிய கண்களுடனும் வசீகரமாக இருந்த அவர், அன்று மிகுந்த வருத்தத்துடன் இருந்தார். முப்பத்தோரு வயது நிரம்பிய அவருக்கு நான்கு குழந்தைகள் இருந்தனர். தான் தன் தொழில்வாழ்க்கையில் மிக நல்ல நிலைமையில் இருந்ததாக அவர் நினைத்திருந்தார். 'த பிக்விக் பேப்பர்ஸ்,' 'ஆலிவர் டுவிஸ்ட்,' 'நிக்கோலஸ் நிக்கல்பீ' ஆகிய அவருடைய நாவல்கள் மிகப் பிரபலமாக ஆகியிருந்தன. 'மார்ட்டின் சஸுல்விட்' என்ற நாவலைத்தான் டிக்கென்ஸ் தன்னுடைய மிகச் சிறந்த படைப்பாகக் கருதினார். ஆனால் அது மாதாந்திர அடிப்படையில் சிறுசிறு பகுதிகளாக வெளியிடப்பட்டுக் கொண்டிருந்தது.

சில மாதங்களுக்கு முன்பு, அவருடைய அந்தப் புதிய நாவல், எதிர்பார்க்கப்பட்ட அளவுக்கு சிறப்பாக விற்பனை ஆகவில்லை என்றும், அதனால் எதிர்கால விற்பனைக்கு எதிராக ஒவ்வொரு மாதமும் அவருக்குக் கொடுக்கப்பட்டு வந்த முன்பணத்தை வெகுவாகக் குறைக்க வேண்டிய அவசியம் ஏற்பட்டிருந்ததாகவும் அவருடைய பதிப்பாளர் அவரிடம் தெரிவித்தார்.

இச்செய்தி டிக்கென்ஸை அதிர்ச்சிக்குள்ளாக்கியது. தன் திறமைமீது சந்தேகம் எழுப்பப்பட்டிருந்ததாக அவர் கருதினார். அவர் சிறுவனாக இருந்தபோது அனுபவித்த ஏழ்மை பற்றிய நினைவுகள் இப்போது அவருக்குள் மீண்டும் தலைதூக்கின. டிக்கென்ஸை நம்பி ஒரு பெரிய குடும்பம் இருந்தது. அவருடைய தந்தையும் சகோதரர்களும் எப்போதும் அவரிடம் கடன் கேட்டுக் கொண்டே இருந்தனர். அவருடைய மனைவி கேட், அவர்களுடைய ஐந்தாவது குழந்தையைக் கருவில் சுமந்து கொண்டிருந்தார். டிக்கென்ஸின் செலவுகள் ஏற்கனவே அவரால் சமாளிக்க முடியாத அளவுக்கு அதிகமாக இருந்தன.

கோடைக்காலம் முழுவதும், தான் செலுத்த வேண்டியிருந்த கட்டணங்கள் தொடர்ந்து குவிந்து கொண்டே போனதைக் கண்டு அவர் கவலைப்பட்டார். குறிப்பாக, தன் வீட்டின்மீது வாங்கிய கடனை அடைக்க அவர் மிகவும் போராடினார். கடற்கரையில் அமைந்த ஒரு விடுமுறை விடுதியில் அவர் சிறிது காலம் தங்கினார். அங்கு அவரால் தூங்க முடியவில்லை. அங்கிருந்த குன்றுகள்மீது அவர் மணிக்கணக்காக நடந்தார். தனக்கு ஒரு பெரிய தொகையைப் பெற்றுக் கொடுக்கக்கூடிய ஒரு யோசனை

தனக்கு உடனடியாகத் தேவை என்பதை அவர் அறிந்தார். ஆனால், அது குறித்து அவருக்கு ஏற்பட்டக் கவலையாலும் பரிதவிப்பாலும், எழுதுவது அவருக்கு சிரமமாக இருந்தது. அவர் லண்டனுக்குத் திரும்பிய பிறகு, தன்னுடைய தினசரி இரவுநேர நடைகள் தன் கற்பனையைத் தட்டியெழுப்ப உதவும் என்று நம்பினார்.

அவர் வாழ்ந்து கொண்டிருந்த பகுதி வசதியானதாக இருந்தது. செல்வச் சீமான்களும் சீமாட்டிகளும் அப்பகுதியில் வாழ்ந்தனர். அங்கிருந்த விளக்குக் கம்பங்களில் ஏற்றப்பட்டிருந்த விளக்குகள் பிரகாசமாக ஒளிர்ந்தன. அவர் அப்பகுதி வழியாக நடந்து சென்று தேம்ஸ் நதியை நெருங்கியபோது, குப்பைக் கூளங்களும் மூடப்படாத கழிவோடைகளும் அடங்கிய வீதிகள் அவருக்குத் தென்பட்டன. அங்கிருந்த வீடுகளின் சன்னல்கள் வழியாக வந்த மங்கலான வெளிச்சத்தைத் தவிர அந்த வீதிகள் நெடுகிலும் இருள் சூழ்ந்திருந்தது. வழிப்பறித் திருடர்களும் பிச்சைக்காரர்களும் கொள்ளையர்களும் விலைமாதர்களும் அந்த வீதிகளில் வலம் வந்தனர்.

பொலிவற்ற இக்காட்சி, தன் தூக்கத்தில் அவரை அடிக்கடித் தொந்தரவு செய்த ஒரு கொடுங்கனவை அவருக்கு நினைவூட்டியது: 'கருப்பு நிற 'ஷூ பாலிஷ்' டப்பாக்கள் குவித்து வைக்கப்பட்டிருக்கும் ஒரு மேசையருகே பன்னிரண்டு வயதுச் சிறுவன் ஒருவன் அமர்ந்திருக்கிறான். தினமும் பன்னிரண்டு மணிநேரம் என்ற கணக்கில், வாரத்தில் ஆறு நாட்கள், அந்த டப்பாக்களின்மீது 'லேபிள்'களை ஒட்டும் வேலையை அவன் செய்கிறான். அந்த வேலையின் மூலம், அவனுக்கு ஆறு ஷில்லிங் பணம் கிடைக்கிறது. இதைக் கொண்டுதான் அவன் தன் வாழ்க்கையை ஓட்டுகிறான். அவன் ஒரு பாழடைந்த சேமிப்புக் கிடங்கில் தங்கியிருக்கிறான். நாற்றம் பிடித்த அந்தக் கிடங்கில் எலிகள் அங்குமிங்கும் ஓடுவதை அவன் பார்க்கிறான். பிறகு, உயரத்தில் இருந்த, அழுக்குப் படிந்த சன்னலை நோக்கி அவன் பார்வை செல்கிறது. லண்டனின் குளிர்காலப் பனி அதில் உறைந்து போயிருக்கிறது. இப்போது வெளிச்சம் மங்கிக் கொண்டே போகிறது. கூடவே, அச்சிறுவனின் நம்பிக்கையும் தேய்கிறது. அவனுடைய தந்தை, தான் வாங்கிய கடன்களைத் திருப்பிக் கொடுக்காததால் சிறையில் இருக்கிறார். இச்சிறுவனுக்குத் தன் மதிய உணவு இடைவேளையின்போது மட்டுமே பள்ளிக்கூடப் பாடங்களைப் படிப்பதற்கு சுமார் ஒரு மணிநேரம் கிடைக்கிறது. அவன் நிராதரவாகவும் தான் கைவிடப்பட்டதாகவும் உணர்கிறான். தன் வாழ்வில் எந்தவொரு கொண்டாட்டமோ, மகிழ்ச்சியோ, அல்லது நம்பிக்கையோ இனி ஒருபோதும் இருக்கப் போவதில்லை என்று அவன் நினைக்கிறான் . . .'

இக்காட்சி டிக்கென்ஸின் கற்பனையில் எழுந்ததல்ல. அவருடைய ஆரம்பகால வாழ்க்கையின் ஒரு காலகட்டம் அது. அதிர்ஷ்டவசமாக, டிக்கென்ஸின் தந்தை சிறிதளவு பணத்தை சுவீகாரமாகப் பெற்றிருந்தார். அதைக் கொண்டு அவர் தன் கடன்களை அடைத்துவிட்டுச் சிறையிலிருந்து வெளியேறினார். இதனால் அவருடைய இளவயது மகனும் ஒரு கொடுமையான தலைவிதியிலிருந்து தப்பித்தான்.

இப்போது தன் சொந்தக் கடன்களை அடைக்க முடியாமல் இருந்தது குறித்த பயம் டிக்கென்ஸைத் துரத்தியது. அவர் களைப்புடன் தன் வீட்டை நோக்கிய நீண்ட நடையைத் துவக்கினார். தான் எழுத விரும்பிய புதிய

நாவலுக்கு எந்த யோசனையும் கிடைக்காமல் மனச்சோர்வுடன் அவர் தன் வீட்டை நெருங்கினார்.

துல்லியமாக அந்த நேரத்தில், திடீரென்று அவருக்குள் ஓர் உத்வேகம் எழுந்தது. ஒரு கிறிஸ்துமஸ் கதையை எழுதினால் என்ன என்று அவருக்குத் தோன்றியது. லண்டனின் இருண்ட வீதிகளில் வாழ்ந்து கொண்டு, தனக்கு இருந்த அதே பயங்களுடனும் ஆசைகளுடனும் போராடிக் கொண்டு, சிறிதளவு குதூகலத்திற்காகவும் நம்பிக்கைக்காகவும் ஏங்கிக் கொண்டிருந்த அந்த ஏழைகளுக்காக எழுதுவதென்று அவர் தீர்மானித்தார்.

ஆனால் கிறிஸ்துமஸ் தினம் வருவதற்கு மூன்று மாதங்களுக்கும் குறைவாகவே இருந்தது. இவ்வளவு பெரிய ஒரு வேலையை எப்படி இவ்வளவு குறுகிய காலத்திற்குள் செய்து முடிப்பது என்று அவர் யோசித்தார். “இப்புத்தகம் சிறியதாக இருக்க வேண்டும், நிச்சயமாக ஒரு முழு நாவலாக இருக்கக்கூடாது. நவம்பர் மாத இறுதிக்குள் இது எழுதி முடிக்கப்பட வேண்டும். அப்போதுதான், கிறிஸ்துமஸுக்கு முன்பாக அதை அச்சிட்டு வெளியிட முடியும்,” என்று அவர் நினைத்துக் கொண்டார். புத்தகத்தை வேகமாக வெளிக்கொணர்வதற்காக, ‘த பிக்விக் பேப்பர்ஸ்’ என்ற தன் முந்தைய நாவலில் இடம்பெற்ற ஒரு ‘கிறிஸ்துமஸ் விசித்திரக்குள்ளன்’ கதையைத் தழுவி அவர் இக்கதையை எழுதத் தீர்மானித்தார்.

தன் வாசகர்களுக்குப் பிடித்தக காட்சிகளையும் கதாபாத்திரங்களையும் கொண்டு அக்கதையை நிரப்புவதென்று அவர் முடிவு செய்தார். அக்கதையில், மிகவும் நோய்வாய்ப்பட்ட ஒரு சிறு குழந்தை இருப்பான். அவனுடைய தந்தை நேர்மையானவர், ஆனால் எதுவும் செய்ய முடியாத நிலையில் இருப்பார். இக்கதையின் மையத்தில், ஒரு கூரிய, நீளமான மூக்கும், சுருங்கிப் போன கன்னங்களும் கொண்ட ஒரு வில்லன் இருப்பான். அந்த முதியவன் ஒரு சுயநலவாதியாக இருப்பான்.

அக்டோபர் முடிந்து, நவம்பர் வந்தபோது, டிக்கென்ஸின் புதிய புத்தகம் ஒவ்வொரு பக்கமாக வளர்ந்தது. அக்கதை மெல்ல மெல்ல உயிர் பெற்றது. அக்கதையின் அடிப்படைக் கரு, குழந்தைகள் எளிதில் புரிந்து கொள்ளும் விதத்திலும், அதே சமயத்தில், பெரியவர்களின் இதயங்களில் இதமான நினைவுகளையும் உணர்ச்சிகளையும் தட்டியெழுப்பும் விதத்திலும் அமைந்திருந்தது. அக்கதையின் சாராம்சம் இதுதான்:

‘கிறிஸ்துமஸ் தினத்திற்கு முந்தைய நாளன்று, குளிராகவும் வெறுமையாகவும் இருந்த தன் வீட்டிற்குள் தனியாக நுழைகின்ற எபினேசர் ஸ்குரூஜ் ஒரு கஞ்சப் பேர்வழி. லண்டன் மாநகரில் ஒரு தொழிலதிபராக இருக்கும் அவன், அன்றிரவு தன் வீட்டில் ஓய்வாக அமர்ந்திருக்கும்போது, காலம் சென்ற அவனுடைய கூட்டாளியான ஜேக்கப் மார்லியின் ஆவி அவன் முன்னால் தோன்றுகிறது. உயிரோடு இருந்தபோது தன் பேராசையாலும் அடுத்தவருடைய உணர்ச்சிகளைப் புண்படுத்தியதாலும் சீரழிந்து போன மார்லி, இப்போது இவ்வுலகில் பேயாக அலைந்து கொண்டிருக்கிறான். எபினேசர் தன் போக்கை மாற்றிக் கொள்ள வேண்டும் என்றும், அவன் அவ்வாறு செய்யாவிட்டால், தன்னைப்போலத் துன்புற நேரிடும் என்றும் மார்லியின் ஆவி எபினேசரை எச்சரிக்கிறது. எபினேசர் தன் வழிகளைத் திருத்திக் கொள்ளாவிட்டால் என்ன நிகழும் என்பதை வேறு சில பேய்கள் அவனுக்குக் காட்டுகின்றன. இறுதியில், தன்

தவறுகளுக்காக வருந்துகின்ற எபினேசர், தன்னுடைய சுயநலத்தைக் கைவிட்டுவிட்டு, பரிவும் தாராள குணமும் அன்பும் கொண்ட ஒருவனாக மாறி, உண்மையான கிறிஸ்துமஸ் உணர்வு என்ன என்பதைக் கற்றுக் கொள்கிறான்.'

டிக்கென்ஸ் இக்கதையை எழுதிக் கொண்டிருந்தபோது, மெல்ல மெல்ல, ஏதோ ஆச்சரியமான ஒன்று அவருக்கு நிகழ்ந்தது. தன்னைத் தன் பொருளாதார நெருக்கடியிலிருந்து விடுவித்துக் கொள்வது குறித்தப் பரிதவிப்புடன் அவர் எழுதத் தொடங்கிய அப்புத்தகம், விரைவில் அவரிடம் ஒரு மாற்றத்தை உருவாக்கத் துவங்கியது. குடும்பத்தினர் அனைவரும் ஒன்றுகூடி நடத்தும் விருந்துகள், வீட்டின் கூரைகளிலிருந்து தொங்கிக் கொண்டிருக்கும் புல்லுருவிச் செடிகள், குதூகலமூட்டும் கிறிஸ்துமஸ் பாடல்கள், விளையாட்டுகள், நடனங்கள், பரிசுகள், ருசிகரமான வான்கோழி வறுவல், பிளம் பாயசம், ரொட்டிகள் ஆகியவற்றை உள்ளடக்கிய, தன் மனத்திற்குப் பிடித்தமான கிறிஸ்துமஸைப் பற்றியும், அந்தத் திருநாள் கொண்டு வந்த மகிழ்ச்சியைப் பற்றியும் அவர் எழுதியபோது, அது அவருடைய மனச்சோர்வை நீக்கத் துவங்கியது.

'எ கிறிஸ்மஸ் கேரல்' என்ற அப்புத்தகம் அவருடைய இதயத்தையும் ஆன்மாவையும் ஆட்கொண்டது. அப்புத்தகம் ஓர் அன்புப் படைப்பாக இருந்தது. அவர் ஒவ்வொரு முறை தன் இறகுப் பேனாவை மையில் முக்கி எடுத்தபோதும், அவருடைய கதாபாத்திரங்கள் மாயாஜாலமாக உயிர்பெறத் தொடங்கியதுபோல இருந்தது. சிறுவனான டிம் தன் ஊன்றுகோல்களுடனும், எபினேசர் தன் முன்னே தோன்றிய பேய்களைக் கண்டு பயந்து ஒடுங்கியும், ஏழ்மையின் நடுவிலும் பாப் கிராச்சிட் கிறிஸ்துமஸைக் குதூகலமாக வரவேற்றும் இக்கதைக்கு உயிர் கொடுத்தனர்.

ஒவ்வொரு நாள் காலையிலும், டிக்கென்ஸ் அதிக உற்சாகத்துடனும் ஆர்வத்துடனும் எழுதினார். பொழுது விடியும்வரை காத்திருக்க அவருக்குப் பொறுமை இருக்கவில்லை. "இச்சிறிய புத்தகம் என்னை மிகவும் பாதித்தது. அதைவிட்டு ஒரு கணம்கூட என்னால் பிரிய முடியவில்லை," என்று அவர் பின்னாளில் ஒரு செய்திப் பத்திரிகையாளரிடம் கூறினார். அக்கதையை எழுதிக் கொண்டிருந்தபோது, தான் அழுவதும் சிரிப்பதும் மீண்டும் அழுவதுமாக இருந்ததாக அவர் ஓர் அமெரிக்கப் பேராசிரியரிடம் கூறினார். புத்தகத்தின் வடிவமைப்பிற்கான முழுப் பொறுப்பையும் டிக்கென்ஸ் தானே ஏற்றுக் கொண்டார். அப்புத்தகத்தை மிக வசீகரமாக அவர் வடிவமைத்தார். பெரும்பாலான மக்களுக்குக் கட்டுப்படியாகக்கூடிய விதத்தில், வெறும் ஐந்து ஷில்லிங் என்று அவர் அதற்கு விலை நிர்ணயித்தார்.

இறுதியில், டிசம்பர் 2ம் நாளன்று, அவர் தன் புத்தகத்தை நிறைவு செய்து, அதன் கையெழுத்துப் பிரதியைத் தன் அச்சகத்தாரிடம் அனுப்பி வைத்தார். டிசம்பர் 17ம் நாளன்று, நூலாசிரியருக்கான பிரதிகள் அவருக்கு அனுப்பி வைக்கப்பட்டன. தன் புதிய புத்தகத்தைக் கண்டு டிக்கென்ஸ் பேருவகை கொண்டார். 'எ கிறிஸ்மஸ் கேரல்' என்ற அப்புத்தகம் பிரபலமடையும் என்பதில் அவருக்கு எள்ளளவுகூட சந்தேகம் இருக்கவில்லை. ஆனால் அதற்கு இவ்வளவு ஏகோபித்த வரவேற்புக் கிடைக்கும் என்று அவருடைய பதிப்பாளரும் அவரும் ஒருபோதும் எதிர்பார்க்கவில்லை. அந்நூலின் முதல் பதிப்பான ஆறாயிரம் பிரதிகள்,

கிறிஸ்துமஸுக்கு முதல் நாளன்றே விற்றுத் தீர்ந்தன. அச்சிறிய நூலில் இடம்பெற்ற நெஞ்சைத் தொடும் செய்தி மக்களிடையே பரவியபோது, அதைப் பாராட்டிப் பல்வேறு அன்னியர்களிடமிருந்து பல்வேறு வகையான கடிதங்கள் ஒவ்வொரு நாளும் தனக்கு வந்து கொண்டிருந்ததாக டிக்கென்ஸ் பின்னாளில் தெரிவித்தார். வில்லியம் மேக்பீஸ் தாக்கரே என்ற நாவலாசிரியர் டிக்கென்ஸின் அந்நூலைப் பற்றிக் குறிப்பிட்டபோது, “இது இந்த நாட்டிற்குக் கிடைத்த ஒரு மிகப் பெரிய பயன்,” என்று புகழ்ந்தார்.

அப்புத்தகம் மிகப் பெரிய வரவேற்றைப் பெற்றிருந்தாலும், அது டிக்கென்ஸ் நம்பியிருந்த அளவுக்கு உடனடியான பொருளாதார வெற்றியாக மாறவில்லை. ஏனெனில், அப்புத்தகத்தை உயர்ந்த தரத்துடன் உருவாக்க வேண்டும் என்று டிக்கென்ஸ் வலியுறுத்தியிருந்தார். அதன் விலையையும் மிகக் குறைவாக அவர் நிர்ணயித்திருந்தார். ஆனாலும், நாளடைவில், அது அவருக்குத் தேவையான பணத்தை ஈட்டிக் கொடுத்தது. அச்சிறிய நூலுக்குக் கிடைத்தப் பிரபலத்துவம், அதைத் தொடர்ந்து அவர் எழுதிய பிற நாவல்களுக்கு ஏராளமான வாசகர்களைப் பெற்றுக் கொடுத்ததோடு, அவருடைய வாழ்க்கைக்கும் தொழிலுக்கும் ஒரு புதிய, புத்துணர்ச்சியூட்டும் திசையையும் கொடுத்தது.

‘டேவிட் காப்பர்ஃபீல்டு,’ ‘எ டேல் ஆஃப் டூ சிட்டீஸ்,’ ‘கிரேட் எக்ஸ்பெக்டேஷன்ஸ்’ போன்ற பிரபலமான, லாபகரமான நாவல்களை அவர் எழுதினாலும், உலக அளவில் பேசப்பட்ட அச்சிறிய நூலிலிருந்து அவருக்குக் கிடைத்த மனநிறைவுக்கு அவை எதுவும் ஈடாகாது. காலப்போக்கில், அவர் ‘கிறிஸ்துமஸின் திருத்தூதர்’ என்று அழைக்கப்பட்டார். 1870ல் அவர் இறந்தபோது, லண்டனைச் சேர்ந்த ஓர் ஏழைக் குழந்தை, “டிக்கென்ஸ் இறந்துவிட்டாரா? அப்படியென்றால், கிறிஸ்துமஸ் தாத்தாவும் இறந்துவிடுவாரா?” என்று கேட்டதாகக் கூறப்படுகிறது.

குடும்பத்தினர் ஒன்றுகூடுதல், சிறப்பு பானங்கள், உணவு வகைகள், பரிசுப் பொருட்களைப் பரிமாறிக் கொள்ளுதல் போன்ற, நாம் இன்று கொண்டாடுகின்ற கிறிஸ்துமஸின் பல அம்சங்களை டிக்கென்ஸ்தான் பிரபலப்படுத்தினார் என்று கூறினால் மிகையாகாது. அந்நூலில் பயன்படுத்தப்பட்டப் பல வார்த்தைகள் ஆங்கில மொழியை வளப்படுத்தியுள்ளன. ‘மெர்ரி கிறிஸ்மஸ்’ என்ற சொற்றொடர்கூட அந்தக் கதை வெளிவந்த பிறகு மிக அதிகமாகப் பயன்படுத்தப்படத் துவங்கியது.

சில சமயங்களில், சுயசந்தேகத்திற்கும் குழப்பத்திற்கும் இடையே ஒருவர் தன்னால் இயன்ற அளவுக்கு மிகச் சிறப்பாகச் செயல்படுகிறார். சோதனை எனும் புயலிலிருந்துதான் ஒரு பரிசு வருகிறது. சார்லஸ் டிக்கென்ஸைப் பொறுத்தவரை, ஒரு சிறிய கிறிஸ்துமஸ் நாவல், தன்மீதும் கிறிஸ்துமஸ் காலத்தின் ஆனந்தத்தின்மீதும் அவருக்கு ஒரு புதிய நம்பிக்கையைக் கொண்டு வந்தது.

தன் தொழில்வாழ்க்கை முடிவுக்கு வந்துவிட்டிருக்கக்கூடும் என்ற பயத்துடன் பொருளாதாரப் பிரச்சனைகளை எதிர்கொண்ட டிக்கென்ஸ், தன் கதைக்கான ஏதேனும் ஒரு யோசனை தனக்கு உதிக்காதா என்ற நம்பிக்கையுடன் லண்டனின் இருண்ட வீதிகளில்

எடுத்து வைத்த ஒவ்வோர் அடியுடனும், அவருள் ஓர் உள்ளார்ந்த இருள் தொடர்ந்தது. அந்த இருளடைந்த வீதிகளின் காட்சிகளும் வாசனைகளும் அவருக்குத் தன் சொந்தக் குழந்தைப்பருவ உணர்ச்சிகளை நினைவுபடுத்தின. விரைவில், அவருள் அவருடைய படைப்புத்திறன் ஊற்றெடுத்தது. அவர் தன் புத்தகத்தை எழுதுவதில் ஆர்வத்தோடும் உற்சாகத்தோடும் ஈடுபட்டார். புதுமைச் செயல்முறை எவ்வளவு கடினமானதாக இருக்கும் என்பதை டிக்கென்ஸின் அனுபவம் நமக்கு நினைவூட்டுகிறது. உங்கள் படைப்பாற்றலை முடுக்கிவிடுவதற்குச் சிறந்த வழி, உங்கள் வீட்டைவிட்டு வெளியே சென்று, உங்கள் சுற்றுச்சூழலைக் கூர்மையான கண்களுடனும் உன்னிப்பான காதுகளுடனும் ஆய்வு செய்வதுதான் என்ற ஒரு தெளிவான சமிக்கையையும் அது நமக்கு அனுப்புகிறது.

ஒரு சிறிய, ஆனால் சிறந்த கண்டுபிடிப்பைப் பார்க்கும்போது, இந்த யோசனை நமக்கு ஏன் உதிக்காமல் போனது என்று நாம் வியப்பது சாதாரணமாக நிகழ்வதுதான். ஆனால், ஓர் எளிய யோசனையை ஒரு முழுமையான படைப்பாக மாற்றுவதில் ஒரு செயல்முறை அடங்கியுள்ளது. அது எப்போதும் அவ்வளவு சுலபமானதல்ல.

விஃபில் பந்து எப்படி வெற்றியடைந்தது

ஸ்டீபன் மேடன்

*1952*ம் ஆண்டின் கோடைக்காலம் அது. கனெடிகட் மாநிலத்தின் ஃபேர்ஃபீல்டு நகரில் வாழ்ந்த பன்னிரண்டு வயது டேவிட் முல்லனிக்கு, கோடை விடுமுறையில் பேஸ்பால் விளையாடுவதைத் தவிர வேறு எந்தச் சிந்தனையும் இருக்கவில்லை. "நானும் என் நண்பர்களும் எங்கள் வீட்டின் பின்புற முற்றத்தில், வாரத்தில் ஏழு நாட்களும், அதிகாலையிலிருந்து இரவுவரை மகிழ்ச்சியாக விளையாடினோம்," என்று முல்லனி கூறினான்.

அவனும் அவனுடைய நண்பர்களும் பேஸ்பால் பிரியர்களாக இருந்தனர். ஜான் பேலஸ், பில் ஹேக்மேன், டேவ் ஆஸ்பர்ன், மற்றும் சில சிறுவர்களுக்கு, முல்லனியின் வீட்டுப் பின்முற்றம்தான் பேஸ்பால் விளையாடுவதற்குப் புகலிடமாக இருந்தது. வயதில் மூத்தச் சிறுவர்கள், ஃபேர்ஃபீல்டு நகரின் 'கோல்டு மேனர்' பூங்காவில் அமைந்த பேஸ்பால் மைதானத்திலிருந்து முல்லனியையும் அவனுடைய நண்பர்களையும் விரட்டியடித்திருந்தனர். உள்ளூர் ஆரம்பப் பள்ளியில் இருந்த மைதானத்தில் இவர்கள் விளையாடியபோது, ஏகப்பட்டக் கண்ணாடி சன்னல்களை அவர்கள் உடைத்ததால், காவல்துறையினர் இவர்களை அங்கிருந்து விரட்டிவிட்டிருந்தனர். டேவ் ஆஸ்பர்னின் தாயார், தங்கள் வீட்டுப் பின்முற்றத்தில் விளையாட அவர்களை அனுமதித்தார். ஆனால் அவர்கள் ஒரு கடினமான பந்திற்கு பதிலாக, ஒரு டென்னிஸ் பந்தைப் பயன்படுத்த வேண்டும் என்று அவர் நிபந்தனை விதித்தார்.

“ஒரு டென்னிஸ் பந்தால் எவ்வளவு சேதத்தை விளைவிக்க முடியும் என்பதை நீங்கள் அறிந்திருந்தால், டேவின் தாயார் எங்களுக்கு எவ்வளவு தூரம் விட்டுக்கொடுத்திருந்தார் என்பது உங்களுக்குப் புரியும்,” என்று முல்லனி கூறினான். ஒருநாள் அவனும் அவனுடைய குழுவினரும் அங்கு விளையாடியபோது, அவன் அடித்த ஒரு பந்து, கொடியில் துணி உலர்த்திக் கொண்டிருந்த திருமதி ஆஸ்பர்னின் மூக்கைக் கிட்டத்தட்டப் பதம் பார்த்தது. முல்லனி அடித்தப் பந்து அவர்கள் வீட்டு முற்றத்தின் விளக்கை நொறுக்கித் தள்ளியது. டேவ் ஆஸ்பர்னின் வீட்டில் அவர்களுடைய பேஸ்பால் விளையாட்டு அதோடு முடிவுக்கு வந்தது.

இறுதியில், முல்லனியின் வீட்டின் மிகச் சிறிய பின்முற்றம்தான் அவர்களுக்கு வாய்த்தது. ஆனால் மிக வேகமாக அடிக்கப்பட்ட டென்னிஸ் பந்துகூட, வீட்டை அதிகமாகப் பதம் பார்த்தது. “அதிகமாக பாதிப்பு ஏற்படுத்தாத ஏதேனும் இருந்ததா என்று எங்கள் வாகனக் கொட்டகையில் நான் தேடினேன். அப்போது, என் தந்தையின் கோல்ஃப் பையில், துளைகளுடன்கூடிய பிளாஸ்டிக் கோல்ஃப் பந்துகளை நான் கண்டேன். நாங்கள் அந்தப் பந்துகளையும் ஒரு துடைப்பத்தின் கைப்பிடியையும் கொண்டு விளையாடினோம்,” என்று முல்லனி கூறினான்.

இவ்வளவு சிறிய பந்தையும் மட்டையையும் கொண்டு தாங்கள் விளையாடிய இந்த விளையாட்டை ‘விஃப் பால்’ என்று அவர்கள் அழைத்தனர். இதற்கென்று அவர்கள் புதிய விதிமுறைகளை நிர்ணயித்தனர். இந்த விளையாட்டில், குறைந்தபட்சம் இரண்டு பேரும், அதிகபட்சம் பதினெட்டுப் பேரும் விளையாடலாம்.

டேவிட் முல்லனியின் தந்தை ஒவ்வோர் இரவும் வீட்டிற்குத் திரும்பி வந்தபோது, அவர்கள் விளையாடியதைப் பார்த்தார். அவருடைய பெற்றோர்கள் பல வருடங்களுக்கு முன்பு அயர்லாந்திலிருந்து அமெரிக்காவிற்குக் குடிபெயர்ந்திருந்தனர். ஒரு சிறிய மருந்து உற்பத்தி நிறுவனத்தில் ஒரு கொள்முதல் முகவராக வேலை செய்த அவர், தன் பெற்றோரிடமிருந்து சுவீகரித்திருந்த நன்னம்பிக்கையுடன், உலோகங்களுக்குப் பளிச்சூட்டும் தொழிலை சொந்தமாகத் தொடங்கினார். அந்த வியாபாரம் சில காலம் செழிப்பாக நடைபெற்றது. ஆனால் விரைவில், அது பணப் பிரச்சனைகளுக்கும் வரிப் பிரச்சனைகளுக்கும் ஆளாகி, இறுதியில் திவாலாகியது.

ஆனால் அவர் இதைத் தன் மனைவியிடமோ அல்லது தன் மகனிடமோ கூறவில்லை. ஒவ்வொரு நாள் காலையிலும், அவர் வழக்கம்போலத் தன் அலுவலகத்திற்குச் செல்வதுபோல மிடுக்காக உடையணிந்து கொண்டு, உற்சாகமாக வீட்டைவிட்டுக் கிளம்பினார். ஆனால் உண்மையில், அவர் ஒரு வேலை தேடிக் கொண்டிருந்தார். இடையிடையே, தனக்குக் கிடைத்தச் சில்லறை வேலைகளை அவர் செய்தார். ஒவ்வோர் இரவிலும், அவர் தன் கைக்கு அடியில் ஒரு செய்தித்தாளுடனும் தன் முகத்தில் ஒரு புன்னகையுடனும் வீடு திரும்பினார். வெள்ளிக்கிழமைகளில், அவர் தன் மனைவியிடம் தன் வாராந்திரச் சம்பளத்தைக் கொடுத்தார். ஆனால் அந்தப் பணம், அவர் ரத்து செய்த ஓர் ஆயுட்காப்பீட்டிலிருந்து அவருக்குக் கிடைத்தத் தொகைதான். “இரவில் அவர் வீடு திரும்பியவுடன், நானும் என் நண்பர்களும் எங்கள் வீட்டுப் பின்முற்றத்தில் விளையாடிக் கொண்டிருப்பதைப் பார்ப்பார்,” என்று டேவிட் முல்லனி கூறினான்.

முல்லனியின் தந்தை, தன் கல்லூரிப் பருவத்தில், கனெடிகட் பல்கலைக்கழகத்தின் பேஸ்பால் அணியில் பந்து வீசுபவராக இடம்பெற்றிருந்தார். அவர் வேலை பார்த்த மருந்து உற்பத்தி நிறுவனத்தின் பேஸ்பால் அணி, நன்றாகப் பந்து வீசும் ஒரு பேஸ்பால் விளையாட்டு வீரரைத் தேடிக் கொண்டிருந்தது. இவரைப் பற்றிக் கேள்விப்பட்டு, அந்நிறுவனம் அவரை வேலைக்குச் சேர்த்துக் கொண்டது.

"இச்சிறிய பந்தை வைத்துக் கொண்டு, நான் சுழல் வீச்சுகளை எறிய முயற்சித்துக் கொண்டிருந்ததை என் தந்தை கண்டார். இந்த முயற்சியில், நான் என் முழங்கைக்கு ஏற்படுத்திக் கொண்டிருந்த பாதிப்பையும் அவர் கண்டார். பிறகு ஒருநாள் அவர் என்னை அழைத்து, சுழல் வீச்சுகளை எறிய முடிந்தால் விளையாட்டு இன்னும் அதிக சுவாரசியமாக இருக்குமா என்று கேட்டார்," என்று முல்லனி கூறினான்.

"ஆமாம்," என்று முல்லனி உற்சாகமாக பதிலளித்தான். எனவே, சிறுவர்களால்கூட சுழல் வீச்சுகளை எறிய முடியும் விதத்தில் ஒரு பந்தை உருவாக்கும் முயற்சியில் அவர்கள் இறங்கினர். அப்படிப்பட்ட ஒரு பந்தை உருவாக்குவதற்குத் தேவையான பொருட்களைத் தேடி, கொள்முதல் முகவராகத் தான் வேலை பார்த்தபோது தனக்குக் கிடைத்திருந்த சில தொடர்புகளை முல்லனியின் தந்தை நேரில் சென்று பார்த்தார். அழகு சாதனப் பொருட்கள் தயாரித்த ஒரு நிறுவனத்தின் விற்பனையாளர் ஒருவரை அவர் சந்தித்தார். கழித்துக்கட்டப்பட்ட அரைக் கோளங்களை முல்லனியின் தந்தை அந்த விற்பனையாளரிடமிருந்து வாங்கினார்.

ஒவ்வொரு நாளும் பகலில் வேலை தேடிவிட்டு, இரவில் அவர் தன் மகனுடன் சேர்ந்து அந்தப் பந்தைத் தயாரிக்கும் முயற்சியில் ஈடுபட்டார். அவரும் முல்லனியும் தங்கள் வீட்டு சமையலறை மேசையைச் சுற்றி அமர்ந்து கொண்டு, அந்த வெள்ளை நிறப் பிளாஸ்டிக்கில் பிளேடுகளைக் கொண்டு துளைகளை உருவாக்கினர். பிறகு, பசையைக் கொண்டு, இரண்டு அரைக் கோளங்களை ஒன்றாக இணைத்து ஒரு முழுப் பந்தை உருவாக்கினர். ஒரு சுழல் வீச்சிற்கு ஏதுவான ஒரு வடிவத்தை அவர்கள் தேடினர். சிறிய துளைகளைக் கொண்ட பந்துகளையும், பெரிய துளைகளைக் கொண்ட பந்துகளையும் அவர்கள் உருவாக்கினர். இரவு முழுதும் அந்தப் பசை நன்றாகக் காயும்படி விட்டுவிட்டு, காலையில் முல்லனியும் அவனுடைய நண்பர்களும் அவற்றைப் பரிசோதித்தனர்.

முல்லனியும் அவனுடைய தந்தையும் மூன்று இரவுகள் வேலை செய்து, சுமார் இருபத்தைந்து விதமான பந்துகளை வடிவமைத்தனர். இறுதியில், ஒரு வடிவம் விளையாடக் கச்சிதமாக இருந்ததுபோலத் தோன்றியது. அப்பந்தின் ஒரு கோளத்தில், எட்டு நீள்வட்டத் துளைகள் உருவாக்கப்பட்டிருந்தன. மறுகோளம் துளைகள் ஏதுமின்றி முழுமையாக இருந்தது. "அந்தப் பந்து அருமையாக வேலை செய்தது. சுழல் வீச்சுகளை மட்டுமன்றி, அந்தப் பந்தைக் கொண்டு அனைத்து விதமான வீச்சுகளையும் என்னால் எறிய முடிந்தது," என்று முல்லனி கூறினான்.

அவர்கள் தங்கள் பந்திற்கு 'விஃபில்' என்று பெயரிட்டனர். அப்பந்து, அந்தப் பன்னிரண்டு வயதுச் சிறுவர்கள் மத்தியில் பிரபலமடைந்தது. வீட்டில் தயாரிக்கப்பட்ட அந்தப் பந்துகளை அவர்கள் வேகவேகமாக விளையாடித் தேய்வுறச் செய்தனர். தான் ஒரு சிறந்த பொருளைக்

கண்டுபிடித்திருந்ததாக நினைத்த முல்லனியின் தந்தை, தன்னுடைய பிளாஸ்டிக் கோல்ஃப் பந்துகளைத் தயாரித்த உற்பத்தியாளரிடம், பாலிதீனைக் கொண்டு தன் விஃபில் பந்துகளைத் தயாரித்துக் கொடுக்குமாறு கேட்டார். 1953ம் ஆண்டின் வசந்தகாலத்தின்போது, முல்லனியும் அவனுடைய தந்தையும் தங்கள் கண்டுபிடிப்பை விற்பனைச் சந்தையில் அறிமுகப்படுத்தத் தயாராக இருந்தனர்.

அவர்கள் தங்கள் முதல் பன்னிரண்டு பந்துகளை, கனெடிகட்டின் 'மெர்ரிட் பார்க்வே' நெடுஞ்சாலையில் அமைந்த ஓர் உணவகத்தின் உரிமையாளரிடம் விற்றனர். அந்தப் பந்தை எப்படி வீச வேண்டும் என்பதற்கான வழிமுறைகளும் அதன் அட்டைப் பெட்டியில் அந்தப் பந்துடன் கொடுக்கப்பட்டன. "அந்த உரிமையாளர், அவை ஒவ்வொன்றையும் 49 சென்ட்டுகளுக்கு விற்றார். அதற்கடுத்த சனிக்கிழமை, 'பந்துகள் விற்றுப் போய்விட்டன. இன்னொரு பெட்டியை அனுப்பி வையுங்கள்,' என்று அவர் எங்களிடம் கூறினார். நாங்கள் அந்த உணவகத்தைவிட்டு வெளியேறி எங்கள் காருக்குச் சென்றபோது, 'நம் கண்டுபிடிப்பு மாபெரும் வெற்றி பெறப் போகிறது,' என்று என் தந்தை கூறினார்," என்று முல்லனி கூறினான்.

ஒரு சிறு தேடலுக்குப் பிறகு, நியூயார்க் நகரில் பொம்மைகளை விற்பனை செய்த ஒரு விற்பனையாளரை முல்லனியின் தந்தை கண்டுபிடித்தார். "உங்கள் கண்டுபிடிப்பு நிச்சயமாக வெற்றி பெறும். ஆனால் ஓரிரு வருடங்கள் மட்டுமே நல்ல விற்பனை இருக்கும். பிறகு, மக்களுக்கு இதன்மீதுள்ள ஆர்வம் குறைந்துவிடும்," என்று அந்த விற்பனையாளர் கூறினார். "இந்தப் பந்துடன் ஒரு மட்டையையும் சேர்த்து விற்க வேண்டும் என்று அவர் கூறினார்," என்று முல்லனி நினைவுகூர்ந்தான். அவனும் அவனுடைய தந்தையும் வீட்டிலேயே மட்டைகளைத் தயாரித்தனர். விரைவில், உல்வொர்த்ஸ் கடைகள் அவர்களுடைய 'விஃபில்களை' விற்கத் தொடங்கின.

முல்லனியும் அவனுடைய தந்தையும் முதன்முதலில் அச்சிறிய பந்தை அந்த உணவக உரிமையாளரிடம் விற்று ஐம்பது ஆண்டுகளுக்கு மேல் ஆகிவிட்டன. 1972ல், மட்டைகளைத் தயாரிப்பதை அவர்கள் கைவிட்டனர். மற்றபடி பெரிதாக எதுவும் மாறவில்லை. 'விஃபில் பந்து' நிறுவனம், கனெடிகட் மாநிலத்தின் ஷெல்டன் நகரில் அமைந்த அதே எளிய தொழிற்சாலையிலிருந்துதான் இன்றளவும் இயங்கிக் கொண்டிருக்கிறது. தினமும் லட்சக்கணக்கான பந்துகள் அங்கு தயாரிக்கப்படுகின்றன.

முல்லனியின் தந்தை, தன் தொழிலைத் துவக்குவதற்குத் தனக்குக் கடன் கொடுத்த நண்பர்களுக்கு அவர்களுக்குரிய பணத்தைத் திருப்பிக் கொடுத்தார். விஃபில் பந்தைக் கண்டுபிடிப்பதற்கு முன் தான் அனுபவித்தப் பொருளாதார நெருக்கடியைப் பற்றித் தன் மனைவியிடம் கூறி, இதை அப்போதே அவரிடம் தெரிவித்திருக்காதது குறித்து மன்னிப்புக் கேட்டார். அவர் 1990ல் காலமானார். இன்று, முல்லனியும் அவருடைய இரண்டு மகன்களும் அந்த நிறுவனத்தை நடத்துகின்றனர்.

ஒவ்வொரு வார இறுதியிலும், முல்லனி தன் மகன்களுடனும் பேரக்குழந்தைகளுடனும் 'விஃபில் பந்து' விளையாடுகிறார். இன்னும் அவர்தான் பந்து வீசுகிறார்.

'விஃபில் பந்து' கதை, இன்று விற்கப்படுகின்ற பல பொருட்களுக்குப் பின்னால் உள்ள புதுமைச் செயல்முறையை வெளிப்படுத்துகிறது. ஒரு பொருளுக்கான தேவை, அதைத் தயாரித்து சந்தைப்படுத்தத் தேவையான பணத்தை முதலீடு செய்யத் துணிதல், அதைத் தொடர்ந்து மேம்படுத்துதல் போன்றவை அச்செயல்முறையில் அடங்கும். விஃபில் பந்து விஷயத்திலும் இவை அனைத்தும் இடம்பெற்றிருந்தது உண்மைதான் என்றாலும், புதுமைக்கான உண்மையான திறவுகோலான கூட்டியக்கக் கொள்கையை இக்கதை அழகாக அடிக்கோடிட்டுக் காட்டுவதாக நான் நம்புகிறேன். ஆனால் இக்கொள்கை பெரும்பாலும் கண்டுகொள்ளாமல் விடப்படுகிறது. அந்தப் பந்திற்கான யோசனை அந்தத் தந்தைக்கு உதித்தது உண்மைதான். ஆனால், அவருடைய இளவயது மகன் அதை வடிவமைப்பதற்கு உதவினான். நிதி, தொழில்நுட்பம், உற்பத்தி, சந்தைப்படுத்துதல் ஆகியவற்றுக்கு மற்றவர்கள் உதவினர். இது முழுக்க முழுக்க ஒரு கூட்டியக்கக் குழு முயற்சி என்பதுதான் உண்மை.

படைப்புத்திறனுடன் இருப்பது சிலருக்குக் கைவந்த கலையாக இருப்பதுபோலத் தெரிகிறது. ஆனால் நீங்கள் அவர்களை சில காலம் உன்னிப்பாக கவனித்து வந்தால், புதுமை புனைவதற்கான அவர்களுடைய சக்திகள் மாயாஜாலமாகவோ அல்லது அதிர்ஷ்டவசமாகவோ தோன்றவில்லை என்பதை விரைவில் நீங்கள் கண்டுகொள்வீர்கள். உண்மையில், புதுமை புனைகின்ற மக்கள், தொடர்ந்து கற்பவர்களாகவும் பரந்த ஆர்வங்கள் கொண்டவர்களாகவும் இருப்பது தற்செயலான ஒன்றல்ல.

உலகம் இதுவரை கண்டிராத மேதை

லியோ ராஸ்டன்

மற்றவர்களை பிரமிக்க வைக்கும் விதத்தில் ஓர் இலையையோ, ஒரு கையையோ, ஒரு செடியையோ, அல்லது ஒரு பாறையையோ அவரால் வரைய முடிந்தது. வெளிச்சத்தையும் நிழலையும் அவர் கையாண்ட விதத்திற்கு வேறு எவராலும் ஈடு கொடுக்க முடியவில்லை. ஆனாலும், மோனா லிசாவையும் 'த லாஸ்ட் ஸப்பர்' ஓவியங்களையும் வரைந்த லியோனார்டோ டாவின்சிக்கு இருந்த மகத்தான ஓவியத் திறமை, அவருக்குக் கிடைத்திருந்த நம்புதற்கரிய ஆசீர்வாதங்களில் ஒன்று மட்டுமே.

ஒரு குழந்தையின் புன்னகை, பறந்து கொண்டிருக்கும் பறவைகள், கோள்களின் அழகு போன்ற எல்லாமே லியோனார்டோ டாவின்சிக்கு சுவாரசியமூட்டின. மனித முகங்களையும் மனித வடிவமைப்பையும் அவர் பெரிதும் நேசித்தார். போர் வீரர்கள், மூதாட்டிகள், கிழவர்கள் போன்றோரின் உருவங்களை மனங்கவரும் விதத்தில் அவர் வரைந்து தள்ளினார். உடலுக்குள் இருக்கும் தசைநார்களையும் தசைகளையும் வெளிப்படுத்தும் விதத்தில் தோலுறிக்கப்பட்ட உடல்களையும் அவர் வரைந்தார்.

ஆனால் டாவின்சி ஓர் ஓவியர் மட்டுமல்ல. அவர் ஒரு பொறியாளராகவும், இசைக் கலைஞராகவும், கட்டடக்கலை நிபுணராகவும், நிலத்தின் வரைபடங்களை வரைபவராகவும், கணிதவியலாளராகவும், வானியல் வல்லுனராகவும், தாவரவியலாளராகவும், விலங்கியலாளராகவும், உடற்செயலியல் வல்லுனராகவும் இருந்தார். மூளையின் உட்புறத்தை மெழுகால் வடிவமைத்த முதல் நபர் அவர்தான். இதயம் மற்றும் கண்களின் செயல்பாடுகளைப் புரிந்து கொள்வதற்காக, கண்ணாடி மற்றும் பீங்கான்களால் செய்யப்பட்ட மாதிரிகளைப் பயன்படுத்துவதை முன்மொழிந்தவர் அவர்தான். ஒரு திறந்த கருப்பையை, அதனுள்ளே கருவுடன் துல்லியமாக முதன்முதலில் வரைந்தவரும் அவர்தான். செடிகளின் தண்டுகளில் இலைகள் ஏன ஒரு குறிப்பிட்ட விதத்தில் அமைந்திருந்தன என்பதை முதலில ஆய்வு செய்தவர் அவர்தான்.

முதல் நவீனச் சிந்தனையாளரும் அறிவியலறிஞரும் அவர்தான். ஏனெனில், பொருட்களுக்கான காரணங்களை நேரடிக் கண்காணிப்பின் மூலமும் பரிசோதனையின் மூலமும் கண்டுபிடிப்பதை அவர்தான் முதலில் நாடினார். “சாத்தியமுள்ள அனைத்துப் பொருட்களைப் பற்றிய அறிவுதான் அறிவியல்,” என்று அவர் கூறினார்.

தன்னால் எல்லாவற்றையும் புரிந்து கொள்ள முடிந்ததாக அவர் அனுமாதித்தது, அவரைப் பற்றிய குறிப்பிடத்தக்க விஷயங்களில் ஒன்று. ஒரு தும்பியின் சிறகில் தொடங்கி, இந்த பூமியின் பிறப்புவரை, இந்த ஒட்டுமொத்தப் பிரபஞ்சமும் அவருடைய புத்திசாலித்தனத்திற்கான விளையாட்டு மைதானமாக இருந்தது.

சூரியன் பூமியைச் சுற்றி நகர்வதில்லை, மாறாக, ‘பூமியானது நிலவைப் போன்ற ஒன்று’ என்று கோபர்நிக்கஸுக்கு முன்பாகவே அவர் சுட்டிக்காட்டினார். “மேலேயிருந்து கீழே விழும் பொருட்களின் வேகம், தூரம் கூடக்கூட அதிகரிக்கிறது,” என்று கலீலியோவிற்கு முன்பே கூறிய அவர், நிலவின் மேற்பரப்பை ஆய்வு செய்வதற்கு ‘ஒரு மிகப் பெரிய பூதக்கண்ணாடி’ பயன்படுத்தப்பட வேண்டும் என்று பரிந்துரைத்தார். ஒளியியல், நீர்ம விசையியல் ஆகியவற்றிலும், ஒலி மற்றும் ஒளியின் இயல்பைப் பற்றிய ஆய்விலும் அவர் ஒரு முன்னோடியாகத் திகழ்ந்தார். ஒலியானது அலைகளின் வடிவில் நகர்கிறது என்று கண்டுபிடித்த அவர், ஒரு குறிப்பிட்ட தூர இடைவெளியில் இருக்கும் இரண்டு தேவாலய மணிகள் ஒரே நேரத்தில் ஒலிக்கப்படும்போது, அந்த ஒலிகள் தனித்தனியாகக் கேட்பது அதனால்தான் என்று விளக்கினார். ஒரு மின்னல் வெட்டுக்கும் ஓர் இடி முழக்கத்திற்கும் இடையே ஒரு சிறு கால இடைவெளி இருந்ததை கவனித்த அவர், ஒளியானது ஒலியைவிட அதிக வேகமாகப் பயணித்தாக வேண்டும் என்று கூறினார். ரத்த ஓட்டத்தைப் பற்றிய தன் ஆய்வில், தமனித் தடிப்புப் பற்றி அவர் விவரித்திருந்தார். உடற்பயிற்சியின்மைதான் அப்பிரச்சனைக்குக் காரணம் என்று அவர் கூறினார்!

அவர் இவற்றோடு நின்றுவிடவில்லை. தொழிற்புரட்சிக்கு வெகு காலத்திற்கு முன்பே, ஸ்குரூடிரைவர்கள்கூட இல்லாமல் இருந்த ஒரு காலகட்டத்தில், மங்க்கீ ஸ்பேனர், வின்ச், கடைசல் இயந்திரம் ஆகியவற்றை அவர் தன் ஓவியங்கள் மூலமாக உருவாக்கினார். ஓர் ஒட்டுமொத்த தேவாலயத்தையே தூக்கக்கூடிய ஒரு பளு தூக்கியையும் அவர் வடிவமைத்தார். நீராவி அழுத்தத்தினால் நகரக்கூடிய ஒரு பிஸ்டனையும் அவர் வடிவமைத்தார்.

பல்வேறு வகையான இருசுச் சக்கரங்கள், ஸ்பிரிங்குகள், இடம்பெயர்க்கப்படக்கூடிய பாலங்கள், இரண்டடுக்கு வீதிகள், வானிலையில் ஏற்படும் மாற்றங்களை அளவிடுவதற்கு ஒரு கருவி, தானாகவே காகிதத்தை உள்ளிழுத்துக் கொள்ளும் ஓர் அச்சு இயந்திரம் ஆகியவற்றை அவர் வரைந்தார். உருளைத் தாங்கிகள், ஒரே ஒரு கையால் திறந்து மூடப்படக்கூடிய கத்தரிக்கோல்கள், காற்றடைக்கப்பட்டப் பனிச்சறுக்கு நடைக்கட்டைகள் (தண்ணீரின்மீது நடப்பதற்காக!) அகியவற்றை அவர் கண்டுபிடித்தார்.

காற்றைப் பயன்படுத்தி மின்சாரம் தயாரிக்கலாம் என்று முதன்முதலில் பரிந்துரைத்தவர் அவர்தான். குளிர்சாதனக் கருவி, காலடிகளைக் கணக்கிடுவதற்கான கருவி, வாகனங்கள் பயணிக்கும் தூரத்தைக் கணக்கிடுவதற்கான கருவி, ஈரப்பதத்தை அளவிடுவதற்கான கருவி ஆகியவற்றையும் அவர் விவரித்தார்.

இந்த ஒப்பற்ற ஓவிய மேதை, செஸ்ஸேர் போர்ஜியாவின் படையில் ஒரு ராணுவப் பொறியாளராக சேவை செய்தார். ஓர் இயந்திரத் துப்பாக்கி, ஒரு பீரங்கி, ஒரு நீர்மூழ்கிக் கப்பல் ஆகியவற்றையும் அவர் வடிவமைத்தார். ஆழ்கடலுக்குள் செல்லும்போது அணிவதற்கான பிரத்யேகமான உடை, நீருக்கு அடியில் சுவாசிப்பதற்குப் பயன்படுத்தப்படும் 'ஸ்னார்க்கெல்' கருவி, இரண்டு வெளிச்சுவர்களைக் கொண்ட ஒரு போர்க்கப்பல் ஆகியவற்றை அவர் உருவாக்கினார்.

தண்ணீரைக் கண்டு அவர் எப்போதுமே பிரமித்தார். கடலின் அலைகள், நீர்வீழ்ச்சிகள், நதிகள், அமைதியான குளங்கள், நீரோடைகள் ஆகிய எல்லாம் அவருடைய சுவாரசியத்தைத் தூண்டின. "ஒரு குளத்தின் மேற்பரப்பானது காற்றினால் நகர்த்தப்படுகிறது, ஆனால் அதன் அடித்தளம் சலனமற்று இருக்கிறது; நதிகளின் மேற்பரப்பின் நீரோட்டம், அவற்றின் அடித்தளத்தின் ஓட்டத்தின் வேகத்தைவிட அதிகம்; தண்ணீர் தானாக ஒருபோதும் நகர்வதில்லை, அது கீழ்நோக்கிச் செல்லும்போது மட்டுமே நகர்கிறது" போன்ற, மற்றவர்கள் ஒருபோதும் கண்காணித்திராத விஷயங்களை அவர் விவரித்தார். மிலன் நகரைச் சுற்றிக் கால்வாய்களை வடிவமைத்து, அவற்றைக் கட்டியெழுப்புவதை அவர் மேற்பார்வையிட்டார். பொறியாளர்கள் இன்றும் அந்த சாதனையைப் போற்றுகின்றனர்.

வேறு எந்தவொரு துறையைவிடவும், வளி இயக்கவியல் துறையில்தான் டாவின்சி அதிகத் துணிச்சலான மற்றும் அசலான விஷயங்களைச் செய்தார். "ஒரு பறவையானது கணித விதிப்படி செயல்படுகிறது. அதே விதியைப் பின்பற்றி மனிதனாலும் பறக்க முடியும்," என்று அவர் கூறினார். பறவைகள் பறக்க மேலெழும்பியதையும், அவற்றின் சிறகுகளின் பரப்பளவையும் ஆய்வு செய்வதற்காக, கூண்டில் அடைக்கப்பட்டப் பறவைகளை, கூண்டைத் திறந்து அவர் வெளியேற்றினார். அவர் மிகக் கூர்மையான பார்வையைக் கொண்டிருந்தார். அதிநவீன கேமராக்கள் வரும்வரை மற்றவர்களால் பார்க்க முடியாமல் இருந்த பல விஷயங்களை அவர் பார்த்து, அவற்றை வரைந்தார்.

பதினைந்தாம் நூற்றாண்டில் அவர் கிளைடர் விமானத்தை வடிவமைத்தார். பிறகு பாராசூட்டையும் ஹெலிகாப்டரையும் வடிவமைத்தார். விமானம் தரையிறங்குவதற்குத் தேவையான, தாமாகவே உள்ளிழுத்துக் கொள்ளக்கூடிய சக்கரங்களின் மதிப்பை அவர் விவரித்தார்.

லியோனார்டோ டாவின்சி, 1452ல் ஃபுளாரன்ஸ் நகருக்கு அருகே ஓரிடத்தில் பிறந்தார். அவர் ஒரு பணக்கார ஆணுக்கும் ஓர் ஏழை விவசாயப் பெண்ணுக்கும் முறைதவறிப் பிறந்தவர். டாவின்சி தன் தந்தையுடனும் தாத்தாவுடனும் வளர்ந்தார். அவர் மிகச் சிறிய வயதிலேயே அசாதாரணமான ஆர்வத்தையும், இசையிலும் வடிவவியலிலும் ஓவியத்திலும் அபாரமான திறமையையும் வெளிப்படுத்தினார். அவர் தன் பதினைந்தாவது வயதில், பிரபல ஓவியரான வெரோச்சியோவிடம் ஓர் உதவியாளராகச் சேர்ந்தார். டாவின்சியின் கைவண்ணத்தில் முளைத்த அழகான ஓவியப் படைப்புகளைக் கண்டு வெரோச்சியோ பெரிதும் ஆச்சரியமடைந்தார்.

"டாவின்சி மிக உயரமாகவும், வலிமையாகவும், வசீகரமாகவும் இருந்தார்," என்று அவருக்கு சம காலத்தில் வாழ்ந்த மற்றொரு கலைஞரான ஜியார்ஜியோ வசாரி புகழ்ந்தார். டாவின்சி, குதிரையேற்றத்திலும் 'ஃபென்சிங்' என்ற வாள் வீச்சு விளையாட்டிலும் தலைசிறந்து விளங்கினார். கவிதைகளை மெருக்கேற்றி, அவற்றைத் தன் இனிமையான குரலில் அவர் பாடினார். கூடவே, தான் வடிவமைத்த ஒரு யாழையும் அவர் இசைத்தார். அவருக்கு இருபத்தெட்டு வயது ஆனபோது, அக்காலத்தின் மிகச் சிறந்த ஓவியர் என்று அவர் பாராட்டப்பட்டார். மைக்கேல் ஏஞ்சலோ, ரஃபயேல், பாட்டிச்செல்லி போன்ற ஓவியக் கலைஞர்கள் வாழ்ந்த காலகட்டம் அது என்பது குறிப்பிடத்தக்கது.

தான் செய்த வேலைகளில் டாவின்சிக்கு ஒருபோதும் திருப்தி ஏற்படவில்லை. போதுமான அளவு தான் உழைக்கவில்லை என்று அவர் எப்போதும் தன்மீது குறை கூறினார். ஆனாலும் பல புதிய பணித்திட்டங்களை அவர் தொடங்கினார். ஆனால் அவை அனைத்தும் முழுமை பெறாமல் இருந்துவிட்டன. "நான் அதிசயங்களை நிகழ்த்த விரும்புகிறேன்," என்று அவர் தான் இளைஞராக இருந்தபோது எழுதி வைத்திருந்தார். தன் வாழ்வின் பல நாட்களைத் தான் 'வீணாக்கிவிட்டதாக' அவர் அடிக்கடிப் புலம்பினார்.

டாவின்சியின் பிரபலமான புத்தகங்கள், ஒன்றுசேர்த்துத் தைக்கப்படாத, பல்வேறு அளவுகளைக் கொண்ட தனித்தனிக் காகிதங்கள் அடங்கிய பல கற்றைகளாக இருந்தன. எழுத்துக்கூட்டலிலும் இலக்கணத்திலும் அவருக்குப் பிரச்சனை இருந்தது. பின்னிருந்து முன்னாக எழுதுவதற்கு அவர் தனக்குத் தானே கற்பித்துக் கொண்டார். அது, ஒரு சங்கேத மொழிபோலத் தோன்றும். ஐரோப்பா நெடுகிலும் இதுவரை சுமார் ஆறாயிரம் காகிதங்கள் கண்டுபிடிக்கப்பட்டுள்ளன. ஒரே ஒரு மனிதனின் படைப்புத்திறனுக்குச் சான்று பகர்கின்ற மிக அசாதாரணமான பதிவுகள் அவை.

டாவின்சி, பிரான்ஸ் நாட்டின் அம்போயிஸ் நகரில் முதலாவது பிரான்சிஸின் அவையில் பணியாற்றிக் கொண்டிருந்தபோது, தன் அறுபத்தேழாவது வயதில் காலமானார்.

யாராலும் அவரை விவரிக்க முடியாது. அவருடைய பிரம்மாண்டமான படைப்புகளையும் அவருடைய வீச்சையும் கணக்கில் கொள்ளும்போது, 'மேதை' என்ற வார்த்தை அவரை விவரிப்பதற்குப் போதுமானதாக இருக்காது. அவருடைய பெயருக்குப் பக்கத்தில் எழுதுவதற்கு வரலாற்றில் இன்னொரு நபர் இல்லை என்று கூறினால் மிகையாகாது. எளிமையாகக் கூறினால், லியோனார்டோ டாவின்சி, இவ்வுலகில் வாழ்ந்த, மிகவும் ஆசீர்வதிக்கப்பட்ட மனிதர்களில் ஒருவராக இன்றும் திகழ்கிறார்.

இவ்வுலகில் வாழ்ந்த மிக அறிவார்ந்த, பல்வேறு திறமைகள் ஒருங்கே அமையப் பெற்றிருந்த நபர்களில் லியோனார்டோ டாவின்சியும் ஒருவர். ஒரு தும்பியின் சிறகில் தொடங்கி, இந்த பூமியின் பிறப்புவரை, இந்த ஒட்டுமொத்தப் பிரபஞ்சமும் அவருடைய புத்திசாலித்தனத்திற்கான விளையாட்டு மைதானமாக இருந்தது. ஆனால், உள்நோக்கு மற்றும் கண்டுபிடிப்பிற்கான திறமைகள் அவரோடு ஒட்டிப் பிறந்திருந்தனவா, அல்லது கற்றதன் மூலமும் ஆய்வு செய்ததன் மூலமும் அவர் தன்னுடைய புத்திசாலித்தனத்தைத் தானே வளர்த்துக் கொண்டாரா? அவருக்கு ஓர் அசாதாரணமான மனமும், மற்றவர்களால் பார்க்க முடியாதவற்றைப் பார்ப்பதற்கான திறனும் இருந்தது உண்மைதான். ஆனால் விபரமான குறிப்புகளும் ஓவியங்களும் அடங்கிய அந்த ஆறாயிரம் பக்கங்கள், அறிவு குறித்தத் தேடலில் தொடர்ந்து ஆய்வு செய்து கொண்டும் கேள்வியெழுப்பிக் கொண்டும் பரிசோதித்துக் கொண்டும் இருந்த, விடாமுயற்சியும் ஆர்வமும் கொண்ட ஒரு மாணவன் அவருக்குள் இருந்ததைத் தெளிவாகக் காட்டுகின்றன. படைப்புத் திறனுடன் இருப்பதற்கு உங்கள் மனத்தை விரிவுபடுத்துவது இன்றியமையாதது. எனவே, கற்பதற்கான வாய்ப்புகளில் முறையாக முதலீடு செய்வது உங்களுக்கு நீங்களே கொடுத்துக் கொள்ளக்கூடிய மாபெரும் பரிசுகளில் ஒன்று.

ரத்தினச்சுருக்கமாக

விஃபில் பந்தை ஒரு பெரிய கண்டுபிடிப்பென்று பலர் கருதாமல் போகக்கூடும். அப்பந்தைத் தயாரிப்பதற்குரிய சரியான பொருட்களைத் தேர்ந்தெடுப்பதற்கும், பந்துகளில் போடப்பட்டத் துளைகளுக்கான சரியான அளவுகளையும் வடிவங்களையும் கண்டுபிடிப்பதற்கும் மேம்பட்டத் தொழில்நுட்பம் அதில் பயன்படுத்தப்பட்டது உண்மைதான். ஆனால் அது ஒன்றும் ராக்கெட் அறிவியல் அல்ல. இந்த விஃபில் பந்திடமிருந்தும், சார்லஸ் டிக்கென்ஸின் 'எ கிறிஸ்மஸ் கேரல்' படைப்பிலிருந்தும் ஒரு விஷயம் நமக்குத் தெளிவாகத் தெரிகிறது: புதுமையான கண்டுபிடிப்புகள் ஒரு செயல்முறையைப் பின்தொடர்கின்றன. ஒரு தேவையைக் கண்டறிவதிலிருந்து அது தொடங்குகிறது. பிறகு, கவனமான ஆராய்ச்சிகளும் பரிசோதனைகளும் அதைப் பின்தொடர்கின்றன. கூடவே, ஒரு யோசனையைத் துவக்கத்திலிருந்து இறுதிவரை செவ்வனே நிறைவேற்றுவதற்குத் தேவையான சரியான மக்கள் அதில் ஈடுபடுத்தப்பட வேண்டும். சில சமயங்களில், இச்செயல்முறை பல ஆண்டுகள் தொடரக்கூடும். இதற்கு ஏராளமான பொறுமையும் தேவை. அவ்வப்போது, ஒரு சிறு அதிர்ஷ்டமோ அல்லது தற்செயலான நிகழ்வோ அச்செயல்முறையை விரைவுபடுத்தக்கூடும். ஆனால் பெரும்பாலான கண்டுபிடிப்புகளைப் பொறுத்தவரை, புதுமைக்கான திறவுகோல், அதன் பின்னால் இருக்கும் மக்கள்தான். விஷயங்களைப் பல்வேறு கோணங்களிலிருந்து பார்க்கும் திறமை படைத்த, ஆர்வமும் விடாமுயற்சியும் அறிவும் கொண்ட, டாவின்சியைப் போன்ற மக்கள்தான் புதுமைக்கான இன்றியமையாத காரணிகளாக உள்ளனர்.

சிந்தனைக்காக

- சார்லஸ் டிக்கென்ஸின் கண்டுபிடிப்பு, அவர் தன் சமூகத்தில் அலைந்து திரிந்து, தன் வாசகர்களின் தேவைகளையும் விருப்பங்களையும் கண்டுகொண்டதால் தூண்டப்பட்டது. புதுமையான ஒன்றைக் கண்டுபிடிக்கும் உங்கள் முயற்சிகளில், இவ்வுலகை ஆய்வு செய்வதற்கு நீங்கள் நேரம் ஒதுக்குகிறீர்களா?
- விஃபில் பந்திற்கு, முல்லனி மற்றும் அவனுடைய நண்பர்களிடமிருந்தும், முல்லனியின் தந்தையிடமிருந்தும், பிளாஸ்டிக் நிபுணர்களிடமிருந்தும், சந்தைப்படுத்துதலில் நிபுணர்களாக விளங்கியவர்களிடமிருந்தும் உள்ளீடுகள் தேவைப்பட்டன. உங்கள் கண்டுபிடிப்பு முயற்சிகளில் சரியான மக்களை நீங்கள் ஈடுபடுத்துகிறீர்களா?
- டாவின்சியின் அறிவானது ஓவியம், இசை, அறிவியல், கணிதம் என்று பரந்து விரிந்திருந்தது. உங்கள் ஆர்வங்களும் ஆய்வுகளும் எவ்வளவு பரந்துபட்டு இருக்கின்றன? உங்கள் கனவுகளையும் இலக்குகளையும் அடைவதற்கு நீங்கள் கண்டிப்பாகத் தெரிந்து வைத்திருக்க வேண்டியவற்றைக் கற்றுக் கொள்வதற்குப் போதுமான வளவசதிகளில் நீங்கள் முதலீடு செய்கிறீர்களா?
- டாவின்சி தன்னைக் குறித்துப் பொறுமையின்றி இருந்தார். அவர் தன் வேலையைக் கடுமையாக விமர்சித்தார். கற்றுக் கொள்வதற்கும் உருவாக்குவதற்குமான உங்கள் முயற்சிகளில், நீங்கள் உங்களிடம் எப்படி நடந்து கொள்கிறீர்கள்?

12

தரம்

"தரத்திற்கான போட்டியில் எல்லைக் கோடு எதுவும் கிடையாது."

- டேவிட் டி. கியார்ன்ஸ்

தரம் யாருக்குத்தான் பிடிக்காது? அது சிறப்பாகத் தயாரிக்கப்பட்ட ஒரு காரின் வடிவில் வந்தாலும் சரி, அல்லது அழகாக நெய்யப்பட்ட ஒரு துணி, ஓர் உறுதியான கட்டடம், ருசியான உணவு, ஒரு நூதனமான தொழில்நுட்பக் கருவி, மெய்சிலிர்க்க வைக்கும் ஓர் இசை நிகழ்ச்சி, சிறந்த கூட்டியக்கத்தை வெளிப்படுத்துகின்ற ஒரு பணியாளர் குழு, அல்லது ஒரு திடமான அறைக்கலனாக இருந்தாலும் சரி, தரம் எல்லோர் மனத்தையும் கவரக்கூடிய ஒன்று.

ஆனால் தரத்திற்கும் ஒரு விலை இருக்கிறது. பின்வரும் மூன்று தனிநபர்கள் இதை விளக்குகின்றனர். முதல் கதையில் வரும் ஜானி கார்ஸன், முப்பது வருடங்களாகத் தொலைக்காட்சி நேயர்களைத் தன் நகைச்சுவையால் மகிழ்வித்து வந்திருந்தார். அவருடைய புன்னகையும் சிரிப்பும் மற்றவர்களைத் தொற்றிக் கொள்ளும் விதத்தில் இருந்தன. ஒவ்வோர் இரவும், தன் நேயர்களின் அன்றாடச் சோர்வையும் மன அழுத்தங்களையும் தன் நகைச்சுவையின் மூலம் அவர் களைந்தார். அவர் இவற்றை அனாயாசமாகச் செய்ததுபோலத் தோன்றினாலும், தன் உயர்ந்த தரத்தைப் பராமரிப்பதற்கு ஜானி எவ்வளவு கடினமாக உழைக்க வேண்டியிருந்தது என்பதைப் பின்வரும் கதை நமக்கு எடுத்துரைக்கிறது.

நகைச்சுவை நாயகன்

எட் மெக்மஹான்

முப்பது வருடங்களில் சுமார் ஐயாயிரம் முறை, ஜானி கார்ஸன், 'த டுநைட் ஷோ' தொலைகாட்சி நிகழ்ச்சியில் தோன்றியிருந்தார். தினமும் இரவு ஒளிபரப்பான அந்த நிகழ்ச்சியில் இடம்பெற்ற அவருடைய நகைச்சுவைகளைக் கோடிக்கணக்கான அமெரிக்கர்கள் கேட்டு மகிழ்ந்து, ஓர் ஆனந்தமான வழியில் தங்கள் நாளை நிறைவு செய்தனர்.

ஜானியின் உதவியாளராகச் சேர்வதற்குரிய நேர்முகத் தேர்வுக்கு நான் சென்றபோது, அது வெறும் ஆறு நிமிடங்களே நீடித்தது. 1958ல் அவர் நடத்திக் கொண்டிருந்த 'ஹூ டு யூ டிரஸ்ட்?' என்ற பகல்நேர நிகழ்ச்சி ஒன்றுக்காக அவர் என்னைத் திறனாய்வு செய்தார். நான் அவருடைய ஒப்பனை அறைக்குள் முதன்முதலாக நுழைந்தபோது, அவர் அன்போடு என்னுடன் கைகுலுக்கிவிட்டு "எட், உங்களால் இங்கு வர முடிந்தது குறித்து எனக்கு மிக்க மகிழ்ச்சி," என்று கூறினார். பிறகு "நீங்கள் எந்தக் கல்லூரியில் படித்தீர்கள்?" என்று அவர் கேட்டார்.

"கத்தோலிக்கப் பல்கலைக்கழகம்," என்று நான் பதிலளித்தேன்.

"அங்கு ஓர் அருமையான நாடகப் பள்ளி இருக்கிறது, இல்லையா?"

"ஆமாம், மிக அருமையானது அது."

"நீங்கள் இப்போது என்ன செய்து கொண்டிருக்கிறீர்கள்?"

"பிலடெல்பியா நகரில் நான் ஓரிரு தொலைக்காட்சி நிகழ்ச்சிகளை வழங்கிக் கொண்டிருக்கிறேன்."

"பிலடெல்பியாவிலிருந்து ரயிலில் இங்கு வந்தீர்களா?"

"ஆமாம்."

பிறகு அவர் என்னுடன் மீண்டும் கைகுலுக்கிவிட்டு, "எட், நீங்கள் இங்கு வந்ததற்கு மிக்க நன்றி. உங்களை சந்தித்ததில் எனக்கு மிக்க மகிழ்ச்சி," என்று கூறி எனக்கு விடைகொடுத்தார்.

அவருடைய வார்த்தைகள், "நீங்கள் எங்களைத் தொலைபேசியில் தொடர்பு கொள்ள வேண்டாம். நாங்கள் உங்களைத் தொடர்பு கொள்வோம். ஆனால் அது இந்தப் பிறவியில் நிகழாது," என்று என் காதுகளுக்குக் கேட்டன.

சிறிது நேரத்திற்குப் பிறகு, அவருடைய தயாரிப்பாளர் என்னைத் தொலைபேசியில் அழைத்தார். "எட், நான் ஆர்ட் ஸ்டார்க் பேசுகிறேன். நீங்கள் இங்கு வரும்போது, மிடுக்காக உடையணிந்து வாருங்கள்," என்று அவர் கூறினார்.

"ஆனால் . . . சரி . . . நீங்கள் எதைப் பற்றிப் பேசிக் கொண்டிருக்கிறீர்கள்?" என்று நான் கேட்டேன்.

"ஓ, அவர்கள் உங்களைத் தொடர்பு கொண்டு தகவல் தெரிவிக்கவில்லையா? நாங்கள் உங்களை வேலைக்குச் சேர்த்துக் கொண்டுவிட்டோம். அடுத்தத் திங்கட்கிழமை நீங்கள் உங்கள் வேலையைத் துவக்கலாம்."

இதைக் கேட்டு நான் மகிழ்ச்சியில் திளைத்தேன்.

மேலும் தொடர்வதற்கு முன், ஜானியைப் பற்றி ஓரளவுக்கு நான் கூறியாக வேண்டும். நெப்ராஸ்கா மாநிலத்தின் நார்ஃபோக் நகரில் அவர்

வளர்ந்து வந்த காலத்தில், அவர் தன்னுடைய முன்மாதிரியான ஜாக் பென்னியை உன்னிப்பாக கவனித்தன் மூலம் தன் திறமைகளை மெருகேற்றினார். ஜாக் பென்னி ஒரு சிறந்த நகைச்சுவைக் கலைஞர். "நான் சிறுவனாக இருந்தபோது, என் படுக்கையில் குப்புறப் படுத்துக் கொண்டு, என் கைகளால் என் முகத்தைத் தாங்கிப் பிடித்துக் கொண்டு, அவர் பேசியதை கவனமாகக் காதுகொடுத்துக் கேட்டேன். நான் பெரியவனான பிறகு, நான் என்னவாக ஆக விரும்பினேன் என்பது எனக்குத் தெளிவாகத் தெரிந்தது. பென்னியைப்போல நானும் ஒரு நகைச்சுவையாளனாக ஆகி, மக்களைச் சிரிக்க வைக்க விரும்பினேன்," என்று ஜானி என்னிடம் ஒருமுறை கூறினார்.

1962ன் நடுவில், என்பிசி தொலைக்காட்சி நிறுவனம், 1957லிருந்து 'த டுநைட் ஷோ' நிகழ்ச்சியை நடத்தி வந்த ஜாக் பாருக்கு மாற்றாக ஒருவரைத் தேடிக் கொண்டிருந்தது. அந்நிறுவனம் அந்த வாய்ப்பை ஜானிக்குக் கொடுத்தபோது, ஜானி அது குறித்து அவ்வளவு உற்சாகம் கொள்ளவில்லை. அவர் தன்னம்பிக்கையுடன் இருந்தார், ஆனால் பதற்றமாக உணர்ந்தார்.

"எட், அந்த வேலையை என்னால் செய்ய முடியும் என்று எனக்குத் தோன்றவில்லை," என்று ஜானி என்னிடம் கூறினார்.

"நிச்சயமாக உங்களால் முடியும்," என்று கூறிய நான், அவருடைய தயக்கத்தைக் கண்டு திகைத்தேன்.

"ஓர் அரை மணிநேர வினாடி—வினா நிகழ்ச்சியை என்னால் கையாள முடியும். ஆனால், ஒவ்வோர் இரவும் ஒன்றேமுக்கால் மணிநேரம் ஒரு நிகழ்ச்சியை நடத்துவது . . . ஒரு பாலத்திலிருந்து கீழே குதிப்பது போன்ற ஓர் உணர்வை எனக்கு ஏற்படுத்துகிறது," என்று அவர் கூறினார்.

நான் அவருடன் சேர்ந்து பணியாற்றிய முப்பது வருடங்களில், அவர் ஒருபோதும் எனக்கு ஓர் அறிவுறுத்தலைக்கூடக் கொடுத்ததில்லை. பார்வையாளர்கள் முன்னால் தோன்றி, அவர்களை அன்றைய நிகழ்ச்சிக்குத் தயார்படுத்துவதற்கு நான் அந்த அரங்கினுள் நுழைவதற்கு ஒருசில நிமிடங்களுக்கு முன்பு, அவரும் நானும் அவருடைய ஒப்பனை அறையில் கூடிப் பேசுவோம். ஆனால் அப்பேச்சு, அன்றைய செய்திகளைப் பற்றியும், பங்குச் சந்தை, எங்கள் குழந்தைகள், பேஸ்பால் விளையாட்டு போன்றவற்றைப் பற்றியுமே இருக்கும். நாங்கள் ஒருபோதும் எங்கள் நிகழ்ச்சியைப் பற்றிப் பேசியதில்லை. நான் வேலைக்குச் சேர்ந்த புதிதில், அவர் என்னைத் தனியாக அழைத்து, "எட், நாம் பேச வேண்டியவற்றை எழுதிக் கொடுப்பதற்கு நமக்குப் பல எழுத்தாளர்கள் இருக்கின்றனர் என்று எனக்குத் தெரியும். ஆனால், நன்றாகத் திட்டமிடப்பட்டு, பல முறை ஒத்திகை பார்க்கப்பட்டதுபோலப் பார்வையாளர்களுக்குத் தோன்றக்கூடிய எதையும் நாம் ஒருபோதும் செய்யாமல் இருப்பது நல்லது. நம் நிகழ்ச்சி அவர்களுக்கு இயல்பானதாகத் தோன்ற வேண்டும். ஒரு மாதகாலம் தயாரிக்கப்பட்ட ஒன்றுபோலத் தோன்றும் எதையும் பார்வையாளர்களிடம் நான் பேச விரும்பவில்லை. ஒவ்வோர் இரவும் என்னால் அவ்வாறு செய்ய முடியாது. நான் எப்போதும்போல இயல்பாகப் பேசப் போகிறேன். பிறகு என்ன நடக்கிறது என்று பார்க்கலாம்," என்று கூறினார்.

"கவலைப்படாதீர்கள். இந்நிகழ்ச்சி உங்கள் விருப்பப்படியே அமையும்," என்று நான் கூறினேன்.

அவர் நினைத்தபடியே, பார்வையாளர்கள் அவருடைய இயல்பான பேச்சைக் கேட்டு வாய்விட்டுச் சிரித்து மகிழ்ந்தனர். அவருடைய நிகழ்ச்சி வெற்றி நடை போடத் துவங்கியது.

ஒவ்வொரு நாள் காலையிலும், அவர் காபி அருந்திக் கொண்டே செய்தித்தாள்களைப் படிப்பார். தன் பேச்சுக்குத் தேவையான சுவாரசியமான விஷயங்களை அவர் அவற்றில் தேடினார். 'த டுநைட் ஷோ' நிகழ்ச்சி, அமெரிக்கர்களின் அபிப்பிராயங்களைச் செதுக்கி வடிவமைத்ததோடு, அவற்றைப் பிரதிபலிக்கவும் செய்தது. ஏனெனில், அவர் ஒவ்வொரு நாளும் ஒரு பென்சிலால் தன் செய்தித்தாள்களில் சுழித்தபடிதான் தன் நாளைத் துவக்கினார்.

கச்சிதத்திற்குப் பெயர் பெற்றவர் அவர். தன் நிகழ்ச்சி எந்த விதத்திலும் ஒத்திகை பார்க்கப்படாத ஒன்றுபோலத் தோன்ற வேண்டும் என்று அவர் விரும்பினாலும், அவருடைய நகைச்சுவைக்குப் பின்னால் இருந்த கடின உழைப்பைப் பெரும்பாலான மக்கள் பார்க்கவில்லை. அவர் பல மணிநேரம் தனியாக அமர்ந்து, தன் வசனங்களை மீண்டும் மீண்டும் பேசிப் பார்த்து, அதற்கு மெருகு சேர்த்தார். தன் நிகழ்ச்சியின் முடிவில், அந்த நிகழ்ச்சி தான் நினைத்த அளவுக்குச் சிறப்பாக இருக்கவில்லை என்பதுபோல அவருக்குத் தோன்றினால், "நாளைய நிகழ்ச்சியில் பார்த்துக் கொள்ளலாம்," என்று அவர் என்னிடம் கூறுவார். அல்லது, "இதேபோல எத்தனை நாட்கள் நம்மால் தப்பிக்க முடியும் என்று நினைக்கிறீர்கள்?" என்று அவர் என்னிடம் கேட்பார்.

தன்னைப்போலவே மற்றவர்களும் தங்கள் வேலைகளைக் கச்சிதமாகச் செய்ய வேண்டும் என்று அவர் எதிர்பார்த்தார். ஒளிபரப்பின்போதும் சரி, அதற்குப் பிறகும் சரி, இரண்டு விஷயங்கள் அவருக்குக் கோபமூட்டின. மரியாதையின்மை, கச்சிதமின்மை ஆகியவைதான் அவை. "வேலையை ஒழுங்காகச் செய்யாதவர்களிடம் என்னால் பொறுமையாக நடந்து கொள்ள முடியாது," என்று அவர் ஒருமுறை கூறினார். அவர் தன் நிகழ்ச்சிக்கும் தன் வேலைக்கும் மிக உயர்ந்த தரங்களை நிர்ணயித்திருந்தார். ஜானி கார்ஸனின் 'த டுநைட் ஷோ' நிகழ்ச்சியின் ஆர்க்கெஸ்ட்ரா குழுத் தலைவரான கார்ல் செவரின்சன், "அவர் அந்தத் திரைச்சீலையை விலக்கிக் கொண்டு அரங்கினுள் நுழையும் ஒவ்வொரு முறையும் எனக்கு வியர்த்துக் கொட்டத் துவங்கும்," என்று என்னிடம் கூறினார். இசையில் தான் தவறு ஏதும் செய்து, அந்தக் கச்சிதக்காரரின் அக்கினிப் பார்வையைத் தான் எதிர்கொள்ள வேண்டியிருக்குமோ என்று அவர் பயந்தார்.

ஜானியின் நிகழ்ச்சியில் கலந்து கொண்ட ஜோஆன் ரிவர்ஸ், உட்டி ஆலன் போன்ற பல கலைஞர்கள், பின்னாளில் மிகப் பிரபலமான நகைச்சுவை நடிகர்களாக மிளிர்ந்தனர். ஜானிக்கு ஒரு நகைச்சுவையாளரின் நடிப்பு மிகவும் பிடித்துப் போகும்போது அதை நான் அறிவேன். அவர் தன் இடது மணிக்கட்டைத் தன் நாடிக்குக் கீழே வைத்துத் தன் முழங்கையின்மீது சாய்ந்து அந்த நடிகரின் நடிப்பை ரசிப்பார். பிறகு அதே கையால், அரங்கிலிருந்த சோபாவில் சென்று அமருமாறு சமிக்கை செய்வார். அப்போது அந்த நகைச்சுவையாளருக்கு ஓர் ஒளிமயமான எதிர்காலத்திற்கான விதை ஊன்றப்பட்டுவிடும்.

பல கலைஞர்களின் தொழில்வாழ்க்கை வெற்றிகரமாகத் தொடங்கியதற்கோ அல்லது அவர்களுடைய வேகமான முன்னேற்றத்திற்கோ

ஜானி காரணமாக இருந்திருக்கிறார். ஜே லெனோ, டேவிட் லெட்டர்மேன் ஆகியோர் அவர்களில் இருவர். மற்ற நகைச்சுவையாளர்கள்மீது ஜானிக்கு ஒருபோதும் பொறாமை இருந்ததில்லை. அவருடைய இந்த அரிய மனப்போக்கைக் கண்டு நான் பிரமித்தேன்.

பொதுவாழ்வில் மிகவும் பிரபலமாக இருந்த ஜானி, தன் தனிப்பட்ட வாழ்க்கையில் மிக எளிமையானவராக இருந்தார். அவர் ஒரு பிரபலத்தைப் போலன்றி, ஒரு சாதாரண மனிதரைப்போல நடந்து கொண்டார். அவர் ஒருபோதும் அகங்காரத்துடன் நடந்து கொண்டதில்லை. ஒவ்வொரு நாளும் பர்பேங்க் ஸ்டுடியோவிற்கு அவர் தானே காரோட்டி வந்ததோடு, தன் மதிய உணவையும் ஒரு காகிதப் பையில் வைத்துத் தன்னுடன் எடுத்து வந்தார்.

1991ல், 'த டுநைட் ஷோ' நிகழ்ச்சி மிகப் பிரபலமடைந்திருந்ததால், ஜானி என்பிசி நிறுவனத்திற்கு ஆண்டுதோறும் ஆறு கோடி டாலர்கள் வருமானத்தைப் பெற்றுக் கொடுத்துக் கொண்டிருந்தார். அந்த வருடம் அவர் இரண்டு கோடி டாலர்கள் சம்பாதித்தார். ஆனால் அவர் அந்தப் பணத்தை ஆடம்பரத்தில் வீணாக்கவில்லை. "எனக்கு எட்டு வீடுகளோ அல்லது எண்பத்தெட்டுக் கார்களோ அல்லது முன்னூறு கோட்டு சூட்டுகளோ தேவையில்லை. எத்தனை வீடுகளில் உங்களால் வாழ முடியும்?" என்று அவர் என்னிடம் ஒருமுறை கேட்டது எனக்கு நினைவிருக்கிறது.

நெப்ராஸ்கா பல்கலைக்கழகத்திற்கும் தன் சொந்த ஊரிலிருந்த பல அரசுப் பள்ளிகளுக்கும் அவர் பல லட்சம் டாலர்களை நன்கொடையாகக் கொடுத்தார். பெரும்பாலான மக்கள் ஒருபோதும் கேள்விப்பட்டிருக்காத பல நிறுவனங்களுக்குப் பெரிய தொகைகளை அவர் தானமாகக் கொடுத்தார். ஆனால், விளம்பரத்தை விரும்பாத அவர், தன்னுடைய அனைத்துப் பங்களிப்புகளையும் ரகசியமாகவே செய்தார். "மற்ற அனைவரையும்போலவே எனக்கும் அகங்காரம் இருக்கிறது. ஆனால் அதைத் தட்டிக் கொடுத்து ஊக்குவிக்க நான் விரும்பவில்லை," என்று அவர் என்னிடம் கூறினார்.

1992ல் அவர் தன் கடைசி நிகழ்ச்சியில், "எட் இல்லாமல் இந்நிகழ்ச்சி ஒருபோதும் சாத்தியப்பட்டிருக்காது. நாங்கள் இருவரும் சேர்ந்து பல சிறப்பான விஷயங்களைச் செய்துள்ளோம். தொலைக்காட்சியில் இணைந்து பணியாற்றுகின்ற பலருக்கு ஒருவரையொருவர் பிடிக்காது. ஆனால் எட் மெக்மஹானும் நானும் நல்ல நண்பர்களாக இருந்து வந்திருக்கிறோம். நட்பைத் தொலைக்காட்சியில் பாசாங்கு செய்ய முடியாது," என்று கூறியபோது நான் மனம் நெகிழ்ந்தேன்.

ஜானி கார்ஸனின் நெடுநாளைய உதவியாளராக இருந்த எட் மெக்மஹான், தொலைகாட்சியில் காட்டப்படாத ஒன்றை வெளிப்படுத்தினார். தன் வசனங்களை மெருகேற்றுவதற்கும், தன் முகபாவங்களைக் கச்சிதப்படுத்துவதற்கும் திரைக்குப் பின்னால் ஜானி மேற்கொண்ட கடும் முயற்சிதான் அது.

ஜானிக்குத் தன் வேலை நெறிமுறையும் தரத்தின்மீதான கவனமும் எங்கிருந்து வந்தன? ஜானியின் முன்மாதிரியான ஜாக் பென்னி அதற்கு ஒரு காரணம். "நான் சிறுவனாக இருந்தபோது, என் படுக்கையில் குப்புறப் படுத்துக் கொண்டு, என் கைகளால் என் முகத்தைத் தாங்கிப் பிடித்துக் கொண்டு, அவர் பேசியதை கவனமாகக் காதுகொடுத்துக் கேட்டேன்," என்று ஜானி நினைவுகூர்ந்தார். அவர் ஜாக்கின் ஒவ்வோர் அசைவையும் முகபாவத்தையும் உன்னிப்பாக ஆய்வு செய்தார். ஜாக் தன் அடையாளச் சின்னமான வயலின் இல்லாமல் மேடையில் ஒருபோதும் தோன்றவில்லை என்பதையும் ஜானி கவனிக்கத் தவறவில்லை. ஆனால் அந்த வயலினுக்குப் பின்னால் ஒரு வேலை நெறிமுறையும், கூடவே ஒரு சுவாரசியமான செய்தியும் இருந்ததைப் பின்வரும் கதையில் பார்க்கலாம்.

எனக்குக் கிடைத்த மிகச் சிறந்த அறிவுரை

ஜாக் பென்னி

என் தந்தை காலமாவதற்கு வெகுசில நாட்கள் முன்புவரை நான் அவரை உண்மையில் புரிந்து கொண்டிருக்கவில்லை. நான் அவரை நேசித்தேன், மிகவும் மதித்தேன். ஆனால் அவர் கற்பனைத் திறனற்ற ஒரு மனிதராக எனக்குத் தோன்றினார். மெயர் குபெல்ஸ்கி, இல்லினாய் மாநிலத்தின் வாகீகன் நகரில் ஆண்களுக்கான ஒரு சிறிய துணிக்கடையை நடத்தி வந்தார். அவருடைய வாழ்க்கை, அவருடைய கடையையும், ஒரு கசாப்புக்கடைக்கு மேலே அமைந்த எங்கள் வீட்டையும், அவற்றுக்கு இடையேயான நடையையும் சுற்றியே அமைந்திருந்தது.

என்னுடைய ஆறாவது பிறந்தநாளின்போது ஏற்பட்ட ஒரு நிகழ்வு, என் தந்தையின் மனத்தில் சில ரகசியங்கள் ஆழமாகப் புதைந்து கிடந்ததை எனக்கு உணர்த்தியிருக்க வேண்டும். அன்று மாலையில் அவர் என் கையில் ஒரு பெரிய அட்டைப் பெட்டியைக் கொடுத்தார். நான் உற்சாகமாக அதைத் திறந்தேன். அதற்குள் ஒரு வயலின் இருந்தது.

"பென்னி, நீ ஒரு வயலின் கலைஞனாக ஆக வேண்டும். இருப்பதிலேயே மிகச் சிறந்த ஆசிரியரை நான் உனக்கு நியமிக்கிறேன். எதிர்காலத்தில் என்றேனும் ஒருநாள் நீ ஒரு பெரிய இசைக் கலைஞனாக ஆகக்கூடும்," என்று அவர் என்னிடம் கூறினார்

"சரி, அப்பா. இந்தப் பரிசை எனக்குக் கொடுத்ததற்கு மிக்க நன்றி," என்று நான் கூறினேன். என் தந்தை கொடுத்தப் பிறந்தநாள் பரிசு எனக்கு மகிழ்ச்சியளித்தது. ஆனால் வயலினுக்கு பதிலாக ஒரு மிதிவண்டியையோ அல்லது ஒரு பேஸ்பாஸ் கையுறையையோ அவர் எனக்கு வாங்கிக் கொடுத்திருந்தால் நான் இன்னும் அதிகமாக மகிழ்ந்திருப்பேன். அந்த வயலின் என் தந்தைக்கு ஏன் அவ்வளவு முக்கியமானதாக இருந்தது என்று அப்போது எனக்குத் தெரியவில்லை.

விரைவில் என் வயலின் வகுப்புகள் தொடங்கின. என் விரல்கள் வலிமையாகவும் வளைவுத்தன்மை கொண்டவையாகவும் இருந்ததையும், எனக்கு நல்ல தாள ஞானமும் சுருதி லயமும் இருந்ததையும் விரைவில் நான் கண்டுகொண்டேன். ஆனால் எனக்கு ஒரு மிகப் பெரிய குறைபாடு இருந்தது: நான் ஒரு சோம்பேறி.

ஒவ்வோர் இரவும் என் தந்தை தன் வேலை முடிந்து வீடு திரும்பியவுடன், "வயலின் கலைஞர் பென்னி குபெல்ஸ்கி எப்படி இருக்கிறார்?" என்று என்னிடம் கேட்பார்.

"நலமாக இருக்கிறேன்," என்று நான் பதிலளிப்பேன்.

"நீ ஒழுங்காக வயலின் பயிற்சி செய்கிறாயா?"

"ஆமாம்."

"சரி, தொடர்ந்து பயிற்சி செய்."

பிறகு ஒருநாள் இரவு, என் சுருக்கமான பதில்கள் அவருக்குத் திருப்தியளிக்கவில்லை. "நீ ஒழுங்காகப் பயிற்சி செய்கிறாயா?" என்று அவர் கேட்டபோது, "ஆமாம்," என்று நான் பதிலளித்தேன். "சரி, எனக்கு இசைத்துக் காட்டு," என்று அவர் கூறினார்.

நான் அவரிடம் என் இசைக் குறிப்பைக் கொண்டு வந்து கொடுத்தேன். அவர் அதை கவனமாகப் பார்த்துவிட்டு, "இது ஒரு சுலபமான இசைக் குறிப்பு. நீ இதை ஒரு மாதத்திற்கு முன்பே கற்றுக் கொண்டாய், இல்லையா?" என்று கோபமாகக் கேட்டார்.

"நான் பயிற்சி செய்து கொண்டுதான் இருக்கிறேன்," என்று நான் அழுத்தமாகக் கூறினேன்.

அவர் பெருமூச்செறிந்துவிட்டுத் தன் நாற்காலியில் அமர்ந்தார். "பென்னி, நான் உன் ஆசிரியரிடம் பேசினேன். உன்னிடம் திறமை இருக்கிறது, ஆனால் நீ பாடங்களில் ஏமாற்றுகிறாய் என்று அவர் கூறுகிறார். சுலபமான பகுதிகளையே நீ எல்லா நேரங்களிலும் வாசிக்கிறாய். உன்னால் ஒரு மாபெரும் இசைக் கலைஞனாக ஆக முடியும். ஆனால் கடினமான பகுதிகளை நீ வாசித்துப் பழக வேண்டும்," என்று கூறிய அவர், ஒரு கணம் யோசித்துவிட்டு, "இசையில் மட்டுமல்ல, எந்தவொரு தொழிலிலும் சில விஷயங்கள் சுலபமாக இருக்கும், சில விஷயங்கள் கடினமாக இருக்கும். ஆனால் எதுவொன்றிலும் வெற்றி பெற வேண்டும் என்றால், கடினமான பகுதிகளைப் பயிற்சி செய்தாக வேண்டும். இதை நீ எப்போதும் நினைவில் கொள்ள வேண்டும்," என்று எனக்கு அறிவுறுத்தினார்.

"சரி, அப்பா," என்று நான் கூறினேன்.

எனக்குப் பதினாறு வயதாக இருந்தபோது, வாகீகனின் பேரிஸ்டன் நாடக அரங்கில் நடைபெற்ற நாடகங்களுக்கு வாசித்த இசைக் குழுவினருடன் சேர்ந்து வயலின் வாசிக்கும் வேலை எனக்குக் கிடைத்தது. முதல் காட்சி நிறைவடைந்தபோது, என் தந்தை, அரங்கிற்குப் பின்னால் வந்தார். அவருடைய முகத்தில் குழப்பம் தென்பட்டது. "இதுதான் உனக்குக் கிடைத்திருக்கும் வேலையா?" என்று அவர் கேட்டார்.

"ஆமாம்," என்று நான் பதிலளித்தேன்.

அவர் வருத்தத்தோடு தலையசைத்துவிட்டு, "பென்னி, நான் உன்னிடமிருந்து அதிகமாக எதிர்பார்த்தேன்," என்று கூறினார்.

“அப்பா, என்னை மன்னித்துவிடுங்கள். இது ஒரு சிறிய இசைக் குழு. நான் எல்லா நேரங்களிலும் கற்றுக் கொண்டிருக்கிறேன்.”

அவருடைய முகம் சற்றுத் தெளிவடைந்தது. “அது சரிதான். நீ தொடர்ந்து கற்றுக் கொண்டே இரு. கடினமான பகுதிகளைத் தொடர்ந்து பயிற்சி செய்து கொண்டே இரு,” என்று அவர் கூறினார். மிகக் குறுகிய காலத்தில், நான் அந்தச் சிறிய இசைக்குழுவை விட்டுவிட்டு, வாட்வில் அரங்கில் கோரா சாலிஸ்பரி என்ற ஒரு பெண் பியானோ இசைக் கலைஞருடன் சேர்ந்து என் சொந்த இசை நிகழ்ச்சியைத் தொடங்கினேன். ஜாக் பென்னி உட்ஸ் என்ற மேடைப் பெயரை நான் எனக்குத் தேர்ந்தெடுத்தேன். ஒருநாள், நிகழ்ச்சியின் நடுவே திடீரென்று நான் என் வயலினை என் நாடிக்கு அடியிலிருந்து எடுத்துவிட்டு, ஒரு நகைச்சுவையைக் கூறினேன். பார்வையாளர்கள் இதைக் கேட்டுச் சிரித்தனர். அந்தச் சிரிப்புச் சத்தம் எனக்கு போதை ஏற்றியது. அதே சிரிப்பு, என் இசை வாழ்க்கையை முடிவுக்குக் கொண்டு வந்தது. நான் அதன் பிறகு என் வயலினை என் மேடையில் எனக்குத் துணையாக வைத்துக் கொண்டேனே தவிர, அதை நான் ஒருபோதும் வாசிக்கவில்லை.

இசைக்கு நான் கடினமாக உழைக்க வேண்டியிருந்தது. நான் என் தந்தையின் அறிவுரையையும் செவிமடுக்கவில்லை. மேடையில் தோன்றி வெறுமனே ஒருசில நகைச்சுவைகளைக் கூறி மக்களை மகிழ்விக்க முடியும் என்றால், அதுதான் எனக்குப் பொருத்தமானது என்று எனக்கு நானே காரணம் கற்பித்துக் கொண்டேன். எனவே, நான் ஒரு நகைச்சுவையாளனாக ஆனேன்!

ஆனால் நகைச்சுவைகளைக் கூறுவது அவ்வளவு சுலபமானதல்ல என்பதை நான் விரைவிலேயே உணர்ந்து கொண்டேன். சில சமயங்களில் அது சுலபமாக இருந்தது, மற்ற சமயங்களில் கடினமாக இருந்தது. நகைச்சுவையில் நேரம்தான் எல்லாமே. சுருக்கமாகக் கூறினால், இசையில் இருப்பதைப் போலவே, நகைச்சுவையிலும் பல திறமைகள் கைவசப்படுத்தப்பட வேண்டும். பயிற்சி செய்யப்பட வேண்டிய ஏராளமான கடினமான பகுதிகள் நகைச்சுவையிலும் இருந்தன. ஆனால், நான் உண்மையிலேயே காலூன்றி நிற்க விரும்பிய ஒரு துறையை நான் கண்டுபிடித்திருந்தேன் என்பது மட்டும்தான் இதிலுள்ள ஒரே வித்தியாசம்.

அடுத்த ஒருசில வருடங்களின்போது, நான் என் பெற்றோருக்கு அடிக்கடிக் கடிதங்கள் எழுதினேன். ஆனால், நான் இசையரங்குகளில் வயலின் வாசித்துக் கொண்டிருக்கவில்லை என்று அவர்களிடம் கூறுவதற்கான துணிச்சல் எனக்கு ஒருபோதும் இருக்கவில்லை. பிறகு ஒருநாள், வாகீகனில் என் நிகழ்ச்சி ஒன்று திட்டமிடப்பட்டது. நான் என் தந்தையின் கடைக்குச் சென்று, இரண்டு இலவச நுழைவுச்சீட்டுகளை அவரிடம் கொடுத்துவிட்டு, “இது உங்களுக்கும் அம்மாவுக்கும். என் நிகழ்ச்சிக்கான நுழைவுச்சீட்டுகள் இவை,” என்று அவரிடம் கூறினேன்.

அவர் என்னைப் பார்த்து, “ஓ . . . உன் நிகழ்ச்சி . . .” என்று ஏதோ முணுமுணுத்தபடி, “கடந்த வாரம் சிக்காகோவில் நம் உறவினர் ஒருவர் உன் நிகழ்ச்சியைப் பார்த்தார். நீ உன் வயலினை மேடைக்கு எடுத்துச் சென்றதாகவும், ஆனால் அதை நீ இசைக்கவில்லை என்றும் அவர் தெரிவித்தார்,” என்று கூறினார்.

“அப்பா, நான் என் வேலையை மாற்றிக் கொண்டேன். நான் இப்போது நகைச்சுவைகளைக் கூறுகிறேன்.”

அவர் ஒரு கணம் யோசித்துவிட்டு, “பிறகு ஏன் வயலினை மேடைக்கு எடுத்துச் செல்கிறாய்?” என்று கேட்டார்.

“நான் அதை ஒரு மேடைப் பொருளாகப் பயன்படுத்துகிறேன். அது மக்களுக்குச் சிரிப்பை வரவழைக்கிறது.”

“வயலின் . . . அது என்ன ஒரு வேடிக்கைப் பொருளா?” என்று கேட்ட அவர், நம்ப முடியாமல் என்னைப் பார்த்து முறைத்தார். பிறகு, வருத்தம் தொனித்த ஒரு குரலில், “பென்னி, என்னை மன்னித்துவிடு. ஆனால் என்னால் சிரிக்க முடியவில்லை,” என்று கூறினார்.

அதைத் தொடர்ந்து வந்த வருடங்களில், நகைச்சுவையாளனாக நான் வெற்றிகரமாகத் திகழ்ந்தேன். ஆனால் என் தந்தையின் ஏமாற்றம் குறித்த நினைவு எப்போதும் அந்த வெற்றியை மழுங்கடித்தது. “என்னால் சிரிக்க முடியவில்லை,” என்று அவர் கூறியது எப்போதும் என் காதுகளில் ஒலித்தது. நான் ஒரு பிரபலமான நட்சத்திரமாக ஆவதென்று தீர்மானித்தேன், அதற்காகக் கடுமையாக உழைத்தேன். ஒவ்வொரு நிகழ்ச்சிக்கும் நான் பல முறை ஒத்திகை பார்த்தேன், என் வசனங்களைத் திருத்தி எழுதினேன், மேலும் மேலும் அவற்றை மெருகேற்றினேன். சில சமயங்களில் இது என் இயக்குனர்களுக்கும் சக நடிகர்களுக்கும் எரிச்சல் ஏற்படுத்தியது. நான் ஒரு கச்சிதக்காரன் என்று அவர்கள் என்னை அழைத்தனர். என் நிகழ்ச்சியின் ஒவ்வோர் அம்சமும் கச்சிதமாக இருக்க வேண்டும் என்பதில் நான் குறியாக இருந்தேன். நான் அரங்கினுள் நுழைந்த விதம், அரங்கைவிட்டு வெளியேறிய விதம், நிகழ்ச்சியில் இசைக்கப்பட்ட இசை ஆகியவற்றில் நான் அதீத கவனம் செலுத்தினேன். விளம்பர இடைவேளைகள்மீதுகூட நான் பெரும் அக்கறை எடுத்துக் கொண்டேன்.

இரண்டாம் உலகப் போருக்கு முன்பு, டோரத்தி லேமரை வைத்து ‘மேன் அபௌட் டவுண்’ என்று நான் ஒரு திரைப்படம் எடுத்தேன். அதன் முதல் காட்சியை வாகீகன் நகரத் திரையரங்கில் திரையிடுமாறு அந்த ஸ்டூடியோவை நான் கேட்டுக் கொண்டேன். வாட்வில் அரங்கிற்கு வர என் தந்தை மறுத்துவிட்டிருந்தார். ஆனால், ஒரு பெரிய கோலாகல அணிவகுப்பில், ஒரு முன்னணி காரில், டோரத்தி லேமருக்கும் எனக்கும் நடுவே அமர்ந்து செல்வதற்கு அவரால் மறுப்புத் தெரிவிக்க முடியவில்லை.

என் தந்தைக்கு அப்போது எண்பது வயது. என் தாயார் காலமாகிவிட்டிருந்தார். என் தந்தை மிகவும் மெலிந்தும் சுருங்கியும் போயிருந்தார். அவருடைய தலை நரைத்துவிட்டிருந்தது. ஆனால் அவருடைய பார்வை மட்டும் கழுகின் பார்வையைப்போலக் கூர்மையாக இருந்தது. அவர் எங்கள் காரில் தன் இடத்தில் அமர்ந்தவுடன், நாங்கள் எங்கள் பவனியைத் துவக்கினோம். வீதிகள் நெடுகிலும் எங்கள் அண்டைவீட்டார் கூடி நின்று உற்சாகமாக எங்களை வழியனுப்பி வைத்தனர். அணிவகுப்பு முடிந்ததும், ஒரு பெரிய வரவேற்பிற்குப் பிறகு, இரவு விருந்து ஏற்பாடு செய்யப்பட்டிருந்தது. அந்த விருந்தில் பலர் என்னைப் பற்றிப் பல அருமையான விஷயங்களைக் கூறினர். இறுதியில் நான் பேசுவதற்கான முறை வந்தது. இந்த ‘முன்னேற்பாடற்ற’ப் பேச்சிற்காக நான் கடுமையாகப் பயிற்சி செய்திருந்தேன். என் பேச்சு மக்களைச் சிரிக்க வைத்தது. அவ்வப்போது நான் என் தந்தையை ஓரக்கண்ணால் பார்த்தேன். ஆனால்

அவருடைய கண்கள் ஒருபோதும் என் பக்கம் திரும்பவேயில்லை. பார்வையாளர்களையே அவர் உன்னிப்பாக கவனித்துக் கொண்டிருந்தார்.

நான் அவரை வீட்டிற்கு அழைத்துச் சென்றபோதும் அவர் என்னிடம் ஒரு வார்த்தைகூடப் பேசவில்லை. நான் அவரிடமிருந்து விடைபெற்றுக் கொண்டு அங்கிருந்து புறப்படவிருந்த நேரத்தில் அவர் என் கையைப் பிடித்தார்.

"ஒரு போர் நிகழவிருக்கிறது," என்று அவர் தன் மெல்லிய, வயோதிகக் குரலில் கூறினார்.

"ஆமாம்," என்று நான் பதிலளித்தேன்.

"அமெரிக்கா ஹிட்லரை நசுக்கிவிடும்."

பிறகு அவர் மௌனமானார். ஆனால் அவருடைய கை என்னை இன்னும் இறுக்கமாகப் பிடித்திருந்தது. அவர் மீண்டும் பேசியபோது, அவருடைய பார்வை வெகுதூரத்தில் ஏதோ ஒன்றின்மீது நிலைத்திருந்தது. அவர் தன் கடந்தகாலத்தை நினைவுகூர்ந்தார். "ஐரோப்பாவில் எப்போதுமே பிரச்சனைகள் இருந்து வந்துள்ளன. அதனால்தான் நானும் உன் தாயும் அமெரிக்காவிற்கு வந்தோம். எங்கள் குழந்தைகள் அந்தப் போரால் பாதிக்கப்படக்கூடாது என்று நாங்கள் நினைத்தோம். நாம் அமெரிக்காவிற்கு அதிகமாகக் கடன்பட்டிருந்ததாக எப்போதுமே எனக்குத் தோன்றியது. அதில் சிறிதளவாவது திருப்பிக் கொடுக்க வேண்டும் என்று நான் விரும்பினேன். இருந்தாலும், ஒரு சாதாரண வியாபாரியான என்னால் என்ன செய்ய முடியும் என்று என்னை நானே கேட்டுக் கொண்டேன். ஆனால் என் மகனுக்கு நான் ஒரு வயலினைக் கொடுத்தபோது, அவன் ஒரு பெரிய இசைக் கலைஞனாக உருவாவான், அவனால் அழகான இசையைப் படைக்க முடியும் என்று நான் நினைத்தேன்."

அவர் இவ்வாறு கூறிவிட்டுப் பெருமூச்செறிந்தார். பிறகு தன் தோள்களை லேசாகக் குலுக்கிவிட்டு, "பென்னி, நீ வயலின் வாசிப்பதை நிறுத்தியபோது நான் வருந்தியதற்குக் காரணம் அதுதான். ஆனால் இப்போது எனக்குப் புரிகிறது. வயலின் வாசிப்பதைவிட, மக்களைச் சிரிக்க வைப்பதில் நீ அதிகத் திறமை பெற்றிருப்பதை நீ கண்டுகொண்டுள்ளாய். இப்படிப்பட்ட மோசமான காலகட்டங்களில் வாய்விட்டுச் சிரிப்பது மக்களுக்கு நல்லது," என்று கூறினார்.

"நீங்கள் உண்மையிலேயே அப்படி நினைக்கிறீர்களா?" என்று நான் ஆர்வமாகக் கேட்டேன்.

அவர் அதை ஆமோதித்துத் தலையசைத்தார். "பென்னி, நாங்கள் ஐரோப்பாவில் இருந்தபோது, மோசமான நேரங்களில் நாங்கள் ஒருபோதும் சிரிக்கவில்லை. நல்ல நேரங்களிலும் நாங்கள் அவ்வளவாகச் சிரிக்கவில்லை. ஏனெனில், மோசமான காலகட்டங்களைப் பற்றியே நாங்கள் எப்போதும் சிந்தித்துக் கொண்டிருந்தோம். மக்கள் சிரிப்பது நல்லது. பென்னி குபெல்ஸ்கி அதை சாத்தியமாக்கிக் கொண்டிருப்பது குறித்து நான் மிகவும் மகிழ்கிறேன்."

பிறகு அவர் என்னைப் பார்த்துப் புன்னகைத்துவிட்டு, "கடினமான பகுதிகளை நீ மீண்டும் மீண்டும் பயிற்சி செய்வதாக நான் கேள்விப்பட்டிருக்கிறேன். பென்னி, அது உண்மைதானா?" என்று கேட்டார்.

"ஆமாம், அப்பா."

"உன்னைக் கண்டு நான் பெருமைப்படுகிறேன்," என்று அவர் கூறினார்.

உடல்ரீதியாகவும் சரி, மனரீதியாகவும் சரி, கடின உழைப்புதான் வெற்றிக்கு வழி வகுக்கும் என்ற செய்தியை ஜாக் பென்னி எதிரொலித்தார். இச்செய்தியை நம் பெற்றோரிடமிருந்தும் ஆசிரியர்களிடமிருந்தும் நண்பர்களிடமிருந்தும் நாம் பல முறை கேட்டிருக்கிறோம். நீங்கள் உங்கள் மனத்திற்குப் பிடித்த வேலையைச் செய்யும்போது, குறிப்பாக, உங்கள் வேலை மற்றவர்களுக்கு மகிழ்ச்சியைக் கொண்டு வரும்போது, கடின உழைப்பு அதிக நிறைவு தருவதாக இருக்கிறது என்பதை ஜாக் பென்னியும் அவருடைய தந்தையும் சேர்ந்து கண்டறிந்தனர். ஏனெனில், வேலையும் மகிழ்ச்சியும் ஒன்றுசேரும்போது, அது ஒருவருக்கு மாபெரும் திருப்தியைக் கொடுக்கும். கடினமான பகுதிகளைப் பழகுவதற்குத் தேவையான உத்வேகத்தையும் அது கொடுக்கும்.

'ரிட்ஸ்' என்ற வார்த்தை, 'தரம்' என்ற வார்த்தையோடு முற்றிலும் ஐக்கியமாகியுள்ளது. ரிட்ஸ் என்ற வார்த்தை, தரமான சேவை மற்றும் உயர்தர வாழ்க்கை குறித்தக் காட்சிகளைத் தானாகவே நம் கண்முன் கொண்டு வந்து நிறுத்தும். மிகச் சிறிய விஷயங்கள்மீதும் கவனம் செலுத்திய சீசர் ரிட்ஸ்தான் அதற்குக் காரணம்.

நளினம், நல்ல ரசனை, மற்றும் ஆடம்பரத்தின் ஒட்டுமொத்த வடிவம்

ஜார்ஜ் கென்ட்

சீசர் ரிட்ஸ் அவ்வளவாகப் படித்திருக்கவில்லை. எளிய கணக்குகளைப் போட மட்டுமே அவர் கற்றிருந்தார். ஆனால் அவருடைய பெயர் ஆடம்பரத்துடன் ஒன்றரக் கலந்துள்ளது. சீசர் ரிட்ஸின் கதை, ஹோட்டல் வாழ்க்கையை ஒரு கலையாக மாற்றுவதற்கு ஏராளமானவற்றைச் செய்த ஒரு மேதையின் கதை. நளினம், ஆடம்பரம், கற்பனையுடன்கூட நல்ல ரசனை ஆகியவற்றுக்கு முக்கியத்துவம் அளித்தவர் அவர். அவருடைய முத்திரையை இன்று ஒவ்வொரு கண்டத்திலும் உங்களால் காண முடியும்.

சம உரிமை கேட்டுப் பெண்கள் போராடத் துவங்கியிருந்த காலகட்டத்தில் அவர் வாழ்ந்தார். பெண்களை அவர் ஊக்குவித்தார். வீட்டுக்குள் கட்டுப்பட்டித்தனமாக அடைத்து வைக்கப்பட்டிருந்த அவர்களை அவர் வெளியே கொண்டு வந்தார். எடுத்துக்காட்டாக, 1890களின் பிற்பகுதியில் அவர் லண்டன் நகருக்கு வந்தபோது, நல்ல குடும்பத்தைச் சேர்ந்த பெண்கள் எவரும் பொது இடங்களில் உணவருந்தத் துணியாததை அவர் கண்டார். தன் ஹோட்டலுக்கு உணவருந்த வரும்படி டெவான்ஷயரின் சீமாட்டிக்கும் லேடி டட்லீக்கும் அவர் அழைப்பு விடுத்தார். மற்ற சீமாட்டியரும் உயர்குலப் பெண்களும் பின்தொடர்ந்தனர்.

விரைவில், 'சவோய் கார்ல்டன்' ஹோட்டலில் உணவருந்துவது ஒரு சமூக நியதியாக ஆனது.

பெண்களின் நிறத்தை மெருகேற்றிக் காட்டுவதற்கும், அவர்களுடைய வடிவத்திற்கு மேலும் அழகு சேர்ப்பதற்கும் மென்மையான வெளிச்சம் கொண்ட விளக்குகளை ரிட்ஸ் தன் ஹோட்டலில் அறிமுகப்படுத்தினார். அவர்களை முக்கியமானவர்களாக உணரச் செய்வதற்கு அவர் பலவற்றைச் செய்தார். பெண்களுக்குப் பிடித்தமான பிரத்யேக உணவு வகைகளைத் தயாரிக்கும்படி தன் பிரபல தலைமைச் சமையற்காரரான ஆகஸ்ட் எஸ்காஃபியரை அவர் கேட்டுக் கொண்டார். இரவில் உணவருந்த வந்தவர்கள், இசையைக் கேட்டபடி உணவை ரசித்து உண்ணும் விதத்தில், தன் ஹோட்டலில் உணவுநேர மெல்லிசையை அவர் வழங்கினார். இசையுடன்கூடிய உணவருந்துதலை லண்டனில் முதன்முதலாக அறிமுகப்படுத்தியவர் அவர்தான். எப்போதும் எல்லாவற்றிலும் கச்சிதத்தைக் கடைபிடித்த அவர், தன் விருந்தினர்களுக்கு வாசிப்பதற்காக, பிரபல ஆஸ்டிரிய இசையமைப்பாளரான ஜொஹான் ஸ்டிராஸின் இசைக் குழுவைத் தேர்ந்தெடுத்தார்.

சீசர் ரிட்ஸ், சுவிட்சர்லாந்து மலைப் பகுதியில் அமைந்த நீடர்வால்டு என்ற கிராமத்தில் ஒரு வறிய விவசாயக் குடும்பத்தில் பிறந்தார். அவர் தன் பதினாறாவது வயதில், அருகிலிருந்த பிரீக் நகரில் அமைந்த ஓர் உணவகத்தில் வேலைக்குச் சேர்ந்தார். ஆனால் ஒருசில மாதங்களுக்குப் பிறகு, "ஹோட்டல் தொழிலுக்கு ஓர் உள்ளார்ந்த திறன் தேவை. அது உன்னிடம் கடுகளவுகூட இல்லை," என்று கூறி, அவருடைய முதலாளி அவரை வேலையிலிருந்து நீக்கினார்.

உணவு பரிமாறுபவராக மற்றோர் உணவகத்தில் ரிட்ஸுக்கு வேலை கிடைத்தது. சில மாதங்களில், அங்கிருந்தும் அவர் வெளியேற்றப்பட்டார். பிறகு அவர் பாரீஸ் நகருக்குச் சென்றார். அங்கும் இரண்டு முறை வேலை கிடைத்து, இரண்டு முறையும் அவர் அவற்றை இழந்தார். அவருடைய தொழில்வாழ்க்கை அவருடைய ஐந்தாவது வேலையிலிருந்துதான் உண்மையிலேயே துவங்கியது மேடிலீன் நகருக்கு அருகே அமைந்த ஒரு சிறிய, ஆனால் நவநாகரீகமான உணவகத்தில் அவர் ஓர் எடுபிடியாக வேலைக்குச் சேர்ந்து, பிறகு உணவு பரிமாறுபவராக உயர்ந்து, இறுதியில் அந்த உணவகத்தின் மேலாளராக ஆனார். வெறும் பத்தொன்பது வயதே நிரம்பியிருந்த அவருக்கு, தன் உணவகத்தில் கூட்டாளியாகச் சேர்ந்து கொள்ளுமாறு அவருடைய முதலாளி அழைப்பு விடுத்தார். வேறு எந்தவோர் இளைஞனுக்கும் இது ஓர் அற்புதமான வாயப்பாக இருந்திருக்கும். ஆனால் ரிட்ஸ் மிகப் பெரிய கனவைக் கொண்டிருந்தார். உலக அளவில் அவர் தன் பெயரைப் பதிக்க விரும்பினார்.

எனவே, அவர் அந்த உணவகத்திலிருந்து வெளியேறி, அன்றைய காலகட்டத்தில் முன்னணி உணவகமாகத் திகழ்ந்த வாய்ஸின்ஸ் உணவகத்தில், உணவு பரிமாறுபவராக மீண்டும் கீழ்நிலையிலிருந்து தன் தொழில்வாழ்க்கையைத் துவக்கினார். வாத்துகளை எவ்வாறு பதப்படுத்த வேண்டும், வறுக்கப்பட்ட முழுக் கோழிகளை எவ்வாறு நேர்த்தியாக வெட்ட வேண்டும், பர்கன்டி ஒயினை எவ்வாறு மெதுவாக ஊற்ற வேண்டும், விருந்தினர்களுக்கு சுவையான உணவளிப்பதோடு கூடவே அவர்களுடைய

கண்களைக் குளிரச் செய்யும் விதத்தில் அந்த உணவை எவ்வாறு அழகாக அவர்கள் முன்னால் படைக்க வேண்டும் ஆகியவற்றை அவர் உன்னிப்பாக கவனித்துக் கற்றுக் கொண்டார்.

1871ல் அவர் பாரீஸைவிட்டு வெளியேறி, ஜெர்மனியிலும் சுவிட்சர்லாந்திலும் நவநாகரீகமான பெரிய ஹோட்டல்களில் மூன்று வருடங்கள் பணியாற்றினார். மூன்று வருடங்களுக்குப் பிறகு, ஆல்பீன் பனிமலையில் அமைந்த ரிகி—குல்ம் என்ற ஹோட்டலில் அதன் மேலாளராக அவர் ஆகியிருந்தார். இயற்கை எழில் கொஞ்சிய ஓர் அழகான இடத்தில் அமைந்திருந்த அந்த ஹோட்டல், தன் ருசியான உணவு வகைகளுக்கு மிகவும் புகழ்பெற்று விளங்கியது. ஒருநாள், அந்த ஹோட்டலின் வெப்பமூட்டும் இயந்திரம் பழுதடைந்தது. அதே கணத்தில், நாற்பது பணக்கார அமெரிக்கர்கள் மதிய உணவருந்துவதற்காக அங்கு வந்து கொண்டிருந்ததாக ரிட்ஸுக்குத் தகவல் வந்தது.

உணவருந்தும் அறையின் வெப்பநிலை தொடர்ந்து குறைந்து, கிட்டத்தட்டப் பூஜ்யத்தை எட்டியிருந்தது. ரிட்ஸ், கனமான மேலங்கி ஒன்றை அணிந்து கொண்டு, உணவு மேசைகளை வரவேற்பறையில் அமைக்குமாறு கட்டளையிட்டார். வரவேற்பறையில் சிவப்புத் திரைச்சீலைகள் தொங்கவிடப்பட்டிருந்ததால், அந்த அறை வெப்பமாக இருந்தது போன்ற ஒரு தோற்றத்தை அது உருவாக்கியது. அதுவரை பனை மரங்களைத் தாங்கி நின்ற நான்கு ஆளுயரச் செப்புப் பானைகளுக்குள் மது ஊற்றப்பட்டு, அவற்றுக்கு நெருப்பு வைக்கப்பட்டது. கனல் அடுப்புகளுக்குள் செங்கற்கள் போடப்பட்டன.

அந்த அமெரிக்க விருந்தினர்கள் வந்தபோது, அந்த அறை போதுமான அளவு கதகதப்பாக இருந்தது. அவர்கள் ஒவ்வொருவருடைய பாதங்களுக்குக் கீழேயும், கனமான கம்பளித் துணிகளால் சுற்றப்பட்ட ஒரு சூடான செங்கல் வைக்கப்பட்டது. குளிர்காலத்திற்கு ஏற்ற உணவு வகைகள் தயாரிக்கப்பட்டிருந்தன.

ரிட்ஸின் சமயோசித அறிவால் ஏற்பட்ட இச்சிறிய அதிசயத்தைப் பற்றி மற்றப் பெரிய ஹோட்டல் நிறுவனர்கள் பரபரப்பாகப் பேசினர். இறுதியில், இச்செய்தி, லுக்ரீன் நகரில் அமைந்த ஒரு மிகப் பெரிய ஹோட்டல் நிறுவனரின் காதுகளை எட்டியது. அந்த ஹோட்டல் தொடர்ந்து பணத்தை இழந்து கொண்டு நஷ்டத்தில் ஓடிக் கொண்டிருந்தது. தன் ஹோட்டலின் பொது மேலாளராக ஆகுமாறு அவர் ரிட்ஸுக்கு அழைப்பு விடுத்தார். இருபத்தேழு வயது நிரம்பிய ரிட்ஸ், இரண்டே வருடங்களில் அந்த ஹோட்டலை லாபகரமாக இயங்கச் செய்தார்.

விருந்தினர்களை மகிழ்விக்கும் என்றால், எந்தவோர் அம்சமும் அற்பமானதல்ல என்று ரிட்ஸ் கருதினார். "வெளிப்படையாகத் தெரியாத விதத்தில் தாங்கள் கவனித்துக் கொள்ளப்பட வேண்டும் என்று மக்கள் விரும்புகின்றனர்," என்று அவர் அடிக்கடிக் கூறினார். எனவே, ஒரு நல்ல ஹோட்டல் நிர்வாகம் என்றால், அது நான்கு விஷயங்களைக் கண்டிப்பாகப் பின்பற்ற வேண்டும் என்று அவர் வலியுறுத்தினார்: பார்க்காமலேயே எல்லாவற்றையும் கண்டுகொள்வது; செவிமடுக்காமலேயே எல்லாவற்றையும் கேட்டுக் கொள்வது; தன்னைத் தாழ்த்திக் கொள்ளாமல் சேவை செய்வது; மட்டுமீறிய தன்னம்பிக்கையின்றி முன்கூட்டியே எதிர்பார்த்திருப்பது.

பில் தொகை அதிகமாக இருப்பதாக யாரேனும் ஒரு விருந்தினர் குறை கூறினால், அவர் இன்முகத்துடன் புன்னகைத்துவிட்டு, அதை எடுத்துச் சென்றுவிட்டு, மீண்டும் கொண்டு வர மறந்துவிடுவார். அந்த விருந்தினர் அந்த பில் தொகையைச் செலுத்த வேண்டாம் என்று அதற்குப் பொருள். தனக்குப் பரிமாறப்பட்ட உணவோ அல்லது ஒயினோ தனக்குப் பிடிக்கவில்லை என்று யாரேனும் குறைகூறினால், ரிட்ஸ் மறுபேச்சின்றி அதை எடுத்துச் சென்றுவிட்டு, அந்த விருந்தினருக்குப் பிடித்தமான வேறு எதையேனும் கொண்டு வந்து பரிமாறுவார்.

ரிட்ஸுக்கு அபாரமான ஞாபக சக்தி இருந்தது. தன் ஹோட்டல்களில் தங்குவதற்கு அடிக்கடி வருகை வந்த வாடிக்கையாளர்களில், யாருக்கு எந்தப் பூ பிடிக்கும், யாருக்கு எந்தச் சட்னி பிடிக்கும் என்பதை அவர் தெரிந்து வைத்திருந்தார். அவர்கள் மீண்டும் அவருடைய ஹோட்டலுக்கு வந்தபோது, அவர்களுக்குப் பிடித்தமான இந்த விஷயங்கள் அவர்களுக்காகக் காத்திருந்தன. தன் வாடிக்கையாளர் உயரமானவராக இருந்தால், அவருக்குக் கொடுக்கப்பட்ட அறையில் ஓர் எட்டடிப் படுக்கை இருந்ததை ரிட்ஸ் உறுதி செய்தார். பூக்களே பிடிக்காத திருமதி ஸ்மித்தின் அறையில் பூக்கள் எதுவும் இல்லாதபடி அவர் பார்த்துக் கொண்டார். கார்டீனியா மலர்களை நேசித்தத் திருமதி ஜோன்ஸுக்கு, காலை உணவுடன் ஒரு கிண்ணம் நிறைய கார்டீனியா மலர்கள் அனுப்பி வைக்கப்பட்டன.

1892ல், ரிட்ஸ் லண்டனுக்குச் சென்று, பொருளாதாரரீதியாகத் தடுமாறிக் கொண்டிருந்த சவோய் ஹோட்டலை எடுத்து நடத்தினார். அவர் அதற்குப் பொறுப்பேற்றுக் கொண்ட பிறகு, பொதுமக்களிடமிருந்து அந்த ஹோட்டலுக்கு நல்ல வரவேற்புக் கிடைத்தது. எல்லோரையும் ஆச்சரியப்படுத்தும் விதத்தில் மிகக் குறுகிய காலத்திற்குள் அந்த ஹோட்டல் லாபகரமாக இயங்கத் துவங்கியது. ரிட்ஸ் அந்த ஹோட்டலில் ஒவ்வோர் அறையாகச் சென்று, எல்லாம் சரியாக இருந்ததா என்று பார்த்தார். ஒருமுறை, உணவருந்தும் அறையைப் பார்வையிடச் சென்ற அவர், ஒரு கிளாஸை முகர்ந்து பார்த்தபோது, அதில் சோப்பு வாசனை வந்ததை கவனித்தார். உடனடியாக, நூற்றுக்கணக்கான கிளாஸ்கள் மீண்டும் கழுவப்பட அனுப்பி வைக்கப்பட்டன.

ஒரு புதுமணத் தம்பதியருக்காக அலங்கரிக்கப்பட்ட ஓர் அறையின் அலங்காரங்களை அவர் சரி செய்து கொண்டிருந்தபோது, கூரையிலிருந்து தொங்கிக் கொண்டிருந்த பிரகாசமான அலங்கார விளக்கு அவருக்குப் பிடிக்கவில்லை. அந்த அறையில் மென்மையான ஒளியேற்றுவதற்கான வழிகளை அவர் தேடிக் கொண்டிருந்தபோது, விளக்குகள் சுவரை நோக்கித் திரும்பி இருக்கும்படி அவர் அவற்றை அமைத்தார். அறைகளில் 'மறைமுக வெளிச்சம்' இப்படித்தான் அறிமுகமாகியது.

தென்னாப்பிரிக்காவின் மிகப் பெரிய வைர வியாபாரியான ஆல்ஃபிரெட் பெயிட்டுக்கு ரிட்ஸ் தன் ஹோட்டலில் ஒரு கேளிக்கை விருந்தை ஏற்பாடு செய்து கொண்டிருந்தபோது, சவோய் ஹோட்டலின் நடன அறை முழுவதையும் தண்ணீரால் நிரப்பி, ஒரு சிறு வெனிஸ் நகரமாக அவர் அதை மாற்றினார். அந்த அறையில் அலங்காரத் தோணிகள் விடப்பட்டு, விருந்தினர்களுக்கு அத்தோணிகளில் வைத்து உணவு பரிமாறப்பட்டது. தோணிகளில் மிதந்து கொண்டே அவர்கள் மகிழ்ச்சியாக உண்டு களித்தனர்.

சவோய் ஹோட்டலின் நிர்வாக இயக்குனர்களுக்கும் ரிட்ஸுக்கும் இடையே ஏற்பட்ட ஒரு தகராறின் விளைவாக, அந்த ஹோட்டலில் ரிட்ஸின் பொற்காலம் முடிவுக்கு வந்தது. அவர் மீண்டும் பாரீஸுக்குத் திரும்பிச் சென்று, தன் நீண்டகாலக் கனவை நனவாக்கினார். 'பிளேஸ் வென்டோம்' என்ற இடத்தில், மிக பிரம்மாண்டமான ரிட்ஸ் ஹோட்டலை அவர் நிறுவினார். வேலைவெட்டி அற்றவர்கள் தேவையில்லாமல் ஹோட்டலில் சுற்றிக் கொண்டிருப்பதைக் குறைப்பதற்காக, அதன் வரவேற்பறையை வேண்டுமென்றே சிறியதாக அமைத்தார். காபி அல்லது தேநீருடன்கூடிய உரையாடல்களை விருந்தினர்களிடையே ஊக்குவிப்பதற்காக, அவர் ஒரு தோட்டத்தை வடிவமைத்தார். தூய்மையை விரும்பிய அவர், தன் ஹோட்டல் சுவர்களில் அலங்காரக் காகிதங்களை ஒட்டுவதற்கு பதிலாக, தண்ணீரால் கழுவப்படக்கூடிய வண்ணப்பூச்சுகளை மேற்கொண்டார். அறைக்கலன்களை வடிவமைப்பதற்காக அவர் வெர்சைல்ஸ் மற்றும் ஃபான்டன்புளூ அரண்மனைகளுக்குச் சென்றார். வண்ணங்களுக்கான யோசனையை வான் டைக்கின் ஓர் ஓவியத்திலிருந்து அவர் பெற்றார்.

தனிப்பட்டக் குளியலறைகளைக் கொண்ட அறைகளை வடிவமைத்தது அவருடைய புதுமைகளில் ஒன்று. ஹோட்டலின் துவக்க நாளன்று, அந்தக் குளியலறைகளைப் பார்ப்பதற்காகவே, ஓர் அருங்காட்சியகத்திற்கு வருவதைப்போல மக்கள் கூட்டங்கூட்டமாக அணிவகுத்து வந்தனர்.

பாரீஸ் நகரில் அமைந்த ரிட்ஸ் ஹோட்டல் மாபெரும் வெற்றி பெறும் என்பதில் யாருக்கும் எந்த சந்தேகமும் இருக்கவில்லை. நான்கு அரசர்கள், ஏழு இளவரசர்கள், மற்றும் பல மேட்டுக்குடியினரின் கையெழுத்துகள் அடங்கிய ஒரு மெனு கார்டை, ரிட்ஸின் முன்னாள் ஊழியர் ஒருவர் பத்திரமாக வைத்திருந்தார். ரிட்ஸ் எல்லா விஷயங்களிலும் அசாதாரணமான கவனம் செலுத்தினார், எல்லாவற்றிலும் அக்கறை காட்டினார். ஹோட்டல் பணியாளர்களுக்கென்று பிரத்யேகமான சீருடைகளையும் அவர் நிர்ணயித்தார்.

பாரீஸை அடுத்து, லண்டனின் 'ரிட்ஸ் கார்ல்டன்' ஹோட்டலை அவர் நிர்மாணித்தார். ஒருசில வருடங்களுக்குப் பிறகு, லண்டனின் பிக்காடில்லி பகுதியில் அவர் தன் பெயரில் இன்னொரு ஹோட்டலைத் திறந்தார். சில நிதியாளர்கள் ரிட்ஸுடன் சேர்ந்து ரிட்ஸ் ஹோட்டல் வளர்ச்சி நிறுவனத்தைத் தோற்றுவித்தனர். உலகம் நெடுகிலுமுள்ள பெரும்பாலான ரிட்ஸ் ஹோட்டல்களை இந்நிறுவனம்தான் நிர்மாணித்து வந்தது.

1918ம் ஆண்டு அக்டோபர் மாதத்தில் ரிட்ஸ் மரணப்படுக்கையில் இருந்தபோது, தன் மனைவி தன் அருகில் இருந்ததாக நினைத்துக் கொண்டு, "நம் மகளை நன்றாக கவனித்துக் கொள்," என்று கூறினார். அவருக்கு இரண்டு மகன்கள் மட்டுமே இருந்தனர், மகள்கள் யாரும் கிடையாது. ஆனால் பாரீஸில் அமைந்த ரிட்ஸ் ஹோட்டலை அவரும் அவருடைய மனைவியும் 'மகள்' என்றுதான் தங்களுக்கிடையே அழைத்துக் கொண்டனர்.

அவர் இறந்து பல வருடங்களுக்குப் பிறகு, இன்றும்கூட, சீசர் ரிட்ஸுடன் இணைக்கப்பட்டுள்ள ஹோட்டல்களும் சேவைகளும்தான் தரத்திற்கான அளவை நிர்ணயிக்கின்றன. தரம்தான் ரிட்ஸின் அன்றாட இலக்காக இருந்தது. உயர்ந்த தரத்தை உருவாக்குவதற்கு அவர் மிக

அதிக விலையைக் கொடுத்திருந்தார். அந்தத் தரத்தை மகிழ்ச்சியாக அனுபவிப்பதற்கு ஒரு விலையைக் கொடுக்க மக்கள் தயாராக இருந்தனர். ஆனால் இந்நூலில் இடம்பெற்றுள்ள மற்ற வெற்றிக் கதைகளைப்போலவே, ஒரே இரவில் அவர் புகழ் பெற்றுவிடவில்லை. விளக்கு வெளிச்சம், இசை, மேடையமைப்பு, வெப்பநிலை, தூய்மை, வாசனை ஆகியவற்றை அவர் கவனமாகக் கையாண்டதன் மூலம் படிப்படியாகவே அவருடைய மதிப்பு வளர்ந்தது. அவர் உருவாக்கிய இந்த உயர்தரச் சூழல்தான், உயர்ந்த தரம் கொண்ட விருந்தினர்களை அவருடைய ஹோட்டல்களுக்குக் கவர்ந்து இழுத்தது. இன்றுவரை, ரிட்ஸ் என்ற பெயரைக் கேட்கும்போது, தரத்தைத் தவிர வேறு எதையும் மக்கள் எதிர்பார்ப்பதில்லை.

ரத்தினச்சுருக்கமாக

கடந்த பல வருடங்களாக, தரம் என்ற சொல், வியாபாரம் தொடர்பான ஒரு வார்த்தையாக மட்டுமே அதிக அளவில் பயன்படுத்தப்பட்டு வந்துள்ளது. வியாபாரங்கள் பிழைத்திருப்பதற்குத் தரத்தின்மீது அவை அக்கறை செலுத்த வேண்டியது அவசியம் என்றாலும், ஜானி கார்ஸன், ஜாக் பென்னி, சீசர் ரிட்ஸ் போன்ற அனைவரும் அதைத் தங்கள் தொழில்வாழ்க்கையின் ஓர் இன்றியமையாத அம்சமாக ஆக்கியிருந்தனர். ஆனால் தரம் என்பது ஒரு வாழ்க்கைமுறை. வியாபாரத் தளத்திலும் சரி, தனிப்பட்ட வாழ்விலும் சரி, ஒவ்வொரு நாளையும் ஒரு மகத்துவமான நாளாக ஆக்குவதற்கான ஒரு முக்கியக் காரணி அது. தரம் நீங்கள் பேசும் விதத்தையும், உடையணியும் விதத்தையும், வேலை செய்யும் விதத்தையும், மற்றவர்களை மகிழ்விக்கும் விதத்தையும், நீங்கள் உணவு உண்ணும் விதத்தையும் பாதிக்கிறது. நீங்கள் நடக்கும் விதம், கற்பிக்கும் விதம், காதுகொடுத்துக் கேட்கும் விதம், உடற்பயிற்சி செய்யும் விதம், கற்றுக் கொள்ளும் விதம், விளையாடும் விதம் ஆகியவற்றின்மீதும் அது தாக்கம் ஏற்படுத்துகிறது. வாழ்வின் ஒவ்வோர் இழையோடும் பின்னிப் பிணைந்திருக்கும் கொள்கைகளில் இதுவும் ஒன்று. உங்கள் சம்பந்தப்பட்ட அனைத்தின்மீதும் அது நேரடியாகவும் மறைமுகமாகவும் தாக்கம் விளைவிக்கிறது. தரத்திற்கு அதிகச் செலவு ஆவதில்லை. ஆனால், ஒவ்வொரு விபரத்தின்மீதும் உன்னிப்பான கவனம் செலுத்துவது அதற்கு அவசியம்.

சிந்தனைக்காக

- கடினமான பகுதிகளைப் பயிற்சி செய்ததன் மூலம் ஜாக் பென்னியும் ஜானி கார்ஸனும் வெற்றியைக் கண்டுகொண்டனர். கடினமான பகுதிகள் என்று வரும்போது, நீங்கள் விடாமுயற்சியுடன் அதைப் பயிற்சி செய்கிறீர்களா அல்லது காலம் தாழ்த்துகிறீர்களா?
- சிரிப்பும் மகிழ்ச்சியும் தன் வேலையின் 'போதையூட்டும்' பகுதிகள் என்று ஜாக் பென்னி கருதினார். உங்கள் வேலையில் மகிழ்ச்சியையும் சிரிப்பையும் நீங்கள் காண்கிறீர்களா?
- மக்களுக்கு மகிழ்ச்சியைக் கொண்டு வரும் எதையேனும் தன் மகன் ஜாக் பென்னி செய்ய வேண்டும் என்று அவருடைய தந்தை அக்கறை கொண்டிருந்தார். நீங்கள் செய்யும் கடின வேலையை எந்தெந்த வழிகளில் உங்களுக்கும் மற்றவர்களுக்கும் அதிக மகிழ்ச்சியளிக்கும்படி உங்களால் செய்ய முடியும்?
- ஜானி கார்ஸனும் ஜாக் பென்னியும் சீசர் ரிட்ஸும் ஒரு நேரத்தில் ஒரு நாள் என்ற முறையில் தங்கள் தொழில்வாழ்க்கையில் தங்கள் மதிப்பை வளர்த்தனர். நீங்கள் உங்கள் வேலையில் சராசரிக்கும் குறைவான தரத்துடன் செயல்படுவதில் எளிதில் திருப்தி அடைந்துவிடுகிறீர்களா அல்லது உங்கள் பெயரும் மதிப்பும் தரத்துடன் ஒன்றுகலந்துள்ளனவா?

பிறருடன் இணைந்து செயல்படுதல்

"பனித்துகள்கள் மிக எளிதில் நொறுங்கிவிடக்கூடிய இயற்கைப் பொருட்களில் ஒன்று. ஆனால் அவை ஒன்றோடொன்று இணைந்து கொள்ளும்போது என்ன நிகழ்கிறது என்று பாருங்கள்."

- வெஸ்டா எம் கெல்லி

நாம் ஒருவரையொருவர் சார்ந்திருக்கும் ஓர் உலகில் வாழ்கிறோம். நம்மில சிலர் பிறரைவிட அதிக சுலபமாக மற்றவர்களுடன் கலந்து பழகுகிறோம், கூடி வாழ்கிறோம் என்றாலும், நம்மில் யாராலும் ஒரு தனித் தீவுபோல வாழ முடியாது. எனவே, மற்றவர்களுடன் எவ்வாறு இணைந்து வாழ்வது, வேலை செய்வது, இணைந்து செயல்படுவது என்பதை நாம் கற்றுக கொள்ள வேண்டும். இது அவ்வளவு எளிதானதல்ல. ஏனெனில், மக்கள் பல்வேறு வடிவங்களிலும் அளவுகளிலும் நிறங்களிலும் வயதுகளிலும் உள்ளனர். அவர்களுடைய சமூக அந்தஸ்தும் வெவ்வேறாக உள்ளது. ஆனால், வாழ்விலிருந்து மிக அதிகமானவற்றைப் பெறுகின்றவர்கள், மக்களுடைய வேறுபட்ட இயல்புகளைப் பொறுத்துக் கொள்வதோடு மட்டுமன்றி, இந்தப் பரந்துபட்ட வேறுபாடுகளை மதிக்கவும் கொண்டாடவும் பயன்படுத்திக் கொள்ளவும் செய்கினறனர்.

மற்றவர்களுடன் இணைந்து செயல்படுவதற்கான ஒருவருடைய திறனை மேம்படுத்துவதற்குரிய கொள்கைகள் இவை:

- மதிப்புணர்வு
- புரிந்துணர்வு
- ஒற்றுமை

13

மதிப்புணர்வு

"உங்களுடைய வளங்களை ஒருவரோடு பகிர்ந்து கொள்வதோடு மட்டுமல்லாமல், அவருக்குள் ஒளிந்திருக்கும் அவருடைய சொந்த வளத்தை அவருக்கு வெளிச்சம் போட்டுக் காட்டுவதுதான் நீங்கள் அவருக்குச் செய்யக்கூடிய மிகச் சிறந்த விஷயமாக இருக்கும்."

- பெஞ்சமின் டிஸ்ரேலி

"ஒரு மனிதன் இப்போது எப்படிப்பட்டவனாக இருக்கிறானோ, அவனை அப்படியே நடத்தினால், அவன் தொடர்ந்து அப்படிப்பட்டவனாகவே இருப்பான். அவனால் எப்படிப்பட்டவனாக ஆக முடியுமோ, அவன் எப்படிப்பட்டவனாக ஆக வேண்டுமோ, அதுபோல அவனை நடத்தினால், அவன் அப்படிப்பட்ட ஒருவனாக ஆவான்," என்று ஜெர்மானிய தத்துவவியலாளரான ஜோஹான் கதே கூறியுள்ளார். உண்மையில், பெரும்பாலான மக்கள், தாங்கள் மதிப்போடு நடத்தப்படும்போது, தங்களுக்குக் கொடுக்கப்படுகின்ற அந்த மதிப்பின் அளவுக்கு அல்லது அதற்கும் மேலாகத் தங்கள் எண்ணங்களையும் செயல்களையும் உயர்த்திக் கொள்கின்றனர்.

பார்ப்பதற்கு 'சராசரியான' நபர்கள்போலத் தோன்றுகின்றவர்களுடைய வாழ்க்கை, யாரோ ஒருவர் அவர்கள்மீது ஆர்வம் காட்டி, அவர்களை மதிப்போடு நடத்துவதன் விளைவாக ஒளிமயமாவதையும் பூத்துக் குலுங்குவதையும் பற்றிய கதைகளை நான் படிக்கும்போது, நான் உண்மையிலேயே மகிழ்ச்சி கொள்கிறேன். 'எட்டுப் பசுக்களை சீதனமாகப் பெற்ற ஜானி லிங்கோவின் மனைவி' என்ற கதையும், 'ஒரு நண்பரிடமிருந்து ஒரு சிறு உதவி' என்ற கதையும் அப்படிப்பட்ட இரண்டு கதைகள். இவ்விரண்டுமே, பெற்றோர்களும், வாழ்க்கைத் துணைவர்களும், மற்றவர்களுடன் இணைந்து பணியாற்றுகின்ற அல்லது அவர்களை முன்னின்று நடத்துகின்ற எவரொருவரும் தங்கள் இதயத்தில் ஆழமாகப் பதிய வைத்துக் கொள்ள வேண்டிய ஒரு சக்திவாய்ந்த செய்தியை அவர்களுக்குத் தெரிவிக்கின்றன. 'மாறிய இதயம்' என்ற கதை, நம்மிடமிருந்து வேறுபட்டக் கலாச்சாரங்களையும் பண்புநெறிகளையும் கொண்ட மக்களை உள்ளடக்கிய உறவுகளையும் கருத்துப் பரிமாற்றங்களையும் கருத்தில் கொள்வதற்கு, மதிப்புணர்வு எனும் கொள்கையை விரிவுபடுத்துகிறது.

எட்டுப் பசுக்களை சீதனமாகப் பெற்ற ஜானி லிங்கோவின் மனைவி

பெட்ரீசியா மெக்கெர்

பசிபிக் பெருங்கடலில் அமைந்த தீவுகளில் ஒன்றான கினிவாட்டாவிற்கு நான் கப்பலில் பயணித்தபோது, ஒரு நோட்டுப் புத்தகத்தை என்னுடன் எடுத்துச் சென்றேன். நான் அங்கிருந்து திரும்பி வந்தபோது, அத்தீவில் இருந்த பல்வேறு வகைப்பட்ட மலர்கள், விலங்குகள், அங்கு வாழ்ந்த மக்களின் பாரம்பரிய வழக்கங்கள், உடைகள் ஆகியவற்றைப் பற்றிய விவரிப்புகளால் அந்த நோட்டுப் புத்தகம் நிரம்பி வழிந்தது. அவ்விவரிப்புகளில், 'சரிதாவின் தந்தைக்கு ஜானி லிங்கோ எட்டுப் பசுக்களைக் கொடுத்தார்' என்ற குறிப்புதான் இன்றும்கூட எனக்கு சுவாரசியமூட்டுவதாக உள்ளது. அதை நான் எழுத்து வடிவில் வைத்திருக்க வேண்டிய அவசியமில்லை. ஒரு பெண் தன் கணவனை மட்டம் தட்டுவதையோ அல்லது ஒரு மனைவி தன் கணவனின் இகழ்ச்சியால் வாடி உலர்வதையோ நான் காணும் ஒவ்வொரு முறையும், அக்குறிப்பு என் நினைவுக்கு வரும். அப்போது, "ஜானி லிங்கோ ஏன் தன் மனைவிக்காக எட்டுப் பசுக்களை சீதனமாகக் கொடுத்தார் என்று உங்களுக்குத் தெரிந்திருக்க வேண்டும்," என்று நான் அவர்களிடம் கூற வேண்டும் என்ற துடிப்பு என்னுள் எழும்.

ஜானி லிங்கோ அவருடைய உண்மையான பெயர் அல்ல. ஆனால், கினிவாட்டாவில் நான் தங்கியிருந்த விடுதியின் மேலாளரான ஷென்கின் அவரை அப்படித்தான் குறிப்பிட்டார். ஷென்கின் சிக்காகோவிலிருந்து அங்கு சென்று குடியேறியவர். அத்தீவில் வாழ்ந்த மக்களின் பெயர்களை அமெரிக்கப் பெயர்களாக மாற்றுவது அவருக்குப் பழக்கமாகியிருந்தது. ஆனால் ஜானியின் பெயரைப் பலரும் பல தருணங்களில் குறிப்பிட்டனர். எடுத்துக்காட்டாக, கினிவாட்டா தீவிற்கு அருகிலிருந்த நுரபன்டி தீவில் நான் ஒருசில நாட்களைக் கழிக்க விரும்பினால், ஜானி லிங்கோவால் எனக்கு உதவ முடியும் என்றும், நான் மீன் பிடிக்க விரும்பினால், எங்கே அதிகமாக மீன்கள் கிடைக்கும் என்று அவரால் காட்ட முடியும் என்றும், நான் முத்துக்களை வாங்க விரும்பினால், மிக மலிவான விலைகளில் அவரால் எனக்கு அவற்றைப் பெற்றுத் தர முடியும் என்றும் அவர்கள் கூறினர். கினிவாட்டா மக்கள் அனைவருமே ஜானி லிங்கோவைப் பற்றி மிக உயர்வாகப் பேசினர். ஆனால் அவர்கள் அவரைப் பற்றிப் பேசியபோது, அவர்கள் ஒவ்வொருவருடைய முகத்திலும் ஒரு புன்னகை அரும்பியது. அந்தப் புன்னகைகள் பரிகாசப் புன்னகைகளைப்போல எனக்குத் தெரிந்தன.

"நீங்கள் என்ன வாங்க விரும்பினாலும் சரி, ஜானி லிங்கோவை உங்கள் உதவிக்கு அழைத்துக் கொள்ளுங்கள். அவர் நன்றாகப் பேரம் பேசக்கூடியவர். ஒரு பரிவர்த்தனையை எவ்வாறு செய்து முடிக்க வேண்டும் என்பதை அவர் நன்றாக அறிவார்," என்று ஷென்கின் எனக்கு அறிவுறுத்தினார்.

இதைக் கேட்டு, அருகில் அமர்ந்திருந்த ஒரு சிறுவன், "ஜானி லிங்கோ!" என்று கூறிவிட்டு, வாய்விட்டுச் சிரித்தான்.

"என்ன விஷயம்?" என்று நான் சற்று மிரட்டுவதுபோலக் கேட்டேன். "ஜானி லிங்கோவைத் தொடர்பு கொள்ளுமாறு எல்லோரும் என்னிடம்

கூறுகின்றனர். பிறகு பரிகாசமாகச் சிரிக்கின்றனர். இதில் என்ன வேடிக்கை இருக்கிறது என்று நான் தெரிந்து கொள்ளக்கூடாதா?"

ஷென்கின் தன் தோள்களைக் குலுக்கிவிட்டு, "இங்குள்ள மக்களுக்கு சிரிக்கப் பிடிக்கும். இத்தீவில் உள்ளவர்களிலேயே ஜானிதான் மிகப் பெரிய புத்திசாலி, மிக வலிமையான இளைஞர். அவருடைய வயதுக்கு அவர்தான் மிகப் பெரிய பணக்காரர்," என்று கூறினார்.

"நீங்கள் கூறுவது அனைத்தும் உண்மையாக இருந்தால், சிரிப்பதற்கு இதிலென்ன இருக்கிறது?" என்று நான் கேட்டேன்.

"ஒரே ஒரு விஷயம் இருக்கிறது. ஐந்து மாதங்களுக்கு முன்பு நடந்த ஒரு திருவிழாவின்போது, அவர் கினிவாட்டா தீவிற்கு வந்து தனக்கு ஒரு மனைவியைத் தேர்ந்தெடுத்தார். அப்பெண்ணிற்காக அவர் அவளுடைய தந்தைக்கு எட்டுப் பசுக்களை விலையாகக் கொடுத்தார்."

அத்தீவின் திருமண வழக்கம் பற்றி எனக்குப் போதுமான அளவு தெரிந்திருந்ததால், ஷென்கின் கூறியதைக் கேட்டு நான் பிரமித்தேன். இரண்டு அல்லது மூன்று பசுக்கள் கொடுத்தால், சுமாரான அழகிலிருந்து சராசரி அழகைக் கொண்ட ஒரு பெண் கிடைப்பாள். நான்கு அல்லது ஐந்து பசுக்களைக் கொடுத்தால் நல்ல அழகான ஒரு பெண் கிடைப்பாள்.

"எட்டுப் பசுக்கள்! அவள் நிச்சயமாக ஒரு பூலோக ரம்பையாக இருக்க வேண்டும்!" என்று நான் கூறினேன்.

ஷென்கின் லேசாகப் புன்னகைத்துவிட்டு, "அவள் அசிங்கமானவள் அல்ல. ஆனால், பிறர் மனங்களை நோகடிக்கக்கூடாது என்று நினைப்பவர்களிடம் கேட்டால், சரிதா சுமாரானவள் என்று அவர்கள் கூறுவார்கள். சரிதாவின் தந்தை சாம் கேரூ, அவளுக்குத் திருமணமே ஆகாமல் வாழ்நாள் முழுதும் அவள் தன் வீட்டிலேயே இருந்துவிடுவாள் என்று பயந்தார்," என்று கூறினார்.

"அப்படியென்றால் ஜானி லிங்கோ அவளுக்காக ஏன் எட்டுப் பசுக்களை அவளுடைய தந்தையிடம் கொடுத்தார்? இது ஓர் அதிசயம்தான், இல்லையா?"

"நிச்சயமாக. இதற்கு முன்பு இத்தனைப் பசுக்கள் எந்தப் பெண்ணுக்காகவும் கொடுக்கப்பட்டதில்லை."

"ஆனாலும் ஜானியின் மனைவி சுமாரானவள் என்று நீங்கள் கூறுகிறீர்களா?"

"அவளை சுமாரானவள் என்று கூறுவது மரியாதையானதாக இருக்கும் என்றுதான் நான் கூறினேன். அவள் குச்சி உடம்புக்காரி. அவளுடைய தோள்கள் லேசாக வளைந்திருக்கும், கழுத்து மிகவும் குட்டையாக இருக்கும். தன் சொந்த நிழலைக் கண்டு பயந்தவள் அவள்."

"காதலுக்குக் கண்கள் இல்லை போலும்!" என்று நான் கூறினேன்.

"உண்மைதான். அதனால்தான், இத்தீவு மக்கள் ஜானியைப் பற்றிப் பேசும்போது பரிகாசமாகப் புன்னகைக்கின்றனர். பசிபிக் தீவுகளிலேயே மிகவும் சாமர்த்தியமான வியாபாரியான அவர், வயதான முட்டாளான சாம் கேரூவிடம் ஏமாந்து போனதில் இவர்களுக்குத் தனி மனநிறைவு கிடைக்கிறது," என்று ஷென்கின் கூறினார்.

"ஆனால் ஜானி எப்படி ஏமாந்தார்?"

"அதுதான் யாருக்கும் தெரியவில்லை. எல்லோருமே இது குறித்து வியக்கின்றனர். ஜானியிடம் மூன்று பசுக்களைக் கேட்குமாறும், அவர்

இரண்டு பசுக்களைக் கொடுத்தால் அதை ஏற்றுக் கொள்ளுமாறும் சாம் கேரூவின் உறவினர்கள் அவரிடம் வலியுறுத்தியிருந்தனர். ஆனால் ஜானி ஒரே ஒரு பசுவைக் கொடுத்தாலும் அதை ஏற்றுக் கொள்வதற்கு சாம் தயாராக இருந்தார். ஆனால் ஜானி அவரிடம் வந்து, 'சரிதாவை நான் என் மனைவியாக ஆக்கிக் கொள்வதற்கு உங்களுக்கு நான் எட்டுப் பசுக்களைக் கொடுக்கத் தயாராக இருக்கிறேன்,' என்று கூறினார்."

"எட்டுப் பசுக்கள்," என்று முணுமுணுத்த நான், "நான் இந்த ஜானி லிங்கோவை சந்திக்க விரும்புகிறேன்," என்று கூறினேன்.

நான் மீன் பிடிக்க விரும்பினேன், முத்துக்களை வாங்க விரும்பினேன். எனவே, அடுத்த நாள் மதியம், நான் என் படகில் நுரபன்டி கடற்கரையில் போய் இறங்கினேன். அங்கிருந்தவர்களிடம் ஜானியின் வீட்டிற்கு நான் வழி கேட்டபோது, அவர்களுடைய முகங்களில் பரிகாசப் புன்னகைகள் எதையும் நான் காணவில்லை. ஒல்லியான உருவத்தையும் தீவிரமான முகத்தையும் கொண்டிருந்த ஜானி லிங்கோவை நான் சந்தித்தபோது, அவர் என்னை அன்போடு தன் வீட்டிற்குள் வரவேற்றார். நானும் அவரும் சிறிது நேரம் உரையாடினோம். பிறகு, "கினிவாட்டாவில் இருந்தா இங்கு வந்திருக்கிறீர்கள்?" என்று அவர் கேட்டார்.

"ஆமாம்," என்று நான் பதிலளித்தேன்.

"அத்தீவில் உள்ள மக்கள் என்னைப் பற்றி ஏதாவது பேசுகிறார்களா?"

"உங்களால் சாதிக்க முடியாத காரியம் எதுவும் இல்லை என்று அவர்கள் கூறுகின்றனர். எனக்கு விருப்பமானவற்றை வாங்குவதற்கு நான் உங்கள் உதவியை நாடுவது நல்லது என்று அவர்கள் பரிந்துரைத்தனர்."

அவர் மென்மையாகப் புன்னகைத்துவிட்டு, "என் மனைவி கினிவாட்டா தீவைச் சேர்ந்தவள்," என்று கூறினார்.

"எனக்குத் தெரியும்," என்று நான் பதிலளித்தேன்.

"அத்தீவு மக்கள் அவளைப் பற்றிப் பேசுகிறார்களா?"

"அதிகமாக இல்லை."

"அவர்கள் என்ன கூறுகின்றனர்?"

இக்கேள்வி என்னைத் தடுமாற வைத்தது. "நீங்கள் ஒரு திருவிழா நேரத்தில் அவரைத் திருமணம் செய்து கொண்டதாக அவர்கள் கூறினர்."

"அவ்வளவுதானா? அவர்கள் வேறு எதுவும் கூறவில்லையா?" என்று கேட்டுவிட்டு, அவர் தன் புருவங்களை உயர்த்திய விதம், அவர்கள் இன்னும் அதிகமாகக் கூறியிருக்க வேண்டும் என்பது தனக்குத் தெரியும் என்று என்னிடம் கூறியதுபோல இருந்தது.

"நீங்கள் எட்டுப் பசுக்களைக் கொடுத்துத் திருமணம் செய்து கொண்டதாகவும் அவர்கள் கூறினர்," என்று கூறிவிட்டு நான் சற்று நிறுத்தினேன். பிறகு, "அதற்கான காரணம் குறித்து அவர்கள் வியக்கின்றனர்," என்று நான் குறிப்பிட்டேன்.

இதைக் கேட்டு அவருடைய முகம் மலர்ந்தது. "அவர்கள் அந்தக் கேள்வியைக் கேட்கிறார்களா? எட்டுப் பசுக்களைப் பற்றி அவர்கள் அனைவருக்கும் தெரியுமா?" என்று அவர் கேட்டார்.

நான் அதை ஆமோதித்துத் தலையசைத்தேன்.

"நுருபன்டியிலும் எல்லோருக்கும் இது தெரியும்," என்று கூறிய அவருடைய நெஞ்சு பெருமிதத்தால் விம்மியது. "திருமணத்திற்கான சீதனங்களைப் பற்றிப் பேசும்போது, ஜானி லிங்கோ தன் மனைவி

சரிதாவுக்காக எட்டுப் பசுக்களைக் கொடுத்தார் என்பது எப்போதும் எல்லோருடைய நினைவுகளிலும் இருக்கும்."

என் கேள்விக்கான விடை கிடைத்துவிட்டிருந்ததாக நான் நினைத்தேன். வீண் பெருமைக்காகத்தான் அவர் அவ்வாறு செய்திருந்தார் என்று நான் அவசர அவசரமாக முடிவு செயதேன்.

அப்போதுதான் நான் அவளைப் பார்த்தேன். அவள் தன் கையில் பூக்களோடு வீட்டிற்குள் நுழைந்தாள். நாங்கள் உட்கார்ந்திருந்த அறையில் இருந்த மேசையின்மீது அந்த மலர்களை அவள் அழகாக அடுக்கி வைத்தாள். பிறகு, எனக்குப் பக்கத்தில் இருந்த அந்த இளைஞரைப் பார்த்துப் புன்னகைத்துவிட்டு, மீண்டும் வேகமாக வெளியே போய்விட்டாள். நான் அதுவரை பார்த்ததிலேயே மிக அழகான பெண் அவள்தான். அவளுடைய தோள்கள் நிமிர்ந்திருந்த விதமும், அவள் தன் தலையை உயர்த்தி நடந்த விதமும், அவளுடைய கண்களில் தென்பட்ட மினுமினுப்பும், தன்னைக் குறித்து அவள் பெருமிதம் கொண்டிருந்ததைப் பறைசாற்றின. அவளுக்கு அந்த உரிமையை மறுப்பதற்கு யாராலும் முடியாது.

நான் ஜானி லிங்கோவை நோக்கித் திரும்பியபோது, அவர் என்னைப் பார்த்துக் கொண்டிருந்ததைக் கண்டேன்.

"நீங்கள் அவளை ரசித்தீர்கள், இல்லையா?" என்று அவர் கேட்டார்.

"ஆமாம் . . . அவள் மிகவும் அழகாக இருக்கிறாள்," என்று நான் கூறினேன்.

"ஒரே ஒரு சரிதாதான் இருக்கிறாள். கினிவாட்டாவில் இருந்தபோது அவளுடைய தோற்றம் எப்படி இருந்ததாக அவர்கள் கூறினார்களோ, இப்போது அவள் அப்படி இல்லாமல் இருக்கலாம்."

"இப்போது நிச்சயமாக அவள் அப்படி இல்லை. அவள் மிகவும் சுமாரானவள் என்று நான் கேள்விப்பட்டேன். நீங்கள் சாம் கேருவிடம் ஏமாந்துவிட்டதாக அவர்கள் அனைவரும் உங்களைச் கேலி செய்கின்றனர்."

"இவளுக்கு எட்டுப் பசுக்கள் அதிகம் என்று நீங்கள் நினைக்கிறீர்களா?" என்று அவர் புன்னகைத்தபடியே கேட்டார்.

"இல்லை. ஆனால் அவள் எப்படி இவ்வளவு வித்தியாசமானவளாக ஆனாள்?"

"தன் கணவன் தன்னை மிகக் குறைந்த விலை கொடுத்து வாங்கியிருக்கிறான் என்பது தெரிய வரும்போது, அது ஒரு பெண்ணின் உணர்வை எவ்வளவு தூரம் பாதிக்கும் என்பது பற்றி நீங்கள் எப்போதாவது நினைத்துப் பார்த்திருக்கிறீர்களா? பிறகு, தங்கள் கணவன்மார்கள் தங்களுக்காக நான்கு அல்லது ஆறு பசுக்களைக் கொடுத்ததாக மற்றப் பெண்கள் பெருமையடித்துக் கொள்ளும்போது, ஓரிரு பசுக்கள் மட்டுமே தனக்கு விலையாகக் கொடுக்கப்பட்டதை நினைத்து அவள் மனம் என்ன பாடுபடும் என்பதை யாரேனும் உணர்கின்றனரா? என் சரிதாவிற்கு அந்த நிலைமை ஏற்படுவதை நான் விரும்பவில்லை."

"உங்கள் மனைவியை மகிழ்ச்சிப்படுத்துவதற்காக மட்டுமே நீங்கள் இதைச் செய்தீர்களா?"

"சரிதா மகிழ்ச்சியாக இருகக வேண்டும் என்று நான் விரும்பியது உண்மைதான். ஆனால் நான் அதைவிட அதிகமாகவும் விரும்பினேன். அவள் வித்தியாசமாக இருப்பதாக நீங்கள் கூறுகிறீர்கள். அதுவும் உண்மைதான். பல விஷயங்களால் ஒரு பெண்ணை மாற்ற முடியும்.

உள்ளுக்குள் நிகழும் விஷயங்கள் மற்றும் வெளியே நிகழும் விஷயங்கள்தான் அவை. ஆனால் அவள் தன்னைப் பற்றி உண்மையிலேயே என்ன நினைக்கிறாள் என்பதுதான் எல்லாவற்றையும்விட மிக முக்கியமான விஷயம். கினிவாட்டாவில் இருந்தபோது, தான் விலைமதிப்பற்றவள் என்று சரிதா நம்பினாள். ஆனால் இப்போது, இத்தீவுகளில் உள்ள எல்லாப் பெண்களைவிடவும் தான்தான் மிக அதிக மதிப்புக் கொண்டவள் என்பதை அவள் அறிவாள்."

"அப்படியென்றால் —"

"நான் சரிதாவை மணமுடிக்க விரும்பினேன். நான் அவளைத்தான் நேசித்தேன். வேறு எந்தப் பெண்ணையும் நான் ஏறிட்டுக்கூடப் பார்க்கவில்லை."

"ஆனால் —" எனக்கு எல்லாம் புரியத் தொடங்கியதுபோலத் தெரிந்தது.

"ஆனால், எட்டுப் பசுக்கள் கொடுத்து வாங்கப்பட்ட மனைவியையே நான் விரும்பினேன்," என்று அவர் மென்மையாகக் கூறினார்.

பிறந்தது முதல் இறக்கும்வரை, அனைவருமே, தங்களை மதிக்கும் நபர்களிடமும், தங்களுக்குள் ஒளிந்திருக்கும் ஆற்றல்களைக் கண்டுகொண்டு அவற்றை வெளிக்கொணரும் நபர்களிடமும் நேர்மறையான விதத்தில் செயல்விடை அளிக்கின்றனர். அதை அவர்களுடைய முகங்களில் நீங்கள் காணலாம், அவர்களுடைய குரல்களில் நீங்கள் கேட்கலாம். அவர்கள் எல்லோரும் சரிதாவைப்போல அழகு நங்கையராக மாறாமல் போகக்கூடும். ஆனால், அவர்களுடைய தோற்றங்களின்மீது குறிப்பிடத்தக்கத் தாக்கத்தை ஏற்படுத்தி, அவர்களுடைய கண்களுக்குப் புதிய ஒளியைக் கொண்டு வரக்கூடிய விதத்தில் அவர்களுடைய உள்ளார்ந்த அழகு ஒளிவீசும்.

தங்களுக்கு எந்த மதிப்பும் இல்லாத சூழல்களில் சிலர் பிறக்கின்றனர். அவர்களுடைய நடவடிக்கைகளும் ஆளுமையும் அந்த வெறுமையைப் பிரதிபலிக்கும். ஆனால் சில சமயங்களில், ஒரே ஒரு நபர் அவர்களை மதிப்பாக நடத்தும்போது, எல்லாமே மாறிவிடுகிறது.

ஒரு நண்பரிடமிருந்து ஒரு சிறு உதவி

டட்லீ ஏ. ஹென்ரிக்கே

அந்த நவம்பர் மாதக் காலை நேரத்தில் அருமையான வானிலை நிலவியது. வானம் தெளிவாக இருந்தது. விர்ஜீனியா மாநிலத்தின் ஃப்பிரெடரிக்ஸ்பர்க் நகருக்கு மேலே, பி51 மஸ்டேங் போர் விமானத்தில் பதினைந்தாயிரம் அடி உயரத்தில் நான் பறந்து கொண்டிருந்தேன். சிறிது தொலைவில் இருந்த கல்பெப்பர் நகரை நோக்கி என் விமானம் விரைந்தது.

நான் தேடிக் கொண்டிருந்த இடம் என் கண்களில் பட்டது. அந்த இடத்தை நோக்கி நான் மிகத் தாழ்வாக என் விமானத்தைச் செலுத்தினேன். அந்தக் குறிப்பிட்ட இடம் வந்ததும், நான் மூன்றுவரை எண்ணிவிட்டு, மணிக்கு நானூறு மைல் வேகத்தில் பறந்து கொண்டிருந்த என் விமானத்தை மேல் நோக்கிச் செலுத்தி மிக லாவகமாக ஒரு குட்டிக்கரணம் போட்டேன். அது என் வாழ்வின் மிகச் சிறந்த கணங்களில் ஒன்று.

அனுமதியின்றித் தாழ்வாகப் பறந்தது, கட்டடங்களுக்கு வெகு அருகே பறந்தது, பதினைந்தாயிரம் அடி உயரத்தில் குட்டிக்கரணம் போட்டது என்று, பறப்பது தொடர்பான பல விதிமுறைகளை நான் மீறியிருந்ததை நான் உணர்ந்தேன். போர் விமானிகள் அமைப்பின் ஓர் அதிகாரியாகவும், பறப்பதற்குக் கற்றுக் கொடுத்தப் பயிற்றுவிப்பாளர் என்ற முறையிலும் என்னுடைய இந்த அத்துமீறல்கள் கண்டிக்கத்தக்கவையே! என் தொழில்வாழ்க்கையில் நான் விதிமுறைகளை மீறியது அதுதான் முதன்முறை. ஆனால் அது குறித்து எனக்கு அன்று எந்தப் பின்வருத்தமும் இருக்கவில்லை. சரியோ அல்லது தவறோ, அக்கணம் என்றென்றும் எனக்குச் சொந்தமாக ஆனது.

என் தந்தை என் தாயாரை விவாகரத்து செய்துவிட்டு, நியூயார்க்கில் எங்களைத் தனியாக விட்டுவிட்டுச் சென்றபோது எனக்கு ஆறு வயது. அது 1943ம் ஆண்டு. வாழ்க்கை நடத்துவது மிகவும் கடினமாக இருந்த ஒரு காலகட்டம் அது.

என் தாயார் ஒரு ராணுவத் தொழிற்சாலையில் வேலை செய்து கொண்டிருந்தார். பிறகு ஜாக் என்ற ஒருவரை அவர் திருமணம் செய்து கொண்டார். ஜாக் பெரும் கோபக்காரர். அவர் எங்கள் வாழ்விற்குள் அடியெடுத்து வைத்ததிலிருந்து, எஙகள் வீட்டில் இரவில் எப்போதும் பலத்த வாக்குவாதங்களும், சில சமயங்களில் அடி உதைகளும் அன்றாட வழக்கங்களாக ஆயின. என் தாயார் எப்போதும் அழுது கொண்டிருந்தது எனக்கு நினைவிருக்கிறது.

ஒருநாள் இரவில், தானும் என் தாயும் வெளியே செல்லவிருந்ததாகவும், நான் என் அறையைவிட்டு வெளியே வரக்கூடாது என்றும் ஜாக் என்னை எச்சரித்துவிட்டு, என் அறையின் விளக்கை அணைத்துவிட்டு அங்கிருந்து வெளியேறினார்.

நான் ஓசையின்றி என் படுக்கையைவிட்டு இறங்கி, அவர்கள் இருவரும் காரில் போவதை எங்கள் வீட்டின் சன்னல் வழியாக வேடிக்கைப் பார்ப்பது என் வழக்கமாக இருந்தது. அன்றும் அதேபோல இருட்டில் நான் எங்கள் வரவேற்பறையின் குறுக்காக நடந்தபோது, திடீரென்று அந்த அறையின் விளக்கு உயிர் பெற்றது. ஜாக் அந்த அறையின் கதவருகே நின்று கொண்டிருந்தார். அவருடைய கையில் ஒரு பெல்ட்டும் ஒரு கயிறும் இருந்தன. நான் அவருக்குக் கீழ்ப்படியவில்லை என்று அவர் என்னைப் பார்த்துக் கத்தினார். அவர் என்னை என் அறைக்குத் தரதரவென்று இழுத்துச் சென்று, அந்தக் கயிற்றைக் கொண்டு என் கைகளையும் கால்களையும் என் படுக்கையோடு சேர்த்துக் கட்டினார். பிறகு என் உடலில் ரத்தம் கசியும்வரை அந்த பெல்ட்டால் என்னை விளாசித் தள்ளினார்.

இரண்டு வருடங்கள் இந்தக் கொடுமையான சூழலில் நான் வாழ்ந்தேன். பிறகு ஒருநாள் இரவில் என் பாட்டி (என் தந்தையின் அம்மா), டெலாவேர் மாநிலத்தின் வில்மிங்டன் நகரிலிருந்து வந்தார். என்

அம்மாவுடன் ஒரு காரசாரமான வாக்குவாதத்திற்குப் பிறகு, அவர் என்னைத் தன் காரில் தன் வீட்டிற்கு அழைத்துச் சென்றுவிட்டார். என் தாயாரை நான் பார்த்தது அதுதான் கடைசி முறை.

அடுத்த எட்டு வருடங்கள் நான் வில்மிங்டனில் வாழ்ந்தேன். என் பாட்டி நல்லவர், ஆனால் மிகவும் கண்டிப்பானவர். எங்களுக்கு இடையேயான உரையாடல்களில் அன்பு என்ற வார்த்தையை அவர் ஒருபோதும் பயன்படுத்தியதே இல்லை. இதற்கிடையே, என் தந்தை வேறொரு பெண்ணைத் திருமணம் செய்து கொண்டு டெக்சாஸில் வாழ்ந்து கொண்டிருந்தார். அவர் அடிக்கடி என்னை வந்து சந்தித்தார். ஆனால் அவர் எனக்கு ஓர் அன்னியரைப்போலவே இருந்தார். பரிசுப் பொருட்களை வாங்கி வந்த ஒருவராக மட்டுமே அவர் என் நினைவில் இருக்கிறார்.

என் பாட்டி ஒரு பெரிய நிறுவனத்தில் ஒரு வணிக மேலாளராக இருந்தார். என்னுடன் செலவிடுவதற்கு அவருக்கு அதிக நேரம் இருக்கவில்லை. நான் பள்ளிக்குச் செல்வதற்கு முன் அவரைப் பார்ப்பேன். பிறகு, மாலை ஆறு மணிக்கு அவர் வீடு திரும்பும்வரை அவரை என்னால் பார்க்க முடியாது. பள்ளியில் நான் அடிக்கடி மற்றக் குழந்தைகளுடன் கைச்சண்டையில் ஈடுபட்டேன். நான் மிகவும் முரட்டுத்தனமாக நடந்து கொண்டேன்.

எனக்குப் பதினைந்து வயதாக இருந்தபோது, பள்ளியிலிருந்து நான் வெளியேற்றப்பட்டேன். என் பாட்டி, பென்சில்வேனியா மாநிலத்தின் பிர்ன் மார் நகரில் அமைந்த ஒரு ராணுவப் பள்ளியில் என்னைச் சேர்த்தார். பிரச்சனையான குழந்தைகளைக் கையாள்வதற்குப் பெயர் பெற்ற ஒரு பள்ளி அது. ஒரு விதத்தில், கல்வியை முதன்முதலில் அங்குதான் நான் ருசித்தேன். கூடவே, நியாயமான மற்றும் உறுதியான ஒழுங்கும் அங்கு வலியுறுத்தப்பட்டது. ஆனால் அங்கும் என்னால் நிலைத்திருக்க முடியவில்லை. என்னுடைய பதினாறாவது வயதில் நான் அப்பள்ளியிலிருந்து வெளியேற்றப்பட்டேன்.

நான் மீண்டும் வில்மிங்டன் பொதுப் பள்ளியில் சேர்ந்தேன். வார இறுதிகளில் நான் தனியாக இருந்தேன். செய்வதற்கு எனக்கு அவ்வளவாக எதுவும் இருக்கவில்லை. ஒரு சனிக்கிழமை காலையில், வில்மிங்டன் நகருக்கு வெளியே அமைந்த நியூ காஸில் விமானத் தளத்திற்குச் சென்ற ஒரு பேருந்தில் ஏறி, நான் அந்த இடத்தைச் சென்றடைந்தேன். அங்கு விமானங்கள் நிறுத்தி வைக்கப்பட்டிருந்த கூடத்தில், முதன்முதலாக ஒரு விமானத்தை மிக அருகில் சென்று பார்க்கும் வாய்ப்பு எனக்குக் கிடைத்தது. இரண்டாம் உலகப் போரில் பயன்படுத்தப்பட்ட 'மஸ்டேங் பி51 போர் விமானம்' அது. அதை நேரில் கண்ட நான் என்னையே மறந்தேன்! நான் அந்த விமானத்தைச் சுற்றி நடந்து வந்து, அதன் இறக்கைகளையும் புரொப்பெல்லரையும் தொட்டுப் பார்த்தேன். பிறகு அதன் ஓர் இறக்கையின்மீது ஏறி, விமானியறைக்குள் நுழைந்தேன். அடுத்தக் கணம், விமானியின் சீருடை அணிந்த ஒருவர் அங்கு தோன்றி, "ஏய், விமானத்தைவிட்டு வெளியே போ!" என்று கத்தினார்.

இதைக் கேட்டு வெலவெலத்துப் போன நான், அந்த விமானத்திலிருந்து அவசர அவசரமாக வெளியேற முற்பட்டேன். அப்போது ஒரு கை என் தோளைப் பிடித்து இழுத்து, மீண்டும் என்னை அந்த விமானியறைக்குள்

தள்ளியது. நான் திரும்பிப் பார்த்தபோது, சீருடை அணிந்த ஒரு விமான அதிகாரியை நான் எதிர்கொண்டேன். செந்நிறத் தலைமுடியைக் கொண்டிருந்த அவர் அந்த விமானத்தின் இறக்கையின்மீது நின்று கொண்டிருந்தார். அவருடைய கண்கள் புன்னகைத்துக் கொண்டிருந்தன.

அந்தத் தலைமை விமானியின் பெயர் ஜேம்ஸ் ஷாட்வெல். நான் அந்த நியூ காஸில் விமானத் தளத்தைவிட்டு அன்று வெளியேறியபோது, அவர் எனக்கு ஒரு நல்ல நண்பராக ஆகியிருந்தார். அன்றைய தினத்தைத் தொடர்ந்து, ஒவ்வொரு வார இறுதியிலும் நான் அந்த இடத்திற்குச் சென்றேன். போரின்போது அவர் ஒரு போர் விமானியாகப் பணியாற்றியிருந்தார். போர் முடிந்து வீடு திரும்பிய பிறகு, அவர் ஒரு கல்லூரியில் சேர்ந்து மின் பொறியியலில் இளநிலைப் பட்டம் பெற்று, டெலாவேர் மாநிலத்தின் ஜார்ஜ்டவுன் நகரில் அமைந்த ஒரு பொறியியல் நிறுவனத்தில் வேலைக்குச் சேர்ந்தார்.

வாரங்கள் செல்லச் செல்ல, நான் ஜேம்ஸின் பக்கம் மேலும் மேலும் ஈர்க்கப்பட்டுக் கொண்டிருந்ததை நான் கண்டேன். அதுவரை நான் அனுபவித்து வந்திருந்த என் மோசமான வாழ்க்கையைப் பற்றி நான் அவரிடம் கூறினேன். என்னோடு தோழமையோடும் கனிவோடும் நடந்து கொண்ட அவர், என் கதையைப் புரிந்துணர்வோடு செவிமடுத்தார். என்னுடைய முதல் உண்மையான நண்பரை நான் அன்று கண்டுகொண்டேன். அதன் விளைவாக, என் வாழ்க்கை என்றென்றைக்குமாக மாறியது!

ஜேம்ஸும் நானும் அவருடைய மஸ்டாங் விமானத்தின் இறக்கைக்கு அடியில் உட்கார்ந்து கொண்டு, விமானங்களைப் பற்றியும், கணிதம், வரலாறு, இயற்பியல் போன்ற பாடங்களைப் பற்றியும் பேசினோம். அந்த உரையாடல்கள் மிக அற்புதமாக இருந்தன! மிக முக்கியமாக, மற்ற விமானிகளிடம் அவர் என்னை அறிமுகப்படுத்தினார். என் வாழ்வில் முதன்முறையாக, ஒரு குழுவில் நானும் ஓர் அங்கம் என்ற உணர்வை நான் அனுபவித்தேன்.

ஒருநாள், நான் என் பள்ளிப் படிப்பைப் பாதியிலேயே விட்டுவிட்டு ஒரு வேலை தேட விரும்பியதாக அவரிடம் கூறினேன். திடீரென்று அவருடைய முகம் தீவிரமடைந்தது. "டட்லீ, ஒரு குருட்டுக் குருவியை நீ எனக்கு நினைவுபடுத்துகிறாய். எப்படிப் பறக்க வேண்டும் என்று அக்குருவிக்குத் தெரியும், ஆனால் அதற்குப் பார்வை இல்லாததால் அதனால் பறக்க முடியாது. அது நிலத்திலிருந்து மேலே எழும்பினாலும்கூட, எதிரிலுள்ள பொருட்கள்மீது அது மோத வேண்டியிருக்கும். எதையும் சாதிக்காமல் அது வெறுமனே வாழ்க்கையை ஓட்டுகிறது. தான் போக விரும்பிய திசை குறித்த எந்த உணர்வும் அதற்கு இல்லை. டட்லீ, உன்னிடம் எல்லாக் கருவிகளும் உள்ளன. தயவு செய்து அவற்றைப் பயன்படுத்து! இந்தப் பிறவியில் நீ என்ன செய்தாலும் சரி, நீ ஒரு விஷயத்தை உறுதியாகத் தெரிந்து வைத்திருக்க வேண்டும். நீ போக விரும்புகின்ற திசை எது என்பது பற்றிய ஒரு முழுமையான தெளிவு உனக்குக் கண்டிப்பாக இருக்க வேண்டும். அதைப் பற்றி சிந்தித்துப் பார்," என்று அவர் கூறினார்.

நான் ஜேம்ஸோடு இருந்தபோது, என் வாழ்க்கை சுவாரசியமானதாக இருந்தது. நான் அந்த விமானத் தளத்தைவிட்டு வெளியேறியவுடன், என்

வாழ்க்கை பழைய மாதிரி ஆனது. நான் என் சக மாணவர்களுடன் அடிக்கடிச் சண்டையிட்டுப் பிரச்சனைகளுக்கு உள்ளானேன். என் மதிப்பெண்கள் மோசமடைந்தன. இறுதியில், நான் கலிபோர்னியாவிற்குச் சென்று என் அத்தையுடன் வசிக்க வேண்டும் என்று என் பாட்டி முடிவெடுத்தார். நான் ஜேம்ஸிடம் இதைப் பற்றிக் கூறினேன். பல இரவுகளுக்குப் பிறகு, அவர் எங்கள் வீட்டிற்கு வந்து என் பாட்டியுடன் மணிக்கணக்காகப் பேசினார். ஆனால் அது எதையும் மாற்றவில்லை. 1953ம் ஆண்டு ஆகஸ்ட் மாதத்தின் முடிவில் ஒருநாள், நான் ஒரு விமானத்தில் லாஸ் ஏஞ்சலீஸ் நகரை நோக்கிப் பயணித்தேன்.

என் அத்தை என்னிடம் அன்பாக நடந்து கொண்டார். தன்னால் முடிந்த எல்லா விதத்திலும் அவர் எனக்கு உதவ முயற்சித்தார். ஆனால் நியூ காஸிலையும் ஜேம்ஸையும் பற்றியே நான் நினைத்துக் கொண்டிருந்தேன். ஆனாலும், என் புதிய சூழல்களுக்கு என்னைப் பழக்கப்படுத்திக் கொள்ள என்னால் இயன்ற அளவுக்கு நான் முயற்சித்தேன். ஜேம்ஸிடமிருந்து வந்த கடிதங்கள் எனக்கு உற்சாகமூட்டின.

பிறகு, 1955ம் ஆண்டு மார்ச் மாதத்தில் ஒருநாள், எங்கள் வீட்டுத் தொலைபேசி மணி ஒலித்தது. என் அத்தை அதற்கு பதிலளித்தார். அவர் பேசிக் கொண்டிருந்ததை வைத்துப் பார்த்தபோது, ஏதோ மோசமான விஷயம் நடந்திருந்ததை என்னால் புரிந்து கொள்ள முடிந்தது. அவர் அந்தத் தொலைபேசியைக் கீழே வைத்துவிட்டு, மெல்ல என்னருகே வந்து, ஜேம்ஸ் ஷாட்வெல் இறந்து போயிருந்ததாக என்னிடம் கூறினார். ஜேம்ஸ் தன் விமானத்தில் நியூ காஸிலுக்குத் திரும்பி வந்து கொண்டிருந்தபோது, அவருடைய விமானத்தின் எஞ்சின்களில் ஒன்று செயலிழந்து, அதில் ஏற்பட்ட ஒரு சிக்கலால் அதன் ஒரு பகுதி விண்ணிலேயே நொறுங்கிச் சிதறத் தொடங்கியது. அந்த விமானத்திலிருந்து வெளியேறி பாராசூட்டின் உதவியுடன் ஜேம்ஸால் தன் உயிரைக் காப்பாற்றிக் கொண்டிருக்க முடியும். ஆனால், அதிகமான மக்கள் வாழ்ந்த ஒரு பகுதியின் மேலே அவர் பறந்து கொண்டிருந்ததால், அம்மக்களுக்கு ஆபத்து ஏற்பட்டுவிடக்கூடாது என்பதற்காக, நொறுங்கித் தெறித்துக் கொண்டிருந்த அந்த விமானத்தைவிட்டு வெளியேறாமல், அதை ஒரு திறந்த வெளியில் தரையிறக்க அவர் முயற்சித்தார். இறுதியில், அவர் ஒரு தாழ்வான உயரத்தை அடைந்தபோது, தன் விமானத்திலிருந்து தன்னை வெளியேற்றிக் கொள்ள முயன்றார். ஆனால் அவருடைய பாராசூட் திறப்பதற்குப் போதிய நேரம் இல்லாததால், அந்த விமானத்தோடு சேர்ந்து நிலத்தில் வந்து மோதிய அவர், அந்த இடத்திலேயே உடனடியாகக் கொல்லப்பட்டார்.

அதுவரை நான் உணர்ந்தறியாத உணர்ச்சிகள் என்னுள் பெருக்கெடுத்தன. நான் என் கண்ணீரை அடக்க முயன்றேன், ஆனால் முடியவில்லை. எல்லாமே குழப்பமூட்டுவதாக இருந்தது.

நான் மெல்ல மெல்ல என் அழுகையை நிறுத்திவிட்டு, ஜேம்ஸைப் பற்றியும், அவர் என்னிடம் கூறியிருந்த பல விஷயங்களைப் பற்றியும் சிந்திக்கத் தொடங்கினேன். குருட்டுக் குருவியைப் பற்றி அவர் கூறியது மீண்டும் மீண்டும் என் நினைவுக்கு வந்தது. என்னைப் பற்றி அவர் என்னிடம் கூறியிருந்த அனைத்தும் உண்மை என்பதை நான் எப்போதுமே அறிந்திருந்தேன். ஆனால் அந்தக் குறிப்பிட்ட இரவுவரை, என் வாழ்க்கைப்

புதிரை என்னால் ஒன்றிணைக்க முடிந்திருக்கவில்லை. இறுதியில், பல்வேறு சிந்தனைகளுக்கு ஊடாக நான் தூங்கிப் போனேன். காலையில் நான் கண்விழித்தபோது, வினோதமாக என் மனம் தெளிவாக இருந்தது. என்னுள் ஏதோ மாறியிருந்ததை உள்ளுணர்வுரீதியாக நான் உணர்ந்தேன். என் வாழ்வில் நான் எங்கே போக விரும்பினேன் என்பதையும், அங்கு சென்றடைவதற்கு நான் என்ன செய்ய வேண்டும் என்பதையும் அப்போது நான் அறிந்தேன்.

அந்த வருடம், நான் அமெரிக்க விமானப் படையில் சேர்ந்து, விமானப் போக்குவரத்துக் கட்டுப்பாட்டு அதிகாரிகளில் ஒருவராக ஆனேன். ஜிம் துவக்கியிருந்த வேலையை அந்த விமானப் படை நிறைவேற்றியது. 1959ம் ஆண்டில் நான் அந்த விமானப் படையைவிட்டு வெளியேறியபோது, என் எதிர்மறை மனப்போக்கு முற்றிலும் மறைந்துவிட்டிருந்தது. கடவுள்மீதும் மனிதர்கள்மீதுமான என் நம்பிக்கை மீண்டும் என்னுள் குடிபுகுந்தது. நான் மேன்மேலும் சாதிக்க விரும்பினேன்.

ஒரு வருடக் கடின உழைப்பிற்கும் படிப்பிற்கும் பிறகு, விமானம் ஓட்டுவதற்குப் பயிற்சியளிக்கும் ஒரு பயிற்றுவிப்பாளராக எனக்கு வேலை கிடைத்தது. விமான சாகசங்களை நிகழ்த்துவதில் எனக்குத் திறமை இருந்ததை நான் கண்டேன். பிறருக்குக் கற்றுக் கொடுத்ததன் மூலமாகவும், வார இறுதியில் விமான சாகச நிகழ்ச்சிகளில் பங்கு கொண்டதன் மூலமாகவும், விமானிகளிடையேயும் மக்களிடையேயும் நான் பிரபலமானேன்.

1971க்குள், நான் பல்லாயிரக்கணக்கான மணிநேரம் பறந்திருந்தேன், நூற்றுக்கும் அதிகமான விமான சாகச நிகழ்ச்சிகளில் பங்கு கொண்டிருந்தேன். இந்த வித்தையைக் கற்றுக் கொண்டிருந்த விமானப் பயிற்றுவிப்பாளர்களிடையே நாடு முழுவதிலும் நான் சொற்பொழிவாற்றினேன். அந்தக் காலகட்டங்களின்போது, பரிசோதனை நிலையில் இருந்த விமானங்கள் மற்றும் ராணுவ விமானங்கள் உட்பட, எல்லா விதமான விமானங்களையும் நான் ஓட்டினேன்.

அவ்வருடத்தின் இலையுதிர்காலத்தில், நியூயார்க்கைச் சேர்ந்த ஒரு மருத்துவர், நியூஜெர்ஸி மாநிலத்தின் நெவார்க் நகரிலிருந்து, விர்ஜீனியா மாநிலத்தின் மனசாஸ் நகருக்கு ஒரு மஸ்டேங் பி51 விமானத்தைக் கொண்டு சேர்க்குமாறு கூறி, அந்தப் பணிக்கு என்னைத் தேர்ந்தெடுத்தார். மனசாஸ் நகருக்கு ஓரளவு தெற்கே என்னைக் கூட்டிச் செல்லக்கூடிய ஒரு பாதையை நான் எச்சரிக்கையாகத் திட்டமிட்டேன். விமானத்தின் இறக்கைகளில் சுமார் 681 லிட்டர் எரிபொருள் இருந்ததால், மனசாஸ் நகரைச் சென்றடைவதற்கு முன், கூடுதலாக முப்பது நிமிடங்கள் பறப்பதற்குத் தேவையான எரிபொருள் மிச்சமிருந்ததை நான் கணக்கிட்டேன்.

நவம்பர் 21ம் நாளன்று காலை ஏழரை மணிக்கு, நெவார்க் நகரில் நான் அந்த மஸ்டேங் விமானத்தில் ஏறி, மேரிலேண்ட் மாநிலத்தின் கேம்பிரிட்ஜ் நகரை நோக்கி அதைச் செலுத்தினேன். பிறகு அங்கிருந்து கல்பெப்பர் நகரை நோக்கிப் பயணித்தேன்.

அன்று காலையில், பறப்பது தொடர்பான விதிமுறைகளை நான் மீறிய இடம், 'மவுன்ட் கார்மெல் பேப்டிஸ்ட் கல்லறைத் தோட்டம்.' அங்கே ஒரு கல்லறையின் கீழேதான் என் நண்பர் கேப்டன் ஜேம்ஸ் ஆர். ஷாட்வெல்லின் எஞ்சிய பாகங்கள் புதைக்கப்பட்டிருந்தன. என் வாழ்க்கையை மாற்றிய அந்த

மனிதருக்கு என் மரியாதையைச் செலுத்துவதற்கான சரியான வாய்ப்பைக் கண்டுபிடிப்பதற்கு எனக்குப் பதினாறு வருடங்கள் ஆகியிருந்தது. நான் அவரை நியூ காஸிலில் முதன்முதலாக சந்தித்த நாளன்று நான் எந்த விமானத்தில் அமர்ந்திருந்தேனோ, அதே வகையான விமானத்தில் பறந்து நான் அவருக்கு அந்த மரியாதையைச் செலுத்தினேன். அப்போது என் விமானத்தில் அமர்ந்தபடியே நான் செய்த சாகசம்தான், என் வெற்றி மற்றும் நன்றிக் கூக்குரல். அதுதான் அந்த உன்னதமான மனிதருக்கு நான் செலுத்திய மரியாதை.

ஜேம்ஸ் ஷாட்வெல்லின் கல்லறைக்கு மேலே நான் பறந்ததைப் பற்றி என் மனைவி என்னை இன்றும் கேலி செய்கிறாள். அக்கணம் எனக்கு எவ்வளவு முக்கியம் என்பதை அவள் நன்றாக அறிவாள். அந்நிகழ்வு இரண்டு முக்கியமான படிப்பினைகளை என் மனத்தில் நிரந்தரமாக நிலைப்படுத்தியுள்ளது: ஜேம்ஸ் ஷாட்வெல் நிரூபித்துக் காட்டியதைப்போல, ஒரு மனிதனால் மற்றவர்களின் வாழ்வில் ஒரு வித்தியாசத்தை ஏற்படுத்த முடியும். கடின உழைப்பும், விடாமுயற்சியும், கூடவே ஒரு நண்பரிடமிருந்து சிறிதளவு உதவியும் இருந்தால் உங்களால் எதையும் சாதிக்க முடியும்.

ஜேம்ஸ் ஷாட்வெல் டட்லீயை மதிப்போடு நடத்தியது டட்லீயின் வாழ்க்கையை முற்றிலுமாக மாற்றியது. ஒவ்வொரு நாளையும் ஒரு மகத்துவமான நாளாக ஆக்கும் வழக்கத்திற்குக் கிடைத்த மிக உயர்ந்த விளைவு அது. ஆனால் டட்லீக்காக எல்லாவற்றையும் ஜேம்ஸே செய்யவில்லை என்பதை நீங்கள் கவனிக்க வேண்டும். டட்லீ எடுத்து வைக்க வேண்டிய ஒவ்வோர் அடியையும் அவர் டட்லீக்கு அறிவுறுத்தவில்லை. மாறாக, அவர் டட்லீயை மதிப்பாக நடத்தியதன் மூலம் அவருக்கு உதவினார். வாழ்வின் உயர்ந்த நிலைகளை அவருக்குச் சுட்டிக்காட்டியதன் மூலமும், அதிக மதிப்பான குறிக்கோள்களைப் பற்றிப் பேசியதன் மூலமும், டட்லீயின்மீது நம்பிக்கையை வெளிப்படுத்தியதன் மூலமும் ஜேம்ஸ் இதை சாதித்தார். அவர் டட்லீயை எடைபோடவில்லை, மாறாக, டட்லீயின் பேச்சைக் காதுகொடுத்துக் கேட்டார். அது தன்மீது அவர் கொண்டிருந்த மதிப்பை டட்லீ உணரும்படி செய்தது. ஜேம்ஸின் மரணத்திற்குப் பிறகும்கூட, அவரிடமிருந்து தனக்குக் கிடைத்த மதிப்பு டட்லீயின் உள்ளார்ந்த சிந்தனைகளில் இன்னும் நிலைகொண்டிருந்தது. ஒவ்வொரு நாளையும் ஒரு மகத்துவமான நாளாக ஆக்குவதில் மதிப்புணர்வு ஒரு சக்திவாய்ந்த அம்சமாக விளங்குகிறது என்பதில் ஐயமில்லை.

ஜேம்ஸ் ஷாட்வெல் ஓர் இளைஞரை மதிப்பாக நடத்தியது அந்த இளைஞரின் வாழ்க்கையை மாற்றியது. சில சமயங்களில், மற்றவர்களை மதிப்பாக நடத்துவது நம்முடைய சொந்த வாழ்க்கையையே மாற்றக்கூடும்.

மாறிய இதயம்

மேரி ஏ. ஃபிஷ்ஷர்

1992ல், லாஸ் ஏஞ்சலீஸ் நகரில் இருந்த பலரைப்போலவே, அன்றைய தொலைக்காட்சிச் செய்தியை நான் உன்னிப்பாகப் பார்த்துக் கொண்டிருந்தேன். 1991ல் தன்னைக் காட்டுமிராண்டித்தனமாக அடித்துக் காயப்படுத்திய நான்கு காவல்துறை அதிகாரிகள் குற்றமற்றவர்கள் என்று தீர்ப்பு வழங்கப்பட்டப் பிறகு, ராட்னி கிங் என்ற ஆப்பிரிக்க அமெரிக்கர், பத்திரிகையாளர்களிடம் பேசிக் கொண்டிருந்தது அப்போது ஒளிபரப்பாகிக் கொண்டிருந்தது. அவர் அப்பத்திரிகையாளர்களிடம், "நாம் எல்லோரும் ஒற்றுமையாக வாழ முடியாதா?" என்று சோகத்துடன் கேட்டார்.

"இல்லை, முடியாது!" என்று நான் என் வீட்டு வரவேற்பறையிலிருந்து கத்தினேன். நான் கத்தியதைக் கேட்க அந்த அறையில் வேறு யாரும் இருக்கவில்லை. நான் அவ்வாறு உணர்ச்சிவசப்பட்டதற்குக் காரணம் இல்லாமல் இல்லை. நான் என்ன பேசிக் கொண்டிருந்தேன் என்பதை நான் நன்றாக அறிந்திருந்தேன். 1989ம் ஆண்டின் பிற்பகுதியில், லாஸ் ஏஞ்சலீஸ் நகரின் கிழக்குப் பகுதியில் அமைந்த ஹைலேண்ட் பார்க் என்ற இடத்தில் நான் ஒரு வீட்டை வாங்கியிருந்தேன். அப்பகுதி, மற்ற நாடுகளிலிருந்து வந்து புதிதாகக் குடியேறிக் கொண்டிருந்தவர்களால் மிக வேகமாக மாறிக் கொண்டிருந்தது. எல்லா இனத்தாரும் இணக்கமாக வாழ்வது சாத்தியமற்றது என்று நான் உறுதியாக நம்பினேன். ஒவ்வொரு வருடமும் பல்லாயிரக்கணக்கான வெளிநாட்டவர் தெற்குக் கலிபோர்னியாவில் குடியேறிக் கொண்டிருந்ததாகப் புள்ளிவிபரங்கள் தெரிவித்தன. குறிப்பாக லத்தீன் அமெரிக்காவிலிருந்தும் ஆசியாவிலிருந்தும் குடிபெயர்ந்தோரின் எண்ணிக்கை மிகமிக அதிகம். ஆனாலும், பெரும்பாலான வெள்ளையர்களுக்கு, இவை வெறும் வரட்டுப் புள்ளிவிபரங்களாக மட்டுமே இருந்தன.

நான் ஹைலேண்ட் பார்க் பகுதிக்குக் குடிபெயர்ந்தபோது, இந்தப் புள்ளிவிபரங்கள் என் அன்றாட யதார்த்தமாக ஆகி, என்னிடமிருந்த பாரபட்சங்களை வெளியே கொண்டு வந்தன. என் அண்டைவீட்டாரில் பலர், மெக்சிகோ, எல் சால்வடார், பிலிப்பைன்ஸ், வியட்நாம் போன்ற நாடுகளிலிருந்து வந்தவர்கள். முதன்முறையாக, அவர்களுக்கு மத்தியில் நான் சிறுபான்மையினளாக இருந்தேன். அது எனக்குப் பிடிக்கவில்லை.

எங்களுக்கிடையே பொதுவான எதுவும் இல்லை என்று உறுதியாக நம்பிய நான், ஒரு குன்றின் மீது அமைந்த என் அழகான இளஞ்சிவப்பு வண்ண வீட்டில் என்னை பத்திரமாக வைத்துக் கொண்டேன். நான் அரிதாகவே என் அண்டைவீட்டாரிடம் பேசினேன். நாங்கள் எங்கள் குப்பைகளை மூட்டைக் கட்டி வெளியே கொண்டு வைத்தபோதோ, அல்லது எங்கள் கார்களுக்குச் சென்றபோதோ ஒப்புக்கு அவர்களைப் பார்த்து நான் கையசைத்தேன். எங்கள் பகுதியிலேயே மிக அழகான வீட்டில் வசித்த 'வெள்ளைக்காரி' என்று அவர்கள் என்னைப் பற்றி நினைத்தனர். வேண்டுமென்றே எதையும் புரிந்து கொள்ள மறுத்த வந்தேறிகளாக நான் அவர்களைப் பற்றி நினைத்தேன். எங்களுக்கிடையே எந்தத் தோழமையும் இருக்கவில்லை.

லத்தீன் அமெரிக்காவிலிருந்து கலிபோர்னியாவுக்குக் குடிபெயர்ந்து, எங்கள் பகுதியில் மின் பொருட்களை விற்றக் கடைகளை நடத்திய, ஸ்பானிஷ் மொழி பேசிய மக்கள், ஆங்கிலத்தில் நான் கேட்ட எதையுமே புரிந்து கொள்ளாமல் போனது எனக்கு எரிச்சல் ஏற்படுத்தியது. என் சமையலுக்குத் தேவையான பொருட்கள் உள்ளூர் பேரங்காடிகளில் கிடைக்காமல் போனபோது நான் கோபம் கொண்டேன். திரைப்படங்கள் மற்றும் கார்களுக்கான விளம்பரப் பலகைகளில் பல, ஸ்பானிஷ் மொழியில் எழுதப்பட்டிருந்தது எனக்கு எரிச்சலூட்டியது.

பல வருடங்களாக, என் அண்டைவீட்டார் எனக்கு ஒப்புதலில்லாத வழிகளில் நடந்து கொண்டபோது நான் பல்வேறு அதிகாரிகளிடம் புகார் கூறி வந்திருந்தேன். எல் சால்வடார் நாட்டிலிருந்து குடிபெயர்ந்து வந்திருந்த ஒரு பெண்மணி, தன் வீட்டின் பின்புறத்தில் வைத்திருந்த ஒரு சேவல், தினமும் காலையில் ஐந்து மணிக்குக் கூவி என்னை எழுப்பியது. அது குறித்து நான் அரசாங்க அதிகாரிகளிடம் புகார் செய்தபோது, அப்பெண்மணி அச்சேவலின் தலையை வெட்டிவிட்டாள். அந்தச் சேவல் அநியாயமாகக் கொல்லப்பட்டது குறித்து நான் குற்றவுணர்வு கொண்டேன். ஆனால், அப்பகுதியில் மீண்டும் அமைதியை நிலைப்படுத்துவதற்கு அது தேவைதான் என்று என்னை நானே சமாதானப்படுத்திக் கொண்டேன்.

மெக்சிகோவிலிருந்து வந்திருந்த என் அண்டைவீட்டார் மிகச் சத்தமாக ஆடிப் பாடியபோது, நான் காவல்துறையினரிடம் புகார் கூறினேன். அவர்கள் உடனடியாக வந்து அதற்கு முற்றுப்புள்ளி வைத்தனர். நான்தான் புகார் கூறியிருந்தேன் என்பதை உணர்ந்து கொண்ட அந்த மெக்சிகோவினர், என்னிடம் பேசுவதை நிறுத்தினர். அந்த தண்டனை எனக்கு ஒரு பெரிய விஷயமாகத் தோன்றவில்லை. ஏனெனில், என் அண்டைவீட்டாரை நான் என்னுடைய விதிமுறைகளுக்குக் கட்டுப்பட்டு நடக்கச் செய்ததாக நான் நினைத்தேன்.

ஆனால், இரண்டு வருடங்களுக்கு முன்பு நிகழ்ந்த ஒரு சம்பவம், என்னையும் என் அண்டைவீட்டாருடன் நான் வாழ்ந்த விதத்தையும் மாற்றியது. வெறும் இரண்டு நாட்களுக்குள், எனக்கு மிக முக்கியமான பல விஷயங்களை நான் இழந்தேன். ஒரு தேசியப் பத்திரிகையில் நான் பார்த்துக் கொண்டிருந்த மூத்த எழுத்தாளர் வேலை, என் ஆறு இலக்கச் சம்பளத்துடன் பறி போனது. நான் மிகவும் நேசித்த என் காதலருடனான என் உறவு முறிந்தது. திடீரென்று, என்னுடைய நங்கூரங்கள் அனைத்தும் மறைந்துவிட்டன. நான் மீளாத் துயரில் மூழ்கினேன். இந்த மோசமான சூழ்நிலையிலிருந்து என்னை நான் எவ்வாறு வெளிக் கொணர்வேன் என்று நான் கவலைப்பட்டேன்.

நான் அனுபவித்த இழப்புகள் என்னை நிதானப்படுத்தின, என்னைப் பணிவானவளாக ஆக்கின. இந்த இழப்புகளின் விளைவாக ஒரு நேர்மறையான விளைவும் ஏற்பட்டது. நான் என் அண்டைவீட்டாருடனும் என்னைச் சுற்றி இருந்த உலகத்துடனும் என்னை முழுமையாக ஈடுபடுத்திக் கொள்ளத் துவங்கினேன். அவர்கள் எவ்வளவு அசாதாரணமானவர்கள் என்பதை நான் கண்டறிந்தேன். நான் பாரபட்சமாக நினைத்திருந்ததுபோல அவர்கள் மோசமானவர்களாக இருக்கவில்லை. கடின உழைப்பாளிகளாகவும் மதிப்பு மிக்கவர்களாகவும் இருந்த அவர்கள், என்னைப்போலவே, நல்ல

வாழ்க்கையை வாழவும் ஓரளவுக்கு மகிழ்ச்சியை அனுபவிக்கவும் விரும்பினர்.

எல் சால்வடார் நாட்டிலிருந்து வந்திருந்த பெண்மணி, ராணுவத்தினர் அவருடைய கணவரைச் சுட்டுக் கொன்ற பிறகு தன் இரண்டு இளவயது மகள்களுடன் அந்நாட்டிலிருந்து தப்பித்து அமெரிக்காவில் குடிபுகுந்திருந்தார் என்பதை நான் தெரிந்து கொண்டேன். அவர் தன் குடும்பத்தைக் காப்பாற்றுவதற்கும் தன் மகள்களைக் கல்லூரிக்கு அனுப்பிப் படிக்க வைப்பதற்கும் மற்றவர்களின் வீடுகளில் ஒரு வேலைக்காரியாக வேலை பார்த்து வந்தார்.

மெக்சிகோவைச் சேர்ந்த என் அண்டைவீட்டார், பதினைந்து வருடங்களுக்கு முன்பு லாஸ் ஏஞ்சலீஸ் நகருக்கு வந்தபோது, அவர்களுக்கு ஆங்கிலம் பேசத் தெரியாது என்பதையும், அக்குடும்பத்தின் தலைவர், ஒரு மணிநேரத்திற்கு எட்டு டாலர்கள் கூலியில் அலுவலகங்களைத் தூய்மைப்படுத்தும் பணியைச் செய்தார் என்பதையும் நான் தெரிந்து கொண்டேன். பின்னாளில் அவர் லாரி ஓட்டுனராக ஆனார். இன்று, மூன்று குடியிருப்புக் கட்டடங்கள் அவருக்குச் சொந்தமாக இருக்கின்றன. என் வாழ்நாளில் என்னால் ஒருபோதும் சம்பாதிக்க முடியாத பணத்தைவிட அதிகமான பணத்தை அவர் ஏற்கனவே சம்பாதித்திருந்தார் என்பதையும் நான் அறிந்தேன்.

இப்போது, என் அண்டைவீட்டாரில் பலர் என் நண்பர்களாக ஆகிவிட்டனர். கிறிஸ்துமஸின்போது, நான் அவர்களுக்கு ஒயினும் கேக்குகளும் கொடுத்தேன். அவர்கள் எனக்கு மலர்களையும் தங்கள் நாட்டு உணவு வகைகளையும் கொடுத்தனர். ஒருசில மாதங்களுக்கு முன்பு என் கார் பழுதானபோது, கெளதமாலா நாட்டைச் சேர்ந்த என் அண்டைவீட்டுக்காரர் ஒருவர் தானாகவே வந்து, தன்னிடமிருந்த கருவிகளைக் கொண்டு அதைச் சரி செய்து கொடுத்தார். அவர் ஒரு தோட்டக்காரராக வேலை செய்து வந்தார்.

இன்று, ராட்னி கிங்கின் கேள்விக்கு நான் வித்தியாசமாக விடையளிப்பேன். வேற்றுக் கலாச்சாரங்களைச் சேர்ந்த மக்களோடு ஒற்றுமையாக வாழ்வது சாத்தியம்தான் என்று நான் கூறுவேன். நான் முதன்முதலாக என் பகுதிக்குக் குடிபெயர்ந்தபோது, என்னுடைய அண்டைவீட்டாரும் தனிநபர்கள்தான் என்பதை நான் பார்க்கத் தவறினேன். நான் அவர்களை வித்தியாசமானவர்களாகவும் என்னிடமிருந்து வேறுபட்டவர்களாகவுமே பார்த்தேன். ஆனால் இப்போது, அவர்களுடைய வாழ்க்கையும் என் வாழ்க்கையும் எப்படி நம் அனைவருக்கும் பொதுவான, இழப்பு, ஏமாற்றம், நம்பிக்கை, அன்பு ஆகிய உலகளாவிய அனுபவங்களை உள்ளடக்கியுள்ளன என்பதை நான் பார்க்கிறேன்.

கடந்த மாதத்தில் ஒருநாள், ஒரு சேவல் அதிகாலையிலேயே கூவியது என் காதுகளில் விழுந்தது. எல் சால்வடார் நாட்டைச் சேர்ந்த அந்தப் பெண்மணி இன்னொரு சேவலை வாங்கிவிட்டார் போலும். ஆனால் அதில் எனக்கு இப்போது எந்தப் பிரச்சனையும் இல்லை.

அந்தச் சேவல் எங்கள் பகுதியில் சுற்றித் திரிவதைப் பார்த்து நான் மகிழ்கிறேன். வினோதமாக, நான் என் வீட்டில் இருப்பது போன்ற ஓர் உணர்வை அது ஏற்படுத்துகிறது.

வேறுபாடுகளை மதிப்பதோடு மட்டுமல்லாமல், அவற்றைக் கொண்டாடுகின்ற கலாச்சாரங்களை அனுபவிப்பது, நான் இவ்வுலகம் நெடுகிலும் பயணிக்கும்போது எனக்குக் கிடைக்கின்ற சிலிர்ப்பூட்டும் மற்றும் உத்வேகமூட்டும் அனுபவங்களில் ஒன்று. அக்கலாச்சாரங்களில், ஒவ்வொரு சமயப் பாரம்பரியமும் கிட்டத்தட்ட எல்லோராலும் கடைபிடிக்கப்படுவதை நான் காண்கிறேன். கொண்டாடுவது என்பது வெறுமனே சகித்துக் கொள்வது மட்டுமல்ல. மக்களுடைய அபிப்பிராயங்கள், அவர்களுடைய கலாச்சாரங்கள், நம்பிக்கைகள், பாணிகள் ஆகியவை குறித்த சகிப்புத் தன்மை பற்றிப் பேசப்படுவதை நாம் ஒவ்வொரு நாளும் கேட்கிறோம். ஆனால் மேற்கூறப்பட்டக் கதையில் மேரி செய்தது சகிப்புத் தன்மையைவிட அதிகமானது, வேறுபாடுகளை மதிப்பதைவிட அதிகமானது. அவர் தன் அண்டைவீட்டாரின் வேறுபாடுகளைக் கொண்டாடினார்!

ரத்தினச்சுருக்கமாக

மதிப்புணர்வு எனும் கொள்கை என்னை எப்போதும் பணிவானவனாக ஆக்குகிறது. மக்களுக்கு மரியாதை கொடுப்பதைப் பற்றியது இது. இப்புத்தகத்தைப் படிக்கும் ஒவ்வொருவரும், ஜானி லிங்கோ தன் மனைவி சரிதாவை மதித்ததைப்போலவும், சிறுவனான டட்லீக்கு மதிப்பு தேவை என்பதைக் கண்டுகொண்டு அவனுக்குள் இருந்த நல்ல விஷயங்களை அவனுடைய பார்வைக்குப் புலப்பட வைத்த ஜேம்ஸ் ஷாட்வெல்லைப் போலவும் நடந்து கொண்டால் என்ன நிகழும் என்று பார்க்க நான் மிகவும் விரும்புவேன். மேரியைப்போல, ஒவ்வொருவரும் தங்கள் அண்டைவீட்டாரின் வேறுபாடுகளை மதித்தால் என்ன நிகழும் என்று பார்க்க நான் மிகவும் விரும்புவேன். மக்கள் தங்கள் மதிப்பையும் ஆற்றலையும் தங்களுக்குள் கண்டுகொள்வதற்கு அவர்களுக்கு உத்வேகம் அளிக்கும் விதத்தில் அவர்களுடைய மதிப்பையும் ஆற்றலையும் அவர்களிடம் எடுத்துரைப்பதுதான் தலைமைத்துவம் என்ற வரையறையை நான் பல காலமாகப் பயன்படுத்தி வந்திருக்கிறேன். அந்த வரையறை, மதிப்புணர்வு எனும் இக்கொள்கையை சிறப்பாகப் பிரதிநுதப்படுத்துவதாக நான் நம்புகிறேன்.

சிந்தனைக்காக

- உங்கள்மீது நீங்கள் கொண்டிருந்த நம்பிக்கையைவிட அதிகமான நம்பிக்கையை உங்கள்மீது கொண்டிருந்தவர்களை உங்கள் வாழ்வில் நீங்கள் சந்தித்திருக்கிறீர்களா? அது உங்களை எவ்வாறு உணரச் செய்தது? அவர்கள் உங்கள்மீது கொண்ட மதிப்பின் விளைவாக நீங்கள் வித்தியாசமாக நடந்து கொண்டீர்களா?
- சிறிது கூடுதல் மதிப்புக் கொடுக்கப்பட்டால் பலனடையக்கூடிய நபர்கள் யாரையேனும் உங்களுக்குத் தெரியுமா? அவர்களுடைய சுயமதிப்பை அதிகரிப்பதற்கும், அவர்களுடைய ஆற்றலை முடுக்கிவிடுவதற்கும் உங்களால் என்ன செய்ய முடியும்? அவர்கள்மீது நீங்கள் கொண்டிருக்கும் மதிப்பை வெளிப்படுத்துவதற்கு எத்தனைப் 'பசுக்களை' உங்களால் கொடுக்க முடியும்?
- ஜானி லிங்கோவைப்போல, கிட்டத்தட்ட எல்லோருமே ஏதோ ஒரு சமயத்தில் வம்புப் பேச்சுக்கு இரையாகியுள்ளனர். மதிப்புணர்வு எனும் கொள்கைக்கு நேரெதிரானது இது. சமூக வட்டங்களில் நீங்கள் ஒரு வம்புப் பேச்சைச் செவிமடுக்கும்போது, அதை நீங்கள் மற்றவர்களிடம் பகிர்ந்து கொள்கிறீர்களா அல்லது அதை வேரோடு கிள்ளி எறிகிறீர்களா?
- தன் பதினாறாவது வயதில் முதன்முறையாக, தான் ஒரு குழுவின் ஓர் அங்கம் என்ற உணர்வு டட்லீக்கு ஏற்பட்டது. உங்கள் வட்டத்தின் ஓர் அங்கமாக இருப்பதன் மூலம் பலனடையக்கூடிய நபர்கள் யாரையேனும் உங்களுக்குத் தெரியுமா?
- ஓர் அண்டைவீட்டாரின் வேறுபாடுகளை நீங்கள் கடைசியாக எப்போது கொண்டாடினீர்கள்?

14

புரிந்துணர்வு

"காதுகொடுத்துக் கேளுங்கள், இல்லையேல்
உங்கள் நாக்கு உங்களைச் செவிடராகவே வைத்துவிடும்."
- செவ்விந்தியப் பழமொழி

புரிந்துணர்வு என்பது அடுத்தவருடைய உள்நோக்கங்கள், பின்புலங்கள், உணர்வுகள் ஆகியவை உட்பட, அவருடைய இதயத்தையும் மனத்தையும் ஆன்மாவையும் புரிந்து கொள்வதை உள்ளடக்கியது. மற்றவர்களிடம் நாம் எவ்வளவு அதிகப் புரிந்துணர்வுடன் நடந்து கொள்கிறோமோ, அவர்களை அவர்களுடைய நிறைகுறைகளுடன் அவ்வளவு அதிகமாக நாம் ஏற்றுக் கொள்வோம், அவர்களை அவ்வளவு அதிகமாக மதிப்போம். இன்னொரு மனிதனின் உள்ளார்ந்த உணர்வுகளையும் ஆன்மாவையும் நாம் தொடுவது, இறைவனின் புனித பூமியின்மீது நடப்பதைப் போன்றது.

மற்றவர்களை நாம் புரிந்து கொள்ள வேண்டும் என்றால், முதலில், அவர்கள் கூறுவதை நம் செவிகளால் மட்டுமன்றி, நம் கண்களாலும் இதயங்களாலும் நாம் உன்னிப்பாகக் கேட்க வேண்டும். ஆனால் பெரும்பாலான மக்கள், மற்றவர்களைப் புரிந்து கொள்ளும் நோக்கத்துடன் கேட்பதில்லை, மாறாக, அவர்களுக்கு பதிலளிக்கும் நோக்கத்துடனேயே கேட்கின்றனர். அடுத்தவருடைய கண்ணோட்டத்தைப் புரிந்து கொள்வதற்கு பதிலாக, தங்களுடைய சொந்தக் கண்ணோட்டத்தின் ஊடாகவே எல்லாவற்றையும் அலசுவதில் அவர்கள் மும்முரமாக இருக்கின்றனர். இவ்விதமான நடத்தைகள், 'காதுகொடுத்துக் கேளுங்கள்' என்ற பின்வரும் கதையில் வெளிப்படுத்தப்பட்டுள்ளன. புரிந்துணர்வை அனுபவிப்பதிலும் பயிற்சி செய்வதிலும் தனக்கு ஏற்பட்டத் தோல்விகளையும் வெற்றிகளையும் ராபெர்ட்டா விவரிப்பதை உன்னிப்பாகக் கேளுங்கள். அதையடுத்து, காதுகொடுத்துக் கேட்பதன் முக்கியத்துவத்தைக் கற்றுக் கொண்ட இரண்டு மருத்துவர்களை கவனியுங்கள். அவ்வாறு ஒருமித்தக் கவனத்துடன் கேட்பது ஓர் அர்த்தமுள்ள உறவின்மீது ஏற்படுத்தக்கூடிய தாக்கத்தைக் கண்டுகொள்ளுங்கள்.

காதுகொடுத்துக் கேளுங்கள்

ராபெர்ட்டா இஸ்ரேலாஃப்

என் மாமனாரும் மாமியாரும் ஃப்புளோரிடாவிலிருந்து அப்போதுதான் நியூயார்க் நகருக்குத் திரும்பியிருந்தனர். அவர்களுடைய பயணம் மிகவும் களைப்பூட்டுவதாக இருந்திருந்தது. என் மாமியார் என்னைத் தொலைபேசியில் அழைத்து, "முதன்முறையாக எங்கள் கார் பழுதானபோது, நாங்கள் வடக்குக் கரோலினாவில் எங்கோ ஓரிடத்தில் இருந்தோம். பிறகு பழுது நீக்கிவிட்டு அங்கிருந்து புறப்பட்டோம். டெலாவேர் மாநிலத்தில் மீண்டும் எங்கள் கார் பழுதானது. அதைவிட மோசமானது, வெராசானோ பாலத்தில் கடுமையான போக்குவரத்து நெரிசலில் நாங்கள் சிக்கிக் கொண்டது. நாங்கள் ஒருபோதும் வீடு வந்து சேர மாட்டோம் என்று எனக்குத் தோன்றியது," என்று புலம்பித் தள்ளினார்.

"உங்கள் பயணம் உண்மையிலேயே மிக மோசமாக இருந்திருப்பது நன்றாகத் தெரிகிறது," என்று கூறிய நான், சமீபத்தில், ஆள் நடமாட்டமில்லாத ஒரு பகுதியில் இருந்த ஒரு கார் நிறுத்துமிடத்தில் இரவு ஒன்பதரை மணிக்கு என் கார் என் காலை வாரிய கொடுமையான கதையை என் மாமியாரிடம் கூறத் தயாரானேன்.

ஆனால் அப்போது அவருடைய வீட்டின் அழைப்பு மணி ஒலித்ததால், பிறகு பேசுவதாகக் கூறி அவர் என்னிடமிருந்து விடைபெற்றுக் கொண்டார். ஆனால், போவதற்கு முன், "ராபெர்ட்டா, என் புலம்பலைப் பொறுமையாகக் காதுகொடுத்துக் கேட்டதற்கு நன்றி. மிக முக்கியமாக, உன்னுடைய மோசமான கார் கதை எதையும் என்னிடம் கூறாமல் இருந்ததற்கு மிக்க நன்றி," என்று அவர் கூறினார்.

கோபத்தில் என் கன்னங்கள் சிவக்க, நான் என் தொலைபேசியைக் கீழே வைத்தேன். ஆனால், அதைத் தொடர்ந்து வந்த நாட்களில், என்னிடமிருந்து விடைபெறுவதற்கு முன் என் மாமியார் கூறிய அந்த அறிவார்ந்த வார்த்தைகளைப் பற்றி நான் அதிகமாக சிந்தித்தேன்.

என் மகனுடனான ஒரு சண்டையைப் பற்றியும், என் வேலை தொடர்பான ஓர் ஏமாற்றத்தைப் பற்றியும், என் கார் பிரச்சனைகளைப் பற்றியும் நான் குறைபட்டுக் கொள்ளத் துவங்கிய நேரங்களில், என் தோழி என் பேச்சை இடைமறித்து. "இதே விஷயம் எனக்கும் நிகழ்ந்தது," என்று கூறிய அனுபவம், கணக்கு வைத்துக் கொள்ள முடியாத அளவுக்கு எண்ணற்ற முறை எனக்கு ஏற்பட்டுள்ளது.

பிறகு, நாங்கள் அவளுடைய நெறிகெட்ட மகனைப் பற்றியும், அவளுடைய கோபக்கார மேலதிகாரியைப் பற்றியும், அவளுடைய கார் பிரச்சனைகளைப் பற்றியும் பேசிக் கொண்டிருப்போம். எல்லோருக்கும் திடீரென்று உணர்ச்சிரீதியான கவனக்குவிப்புக் குறைபாடு வந்துவிட்டதோ என்று வியந்து கொண்டே, நான் வெறுமனே தலையாட்டிக் கொண்டும் மௌனமாகவும் கேட்டுக் கொண்டிருப்பேன்.

"உன் உணர்வுகளை என்னால் புரிந்து கொள்ள முடிகிறது. அதை என்னால் நிரூபிக்க முடியும்," என்ற இந்த வகையான புரிந்துணர்வை, உண்மையான புரிந்துணர்வு என்று நாம் சுலபமாகத் தவறாகக் கருதிவிடுகிறோம். ஒரு பெரிய பிரச்சனையால் திணறிக் கொண்டிருக்கும்

ஒருவரிடம், நமக்கும் அதே போன்ற ஒரு பிரச்சனை இருப்பதைக் கூறி, இதில் அவர் மட்டும் தனியாக இல்லை என்று நாம் அவருக்கு எடுத்துரைத்து ஆறுதலளிக்க முற்படுவது இயல்பான செயல்தான்.

ஆனால் எல்லோருடைய பிரச்சனைகளும் ஒரே மாதிரியானவை அல்ல. அவை உங்கள் கைரேகைகளைப்போல வித்தியாசமானவை. உங்கள் கணவரைப்போலவே, உங்கள் தோழியின் கணவரும் தன் வேலையிலிருந்து நீக்கப்பட்டிருக்கக்கூடும். ஆனால் இரண்டு வெவ்வேறு குடும்பங்களின் வங்கி இருப்புகளும், மாற்றுத் திட்டங்களும், அல்லது பணிநீக்கத்தின்போது அவர்களுக்குக் கொடுக்கப்பட்ட இழப்பீட்டுத் தொகைகளும் ஒரே மாதிரி இருப்பதில்லை.

"உன் வேதனையை நான் உணர்கிறேன்," என்று நான் கூறுவதுகூட, "உன் நிலைமையில் இருந்தபோது நான் செய்தது இதுதான். நீயும் இதைத்தான் செய்ய வேண்டும்," என்று அறிவுறுத்துவதற்கான முன்னறிவிப்புதான். ஆனால் ஒரு கார் பிரயாணம் மூன்று மடங்கு நேரம் அதிகமாகும்போதோ அல்லது நள்ளிரவில் திடீரென்று உங்கள் குழந்தைக்குக் கடுமையான காய்ச்சல் ஏற்படும்போதோ, அதே போன்ற ஒரு சூழ்நிலையை உங்கள் நண்பர் எப்படி சமாளித்தார் என்று தெரிந்து கொள்ள உண்மையிலேயே நீங்கள் விரும்ப மாட்டீர்கள், இல்லையா?

நாம் உற்சாகமிழந்தோ, மனம் தளர்ந்தோ, அல்லது பதற்றமாகவோ இருக்கும்போது, நாம் கூறுவதைப் பொறுமையாகக் காதுகொடுத்துக் கேட்கக்கூடிய ஒரு நண்பர் கிடைக்க மாட்டாரா என்றுதான் நாம் எல்லோருமே ஏங்குகிறோம். ஒருவருடைய வேதனையிலோ அல்லது மகிழ்ச்சியிலோ அவருடன் இருப்பதற்கான திறன்தான் உண்மையான புரிந்துணர்வின் முக்கிய அம்சம்.

அதிர்ஷ்டவசமாக, புரிந்துணர்வை நம்மால் எளிதாகக் கற்றுக் கொள்ள முடியும். எடுத்துக்காட்டாக, என் மாமியாருடனான அந்த உரையாடலுக்குப் பிறகு, என் தோழிகளில் ஒருத்தி என்னிடம் ஏதேனும் தனிப்பட்ட முறையில் கூறும்போது, அவளுடைய பேச்சில் குறுக்கிட எனக்கு ஏற்படுகின்ற தூண்டுதலை நான் கட்டுப்படுத்தி வந்துள்ளேன். அடுத்தவர் கூற வருகின்ற விஷயத்தைப் புரிந்து கொள்ளவும், அவருடைய உடல்மொழியின்மீதும் முகபாவங்கள்மீதும் குரலின் தொனியின்மீதும் ஒருமித்தக் கவனம் செலுத்தவும், அவர் சொல்லாமல் சொல்லுகின்ற விஷயங்களைப் புரிந்து கொள்ளவும் நான் கற்றுக் கொண்டிருக்கிறேன்.

மற்றவர்கள் என்னிடம் புரிந்துணர்வுடன் நடந்து கொள்ளும்போது, அதை நான் இப்போது சுலபமாக அடையாளம் கண்டுகொள்கிறேன், அதை நான் பாராட்டுகிறேன். அன்றொரு நாள் நான் தோழி ஒருத்தியைத் தொலைபேசியில் தொடர்பு கொண்டு, நான் பதற்றமாக இருந்ததாகவும் என்னால் எதன்மீதும் கவனம் செலுத்த முடியவில்லை என்றும் குறைபட்டேன்.

"அதைப் பற்றி நீ என்னிடம் பேச விரும்புகிறாயா?" என்று அவள் என்னிடம் கேட்டாள். எனவே நான் சிறிது நேரம் அவளிடம் புலம்பினேன்.

இறுதியில், என் பேச்சைப் பொறுமையாகக் கேட்டதற்கு அவளுக்கு நன்றி கூறிவிட்டு, அவளுடைய வாழ்க்கை எப்படிப் போய்க் கொண்டிருந்தது என்று நான் அவளிடம் கேட்டேன். "அதைப் பற்றி நாம் இன்னொரு நாள் பேசலாம்," என்று அவள் பதிலளித்தாள். அதுதான் புரிந்துணர்வு.

நாம் எப்போதும் விடைகளையோ அல்லது அறிவுரைகளையோ விரும்புவதில்லை. சில சமயங்களில், நாம் மனம்விட்டுப் பேசுவதற்கு ஒருவர் இருந்தால், அதையே நாம் விரும்புகிறோம்.

"சில சமயங்களில், நாம் மனம்விட்டுப் பேசுவதற்கு ஒருவர் இருந்தால், அதையே நாம் விரும்புகிறோம்," என்று ராபெர்ட்டா முடிவாகக் கூறியது உண்மைதான். ஆனால் நாம் உண்மையிலேயே விரும்புவது, நம்மைப் புரிந்து கொள்கின்ற, அல்லது புரிந்து கொள்ள முயற்சிக்கின்ற ஒருவரைத்தான். இப்படிப்பட்டப் புரிதல், அடுத்தவருடைய நிலையில் தன்னை இருத்திப் பார்ப்பதிலிருந்து துவங்குகிறது. ராபெர்ட்டா பரிந்துரைத்ததுபோல, அடுத்தவருடைய நிலைமையைப் புரிந்து கொள்ளும் மக்கள், விஷயங்களைத் தங்கள் சொந்த வரலாற்றின் ஊடாகவோ அல்லது தத்துவங்களின் ஊடாகவோ பார்ப்பதற்கு பதிலாக, அடுத்தவருடைய கண்ணோட்டத்தின் ஊடாகப் பார்க்கின்றனர். தங்கள் சொந்தக் கதைகள், அறிவுரைகள், தீர்மானங்கள், அல்லது அபிப்பிராயங்களை அடுத்தவர்கள்மீது திணிக்காமல் தங்கள் வாயைக் கட்டிக் கொண்டு இருப்பது எப்படி என்பதை அவர்கள் அறிந்துள்ளனர்.

புரிந்துணர்வுடன் காதுகொடுத்துக் கேட்பதற்கு மிகப் பெரிய தடையாக இருப்பது, அதற்கு நேரம் ஒதுக்காமல் இருப்பதுதான், இல்லையா?

இது நேரத்தைப் பற்றியது

நோவா கில்சன், எம்டி.

சக்கரநாற்காலியில் அமர்ந்திருந்த மார்க் ஆர்சினி, என்னிடம் சிகிச்சை பெற்றுக் கொண்டிருந்த ஒரு நோயாளி. தன உயர்நிலைப் பள்ளியின் ஆண்டு விழாவில் சிறப்புரை ஆற்றுவதற்காக, அவன் தன் சக்கரநாற்காலியுடன் மேடைக்கு அழைத்துச் செலலப்பட்டுக் கொண்டிருந்தான். அவனுடைய முகத்தின் ஒரு பகுதி பக்கவாதத்தால் பாதிக்கப்பட்டிருந்தது. விழாவில் அவன் மிக மெல்லிய குரலில் பேசினான். ஆனால் அவனுடைய பேச்சு மிகவும் சக்திவாய்ந்ததாக இருந்தது. அவன் பேசி முடித்தபோது, அங்கு கூடியிருந்த அவனுடைய சக மாணவர்கள் அனைவரும் எழுந்து நின்று கைதட்டி அவனைப் பாராட்டினர். அவன் இந்த நாள்வரை உயிர் வாழ்வானா என்று முன்பு அவர்கள் சந்தேகித்திருந்தனர்.

பதினெட்டு வயது நிரம்பிய மார்க் ஆர்சினிக்கு, நோயெதிர்ப்பு சக்தியை முறியடிக்கும் 'கில்லியன் பார்' என்ற ஒரு நோய் உருவாகியிருந்தது. பக்கவாதத்தைத் தோற்றுவிக்கும் திறன் அந்த நோய்க்கு உண்டு. விரைவில், அவனுடைய ஒட்டுமொத்த உடலும் பக்கவாதத்தால் பாதிக்கப்பட்டது.

ஆனால் அவன் மன உறுதி படைத்தவன் என்றும், அவன் தன் நோயை சமாளித்து டார்ட்ஸ்மவுத் கல்லூரிக்குச் சென்று படிப்பான் என்றும் அவனுடைய பெற்றோர் வலியுறுத்தினர். ஆனால், முற்றிலும் செயலிழந்த நிலையில், மூச்சுவிடுவதற்குக்கூட வென்ட்டிலேட்டரின் உதவி தேவைப்பட்ட நிலையில் இருந்த ஆர்சினிக்கு இது எப்படி சாத்தியப்படும் என்ற வினா எழுந்தது.

அதற்கு அவனுடைய பெற்றோர் கண்டுபிடித்தத் தீர்வு அசாதாரணமானது. அவர்கள் இருவரும் தங்கள் மகனின் படுக்கையருகே உட்கார்ந்து கொண்டு, ஆங்கில எழுத்துக்களை 'ஏ, பி, சி, டி, . . .' என்று வரிசையாகக் கூறினர். ஒரு வார்த்தையை உச்சரிப்பதற்கு ஆர்சினிக்கு எந்த எழுத்துத் தேவையோ, அந்த எழுத்து வந்தவுடன், அவன் 'ஆமாம்' என்று தலையசைப்பான். அப்போது அவர்கள் அதை ஒரு நோட்டுப் புத்தகத்தில் குறித்துக் கொள்வர். பிறகு மீண்டும் முதலிலிருந்து துவக்கி, அவன் தலையசைக்கும்வரை ஒவ்வொன்றாகக் கூறுவர். இது இப்படியே தொடர்ந்தது. ஆர்சினியின் பெற்றோர் ஒருபோதும் பொறுமை இழக்கவில்லை. தங்கள் மகன் தொடர்பான தீர்மானங்களை அவர்கள் தங்கள் மகனின் ஒப்புதலுடனேயே மேற்கொண்டனர்.

வழக்கமான சிகிச்சை அவனுக்குப் பலனளிக்கவில்லை. எனவே, நான் வேறொரு சிகிச்சையை அவனுக்காக அவனுடைய பெற்றோரிடம் பரிந்துரைத்தேன். ஆர்சினியின் ரத்தத்தை வடிகட்டுகின்ற, ஆபத்தை உள்ளடக்கிய ஒரு சிகிச்சைமுறை அது. ஆனால் அந்தச் சிகிச்சை முடிந்தபோது, அவனிடம் முன்னேற்றம் காணப்பட்டது. விரைவில், அவனால் தன் கைகளையும், கால்களையும், கை விரல்களையும், கால் விரல்களையும் அசைக்க முடிந்தது.

மார்க் ஆர்சினி, டார்ட்ஸ்மவுத் கல்லூரியிலிருந்து பட்டம் பெற்றான். சில நாட்களுக்கு முன்பு நான் அவனை சந்தித்தபோது, அவன் உற்சாகமாகவும் நலமாகவும் இருந்தான். அவனிடம் நான் ஏராளமான விஷயங்களைக் கூற விரும்பினேன். ஆனால் என்னால் முடியவில்லை. நான் அவனைக் கண்டு பிரமித்து நின்றதாக நான் அவனிடம் கூற விரும்பினேன். தங்கள் மகனின் படுக்கையருகே மணிக்கணக்காக அமர்ந்து, ஒவ்வோர் எழுத்தாக அவனுக்குச் சொல்லி அவனைப் பேச வைத்த அவனுடைய பெற்றோர், என் வாழ்வில் நான் சந்தித்த மிக அற்புதமான மனிதர்களில் இருவர் என்றும் நான் அவனிடம் கூற விரும்பினேன். என் குழந்தைகள் என்னிடம் பேச வந்தபோதெல்லாம், அவர்கள் கூறுவதைக் கேட்க எனக்கு நேரமில்லாததால் அவர்களை விரட்டியடித்தது குறித்து இப்போது நான் அவமானமாக உணர்ந்ததாகவும், அவனையோ அவனுடைய பெற்றோரையோ என்னால் ஒருபோதும் மறக்க முடியாது என்றும் நான் அவனிடம் கூற விரும்பினேன். ஆனால் ஏனோ நான் ஊமையானேன்.

இந்த அதிவேக உலகத்தில், நேரம் அதிக விலை கொண்டதாகவும், செயற்திறன் எல்லோருடைய குறிக்கோளாகவும் இருப்பதுபோலத் தோன்றுகிறது. ஆனால் புரிந்துணர்வை வெளிப்படுத்துவதற்கு நேரம் தேவை. செயற்திறனைவிடப் புரிந்துணர்வு அதிக மதிப்பு வாய்ந்தது. மேற்கூறப்பட்டக் கதையில் வந்த பெற்றோர், தங்கள் மகனுக்காகத்

தங்கள் ஒட்டுமொத்த வாழ்க்கையையும் அர்ப்பணிக்கத் தயாராக இருந்தனர். அதற்குக் கிடைத்த விளைவுகள் விலைமதிப்பிட முடியாதவையாக இருந்தன.

அடுத்தக் கதையில், இன்னொரு மருத்துவர், காதுகொடுத்துக் கேட்பதற்கு நேரத்தை ஒதுக்கிக் கொள்வதன் மதிப்பையும் முக்கியத்துவத்தையும் கற்றுக் கொள்கிறார். தன் வேலையின் மிக முக்கியச் செயல்பாடு, அறுவைச் சிகிச்சை அறைக்கு வெளியேதான் நிகழ்கிறது என்பதையும், அடுத்தவர் கூறுவதைப் பொறுமையாகக் காதுகொடுத்துக் கேட்பதை அது உள்ளடக்கியுள்ளது என்பதையும் அவர் கற்றுக் கொள்கிறார்.

அறிவுச் சூடு

மைக்கேல் ஜே. காலின்ஸ், எம்டி.

ஓர் எலும்பு அறுவை மருத்துவரான எனக்கு, மக்களின் கண்ணோட்டத்தைப் புரிந்து கொள்வதில் அவ்வளவு திறமை இருக்கவில்லை. நான் அவ்வளவு சிறந்த பேச்சாளனும் அல்ல. என் கைகளால் எல்லாவற்றையும் என்னால் சரி செய்ய முடிந்தது, ஆனால் சில சமயங்களில் வார்த்தைகள் என்னைத் தடுமாறச் செய்தன.

என் வேலையின் உணர்ச்சிகரமான அம்சங்களில் எனக்கு அவ்வளவாகப் பயிற்சி இல்லாமல் போனது அதற்குக் காரணமாக இருக்கலாம். செயலில் மட்டுமே நாங்கள் ஒருமித்தக் கவனம் செலுத்தினோம். மினசோட்டா மாநிலத்தின் ராச்செஸ்டர் பகுதியில் அமைந்த மேயோ மருத்துவமனையில் நான் நான்கு வருடம் பயிற்சி மருத்துவராக இருந்தபோது, நாங்கள், நோயாளிகளின் இடம் மாறிய எலும்புகளை மீண்டும் அவற்றின் இடத்தில் பொருத்தினோம், தேய்ந்து போன மூட்டுக்களை மீண்டும் உருவாக்கினோம், நோயாளிகளை மீண்டும் முழுமையானவர்களாக ஆக்கினோம். மக்களுக்கு உதவ விரும்பியதால்தான் ஓர் அறுவைச் சிகிச்சை நிபுணராக ஆவதை நான் தேர்ந்தெடுத்தேன் என்பதை என் மனைவி அறிவார். ஆனால் சில சமயங்களில், என்னிடம் வரும் நோயாளிகளில் சிலர், நான் எதிர்பார்க்காத விஷயங்களை எனக்குக் கற்றுக் கொடுத்துவிட்டுச் செல்வது பல முறை நிகழ்ந்துள்ளது.

என் மூன்றாவது வருடப் பயிற்சியின்போது ஒருநாள், மருத்துவமனையின் அவசரப் பிரிவிலிருந்து எனக்கு ஓர் அழைப்பு வந்தது. ஓர் ஐந்து வயதுச் சிறுவன் தன் உயரமான படுக்கையிலிருந்து கீழே விழுந்து, தன் மணிக்கட்டு எலும்பை முறித்திருந்தான். நான் முனகினேன். இன்னோர் எலும்பு முறிவா? அந்த வருடம் அம்மருத்துவமனையில் சிறுவர்களுக்கும் சிறுமியருக்குமான சிகிச்சையில் ஏதோ தள்ளுபடி கொடுக்கப்பட்டு இருந்ததுபோல எனக்குத் தோன்றியது. நான் என் அறையிலிருந்து நேராக

அவசரப் பிரிவுக்குச் சென்றேன். என் நோயாளியைப் பற்றிய தகவல்கள் அடங்கிய அட்டையை எடுத்துக் கொண்டு, நேராக அச்சிறுவனைப் பார்க்கச் சென்றேன்.

அவன் சிணுங்கிக் கொண்டே தன் தந்தையின் மடிமீது அமர்ந்திருந்தான். டொனால்டு டக் உருவம் அச்சிடப்பட்டப் பைஜாமாவை அவன் அணிந்திருந்தான். அவன் கையில், பஞ்சடைக்கப்பட்ட ஒரு கரடி பொம்மை இருந்தது. அவன் இடது மணிக்கட்டு சுமார் நாற்பத்தைந்து டிகிரி பின்னால் வளைந்திருந்தது. நான் என்னை அவனுடைய தந்தையிடம் அறிமுகப்படுத்திக் கொண்டு, என்ன நிகழ்ந்தது என்று அச்சிறுவனிடம் கேட்டேன். ஆனால் அவன் என் கேள்விக்கு பதிலளிக்கவில்லை. அவன் என்னைப் பார்க்கக்கூட இல்லை. அவன் வெறுமனே தன் தந்தையின் கைகளுக்குள் இன்னும் ஆழமாகச் சுருண்டு கொண்டான்.

என்ன செய்யப்பட வேண்டும் என்பதும், அதற்கு எவ்வளவு நேரம் ஆகும் என்பதும் எனக்குத் தெரிந்திருந்ததால், நான் பொறுமையின்றி இருந்தேன். எனக்கு ஏராளமான வேலை இருந்தது. எனவே நான் அச்சிறுவனுடன் பேசுவதை நிறுத்துவிட்டு, எக்ஸ்ரே எடுப்பவரை விரைவாக அழைத்தேன்.

ஐந்து நிமிடங்களுக்குப் பிறகு, எக்ஸ்ரே எடுக்கும் பொறுப்பில் இருந்த ஒரு பெண்மணி அங்கு வந்தார். அவர் அச்சிறுவனுக்குப் பக்கத்தில் மண்டியிட்டு அமர்ந்து, "ஓ, டேனி! உன் கை உடைந்துவிட்டதா கண்ணா?" என்று அன்பாகக் கேட்டார்.

அச்சிறுவன் அவரைப் பார்த்தபோது, அவனுடைய கண்கள் கண்ணீரால் நிரம்பியிருந்தன. "நான் என் படுக்கையிலிருந்து கீழே விழுந்துவிட்டேன்," என்று அவன் கூறினான்.

"அடப் பாவமே!" என்று கூறிவிட்டு, அப்பெண்மணி தன் கையைக் கொண்டு அவனுடைய கன்னத்தை அன்பாகத் தொட்டார். பிறகு, "பரவாயில்லை. நான் உன் கையை ஒரு புகைப்படம் எடுக்கப் போகிறேன். பிறகு, இந்த அருமையான மருத்துவர் உன் கையைச் சரி செய்துவிடுவார். உன் கரடி பொம்மையையும் ஒரு புகைப்படம் எடுக்கலாமா?" என்று அவர் கேட்டபோது, டேனி உற்சாகமாகத் தலையசைத்தான்.

அச்சிறுவன் ஏன் அந்த எக்ஸ்ரே பெண்மணியிடம் பேசத் தயாராக இருந்தான், ஆனால் தன் மருத்துவரான என்னிடம் ஏன் பேச மறுத்தான் என்று வியந்தபடியே நான் ஒரு மூலையில் நின்றேன். அப்பெண்மணி தொடர்ந்து ஏதோ பேசிக் கொண்டே இருந்தபோது, "நாம் இங்கு நேரத்தை வீணாக்கிக் கொண்டிருக்கிறோம்!" என்று நான் நினைத்தேன். அவர் ஒருவழியாக அந்த எக்ஸ்ரே இயந்திரத்தைத் தயார் செய்து, அச்சிறுவனின் கையைப் பல படங்கள் எடுத்தார். பிறகு, அவனுடைய கரடி பொம்மையையும் ஒரு படமெடுத்தார்.

நான் எக்ஸ்ரேக்களுக்காகக் காத்துக் கொண்டிருந்த நேரத்தில், சிகிச்சை அறைக்கு அச்சிறுவனைக் கொண்டு செல்வதற்கான ஏற்பாடுகளைச் செய்துவிட்டு, மயக்க மருந்து கொடுப்பதற்காக போனி என்ற பயிற்சி மருத்துவரை அழைத்தேன். பிறகு, கட்டுப் போடுவதில் நிபுணரான ஜான் கோவால்ஸ்கீயை வரவழைத்தேன்.

அச்சிறுவனின் மணிக்கட்டு எலும்பு மிக மோசமாக இடம் விலகி இருந்ததை எக்ஸ்ரே படங்கள் காட்டின. ஆனால் அவனுக்கு அவற்றில்

எந்த ஆர்வமும் இருக்கவில்லை. அவன் தன் கரடி பொம்மையின் எக்ஸ்ரே படத்தையே ஆச்சரியத்தோடு பார்த்துக் கொண்டிருந்தான். எலும்புகள் அவற்றின் இடத்தில் மீண்டும் பொருத்தப்பட வேண்டும் என்று நான் அவனுடைய பெற்றோரிடம் கூறினேன். முழுமையாக மயக்க மருந்து கொடுத்து இதைச் செய்தால்தான் வலி குறைவாக இருக்கும் என்று நான் அவர்களிடம் பரிந்துரைத்தேன்.

“நான் அவனுடைய கையில் துளைகள் ஏதும் போட வேண்டியதில்லை. இடம் விலகியுள்ள எலும்புகளை மீண்டும் அவற்றின் இடத்திற்குக் கொண்டு வந்து, பிறகு ஒரு கட்டுப் போட்டால் போதும்,” என்று நான் கூறினேன்.

நாங்கள் டேனியைச் சிகிச்சை அறைக்கு அழைத்துச் சென்றோம். மயக்க மருந்திற்காக நாங்கள் பதினைந்து நிமிடங்கள் காத்திருந்தோம். ஜான் வழக்கம்போல அமைதியாகத் தன் சிகிச்சைப் பொருட்களை எடுத்துக் கொண்டு, எங்களுக்குத் தேவைப்பட்டப் பிளாஸ்டர் கட்டுகளைத் தேர்ந்தெடுக்கத் துவங்கினார். இறுதியில், போனி வந்து டேனிக்கு மயக்க மருந்து கொடுத்து அவனைத் தூங்க வைத்துவிட்டு, என்னைப் பார்த்துத் தலையசைத்துவிட்டு, நான் என் சிகிச்சையைத் தொடரலாம் என்று என்னிடம் கூறினார்.

“ஜான், தொடங்கலாமா?” என்று நான் ஜானிடம் கேட்டேன்.

சிறிது நேரத்தில், நாங்கள் இருவருமாகச் சேர்ந்து டேனியின் எலும்புகளை அவற்றின் இடத்தில் மீண்டும் பொருத்தினோம். ‘சடக்’ என்ற ஒரு சத்தம் கேட்டது. எலும்புகள் கச்சிதமாகப் பொருத்தப்பட்டிருந்ததை அறிவித்தச் சத்தம் அது.

என் திறமை குறித்து நான் பெருமிதம் கொண்டேன். “இந்த வேலையைச் சிறப்பாகச் செய்வதற்காகத்தானே நான் இங்கே இருக்கிறேன்?” என்று என்னை நானே கேட்டுக் கொண்டேன். இப்போது நானும் ஜானும் டேனிக்குக் கட்டுப் போடத் தொடங்கினோம்.

ஜான் டேனியின் கையை உயர்த்திப் பிடித்தபோது, அவருடைய புஜத்தில் ஒரு பச்சைக் குத்தப்பட்டிருந்ததை நான் கண்டேன். நான் அதைச் சுட்டிக்காட்டி, “ஜான், 28 என்றால் என்ன அர்த்தம்?” என்று கேட்டேன்.

“அது நான் சேவை செய்த ராணுவப் படையின் எண்,” என்று அவர் விரைவாக பதிலளித்தார். “28வது காலாட்படை. வியட்நாமில் நான் ஒரு மருத்துவப் பணியாளனாக சேவை செய்தேன்.” ஜான் இதற்கு முன்பு இது பற்றி ஒருபோதும் குறிப்பிட்டிருக்கவில்லை.

நான் தொடர்ந்து டேனிக்குச் சிகிச்சை அளித்துக் கொண்டிருந்தபோது, வியட்நாமில் தனக்கு ஏற்பட்ட அனுபவங்களை ஜான் என்னிடம் கூறினார். “டாக்டர், அது ஒரு நரகக் குழி. நம் வீரர்கள் ஏராளமானோர் உயிரோடு எரிக்கப்பட்டதையும், குண்டுகளால் துண்டுதுண்டாகச் சிதறடிக்கப்பட்டதையும் நான் கண்டேன். ஒவ்வொரு நாளும் நான் அவர்களுக்குக் கட்டுப் போட்டேன், உடைந்த எலும்புகளுக்கு பதிலாக மூங்கில் மட்டைகளைப் பொருத்தினேன். சில நாட்களுக்குப் பிறகு, என் வேலை இயந்திரத்தனமானதாக ஆகிவிட்டது. நான் அதைப் பற்றி எதுவும் சிந்திக்க விரும்பவில்லை. வியட்நாமில் என் வேலையை முடித்துவிட்டு, நான் வேகமாக வீடு திரும்ப விரும்பினேன்.”

“நீங்கள் கூறுவது எனக்குப் புரிகிறது,” என்று நான் கூறினேன்.

"ஆனால், டாக்டர், என் எண்ணம் தவறானது," என்று ஜான் அவசர அவசரமாகக் கூறினார். "காரணமின்றி சுட்டுக் கொல்லப்பட்டுக் கொண்டிருந்த அந்தப் பரிதாப உயிர்களைப் பற்றி நான் மறந்துவிட்டிருந்தேன். காயப்பட்ட வீரர்களுக்குத் தேவை என் சேவை மட்டுமல்ல, கூடவே, நான் அவர்கள்மீது அக்கறை கொண்டிருந்தேன் என்பதை அவர்கள் அறிந்திருப்பதும் அவசியம் என்பதை நான் உணர்ந்தேன். இது வெறுமனே உடற்காயங்களுக்குச் சிகிச்சை அளிப்பது பற்றியது அல்ல, அதையும் கடந்த ஒன்று."

நாங்கள் டேனிக்குக் கிட்டத்தட்டக் கட்டுப் போட்டு முடித்திருந்த நேரத்தில், என் மனத்தில் ஏராளமான கேள்விகள் முளைக்கத் துவங்கின. "காயங்களுக்குச் சிகிச்சை அளிப்பதுதானே நம் வேலை? தன் மகனின் எலும்புகளைச் சரிப்படுத்துவதற்காகத்தானே இந்தத் தந்தை அவனை இங்கே கொண்டு வந்தார்? அதுதானே என் வேலை?" இறுதியில் எனக்கு எல்லாம் புரியத் துவங்கியது.

நான் என் வேலையை இயந்திரத்தனமாகச் செய்து வந்திருந்தேன். ஒரு மருத்துவருக்குரிய முக்கிய அம்சத்தை நான் மறந்துவிட்டிருந்தேன். நடைமுறை யதார்த்தத்திற்கு நான் அளவுக்கதிகமாக முக்கியத்துவம் கொடுத்துவிட்டிருந்தேன். காயப்பட்ட அந்தச் சிறுவனின்மீது தான் அக்கறை கொண்டிருந்ததை அவனுக்கு எப்படித் தெரியப்படுத்துவது என்பது எக்ஸ்ரே தொழில்நுட்ப வல்லுனருக்குக்கூடத் தெரிந்திருந்தது. ஆனால் நானோ, அவசர அவசரமாக அவனுக்குச் சிகிச்சை அளித்துவிட்டு, அடுத்த வேலையைப் பார்ப்பது பற்றி சிந்தித்துக் கொண்டிருந்தேன்.

இதற்கிடையே, டேனியின் எலும்புகள் ஒழுங்காகப் பொருந்தியிருந்தனவா என்று பரிசோதிப்பதற்காக மீண்டும் சில எக்ஸ்ரேக்கள் எடுக்கப்பட்டு, ஐந்து நிமிடங்களில் அப்படங்கள் என்னிடம் கொண்டு வரப்பட்டன. ஜானும் நானும் அவற்றை விளக்கு வெளிச்சத்திற்கு எதிரே பார்த்தோம். "நன்றாகப் பொருத்தப்பட்டுள்ளன — வழக்கம்போல," என்று ஜானி கூறினார். அவருடைய குரலில் இருந்த முரண்தொகையை முன்பு நான் எவ்வாறு கவனிக்காமல் போயிருந்தேன் என்று நான் வியந்தேன்.

"போனி, டேனிக்கு நீங்கள் மயக்கம் தெளிவிக்கலாம்," என்று நான் அந்த மயக்க மருந்து நிபுணரிடம் மென்மையாகக் கூறினேன். டேனி கண்விழிக்கத் தொடங்கியபோது, அவனை ஒரு சக்கரநாற்காலியில் அமர்த்தி, அவன் ஓய்வெடுப்பதற்கான அறைக்கு அவனை நாங்கள் கொண்டு சென்றோம். நான் அவனுடைய கரடி பொம்மையை எடுத்து, அதன் கையைச் சுற்றி ஒரு கட்டுப் போட்டு, அதன் கழுத்தைச் சுற்றி ஒரு துணியை முறுக்கித் தொங்கவிட்டு, கட்டுப் போடப்பட்டிருந்த கையை அதில் தொங்கவிட்டேன்.

தன் கண்ணிமைகள் படபடக்க, பீதியில் தன்னைச் சுற்றிப் பார்த்த டேனியிடம், "டேனி, பயப்படாதே. நாங்கள் உன் எலும்புகளைக் கச்சிதமாகப் பொருத்திவிட்டோம். உன் கை சரியாகிவிடும். இங்கே பார், நாங்கள் உன் கரடி பொம்மையையும் சரி செய்துவிட்டோம்," என்று நான் கூறினேன்.

அவன் தன் கையை நீட்டி, என் கையிலிருந்த கரடி பொம்மையை எடுத்துக் கொண்டு, தன் உதடுகள் துடிதுடிக்க, "எனக்கு என் அம்மா வேண்டும்," என்று கூறினான்.

"பயப்படாதே, இன்னும் சிறிது நேரத்தில் நீ வீட்டிற்குப் போகலாம்," என்று நான் கூறினேன்.

நான் அவனுடைய தகவல்கள் அடங்கிய அட்டையை எடுத்து, அதில் அவனுடைய பெயரைப் பார்த்தேன். "பெயர்: டேனியல் ஈஸ்ட்மன், நகரம்: பைரன், மாநிலம்: மினசோட்டா" என்று அதில் குறிப்பிடப்பட்டிருந்தது. அவனுடைய முழுப் பெயர்கூட எனக்குத் தெரிந்திருக்கவில்லை. நான் என் கையில் ஒட்டியிருந்த காய்ந்த பிளாஸ்டரைத் துடைத்துவிட்டு, டேனியின் எக்ஸ்ரேக்களை எடுத்துக் கொண்டு அவனுடைய பெற்றோரைப் பார்க்கச் சென்றேன்.

"டேனி நலமாக இருக்கிறான். சிகிச்சை வெற்றிகரமாக முடிந்துவிட்டது. அவனுடைய எலும்புகள் மீண்டும் பழைய இடத்தில் பொருத்தப்பட்டுவிட்டன. இன்றிரவு நீங்கள் அவனை வீட்டிற்கு அழைத்துச் செல்லலாம்," என்று நான் அவர்களிடம் கூறினேன்.

"அவனுடைய கையை நீங்கள் திறந்து பார்க்க வேண்டியிருந்ததா?" என்று டேனியின் தந்தை கேட்டார்.

"இல்லை. கையில் எந்தத் துளையும் இடாமலேயே நான் அந்த எலும்புகளைச் சரி செய்துவிட்டேன்."

அதைக் கேட்டு அவனுடைய பெற்றோரின் முகங்கள் மலர்ந்தன. நான் அதைக் கண்டபோது, "இப்படிப்பட்ட விஷயங்களை கவனிப்பதை நான் எப்போது நிறுத்தினேன்? வெறுமனே தகவல்களைக் கூறிவிட்டு, அடுத்த வேலையை நோக்கி அவசர அவசரமாக ஓடிப் போகும் அளவுக்கு நான் எப்போது பொறுமையிழந்தேன்?" என்று என்னை நானே கேட்டுக் கொண்டேன். பிறகு, அவர்களுக்குப் பின்னால் இருந்த இருக்கைகளைச் சுட்டிக்காட்டி, "தயவு செய்து அமருங்கள்," என்று அவர்களிடம் கூறினேன். நானும் அவர்களுடன் பதினைந்து நிமிடங்கள் அமர்ந்தேன். பத்து வயதிலும் பன்னிரண்டு வயதிலும் தங்களுக்கு இன்னும் இரண்டு குழந்தைகள் இருந்ததாக அவர்கள் என்னிடம் கூறினர். "அப்படியென்றால், டேனிதான் உங்கள் கடைக்குட்டியா?" என்று நான் டேனியின் தாயாரிடம் கேட்டேன்.

ஆனால் அவனுடைய தந்தை குறுக்கிட்டு, "ஆமாம், டாக்டர். இந்த உலகமே டேனியைச் சுற்றி இயங்குவதாகத்தான் என் மனைவி நினைக்கிறார்," என்று கூறியபோது, டேனியின் தாயார் ஒரு வெட்கப் புன்னகையை உதிர்த்தார்.

வீட்டிற்கு அழைத்துச் சென்ற பிறகு டேனியை எவ்வாறு கவனித்துக் கொள்ள வேண்டும் என்பது பற்றி நான் அவர்களுக்கு எடுத்துரைத்துவிட்டு, மீண்டும் எக்ஸ்ரே பரிசோதனைக்கு எப்போது வர வேண்டும் என்பது தொடர்பான விபரங்களை அவர்களிடம் பகிர்ந்து கொண்டு, எப்போது வேண்டுமானாலும் அவர்கள் என்னைத் தொடர்பு கொள்ளலாம் என்று கூறினேன். அவர்கள் எப்போது டேனியைப் பார்க்கச் செல்லலாம் என்று செவிலியரிடம் கேட்டுவிட்டு வருவதாகக் கூறி நான் அங்கிருந்து புறப்பட்டபோது, அவர்கள் இருவரும் எழுந்து என் கையைப் பிடித்துக் குலுக்கினர். "டாக்டர், உங்கள் உதவிக்கு மிக்க நன்றி," என்று டேனியின் தந்தை கூறினார்.

நான் அவர்களிடமிருந்து விடைபெற்றுக் கொண்டேன். அன்றிரவு நான் ஓர் ஒப்பற்றப் பாடத்தைக் கற்றேன். நான் செவிலியரிடம் பேசிவிட்டு, கட்டுப் போடும் அறையை நோக்கி விரைந்தேன். அங்கிருந்த ஒருவருக்கு நான் நன்றி கூற வேண்டியிருந்தது.

துவக்கத்தில், அந்த அறுவைச் சிகிச்சை நிபுணர், தன் வேலையை ஒழுங்காகச் செய்ய வேண்டும் என்பதில் மட்டுமே மும்முரமாக இருந்தார். தன்னுடைய திறமையின்மீது மட்டுமே தன் ஒட்டுமொத்தக் கவனத்தையும் கொண்டிருந்த அவர், தன் நோயாளிகள்மீது தான் ஏற்படுத்திக் கொண்டிருந்த பாதிப்பைக் கண்டுகொள்ளத் தவறினார். மக்களிடம் செயற்திறனுடன் நடந்து கொள்வது பயனற்றது. நீங்கள் எப்போதேனும் உங்கள் வாழ்க்கைத் துணைவருடனோ அல்லது ஒரு நெருங்கிய நண்பருடனோ ஒரு கடினமான விவகாரத்தைப் பற்றிப் பேசும்போது செயற்திறனுடன் நடந்து கொள்ள முயற்சித்திருக்கிறீர்களா? அந்த முயற்சி எத்தகைய விளைவை ஏற்படுத்தியது? ஓர் உணர்ச்சிகரமான பிரச்சனையில் உங்கள் மகளுடனோ அல்லது மகனுடனோ நீங்கள் செயற்திறனுடன் நடந்து கொள்ள முயற்சித்திருக்கிறீர்களா? அந்த விவாதம் எப்படிச் சென்றது? பொருட்களின் விஷயத்தில் உங்களால் செயற்திறனுடன் நடந்து கொள்ள முடியும், ஆனால் மக்களிடம் அது பலனளிக்காது.

ரத்தினச்சுருக்கமாக

இந்த மூன்று கதைகளிலும் உள்ள முக்கியமான விஷயம் 'அக்கறையுடன்கூடிய கவனிப்பு.' உண்மையான அக்கறையுடன் ஒருவர் கூறுவதைக் காதுகொடுத்துக் கேட்கும்போது ஏற்படுகின்ற தாக்கத்திற்கு முன்னால், காதுகொடுத்துக் கேட்பது பற்றி உலகிலுள்ள மிகச் சிறந்த 'உத்திகள்' அனைத்தும் தோற்றுப் போகும்.

சிந்தனைக்காக

- உங்கள் வாழ்விலுள்ள மிக முக்கியமான நபர் ஒருவர் கூறுவதை உண்மையாகக் காதுகொடுத்துக் கேட்பதற்குக் கடைசியாக எப்போது நீங்கள் நேரம் ஒதுக்கினீர்கள்? அப்போது நீங்கள் புரிந்துணர்வுடன் காதுகொடுத்துக் கேட்டீர்களா?
- நீங்கள் தலைமைத்துவப் பொறுப்பில் இருக்கும்போது, உங்கள் ஊழியர்களும் வாடிக்கையாளர்களும் விநியோகிப்பாளர்களும் நிபுணர்களும் கூறுவதை நீங்கள் எவ்வளவு அடிக்கடி உண்மையிலேயே காதுகொடுத்துக் கேட்கிறீர்கள்? நீங்கள் எப்போதும் உங்கள் மேசைக்குப் பின்னால் ஒளிந்து கொள்ளும் ஒருவரா அல்லது மக்களுடன் சகஜமாகக் கலந்து பழகும் ஒருவரா?
- மற்றவர்களின் அபிப்பிராயங்களைத் தெரிந்து கொள்ளும் பொருட்டு அவர்களிடமிருந்து பின்னூட்டக் கருத்துக்களை நீங்கள் கேட்டு வாங்குகிறீர்களா அல்லது அவை தாமாக உங்களிடம் வரட்டும் என்று காத்திருக்கிறீர்களா? விமர்சனத்தை நீங்கள் திறந்த மனத்துடன் எதிர்கொள்கிறீர்களா அல்லது அதிலிருந்து உங்களைத் தற்காத்துக் கொள்ள முயற்சிக்கிறீர்களா?

15

ஒற்றுமை

"ஒன்றிணைவது ஒரு துவக்கம்;
ஒற்றுமையாக இருப்பது முன்னேற்றம்;
ஒன்றாகச் சேர்ந்து செயல்படுவது வெற்றி."

- ஹென்ரி ஃபோர்டு

வேற்றுமையில் ஒற்றுமையைக் காண்பது அன்றாடம் நாம் எதிர்கொள்கின்ற மாபெரும் சவால்களில் ஒன்று என்று மகாத்மா காந்தி கூறினார். ஒற்றுமை என்டது ஒத்தநிலையை உணர்த்துகிறது. ஆனால் ஒத்தநிலை என்பது ஒரே வகையான தன்மையாக இருக்க வேண்டும் என்று அர்த்தமில்லை. வேறு வார்த்தைகளில் கூறினால், நாம் எல்லோரும் வெவ்வேறானவர்களாக, தனித்துவமானவர்களாக இருக்கலாம். ஆனால், ஒரே குறிக்கோளின் ஊடாக, நம்மால் ஒரு குழுவாக ஒன்றிணைந்து, கூட்டியக்கத்துடன் செயல்பட்டு, மாபெரும் சாதனைகளை நிகழ்த்த முடியும்.

விளையாட்டுக் குழுக்களிலும், பணிக் குழுக்களிலும், சமூகப் பணித்திட்டங்களிலும், முக்கியமாக, குழு சார்ந்த அனைத்து முயற்சிகளிலும் ஒற்றுமை ஒரு முக்கியத் தேவையாக உள்ளது. வேறு எந்த இடத்தையும்விட, இணக்கம் நிலவுகின்ற குடும்பங்களில் அவற்றின் உறுப்பினர்களுக்கு இடையேதான் ஒற்றுமை அதிக வலிமையாக வெளிப்படுத்தப்படுகிறது. ஒரு தடையிலிருந்து மீள்வதற்கோ அல்லது ஒரு குறிப்பிட்டத் தேவையை நிறைவேற்றுவதற்கோ தங்கள் திறமைகளை ஒன்றிணைப்பதற்கான தேவை ஒரு குடும்பத்தின் உறுப்பினர்களிடையே எழும் சமயங்களில் இந்த ஒற்றுமையுணர்வு குறிப்பாக வெளிப்படுத்தப்படுகிறது. இப்படிப்பட்ட ஓர் ஒற்றுமையின் வலிமை, பின்வரும் கதையில் விரிவாகச் சித்தரிக்கப்பட்டுள்ளது.

ஒரு குடும்பத்தின் அர்ப்பணிப்புடன்கூடிய கூட்டு முயற்சி

ஜான் பெக்கனென்

தன் மகன் ஸ்டீவன் பிறந்த சில நாட்களிலேயே, அவனுடைய தந்தையான லின்டி குனிஷிமா, தன் பதிமூன்று வயது மகள் டுரூடியையும் ஒன்பது வயது மகள் ஜெனிபரையும், ஹானலூலூ நகரில் அமைந்த தங்கள் வீட்டின் வரவேற்பறையில் ஒன்றாக அமர வைத்துப் பேசினார்.

ஜப்பானிய சாமுராய் வம்சாவழியைச் சேர்ந்த அவர், அமெரிக்காவில் பிறந்தவர். "நான் உங்களுக்கு ஒரு கதை கூற விரும்புகிறேன்," என்று அவர் தன் மகள்களிடம் கூறினார். "ஒருநாள் ஒரு சாமுராய் வீரர் தன் மூன்று மகன்களுடன் அமர்ந்து, ஓர் அம்பை வெளியே எடுத்தார். தன் மகன்கள் ஒவ்வொருவரிடமும் அதை உடைக்கும்படி கூறினார். அவர்கள் அனைவரும் அதை எளிதாக உடைத்தனர். பிறகு அவர் மூன்று அம்புகளை எடுத்து, அவற்றை ஒன்றாகச் சேர்த்துக் கட்டி, தன் மகன்களின் முன்னால் வைத்தார். 'இப்போது இந்த மூன்று அம்புகளை முறியுங்கள்,' என்று அவர் கூறினார். ஆனால் அவர்கள் யாராலும் அவற்றை முறிக்க முடியவில்லை."

கதை முடியவிருந்த தருவாயில், லின்டி தன் மகள்களின் கண்களை உற்றுப் பார்த்தார். "பிறகு அந்த வீரர் தன் மகன்களிடம் திரும்பி, 'இதுதான் உங்களுக்கான பாடம். நீங்கள் மூவரும் ஒற்றுமையாக இருந்தால், உங்களை யாராலும் ஒருபோதும் வீழ்த்த முடியாது,' என்று கூறினார்."

லின்டி மற்றும் கெரி குனிஷிமா தம்பதியரின் ஒரே மகன் என்ற முறையில், ஸ்டீவனுக்கு அக்குடும்பத்தில் ஒரு சிறப்பான இடம் கொடுக்கப்பட்டது. 1982ம் ஆண்டு செப்டம்பர் மாதத்தில் அவன் பிறந்த நாளிலிருந்து, அவனுடைய சகோதரிகள் இருவரும் அவன்மீது மட்டற்ற அன்பைப் பொழிந்து வந்தனர்.

ஆனால் ஸ்டீவன் பிறந்து ஆறு மாதங்கள் ஆனபோது, கெரி குனிஷிமா கவலை கொண்டார். பள்ளி ஆசிரியையாக இருந்த அவரால், தன் மகன் ஒவ்வோர் இரவும் பல முறை கண்விழித்துப் பசியால் அழுததற்கான காரணத்தைப் புரிந்து கொள்ள முடியவில்லை. அவனுடைய பகல்நேர நடவடிக்கைகளும் அவருக்குக் குழப்பமூட்டின. கெரி அவனை எந்த இடத்தில் உட்கார வைத்தாரோ, அவன் அந்த இடத்தைவிட்டு லேசாகக்கூட அசையாமல் அப்படியே இருந்தான். அவனிடமிருந்து எந்தச் சத்தமும் வராது அவனை ஒரு குழந்தைகள்நல மருத்துவரிடம் அழைத்துச் சென்று காட்டிய கெரி, "அவன் வயதில் என் மகள்கள் இப்படி இருக்கவில்லை," என்று அந்த மருத்துவரிடம் கூறினார்.

"நீங்கள் தேவையில்லாமல் கவலைப்படுகிறீர்கள். ஸ்டீவன் நலமாக இருக்கிறான். பெண் குழந்தைகள் சற்று வேகமாக வளர்வார்கள்," என்று அந்த மருத்துவர் பதிலளித்தார்.

ஸ்டீவனுக்கு ஒன்றரை வயது ஆனபோதும் அவனால் பேசவோ அல்லது நடக்கவோ முடியவில்லை. 1984ம் ஆண்டின் துவக்கத்தில், கெரி அவனை ஒரு நரம்பியல் நிபுணரிடம் சென்று காட்டினார். உடலின் தசைகளுக்குத் தகவல் அனுப்பி, அத்தசைகளிடமிருந்து தகவல்களைப்

பெறுவதற்கான மூளையின் பகுதி ஸ்டீவனுக்கு வளர்ச்சி அடைந்திருக்கவில்லை என்று ஒரு சிடி ஸ்கேன் காட்டியது.

இந்தக் குறைபாட்டின் காரணமாக அவனுடைய தசைகள் மென்மையாகவும் வலுவிழந்தும் இருந்தன. இரவில் அவன் அடிக்கடிக் கண்விழித்துப் பசியால் அழுததும் இதனால்தான். அவனுடைய நாக்குத் தசைகள் மிகவும் பலவீனமாக இருந்ததால், தன் பசியைப் போக்கிக் கொள்ளும் அளவுக்குப் போதுமான பாலைக் குடிக்க அவனால் முடியவில்லை.

"கெரி, உங்கள் மகன் ஒருபோதும் நடக்கவோ அல்லது பேசவோ மாட்டான். தசைகளைக் கட்டுப்படுத்திச் செய்ய வேண்டிய எதையும் அவனால் செய்ய முடியாது," என்று அந்த நரம்பியல் நிபுணர் கூறினார்.

தன்னை ஆசுவாசப்படுத்திக் கொள்ளப் போராடிய கெரி, ஸ்டீவனின் புத்திசாலித்தனத்தை இது எவ்வாறு பாதிக்கும் என்று கேட்டார். "அவன் புத்தி சுவாதீனமற்றவனாகவே இருப்பான். அவனால் எதுவும் கற்றுக் கொள்ள முடியாது. எதிர்காலத்தில் ஏதோ ஒரு சமயத்தில் நீங்கள் அவனை ஒரு மனநல மருத்துவமனையில் சேர்ப்பது குறித்து யோசிக்க வேண்டும்," என்று அந்த நிபுணர் பதிலளித்தார்.

இதைக் கேட்டு அதிர்ச்சியடைந்த கெரியால் பல நாட்கள் சாப்பிடவோ அல்லது தூங்கவோ முடியவில்லை. தினமும் நள்ளிரவு தாண்டிய பிறகு, தங்கள் தாயாரின் தேம்பல்களையும், தங்கள் தந்தை அவரை சமாதானப்படுத்த முயன்றதையும் டுரூடியும் ஜெனிபரும் கேட்டனர்.

இப்போது பதினோரு வயது ஆகியிருந்த ஜெனிபரும், தன் உணர்ச்சிகளுடன் போராடிக் கொண்டிருந்தாள். படிப்பில் அவள் முதலாவதாக வந்தாள். அவள் ஓர் இயல்பான தடகள வீராங்கனையாகவும் இருந்தாள். அவளுக்கு ஏகப்பட்ட நண்பர்கள் இருந்தனர். அவள் தன் தம்பி ஸ்டீவனை மிகவும் நேசித்தாலும்கூட, இப்படிப்பட்ட ஒரு தம்பி தனக்கு இருந்தது தன் நண்பர்களுக்குத் தெரியாமல் இருந்தால் நல்லது என்று நினைத்தாள்.

டுரூடியும் படிப்பில் மிகவும் கெட்டிக்காரியாக இருந்தாள். பதினைந்து வயதில், அதைவிட அதிக வயது கொண்டோருக்கான அறிவு அவளுக்கு இருந்தது. ஸ்டீவனின் குறைபாட்டை அவளால் திறந்த மனத்துடன் ஏற்றுக் கொள்ள முடிந்தது. ஆனால் அவனுடைய குறைபாடு உண்மையிலேயே எந்த அளவுக்கு மோசமாக இருந்தது என்று அவள் அடிக்கடி யோசித்தாள். ஒருநாள், தன் தாயாரின் வருத்தத்தைச் சற்றுத் தணிப்பதற்காக, மருத்துவரின் கணிப்பிற்கு அவள் சவால்விட்டாள். "அம்மா, ஸ்டீவனைப் பற்றி அந்த மருத்துவர் கூறியதை நான் நம்பவில்லை. அவன் கண்களில் ஒரு மினுமினுப்பை நான் பார்க்கிறேன். நீங்கள் அவன்மீது நம்பிக்கை இழந்துவிடக்கூடாது. நீங்கள் அப்படிச் செய்தால், நலமடைவதற்கான வாய்ப்பை அவன் இழந்துவிடுவான்," என்று அவள் தன் தாயிடம் கூறினாள்.

டுரூடியின் வார்த்தைகள் கெரியின் போராட்ட உணர்வை மீண்டும் தட்டியெழுப்பின. கெரி தன் குடும்பத்தினரை ஒன்றாக அமர வைத்துப் பேசினார்.

அவர் தன் மகள்களிடம், "டுரூடி இன்று என்னிடம் கூறியதைப் பற்றி நான் சிந்தித்துப் பார்த்தேன். நீங்கள் இருவரும் சிறு குழந்தைகளாக இருந்தபோது, நானும் உங்கள் தந்தையும் உங்களுக்கு ஏராளமான

புத்தகங்களை வாசித்துக் காட்டினோம். அது உங்கள் மனங்களைத் தூண்டி, மொழியை நீங்கள் கற்றுக் கொள்ள உங்களுக்கு உதவும் என்று நாங்கள் நம்பினோம். நாம் ஸ்டீவனுக்கும் இதைச் செய்ய வேண்டும் என்று எனக்குத் தோன்றுகிறது," என்று கூறினார்.

"எனக்கு சம்மதம்!" என்று டுரூடி உற்சாகமாகக் கூறினாள்.

"நாங்கள் தவறாமல் தினமும் இரவில் அவனுக்கு வாசித்துக் காட்டுவோம்," என்று ஜெனிபர் வாக்குறுதி அளித்தாள்.

பிறகு அவர்கள் நால்வரும், தாங்கள் அமர்ந்திருந்த மேசையைச் சுற்றித் தங்கள் கைகளை இணைத்துக் கொண்டு, பிரார்த்தனையில் இருப்பதுபோலக் தலைவணங்கினர். "இக்கணத்திலிருந்து, ஸ்டீவனுக்கு உதவுவதற்கு எங்கள் சக்திக்கு உட்பட்ட எல்லாவற்றையும் செய்யப் போவதாக நாங்கள் உறுதி கூறுகிறோம்," என்று கெரி எல்லோர் சார்பிலும் உறுதிமொழி எடுத்துக் கொண்டார்.

அடுத்த நாள் மாலையில், கெரி சமையல் செய்து கொண்டிருந்தபோது, டுரூடி ஒரு சிறிய மெத்தையைக் கொண்டு வந்து சமையலறைத் தரையின்மீது விரித்து, தலையணைகளுக்கு நடுவே தன் தம்பியை அமரச் செய்தாள். நீண்டநேரம் அவனால் தன் தலையை நிமிர்த்தி உட்கார முடியாது என்பதால், அவள் அவனுக்குப் பக்கத்தில் நெருங்கி அமர்ந்து, அவனுடைய தலையைத் தன் கையால் தாங்கிப் பிடித்துக் கொண்டு, குழந்தைகளுக்கான ஒரு புத்தகத்திலிருந்து படிக்கத் துவங்கினாள்.

மறுநாள் இரவும் அவள் இதேபோலப் படித்தாள். இது தினமும் தொடர்ந்தது. ஒவ்வோர் இரவிலும் அரை மணிநேரம் அவளும் ஜெனிபரும் தங்கள் தம்பிக்குப் படித்துக் காட்டினர். அதோடு கூடவே, அப்புத்தகங்களில் இடம்பெற்றிருந்த விலங்குகளின் படங்களையும் மக்களின் படங்களையும் சுட்டிக்காட்டி, டுரூடியும் ஜெனிபரும் ஸ்டீவனிடம் கேள்விகள் கேட்டனர். ஆனால் வாரங்கள்தான் உருண்டோடினவே தவிர, ஸ்டீவன் வெறுமனே தூரத்தில் வெறித்துப் பார்த்துக் கொண்டிருந்தான். இதைக் கண்டு கவலைப்பட்டக் கெரி, "அவன் அந்தப் படங்களைப் பார்ப்பதுகூட இல்லை. இவனுக்குள் இருக்கும் ஆற்றலை நம்மால் என்றேனும் விடுவிக்க முடியுமா?" என்று தன்னைத் தானே கேட்டுக் கொண்டார்.

மெல்ல மெல்ல, தான் மீண்டும் மனம் தளர்ந்து கொண்டிருந்ததைக் கெரி உணர்ந்தார். ஒருநாள் அதிகாலையில், அவர் தன் உணர்வுகளைத் தன் கணவரிடம் கொட்டித் தீர்த்தார். "டுரூடியும் ஜெனிபரும் தங்களால் ஆன எல்லாவற்றையும் முயற்சித்துக் கொண்டிருக்கின்றனர். ஆனால் ஸ்டீவனின் நினைவில் எதுவும் பதிவதுபோல எனக்குத் தெரியவில்லை. இவ்வாறு புத்தகங்கள் வாசித்துக் காட்டுவது அவனுக்கு உதவுகிறதா அல்லது அவனை வேதனைப்படுத்துகிறதா என்றுகூட என்னால் கண்டுபிடிக்க முடியவில்லை," என்று அவர் கூறினார்.

"அது நமக்கு ஒருபோதும் உறுதியாகத் தெரியாது. ஆனால், எதுவும் செய்யாமல் இருப்பதைவிட ஏதாவது செய்வது நல்லது என்று நான் இதயப்பூர்வமாக உணர்கிறேன்," என்று லிண்டி கூறினார்.

பிறகு ஒருநாள் இரவில், "ஸ்டீவன், இன்று என்ன புத்தகம் படிக்கலாம்?" என்று கேட்டுக் கொண்டே, டுரூடி தன் தம்பியுடன் அந்த சமையலறைத் தரையின்மீது அமர்ந்தாள். மூன்று மாத முயற்சிக்குப் பிறகும் ஸ்டீவனிடம்

எந்த முன்னேற்றமும் வெளிப்படையாகத் தெரியவில்லை. அவன் தன் இடத்தைவிட்டு அசையக்கூட இல்லை. ஆனால் அந்த இரவன்று, அவன் தன் தலையணைகளுக்கு இடையிலிருந்து தன்னை விடுவிடுத்தான்.

"அம்மா! ஸ்டீவனைப் பாருங்கள்!" என்று டுரூடி கத்தினாள். ஸ்டீவன் தன்னை மெல்ல மெல்ல அந்தத் தரையில் இழுத்துச் சென்று, சுவரோரமாக அடுக்கி வைக்கப்பட்டிருந்த புத்தகங்களில் ஒன்றைத் தன் காலால் தட்டியதை அவர்கள் அனைவரும் அதிர்ச்சி கலந்த ஆச்சரியத்தோடு பார்த்தனர்.

"அவன் என்ன செய்து கொண்டிருக்கிறான்?" என்று டுரூடி புரியாமல் கேட்டாள்.

ஸ்டீவனால் தன் விரல்களைக் கொண்டு அப்புத்தகத்தின் பக்கங்களைத் திருப்ப முடியாததால், அவன் தன் கையால் அதன் பக்கங்களை முரட்டுத்தனமாகத் திருப்பினான். விலங்குகளின் படங்கள் அடங்கிய ஒரு பக்கத்திற்கு வந்தவுடன், அதை அவன் நீண்ட நேரம் உற்றுப் பார்த்தான். பிறகு திடீரென்று, அவன் பழையபடி அசைவற்று உட்கார்ந்தான்.

மறுநாள் இரவும் இதே காட்சி நிகழ்ந்தது. ஜெனிபர் தன் தம்பிக்குப் படித்துக் காட்டுவதற்குத் தயாரானபோது, அவன் அதே புத்தகத்தை நோக்கித் தவழ்ந்து சென்று, தன் கையால் அதன் பக்கங்களைத் திருப்பி, மீண்டும் அதே பக்கத்திற்கு வந்து நின்றான். இதைக் கண்டு வாயடைத்துப் போன டுரூடியும் ஜெனிபரும் அவனைக் கட்டிப் பிடித்துக் கொண்டு சிரித்தனர், மகிழ்ச்சியில் அழுதனர்.

"ஸ்டீவனுக்கு நல்ல ஞாபக சக்தி இருக்கிறது!" என்று கெரி வியந்தார்.

தன் மகனுடன் அதிக நேரம் செலவிடுவதற்காக, கெரி தன் வேலையிலிருந்து ஒரு நீண்ட விடுப்பு எடுத்திருந்தார். மாதங்கள் செல்லச் செல்ல, இரவு நேர வாசிப்புகள் ஸ்டீவனுக்குப் பலனளிக்கத் துவங்கியிருந்தன. மூளையின் செயல்பாடுகளைப் பற்றிய செய்திகளையும் ஆராய்ச்சிகளையும் படித்தக் கெரி, மூளையின் ஒரு பகுதி பாதிக்கப்பட்டிருந்தால், அதன் மற்றப் பகுதிகள் அந்த பாதிப்பை ஈடு செய்யும் என்பதைத் தெரிந்து கொண்டார். "ஸ்டீவனின் விஷயத்தில் இதுதான் நிகழ்கிறது போலும்!" என்று அவர் நினைத்தார்.

டுரூடியும் ஜெனிபரும் பியானோ வாசித்தபோது, ஸ்டீவனை அவர்கள் அந்தப் பெரிய பியானோவிற்குக் கீழே உட்கார வைத்தனர். ஒருநாள், ஜெனிபர் தன் பியானோ பயிற்சியை முடித்துவிட்டு ஸ்டீவனைத் தூக்கியபோது, அவனிடமிருந்து ஒரு புதிய ஓசை வெளிவந்தது. "அம்மா! அப்பா! ஸ்டீவன் நான் வாசித்தப் பாடலை முணுமுணுத்துக் கொண்டிருக்கிறான்!" என்று அவள் உற்சாகமாகக் கத்தினாள். "ஸ்டீவன், இசை உனக்குப் புரிகிறது, இல்லையா?" என்று அவள் தன் தம்பியிடம் கேட்டபோது, அவன் சிரித்தான்.

இதற்கிடையே, அவனுடைய தசைகளை பலப்படுத்தும் முயற்சியில் அவனுடைய குடும்பத்தார் ஈடுபட்டிருந்தனர். லிண்டி ஒரு மசாஜ் பயிற்சி மையத்திற்குச் சென்று, தன் மகனின் கால்களுக்கும் கைகளுக்கும் எவ்வாறு மசாஜ் செய்ய வேண்டும் என்று கற்றுக் கொண்டார். கெரி, டுரூடி, ஜெனிபர் ஆகியோர் அவனுடைய உதடுகளில் வெண்ணையைத் தடவினர். அவன் அதைத் தொடர்ந்து நக்கியதன் மூலம் தன் நாக்கையும் தாடைகளையும் பலப்படுத்தினான். வாயில் போட்டுச் சுவைப்பதற்கு அவர்கள் அவனுக்குச்

சூயிங்கம் கொடுத்தனர். இறகுகளை அவனுக்கு முன்னால் வைத்து, அவன் அவற்றை ஊதும்படி செய்தனர். மெல்ல மெல்ல, ஸ்டீவனின் முகத்தில் இருந்த மென்மையான தசைகள் வலுப்பெறத் துவங்கின.

ஸ்டீவனுக்கு நான்கரை வயதானபோது, அவனால் இன்னும் வார்த்தைகளைப் பேச முடியவில்லை, ஆனால் பலவிதமான சத்தங்கள் அவனிடமிருந்து வெளிப்பட்டன. அதோடு, ஒரு நடைவண்டியின் உதவியுடன் அவனால் மெதுவாக சிறுசிறு அடிகள் எடுத்து வைக்க முடிந்தது. மேலும், தான் பார்த்தவற்றை நினைவில் வைத்துக் கொள்ளக்கூடிய ஓர் அபாரமான திறனை அவன் வெளிப்படுத்தினான்.

ஆனாலும், ஸ்டீவனைத் தங்கள் மாணவனாக ஏற்றுக் கொள்ள எந்தப் பள்ளியும் முன்வரவில்லை. இறுதியில், கெரி, ஹானலூலூவின் ஷமினாத் பல்கலைக்கழகத்தில் அமைந்த எல்.ராபர்ட் ஆலன் மான்டிசோரி பள்ளியின் இயக்குனரான லூயிஸ் போகார்ட்டிடம் தன் மகனை அழைத்துச் சென்றார்.

ஸ்டீவன் தன் அலுவலக அறையில் தவழ்ந்து கொண்டிருந்ததை போகார்ட் கவனித்தார். அவன் தன் தலையை உயர்த்தி, தன் தாயுடன் பேச முயற்சித்தான். “ஆஆஆ . . . ஆஆஆ” என்று அவன் மீண்டும் மீண்டும் குரலெழுப்பியபடி, தீவிரமாக ஏதோ சைகை செய்தான். அவனுடைய முகத்தில் தென்பட்ட வேதனையையும் வெறுப்பையும் போகார்ட்டால் காண முடிந்தது. ஆனால் அடுத்தவருக்குத் தன்னைப் புரிய வைப்பதில் அவன் உறுதியாக இருந்ததையும் அவர் கண்டார்.

“கெரி, உங்கள் மகன் ஸ்டீவனை எங்கள் பள்ளியில் சேர்த்துக் கொள்வதில் எங்களுக்கு மிக்க மகிழ்ச்சி,” என்று லூயிஸ் போகார்ட் கூறினார்.

அதைத் தொடர்ந்து வந்த மாதங்களில், ஸ்டீவன் மெல்ல மெல்ல முன்னேறிக் கொண்டிருந்தான். அப்பள்ளியில் இரண்டாவது வருடத்தில் ஒருநாள் காலையில், அவன் ஒரு பாயின்மீது அமர்ந்து ஏதோ விளையாடிக் கொண்டிருந்தான். போகார்ட் அந்த அறையின் ஓர் ஓரத்தில் நின்றபடி, இன்னொரு குழந்தைக்கு எண்களைக் கற்றுக் கொடுத்துக் கொண்டிருந்த ஓர் ஆசிரியரை கவனித்துக் கொண்டிருந்தார்.

“அடுத்து என்ன எண் வரும்?” என்று அந்த ஆசிரியர் அக்குழந்தையிடம் கேட்டார்.

அக்குழந்தை திருதிருவென்று விழித்தான்.

“இருபது!” என்று ஸ்டீவன் கத்தினான்.

போகார்ட் தன் தலையைத் திருப்பிப் பார்த்தார். ஸ்டீவன் தெளிவாகப் பேசியிருந்ததோடு மட்டுமல்லாமல், சரியான விடையையும் கொடுத்திருந்தான்.

போகார்ட் அந்த ஆசிரியரை அணுகி, “நீங்கள் ஸ்டீவனுக்கு இந்த எண்களைக் கற்றுக் கொடுத்தீர்களா?” என்று கேட்டார்.

“இல்லை,” என்று அந்த ஆசிரியர் பதிலளித்தார். “ஒன்றிலிருந்து பத்துவரை கற்றுக் கொடுப்பதற்கு அவனுடன் பல நாட்களை நாங்கள் செலவிட்டோம். ஆனால் பத்துக்கு மேற்பட்ட எண்களை அவன் கற்றுக் கொண்டது எங்களுக்குத் தெரியாது.”

பள்ளி நேரம் முடிந்ததும் தன் மகனை அழைத்துச் செல்ல வந்த கெரியிடம், பகலில் நடந்த சம்பவத்தை போகார்ட் தெரிவித்தார். “அவனால் சாதிக்கக்கூடிய விஷயங்களுக்கான தொடக்கம்தான் இது,” என்று அவர் கூறினார்.

1990ம் ஆண்டு பிப்ரவரி மாதத்தில் ஒருநாள், தன் முதல் கூடைப்பந்துப் போட்டிக்குத் தன் தந்தையுடன் காரில் சென்று கொண்டிருந்த ஜெனிபர், சற்று அசௌகரியமாக உணர்ந்தாள். இப்போது ஏழு வயது ஆகியிருந்த ஸ்டீவன், காரின் பின்னிருக்கையில் உட்கார்ந்தபடி போக்குவரத்தை வேடிக்கைப் பார்த்துக் கொண்டிருந்தான்.

ஜெனிபர் தன் தம்பியை எப்போதும்போல மிகவும் நேசித்தாள், ஆனால் அவனுடைய குறைபாட்டை அவள் இன்னும் ஒரு ரகசியமாகவே வைத்துக் கொள்ள முயன்று கொண்டிருந்தாள். ஆனால் அது அதிகக் கடினமாக ஆகிக் கொண்டிருந்தது. இரண்டு வருடங்களுக்கு முன்பு ஸ்டீவன் பேசக் கற்றுக் கொண்டிருந்தான். அவனுடைய பேச்சு அவனுடைய பிரச்சனையை வெளிச்சம் போட்டுக் காட்டியது. ஜெனிபர் அந்த விளையாட்டு அரங்கிற்குள் நுழைவதற்கு முன்பு, “அப்பா, தயவு செய்து விளையாட்டின்போது ஸ்டீவன் கத்தாமல் பார்த்துக் கொள்ளுங்கள்,” என்று தன் தந்தையின் காதில் கிசுகிசுத்தாள்.

விளையாட்டுத் துவங்கியபோது ஸ்டீவன் உற்சாகமடைந்தான். “ஜெனிபர்!” என்று அவன் திக்கித் திணறிக் கத்தினான். இதைக் கேட்டு ஜெனிபர் கூனிக் குறுகினாள். அவள் தன் சகோதரனைப் பார்க்க மறுத்தாள். தன் தம்பியைத் தான் வருத்தமுறச் செய்து கொண்டிருந்தோம் என்பதை அவள் அறிந்தாள். தன் தந்தை எடுத்துரைத்த அந்த மூன்றாவது வலிமையான அம்பாகத் தான் இருக்கவில்லை என்பது அவளுக்கு உறைத்தது.

ஆனால் வீட்டில் அவள் அவன்மீது அன்பைப் பொழிந்து தள்ளினாள். ஸ்டீவனின் தசை இயக்கம் இன்னும் மோசமாகவே இருந்ததால், ஜெனிபரும் டுரூடியும் கெரியும், அவனைத் தெளிவான எழுத்துக்களை எழுத வைக்கும் முயற்சியில் இறங்கினர். ஒருநாள், ஸ்டீவன் ஜெனிபரிடம், “என்னால் தெளிவாக எழுத முடியும். எனக்குச் சிறிது நேரம் கொடு,” என்று கூறினான்.

1991ம் ஆண்டு மார்ச் மாதத்தில் ஒருநாள், ஜெனிபர் தன் பள்ளித் தலைமை ஆசிரியரிடம் சென்று, “நான் இந்த முகாமிற்குப் போக நீங்கள் தயவு செய்து என்னை அனுமதிக்க வேண்டும். இது எனக்கு மிகவும் முக்கியம்,” என்று கூறினாள்.

ஹானலூலூவிலிருந்து இருபத்தைந்து மைல் வடக்கில் அமைந்துள்ள பாமலூ முகாமில், பள்ளி மாணவர்களுக்கான நான்கு நாள் பயிற்சி ஒன்று, ஆண்டுக்கு இருமுறை நடத்தப்பட்டது. சவால்களை சந்திப்பதற்கும், தலைமைத்துவத் திறமைகளை வளர்த்துக் கொள்வதற்கும், தங்கள் பயங்களையும் பிரச்சனைகளையும் எதிர்கொள்வதற்கும் மாணவர்களுக்கு அங்கு பயிற்சி அளிக்கப்பட்டது. தன் சகோதரன் ஸ்டீவனைப் பற்றித் தன் நண்பர்களிடம் குறிப்பிடுவது குறித்துத் தனக்கு ஏற்பட்ட மன உளைச்சல்தான் தனக்கு இருந்த மிகப் பெரிய தடை என்பதை ஜெனிபர் உணரத் துவங்கியிருந்தாள்.

அந்தப் பிரச்சனை இப்போது அவளைத் திணறடிக்கத் துவங்கியிருந்தது. எனவே, அந்த முகாமில் ஒருநாள் மதிய வேளையில், அவள் தன் நண்பன் ஒருவனுடன் நடந்து சென்று கொண்டிருந்தபோது, அவளையும் அறியாமல் வார்த்தைகள் அவளிடமிருந்து கொட்டின. “எனக்கு ஒரு தம்பி இருக்கிறான். நான் அவனை ஒருபோதும் இழிவுபடுத்தியதில்லை. ஆனால் ஒரு விதத்தில் பார்த்தால், நான் அவ்வாறு நடந்து கொண்டிருக்கிறேன் என்பது உண்மை.

அவனுடைய உடலில் ஒரு குறைபாடு உள்ளது என்ற உண்மையை நான் ஒருபோதும் எதிர்கொள்ள விரும்பவில்லை. மாறாக, அந்தக் குறைபாடு தானாக நீங்கிவிடும் என்பதுபோல நான் பாசாங்கு செய்தேன்," என்று அவள் அந்த மாணவனிடம் கூறினாள். அவள் தன் மனத்தில் இருந்ததைக் கொட்டித் தீர்த்தபோது, தன் மனத்திலிருந்த சுமை விலகத் துவங்கியிருந்ததை உணர்ந்தாள்.

முகாமில் கடைசி நாளன்று, ஒவ்வொரு மாணவ மாணவியும் தங்கள் பயத்தை அல்லது பிரச்சனையை ஒரு பெரிய மரப்பலகையின்மீது எழுதினர். அந்த முகாமை நடத்தியவரும் அதுபோலச் செய்துவிட்டு, தான் அத்தடையிலிருந்து மீள்வதை உணர்த்தும் விதத்தில், தன் பலகையைத் தன் கைகளால் உடைத்தார். ஜெனிபர் தன்னுடைய பிரச்சனையைப் பெரிய எழுத்துக்களில் தன் பலகையின்மீது எழுதினாள். பிறகு, தன் கைகளால் அவள் அதை உடைக்க முயற்சித்தாள். ஐந்தாவது முறை அவள் வெற்றி பெற்றாள். அப்பலகை ஒரு பெரிய சத்தத்துடன் உடைந்து இரண்டாகப் பிளந்தது.

அடுத்த நாள் காலையில் வீட்டிற்கு வந்த அவள், தன் தாயாரைக் கட்டியணைத்துக் கொண்டு, "அம்மா, நான் உண்மையிலேயே விடுதலை பெற்றுவிட்டேன்," என்று உற்சாகமாகக் கூறினாள்.

ஜெனிபர் இப்போது ஸ்டீவனை முழுமையாக ஏற்றுக் கொண்டாள். அடுத்து நடைபெற்றக் கூடைப்பந்துப் போட்டியில், ஸ்டீவன் சத்தமாகத் தன் பெயரைச் சொல்லி அழைத்துத் தன்னை உற்சாகப்படுத்தியதைக் கேட்ட அவள், தன் தம்பியை நோக்கித் திரும்பி ஆர்வமாகக் கையசைத்தாள். "இப்போது இந்த மூன்று அம்புகளும் உண்மையிலேயே ஒன்றிணைந்துவிட்டன," என்று அவளுடைய தந்தை நினைத்துக் கொண்டார்.

1990ல் தொடங்கி மூன்று வருடங்களாக, ஸ்டீவன், ஹோலி ட்ரினிட்டி என்ற ஒரு கத்தோலிக்கப் பள்ளிக்குச் சென்றான். படிப்பது அவனுக்கு சிரமமாகத்தான் இருந்தது. ஆனால் அவனுடைய பேச்சும் எழுத்தும் மேம்பட்டு இயல்பானதாக ஆகியிருந்தன. அவனுடைய கைகால் அசைவுகளும் கிட்டத்தட்ட இயல்பு நிலைக்குத் திரும்பியிருந்தன. அவனுக்குப் பதினோரு வயது ஆனபோது, அவன் சாதாரணமாக எந்த வகுப்பில் படிக்க வேண்டுமோ, அந்த வகுப்பில் படித்துக் கொண்டிருந்தான். அவனால் ஓடவும் குதிக்கவும் முடிந்தது. ஜெனிபரைப்போல, அவனும் கூடைப்பந்து விளையாடத் தொடங்கினான்.

1992ல், ஹவாய் மாநில ஆளுனரான ஜான் வைஹீயின் மனைவி திருமதி. லைன் வைஹீ, ஸ்டீவனைப் பற்றிக் கேள்விப்பட்டார். குழந்தைகளுக்குப் புத்தகங்களை வாசித்துக் காட்டுவதற்குப் பெற்றோர்களையும் மற்றவர்களையும் ஊக்குவித்த ஒரு வாசிப்புத் திட்டத்திற்கு அவர் தலைமை வகித்திருந்தார். புத்தக வாசிப்பு ஸ்டீவனின் வாழ்வில் ஏற்படுத்தியிருந்த மிகப் பெரிய தாக்கத்தைக் கண்டு பிரமித்த அவர், ஆளுனரின் எழுத்தறிவு மன்றத்தின் சார்பில் குனிஷிமா குடும்பத்தினரை கௌரவப்படுத்துவதற்கான ஏற்பாடுகளைச் செய்தார்.

ஆளுனரின் மாளிகையில் நடைபெற்ற அந்த விழாவில், கெரி தன் மகன் ஸ்டீவனை அறிமுகப்படுத்தினார். இருநூறுக்கும் மேற்பட்ட உள்ளூர் தலைவர்கள் குழுமியிருந்த அந்த இடத்தில், இத்தனை வருடங்களாகத் தான் எதிர்கொண்டு வந்திருந்த போராட்டங்களை ஸ்டீவன் எடுத்துரைத்தான்.

அவன் பேசி முடித்தபோது, எல்லோரும் எழுந்து நின்று கைதட்டி அவனுக்குத் தங்கள் பாராட்டுகளைத் தெரிவித்தனர்.

1993ம் ஆண்டு மார்ச் மாதத்தில், அமெரிக்க செஞ்சிலுவைச் சங்கத்தின் ஹவாய் பிரிவு, திருமதி. லைன் வைஹீக்கு மனிதநேய விருதை வழங்கி கௌரவித்தது. அந்த விழாவில் பேசுவதற்கு அவர் ஸ்டீவனை அழைத்திருந்தார். என்ன கூறுவதென்று ஸ்டீவன் பல மணிநேரம் யோசித்தான். இறுதியில், புத்தக வாசிப்பு தன் வாழ்வில் எவ்வளவு அதிக அர்த்தம் வாய்ந்ததாக அமைந்தது என்பதைப் பற்றி அவன் சுருக்கமாகப் பேசினான். அவ்வாறு செய்ததன் மூலம், குனிஷிமா குடும்பத்தின் வெற்றியை அவன் பறைசாற்றினான். "என் குடும்பததினர் எனக்குப் புத்தகங்களை வாசித்துக் காட்டினர். இப்போது எனக்கு நானே வாசித்துக் கொள்கிறேன்," என்று அவன் கூறினான்.

இது ஓர் ஒட்டுமொத்தக் குடும்ப முயற்சி. அந்தத் தாயும், தந்தையும், ஸ்டீவன் உட்பட அந்த மூன்று அம்புகளும் இணைந்து செயல்பட்டனர். ஒவ்வொருவரும் தங்கள் சொந்த வழியில் பங்களித்தனர். அந்தத் தந்தையின் அறிவுரை; தாயின் ஆராய்ச்சி, விடாமுயற்சி, மற்றும் தியாகம்; அச்சிறுமிகளின் புத்தக வாசிப்பு, பியானோ இசைப்பு, மற்றும் அன்புடன்கூடிய அக்கறை - ஒரு குடும்ப ஒற்றுமையால் ஏற்படக்கூடிய வியத்தகு குணப்படுத்தும் ஆற்றலை இவை அனைத்தும் வெளிப்படுத்துகின்றன.

இன்னொரு வலிமையான பிணைப்பு, தேசிய உறவுகளில் காணப்படுகிறது. மக்கள் தங்கள் சுதந்திரத்தைக் காப்பாற்றுவதற்கும் சக மனிதர்களுக்கு உதவுவதற்கும் தங்களிடம் இருக்கும் எல்லாவற்றையும் மனமுவந்து கொடுக்கும் தருணங்களிலும் இப்பிணைப்பு வெளிப்படுகிறது.

பிரித்தானிய வரலாற்றிலேயே மிகப் பொன்னான நேரம்

ஆலன் ஷெர்மன்

1940ம் ஆண்டு மே 26ம் நாளன்று ஹிட்லரின் படைகள் பிரான்ஸை ஆக்கிரமித்தபோது, இங்கிலாந்து மற்றும் பிரெஞ்சுப் படைகளைச் சேர்ந்த ஆயிரக்கணக்கான வீரர்கள் பிரான்ஸின் சிறு துறைமுக நகரமான டன்கர்க்கிற்குப் பின்வாங்கினர். அங்கிருநது, ஆங்கிலக் கால்வாய்க்குள் போவதைத் தவிர அவர்களுக்கு வேறு எந்தப போக்கிடமும் இருக்கவில்லை.

டன்கர்க்கில் சிக்கிக் கொண்ட வீரர்களைக் காப்பாற்றி அழைத்து வருவதற்கு ஆங்கிலேயக் கடற்படையிடம் வெகுசில கப்பல்கள் மட்டுமே

இருந்தன. அவையும் சிறிய கப்பல்களே. எனவே, ஜெர்மானியப் படையினர் அவர்களை முற்றிலுமாக அழித்துவிட்டிருந்ததை அறிவிக்கும் செய்தியைக் கேட்பதற்காக, வானொலியின் அருகே வெறுப்போடும் வருத்தத்தோடும் அமர்ந்திருப்பதைத் தவிர யாராலும் வேறு எதுவும் செய்ய முடியவில்லை.

ஆனால் மே 27ம் நாளன்று ஓர் அதிசயம் நிகழத் துவங்கியது. ஏழை மீனவர்கள் தங்கள் மீன்பிடிப்புப் படகுகளுடனும், மேட்டுக்குடி மக்கள் தங்கள் உல்லாசப் படகுகளுடனும், விளையாட்டு வீரர்கள் தங்கள் போட்டிப் படகுகளுடனும் மோட்டார் படகுகளுடனும் பிரிட்டனின் ஒவ்வொரு தீவிலிருந்தும் டன்கர்க்கிற்கு வந்தனர். துப்பாக்கிகளோ அல்லது சீருடைகளோ இல்லாத இந்த சாதாரண மனிதர்கள், நிலவு வெளிச்சத்தில் நூற்றுக்கணக்கான படகுகளிலும் கப்பல்களிலும் தங்கள் பயணத்தைத் துவக்கியிருந்தனர். மறுநாள் காலையில் சூரியன் அந்த டன்கர்க் கடற்கரையை ஒளிரச் செய்தபோது, முதல் சில கப்பல்கள் அந்தக் கரையை வந்தடைந்தன. அங்கு சிக்கிக் கொண்டிருந்த வீரர்களின் மகிழ்ச்சிக் கரவொலி, வானிலிருந்து குண்டுகளைப் பொழியத் துவங்கியிருந்த ஜெர்மானியப் போர் விமானங்களின் உறுமலிலும், அந்த விமானங்களை எதிர்த்துச் சண்டையிட்டு அவற்றை விரட்டியடிக்க முயன்று கொண்டிருந்த ஆங்கிலேயப் போர் விமானங்களின் சத்தத்திலும் அடங்கிப் போனது.

வானில் நடைபெற்ற அந்தக் கடுமையான சண்டைக்குக் கீழே, டன்கர்க் அதிசயம் ஒன்பது நாட்கள் இரவுபகலாகத் தொடர்ந்தது. மொத்தம் 3,38,226 ஆங்கிலேயர்களும் பிரஞ்சுக்காரர்களும் காப்பாற்றப்பட்டனர்.

ஜூன் 18ம் நாளன்று, வின்ஸ்டன் சர்ச்சில் இவ்வாறு கூறி அந்த ஒற்றுமையின் வலிமையையும் பெருமையையும் பறைசாற்றினார்: "பிரித்தானியப் பேரரசும் அதைச் சார்ந்த காமன்வெல்த் நாடுகளும் இன்னும் ஆயிரம் வருடங்கள் நீடித்திருந்தால், அப்போதும், 'வரலாற்றிலேயே இதுதான் மிகவும் பொன்னான நேரம்' என்று மக்கள் எவ்வித சந்தேகத்திற்கும் இடமின்றித் தெரிவிப்பர் என்பது உறுதி."

பிரிட்டனின் தீவுகளைச் சேர்ந்த மக்கள்மீது நான் ஆழ்ந்த விருப்பமும் மதிப்பும் கொண்டிருக்கிறேன். நான் அவர்களிடையே வாழ்ந்திருக்கிறேன், வேலை செய்திருக்கிறேன். அவர்கள் தங்கள் சிந்தனையில் வேறுபட்டிருந்தாலும், தங்கள் கருத்து வேறுபாடுகளையும் அபிப்பிராய வேறுபாடுகளையும் பயமின்றி முன்வைத்தாலும், யாருக்கேனும் உதவி தேவைப்படும்போது, பொதுநலனுக்காக ஒன்றிணைந்து பாடுபடக்கூடிய மிகத் துணிச்சலான நாடுகளில் ஒன்றைச் சேர்ந்தவர்கள் அவர்கள் என்பதில் சந்தேகமில்லை.

மக்கள் ஒரு குறிப்பிட்ட நோக்கத்திற்காக ஒன்றிணையும்போது, வேறுபாடுகள் மதிக்கப்படுவதோடு மட்டுமன்றி, அவற்றின் கூட்டியக்கத்தால் ஏற்படும் விளைவின் மதிப்பிற்காக அவை உண்மையிலேயே கொண்டாடப்படுகின்றன.

வண்ணப்பூச்சின் படிப்பினைகள்

ஜீன் மேரி லஸ்காஸ்

நானும் என் நண்பர்களும் மிகவும் உற்சாகமாக இருந்தோம். நாங்கள் அனைவருமாகச் சேர்ந்து மறுவாரம் என் வீட்டிற்கு வண்ணப்பூச்சு செய்வதென்று நாங்கள் திட்டமிட்டிருந்தோம். வண்ணப்பூச்சுக்குத் தேவையான துணிகள், வண்ணங்கள் அடங்கிய டின்கள், பிரஷ்கள், ஒருசில உருளிகள் ஆகியவற்றுக்கு நாங்கள் ஏற்பாடு செய்தோம்.

என் வீட்டைப் புதுப்பித்த ஒப்பந்தக்காரரிடம், வண்ணப்பூச்சைப் பற்றிக் கவலைப்பட வேண்டாம் என்று நான் கூறியது எவ்வளவு பெரிய தவறு என்று பிறகுதான் எனக்குப் புரிந்தது. நான்கு அறைகள் கொண்ட என் வீட்டிற்கு வண்ணம் பூசும் வேலை இறுதியில் என் தலையில் விழுந்தது. என் நண்பர்கள் எனக்குத் தோள் கொடுக்க முன்வந்தனர்.

"நாம் அனைவருமாகச் சேர்ந்து இந்த வேலையைச் செய்து முடித்துவிடலாம். அது நமக்கு ஒரு கோலாகலமான நாளாக இருக்கப் போகிறது!" என்று என் நண்பர் ஜாக் கூறினார்.

அப்போதுதான் என் தோழி பெத் உள்ளே நுழைந்தாள். அவள் முகம் வாடியிருந்தது. "எனக்கு வண்ணம் பூசத் தெரியாது," என்று அவள் கூறினாள்.

அந்த அறையில் இருந்த மற்ற எல்லோரும் அவளை வினோதமாகப் பார்த்தனர்.

"என் வீட்டுக்கு வண்ணம் பூசுவதற்கு ஒரு மணிநேரத்திற்கு இருபது டாலர்கள் கொடுத்து நான் ஒருவரை நியமிப்பதற்குக் காரணம் இருக்கிறது. எனக்கு வண்ணம் பூசத் தெரியாது. புரிகிறதா?" என்று பெத் கூறினாள்.

"இது வண்ணம் பூசுவதைப் பற்றியது அல்ல," என்று அவளுடைய காதலன் பில் கூறினான். "இது நம் தோழிக்கு உதவுவதைப் பற்றியது. நாம் எல்லோருமாகச் சேர்ந்து ஒன்றை சாதிப்பதைப் பற்றியது இது."

"அப்படியென்றால், வண்ணம் பூசுவதில் உதவுவதற்கு பதிலாக, நான் உங்கள் அனைவருக்கும் உணவு சமைத்துக் கொடுப்பதைப் பற்றி நீங்கள் என்ன நினைக்கிறீர்கள்?" என்று பெத் கேட்டாள்.

வேறு வழியின்றி எல்லோரும் ஒப்புக்குத் தலையசைத்தனர். பதினேழு பேர் இந்த வேலையில் ஈடுபட ஒத்துக் கொண்டிருந்தனர்.

வண்ணம் பூசுவதற்கான நாள் வந்தபோது, என் நண்பர்கள் ஒவ்வொருவராக வரத் தொடங்கினர். அவர்கள் ஒவ்வொருவருமே வண்ணப்பூச்சுக்கு உதவக்கூடிய பல்வேறு பொருட்களைத் தங்களுடன் கொண்டு வந்தனர். கூரையில் வணணம் பூசுவதற்குத் தேவையான நீளமான கம்புகளை என் தோழி லெஸ்லி கொண்டு வந்தாள். நான்ஸியும் ஜாக்கும் உருளிகளையும் சில பாத்திரங்களையும் கொண்டு வந்தனர். வின்ஸும் கிறிஸ்ஸும் மூலைகளிலும் விளிம்புகளிலும் வண்ணம் பூசுவதற்கு உதவக்கூடிய கருவிகளைக் கொண்டு வந்தனர். சூவும் ஹெய்டியும் அறைக்கலன்களை மூடுவதற்கான பிளாஸ்டிக் உறைகளோடு வந்தனர். நாங்கள் எங்களைக் குழுக்களாகப் பிரித்துக் கொண்டோம். ஒரு குழு, மாடியிலிருந்த குளியலறைக்குப் பொறுப்பேற்றுக் கொண்டது. இன்னொரு குழு என் அலுவலக அறைக்கும், இரண்டு பேர் மாடிப்படிகளுக்கும்,

கட்டுக்கடங்காத இன்னொரு கும்பல் என் குழந்தைகளின் அறைக்குப் பொறுப்பேற்றன.

பெத் என் வீட்டு சமையலறையில் தஞ்சம் புகுந்தாள். "எனக்கு வண்ணம் பூசத் தெரியாது," என்று, அதற்கு முன் அந்தத் தகவலைக் கேள்விப்பட்டிராதவர்களிடம் அவள் கூறிக் கொண்டிருந்தாள். அவள்மீது எல்லோரும் கடுங்கோபத்தில் இருந்தனர்.

இப்போது ஒவ்வொரு குழுவும் போட்டிப் போட்டுக் கொண்டு வேலை செய்யத் தொடங்கியது. சிறிது நேரம் கழித்து, "நாங்கள் இப்போது ஒரு சிறு இடைவேளை எடுத்துக் கொள்ளப் போகிறோம்!" என்று எங்கள் குழு அறிவித்தது. ஏனெனில், போட்டியை நாங்கள் பொருட்படுத்தவில்லை. அதோடு, எங்கள் முதுகுகள் வலித்தன.

எங்கள் குழுவினர் எங்கள் வீட்டு சமையலறைக்குள் நுழைந்தபோது, அங்கிருந்த மேசையின் ஒரு பக்கத்தில் சான்ட்விச்சுகளும் பல்சுவை ஊறுகாய்களும் மிக நேர்த்தியாக அடுக்கி வைக்கப்பட்டிருந்தன. பச்சைக் காய்கறிக் கலவையும், அதற்குத் தொட்டுக் கொள்ள ஒரு சட்னியும் மேசையின் இன்னொரு பக்கத்தை அலங்கரித்தன. இவற்றைக் கண்டவுடன், எங்களுக்குள் ஒளிந்திருந்த பசி திடீரென்று தலைதூக்கியது. நாங்கள் ஓடிச் சென்று ஆளுக்கொரு சான்ட்விச்சைக் கையில் எடுத்தோம். பெத் ஓர் ஓரமாக நின்று இதைப் பார்த்துக் கொண்டிருந்தாள். எங்கள் பசி நீங்கியவுடன் நாங்கள் அங்கிருந்து வெளியேறி, மீண்டும் வேலையைத் தொடர்ந்தோம்.

எங்களுடைய அடுத்த இடைவேளையில் நாங்கள் சமையறைக்குள் நுழைந்தபோது, பெத், முட்டைக்கோஸைக் கழுவிக் கொண்டிருந்தாள். இப்போது நினைத்துப் பார்த்தால், அவள் இப்படி எல்லா நேரமும் சமையலறையில் இருந்தது நன்றாகத்தான் இருந்தது. பிஸ்கெட்டுகள், கேக்குகள், தேங்காய் பர்பிகள் ஆகியவை அடங்கிய ஒரு தட்டை அவள் சுட்டிக்காட்டினாள். சிறிது நேரத்தில் எங்கள் வயிறுகளும் மனங்களும் குளிர்ந்தன.

காய்கறிகளைக் கழுவிக் கொண்டிருந்த பெத்தைப் பார்த்தபோது, எனக்கு என் தாயின் நினைவும், மற்ற அனைவருடைய அம்மாக்களின் நினைவும் வந்தன. அம்மாக்கள்தான் எப்போதும் நாம் கடந்த முறை பார்த்த அதே இடத்தில் இருப்பார்கள்.

இரவு ஒன்பது மணிக்கு, எப்போது இந்த வேலை முடியும் என்று எங்களுக்கு சலிப்பு ஏற்பட்டது. எல்லோரும் களைத்துப் போயிருந்தோம். எல்லோருடைய கவனமும் இப்போது என் குழந்தைகளின் படுக்கையறையில் இருந்தது. அங்கு செய்யப்பட்டிருந்த மர வேலைப்பாடுகள், வண்ணத்தைத் தொடர்ந்து குடித்துக் கொண்டே இருந்ததுபோலத் தோன்றியது. மிகவும் சலித்துப் போனவர்களில் சிலர், இந்தக் கிறுக்குத்தனமான வண்ணப்பூச்சு யோசனையை யார் முன்மொழிந்தது என்று கேட்கத் தொடங்கினர்.

அப்போது பெத் உள்ளே நுழைந்தாள். "சரி, யாரேனும் மயக்கம் போட்டு விழுவதற்குள், எல்லோரும் கீழே வந்து உணவருந்திவிட்டு, பிறகு உங்கள் வேலையைத் தொடரலாம்," என்று தாய்மைக்குரிய மிரட்டலோடு அவள் கூறினாள். அவள் எங்களில் ஒருத்தியாக இல்லாமல் போனது குறித்து நாங்கள் அவள்மீது வருத்தம் கொண்டிருந்தோம். ஆனால் இப்போது அதே காரணத்திற்காக நாங்கள் அவளை மனதார வாழ்த்தினோம்.

நாங்கள் அனைவரும் சமையலறைக்குள் நுழைந்தபோது, பெத் ஒரு பெரிய விருந்தைப் படைத்திருந்தாள். பசி வயிற்றைக் கிள்ளியது. நாங்கள் எங்கள் தட்டுகளை நிரப்பிக் கொண்டு, கட்டுமானப் பணிக்குப் பிறகு பணியாளர்கள் களைத்து உட்காருவதைப்போல, எங்கள் தட்டுக்களுடன் நாற்காலிகளிலும் தரையிலும் அமர்ந்தோம்.

"பெத், வண்ணப்பூச்சு வேலை உனக்குத் தெரியாதது குறித்து நாங்கள் உண்மையிலேயே மகிழ்கிறோம்," என்று வின்ஸ் கூறினான். பெத் புன்னகைத்தாள். இச்சிறு நன்றியை மட்டுமே அவள் எதிர்பார்த்திருந்ததுபோலத் தெரிந்தது.

பெத்தின் மனப்போக்கு எனக்குப் பிடித்திருக்கிறது. ஆனால் துவக்கத்தில் இதே மனப்போக்குதான் அவரைத் தன் குழுவினருடன் பிரச்சனைக்கு ஆளாக்கியிருந்தது. "உனக்கு வண்ணம் பூசத் தெரியாது என்றால் என்ன அர்த்தம்? எங்களுக்கும்தான் அது தெரியாது. ஆனால் இந்த வேலையை நாங்கள் ஒத்துக் கொள்ளவில்லையா?" என்று அவர்கள் அனைவரும் பொங்கியெழுந்தனர். ஆனால் நேரம் செல்லச் செல்ல, அக்குழுவினர், கூட்டியக்கத்தைப் பற்றி ஒரு பாடத்தைக் கற்றுக் கொண்டனர். குறிப்பாக, வேறுபாடுகளை மதிப்பது பற்றிய ஒரு மிக உயர்ந்த படிப்பினையை அவர்கள் பெற்றனர். இறுதியில், பெத்தின் மனப்போக்கை அவர்கள் உண்மையிலேயே பாராட்டினர். வண்ணம் பூசத் தெரியவில்லை என்ற சாக்குப்போக்கைக் கூறிவிட்டு, பெத் தன் வீட்டிலேயே இருந்திருக்கலாம். மற்றவர்களின் கோபப் பார்வையை அவர் தவிர்த்திருக்கலாம். ஆனால், அவர் தன் தோழியின் வீட்டிற்கு வந்து தன்னால் முடிந்ததைச் செய்தார். அதனால் ஏற்பட்ட இறுதி விளைவு ஒரு தலைசிறந்த அனுபவமாக எல்லோருக்கும் அமைந்தது. அவர் வராமல் போயிருந்தால் அந்த அனுபவம் அவர்களுக்குக் கிடைத்திருக்காது. வெவ்வேறு திறமைகளைக் கொண்டவர்களை உள்ளடக்கிய குழுக்கள், குடும்பங்கள், அல்லது பணியிடங்களில்தான் வலிமைகள் ஆக்கப்பூர்வமாகப் பயன்படுத்தப்படுகின்றன, பலவீனங்கள் கண்டுகொள்ளாமல் விடப்படுகின்றன. இன்றைய உலகம் அதிக அளவில் சகசார்புடைய ஒன்றாக ஆகி வருகின்ற நிலையில், இந்த அணுகுமுறை இன்னும் அதிகப் பொருத்தமானதாக ஆகிக் கொண்டிருக்கிறது.

ரத்தினச்சுருக்கமாக

ஒருமைநிலை என்பது ஒத்தத் தன்மை என்று அர்த்தமாகிவிடாது. உண்மையில், ஒரு குறிக்கோள் குறித்த ஒற்றுமை இருக்கும்பட்சத்தில், அந்த ஒற்றுமை, வேற்றுமையால்தான் வலுப் பெறுகிறது. ஒவ்வொரு நாளையும் ஒரு மகத்துவமான நாளாக ஆக்குகின்ற மக்கள், ஒரு குழுவாக இணைந்து செயல்படுவது எப்படி என்பதை அறிந்துள்ளனர். மற்றவர்களுடன் வெறுமனே சகஜமாகக் கலந்து பழகுவதோடு மட்டுமல்லாமல், குழுக்களில் இணைந்து, கூட்டாற்றலுடன் செயல்படுவது எப்படி என்பதை அவர்கள் அறிந்துள்ளனர். ஒட்டுமொத்த மனித நலனுக்காகத் தங்கள் ஆசைகளையும் விருப்பங்களையும் ஒதுக்கி வைப்பது குறித்து அவர்கள் கவலைப்படுவதில்லை. அதே சமயம், ஒரு

குழுவுடன் ஐக்கியமாவதற்காக, அவர்கள் தங்கள் தனித்தன்மையை இழந்துவிடுகின்றனர் என்று அர்த்தமில்லை. மாறாக, எல்லோருக்கும் வெற்றி கிடைக்கும் விதத்தில் அவர்கள் தங்கள் வலிமைகளை அதிகரித்துக் கொள்கின்றனர். அவர்கள் மற்றவர்களுடைய வெற்றிகளில் மகிழ்ச்சியைக் கண்டுகொள்வதோடு மட்டுமன்றி, அந்த வெற்றிகளை யதார்த்தமாக்குவதற்கும் பாடுபடுகின்றனர். 'அனைத்து அம்புகளும்' ஒன்றுசேர்ந்து, சம்பந்தப்பட்ட அனைவருக்கும் ஒரு சிறப்பான வாழ்வை உருவாக்குவதற்குப் பரஸ்பரம் அடுத்தவருடைய வலிமைகளை நாடும்போது, தாங்கள் அதிக வலிமை கொண்டவர்களாக ஆவதை அவர்கள் அறிந்துள்ளனர்.

சிந்தனைக்காக

- குனிஷிமா குடும்பத்தினர் தங்கள் நேரத்தையும் அன்பையும் திறமைகளையும் ஸ்டீவனின் சார்பில் ஒன்றுபடுத்தினர். உங்கள் குடும்பமோ அல்லது பணிக்குழுவோ அல்லது பிற குழுக்களோ எந்தக் குறிக்கோள்களைச் சுற்றி ஒன்றிணைந்துள்ளன? அந்தக் குறிக்கோள்கள் என்னென்ன என்று எல்லோரும் தெளிவாகத் தெரிந்து கொண்டுள்ளனரா?
- ஸ்டீவனைக் குறித்துத் தான் கொண்டிருந்த அர்ப்பணிப்பால், அவனுடைய சகோதரி, மற்றவர்களின் முன்னிலையில் தனக்குள் ஒரு பெரும் போராட்டத்தை எதிர்கொண்டாள். நீங்கள் உங்கள் குழுவின் முயற்சிகள் குறித்து எவ்வளவு அர்ப்பணிப்புடன் இருக்கிறீர்கள்?
- நீங்கள் மிகவும் நேசிக்கின்ற நபர்களைப் பற்றி எண்ணிப் பாருங்கள். நீங்கள் அவர்களுடைய பலவீனங்கள்மீது கவனம் செலுத்துகிறீர்களா அல்லது அவர்களுடைய வலிமைகளைக் கொண்டாடி, அவற்றை ஆக்கப்பூர்வமாகப் பயன்படுத்துகிறீர்களா?
- சமைப்பது பெத்தின் வலிமை. நீங்கள் அடிக்கடித் தொடர்பு கொண்டு உரையாடுகின்ற ஒருவரைப் பற்றி எண்ணிப் பாருங்கள். உங்களிடம் இல்லாத எந்தெந்த வலிமைகள் அவரிடம் இருக்கின்றன? உங்கள் குழு உறுப்பினர்களிடம் இல்லாத எந்தெந்த வலிமைகள் உங்களிடம் உள்ளன? உங்களுடைய இந்த வேறுபட்ட வலிமைகளை எந்தெந்தக் கூட்டியக்க வழிகளில் உங்களால் ஒன்றிணைக்க முடியும்?

இன்னல்களிலிருந்து மீளுதல்

"நீங்கள் ஒரு சூறாவளியைத் தட்டியெழுப்பிக் கொண்டிருக்கிறீர்கள் என்றால், சுமூகமான கடற்பயணத்தை எதிர்பார்க்காதீர்கள்."

- பி.பி.சல்லிவன்

தனியாக வேலை செய்தாலும் சரி அல்லது மற்றவர்களோடு சேர்ந்து ஒரு குழுவாக வேலை செய்தாலும் சரி, எதிர்ப்புகளை நாம் நிச்சயமாக எதிர்பார்க்கலாம். எனவே, நாம் எதிர்கொள்ளக்கூடிய இன்னல்களுக்கு நாம் எந்த விதத்தில் செயல்விடை அளிக்கத் தீர்மானிக்கிறோம் என்பது, நாம் பின்தொடர்ந்து செல்லத் தேர்ந்தெடுத்துள்ள குறிக்கோள்களை நாம் அடைவதற்கு உதவும் அல்லது அதற்குத் தடையாக அமையும். அதிர்ஷ்டவசமாக, வாழ்வில் நாம் எதிர்கொள்ளக்கூடிய எதிர்ப்புகளில் பெரும்பாலானவை, இறுதியில் நமக்கு சாதகமாகவே அமைகின்றன. அவை நமக்கு சவால்விடுகின்றன, நமக்குக் கற்றுக் கொடுக்கின்றன, நாம் இன்னும் சிறிது உயரத்தை அடையவும் இன்னும் சற்று ஆழமாகச் செல்லவும் நம்மைத் தூண்டுகின்றன.

வாழ்வில் ஏற்படும் முட்டுக்கட்டைகளிலிருந்து மீள்வதற்கு உதவுகின்ற கொள்கைகள் இவை:

- சூழ்நிலைக்கேற்பப் பொருத்திக் கொள்ளும் திறன்
- பெருந்தன்மை
- விடாமுயற்சி

16

சூழ்நிலைக்கேற்பப் பொருத்திக் கொள்ளும் திறன்

"வாழ்க்கை என்ற ஒன்று துவங்கும்போது, ஆபத்து அங்கு நிச்சயமாக இருக்கும்."

- ரால்ஃப் வால்டோ எமர்சன்

இன்னல்கள் தங்களை முடக்கிப் போடுவதற்கு அல்லது தங்கள் உற்சாகத்தைத் தகர்ப்பதற்கு சிலர் அனுமதித்துவிடுகின்றனர் என்றாலும், மற்றவர்கள் தங்கள் சூழ்நிலைகளுக்கு ஏற்ப விரைவாகத் தங்களை மாற்றிக் கொண்டு, எதிர்ப்புகளை வெற்றி கொள்கின்றனர். சூழ்நிலைக்கு ஏற்பத் தன்னைப் பொருத்திக் கொள்வதற்கான திறனும், கடுமையான சூழ்நிலைகளைத் தன்னால் முடிந்த அளவுக்குத் தனக்கு சாதகமாகப் பயன்படுத்திக் கொள்வதற்கான திறனும், ஒவ்வொரு நாளையும் மகத்துவமான ஒரு நாளாக ஆக்குவதில் ஒருவர் எதிர்கொள்ளக்கூடிய ஓர் உண்மையான சோதனையாகும்.

உடல்ரீதியான தாக்குதல்கள், அன்புக்குரியவர்களின் இழப்புகள், பொருளாதார நெருக்கடிகள், இயற்கைச் சீரழிவுகள், மற்றும் பல்வேறு வகையான எதிர்ப்புகளை சமாளித்து வெற்றி பெற்றவர்கள் பற்றிய, நெஞ்சை நெகிழ வைக்கும் எண்ணற்றக் கதைகளை, ரீடர்ஸ் டைஜஸ்ட் பத்திரிகை, காலப்போக்கில் வெளியிட்டு வந்துள்ளது. எடுத்துக்காட்டாக, ஜான் பேக்கர், எலிசபெத் ஃபோர்டு, வால்ட் டிஸ்னி, மாயா ஏஞ்சலூ, லூபா ஜெர்காக் ஆகியோர் உட்பட, இத்தொகுப்பின் முந்தைய அத்தியாயங்களில் இடம்பெற்றுள்ளோரின் கதைகளைப் பற்றி நினைத்துப் பாருங்கள். அவர்கள் ஒவ்வொருவருடைய கதையும், ஓர் எதிர்ப்பை சமாளித்து வெற்றி கண்டது பற்றியதுதான். அவர்கள் எதிர்கொண்ட சோதனைகள் வெவ்வேறாக இருந்தாலும், வெற்றிகரமான மக்கள் எவ்வாறு சூழ்நிலைகளுக்கு ஏற்பத் தங்களைப் பொருத்திக் கொள்கின்றனர், எவ்வாறு தங்கள் தடைகளை வெற்றி கொள்கின்றனர் ஆகியவற்றில் சில பொதுவான இழைகள் ஓடுகின்றன. கீழே கொடுக்கப்பட்டுள்ள 'மேப்பில் மரங்கள் வழங்கிய பாடம்' என்ற கதையிலும், அதைத் தொடர்ந்து இடம்பெற்றுள்ள இன்னும் இரண்டு கதைகளிலும் இந்த இழைகள் விளக்கப்பட்டுள்ளன.

மேப்பில் மரங்கள் வழங்கிய பாடம்

எட்வர்டு சீக்லர்

அவர் ஓர் அறிவார்ந்த மனிதர் என்பதை நான் அறிவேன். அமெரிக்காவின் நியூ இங்கிலாந்து பகுதியில் அவர் தன் மனைவி எஸ்டெல்லோடு தனிமையில் வாழ்ந்து கொண்டிருந்தார். நான் அந்தப் பகுதிக்கு வந்தால், தன் வீட்டிற்கு வருமாறு அவர் எனக்கு அழைப்பு விடுத்திருந்தார்.

பல வருடங்களுக்கு முன்பு நான் அவருடைய பேச்சைக் கேட்டிருந்தேன். சமீபத்தில், அவருடைய பல புத்தகங்களை நான் படித்திருந்தேன். இப்போது நான் அவரை நாடிச் சென்று கொண்டிருந்தேன். அவருடைய அறிவு, என் அன்றாட வாழ்க்கையை இருளடித்துக் கொண்டிருந்த வேதனைத் துயரிலிருந்து என்னை விடுவிக்கும் என்று நான் நம்பியிருந்ததுதான் அதற்குக் காரணம்.

குளிர்காலத்தின் பிற்பகுதியில், வானம் தெளிவாக இருந்த ஒரு நாளன்று, வெர்மான்ட் மாநிலத்தின் கொரிந்த் நகருக்கு அருகே அமைந்த அவருடைய பண்ணை வீட்டில் நான் அவரை சந்தித்தேன். அவருடைய வீடு, பனி மூடிய வயல்களாலும் காடுகளாலும் சூழப்பட்டிருந்தது. ஒரு பாதிரியாராக இருந்த எட்கர் ஜாக்சன், பல வருடங்களாகப் புத்தகங்கள் எழுதி, சொற்பொழிவுகள் ஆற்றி, மற்றவர்களுக்கு உதவிய பிறகு, தன் சொந்த ஞானத்தை இப்போது தன்மீதே செயல்படுத்திக் கொண்டிருந்தார். அவருக்கு ஏற்பட்ட ஒரு தீவிரமான பக்கவாதம், அவருடைய வலப்பக்கம் முழுவதையும் செயலிழக்கச் செய்திருந்தது. அதனால் அவர் தன் பேசும் சக்தியை இழந்தார்.

முதலில் அவரைப் பரிசோதித்த மருத்துவர்கள், அவரால் மீண்டும் ஒருபோதும் பேச முடியாது என்று அவருடைய மனைவியிடம் கூறியிருந்தனர். ஆனாலும் ஒருசில வாரங்களில் அவர் தன் பேச்சுத் திறனைத் திரும்பப் பெற்றார். தான் இழந்திருந்த மேலும் பல திறன்களை மீட்டெடுப்பதென்று அவர் உறுதி பூண்டார்.

நான் அவருடைய வீட்டிற்குச் சென்றபோது, என்னை வரவேற்பதற்காக அவர் எழுந்தார். நடுத்தர உயரத்தைக் கொண்ட அவர், தன் ஊன்றுகோலின் உதவியுடன் மெதுவாக நடந்து வந்தார். அவருடைய கண்கள் மட்டும் எப்போதும்போல ஒளி வீசின. அவர் என்னைத் தன்னுடைய அறைக்கு அழைத்துச் சென்றார். அங்கு அவருடைய மேசையைச் சுற்றிலும் ஏராளமான பழைய புத்தகங்களும் புதிய புத்தகங்களும் வரிசையாக அடுக்கி வைக்கப்பட்டிருந்தன. அந்த மேசையின்மீது ஒரு கணினியும் சில வெற்றுக் காகிதங்களும் பத்திரிகைகளும் இருந்தன.

அவருடைய புத்தகங்கள் எனக்கு மிகவும் உதவியதாக நான் கூறியதைக் கேட்ட அவர் அது குறித்துத் தான் மகிழ்ச்சி அடைந்ததாகத் தெரிவித்தார். அப்புத்தகங்கள் எனக்கு உதவியது உண்மைதான். ஆனால் இன்னும் பல பின்னடைவுகள் சேர்ந்து எனக்கு ஏற்படுத்தியிருந்த ஒரு வருத்தத்தை என்னால் கையாள முடியவில்லை.

"அப்படியென்றால், நீ துயரத்தில் இருக்கிறாய், இல்லையா?" என்று அவர் கேட்டார்.

“அப்படிக் கூற முடியாது. நானொன்றும் எனக்கு நெருக்கமானவர்கள் யாரையும் பறி கொடுத்திருக்கவில்லையே?” என்று நான் வாதிட்டேன்.

“ஆனாலும், இப்போது நீ அனுபவித்துக் கொண்டிருப்பது துயரம் தொடர்பானதுதான். நீ உன் இழப்புகள் குறித்து முழுமையாக துக்கம் அனுசரித்துவிட்டு, பிறகு அவற்றோடு வாழ்வதற்குக் கற்றுக் கொள்வதன் மூலம் ஆறுதலைக் கண்டுபிடிப்பதுதான் இதில் இன்றியமையாதது. அப்படிச் செய்யாதவர்கள் வருத்தத்தால் மனம் வெறுத்துப் போகின்றனர். அவர்களால் ஆறுதலைக் கண்டுபிடிக்க முடிவதில்லை. ஆனால், துக்கம் அனுசரிக்கும் செயலைப் படைப்புத்திறனுடன் பயன்படுத்தும் மக்கள், ஓர் ஆழமான விசுவாசத்தைப் பெறுகின்றனர். நாம் நம் உணர்வுகளைப் பற்றிப் பேச வேண்டும், நம் உணர்ச்சிகளை வெளிப்படுத்த வேண்டும் என்று நம்மிடம் கூறப்படுவதற்கு இதுதான் காரணம். துக்கம் அனுசரிக்கும் செயல்முறையின் ஒரு பகுதி இது. அப்போதுதான் குணமாதல் பின்தொடரும்,” என்று அவர் கூறினார்.

பிறகு, “இங்கே வா, நான் உனக்கு ஒன்றைக் காட்ட விரும்புகிறேன்,” என்று கூறிவிட்டு, சன்னல் வழியாக அவர் எதையோ சுட்டிக்காட்டினார். அவர் சுட்டிக்காட்டிய இடத்தில், இலைகளை இழந்த மேப்பில் மரங்கள், கடுமையான குளிர்க்காற்றை உணர்ச்சியற்று எதிர்கொண்டு நின்று கொண்டிருந்தன. முந்தைய நாளின் பனிமழையினால் அவற்றின் வெற்றுக் கிளைகள்மீது படிந்திருந்த பனி, துளித்துளியாகக் கீழே கொட்டிக் கொண்டிருந்தது. எட்கர் வாழ்ந்த அந்த வீட்டின் முந்தைய சொந்தக்காரர் ஒருவர், அந்த மேப்பில் மரங்களை, மூன்று ஏக்கர் புல்வெளியைச் சுற்றி நட்டு வைத்திருந்தார்.

நாங்கள் ஒரு பக்கவாட்டுக் கதவு வழியாக வெளியே சென்று, எங்கள் கால்களுக்குக் கீழே பனி நொறுங்க, அந்தப் புல்வெளியை நோக்கி மெதுவாக நடந்தோம். கோடைக்காலத்தில் புல்லாலும் காட்டு மலர்களாலும் நிரம்பி வழிந்த அந்தப் பகுதி, இப்போது கடுமையான பனிப் பொழிவால் பழுப்பு நிறத்திலும் சுருங்கிப் போயும் இருந்தது. ஒவ்வொரு பெரிய மரத்திற்கு இடையேயும் பழைய முட்கம்பிகள் சுற்றப்பட்டிருந்ததை நான் கண்டேன்.

“அறுபது வருடங்களுக்கு முன்பு இந்த மரத்தை நட்டு வைத்தவர், இந்தப் புல்வெளியைப் பாதுகாப்பதற்காக இந்த முட்கம்பி வேலியை அமைத்தார். இந்த வேலியைத் தாங்குவதற்கு, கம்பங்களுக்கு பதிலாக இந்த மரங்களை அவர் கம்பங்களாகப் பயன்படுத்தினார். கம்பங்களை நடுவதற்கு நிலத்தில் குழிகள் பறிக்க வேண்டிய வேலையை இது அவருக்கு மிச்சப்படுத்தியது. ஆனால் இளசாக இருந்த இந்த மரங்களின் மேற்பரப்பில் முட்கம்பிகள் பொருத்தப்பட்டது இந்த மரங்களுக்குக் கடும் வேதனையை ஏற்படுத்தியது. சில மரங்கள் இந்த முட்கம்பிகளோடு மல்லுக்கு நின்றன. வேறு சில மரங்கள், இந்த மாற்றத்திற்கு ஏற்பத் தம்மைப் பொருத்திக் கொண்டன. இதோ, இந்த மரத்தைப் பார். இது தன்மீது பொருத்தப்பட்ட முட்கம்பியை ஏற்றுக் கொண்டு, அதைத் தன் வாழ்வின் ஒரு பகுதியாக ஆக்கிக் கொண்டது. ஆனால், தொலைவில் இருக்கும் அந்த மரத்தைப் பார். அது அவ்வாறு செய்யவில்லை.”

தூரத்தில், முட்கம்பியால் தீவிரமாக உருக்குலைந்து போயிருந்த ஒரு பழைய மரத்தை அவர் சுட்டிக்காட்டினார். “இங்கிருக்கும் மரம் தன்மீது

பொருத்தப்பட்ட முட்கம்பிக்கு பலியாவதற்கு பதிலாக அதை வெற்றிகரமாக எதிர்கொண்டது. ஆனால் அந்த மரம் ஏன் அந்த முட்கம்பியை எதிர்த்துப் போராடித் தன்னைக் காயப்படுத்திக் கொண்டது?" என்று அவர் கேட்டார்.

எங்களுக்கு அருகில் இருந்த மரத்தில் எந்த அடையாளங்களும் இருக்கவில்லை. நீளமான, கொடூரமான கீறல்கள் எதுவும் அந்த மரத்தின்மீது காணப்படவில்லை. மாறாக, ஒரு முட்கம்பி, அம்மரத்தின் ஒரு பக்கம் வழியாக உள்ளே நுழைந்து, மறுபக்கம் வழியாக வெளியே வந்திருந்தது மட்டும்தான் தெரிந்தது. அது ஏதோ அம்மரத்தில் ஒரு துளையிடப்பட்டு, அதன் ஊடாக அந்தக் கம்பி எளிதாக நுழைக்கப்பட்டிருந்ததுபோலத் தோன்றியது.

நாங்கள் மீண்டும் அவருடைய வீட்டிற்குத் திரும்பிச் செல்லத் துவங்கியபோது, "நான் இந்த மரங்களைப் பற்றி அதிகமாக சிந்தித்து வந்துள்ளேன். தன் எஞ்சிய வாழ்நாளை ஒரு முட்கம்பி சீர்குலைப்பதற்கு அனுமதிப்பதற்கு பதிலாக, இம்மரங்கள் அந்தக் காயத்திலிருந்து மீள்வதை எந்த உள்ளார்ந்த ஆற்றல்கள் சாத்தியமாக்கின? ஒருவர் தன் துயரம் தன் வாழ்க்கையை முற்றிலுமாகச் சீரழிப்பதற்கு அனுமதிக்கும்போது, இன்னொருவரால் அதே துயரத்தை எப்படிப் புதிய வளர்ச்சியாக மாற்ற முடிகிறது?" என்று அவர் கேட்டார்.

இந்த மேப்பில் மரங்களுக்கு என்ன நிகழ்ந்தது என்பதற்குத் தன்னால் விளக்கம் அளிக்க முடியவில்லை என்று எட்கர் ஒத்துக் கொண்டார். அவர் தொடர்ந்து, "ஆனால், மக்களைப் பொறுத்தவரை, விஷயங்கள் அதிகத் தெளிவாக இருக்கின்றன. இன்னல்களை எதிர்கொண்டு, அந்த துக்க காலத்தைச் சிறப்பாகக் கையாள்வதற்குப் பல வழிகள் உள்ளன. முதலில் நீங்கள் உங்கள் மனத்தளவில் எப்போதும் இளமையாகவும் நேர்மறையான கண்ணோட்டத்துடனும் இருக்க வேண்டும். அப்போது, பழி வாங்கும் எண்ணம் உங்களுக்கு வராது. உங்களிடம் நீங்கள் பரிவாக நடந்து கொள்ள வேண்டியது அதைவிட முக்கியம். ஆனால் அதுதான் கடினமான பகுதி. நீங்கள் உங்களுடன் ஏராளமான நேரத்தைச் செலவிட வேண்டும். நம்மில் பெரும்பாலானோர், நம்மை நாமே அதிகமாக விமர்சிப்பவர்களாக இருக்கிறோம். உங்களுடன் ஓர் அமைதி உடன்படிக்கையை ஏற்படுத்திக் கொள்ளுங்கள். நீங்கள் செய்துள்ள முட்டாள்தனமான தவறுகளுக்காக உங்களை நீங்களே மன்னித்துவிடுங்கள்," என்று கூறினார்.

அவர் மீண்டும் ஒருமுறை ஆழ்ந்த சிந்தனையுடன் அந்த மேப்பில் தோட்டத்தைப் பார்த்துவிட்டுத் தன் வீட்டை நோக்கி நடந்தார். "துயரத்தை நாம் அறிவார்ந்த முறையில் கையாண்டால், உரிய நேரத்திலும் முழுமையாகவும் நம்மால் துக்கம் அனுசரிக்க முடிந்தால், நம்மைத் துளைத்துச் செல்கின்ற முட்கம்பிகளால் வெற்றி பெற முடியாது. எந்தவொரு வருத்தத்திலிருந்தும் நம்மால் விடுபட முடியும், வாழ்க்கையை வெற்றிகரமாக வாழ முடியும்."

எஸ்ட்டெல் எங்களுக்குத் தேநீர் கொடுத்தார். எட்கர் அதைப் பருகிக் கொண்டே, "என் வாழ்க்கை ஒரு வளர்ச்சிப் பாதையில் செல்லும்படி பார்த்துக் கொள்ள நான் முயற்சிக்கிறேன். புதிய அறிவையும், புதிய நண்பர்களையும், புதிய அனுபவங்களையும் நான் தேடுகிறேன்," என்று கூறிவிட்டு, தன்னுடைய புதிய கணினியையும் ஓர் அரை டஜன் புதிய

புத்தகங்களையும் பார்த்தார். தன் வாழ்வில் அவர் இப்போது போராடிக் கொண்டிருந்தார். தன் உடலின் வலப்பககம் முற்றிலுமாகச் செயலிழந்து போனது குறித்து அவர் வெறுப்படைந்திருந்தார், ஆனால் தோற்றுப் போக அவர் தயாராக இருக்கவில்லை.

"பின்வாங்கிச் செல்வதற்கு நம்முடைய அனுபவங்களைச் சாக்குப்போக்குகளாக நம்மால் பயன்படுத்திக் கொள்ள முடியும். அல்லது, வாழ்க்கையை நன்னம்பிக்கையோடு நம்மால் அணுக முடியும்," என்று கூறிய அவர், வெளியே பனியால் மூடப்பட்டிருந்த புல்வெளியை நோக்கித் தன் பார்வையைத் திருப்பினார்.

"நன்றி. நான் நிச்சயமாக என் பிரச்சனைகளை நல்லவிதமாகக் கையாள்வேன்," என்று நான் அவருக்கு உறுதியளித்துவிட்டு, அவருடன் கை குலுக்கினேன். ஏதோ ஒரு புதிய புரிதல் எனக்கு ஏற்பட்டிருந்தது போலவும், என் வருத்தங்களைக் கையாள்வதற்கு ஒரு புதிய உத்தி இப்போது என் வசமாகியிருந்தது போலவும் நான் உணர்ந்தேன்.

நான் எட்கரின் வீட்டிலிருந்து புறப்பட்டுச் சென்றபோது, தூரத்தில் இருந்த அவருடைய புல்வெளியை என்னால் பார்க்க முடிந்தது. வாழும் கம்பங்களான அந்த மேப்பில் மரங்கள் மர்மமானவையாகத் தோன்றினாலும், நம் அனைவரிடமும் கூறுவதற்கு அவற்றின்வசம் ஏராளமான விஷயங்கள் இருக்கின்றன.

வாழ்வின் பல இன்னல்கள் குறுகியகாலத்தவையே. நாம் ஒரு புதிய வேலையைத் தேடிக் கொள்ளும்போதோ, ஒரு வாக்குவாதத்தை நிறுத்திக் கொள்ளும்போதோ, அல்லது ஒரு காய்ச்சலிலிருந்து குணமடையும்போதோ, அவை விரைவாக மறைந்துவிடுகின்றன. ஆனால் பிற வடிவிலான இன்னல்கள் நீண்டகாலத்தவை. நம் அன்புக்குரிய ஒருவரின் இழப்பு, ஒரு நிரந்தரமான உடல் உபாதை, மனச்சோர்வு அளிக்கின்ற ஒரு குடும்ப உறவு, ஒரு மோசமான விபத்து போன்றவை தற்காலிகமான இன்னல்கள் அல்ல. அவற்றை நம் மனங்களிலிருந்து நம்மால் எளிதில் துடைத்தெறிந்துவிட முடியாது. இப்படிப்பட்ட இன்னல்களை எதிர்கொள்ளும்போது, எட்கர் ஜாக்சனின் மேப்பில் மரங்கள் நமக்கு நம்பிக்கையையும் வழிகாட்டுதலையும் வழங்குகின்றன. இன்னல்களை எதிர்கொண்டு, அவற்றுக்கு ஏற்ப நம்மைப் பொருத்திக் கொண்டு, தொடர்ந்து முன்னேறிச் செல்வதிலுள்ள சக்தியை அவை நமக்குக் கற்றுக் கொடுக்கின்றன.

சூழ்நிலைகளுக்கு ஏற்ப நம்மைப் பொருத்திக் கொள்வது என்பது, சில சமயங்களில், "நீங்கள் என்ன செய்தாக வேண்டுமோ, அதை நீங்கள் செய்துதான் ஆக வேண்டும்" என்றும் பொருள்படும். இதை எவ்வாறு சிறப்பாகச் செய்வது என்பதைப் பின்வரும் கதையில் வரும் இளைஞர் நன்றாக அறிந்திருக்கிறார்.

பிரமிக்க வைக்கும் கைல் மேனார்டு

டெரெக் பர்னெட்

அனிதா மேனார்டு தன் முதல் குழந்தையைக் கருவுற்றிருந்தபோது மேற்கொண்ட அல்ட்ராசவுண்ட் ஸ்கேனில், அக்குழந்தையின் கால்களைத் தங்களால் பார்க்க முடியவில்லை என்று மருத்துவர்கள் அவரிடமும் அவருடைய கணவர் ஸ்காட்டிடமும் தெரிவித்தனர். ஆனால் இரண்டாவது முறையாக ஸ்கேன் மேற்கொள்ளப்பட்டபோது, அக்குழந்தைக்குக் கால்கள் இருந்தன என்று அம்மருத்துவர்கள் உறுதியளித்தனர். பிறகு கைல் மேனார்டு பிறந்தான்.

கால்கள் என்று மருத்துவர்கள் தவறாகக் கருதியிருந்தது, அக்குழந்தையின் இடுப்புக் கீழே துருத்திக் கொண்டிருந்த, ஒழுங்கான வடிவமற்ற இரண்டு பாதங்கள் மட்டுமே. அவனுக்கு முழுமையான கைகளும் இருக்கவில்லை. அவனுக்கு முழங்கைகள்வரை மட்டுமே இருந்தன. “அவன் மிக அழகாக இருந்தான். அவனுடைய முகம் பிரகாசமாக இருந்தது. பொன்னிறத் தலைமுடி, நீல நிறக் கண்கள், மஞ்சள் நிற உடல் ஆகியவற்றுடன் அவன் வசீகரமாக இருந்தான்,” என்று அவனுடைய தாய் அனிதா நினைவுகூர்ந்தார்.

அனிதா மற்றும் ஸ்காட் மேனார்டுக்கு என்ன செய்வதென்று தெரியவில்லை. கைலின் உருவத்தைக் கொண்ட எவரையும் அவர்கள் ஒருபோதும் பார்த்திருக்கவில்லை. எனவே, ஒரு நேரத்தில் ஒரு நாள் என்ற கணக்கில் விஷயங்களைக் கையாள்வதென்று அவர்கள் தீர்மானித்தனர். தங்கள் மகன் ஊனமுற்றவன் என்ற எண்ணம் வெகு விரைவில் அவர்களைவிட்டு மறைந்தது. “மற்ற எந்தவொரு குழந்தையும் செய்வதைப்போலவே கைலும் எல்லாவற்றையும் செய்தான். அவன் நன்றாகத் தவழ்ந்தான், விளையாட்டுப் பொருட்களை வைத்து விளையாடினான், அழுதான், சிரித்தான்,” என்று ஸ்காட் கூறினார்.

கைலின் நிலைமை பரம்பரைரீதியானது அல்ல என்றும், அதனால் எதிர்காலத்தில் தங்களுக்குப் பிறக்கக்கூடிய குழந்தைகளுக்கு இந்த நிலைமை ஏற்படுவதற்கான சாத்தியம் இல்லை என்றும் உறுதியாக உணர்ந்த கைலின் பெற்றோர், மேலும் மூன்று குழந்தைகளைப் பெற்றெடுத்தனர். அந்த மூவருமே பெண் குழந்தைகள். கைலை ஊனமுற்றவனாக அவன் பெற்றோர்கள் கருதாததைப்போலவே, அவனுடைய தங்கைகளும் அவனை வினோதமாகப் பார்க்கவில்லை. மற்ற எந்தவொரு சகோதரனையும்போலவே அவன் தன் சகோதரிகளுடன் சேர்ந்து விளையாடினான். கண்ணாமூச்சி விளையாட்டில் அவன் அவர்களுடன் சேர்ந்து கொண்டான். பக்கத்து வீட்டுக் குழந்தைகளுடன் தண்ணீர்ச் சண்டையில் ஈடுபட்டான்.

அவன் பள்ளிக்கூடத்திற்குச் செல்லத் துவங்கியபோது, செயற்கைக் கைகளும் கால்களும் அவனுக்குப் பொருத்தப்பட்டன. வழக்கமாக சுறுசுறுப்பாக இருந்த அவனுடைய இயக்கம், இந்தச் செயற்கை உறுப்புகளால் மட்டுப்படுத்தப்பட்டது. அவன் தரையில் உட்கார்ந்தபோது, அடுத்தவருடைய உதவி இல்லாமல் அவனால் எழுந்திருக்க முடியவில்லை. செயற்கைக் கைகள் அவனுடைய அக்குள்களை இறுக்கின. இதனால் அவன் எப்போதும்

அசௌகரியமாக உணர்ந்தான். அவன் மழலையர் வகுப்பில் இருந்தபோது, அவனும் மற்ற மாணவர்களும் தரையில் அமர்ந்து, ஆசிரியர் கூறிய கதைகளைக் கேட்டனர். கதை நேரம் முடிந்ததும் எல்லா மாணவர்களும் தங்கள் இருக்கைகளுக்குச் சென்றனர். ஆனால் கைல் மட்டும், தன்னைத் தூக்கிவிடுவதற்கு ஒருவர் வரும்வரை தரையிலேயே உட்கார்ந்திருக்க வேண்டியிருந்தது.

ஒருநாள் அவன் தன் தாயிடம், "அம்மா, இனிமேல் நான் இந்தச் செயற்கை உறுப்புகளை அணிந்து கொள்ளப் போவதில்லை. என்னால் கீழே உட்கார்ந்து மற்றக் குழந்தைகளுடன் விளையாட முடியவில்லை," என்று கூறினான். பிறகு தன் பெற்றோரின் அனுமதியுடன் அன்றே அவன் அந்தச் செயற்கை உறுப்புகளைத் தூர எறிந்தான்.

கைகள் இல்லாமலேயே எல்லா வேலைகளையும் செய்ய அவன் கற்றுக் கொண்டான். தன் சக மாணவர்கள் ஓவியங்களுக்கு வண்ணம் தீட்டியபோது, கைல் தன் கிரேயான் பென்சிலைத் தன் முழங்கைகளின் முனைகளுக்கு நடுவே பிடித்துக் கொண்டு வண்ணம் தீட்டினான். அவர்கள் எழுதக் கற்றுக் கொண்டபோது, தன் பேனாவையும் அதுபோலவே பிடித்துக் கொண்டு, மிக அழகாக எழுதுவதற்குத் தன்னைப் பழக்கிக் கொண்டான். நீண்ட தூரம் செல்வதற்கும் அழுக்கான இடங்களிலிருந்து ஒதுங்கி இருப்பதற்கும் மின்சாரத்தால் இயங்கிய ஒரு சக்கரநாற்காலியை அவன் பயன்படுத்தினான். ஆனால் வீட்டிற்கு வந்த பிறகோ அல்லது வேறு இடங்களிலோ, அவன் அந்த நாற்காலியை ஓரமாக வைத்துவிட்டு, கடவுள் தனக்குக் கொடுத்த உடலைப் பயன்படுத்தினான்.

ஒரு ஸ்பூனைத் தன் முழங்கைகளின் முனைகளுக்கு இடையே (ஒன்றின்மேல் ஒன்றாக) பிடித்துக் கொண்டு, தட்டிலோ அல்லது கிண்ணத்திலோ உள்ள உணவை அந்த ஸ்பூனைக் கொண்டு நேர்த்தியாக எடுத்து, சிந்தாமலும் சிதறாமலும் அந்த உணவை கவனமாகத் தன் வாய்க்குள் வைப்பதற்கு அவன் கற்றுக் கொண்டான். ஒரு ஸ்பூனால் சாப்பிடுவதற்கு உங்களுக்கு எவ்வளவு கவனம் தேவையோ, அதே அளவு கவனம்தான் அவனுக்கும் தேவைப்பட்டது. ஆனால் அவன் ஸ்பூனால் சாப்பிட்டதைப் பார்த்த அன்னியர்கள் அசந்து போனார்கள்.

துவக்கத்தில், கைலை முதன்முறையாகப் பார்த்த அன்னியர்களையும் அவர்கள் நடந்து கொண்ட விதங்களையும் கையாள்வதற்கு நகைச்சுவையைப் பயன்படுத்த மேனார்டு குடும்பத்தினர் கற்றுக் கொண்டனர். கைலை உற்றுப் பார்த்தவர்களை அல்லது வினோதமாகப் பார்த்தவர்களை எப்படிப் பொறுத்துக் கொள்ள வேண்டும், அவர்களை எப்படி மன்னிக்க வேண்டும் என்பது பற்றி அனிதாவும் ஸ்காட்டும் தங்கள் குழந்தைகளுக்குப் பல முறை அறிவுறுத்தியிருந்தனர். ஆனால் அதற்கும் ஓர் எல்லை உண்டு என்று அவர்கள் கூறினர். "மக்கள் ஐந்து நிமிடங்கள் அவ்வாறு வெறித்துப் பார்க்க நாங்கள் அனுமதிக்கிறோம். ஆனால் அதன் பிறகு, அவர்கள் அங்கிருந்து நகர்ந்துவிடுவது நல்லது," என்று அனிதா ஒரு குறும்புச் சிரிப்புடன் கூறினார்.

ஒருமுறை கைலும் அவனுடைய நண்பர்களும் கடற்கரையில் விளையாடிக் கொண்டிருந்தபோது, அச்சிறுவர்கள் அந்த நகைச்சுவையை எல்லை தாண்டி எடுத்துச் சென்றுவிட்டனர். அவர்கள் கைலின் கைகளில் தக்காளி சாஸைத் தடவி, அவனைச் சுறா மீன் கடித்துவிட்டதாகப் பொய்யாக அலறிக் கொண்டே தண்ணீருக்குள்ளிருந்து அவனை வெளியே

இழுத்து வந்தனர். உண்மையறிந்த மக்கள் இதை விளையாட்டாக எடுத்துக் கொள்ளவில்லை.

கைல் தன் பதினோராவது வயதில் கால்பந்து விளையாடுவதென்று தீர்மானித்தான். அது ஒரு நல்ல யோசனை என்று அவனுடைய தந்தை நினைத்தார். ஆனால் அவனுடைய தாயார் அவ்வளவு சுலபமாக அதற்கு இணங்கவில்லை. ஆனால் இறுதியில், கைலும் ஸ்காட்டும் வெற்றி பெற்றனர். கைல் தன் நடுநிலைப் பள்ளி அணியில் சேர்ந்தான்.

கைல் விளையாடியதை வீடியோவில் போட்டுப் பார்த்தால், அந்த முரட்டுத்தனமான விளையாட்டில் மற்ற மாணவர்களுக்கு மத்தியில் தன் மகன் மண்ணில் புரண்டதை அவனுடைய தாயாரால் எப்படித் தாங்கிக் கொள்ள முடிந்தது என்று நீங்கள் வியப்பீர்கள். கைலின் துணிச்சலையும் விடாமுயற்சியையும் கண்டால் நீங்கள் அசந்து போவீர்கள். தன் பாதங்களின் வடிவத்தால், அவன் தன் வாழ்நாளில் காலணிகள் எதையும் ஒருபோதும் அணிந்ததில்லை. கால்பந்து மைதானத்தில், அவன் வெறும் காலுறைகளை மட்டுமே அணிந்து விளையாடினான்.

மக்களின் கவனம் முதன்முதலாக அப்போதுதான் கைலின் பக்கம் திரும்பியது. அவன் துணிச்சலானவன் என்றும், அவன் தங்களுக்கு உத்வேகமளித்ததாகவும் அவர்கள் கூறத் தொடங்கினர். கைலுக்கும் அவனுடைய குடும்பத்தினருக்கும் இது ஒரு கனவுபோல இருந்தது. மக்களை உத்வேகப்படுத்தவோ அல்லது தனக்கென்று ஒரு பெயரை உருவாக்கிக் கொள்ளவோ கைல் முயற்சிக்கவில்லை. அவன் வெறுமனே கால்பந்து விளையாட விரும்பினான், அவ்வளவுதான். ஆனாலும், தனக்குக் கிடைத்தப் பாராட்டுகளை அவன் அன்போடு ஏற்றுக் கொண்டான். வசீகரமும் சுறுசுறுப்பும் ஒருங்கே அமையப் பெற்ற அவன், பத்திரிகையாளர்களின் கேள்விகளைத் துணிச்சலாக எதிர்கொண்டான். அவர்கள் முன்னிலையில் ஸ்பூனால் சாப்பிட்டு அவர்களை ஆச்சரியப்படுத்தினான்.

கைல் தன் உடல் வலிமையை அதிகரிப்பதற்கும், தன் கைகளையும் தன் கழுத்திற்கும் இடுப்பிற்கும் இடையேயான பகுதியையும் வலுவூட்டுவதற்கும் கடுமையான பயிற்சியை மேற்கொள்ளத் துவங்கினான். மல்யுத்தம்தான் தனக்குச் சரியான விளையாட்டு என்று அவன் தீர்மானித்தான். பள்ளியில் படித்தக் காலத்தில் ஒரு மல்யுத்த வீரராக இருந்திருந்த அவனுடைய தந்தை ஸ்காட், இப்போது அவனுடைய இந்தத் தீர்மானத்தை ஏற்றுக் கொள்ளத் தயங்கினார். ஒரு கால்பந்துக் குழுவில் விளையாடுவது என்பது வேறு. அதில் ஏற்படும் தோல்விக்கு ஒரு தனிநபரை யாரும் குறைகூறுவதில்லை. ஆனால் கைல் ஒரு மல்யுத்தப் போட்டியில் தோற்றுப் போனால், அவனுடைய எதிராளி அவனைவிடச் சிறப்பாகச் சண்டையிட்டதுதான் அதற்குக் காரணமாக இருக்கும். அதை அவனால் ஏற்றுக் கொள்ள முடியுமா என்று அவர் சந்தேகித்தார்.

கைலால் அதை ஏற்றுக் கொள்ள முடிந்தது. அவன் ஒவ்வொரு போட்டியிலும் தோல்வியைத் தழுவினான். மல்யுத்தப் போட்டிகள் நாள் முழுதும் நடைபெற்றன. சில சமயங்களில், அவன் காலை ஐந்து மணிக்கு எழுந்து, ஒரு போட்டியில் கலந்து கொண்டு, அதில் தோற்றுவிட்டு, பிறகு மாலையில் மீண்டும் இன்னொரு போட்டியில் கலந்து கொள்ளும்வரை நாள் முழுதும் வெறுமனே உட்கார்ந்து வேடிக்கைப் பார்க்க

வேண்டியிருந்தது. அது அவனை ஊக்கமிழக்கச் செய்வதாக இருந்தது. ஆனாலும் அவன் தன் முயற்சியைக் கைவிடத் தயாராக இல்லை.

அதிர்ஷ்டவசமாக, கைலின் பயிற்றுவிப்பாளரான கிளிஃப் ராமோஸ், கைலை வித்தியாசமாகவும் திறந்த மனத்துடனும் அணுகினார். "முதலில் கைலை எவ்வாறு கையாள்வது என்று எனக்குத் தெரியவில்லை. அவனுடைய உடலமைப்பு வித்தியாசமாக இருந்தது. ஆனால், நாங்கள் அவனுடைய வடிவத்தை அவனுக்கு சாதகமாகப் பயன்படுத்த முயற்சிக்கத் தொடங்கினோம். அவனுடைய முகவாயையும் கைகளையும் பயன்படுத்தி சில உத்திகளை நாங்கள் உருவாக்கினோம்," என்று அவர் கூறினார்.

பிறகு கைல் வெற்றி பெறத் தொடங்கினான். கைல் தன் வலிமையான உடலாலும் சாமர்த்தியமான உத்திகளாலும் 46 கிலோ பிரிவில் ஒரு மதிப்பான போட்டியாளராக உருவானான். அவன்மீது இரக்கம் கொண்டவர்கள், கைலால் தாங்கள் ஈவு இரக்கமின்றிப் புரட்டியெடுக்கப்பட்டதை விரைவில் கண்டனர். 46 கிலோ பிரிவில் இருந்த பெரும்பாலான சிறுவர்கள் குச்சிக் கால்களைக் கொண்டவர்களாக இருந்ததால், கைலுக்கு நியாயமற்ற அனுகூலம் இருந்ததாகப் பல பெற்றோரும் பயிற்றுவிப்பாளர்களும் குறைகூடக் கூறினர்.

கேட்பதற்கு அது உங்களுக்கு வேடிக்கையாகத் தோன்றலாம். ஆனால், 'மிக வலிமையான பருவ வயதினன் பட்டத்தைக் கைல் ஒருமுறை வென்றான். 108 கிலோ எடை அவனுடைய கைகளோடு சங்கிலிகளால் பிணைக்கப்பட்ட நிலையில, அவன் இருபத்து மூன்று 'பட்டர்ஃபிளை பெஞ்ச் பிரெஸ்'களைச் செய்து காட்டினான். இன்னொரு முறை, 190 கிலோ எடையுடன் அவன் அதைச் செய்தான். இப்போது 225 கிலோ எடையுடன் அதைச் செய்யும் முயற்சியில் அவன் ஈடுபட்டிருக்கிறான்.

கோடைக்காலத்தில் ஒரு மதிய வேளையின்போது, தன் மல்யுத்தப் பயிற்சிக்குச் செல்வதற்கு தனக்கென்று பிரத்யேகமான கருவிகள் பொருத்தப்பட்டத் தன் தாயின் சிறு வேனை அவனே ஓட்டிச் சென்றான். அவன் தன் பள்ளியை அடைந்தபோது, இரண்டாவது தளத்தில் இருந்த மல்யுத்த அறைக்குத் தன்னுடைய சக்கரநாற்காலியில் அமர்ந்தபடியே செல்வதற்கான வசதியைக் கொண்டிருந்த லிஃப்ட்டின் சாவியை வீட்டிலேயே தான் விட்டுவிட்டு வந்துவிட்டிருந்தது அவனுக்கு நினைவு வந்தது. ஆனால் அவன் அதைப் பற்றிக் கவலைப்படாமல், தன் சக்கரநாற்காலியைக் கீழேயே விட்டுவிட்டு, மாடிப் படிகளில் தட்டுத் தடுமாறி ஏறி அவ்விடத்தை அடைந்தான்.

மாலையில் வீடு திரும்பியவுடன், இதை அவன் தன் தாயிடம் கூறியபோது, "அங்கு வேலை பார்க்கும் துப்புரவுப் பணியாளர் யாரிடமாவது சொல்லி ஒரு மாற்றுச் சாவியைக் கொண்டு வரச் செய்திருக்கலாம், இல்லையா?" என்று அவர் கேட்டார். "அம்மா, நான் காத்திருக்க விரும்பவில்லை. அதோடு, சில சமயங்களில், நான் என்ன செய்தாக வேண்டுமோ, அதை நான் செய்துதான் ஆக வேண்டும்," என்று கைல் பதிலளித்தான். அவன் வாயிலிருந்து அடிக்கடி வரும் பொன்மொழிகளில், "என்னால் என்ன செய்ய முடியும் என்று எனக்குத் தெரியும். அதை நான் செய்யத்தான் போகிறேன்," என்பதும் ஒன்று.

அவனுடைய நேர்மைதான் மக்களுக்கு அதிக உத்வேகமளிக்கிறது. ஏனெனில், அந்த நேர்மை, எள்ளளவுகூடக் கழிவிரக்கம் இல்லாத, தன் திறமைகள்மீதும் தோற்றத்தின்மீதும் ஆளுமையின்மீதும் அவன் கொண்டிருந்த உறுதியான நம்பிக்கையிலிருந்து வருகிறது.

தன் உயர்நிலைப் பள்ளியின் மல்யுத்தக் குழுவில் அவன் தனிச்சிறப்புடன் திகழ்ந்தான். அவன்மீதான பரிவின் காரணமாகத்தான் பள்ளியின் காலபந்து அணியில் விளையாட அவனுக்கு அனுமதி வழங்கப்பட்டது. ஆனால் மல்யுத்தத்தில் அவன் எல்லோர்மீது ஆதிக்கம் செலுத்திக் கொண்டிருந்தான்.

ஒரு மல்யுத்தப் போட்டியின்போது, நடுத்தர வயது நபர் ஒருவர் கைலின் தந்தையை அணுகினார். கைலை அவர் தொலைக்காட்சியில் பார்த்திருந்ததாகவும், அவன் தன் வாழ்க்கையைக் காப்பாற்றியிருந்ததால் தான் அவனை நேரில் சந்திக்க விரும்பியதாகவும் அவர் ஸ்காட்டிடம் கூறினார்.

அளவுக்கதிகமான எடையுடனும் நீரிழிவு நோயுடனும் ஆரோக்கியமற்றும் மனம் தளர்ந்து போயும் இருந்த அவர், கைலின் நேர்மறையான மனப்போக்கால் பெரிதும் கவரப்பட்டிருந்தார். கைல் கொடுத்த உத்வேகத்தால் அவர் தன் வாழ்க்கையை முற்றிலுமாக மாற்றியிருந்தார். "மனச்சோர்வைப் போக்குகின்ற மனித வடிவ மருந்து உங்கள் மகன்," என்று அவர் ஸ்காட்டிடம் கூறினார்.

2004ம் ஆண்டு ஆகஸ்ட் மாதத்தில், கைல், ஜார்ஜியா பல்கலைக்கழகத்தில் தன் பட்டப்படிப்பைத் தொடங்கினான். (5க்கு 3.6 என்ற சராசரியுடன் அவன் தன் உயர்நிலைப் பள்ளிப் படிப்பை முடித்தான். தன் முழங்கைகளின் முனைகளைக் கொண்டு ஒரு நிமிடத்தில் 50 வார்த்தைகளை அவனால் தட்டச்சு செய்ய முடிகிறது.) ஜார்ஜியா பல்கலைக்கழகத்தில் மல்யுத்த அணி எதுவும் இல்லாததால், வெளியே ஒரு மல்யுத்த சங்கத்தில் அவன் சேர்ந்தான். ஓர் ஊக்குவிப்புப் பேச்சாளனாகவும் ஆகியுள்ள அவன், தொடர்ந்து அத்துறையில் ஈடுபடவும், விளையாட்டு உளவியலில் பட்டம் பெறவும், எதிர்காலத்தில் ஒரு பயிற்றுவிப்பாளராக ஆகவும், உடல் ஆரோக்கிய மையம் ஒன்றை நடத்தவும் விரும்புகிறான்.

கைலுடன் ஒரு நாள் முழுதும் செலவிட்டு, இன்னல்களைப் பற்றி அவனிடமிருந்து ஏதேனும் கற்றுக் கொள்ளுமாறு கூறி, பிரச்சனையான சிறுவன் ஒருவனுக்கு ஒரு நீதிபதி ஒருமுறை கட்டளையிட்டார். அச்சிறுவனின் பெற்றோர் விவாகரத்து செய்திருந்தனர். சக மாணவர்களுடன் அடிக்கடிச் சண்டையில் ஈடுபட்டதற்காகப் பள்ளியிலிருந்து நீக்கப்பட்டிருந்த அவன், தவறான பாதையில் சென்று கொண்டிருந்தான். ஆனால் இன்னலைப் பற்றி அச்சிறுவனிடமிருந்து கைல்தான் அதிகமாகக் கற்றுக் கொண்டான்.

"என் வாழ்க்கை மோசமானது என்று மக்கள் நினைக்கின்றனர். ஆனால் இச்சிறுவனின் வாழ்க்கையோடு என் வாழ்க்கையை ஒப்பிட்டுப் பாருங்கள். எனக்கு ஓர் அழகான குடும்பம் இருக்கிறது. என் குடும்பத்தினர் அனைவரும் என்னை நேசிக்கின்றனர். இவ்வுலகிலுள்ள ஒவ்வொருவருக்கும் போராட்டங்கள் இருக்கின்றன. ஆனால் என்னுடைய போராட்டங்கள் வெளிப்படையாகத் தெரிகின்றன, அவ்வளவுதான்," என்று கைல் விளக்கினான்.

இந்த மனப்போக்குதான் கைல் மேனார்டின் உலகிற்குள் உங்களைக் கவர்ந்திழுக்கிறது. உங்களுக்கு அவனுடைய நிலைமை ஏற்பட்டிருந்தால், அவன் செய்துள்ளதைத்தான் நீங்களும் செய்திருப்பீர்கள் என்று அவனால் உங்களை நம்ப வைக்க முடியும். அதுதான் அவனுடைய மாயாஜாலம். அவனுடைய எளிமைதான் அவனைச் சிறப்புக்குரியவனாக ஆக்குகிறது. இதை நீங்கள் முழுமையாக நம்பினால் உங்களையும் உங்களைச் சுற்றி இருக்கும் மக்களையும், எதனாலும் அடக்க முடியாத மற்றும் தடுத்து நிறுத்த முடியாத இயற்கை சக்திகளாக நீங்கள் பார்க்கத் துவங்குவீர்கள். அவ்வப்போது நம் அனைவருக்கும் இது நினைவுபடுத்தப்பட வேண்டும், அவ்வளவுதான்.

எல்லோருக்குமே சவால்கள் உள்ளன. இதில் யாருமே விதிவிலக்கு இல்லை. ஆனால், குறைகூறிக் கொண்டு வெறுமனே தளர்ந்து போய் உட்காருவதால் எந்தப் பயனும் இல்லை என்பதை கைல் மேனார்டு நமக்குக் கற்றுக் கொடுத்துள்ளான். அவன் தன் 'எல்லைகளை' உணர்ந்து கொண்டு, அவற்றை ஏற்றுக் கொண்டு, அவற்றிலிருந்து மீள்வதற்கான வழிகளைத் தேடினான். பிறகு, தான் 'செய்ய வேண்டியதை' அவன் செய்தான்.

வாழ்க்கை நம்மை சோதிக்கும்போது, அச்சூழ்நிலையைக் கையாள்வதற்கு சில சமயங்களில் நகைச்சுவை நமக்கு உதவும்.

சிரிப்பே மருந்து

ராபர்ட் ஷிம்மெல்

எனக்குப் புற்றுநோய் இருந்ததாக என்னிடம் கூறப்பட்டப் பிறகு, அரிசோனா மாநிலத்தின் ஸ்காட்ஸ்டேல் நகரில் அமைந்த மேயோ மருத்துவமனைக்கு நான் முதன்முதலாகச் சென்றது எனக்கு நினைவிருக்கிறது. 'மனிதனின் பரிணாம வளர்ச்சி' போஸ்டரை அது எனக்கு நினைவுபடுத்தியது. தலைமுடி இழந்த, ஒல்லியான தேகம் கொண்ட, வேதிச்சிகிச்சை பெற்ற நோயாளிகள் தங்கள் கைகளில் 'ஐவி டியூப்களுடன்' அங்கு வரிசையாக அமர்ந்திருந்தனர். "ஓ, இதுதான் மனிதனின் பரிணாம வளர்ச்சியா?" என்று எனக்கு நானே நகைச்சுவையாகக் கூறிக் கொண்டேன். என் குணமாதல் பயணம் அங்கிருந்துதான் துவங்கியது.

நான் சிறுவனாக இருந்த காலத்திலிருந்தே நகைச்சுவையின் சக்தியால் பெரிதும் கவரப்பட்டு வந்திருந்தேன். என பெற்றோர், ஹிட்லரின் வதை முகாம்களிலிருந்து தப்பிப் பிழைத்தவர்கள். அவர்கள் அபாரமான நகைச்சுவையுணர்வு கொண்டவர்கள். எங்கள் காலகட்டத்தைச் சேர்ந்த மாபெரும் நகைச்சுவை நடிகர்களைத் திரைப்படங்கள் மூலமாகவும்

நாடகங்கள் மூலமாகவும் அவர்கள் எனக்கு அறிமுகப்படுத்தினர். ஜாக்கி கிலீசன், எர்னீ கோவாக்ஸ், சிட் சீசர், ஜோனதன் விண்டர்ஸ், த த்ரீ ஸ்டூஜெஸ், மார்க்ஸ் பிரதர்ஸ் போன்ற நடிகர்களைப் பார்த்து வளர்ந்தவன் நான். மக்களை நம்மால் சிரிக்க வைக்க முடிந்தால், எல்லோரும் நம்மை விரும்புவர் என்பதை மிகச் சிறிய வயதிலேயே நான் தெரிந்து கொண்டேன். மக்களைச் சிரிக்க வைத்ததன் விளைவாக எனக்கு ஏற்பட்ட உணர்வுக்கு நான் அடிமையானேன். சிரிப்பின் சக்தி பின்னொரு நாள் என் உயிரையே காப்பாற்றும் என்பதை அப்போது நான் அறிந்திருக்கவில்லை.

1999ம் ஆண்டு மார்ச் மாதத்தில், கொலராடா மாநிலத்தின் ஆஸ்பென் நகரில் நடைபெற்ற அமெரிக்க நகைச்சுவைக் கலைத் திருவிழாவில் நான் கலந்து கொண்டு நகைச்சுவைகளைக் கூறினேன். தலைசிறந்த நகைச்சுவையாளர்களும், அவர்களுக்கு வாய்ப்பளிக்கக்கூடிய ஹாலிவுட் தயாரிப்பாளர்களும் அடங்கிய ஒரு மாபெரும் கூட்டம் அது. ஏதோ காரணத்தால் எனக்கு அதிர்ஷ்டம் அடித்தது. அந்தத் திருவிழாவில் என்னைப் பற்றித்தான் அதிகமானோர் பேசினர். ஒருசில நாட்கள் கழித்து, எச்பிஓ தொலைக்காட்சியில் நான் என் சொந்த நகைச்சுவை நிகழ்ச்சியை வழங்குவதற்கு எனக்கு ஒரு வாய்ப்பு வழங்கப்பட்டது. அடுத்து, என்னுடைய மூன்றாவது நகைச்சுவை சிடி தயாரிப்பதற்கான ஓர் ஒப்பந்தம் எனக்குக் கிடைத்தது. என் சொந்த நகைச்சுவை நிகழ்ச்சிகளை நடத்துமாறு தொலைக்காட்சி நிறுவனங்கள் பலவற்றிடமிருந்து எனக்கு ஏராளமான வாய்ப்புகள் வரத் தொடங்கின. ஃபாக்ஸ் நிறுவனம், ஷிம்மெல் என்ற என் நிகழ்ச்சியை 2000ல் ஒளிபரப்புவதற்காகத் தேர்ந்தெடுத்தது.

2000ம் ஆண்டு ஜூன் 2ம் நாளன்று, மான்டி கார்லோ ரிசார்ட் & கெசினோவில் முதன்முதலாக என் நிகழ்ச்சியை வழங்குவதற்காக லாஸ் ஏஞ்சலீஸ் நகருக்கு நான் வந்தேன். விமான நிலையத்தில், என் படத்தைத் தாங்கிய ஒரு பெரிய விளம்பரப் பலகையை நான் பார்த்தேன். ஹோட்டலுக்கு வெளியே "ராபர்ட் ஷிம்மெல்: ஜூன் 2 & 3" என்ற இன்னொரு பெரிய விளம்பரப் பலகையைப் பார்த்தேன். நான் ராக்கெட் வேகத்தில் ஒரு பிரபலமான நட்சத்திரமாக ஆகிக் கொண்டிருந்தேன்.

இரண்டு நாட்களுக்குப் பிறகு, திடீரென்று எனக்குக் கடும் காய்ச்சல் ஏற்பட்டது. எனவே நான் ஒரு மருத்துவரைப் பார்க்கச் சென்றேன். என் இடது கைக்குக் கீழே ஒரு சிறிய கட்டி இருந்ததைக் கண்டுபிடித்த அவர், எத்தனை நாட்களாக அது அங்கே இருந்திருந்தது என்று என்னிடம் கேட்டார். அது எனக்குத் தெரியவில்லை. நான் அதை கவனித்திருக்கவில்லை. ஒரு சிடி ஸ்கேன் எடுக்கும்படியும் உடல் திசுப் பரிசோதனை மேற்கொள்ளும்படியும் அவர் எனக்குப் பரிந்துரைத்தார்.

மறுநாள், என் மருத்துவமனை அறையில் நான் கண்விழித்தபோது, என் வலதுபக்க அக்குளைச் சுற்றி ஒரு பெரிய கட்டுப் போடப்பட்டிருந்தது. என் மருத்துவர் உள்ளே வந்து, என் இடது கைக்குக் கீழே இருந்த கட்டியைவிடப் பெரிய கட்டி ஒன்றை என் வலது கைக்குக் கீழே தான் கண்டுபிடித்திருந்ததாகக் கூறினார். விரைவில், என் அம்மா, அப்பா, மனைவி ஆகியோருடன் நான் என் மருத்துவரின் அறையில் உட்கார்ந்திருந்தேன். அந்த மருத்துவர் என் ஸ்கேன்களோடு உள்ளே நுழைந்தார். எனக்கு வந்திருந்தது புற்றுநோய்க் கட்டி என்று அவர் கூறினார்.

என் குழந்தைகளிடம் இந்த விஷயத்தைக் கூறுவதுதான் எனக்குக் கடினமாக இருந்தது. 1992ம் ஆண்டில், என் மகன் டெரெக்கை மூளைப் புற்றுநோய்க்கு நான் பறி கொடுத்திருந்தேன். அவனுக்கு அப்போது பதினோரு வயது. அவனுக்குக் கொடுக்கப்பட்ட அதே சிகிச்சைகளை இப்போது நானும் மேற்கொள்ளவிருந்ததை என் குழந்தைகள் பார்க்கவிருந்தனர். நேர்மறையாக இருப்பதற்கும், தாங்கள் என்னையும் இழந்துவிடுவோம் என்ற பயத்தை என் குழந்தைகளிடமிருந்து களையவும் என்னால் முடிந்த எல்லாவற்றையும் நான் செய்ய வேண்டும் என்பதை நான் அறிந்தேன்.

என் புற்றுநோய் என் உடலின் மற்றப் பகுதிகளுக்கும் பரவத் துவங்கியிருந்ததால், கதிரியக்கச் சிகிச்சை பெற வழி இருக்கவில்லை. மாறாக, வேதிச்சிகிச்சையை என் மருத்துவர்கள் பரிந்துரைத்தனர். இச்சிகிச்சை பலனளிக்காவிட்டால், ஆறு மாதங்கள் மட்டுமே நான் உயிர் வாழ்வேன் என்றும், ஒருவேளை இச்சிகிச்சை பலனளித்தால், இந்நோய் இரண்டு வருடங்கள்வரை மீண்டும் ஏற்படாமல் நான் வாழ்வதற்கு 49 சதவீத வாய்ப்பு இருந்ததாகவும் அவர்கள் கூறினர். வேதிச்சிகிச்சை எடுத்துக் கொண்டால், நான் மலட்டுத் தன்மையை அடையும் ஆபத்து இருந்ததாகவும், எதிர்காலத்தில் என்னால் மீண்டும் குழந்தைகளைப் பெற்றுக் கொள்ள முடியாது என்றும் அவர்கள் தெரிவித்தனர்.

நான் என் மனைவியிடம், "நான் இறந்துவிட்டால், நான் இதுவரை உனக்குச் செய்துள்ள மோசமான விஷயங்கள் அனைத்திற்காகவும் வருந்துகிறேன்," என்று கூறினேன்.

அதற்கு அவள், "ஒருவேளை நீங்கள் இறக்காவிட்டால்? அப்போதும் நீங்கள் வருந்துவீர்களா?" என்று கேட்டாள்.

மேயோ மருத்துவமனையில் என்னுடைய முதல் நாளன்று, வேதிச்சிகிச்சை பெறுவதற்காக வந்திருந்த இன்னொரு நோயாளியான பில்லின் பக்கத்தில் இருந்த ஓர் இருக்கையில் நான் அமர்ந்தேன். பில் தன் ஐம்பதுகளில் இருந்தார். அவர் ஒல்லியாக இருந்தார். அவருடைய தலைமுடி கொட்டத் துவங்கியிருந்தது. அவரிடம் நான் நலம் விசாரித்தேன். "நான் எந்த அளவுக்கு நலமாக இருப்பதுபோல உங்களுக்குத் தெரிகிறது?" என்று எரிச்சலோடு கேட்ட அவர், "நான் புற்றுநோயால் பாதிக்கப்பட்டுள்ளேன்," என்று கூறினார்.

நான் அவருடன் ஓர் உரையாடலைத் துவக்கும் முயற்சியில், "என் பெயர் ராபர்ட். நானும் புற்றுநோயால் பாதிக்கப்பட்டுள்ளேன்!" என்று கூறினேன்.

"ராபர்ட், இது உங்களுடைய முதல் சிகிச்சை என்று நினைக்கிறேன். நீங்கள் இரண்டு அல்லது மூன்று சிகிச்சைகள் பெற்றப் பிறகு நாம் பேசலாம். அப்போது நீங்கள் எவ்வளவு 'நலமாக' இருக்கிறீர்கள் என்று நாம் பார்க்கலாம்," என்று அவர் கூறினார்.

நான் இடம் மாறி உட்காருவது எனக்கு நல்லது என்று என் செவிலி பரிந்துரைத்தார். பில் ஓர் எதிர்மறை மனப்போக்கைக் கொண்டவர் என்றும், அவரைப் போன்றவர்கள் தங்களோடு சேர்த்து மற்றவர்களையும் நம்பிக்கையிழக்க வைத்துவிடுவர் என்றும் அச்செவிலி கூறினார்.

புற்றுநோயைப் பொறுத்தவரை, இரண்டு வகையான நோயாளிகள் உள்ளனர் என்று என் மருத்துவர்களில் ஒருவர் பின்னொரு நாள் கூறினார்.

முதலாவது வகையைச் சேர்ந்தவர்கள், தங்களுடைய எதிர்மறை அனுபவத்தை எடுத்துக் கொண்டு, தங்களைச் சுற்றி இருக்கும் அனைவரிடத்திலும் எதிர்மறைத் தன்மையைப் பரப்புவர். இரண்டாவது வகையைச் சேர்ந்தவர்கள், அந்த எதிர்மறை அனுபவத்தை ஏதேனும் நேர்மறையான ஒன்றாக மாற்றுவர். பில்லை சந்திக்கும்வரை எனக்கு இவ்விரண்டு வகையினரைப் பற்றி எதுவும் தெரிந்திருக்கவில்லை. ஆனால் நான் இரண்டாவது வகையைச் சேர்ந்தவனாக இருக்கப் போவதாக அக்கணத்தில் தீர்மானித்தேன்.

அடுத்த முறை நான் பில்லை சந்தித்தபோது, "புற்றுநோயாளிகளுக்கான ஆதரவுக் குழு எதிலும் நீங்கள் கலந்து கொண்டிருக்கிறீர்களா?" என்று அவரிடம் கேட்டேன்.

"இல்லை. மற்றவர்கள் தங்கள் சோகக் கதைகளைப் பகிர்ந்து கொள்வதைக் கேட்பதில் எனக்கு விருப்பம் இல்லை," என்று அவர் பதிலளித்தார்.

"நான் எதிர்கொள்ளவிருக்கின்ற பிரச்சனைகளுக்கு என்னைத் தயார் செய்து கொள்வதற்காக, நேற்று நான் அப்படிப்பட்ட ஒரு குழுவில் கலந்து கொண்டேன். அங்கு வந்திருந்த ஒரு பெண், சிகிச்சைகளால் தான் தன் தலைமுடியை இழக்கத் துவங்கினால், தன் கணவனுக்குத் தான் கவர்ச்சியாகத் தோன்றாமல் போய்விடக்கூடும் என்ற கவலையில் இருந்தார். நான் அப்பெண்ணைப் பார்த்துவிட்டு, 'கவர்ச்சியா? பெண்ணே, இப்போது நீ கவர்ச்சியாக இருப்பதாக நீ நினைத்தால், நீ உன் கண்களையும் பரிசோதிக்க வேண்டியதுதான்,' என்று என் மனத்திற்குள் நினைத்துக் கொண்டேன்," என்று நான் பில்லிடம் கூறினேன்.

இதைக் கேட்டுவிட்டு அவர் சிரிக்கத் தொடங்கினார். பில்லின் சிரிப்பைக் கண்டு ஆச்சரியமடைந்த செவிலி, நான் அவரிடம் என்ன கூறினேன் என்று என்னிடம் கேட்டார். அங்கு யாரும் பில் சிரித்து ஒருபோதும் பார்த்திருக்கவில்லை. நான் என்னுடைய அடுத்த வேதிச்சிகிச்சைக்கு வந்தபோது, பில் எனக்காக ஓர் இருக்கைப் பாதுகாத்து வைத்துக் காத்திருந்தார். நாங்கள் எங்கள் சிகிச்சை முடியும்வரை நாள் முழுவதும் ஒருவரோடு ஒருவர் நகைச்சுவைகளைப் பரிமாறிக் கொண்டோம்.

நான் மேயோ மருத்துவமனைக்கு வந்தபோது, நகைச்சுவை சிடிக்களையும் என்னுடன் எடுத்து வந்தேன். நான் அவற்றைக் கேட்டுக் கொண்டே வேதிச்சிகிச்சைக்கு உட்பட்டேன். நான் அறிவதற்குள் என் சிகிச்சை முடிந்துவிடும். என்னுடைய சிடிக்களை நான் மற்ற நோயாளிகளுக்கும் கடன் கொடுத்தேன். வெகு விரைவில், அவர்களும் சிரித்துக் கொண்டிருந்தனர்.

நான் மருத்துவமனையில் இருந்தபோது, அங்கிருந்து நான் உயிருடன் வெளியேறினால், புற்றுநோயுடன் போராடிக் கொண்டிருக்கின்ற மற்ற நோயாளிகளை நான் ஒருபோதும் மறக்க மாட்டேன் என்று எனக்கு நானே உறுதியளித்துக் கொண்டேன். நான் என் நகைச்சுவையைப் பயன்படுத்தி, புற்றுநோய் பற்றிய விழிப்புணர்வை அதிகரிக்கப் போவதாக என் மருத்துவருக்கு வாக்குக் கொடுத்தேன். அதோடு, அவருக்கு வேலை இல்லாமல் போகும்வரை நான் மக்களைச் சிரிக்க வைப்பதை நிறுத்தப் போவதில்லை என்றும் நான் அவரிடம் கூறினேன்.

உங்களுக்குப் புற்றுநோய் ஏற்படும்போது, நீங்கள் கடவுளிடம், "நீ மட்டும் இதிலிருந்து என்னைக் காப்பாற்றிவிட்டால், நான் என்னை அதிக அக்கறையோடு பார்த்துக் கொள்வேன். என் முன்னுரிமைகளை நான் சரியான முறையில் வரிசைப்படுத்திக் கொள்வேன். ஒவ்வொரு நாளையும் முழுமையாக வாழ்வதற்கு நான் கற்றுக் கொள்வேன்," என்று பேரம் பேசத் துவங்குகிறீர்கள். ஒருமுறை நான் வேதிச்சிகிச்சை பெற்றுக் கொண்டிருந்தபோது, "வாழ்க்கையை முழுமையாக வாழப் போவதாக உங்களுக்கு நீங்களே உறுதியளித்துக் கொள்வதற்கு நீங்கள் நோயுற வேண்டியிருப்பது வருத்தமான விஷயமில்லையா?" என்று நினைத்தேன்.

2000ம் ஆண்டு ஜூன் 5ம் நாளன்று, லாஸ் ஏஞ்சலீஸ் நகரில் அந்த மருத்துவரின் அறையில் நான் உட்கார்ந்திருந்தபோது, நான் நீண்டகாலம் உயிர்வாழப் போவதில்லை என்று நான் நம்பினேன். ஆனால், வினோதமாக, என் புற்றுநோய்தான் எனக்கு முதல் ஒளிக்கீற்றாக அமைந்தது. என்னைப் பொறுத்தவரை, என் நோய் எனக்கு ஓர் ஆசீர்வாதமாக அமைந்தது. எனக்குப் புற்றுநோய் ஏற்படுவதற்கு முன்பு, கண்களுக்குத் திரையிடப்பட்ட ஒரு குதிரையைப்போல நான் என் வாழ்க்கையை இருட்டில் கழித்திருந்தேன். எனக்குப் புற்றுநோய் இருந்தது கண்டுபிடிக்கப்பட்டபோது, அந்தத் திரைகள் விலகின. இப்போது நான் ஒளியில் மகிழ்ச்சியாகக் குளித்துக் கொண்டிருக்கிறேன்.

2003ம் ஆண்டு ஜூன் 5ம் நாளன்று, என் மகன் சாம் பிறந்தான். எனக்குப் புற்றுநோய் இருந்ததாக என்னிடம் கூறப்பட்டு மூன்று ஆண்டுகளுக்குப் பிறகு நடந்த கதை இது.

எதிர்மறைத் தன்மையை நேர்மறையான ஏதோ ஒன்றாக மாற்றுவதில் ராபர்ட் ஷிம்மெல் உறுதியாக இருந்தார். சிரிப்பின் மூலம் அதைச் செயல்படுத்துவதை அவர் தேர்ந்தெடுத்தார். சிரிப்புக்கு அடுத்தவரை குணமாக்கும் சக்தி இருப்பதோடு மட்டுமன்றி, அது அடுத்தவரைத் தொற்றிக் கொள்ளும் இயல்பையும் கொண்டது. சிரிப்பு எல்லாப் பிரச்சனைகளையும் தீர்த்துவிடாது என்றாலும், அது உங்கள் சுமையைக் குறைத்து, உங்கள் பாதையை சற்று சுலபமாக்கும் என்பது நிச்சயம்.

ரத்தினச்சுருக்கமாக

இன்னல்கள் சில கேள்விகளுக்கு நாம் விடையளிக்க வேண்டிய கட்டாயத்திற்கு நம்மை ஆளாக்குகின்றன: "இந்த இன்னல்களுக்கு ஏற்ப நம்மை நாம் மாற்றிக் கொள்வோமா? நாம் செய்ய வேண்டியவற்றை நாம் செய்வோமா? நாம் எதிர்மறைத் தன்மையைப் பரப்புவோமா அல்லது நேர்மறையான ஒன்றை உருவாக்குவோமா? வாய்ப்புகளைக் கண்டுகொண்டு மேகங்களின் வெள்ளி வரைகோடுகளாக நாம் ஆவோமா அல்லது ஒவ்வொரு சூரிய அஸ்தமனத்திலும் ஒரு சூறாவளியை நாம் கண்டுபிடிப்போமா?" இத்தகைய கேள்விகளுக்கான விடைகளைப் பற்றி நான் எண்ணிப் பார்க்கும்போது, புற்றுநோய்க்கு பலியான என் சகோதரியைப் பற்றிய நினைவு எனக்கு வருகிறது. அவள் தன் வாழ்வின் கடைசி ஒருசில மாதங்களின்போது, இன்னல்களையும்

எதிர்ப்புகளையும் எதிர்கொள்ளும்போது அவற்றை எப்படி சமாளிக்க வேண்டும் என்பதையும், எப்படி இன்முகத்துடன் இருக்க வேண்டும் என்பதையும் தன் குழந்தைகளுக்குக் கற்றுக் கொடுப்பதற்கு, தன் நோயை ஒரு பயிற்சிக் களமாகப் பயன்படுத்திக் கொண்டாள். வாழ்க்கையைக் கடைசிவரை வாழ்வது எப்படி என்பதையும் அவள் அவர்களுக்குக் கற்றுக் கொடுத்தாள். தன் மரணத்தில், ஒவ்வொரு நாளையும் ஒரு மகத்துவமான நாளாக ஆக்குவதற்குரிய அனைத்தையும் தன் குழந்தைகளுக்கு அவள் தன் சீதனமாக விட்டுச் சென்றாள். அந்த சீதனம், அவளுடைய குழந்தைகளின் மனங்களிலும் இதயங்களிலும் மட்டுமன்றி, அவளைத் தெரிந்திருப்பதற்கு அதிர்ஷ்டம் செய்திருந்த எங்கள் அனைவரிடத்திலும் எப்போதுமே ஆழமாகப் பதிந்திருக்கும்.

சிந்தனைக்காக

- இன்னல்களைக் கையாள்வதில் ஒரு முன்மாதிரியாக விளங்குகின்ற யாரையேனும் உங்களுக்குத் தெரியுமா? எதிர்ப்பை எதிர்கொள்ளும்போது அவர் என்னென்ன பண்புநலன்களை வெளிப்படுத்துகிறார்?
- எதிர்ப்பை எதிர்கொள்ளும்போது, அதற்கேற்ப உங்களை மாற்றிக் கொண்டு, கைல் மேனார்டைப்போல, முன்னோக்கிச் செல்வதற்கு நீங்கள் செய்ய வேண்டிய அனைத்தையும் நீங்கள் செய்கிறீர்களா அல்லது உங்கள் எதிர்ப்பு உங்களைத் திணறடிப்பதற்கும் தடுத்து நிறுத்துவதற்கும் நீங்கள் அனுமதிக்கிறீர்களா? உங்கள் கடந்தகாலத்திலிருந்து எந்த எடுத்துக்காட்டுகள் இன்னல்களிலிருந்து மீள்வதற்கான உங்கள் திறனைக் குறிக்கின்றன?
- இன்னல்களை எதிர்கொண்டிருக்கும்போது, நீங்கள் உங்கள் எதிர்மறைத் தன்மையை மற்றவர்களிடம் பரப்புகிறீர்களா அல்லது அதை நேர்மறையான ஒன்றாக மாற்றுகிறீர்களா?
- ராபர்ட் ஷிம்மெல், தனக்கு ஏற்பட்ட இன்னல்களுக்கு ஏற்பத் தன்னை மாற்றிக் கொள்ளத் தனக்குத் தானே உதவிக் கொள்வதற்கு மட்டுமன்றி, மற்றவர்களும் தங்கள் பிரச்சனைகளை சமாளிக்க அவர்களுக்கு உதவுவதற்காகத் தன் நகைச்சுவையைப் பயன்படுத்தினார். சமீபத்தில் ஏதேனும் நல்ல நகைச்சுவைகளை நீங்கள் மற்றவர்களுடன் பகிர்ந்து கொண்டிருக்கிறீர்களா?

17

பெருந்தன்மை

"தன்னை வெறுக்கச் செய்வதன் மூலம் என் ஆன்மாவை இழிவுபடுத்துவதற்கு எந்த மனிதனையும் நான் அனுமதிக்க மாட்டேன்."

- புக்கர் டி. வாஷிங்டன்

மற்றவர்கள் உங்களை இழிவுபடுத்தும்போது உங்கள் உணர்ச்சிகளையும் செயல்களையும் கட்டுப்படுத்துவதற்கான உங்கள் திறன், எடுத்ததற்கெல்லாம் சட்டம் பேசுகின்ற இன்றைய சமுதாயத்தில் அதிக அளவில் குறைந்து கொண்டே வருகிறது. ஆனால் இந்த வகையான கட்டுப்பாடுதான் பெருந்தன்மை எனும் கொள்கையின் மையம். ஏனெனில், ஒரு பெருந்தன்மையான நபர், அதிக மதிப்புவாய்ந்த குறிகோள்களைப் பின்தொடர்ந்து செல்லும்போது, பழியுணர்ச்சியை நிராகரித்துவிட்டுக் கோபத்தை விட்டொழிக்கிறார்.

பெருந்தன்மைக்கான பொருளை நன்றாக அறிந்த ஒருவர் மகாத்மா காந்தி. அவருடைய வாழ்நாள் நெடுகிலும், தன் கோபம் தன் எண்ணங்களையும் செயல்களையும் கட்டுப்படுத்த சுலபமாக அவர் அனுமதித்திருக்கக்கூடிய பல்வேறு தருணங்கள் இருந்தன. ஆனால், தீர்மானங்களை மேற்கொள்வதற்கான தன் வழிகாட்டியாக, பழியுணர்ச்சிக்கு பதிலாகப் பெருந்தன்மையை அவர் தேர்ந்தெடுத்தார். இதன் மூலம், தனக்கு நெருக்கமானவர்கள்மீது அவர் மிகப் பெரிய தாக்கத்தை ஏற்படுத்தினார். அப்படிப்பட்டவர்களில் ஒருவர், இங்கிலாந்திற்கான முன்னாள் இந்தியத் தூதராகப் பணியாற்றிய திருமதி. விஜயலட்சுமி பண்டிட். பெருந்தன்மையின் ஆழத்தையும் அதன் குணமாக்கும் சக்தியையும் பற்றி காந்தியிடமிருந்து நேரடியாகக் கற்றுக் கொண்டவர் அவர். காந்தியின் அறிவுரைப்படி வாழ்ந்த அவர், தனக்குக் கிடைத்த மிகச் சிறந்த அறிவுரையைப் பற்றி இங்கே விவரிக்கிறார்.

மகாத்மாவிடமிருந்து எனக்குக் கிடைத்த மகத்தான அறிவுரை

விஜயலட்சுமி பண்டிட்

எனக்குக் கிடைத்த மிகச் சிறந்த அறிவுரை, வெயில் காய்ந்த ஒரு மதிய வேளையில், உலகின் மாபெரும் ஆன்மாக்களில் ஒருவரான மகாத்மா காந்தியிடமிருந்து வந்தது.

மனிதகுலத்தின்மீதான தங்கள் நம்பிக்கை அதளபாதாளத்தில் இருக்கும்போது, பெரும்பாலான மக்கள் ஒரு துயரமான காலகட்டத்தை அனுபவிக்கின்றனர். நான் அப்படிப்பட்ட ஒரு காலகட்டத்தில் இருந்தேன். சமீபத்தில்தான் என் கணவர் இறந்திருந்தார். அவரை இழந்தது குறித்த என் ஆழ்ந்த வருத்தத்தைத் தொடர்ந்து, இந்திய சட்டப்படி எனக்கென்று எந்தத் தனி உரிமையும் இல்லை என்ற உணர்தல் என்னைச் சிறுமைப்படுத்தியது. தேசிய விடுதலைப் போராட்டத்தில் நானும் மற்றப் பெண்களோடு சேர்ந்து பல வருடங்களாகப் பங்கு கொண்டிருந்தேன். இந்தியாவிற்கு சுதந்திரம் கிடைக்கும்வரை, எல்லோருடனும் சேர்ந்து இரவுபகலாக நான் வேலை செய்திருந்தேன், துன்பங்களை அனுபவித்திருந்தேன். ஆனாலும், சட்டத்தில் பெண்களாகிய நாங்கள் ஆண்களுடனான எங்கள் உறவுகளின் ஊடாக மட்டுமே இன்னும் அங்கீகரிக்கப்பட்டோம். கணவனை இழந்திருந்த எனக்கு மகன் யாரும் இல்லாததால், எனக்கோ என் இரண்டு மகள்களுக்கோ குடும்பச் சொத்துக்களில் சட்டப்படி எந்த உரிமையும் இருக்கவில்லை. இந்த எரிச்சலூட்டும் நிலைமையை நான் வெறுத்தேன். இந்தப் பழங்காலச் சட்டத்திற்கு ஆதரவாகப் பேசிய என் குடும்ப உறுப்பினர்கள் குறித்து நான் மனக்கசப்பும் கோபமும் கொண்டேன்.

அந்த நேரத்தில், ஒரு சர்வதேசக் கருத்தரங்கில் கலந்து கொள்வதற்காக அமெரிக்காவிற்குப் புறப்படுவதற்கு முன்பு, மகாத்மா காந்திக்கு என் மரியாதையைச் செலுத்திவிட்டு, அவரிடமிருந்து விடைபெற்றுக் கொள்வதற்காக நான் அவருடைய ஆசிரமத்திற்குச் சென்றேன். நாங்கள் சிறிது நேரம் பேசிய பிறகு, அவர் என்னிடம், "நீ உன் உறவினர்களுடன் சமாதானம் செய்து கொண்டுவிட்டாயா?" என்று கேட்டார்.

அவர் எனக்கு ஆதரவாகப் பேசாதது என்னை ஆச்சரியப்படுத்தியது. "நான் யாருடனும் சண்டையிடவில்லை. ஆனால், காலாவதியாகிப் போன ஒரு சட்டத்தைத் தங்களுக்கு சாதகமாகப் பயன்படுத்திக் கொண்டு, என்னை அவமானப்படுத்துகின்ற, எனக்குக் கடினமான ஒரு சூழ்நிலையை உருவாக்குகின்ற நபர்களுடன் நான் எந்தவிதமான உறவும் வைத்துக் கொள்ள விரும்பவில்லை," என்று நான் பதிலளித்தேன்.

காந்தி ஒரு கணம் தன் சன்னலுக்கு வெளியே பார்த்தார். பிறகு அவர் என்னை நோக்கித் திரும்பி, ஒரு புன்னகையுடன், "நீ அமெரிக்கா செல்வதற்கு முன்பு, உன் குடும்பத்தாரிடம் சென்று, அவர்களிடம் விடைபெற்றுக் கொள்ள வேண்டும். அதுதான் மரியாதையான, இங்கிதமான செயல், இந்தியாவில் இப்படிப்பட்ட விஷயங்களுக்கு நாம் இன்னும் முக்கியத்துவம் கொடுக்கிறோம்," என்று கூறினார்.

"முடியாது. எனக்குத் தீங்கு விளைவிக்க விரும்புகின்ற அவர்களிடம், உங்களை மகிழ்ச்சிப்படுத்துவதற்காகக்கூட நான் செல்ல மாட்டேன்," என்று நான் உறுதியான குரலில் கூறினேன்.

அவர் இன்னும் புன்னகைத்துக் கொண்டே, "உன்னைத் தவிர வேறு யாராலும் உனக்குத் தீங்கு விளைவிக்க முடியாது. உன் இதயத்தில் உள்ள வெறுப்பை என்னால் காண முடிகிறது. அதை நீ கட்டுப்படுத்தாவிட்டால், நிச்சயமாக அது உன்னைக் காயப்படுத்தும்," என்று கூறினார்.

நான் மௌனமாக இருந்தேன். அவர் மேலும் பேசினார். "நீ மகிழ்ச்சியின்றி இருப்பதாலும், உன் சூழ்நிலையிலிருந்து தப்பிக்க விரும்புவதாலும் ஒரு புதிய நாட்டிற்கு நீ போய்க் கொண்டிருக்கிறாய். ஆனால் உன்னிடமிருந்து உன்னால் தப்பிக்க முடியுமா? உன் இதயம் முழுக்க வெறுப்பால் நிரம்பியிருக்கும்போது, வெளியே உன்னால் மகிழ்ச்சியைக் கண்டுபிடிக்க முடியுமா? சிந்தித்துப் பார். சிறிது பணிந்து போ. நீ உன் அன்புக்குரிய ஒருவரை இழந்திருக்கிறாய். அந்த வருத்தமே உனக்குப் போதும். உன் இதயத்தைத் தூய்மைப்படுத்தும் துணிச்சல் உனக்கு இல்லை என்பதால், நீ உன்மீது மேலும் அதிகமான காயத்தை ஏற்படுத்திக் கொள்ள வேண்டுமா?"

அவருடைய வார்த்தைகள் என்னைத் துரத்தின. அவை எனக்கு அமைதியைக் கொடுக்கவில்லை. சில நாட்கள் எனக்கு நானே போராடிய பிறகு, இறுதியில், நான் என் கணவரின் சகோதரரைத் தொலைபேசியில் அழைத்து, அமெரிக்கா போவதற்கு முன்பு நான் அவரையும் அவருடைய குடும்பத்தினரையும் சந்திக்க விரும்பியதாகத் தெரிவித்தேன்.

நான் அவர்களுடைய வீட்டிற்குச் சென்ற ஐந்து நிமிடங்களுக்கு உள்ளாகவே, என் வரவு அங்கிருந்த அனைவருக்கும் நிம்மதியைக் கொண்டு வந்திருந்ததை என்னால் உணர்ந்து கொள்ள முடிந்தது. நான் என்னுடைய திட்டங்களை அவர்களிடம் கூறிவிட்டு, என் வாழ்வின் இப்புதிய அத்தியாயத்தைத் துவக்குவதற்கு முன்பு அவர்களுடைய ஆசியைக் கேட்டேன். என்னுடைய இச்செயல் என்மீது அதிசயமான விளைவை ஏற்படுத்தியது. என்னிடமிருந்து ஒரு பெரிய சுமை இறக்கி வைக்கப்பட்டிருந்ததுபோலவும், நான் நானாக இருப்பதற்கான சுதந்திரம் எனக்குக் கிடைத்திருந்ததுபோலவும் நான் உணர்ந்தேன்.

என்னுடைய இச்சிறு நடவடிக்கை, என்னுள் நிகழவிருந்த ஒரு குறிப்பிடத்தக்க மாற்றத்தின் துவக்கமாக இருந்தது. ஒன்றரை வருடங்களுக்குப் பிறகு, ஐக்கிய நாடுகளுக்கான இந்தியக் குழுவின் தலைவர் என்ற முறையில் நான் நியூயார்க் நகரில் இருந்தேன். தென்னாப்பிரிக்காவில் வாழ்ந்த இந்தியர்கள் மோசமாக நடத்தப்பட்டுக் கொண்டிருந்தது குறித்து இந்தியாவின் சார்பில் புகார் கூறுவதுதான் எங்கள் முக்கிய நோக்கமாக இருந்தது. இரு தரப்பினரும் மிகக் கடுமையான வார்த்தைகளை அள்ளி வீசினோம். இந்தியாவின் பெருமைக்கும் என் பெருமைக்கும் இழுக்கு ஏற்படுத்தும் விதத்தில் என் எதிரிகள் தனிப்பட்டத் தாக்குதல்களை நடத்திய விதம் குறித்து நான் கடுஞ்சினம் கொண்டேன். நானும் அதே போன்ற கூரிய ஆயுதங்களால் தாக்கினேன்.

மனச்சோர்வூட்டிய வாய்ச் சண்டைக்குப் பிறகு, திடீரென்று எனக்கு காந்தியின் நினைவு வந்தது. நான் நடந்து கொண்ட விதத்திற்கு அவர் ஒப்புதல் அளிப்பாரா என்று என்னை நானே கேட்டுக் கொண்டேன்.

அவரைப் பொறுத்தவரை, இறுதி விளைவு எவ்வளவு முக்கியமோ, அதற்கான வழியும் அவ்வளவு முக்கியம். காலப்போக்கில், இறுதி விளைவுகளைவிட, அவற்றைப் பெறுவதற்கான வழிகள்தான் அவருக்கு அதிக முக்கியமானவையாக இருந்தன. எங்கள் சுயமதிப்பிற்கு இழிவு ஏற்படும் விதத்தில் தரக்குறைவான உத்திகளைப் பயன்படுத்தி எங்கள் தீர்மானத்தை நிறைவேற்றுவதில் ஒருவேளை நாங்கள் வெற்றி பெற்றுவிட்டால், காந்தி அது குறித்து என்ன கூறுவார் என்று நான் நினைத்துப் பார்த்தேன்.

அன்றிரவு நான் தூங்கப் போவதற்கு முன் ஓர் உறுதி பூண்டேன். என்ன நிகழ்ந்தாலும் சரி, ஐக்கிய நாடுகள் சபையில் இனி என்னுடைய ஒவ்வொரு வார்த்தையும் மிக ஆழமான யோசனைக்குப் பிறகே என்னிடமிருந்து வெளிவரும் என்று நான் தீர்மானித்துக் கொண்டேன். தனிப்பட்டத் தாக்குதல்களை நான் கைவிட்டேன். எந்த முறையில் விவாதிக்கப்பட வேண்டுமோ, அந்த முறையில் நான் விவாதிக்கத் தொடங்கினேன். எங்கள் எதிராளிகளும் எங்களைப் புதிய நிலையில் எதிர்கொண்டனர். அப்போதிலிருந்து, பிரச்சனையை நாங்கள் அதன் அடிப்படையில் மட்டுமே அணுகினோம்.

எங்கள் சந்திப்பின் கடைசி நாளன்று, கூட்டம் முடிந்த பிறகு அந்த அறையைவிட்டு வெளியேறுவதற்கு முன்பு, நான் எதிர்த்தரப்புத் தலைவரிடம் சென்று, “இந்த விவாதத்தில் என் வார்த்தைகளாலோ அல்லது செயல்களாலோ நான் உங்களை எந்த விதத்திலாவது காயப்படுத்தியிருந்தால், தயவு செய்து நீங்கள் என்னை மன்னிக்க வேண்டும் என்று கேட்டுக் கொள்வதற்காகவே நான் உங்களிடம் வந்திருக்கிறேன்,” என்று கூறினேன்.

அவர் கனிவாக என்னுடன் கை குலுக்கிவிட்டு, “எனக்கு உங்கள்மீது எந்த வருத்தமும் இல்லை,” என்று கூறினார்.

நான் அவருடன் சுமூகமான உறவை ஏற்படுத்திக் கொண்டிருந்தது நன்றாக இருந்தது. அதைவிட, நான் என்னுடன் கொண்டிருந்த உறவு இன்னும் அதிகச் சிறப்பாக இருந்தது. மீண்டும் ஒருமுறை, காந்தியின் அறிவுரை என்னை என்னிடமிருந்து காப்பாற்றியது.

அவருடைய வார்த்தைகள், சிறிய விஷயங்களைக்கூட ஒரு நடுநிலையான கண்ணோட்டத்தில் பார்ப்பதற்கு எனக்கு உதவியுள்ளன. சமீபத்தில், இங்கிலாந்தின் பிரதம மந்திரியையும் அவருடைய மனைவியையும் என் வீட்டில் இரவு விருந்திற்காக நான் அழைத்திருந்தேன். நான் அவர்களுக்குப் பரிமாற விரும்பிய உணவு வகைகள், மலர்கள் மற்றும் மெழுகுவர்த்திகளின் நிறங்கள் உட்பட, ஒவ்வொன்றையும் நான் பார்த்துப் பார்த்துத் திட்டமிட்டிருந்தேன். அன்றிரவு என் விருந்தினர்கள் வந்தவுடன், முதலில் அவர்களுக்குப் பல வகையான பானங்கள் பரிமாறப்பட்டன. சிறிது நேரத்திற்குப் பிறகு, மீண்டும் ஒருமுறை அவர்களுக்கு பானங்களே பரிமாறப்பட்டன. உணவைக் கொண்டுவருமாறு நான் என் பணியாள் ஒருவருக்குச் சமிக்கை செய்தேன். ஆனால் நாங்கள் வெறுமனே காத்துக் கொண்டிருந்ததுதான் மிச்சம். மூன்றாவது முறையாக மீண்டும் பானங்களே வந்தபோது, நான் என் விருந்தினர்களிடமிருந்து தற்காலிகமாக விடைபெற்றுக் கொண்டு, மாடிப்படிகள் வழியாக இறங்கி நேராக என் சமையலறைக்கு ஓடினேன்.

அங்கு நான் கண்ட காட்சி என்னை அதிர்ச்சிக்குள்ளாக்கியது. சமையலறையில் எடுபிடி வேலைகள் செய்த பெண், பயந்து போய் ஒரு

மூலையில் ஒடுங்கி நின்றான். அங்கிருந்த மேசையின்மீது, என் தலைமைச் சமையற்காரர், தன் கையில் ஒரு கரண்டியைப் பிடித்து ஆட்டிக் கொண்டு, தன் கால்களால் தாளம் போட்டுக் கொண்டு மெய்மறந்து பாடிக் கொண்டிருந்தார். அவருடைய கண்கள் தூரத்தில் வேறொரு தளத்தை வெறித்துக் கொண்டிருந்தன. அவர் மது போதையில் மிதந்து கொண்டிருந்தார். அந்த மேசை முழுதும் கோழிக்கறித் துண்டுகள் சிதறிக் கிடந்தன.

நான் வெலவெலத்துப் போனேன். என் கால்கள் குழலாடின. ஆனாலும், நான் ஓர் இயல்பான, ஆனால் கண்டிப்பான குரலில், “உணவு ஏன் இன்னும் தயாராகவில்லை?” என்று கேட்டேன்.

“மேடம், உணவு தயார். எல்லோரும் உட்காருங்கள் . . . எல்லாம் தயார் . . . எல்லோரும் உட்காருங்கள்,” என்று என் சமையற்காரர் உளறித் தள்ளினார்.

கோபம் என் உச்சிக்கு ஏறியது. “நீ என் வீட்டைவிட்டு வெளியேறு! இனி உனக்கு இங்கு வேலை இல்லை!” என்ற வார்த்தைகள் என் நாக்கின் நுனிவரை வந்துவிட்டிருந்தன. அப்போது, என்னைப் பல முறை அமைதிப்படுத்தியிருந்த மகாத்மாவின் அறிவுரையை நான் மீண்டும் நினைத்துப் பார்த்தேன். நான் என் கட்டுப்பாட்டை இழந்தால், என்னைத்தான் நான் காயப்படுத்திக் கொள்வேன் என்று எனக்கு நானே கூறிக் கொண்டேன்.

எனவே நான் என்னை ஆசுவாசப்படுத்திக் கொண்டு, “சரி, சாப்பிடுவதற்கு எதையாவது தயார் செய்யலாம்,” என்று நான் கூறினேன்.

எல்லோரும் தங்கள் பங்கிற்கு ஒத்துழைத்தனர். இறுதியில் நான் பரிமாறிய உணவு, நான் திட்டமிட்டிருந்த உணவு அல்ல. ஆனால் சமையலறையில் நிகழ்ந்த கோமாளிக் கூத்தைப் பற்றி நான் என் விருந்தினர்களிடம் கூறியபோது, அவர்கள் அனைவரும் ஆச்சரியத்தில் வாயடைத்துப் போயினர். ‘குடித்திருக்கும்போது உங்கள் சமையற்காரரின் கைவண்ணம் இது என்றால், அவர் நிதானத்தில் இருக்கும்போது அவருடைய சமையல் எப்படி இருக்கும்.” என்று யாரோ ஒருவர் கூறினார்.

நான் வாய்விட்டுச் சிரித்தேன். என் மனம் நிம்மதியடைந்தது. என் கண்ணோட்டம் மீட்டெடுககப்பட்டிருந்தது. நாம் யாராக இருந்தாலும் சரி, நம் வேலை எதுவாக இருந்தாலும் சரி காந்தி கொடுத்த அறிவுரை நம் அனைவருக்குமே அர்த்தம் வாய்ந்ததுதான்: “உன்னைத் தவிர வேறு யாராலும் உனக்குத் தீங்கு விளைவிக்க முடியாது!”

விஜயலட்சுமிக்கு மகாத்மா காந்தி வழங்கிய செய்தி, எதிர்மறை உணர்ச்சிகளையோ அல்லது கோப உணர்வுகளையோ அனுபவிப்பது தவறு என்று கூறவில்லை. மக்கள் தன்னைத் தங்களுக்கு சாதகமாகப் பயன்படுத்திக் கொள்ள விஜயலட்சுமி தன் வாழ்நாள் முழுதும் அனுமதித்துக் கொண்டே இருக்க வேண்டும் என்றும் அச்செய்தி தெரிவிக்கவில்லை. மாறாக, மற்றவர்களின் செயல்களோ அல்லது நடத்தைகளோ நாம் நடந்து கொள்ளும் விதத்தைத் தீர்மானிப்பதற்கு நாம் அனுமதிக்கக்கூடாது என்றுதான் காந்தி நம் அனைவருக்கும் கற்றுக் கொடுத்துள்ளார், அதைத்தான் அவரும் தன் வாழ்நாள் முழுதும்

கடைபிடித்து வந்தார். பெருந்தன்மையான மக்கள், மற்றவர்கள் தங்களைச் சிறுமைப்படுத்தினாலும், தங்களுடைய சொந்தக் கொள்கைகளின்படியும் பண்புநெறிகளின்படியுமே செயல்விடை அளிக்கின்றனர். தங்கள் மனநிலையோ அல்லது கோபமோ தங்களைக் கட்டுப்படுத்த அவர்கள் ஒருபோதும் அனுமதிப்பதில்லை.

அமெரிக்க நகைச்சுவை நடிகர் வில் ரோஜர்ஸ், தன் நையாண்டிகளுக்கும் நகைத்திறனுக்கும் பிரபலமானவர். அதிகத் தீவிரமான மற்றும் பெருந்தன்மையான இன்னொரு பக்கமும் அவருக்கு இருந்தது. அவர் பலரால் விரும்பப்பட்டதற்கும் மதிக்கப்பட்டதற்கும் அதுவும் ஒரு முக்கியக் காரணம்.

சிறிதளவு மனித மகிழ்ச்சி

ஆல்பர்ட் பி. ஹௌட்

"எனக்குப் பிடிக்காத எந்தவொரு நபரையும் நான் ஒருபோதும் சந்தித்ததில்லை," என்று வில் ரோஜர்ஸ் கூறியுள்ளார். அமெரிக்காவின் தலைசிறந்த நகைச்சுவையாளரான வில் ரோஜர்ஸை எல்லோரும் நேசித்ததற்கு அதுதான் காரணமாக இருக்கக்கூடும். ஒக்லஹோமா மாநிலத்தில் அவர் இளைஞராக இருந்தபோது நிகழ்ந்த ஒரு சம்பவம் அதை விளக்க உதவும்.

1898ம் ஆண்டின் குளிர்காலத்தில், கிளேர்மோர் நகருக்கு அருகே அமைந்த ஒரு பெரிய பண்ணை வீடு அவருக்கு சுவீகாரமாகக் கிடைத்தது. ஒருநாள், அவருடைய எருதுகளில் ஒன்று, அவருடைய பண்ணையின் அருகே வாழ்ந்த ஒரு விவசாயியின் வயல் வேலியை உடைத்துக் கொண்டு, அங்கிருந்த சோளக் கதிர்களை மேய்ந்துவிட்டது. இதனால் கோபமடைந்த அந்த விவசாயி, அந்த எருதைக் கொன்றுவிட்டார். பண்ணை வழக்கப்படி, அவர் தான் செய்திருந்த காரியத்தையும், அதற்கான காரணத்தையும் ரோஜர்ஸிடம் தெரிவித்திருக்க வேண்டும். ஆனால் அவர் அவ்வாறு செய்யவில்லை. பின்னர் ரோஜர்ஸ் இதைக் கண்டுபிடித்தபோது, அவர் அந்த விவசாயியின்மீது கடுங்கோபம் கொண்டார். அவர் ஓர் அடியாளை உடனழைத்துக் கொண்டு, அந்த விவசாயிக்கு ஒரு பாடம் கற்பிப்பதற்காக அவருடைய வீட்டை நோக்கித் தன் குதிரையில் பயணித்தார்.

ரோஜர்ஸும் அவருடைய அடியாளும் தங்கள் குதிரைகளில் சென்று கொண்டிருந்தபோது, திடீரென்று ஒரு பனிப்புயல் வீசி, அவர்களையும் அவர்களுடைய குதிரைகளையும் பனியால் குளிப்பாட்டியது. உடல்கள் முழுதும் பனியுடன் அவர்கள் அந்த விவசாயியின் சிறிய வீட்டை அடைந்தபோது, அவர் அங்கு இல்லை. ஆனால், பனியில் உறைந்து போயிருந்த அவர்கள் இருவரும் உள்ளே வந்து, அந்த விவசாயி வரும்வரை

நெருப்பிற்கு அருகே அமர்ந்து குளிர்காயும்படி அந்த விவசாயியின் மனைவி அவர்களை வற்புறுத்திக் கேட்டுக் கொண்டார். அவர்களால் அதை மறுக்க முடியவில்லை. அந்தப் பெண் மிகவும் மெலிந்து போயும் அதிகமாக வேலை செய்து ஓடாய்த் தேய்ந்து போயும் இருந்ததை நெருப்பின் அருகே குளிர்காய்ந்தபடியே ரோஜர்ஸ் கவனித்தார். அங்கிருந்த ஓட்டை ஒடிசலான ஒருசில அறைக்கலன்களுக்குப் பின்னாலிருந்து ஐந்து நோஞ்சான் குழந்தைகள் தன்னை எட்டிப் பார்த்துக் கொண்டிருந்ததையும் அவர் கவனித்தார்.

சிறிது நேரம் கழித்து அந்த விவசாயி தன் வீட்டிற்குத் திரும்பி வந்தபோது, ரோஜர்ஸும் அவருடைய தோழரும் பனியில் நனைந்தபடி தங்கள் வீட்டிற்கு வந்து சேர்ந்த கதையை அவருடைய மனைவி அவரிடம் கூறினார். ரோஜர்ஸ் அவரை வசைபாடத் தொடங்கவிருந்த நேரத்தில், ஏதோ யோசனை வந்தவராக, திடீரென்று தன் வாயை மூடிக் கொண்டு, அவருடன் கை குலுக்குவதற்காகத் தன் கையை நீட்டினார். ரோஜர்ஸின் வரவுக்கான காரணத்தை அறியாத அந்த விவசாயி, அவருடன் கை குலுக்கிவிட்டு, இரவில் தங்களுடன் உணவருந்திவிட்டுச் செல்லுமாறு அவர்களை அன்புடன் கேட்டுக் கொண்டார். "நீங்கள் வெறும் பயறுகளைத்தான் சாப்பிட்டாக வேண்டும். ஏனெனில், இந்தப் புயல், என் எருதை வெட்டித் துண்டாக்குவதற்கு இடையூறாக அமைந்துவிட்டது," என்று அவர் கூறினார். விருந்தினர்கள் இருவரும் இந்த அழைப்பை ஏற்றுக் கொண்டனர்.

அவர்கள் அனைவரும் சாப்பிட்டுக் கொண்டிருந்தபோது, கொல்லப்பட்டத் தன் எருதைப் பற்றி ரோஜர்ஸ் ஏதேனும் கூறுவதற்காக அவருடன் வந்த அடியாள் காத்துக் கொண்டிருந்தான். ஆனால் ரோஜர்ஸ் அது பற்றி ஒரு வார்த்தைகூடப் பேசாமல், அக்குடும்பத்தினரோடு சேர்ந்து சிரித்துக் கொண்டும் நகைச்சுவையாகப் பேசிக் கொண்டும் இருந்தார். மறுநாளும் அதற்கடுத்த சில நாட்களும் தாங்கள் உண்ணவிருந்த எருதுக் கறியைப் பற்றி அந்த விவசாயி பேசியபோதெல்லாம் அவருடைய குழந்தைகளின் கண்களில் ஒளி வீசியதை ரோஜர்ஸ் கவனித்தார்.

எல்லோரும் சாப்பிட்டு முடித்தப் பிறகும்கூடப் பனிப்புயல் ஓயவில்லை. எனவே, ரோஜர்ஸும் அவருடைய தோழரும் இரவில் தங்கள் வீட்டிலேயே தங்கிவிடும்படி அந்த விவசாயியும் அவருடைய மனைவியும் வற்புறுத்தினர்.

அடுத்த நாள் காலையில், அப்பெண்மணி கொடுத்த சூடான கடலைகளையும் பிஸ்கெட்டுகளையும் வயிறார உண்டுவிட்டு, ஒரு குவளை நிறைய காபி அருந்திவிட்டு, அவர்கள் தங்கள் பயணத்தைத் துவக்கினர். அப்போதுகூட ரோஜர்ஸ் தான் வந்த காரணத்தைப் பற்றி எதுவும் கூறவில்லை. சிறிது தூரம் பயணித்தப் பிறகு, "உங்கள் எருதைக் கொன்ற அந்தக் கயவனை நீங்கள் வெட்டிச் சாய்க்கப் போவதாக நான் நினைத்தேன்," என்று அந்த அடியாள் கூறினான்.

ரோஜர்ஸ் ஒருசில கணங்கள் மௌனமாக இருந்துவிட்டு, பிறகு, "நான் அந்த நோக்கத்துடன்தான் அங்கு சென்றேன். ஆனால் பிறகு நான் சிந்திக்கலானேன். உண்மையைக் கூறினால், என் எருதை நான் இழக்கவில்லை. சிறிதளவு மனித மகிழ்ச்சிக்காக அதை நான் பண்டமாற்று செய்திருக்கிறேன், அவ்வளவுதான். இவ்வுலகில் லட்சக்கணக்கான எருதுகள் உள்ளன. ஆனால் மனித மகிழ்ச்சி எப்போதும் பற்றாக்குறையாகவே இருக்கிறது," என்று பதிலளித்தார்.

தன் நாக்கில் விஷத்துடனும் தன் பக்கத்தில் ஒரு வலிமையான அடியாளுடனும் வில் ரோஜர்ஸ் அந்த விவசாயியின் வீட்டுக்கு வந்தார். ஆனால் அக்குடும்பத்தின் சூழலும், அங்கிருந்த குழந்தைகளின் கண்களில் தெரிந்த பசியும் அவரைத் தடுத்து நிறுத்தி, சில சமயங்களில், வாழ்வில் சில சண்டைகளைத் தொடங்காமல் விட்டுவிடுவது நல்லது, சில எருதுகளைப் பற்றிப் பேசாமல் விட்டுவிடுவது நல்லது என்பதை அவர் உணரும்படி செய்தன.

அடுத்தக் கதையில், பெருந்தன்மை மிக உயர்ந்த நிலைக்கு எடுத்துச் செல்லப்பட்டு, மன்னித்தல் எனும் கொள்கையை நமக்கு நினைவுபடுத்துகிறது.

இருளிலிருந்து ஒளியை நோக்கி

கிறிஸ்டபர் கேரியர்

பல வருடங்களாக அளப்பரிய வேதனையை அனுபவித்தப் பிறகு, மன்னிப்பதற்கான வலிமையைத் தனக்குள் அவனால் கண்டுபிடிக்க முடியுமா?

டேவிட் மெக் ஆலிஸ்டர் இறந்த நாள், ஒரே சமயத்தில் எனக்கு வருத்தத்தையும் நிம்மதியையும் கொண்டு வந்தது. 1996ம் ஆண்டு செப்டம்பர் மாதத்தில் அந்தக் குறிப்பிட்ட நாளன்று மயாமியில் மழை பெய்தது. இறந்து போன அந்த முதியவனுக்கு எந்த இறுதி ஊர்வலமோ, மலர்களோ, அல்லது கண்ணீர் அஞ்சலியோ இருக்கவில்லை. மக்கள் அவருக்கு அஞ்சலி செலுத்த வராததற்கு மழை காரணமல்ல. டேவிட் தன் வாழ்நாள் முழுதும் தான் விதைத்து வந்திருந்த வெறுப்பை இப்போது தன் மரணத்தில் அறுவடை செய்து கொண்டிருந்தான். அவன் ஒரு திருடனாகவும் ஒரு மோசடிப் பேர்வழியாகவும் இருந்திருந்தான். அதைவிட மோசமான விஷயம், கோபத்தாலும் பகையுணர்வாலும் முடுக்கப்பட்ட ஒரு கொடிய ஆற்றலால் அவன் தூண்டப்பட்டிருந்தான். ஆனாலும், அந்த முதியவனின் மரணம் என்னை பாதித்த அளவுக்கு வேறு எதுவும் என்னை பாதித்திருக்கவில்லை என்பதை நான் இன்று உணர்கிறேன்.

இக்கதை உண்மையிலேயே இருபத்தியிரண்டு ஆண்டுகளுக்கு முன்பு, 1974ம் ஆண்டு டிசம்பர் மாதத்தில் ஒரு மதிய வேளையில் துவங்கியது.

மயாமி நகரின் கோரல் கேபில்ஸ் பகுதியில் தன் வீட்டின் அருகே இருந்த அலீடோ அவென்யூவில், ஒரு பத்து வயதுச் சிறுவன் அப்போதுதான் தன் பள்ளிப் பேருந்திலிருந்து இறங்கியிருந்தான். நெடுநெடுவென்று இருந்த அச்சிறுவனின் நடுப் பெயர் ஹியூ, ஒரு பெருநிறுவன வழக்கறிஞராக இருந்த அவனுடைய தந்தை, அடிக்கடி அவனை அந்தப் பெயரைச் சொல்லித்தான் அழைத்தார். அவனுடைய முகத்தில் எப்போதும் ஒரு புன்னகை குடிகொண்டிருந்தது.

அன்று மதியம், ஐந்து நாட்களில் வரவிருந்த கிறிஸ்துமஸ் பண்டிகைதான் ஹியூவின் மனத்தில் இருந்தது. தன்னை நோக்கி வந்து கொண்டிருந்த ஒருவனை அவன் கவனிக்கவில்லை.

அந்த அன்னியன் அச்சிறுவனிடம், "ஹலோ, நான் உன் தந்தையின் நண்பன்," என்று புன்னகைத்துக் கொண்டே கூறினான். அந்தக் காலத்தில், கோரல் கேபில்ஸ் பகுதியைச் சேர்ந்தவர்கள் அன்னியர்களைப் பற்றி அவ்வளவாகக் கவலைப்படவில்லை. குறிப்பாக, ஹியூவின் முன்னால் நின்ற நடுத்தர வயது நபரைப்போல மிடுக்காக உடையணிந்த, பணிவான நபர்களைப் பற்றி அவர்கள் துளிகூடக் கவலைப்படவில்ல. ஹியூ அந்த அன்னியனைப் பார்த்து பதிலுக்குப் புன்னகைத்தான்.

"நாங்கள் உன் தந்தைக்காக ஒரு கேளிக்கை விருந்திற்கு ஏற்பாடு செய்திருக்கிறோம். ஆனால் அவருக்கு எந்த வகையான பரிசுப் பொருட்களைக் கொடுப்பது என்று நாங்கள் குழம்பிக் கொண்டிருக்கிறோம். அவருக்கான பரிசுப் பொருடகளைத் தேர்ந்தெடுப்பதற்கு நீ எனக்கு உதவ முடியுமா? நாம் சீக்கிரமாகத் திரும்பி வந்துவிடலாம்," என்று அந்த அன்னியன் கூறினான்.

தன் தந்தைக்கு ஏதேனும் செய்வதற்கு ஆர்வமாக இருந்த ஹியூ, உடனே ஒத்துக் கொண்டான். இரண்டு கட்டடங்கள் தள்ளி நிறுத்தி வைக்கப்பட்டிருந்த ஒரு பெரிய வேனை நோக்கி அவர்கள் இருவரும் நடந்தனர். வண்டியை வடக்குத் திசையை நோக்கி ஓட்டிய அந்த அன்னியன், அதன் பிறகு அவ்வளவாகப் பேசவில்லை. சிறிது நேரம் கழித்து, ஆள் நடமாட்டமற்ற ஒரு திறந்தவெளியின் அருகே அவன் தன் வண்டியை நிறுத்தினான். "நாம் தவறான பாதையில் வந்துவிட்டோம் என்று நினைக்கிறேன்," என்று கூறிய அவன், ஒரு வரைபடத்தை ஹியூவிடம் கொடுத்தான்.

"முக்கிய நெடுஞ்சாலை எங்கே இருக்கிறது என்று இந்த வரைபடத்தில் உன்னால் கண்டுபிடிக்க முடிகிறதா என்று பார்," என்று அவன் கூறினான். ஹியூ அந்த வரைபடத்தை உன்னிப்பாகப் பார்த்துக் கொண்டிருந்தபோது, அந்த அன்னியன் தன் இருக்கையைவிட்டு எழுந்து, வண்டியின் பின்பக்கத்தை நோக்கி நடந்தான்.

ஒரு கணத்திற்குப் பிறகு, ஏதோ ஒன்று பலமாகத் தன் முதுகில் இறங்கியதை ஹியூ உணர்ந்தான். பிறகு இன்னொரு முறையும் அதே தாக்குதலை அவன் உணர்ந்தான். அடுத்தக் கணம், பீதியில் அவன் தன் இருக்கையில் சுருண்டான். அந்த அன்னியன், தன் கண்களில் வெறுப்பும் பகைமையுணர்வும் தெறிக்க, தன் கையில் ஒரு கூரிய ஆயுதத்தை உயர்த்திப் பிடித்தபடி ஹியூவிற்கு மேலே நின்றான்.

ஹியூ தன்னைப் பாதுகாத்துக் கொள்ள முயன்றான், ஆனால் அந்த அன்னியன் அவனைத் தரையின்மீது இழுத்துத் தள்ளினான். அந்த ஆயுதம் ஹியூவின் உடலுக்குள் மீண்டும் மீண்டும் இறங்கியது. ஆனால் தன் பயத்தில்கூட, அந்த ஆயுதம் தன்னுள் ஆழமாக இறங்கிக் கொண்டிருக்கவில்லை என்பதை ஹியூ உணர்ந்தான். அந்த அன்னியன், தன் கைகள் நடுங்க, அந்த ஆயுதத்தை ஹியூவின் மார்புக்கு நேரே உயர்த்திப் பிடித்தான். பிறகு அதைக் கீழே போட்டுவிட்டு, ஒரு வார்த்தைகூடப் பேசாமல், ஹியூ தன் இருக்கைக்குச் செல்ல அனுமதித்துவிட்டு, அங்கிருந்து

தன் வண்டியைக் கிளப்பினான். இப்போது நகரத்திற்கு வெளியே வெகு தூரத்திற்கு அவன் தன் வண்டியை ஓட்டிச் சென்றான்.

“உன் தந்தை எனக்கு ஏகப்பட்டச் செலவு வைத்துவிட்டார். அவரால் என் வாழ்க்கை மிகக் கடினமானதாக ஆகிவிட்டது,” என்று அவன் ஓர் உணர்ச்சியற்றக் குரலில் கூறினான். பயத்தில் நடுங்கிக் கொண்டிருந்த ஹியூ, எதுவும் பேசாமல் தன் இருக்கையில் சுருண்டு கொண்டான். அவனுடைய காயங்கள் அவ்வளவு ஆபத்தானவையாக இருக்கவில்லை, ஆனால் பயம் அவனுடைய வலியை அதிகப்படுத்தியது.

சிறிது நேரம் கழித்து, “இங்கிருந்து ஒருசில மைல் தூரத்தில் நான் உன்னைக் கீழே இறக்கிவிடப் போகிறேன். நான் உன் தந்தையைத் தொலைபேசியில் அழைத்து, உன்னைக் கூட்டிச் செல்லுமாறு கூறப் போகிறேன்,” என்று கூறிய அந்த அன்னியன், இன்னும் சிறிது தூரம் தன் வேனை ஓட்டிச் சென்று, எவர்கிளேட்ஸ் பகுதியில் அமைந்த மண் பாதை ஒன்றின் வழியாகத் திரும்பி, ஒரு வெட்ட வெளியில் தன் வண்டியை நிறுத்திவிட்டு, “கீழே இறங்கு,” என்று ஹியூவிடம் கூறினான்.

தான் அந்த வண்டியிலிருந்து வெளியே வந்தது குறித்து நிம்மதியடைந்த ஹியூ, சிறிது தூரம் நடந்து சென்று, ஓர் அடர்ந்த புதரின் முன்னால் அமர்ந்தான். தன்னைக் காயப்படுத்தியவன் தனக்குப் பின்னால் தன்னை நோக்கி வந்து கொண்டிருந்ததையோ, அவனுடைய கையில் ஒரு துப்பாக்கி இருந்ததையோ ஹியூ பார்க்கவில்லை. தன் நெற்றியின் இடது பக்கத்தைத் துளைத்துச் சென்ற துப்பாக்கிக் குண்டையும் அவன் உணரவில்லை.

தங்கள் மகன் உயிரோடு இருந்தானா அல்லது இறந்துவிட்டானா என்று தெரியாமல் அவனுடைய பெற்றோர் துடித்தனர். நாட்கள் செல்லச் செல்ல, அவர்களுடைய நம்பிக்கையும் தேய்ந்தது. ஹியூ கடத்தப்பட்டதை யாரும் பார்த்திருக்கவில்லை. காவல்துறையினருக்கு எந்தத் துப்பும் கிடைக்கவில்லை. தங்கள் கடைக்குட்டி மகன் திடீரென்று இந்த உலகைவிட்டு மாயமாய் மறைந்துவிட்டிருந்ததுபோல அவனுடைய பெற்றோர் உணர்ந்தனர்.

கிறிஸ்துமஸுக்கு மறுநாள், கோரல் கேபில்ஸ் காவல்துறையிலிருந்து அவர்களுக்கு ஓர் அழைப்பு வந்தது. எவர்கிளேட்ஸ் பகுதியில் ஒரு சாலையை அடுத்து இருந்த ஒரு பாறையின்மீது ஹியூ உட்கார்ந்திருந்தது கண்டுபிடிக்கப்பட்டிருந்ததாக அவர்களுக்குத் தகவல் கொடுக்கப்பட்டது.

ஹியூ கடத்தப்பட்டச் செய்தியும், அவன் உயிர் பிழைத்தச் செய்தியும் மயாமி பத்திரிகைகளில் தலைப்புச் செய்திகளாக இடம்பெற்றன. எவர்கிளேட்ஸ் பகுதியில் சுமார் ஒரு வாரம் சுயநினைவின்றிக் கிடந்த ஹியூ, பிறகு திடீரென்று கண்விழித்து, தட்டுத்தடுமாறி ஒரு சாலைக்கு வந்து சேர்ந்திருந்தான். அந்தச் சாலையின் வழியாகச் சென்ற யாரோ ஒருவர் அவனை மருத்துவமனைக்கு அழைத்துச் சென்றார். ஹியூவின் வலப்பக்க நெற்றி வழியாக வெளியே வந்திருந்த அந்தத் துப்பாக்கிக் குண்டு, அவனுடைய இடது பக்கக் கண் நரம்பைத் துண்டித்ததில், அவனுடைய இடது கண் நிரந்தமாகப் பார்வை இழந்தது. ஆனால் அவன் உயிர் பிழைத்தது அதிசயம் என்று எல்லோரும் கூறினர்.

அதைத் தொடர்ந்து வந்த வாரங்களில், ஹியூவைத் தாக்கியது யார் என்பதைக் கண்டுபிடிக்க, துப்பறிவாளர்கள் ஹியூவுடன் நெருக்கமாகச் செயல்பட்டனர். தன் தந்தையைக் குறித்து அந்த அன்னியன்

வெளிப்படுத்திய கோபத்தை அந்தத் துப்பறிவாளர்களிடம் விவரித்த ஹியூ, அவனுடைய உருவத்தைப் பற்றிய ஒரு விபரமான விவரிப்பையும் அவர்களிடம் கொடுத்தான். அந்த அன்னியனின் கையில் பச்சைக் குத்தப்பட்டிருந்ததையும் அவன் குறிப்பிட்டான். இந்தத் தகவல்களைக் கொண்டு, அந்தத் துப்பறிவாளர்கள் தாங்கள் சந்தேகித்தவர்கள் பற்றிய ஒரு பட்டியலைத் தயாரித்தனர். ஹியூவின் தந்தை தன் வயதான மாமா ஒருவரைப் பார்த்துக் கொள்வதற்காக நியமித்திருந்த ஓர் ஆண் செவிலியும் அந்தப் பட்டியலில் இடம்பெற்றிருந்தான். வேலை நேரத்தில் அவன் மதுவருந்தியதற்காக ஹியூவின் தந்தை அவனை வேலையிலிருந்து நீக்கியிருந்தார். தன்னை வேலையிலிருந்து நீக்கியதற்குப் பழிக்குப் பழி வாங்குவதற்காக அவன் அச்சிறுவனைத் தாக்கியிருந்தான் என்று துப்பறிவாளர்கள் உறுதியாக நம்பினர்.

அவனைப் பற்றிய ஹியூவின் விவரிப்பு மிகவும் கச்சிதமாக இருந்ததாக அவர்கள் நினைத்தனர். கொள்ளை, கார் திருட்டு, மோசடி, போலிக் கையெழுத்து ஆகியவற்றிற்காக அவன் பல முறை சிறைக்குச் சென்றிருந்தான். ஒரு முறை அவன் சிறையிலிருந்து தப்பித்தும் இருந்தான். இவை அனைத்தும் காவல்துறையின் ஆவணங்களில் பதிவு செய்யப்பட்டிருந்தன. அவன் பெயர் டேவிட் மெக் ஆலிஸ்டர்.

குற்றவாளியை அடையாளம் காட்டுவதற்காக ஹியூவிடம் ஏராளமான புகைப்படங்கள் காட்டப்பட்டன. ஆனால் தனக்கு ஏற்பட்டிருந்த கொடூரமான அனுபவத்தால், டேவிட்தான் தன்னைத் தாக்கியவன் என்று ஹியூவால் அடையாளம் காட்ட முடியவில்லை. இதன் விளைவாக, டேவிட் மெக் ஆலிஸ்டரைக் கைது செய்வதற்குக் காவல்துறையினருக்குப் போதிய ஆதாரங்கள் இருக்கவில்லை.

மாதங்களும் வருடங்களும் உருண்டோடின. டேவிட் ஒரு சுதந்திர மனிதனாக வீதிகளில் தொடர்ந்து வலம் வந்து கொண்டிருந்தான்.

கோரல் கேபில்ஸ் காவல்துறையைச் சேர்ந்த மேஜர் சக் ஷெரரை இச்சம்பவம் மிக ஆழமாக பாதித்திருந்தது. ஹியூவின் கடத்தலை ஆய்வு செய்வதில் உதவியிருந்த அவருக்கு ஹியூவின் வயதில் இரண்டு குழந்தைகள் இருந்தனர். ஹியூவிற்கு ஏற்பட்ட கொடுமையைக் கண்டு பயந்த அவர், மற்றத் துப்பறிவாளர்களைப்போலவே, ஆலிஸ்டர்தான் இக்குற்றத்திற்குப் பொறுப்பு என்று உறுதியாக நம்பினார்.

காவல்துறையினர் அவனை விசாரிப்பதற்காக அவனுடைய வீட்டுக்குச் சென்றபோது, அவன் ஓர் ஏளனப் புன்னகையுடன், “ஏன் இவ்வளவு கால தாமதம்? நான் இரண்டு வாரங்களாகக் காத்துக் கொண்டிருந்தேன்,” என்று அவன் கூறினான். தனக்கும் அந்தக் குற்றத்திற்கும் எந்தத் தொடர்பும் இல்லை என்று அவன் ஆணித்தரமாகக் கூறினான்.

டேவிட் மெக் ஆலிஸ்டரின் இந்த ஏளனப் போக்கு ஷெரருக்குக் கோபத்தை ஏற்படுத்தியது. அடுத்தப் பல வருடங்களாக, அவர் அவனை வேவு பார்த்தார். என்றேனும் ஒருநாள் அவன் ஏதேனும் தவறு செய்யக்கூடும் என்று காத்திருந்த அவர், அவனுக்குப் பரிச்சயமான நபர்களிடம் அவனைப் பற்றி விசாரித்தபோது, அவனுக்கு நண்பர்கள் யாரும் கிடையாது என்றும், அவனுடைய குடும்பத்தினர் அவனோடு தொடர்பு கொள்வதில்லை என்றும் அவர்கள் கூறினர்.

தனிமையான, மகிழ்ச்சியற்ற வாழ்க்கை அவனுக்கு தண்டனையாகக் கிடைத்திருந்தது ஷெரருக்கு சிறிது ஆறுதலளித்தது. ஆனாலும் என்றேனும் ஒருநாள் அவனைத் தன் குற்றத்திற்கு பதில் சொல்ல வைத்தாக வேண்டும் என்பதில் அவர் உறுதியாக இருந்தார்.

இதற்கிடையே, ஹியூவின் வாழ்க்கை ஒரு கீழ்நோக்கிய சுழற்சியில் சென்று கொண்டிருந்தது. அவன் எல்லாவற்றைக் கண்டும் பயந்தான். வெளியே தனியாகப் போக அவன் துணியவில்லை. அடுத்த மூன்று வருடங்களுக்கு, ஒவ்வோர் இரவும் அவன் தன் பெற்றோரின் அறையில் அவர்களுடன்தான் தூங்கினான். ஒரு சிறு சத்தம்கூட அவனைப் பதற்றமடையச் செய்தது.

காயப்பட்டத் தன் கண்ணைப் பற்றி அவன் அதிகமாக வருந்தினான். அது பாதி மூடிய நிலையில் இருந்தது. புன்னகைப்பதற்கு அவனுக்கு அவ்வளவாகக் காரணங்கள் இருக்கவில்லை. மக்கள் தன்னை வெறித்துப் பார்த்ததை அவன் உணர்ந்தான். தன்னால் ஓர் இயல்பான வாழ்க்கையை இனி ஒருபோதும் வாழ முடியாது என்று அவன் உறுதியாக நம்பினான். இறுதியில், தன் குழந்தைப்பருவம் தன்னிடமிருந்து பறிக்கப்பட்டிருந்தது குறித்து அவன் கோபம் கொண்டான். அவனுடைய பயம் இப்போது கோபமாக உருவெடுத்தது. அவனுடைய பெற்றோரும் நண்பர்களும் அவனுக்கு ஆதரவாக இருந்தும்கூட, அவன் எப்போதும் பாதுகாப்பின்மை உணர்வின் பிடியிலேயே வாழ்ந்தான்.

அவனுக்குப் பதிமூன்று வயது ஆனபோது, தன் வீட்டிற்கு வெளியே ஒரே ஓர் இடம் தனக்குப் பாதுகாப்பாக இருக்கும் என்பதை அவன் உணர்ந்தான். அவனுடைய வீட்டிற்கு அருகில் இருந்த ஒரு தேவாலயம்தான் அது. விசுவாசம் மற்றும் மன்னித்தலைப் பற்றி பைபிள் கூறிய விஷயங்கள் அவன்மீது ஆழமான தாக்கத்தை ஏற்படுத்தின. அச்செய்திகள் தன்னிடம் நேரடியாகப் பேசியதுபோல அவனுக்குத் தோன்றியது. தன்மீது தாக்குதல் நடந்த நாளிலிருந்து, தன் பயத்தையும் கோபத்தையும் சமாளிப்பதற்கு அவன் ஒரு வழியைத் தேடி வந்திருந்தான். இறுதியில், அந்த தேவாலயத்தில் அவன் அதைக் கண்டுகொண்டான்.

ஒருநாள் மாலையில், தேவாலயத்தில் தான் சந்தித்த நண்பர்களின் தூண்டுதலால், அவன் தன் கதையை அவர்களிடம் கூறினான். அவர்கள் அதை எப்படி எடுத்துக் கொள்வார்களோ என்று பயந்தபடியே, அவன் அவ்வப்போது நிறுத்தி நிறுத்திப் பேசினான்.

ஹியூ தன் கதையைக் கூறி முடித்தபோது, அவர்கள் தங்கள் ஆதரவையும் ஊக்குவிப்பையும் தனக்கு வழங்கியதைக் கண்டு அவன் வியந்தான். தான் அதிசயமாக உயிர் பிழைத்தது பயத்தையும் பகைமையுணர்வையும் தூண்ட வேண்டியதில்லை, மாறாக, மற்றவர்களுக்கு அது ஓர் உத்வேகமாக அமையக்கூடும் என்பதை, தன் கண்களில் கண்ணீர் நிரம்பி வழிய, முதன்முறையாக அவன் உணர்ந்தான்.

அவனுடைய நம்பிக்கை ஆழமானபோது, அவனுடைய பயங்கள் குறைந்தன. அவன் மீண்டும் புன்னகைக்கத் துவங்கினான். தன்னுடைய நம்பிக்கையை மற்றவர்களோடு பகிர்ந்து கொள்வதுதான் தன் வாழ்க்கைக் குறிக்கோள் என்பதை அவன் உணர்ந்தான்.

ஹியூ தன் உயர்நிலைப் பள்ளிப் படிப்பை முடித்தப் பிறகு, ஜார்ஜியா மாநிலத்தின் மேகான் நகரில் அமைந்த மெர்சர் பல்கலைக்கழகத்தில்

சேர்ந்தான். அங்கு அவன் சிறித்தவத்தையும் உளவியலையும் படித்தான். பிறகு, டெக்சாஸ் மாநிலத்தின் ஃபோர்ட் வொர்த் நகரில் அமைந்திருந்த ஓர் இறையியல் கல்லூரியில் சேர்ந்து, இறையியலில் முதுகலைப் பட்டம் பெற்றான்.

1991ல் லெஸ்லீ ரிச்சீ என்ற இளம்பெண்ணை அவன் சந்தித்தான். ஹியூவின் அதே நம்பிக்கையை அவளும் கொண்டிருந்தாள். அவள் சிறு வயதுக் குழந்தைகளுடன் சேர்ந்து செயல்பட விரும்பினாள். ஒரு வருடத்திற்குப் பிறகு அவர்கள இருவரும் திருமணம் செய்து கொண்டனர். 1994ல் லெஸ்லீ தன் முதல் குழந்தையான அமேண்டாவைப் பெற்றெடுத்தாள். அத்தம்பதியர் மொத்தம் மூன்று குழந்தைகளுக்குப் பெற்றோராயினர்.

"ஏதோ ஒரு காரணத்திற்காகத்தான் எவர்கிளேட்ஸில் கடவுள் என்னை உயிரோடு வைத்திருந்திருக்க வேண்டும் என்பதை நான் அறிவேன்," என்று லெஸ்லீயிடம் கூறிவிட்டு, அமேண்டாவைத் தன் கைகளில் தாங்கிப் பிடித்த ஹியூ, "அது என்ன காரணம் என்று இப்போது எனக்குத் தெரிகிறது," என்று கூறினான்.

1995ல் மீண்டும் மயாமிக்குக் குடிபெயர்ந்த பிறகு, ஹியூ, கோரல் கேபில்ஸ் பகுதியில் தன் உள்ளூர் தேவாலயத்தில் 'இளம் பாதிரிமார்களின் இயக்குனர்' வேலையில் சேர்ந்தான். அவனுடைய கண்ணைப் பற்றி அவனுடைய மாணவர்கள் அடிக்கடி அவனிடம் கேட்டனர். தன்னுடைய இந்தக் கதையைக் கூறுவது, அவர்களுடன் ஓர் உரையாடலைத் துவக்குவதற்கான ஓர் ஆற்றல்மிக்கக் கருவியாக அமைந்ததை அவன் கண்டான். அவன் தன் வாழ்வில் அனுபவித்திருந்த அனைத்துப் பிரச்சனைகளையும் அவர்கள் தெரிந்து கொண்டவுடன், தங்கள் பிரச்சனைகளை அவர்கள் அவனிடம் மனம் திறந்து கூறினர்.

1996ல் ஹியூவிற்கு முப்பத்திரண்டு வயதாகியிருந்தது. அவன் ஒரு நிறைவான வாழ்க்கையை வாழ்ந்து கொண்டிருந்தான். அவன் தன் கடந்தகாலத்தைக் கையாளக் கற்றுக் கொண்டிருந்தான். ஆனாலும் ஒரே ஒரு கேள்வி மட்டும் இன்னும் அவனைத் துரத்திக் கொண்டே இருந்தது: "என்னைத் தாக்கியவனை என்றேனும் ஒருநாள் நான் நேருக்கு நேர் எதிர்கொள்ள நேர்ந்தால், நான் என்ன செய்வது?" அவன் தன் கதையைக் கூறியபோதெல்லாம் அவனிடம் இக்கேள்வி கேட்கப்பட்டது. அதற்கு அவன், "அவனை மன்னிப்பதற்கான வலிமை எனக்கு இருக்கும் என்று நான் நம்புகிறேன். இல்லையென்றால், நானும் அவனைப்போலவே கோபமும் பழியுணர்ச்சியும் நிரம்பிய ஓர் உலகில் வாழ்ந்து கொண்டிருப்பேன்," என்று பதிலளித்தான்.

ஆனால் தன் இதயத்தில், இதுதான் அந்தக் கேள்விக்கான சரியான பதிலா என்று அவனால் உறுதியாகக் கூற முடியவில்லை.

1996ன் துவக்கத்தில், கோரல் கேபில்ஸ் காவல்துறையில் இப்போது உள்விவகாரத் தலைவராக இருந்த சக் ஷெரரிடமிருந்து தனக்கு ஒரு தொலைபேசி அழைப்பு வந்தபோது ஹியூ ஆச்சரியமடைந்தான். ஷெரர் அவனிடம், "உன்னுடைய கடத்தல் சம்பவத்தில் நான் அதிக ஆர்வம் காட்டியதை அறிந்த என் சக ஊழியர் ஒருவர், சமீபத்தில், வடக்கு மயாமியில் வயதான நோயாளிகளுக்கான ஒரு காப்பகத்திற்குச் சென்றிருந்தார். அங்கிருக்கும் நோயாளிகளில் டேவிட் மெக் ஆலிஸ்டரும் ஒருவன். இத்தகவல் கிடைத்தவுடன், நான் அங்கு சென்று அவனுடன் பேசினேன்.

முதலில் அவன் அவ்வளவு வெளிப்படையாகப் பேசவில்லை," என்று கூறிவிட்டு சற்று நிறுத்தினார். பிறகு, சிறிது தயக்கத்துடன், "ஆனால், அன்று உன்னைக் கடத்திச் சென்றது தான்தான் என்று ஆலிஸ்டர் ஒப்புக் கொண்டான்," என்று கூறினார். ஹியூ மௌனமாக இருந்தான். "ஹியூ, உன்னைக் கொல்ல முயன்ற அந்த மனிதனை நீ நேருக்கு நேர் சந்திக்க விரும்புகிறாயா?" என்று ஷெரர் கேட்டார்.

குழப்பமான எண்ணங்களும் உணர்ச்சிகளும் ஹியூவின் மனத்தில் வேகமெடுத்தன. "ஆமாம், நான் அவனை சந்திக்க விரும்புகிறேன்," என்று தன் வாய் முணுமுணுத்தது அவனுக்குக் கேட்டது. அடுத்த நாள், ஹியூ அந்தக் காப்பகத்திற்குச் சென்றான். அதன் தாழ்வாரத்தின் வழியாக ஆலிஸ்டரின் அறையை நோக்கி அவன் நடந்து சென்றபோது, தன் வயிற்றில் ஓர் இறுக்கத்தை அவன் உணர்ந்தான்.

அவன் ஒருப்போதும் இவ்வளவு பதற்றமாக இருந்ததில்லை. தன்னைச் சுட்டுவிட்டு, சாகட்டும் என்று தனியாக விட்டுவிட்டுச் சென்றவனுடன் தன்னால் கை குலுக்க முடியுமா என்று அவன் பயந்தான். அப்படித் தன்னால் முடியாவிட்டால், மன்னித்தலைப் பற்றித் தன் மாணவர்களுக்குத் தான் கற்றுக் கொடுத்திருந்ததெல்லாம் வெறும் பொய்யா என்று அவன் தனக்குத் தானே கேட்டுக் கொண்டான்.

அவன் ஆலிஸ்டரின் அறையை நெருங்கியபோது, ஆலிஸ்டரைக் கண்டவுடன் தன்னுள் இருந்த உணர்ச்சிகள் மடை திறந்த வெள்ளமாக வெளியே கொட்டிவிடுமோ என்று பயந்தான். அவன் அந்த அறைக்கு வெளியே நின்று, ஒருமுறை ஆழமாக சுவாசித்துத் தன்னை ஆசுவாசப்படுத்திக் கொண்டான். பிறகு, தன்னிடமிருந்த வலிமையையும் துணிச்சலையும் ஒன்றுதிரட்டி அந்த அறைக்குள் அடியெடுத்து வைத்தான்.

அங்கு தான் கண்ட காட்சியை ஹியூ எதிர்பார்த்திருக்கவில்லை. அங்கு படுக்கையில் கிடந்தது, அவனுடைய கனவுகளில் வந்து அவனை அச்சுறுத்திய அந்த மிருகம் அல்ல. மாறாக, வெறும் 30 கிலோ எடையுடன், தன் வலிமை அனைத்தையும் இழந்து, உலர்ந்த சருகாகக் கிடந்த எழுபத்தேழு வயது முதியவன் ஒருவனைத்தான் ஹியூ அங்கு கண்டான். ஆலிஸ்டரின் முகம் மிகவும் இறுகிப் போயிருந்தது. கண் அழுத்த நோயால் அவனுடைய கண்கள் பார்வையிழந்திருந்தன. பார்வையற்றத் தன் கண்களால் அவன் வெறுமனே கூரையை வெறித்துக் கொண்டிருந்தான்.

ஹியூ அவனிடம் தன்னை அறிமுகப்படுத்திக் கொண்டான். அவன் தொடர்ந்து பேசியபோது, அந்த முதியவன் தன்னுடைய பழைய ஆணவத்தை ஆங்காங்கே வெளிப்படுத்தினான். தன்னைக் கடத்தியதை அவன் ஷெரரிடம் ஒப்புக் கொண்டிருந்ததை ஹியூ அவனுக்கு நினைவுபடுத்தியபோது, "நீ எதைப் பற்றிப் பேசிக் கொண்டிருக்கிறாய் என்று எனக்குத் தெரியவில்லை!" என்று அவன் கூறினான்.

சிறிது நேரம் கழித்து, அந்த முதியவனுக்குள் இருந்த ஏதோ ஒன்று அவனை மனம் திறந்து பேச வைத்தது. அவன் சில நிமிடங்கள் மௌனமாக இருந்தான். பிறகு அவனுடைய முகம் மென்மையடைந்தது. அவன் உடல் நடுங்கியது. பிறகு அவன் அழத் தொடங்கினான். அவன் தன் மெலிந்த கையை ஹியூவை நோக்கி நீட்டினான். ஹியூ அதைத் தாங்கிப் பிடித்துக் கொண்டான். இறுதியில், "என்னை மன்னித்துவிடு," என்று ஆலிஸ்டர் கூறினான்.

இரக்கமும் பரிதாபமும் தன்னுள் மேலிட, ஹியூ அவனைப் பார்த்துவிட்டு, "நான் ஆசீர்வதிக்கப்பட்டுள்ளேன் என்பதை நீங்கள் தெரிந்து கொள்ள வேண்டும். அன்று நீங்கள் எனக்குச் செய்ததுதான் என் வாழ்வில் ஒரு புதிய அர்த்தத்திற்கான ஒரு தொடக்கமாக அமைந்தது," என்று கூறினான்.

ஆலிஸ்டர் ஹியூவின் கையைத் தன் கையால் அழுத்திவிட்டு, "இதைக் கேட்க எனக்கு மகிழ்ச்சியாக இருக்கிறது," என்று மென்மையாகக் கூறினான்.

அடுத்த மூன்று வாரங்களுக்கு, ஹியூ தினமும் ஆலிஸ்டரை சந்தித்தான். ஹியூவின் குரலைக் கேட்டதும் அந்த முதியவனின் முகம் பிரகாசமடைந்தது வெளிப்படையாகத் தெரிந்தது.

பேசுவதற்கு அவனுக்குப் போதிய வலிமை இல்லாவிட்டாலும்கூட, தன் வாழ்க்கையைப் பற்றிய சில தகவல்களை அவன் ஹியூவிடம் பகிர்ந்து கொண்டான். ஒரு தந்தையில்லாமல் வளர்ந்திருந்த ஆலிஸ்டர், தன் குழந்தைப்பருவத்தின் பெரும்பகுதியை சிறுவர்களுக்கான சிறைச்சாலைகளில் கழித்திருந்தான். அவன் பருவ வயதை எட்டியபோது, குடிக்கு அடிமையாகியிருந்தான். அவனுடைய குடும்பத்தார் அவனைக் கைவிட்டனர். அவனுக்கு நண்பர்கள் யாரும் இருக்கவில்லை. கோபமும் அவமானமும் நிரம்பிய ஒரு வாழ்க்கையைத் தான் வாழ்ந்திருந்தது குறித்து அவன் வருந்தியது ஹியூவுக்குத் தெளிவாகத் தெரிந்தது.

கோழைகள் மட்டுமே கடவுளை நம்பியதாகத் தான் எப்போதும் கருதி வந்திருந்ததாக ஆலிஸ்டர் கூறினான். ஆனால் இப்போது ஹியூவின் உதவியுடன் அவன் பிரார்த்தனை செய்யத் துவங்கினான்.

சில நாட்கள் கழித்து, ஒரு மதிய வேளையின்போது, ஆலிஸ்டருக்குக் கடவுள்மீதான விசுவாசம் வளர்வதற்காக ஹியூ தன்னுடைய சொந்த நம்பிக்கைகளையும் கடவுள்மீதான விசுவாசத்தையும் பற்றி அந்த முதியவனிடம் பேசினான். 'நான் சொர்க்கத்திற்குச் செல்லத் திட்டமிட்டுக் கொண்டிருக்கிறேன். நீங்களும் அங்கு இருக்க வேண்டும் என்று நான் விரும்புகிறேன். நம்முடைய நட்பு மேலும் தொடர வேண்டும் என்பதுதான் என் விருப்பம்," என்று ஹியூ அவனிடம் கூறினான். அன்றிரவு, ஆலிஸ்டர் தன் தூக்கத்தில் அமைதியாகக் காலமானான்.

அந்த முதியவன் ஒருவழியாக இறந்து போனது குறித்து என்னுள் ஒரு பகுதி நிம்மதியடைந்துள்ளது. அந்த மிருகம் இனி ஒருபோதும் திரும்பி வராது என்று எனக்கு உத்தரவாதம் அளிக்கின்ற பகுதி அது.

ஆனால் ஆலிஸ்டர் தன் வாழ்வின் இறுதி நாட்களில் முற்றிலும் வேறுபட்ட ஒரு மனிதனாக மாறியிருந்தான். நம்மில் பெரும்பாலானோரால் கற்பனைகூட செய்து பார்க்க முடியாத வேதனைகளை அவன் அனுபவித்திருந்தான். ஒரு விதத்தில் பார்த்தால், ஹியூவிற்கு அவன் விளைவித்திருந்த துன்பத்திற்கு அவன் கொடுக்க வேண்டிய விலையைத் தன் வாழ்நாள் முழுதும் துன்பப்பட்டு அவன் கொடுத்திருந்தான்.

அவனுடைய இருளில், என்னை இன்னும் வழிநடத்திக் கொண்டிருக்கின்ற ஓர் ஒளியை நான் கண்டுகொண்டேன். டேவிட் மெக் ஆலிஸ்டரை மன்னித்தது என்றென்றும் நீடித்திருக்கப் போகின்ற ஒரு வலிமையை எனக்குக் கொடுத்துள்ளது.

ஹியூ என்னுடைய நடுப் பெயர். மெக் ஆலிஸ்டரால் கடத்தப்பட்ட அந்தச் சிறுவன் நான்தான்

நாம் மன்னிக்காதபோது, நம்முடைய எதிர்காலத்தை நாம் தூக்கியெறிந்துவிடுகிறோம். நம்முடைய சக்தியை நம்மிடமிருந்து பறித்துக் கொள்வதற்கு மற்றவர்களுடைய பலவீனங்களுக்கு நாம் சக்தியளித்துவிடுகிறோம். இன்றைய தினமும் நாளைய தினமும் நேற்றைய தினத்தின் பிடியில் சிக்கிக் கொள்கின்றன.

ரத்தினச்சுருக்கமாக

பெருந்தன்மை என்பது பொதுவாகப் பயன்படுத்தப்படும் ஒரு வார்த்தை அல்ல. அந்த வார்த்தையைக் கேட்கும்போது பலரால் அதை உணர்ந்து கொள்ள முடிவதில்லை. ஆனால் அதை விளக்கும்போது, உடனடியாக அவர்கள் அதைப் புரிந்து கொள்கின்றனர். தாங்கள் தங்களிடம் மேம்படுத்திக் கொள்ள வேண்டிய விஷயங்களில் அதுவும் ஒன்று என்பதைப் பெரும்பாலானோர் அறிகின்றனர். நம்மில் பலர், பழி வாங்குவதிலும் விமர்சிப்பதிலும் குறை கண்டுபிடிப்பதிலும் வேகம் காட்டுகிறோம். நம்முடைய நாக்குகளைக் கட்டுப்படுத்துவதிலும், மன்னிப்பதிலும், மறப்பதிலும் நம்மில் பலர் மிகவும் மெதுவாகச் செயல்படுகிறோம். உலகில் பெருந்தன்மை அவ்வளவாக இல்லாததற்கான முக்கியக் காரணங்களில் ஒன்று, ஒரு பற்றாக்குறை மனப்போக்கு. பற்றாக்குறை மனப்போக்கைக் கொண்ட மக்கள், உலகின் வளங்கள் மட்டுப்படுத்தப்பட்டு இருப்பதாக நினைக்கின்றனர். அதில் ஒரு பெரிய பகுதியை மற்றவர்கள் எடுத்துக் கொண்டால், தங்களுக்கு மிகக் குறைவாகவே கிடைக்கும் என்று அவர்கள் பயப்படுகின்றனர். இப்படிப்பட்டவர்கள், பழிக்குப் பழி வாங்குவதற்கும், மற்றவர்களைக் கீழே இழுத்துத் தள்ளி அவர்களைத் தங்களுடைய நிலைக்குக் கொண்டு வருவதற்கும் எப்போதும் முயற்சித்துக் கொண்டே இருப்பார்கள். ஆனால் ஓர் அபரிமித மனப்போக்கும் ஓர் உள்ளார்ந்த பாதுகாப்பு உணர்வும்தான் பெருந்தன்மையின் உண்மையான அடித்தளங்களாக உள்ளன. பெருந்தன்மை என்ற வார்த்தை அன்றாடம் பயன்படுத்தப்படுகின்ற ஒன்றாக இல்லாமல் போனாலும், ஒவ்வொரு நாளையும் ஒரு மகத்துவமான நாளாக ஆக்குவதற்கான தனித்துவமான பண்புநலன்களில் ஒன்றாக அது எப்போதும் இருக்கும்.

சிந்தனைக்காக

- உங்கள் உணர்ச்சிகளை நீங்கள் எவ்வளவு தூரம் கட்டுப்படுத்துகிறீர்கள்? ஒன்றைச் செய்வதற்கு முன் அல்லது ஒன்றுக்குச் செயல்விடை அளிப்பதற்கு முன் நீங்கள் எந்த அளவுக்கு நிதானமாக இருக்கிறீர்கள்? பொதுவாகவும், குறிப்பாகக் காரசாரமான சூழ்நிலைகளிலும், உணர்ச்சிகளைக் கட்டுப்படுத்துவதில் நீங்கள் எந்த அளவுக்குத் திறமை பெற்றவர் என்று உங்கள் நண்டர்களும் குழந்தைகளும் சக ஊழியர்களும் உங்களைப் பற்றிக் கூறுவார்கள்?
- சமீபத்தில் யாரேனும் உங்களுக்கு ஆழமான வேதனையை ஏற்படுத்தியுள்ளனரா? நீங்கள் அப்போது எப்படி நடந்து கொண்டீர்கள்? நீங்கள் பெருந்தன்மையுடன் நடந்து கொண்டீர்களா? அதே சூழல் மீண்டும் எழுந்தால், நீங்கள் எவ்வளவு வித்தியாசமாக நடந்து கொள்வீர்கள்?
- பெருந்தன்மையின் மிக உயர்ந்த வடிவங்களில் ஒன்று மன்னித்தல். ஒரு தனிநபர் என்ற முறையில், மன்னிப்பது உங்கள் வாழ்வின் ஒரு நிரந்தரமான அங்கமாக இருக்கிறதா?

18

விடாமுயற்சி

"வாழ்க்கை என்பது ஒரு நீண்ட பந்தயம் அல்ல; பல சிறிய பந்தயங்கள் அடுத்தடுத்து ஒன்றன்பின் ஒன்றாக வருவதுதான் வாழ்க்கை."

- வால்டர் எல்லியட்

தோல்வியும் களைப்பும் மக்கள் தங்கள் வாழ்வில் எதிர்கொண்டு மீள வேண்டிய மாபெரும் தடைகளில் இரண்டு. அவர்கள் ஒரு நல்ல யோசனையைப் பெறுகின்றனர், அதைச் செயல்படுத்துவதற்கு சில திட்டங்களை வகுக்கின்றனர். அவர்கள் தங்கள் முதல் தோல்வியை சந்திக்கும்வரை எல்லாம் சிறப்பாக நடைபெறுகிறது. ஒரு தோல்வியை எதிர்கொண்டவுடன், அவர்கள் தங்கள் முயற்சிகளைக் கைவிட்டுவிடுகின்றனர். இவர்கள் ஒரு விதம். இன்னொரு விதத்தினர், ஒரு செயலில் இறங்கி, ஒருசில வெற்றிகளை அனுபவிக்கின்றனர். பிறகு, தாங்கள் எதிர்பார்த்ததைவிட அதிகமான வேலைகளைத் தாங்கள் செய்ய வேண்டியிருப்பதை அவர்கள் உணர்கின்றனர். அப்போது அவர்களுடைய ஆற்றல் உறிஞ்சப்பட்டுவிடுகிறது. அப்போது இவர்களும் தங்கள் முயற்சிகளைக் கைவிட்டுவிடுகின்றனர்.

விடாமுயற்சியானது தோல்வியையும் களைப்பையும் திணறடிக்கிறது. மக்கள் பல இன்னல்களையும் கடின உழைப்பினால் ஏற்படும் களைப்பையும் திறமையாக சமாளிக்க அது உதவுகிறது. விடாமுயற்சிக்கு முன்னோக்கிப் பார்க்கும் கண்ணோட்டம் தேவை, அதாவது, முன்னோக்கிய கவனக்குவிப்பு தேவை என்பதைப் பின்வரும் கதைகள் சுட்டிக்காட்டுகின்றன. எதற்கெடுத்தாலும் முடியாது என்று கூறுகின்ற, உங்களை ஊக்கமும் உற்சாகமும் இழக்கச் செய்கின்ற மக்களைக் கண்டுகொள்ளாமல் இருப்பதற்கான திறனும் அதற்குத் தேவை.

தவிர்க்க வேண்டிய இரண்டு வார்த்தைகள், நினைவில் வைத்துக் கொள்ள வேண்டிய இரண்டு வார்த்தைகள்

ஆர்தர் கார்டன்

நம் மனத்தில் திடீரென்று ஓர் உள்நோக்குப் பளிச்சிட்டு, அதன் விளைவாக நாம் முற்றிலும் புதியதொரு மனிதனாகப் பிறப்பெடுப்பதைவிட நமக்கு அதிகமாக உற்சாகமூட்டக்கூடிய, அதிக வெகுமதி அளிக்கக்கூடிய ஒன்று வாழ்வில் வேறு எதுவும் இல்லை. அப்படிப்பட்டக் கணங்கள் அரிதாகவே வருகின்றன. ஆனால் அவை நிச்சயமாக நம் ஒவ்வொருவருக்கும் ஏதோ ஒரு சமயத்தில் வரத்தான் செய்கின்றன. சில சமயங்களில், ஒரு புத்தகத்திலிருந்தோ அல்லது ஒரு சொற்பொழிவு, ஒரு கவிதை வரி போன்றவற்றிலிருந்தோ அந்த உள்நோக்கு நமக்கு வரக்கூடும். சில சமயங்களில், அது ஒரு நண்பரிடமிருந்தும் வரக்கூடும் . . .

நியூயார்க் நகரின் மன்ஹாட்டன் பகுதியில், குளிர்காலத்தில் ஒரு மதிய வேளையின்போது, என் மனம் முழுக்க வெறுப்புடனும் சோர்வுடனும், ஒரு சிறிய பிரெஞ்சு உணவகத்தில் நான் காத்துக் கொண்டிருந்தேன். நான் செய்த பல தவறான கணிப்புகளின் காரணமாக, என் வாழ்வில் ஒரு முக்கியமான பணித்திட்டம் நிறைவேறாமல் போய்விட்டிருந்தது. வினோதமாக, என் பாசத்திற்குரிய நண்பர் ஒருவரை நான் சந்திக்கவிருந்ததுகூட என்னை உற்சாகப்படுத்தத் தவறியது. என் மேசையின்மீது விரிக்கப்பட்டிருந்த கட்டங்கள் போடப்பட்டத் துணியை வெறித்துப் பார்த்தபடி, நான் ஆழ்ந்த சிந்தனையில் மூழ்கிப் போயிருந்தேன்.

என் நண்பர் ஒருவழியாக அங்கு வந்து சேர்ந்தார். அவர் ஒரு பிரபல உளவியலாளர். அவருடைய அலுவலகம் அந்த உணவகத்திற்கு அருகில்தான் இருந்தது. அவர் தன்னுடைய கடைசி நோயாளியைப் பார்த்து முடித்துவிட்டு, நேராக என்னை சந்திக்க வந்திருந்தார் என்பதை நான் அறிவேன். அவர் எண்பது வயதை நெருங்கிக் கொண்டிருந்தார். ஆனாலும், நோயாளிகளைப் பற்றிய விபரமான குறிப்புகள் அவர் கை நிறைய இருந்தன. அவர் ஒரு பெரிய நிறுவனத்தின் இயக்குனராகவும் பணியாற்றிக் கொண்டிருந்தார். அவர் இந்த முதிய வயதிலும் இத்தனை அலுவல்களுக்கு இடையிலும், தனக்கு நேரம் கிடைத்தபோதெல்லாம் கோல்ஃப் மைதானத்திற்குச் சென்று சிறிது நேரம் விளையாடிவிட்டு வருவதைப் பெரிதும் விரும்பினார்.

அவர் அந்த உணவகத்திற்குள் நுழைந்து, எனக்குப் பக்கத்தில் வந்து அமர்ந்தபோது, அவருக்குப் பிடித்தமான மதுபானம் ஒன்று எங்கள் மேசைக்குக் கொண்டு வரப்பட்டது. நான் என் நண்பரைப் பல மாதங்களாகப் பார்த்திருக்கவில்லை. ஆனாலும் அவர் நல்ல திடகாத்திரமாக இருந்தார். சுற்றி வளைக்காமல் அவர் நேராக விஷயத்திற்கு வந்தார். "என்ன பிரச்சனை?" என்று அவர் கேட்டார்.

ஒருவருடைய முகத்தைப் பார்த்தே அவருடைய மனநிலையைப் புரிந்து கொள்வதில் அவர் கைதேர்ந்தவராக இருந்தார். அவருடைய கூரிய அறிவைக் கண்டு வியப்பதை நான் நெடுநாளைக்கு முன்பே

நிறுத்திவிட்டிருந்தேன். எனவே, என்னை வாட்டியெடுத்துக் கொண்டிருந்த பிரச்சனையை நான் அவரிடம் விலாவாரியாக விளக்கினேன். நான் நேர்மையாக நடந்து கொள்ள முயற்சித்தேன். எனக்கு ஏற்பட்டிருந்த ஏமாற்றத்திற்கு நான் வேறு யாரையும் குறை கூறவில்லை, மாறாக, என்னை மட்டுமே நான் குறை கூறினேன். நான் செய்த மோசமான கணிப்புகள், நான் மேற்கொண்ட தவறான தீர்மானங்கள், நான் கையாண்ட தவறான அணுகுமுறைகள் ஆகிய அனைத்தையும் அவரிடம் நான் கொட்டித் தீர்த்தேன். சுமார் பதினைந்து நிமிடங்கள் நான் தொடர்ந்து பேசினேன். என் நண்பர் தன் மதுவைப் பருகியபடியே, நான் கூறியவற்றையெல்லாம் அமைதியாகவும் பொறுமையாகவும் கேட்டார்.

நான் என் புலம்பலை நிறுத்தியபோது, அவர் தன் மதுக் கோப்பையைக் கீழே வைத்துவிட்டு, "வாருங்கள், நாம் என் அலுவலகத்திற்குப் போகலாம்," என்று என்னிடம் கூறினார்.

"உங்கள் அலுவலகத்திற்கா? நீங்கள் எதையேனும் மறந்துவிட்டீர்களா?"

"இல்லை. நீங்கள் வாருங்கள்," என்று அவர் கூறினார்.

வெளியே பயங்கரமாகக் குளிரத் துவங்கியிருந்தது. ஆனால் அவருடைய அலுவலகம் கதகதப்பாகவும் வசதியாகவும் எனக்குப் பரிச்சயமானதாகவும் இருந்தது. சுவர்களையொட்டி அமைக்கப்பட்டிருந்த நீண்ட அலமாரிகளில் ஏராளமான புத்தகங்கள் வரிசையாக அடுக்கி வைக்கப்பட்டிருந்தன. தோலால் ஆன ஒரு நீளமான சோபா அந்த அறையில் இருந்தது. பிரபல உளவியலாளரான சிக்மன்ட் ஃபிராய்டின் புகைப்படம் ஒன்று அவருடைய கையொப்பத்துடன் அங்கு இருந்தது. சன்னலுக்கு அருகே ஒரு டேப் ரெக்கார்டர் இருந்தது. அவருடைய செயலாளர் தன் வேலையை முடித்துவிட்டு வீட்டிற்குப் போயிருந்தார். நாங்கள் இருவர் மட்டும் அங்கு தனியாக இருந்தோம்.

என் நண்பர் ஓர் அட்டைப் பெட்டியிலிருந்து ஒரு கேசட்டை வெளியே எடுத்து, அதை அந்த டேப் ரெக்கார்டருக்குள் பொருத்தினார். "இந்தக் கேசட்டில், என்னிடம் உதவி நாடி வந்த மூன்று நபர்கள் பேசியது பதிவு செய்யப்பட்டுள்ளது. அவர்கள் யாரென்று உங்களுக்குத் தெரிய வேண்டியதில்லை. ஆனால் இவற்றை உன்னிப்பாகக் காதுகொடுத்துக் கேளுங்கள். இவர்கள் மூவரின் பேச்சுகளிலும் எந்த இரண்டு வார்த்தைகள் அடிக்கடிப் பயன்படுத்தப்பட்டுள்ளன என்று உங்களால் கண்டுபிடிக்க முடிகிறதா என்று பாருங்கள்," என்று கூறிவிட்டு, அவர் என்னைப் பார்த்துப் புன்னகைத்தார். என் முகத்தில் தென்பட்டக் கேள்விக்குறியைக் கண்டுகொண்ட அவர், "நீங்கள் உங்களைக் குழப்பிக் கொள்ளத் தேவையில்லை. நான் ஒரு காரணத்தோடுதான் உங்களை இதைச் செய்யச் சொல்கிறேன்," என்று கூறினார்.

நான் அந்தக் கேசட்டைக் கேட்டபோது, அதில் பேசிய மூவருமே மகிழ்ச்சியின்றி இருந்தனர் என்பது மட்டும்தான் அவர்களுக்கிடையே இருந்த பொதுவான அம்சமாக எனக்குத் தோன்றியது. முதலில் பேசிய நபர், தன் வியாபாரத்தில் தோற்றுப் போயிருந்தார் என்பது வெளிப்படையாகத் தெரிந்தது. தான் இன்னும் அதிகக் கடினமாக உழைத்திருக்க வேண்டும், முன்னோக்கிப் பார்த்திருக்க வேண்டும், ஆனால் தான் அவ்வாறு செய்யவில்லை என்று கூறி அவர் தன்னைத் தானே நொந்து

கொண்டார், தரக்குறைவாகப் பேசினார். அடுத்துப் பேசிய பெண்மணி, தன் விதவைத் தாயாரை கவனித்துக் கொள்வது தன் பொறுப்பு என்ற ஏதோ ஒரு கடமையுணர்வில், ஒருபோதும் திருமணமே செய்து கொள்ளவில்லை. தனக்கு வந்த திருமண வாய்ப்புகளையெல்லாம் தான் விட்டுத் தள்ளியதை அவர் வெறுப்புடன் நினைவுகூர்ந்தார். மூன்றாவதாகப் பேசியவர் ஒரு தாய். அவருடைய பருவ வயது மகன், காவல்துறையினருடன் ஒரு பிரச்சனையில் சிக்கியிருந்தான். தன் மகனின் அந்த நிலைமைக்கு அப்பெண்மணி தொடர்ந்து தன்னைக் குறை கூறினார்.

என் நண்பர் அந்த டேப் ரெக்கார்டரை அணைத்துவிட்டுத் தன் நாற்காலியில் சாய்ந்து உட்கார்ந்தார். "அந்தப் பதிவுகளில், விஷம் நிரம்பிய ஒரு குறிப்பிட்டச் சொற்றொடர் ஆறு முறை பதிவாகியுள்ளது. அதை உங்களால் கண்டுபிடிக்க முடிந்ததா?" என்று அவர் என்னிடம் கேட்டார். நான் இல்லையென்று தலையசைத்தபோது, "உங்களால் கண்டுபிடிக்க முடியாமல் போனது ஏன் என்றால், சிறுது நேரத்திற்கு முன்பு அந்த உணவகத்தில் வைத்து நீங்களே அதை மூன்று முறை பயன்படுத்தினீர்கள்," என்று கூறிவிட்டு, அவர் அந்தக் கேசட்டை என்னிடம் வீசினார். "அதன் லேபிள்மீது எழுதப்பட்டுள்ள இரண்டு வார்த்தைகளைப் படியுங்கள். எந்தவொரு மொழியிலும் உள்ள மிக வருத்தமான வார்த்தைகள் அவை," என்று அவர் கூறினார்.

நான் அதை உற்றுப் பார்த்தபோது, சிவப்பு மையில், "நான் மட்டும்!" என்று அதன்மீது அழகாக எழுதப்பட்டிருந்ததை நான் கண்டேன்.

என் நண்பர் தன் பேச்சைத் தொடர்ந்தார். "நான் இந்த நாற்காலியில் அமர்ந்து கொண்டு எத்தனை ஆயிரம் முறைகள் இவ்விரண்டு வார்த்தைகளையும் கேட்டிருப்பேன் என்று உங்களுக்குத் தெரிந்தால் நீங்கள் ஆச்சரியப்படுவீர்கள். என்னிடம் தங்கள் பிரச்சனைகளைக் கொண்டு வரும் மக்களில் பெரும்பாலானோர் இந்த வார்த்தைகளைப் பயன்படுத்தாமல் இருந்ததே இல்லை. 'நான் மட்டும் இதை வேறு விதமாகச் செய்திருந்தால்,' 'நான் மட்டும் இதைச் செய்யாமல் இருந்திருந்தால்,' 'நான் மட்டும் என் கோபத்தைக் கட்டுப்படுத்தியிருந்தால்,' 'நான் மட்டும் அந்தக் கொடுமையான வார்த்தையைக் கூறியிருக்காவிட்டால்,' 'நான் மட்டும் நேர்மையின்றி நடந்து கொள்ளாமல் இருந்திருந்தால்,' நான் மட்டும் அந்த முட்டாள்தனமான பொய்யைக் கூறாமல் இருந்திருந்தால்,' 'நான் மட்டும் அறிவார்ந்தவனாக இருந்திருந்தால்,' 'நான் மட்டும் சுயநலமின்றி இருந்திருந்தால்,' 'நான் மட்டும் என்மீது அதிகக் கட்டுப்பாட்டுடன் இருந்திருந்தால்' போன்ற அவர்களுடைய புலம்பலுக்கு எல்லையே இல்லை. நான் அவர்களைத் தடுத்து நிறுத்தும்வரை, அவர்கள் தொடர்ந்து புலம்பிக் கொண்டே இருப்பார்கள். சில சமயங்களில், அவர்கள் பேசியதைப் பதிவு செய்து நான் அவர்களுக்குப் போட்டுக் காட்டுவேன். 'நான் மட்டும் இப்படிச் செய்திருந்தால் அல்லது செய்யாமல் போயிருந்தால் என்று கூறுவதை நீங்கள் நிறுத்தினால், நம்மால் ஏதாவது செய்ய முடியும்,' என்று நான் அவர்களிடம் கூறுவேன்."

அந்த முதியவர் தன் கால்களை நீட்டி முறித்தார். "இவ்வாறு புலம்புவது எதையும் மாற்றப் போவதில்லை. அந்த வார்த்தைகள், மக்கள் முன்னோக்கிப் பார்ப்பதற்கு பதிலாக, அவர்கள் பின்னோக்கிப் பார்க்கும்படி செய்துவிடும், அவர்களுடைய நேரத்தை வீணடித்துவிடும். இறுதியில், அவ்வாறு கூறுவதை

அவர்கள் தங்கள் வழக்கமாக ஆக்கிக் கொண்டால், அது ஓர் உண்மையான முட்டுக்கட்டையாக ஆகிவிடக்கூடும். எதையும் முயற்சிக்காமல் போவதற்கான ஒரு சாக்குப்போக்காகவும் அது ஆகிவிடும்.

"இப்போது உங்கள் விஷயத்திற்கு வரலாம். உங்கள் திட்டங்கள் வேலை செய்யவில்லை. ஏன்? ஏனெனில், நீங்கள் சில தவறுகளைச் செய்தீர்கள். அதில் என்ன தவறு? தவறு செய்வது எல்லோருக்கும் சகஜம்தான். தவறுகளிலிருந்துதான் நாம் கற்றுக் கொள்கிறோம். ஆனால் நீங்கள் அவற்றைப் பற்றி என்னிடம் கூறியபோதும், அவற்றைக் குறித்துப் புலம்பியபோதும், பின்வருத்தம் கொண்டபோதும், நீங்கள் உண்மையிலேயே உங்கள் தவறுகளிலிருந்து கற்றுக் கொண்டிருக்கவில்லை என்று எனக்குத் தெரிகிறது."

"நான் கற்றுக் கொள்ளவில்லை என்று உங்களால் எப்படிக் கூற முடியும்?" என்று நான் என்னைத் தற்காத்துக் கொள்ளும் விதமாகக் கேட்டேன்.

"ஏனெனில், உங்கள் பேச்சு முழுவதும் கடந்தகாலத்திலேயே இருந்தது. ஒருமுறைகூட நீங்கள் உங்கள் எதிர்காலத்தைப் பற்றிப் பேசவில்லை. இப்போதாவது நேர்மையாக நடந்து கொள்ளுங்கள். உங்கள் புலம்பலை நீங்கள் ரசித்தீர்கள், இல்லையா? நம்முடைய பழைய தவறுகளைப் பற்றிப் பேசுவதில் நம்மைக் குரூர மகிழ்ச்சி கொள்ளச் செய்கின்ற ஒரு வக்கிரமான தூண்டுதல் நம் அனைவருக்குள்ளும் இருக்கிறது. என்ன இருந்தாலும், உங்கள் கதையில் நீங்கள்தான் கதாநாயகன், நீங்கள்தான் முக்கியக் கதாபாத்திரம், இல்லையா?" என்று அவர் என்னை மடக்கினார்.

நான் பரிதாபமாகத் தலையசைத்துவிட்டு, "சரி, இதற்கு என்ன தீர்வு?" என்று அவரிடம் வருத்தத்தோடு கேட்டேன்.

"உங்கள் கவனத்தை வேறு பக்கமாகத் திருப்ப வேண்டும்," என்று அவர் உடனடியாகக் கூறினார். "நீங்கள் பேசும் வார்த்தைகளை மாற்ற வேண்டும். உங்களை ஊக்கமிழக்கச் செய்கின்ற வார்த்தைகளுக்கு பதிலாக, உங்களுக்கு உத்வேகம் கொடுக்கக்கூடிய வார்த்தைகளைப் பயன்படுத்த வேண்டும்."

"உங்கள் பரிந்துரை என்னவாக இருக்கும்?"

"நான் மட்டும் இப்படிச் செய்தால் அல்லது செய்யாமல் போயிருந்தால் என்று புலம்பி ஊக்கமிழப்பதற்கு பதிலாக, 'அடுத்த முறை' என்ற சொற்றொடரைப் பயன்படுத்தி உத்வேகம் பெறுங்கள்."

"அடுத்த முறையா?"

"ஆமாம். அந்த வார்த்தைகள் இந்த அறையில் பல அதிசயங்களை நிகழ்த்தியுள்ளதை நான் கண்கூடாகப் பார்த்திருக்கிறேன். 'நான் மட்டும் அப்படிச் செய்திருந்தால் . . .' என்று ஒரு நோயாளி தொடர்ந்து புலம்பிக் கொண்டே இருந்தால், அவர் பிரச்சனையில் இருக்கிறார் என்று பொருள். ஆனால் அவர் என் கண்களை நேராகப் பார்த்து, 'அடுத்த முறை,' என்று கூறினால், அவர் தன் பிரச்சனையிலிருந்து மீள்வதற்கான பாதையில் அடியெடுத்து வைத்துவிட்டார் என்று பொருள். தன் மோசமான அனுபவத்திலிருந்து தான் கற்றுக் கொண்ட பாடங்கள் வேதனையூட்டுபவையாக இருந்தாலும் சரி, கடுமையானவையாக இருந்தாலும் சரி, அவற்றை நடைமுறையில் செயல்படுத்த அவர் தீர்மானித்துவிட்டார் என்று பொருள். பின்வருத்தம் எனும் தடையைக் களைந்து, முன்னோக்கிச் செல்வதற்கும், நடவடிக்கை எடுப்பதற்கும்,

வாழ்க்கையை மீண்டும் வாழத் துவங்குவதற்கும் அவர் தயாராகிவிட்டார் என்று பொருள். நீங்களும் இதை முயற்சித்துப் பாருங்கள். அப்போது உங்களுக்குத் தெரியும்."

என் நண்பர் தன் பேச்சை நிறுத்தினார். வெளியே லேசாக மழை பெய்யத் தொடங்கியிருந்தது. நான் அவர் கூறியதை என் மனத்திற்குள் முயற்சித்துப் பார்த்தேன். அது வினோதமாக இருந்தது. ஆனால் 'அடுத்த முறை' என்ற புதிய சொற்றொடர் என் மனத்தில் ஆழமாகப் பதிந்திருந்ததை என்னால் உணர முடிந்தது.

"கடைசியாக ஒரு விஷயம். உங்களால் தீர்வு காணப்படக்கூடிய அனைத்து விஷயங்களுக்கும் நீங்கள் இச்சிறிய வித்தையைப் பயன்படுத்துங்கள்," என்று கூறிய அவர், தனக்குப் பின்னால் இருந்த புத்தக அலமாரியிலிருந்து ஒரு நாட்குறிப்பேட்டை வெளியே எடுத்தார். "என் சொந்த ஊரைச் சேர்ந்த ஒரு பெண்மணியின் நாட்குறிப்பேடு அது. எனக்கு முந்தைய தலைமுறையைச் சேர்ந்தவர் அவர். அவர் தினமும் இந்த நாட்குறிப்பேட்டில் எழுதி வந்தார். அவருடைய கணவரான ஜோனதன் அன்பானவராக இருந்தாலும், சம்பாதிக்கும் திறனற்றவராக இருந்தார். இந்தப் பெண்மணிதான் கஷ்டப்பட்டுத் தன் குழந்தைகளை வளர்த்து ஆளாக்கினார், வீட்டுச் செலவுகளை கவனித்துக் கொண்டார், குடும்பத்தைக் கட்டுக்கோப்பாக வைத்திருந்தார். ஜோனதனின் குறைபாடுகள் குறித்து அவர் கொண்டிருந்த கோப வெளிப்பாடுகளால் இந்த நாட்குறிப்பேடு நிரம்பி வழிகிறது.

"பிறகு ஒருநாள், ஜோனதன் காலமானார். அவருடைய மரணத்திற்குப் பிறகு, அவரைப் பற்றிய விவரிப்புகள் அந்த நாட்குறிப்பேட்டில் இடம்பெறுவது நின்றுவிட்டது. பல வருடங்களுக்குப் பிறகு, தன் கணவனைப் பற்றி அப்பெண்மணி மீண்டும் ஒருமுறை குறிப்பிட்டார். ஆனால் இம்முறை அது ஜோனதனைப் பற்றிய வசவாக இருக்கவில்லை. அக்குறிப்பு இவ்வாறு இருந்தது: 'இன்று பள்ளிக் கண்காணிப்பாளராக எனக்குப் பதவி உயர்வு கொடுக்கப்பட்டது. அது குறித்து நான் பெருமைப்பட வேண்டும், இல்லையா? ஆனால் ஜோனதன் மட்டும் நட்சத்திரங்களுக்கு அப்பால் எங்கோ இருக்கிறார் என்று எனக்கு உறுதியாகத் தெரிந்தால், அங்கே எப்படிப் போவது என்று மட்டும் எனக்குத் தெரிந்தால், இன்றிரவு நான் அவரிடம் போவேன்.' "

என் நண்பர் அந்த நாட்குறிப்பேட்டை மென்மையாக மூடினார். "பார்த்தீர்களா? 'நான் மட்டும் அவருடைய நிறைகுறைகளுடன் அவரை ஏற்றுக் கொண்டிருந்தால், நான் மட்டும் அவரை முழுமையாக நேசித்திருந்தால்,' என்று அவர் கூற வருகிறார். அப்போதுதான் அந்த வருத்தமான வார்த்தைகள் அதிக வருத்தமளிப்பவையாக ஆகின்றன. எதையும் திரும்பப் பெறுவதற்கு மிகவும் காலதாமதமாகியிருக்கும்போது, அந்த வார்த்தைகள் நம்முள் ஈட்டியாகப் பாயும்."

என் நண்பர் அந்த நாட்குறிப்பேட்டை மீண்டும் தன் புத்தக அலமாரியில் வைத்துவிட்டு, விறைப்பாக எழுந்தார். "சரி, வகுப்பு முடிந்துவிட்டது. நண்பரே, உங்களைப் பார்ப்பது எப்போதும் மகிழ்ச்சியான விஷயம்தான். இப்போது நான் என் வீட்டிற்குச் செல்வதற்கு ஒரு டாக்ஸி பிடிக்க எனக்கு உதவ முடியுமா?" என்று அவர் கேட்டார்.

நானும் அவரும் அவருடைய அலுவலகத்தைவிட்டு வெளியே வந்தபோது, மழை வலுத்திருந்தது. தூரத்தில் வந்து கொண்டிருந்த ஒரு டாக்ஸியை நோக்கி நான் ஓடிச் சென்றபோது, அதற்குள் இன்னொருவர் முந்திக் கொண்டார்.

இதைக் கண்ட என் நண்பர், குறும்பாக, "அடக் கடவுளே! நாம் மட்டும் பத்து வினாடிகள் முன்னதாகக் கீழே இறங்கி வந்திருந்தால், அந்த டாக்ஸியை நாம் பிடித்திருக்கலாம், இல்லையா?" என்று கேட்டார்.

அவர் கூறியதைப் புரிந்து கொண்டு நான் சிரித்தேன். "அடுத்த முறை நான் இன்னும் அதிக வேகமாக ஓடுவேன்," என்று நான் கூறினேன்.

"அருமை! நீங்கள் வேகமாகக் கற்றுக் கொண்டுவிட்டீர்கள்!" என்று என் நண்பர் மகிழ்ச்சியாகக் கூறினார்.

அப்போது இன்னொரு டாக்ஸி எங்கள் அருகில் வந்து நின்றது. நான் அவருக்காக அதன் கதவைத் திறந்துவிட்டேன். அவர் என்னைப் பார்த்துப் புன்னகைத்தார். அந்த டாக்ஸி அங்கிருந்த நகர்ந்தபோது அவர் என்னைப் பார்த்துக் கையசைத்தார். அதன் பிறகு நான் அவரை ஒருபோதும் பார்க்கவில்லை. ஒரு மாதத்திற்குப் பிறகு, திடீரென்று அவர் மாரடைப்பால் காலமானார்.

அவரை மன்ஹாட்டனில் நான் சந்தித்துப் பல வருடங்கள் ஆகிவிட்டன. ஆனால் இன்றுவரை, 'நான் மட்டும் . . .' என்று நான் சிந்திக்கத் தொடங்குவதை நான் உணரும்போதெல்லாம், உடனடியாக, 'அடுத்த முறை' என்று கூற நான் கற்றுக் கொண்டுவிட்டேன். அப்போதெல்லாம் நான் அந்த முதியவரைப் பற்றி நினைத்துப் பார்க்கிறேன்.

அவர் எங்கிருந்தோ என்னைப் பார்த்துப் புன்னகைத்துக் கொண்டிருப்பது எனக்குத் தெரிகிறது.

'நான் மட்டும் -' என்பது உலகளாவிய ஒன்றாக இருக்கிறது. இவ்வார்த்தைகளுக்கு எந்த விலைமதிப்பும் இல்லை என்றாலும், நம் வாழ்க்கை அதிகக் கடினமானதாக இருக்கும்போதோ, விஷயங்கள் நாம் எதிர்பார்த்தபடி போகாமல் இருக்கும்போதோ, இவற்றை நோக்கித்தான் நாம் ஓடுகிறோம். இதற்கு மாறாக, 'அடுத்த முறை -' என்பது பல வாய்ப்புகளைத் திறந்துவிடுகிறது. விடாமுயற்சியால் கிடைக்கும் வெகுமதிகளை நீங்கள் பெறுவதற்கு இது உங்களை வழிநடத்திச் செல்கிறது. எனவே, விடாமுயற்சியுடன் முன்னோக்கி நடைபோடுவதற்கு, நீங்கள் உங்கள் கடந்தகாலத்தை உங்களுக்குப் பின்னால் விட்டுவிடுவது இன்றியமையாதது.

ஒரு காரியத்தைச் செய்ய முடியாது என்று வலியுறுத்தி உங்களை ஊக்கமிழக்கச் செய்பவர்கள்தான் விடாமுயற்சியின் மாபெரும் எதிரிகள். பின்வரும் இரண்டு கதைகளின் நாயகர்களும், இப்படிப்பட்ட எதிரிகளின் கூற்று தவறு என்று நிரூபித்துள்ளனர்.

இது ஓர் உருப்படாத ஆராய்ச்சி

ஃபிரான் லாஸ்டிஸ்

டாக்டர் ஜூடா ஃபோக்மேன், 1903ம் ஆண்டில் நியூயார்க் டைம்ஸ் பத்திரிகையில் வெளிவந்த ஒரு கட்டுரையை இன்னும் பத்திரமாக வைத்திருக்கிறார். விமானங்களால் ஏன் பறக்க முடியாது என்பது குறித்து இரண்டு இயற்பியலாளர்கள் கூறிய விளக்கங்கள் அதில் இடம்பெற்றிருந்தன. அக்கட்டுரை வெளிவந்த மூன்று மாதங்களுக்குள், வில்பர் ரைட் மற்றும் ஆல்பர்ட் ரைட் சகோதரர்களின் முதல் விமானம், வடக்குக் கரோலினா மாநிலத்தின் கிட்டி ஹாக் நகர விண்ணைக் கிழித்துச் சென்றது.

1970களின் துவக்கத்தில, புற்றுநோய் ஆராய்ச்சியில் ஒரு புதிய யோசனையை ஃபோக்மேன் முன்மொழிந்தார். ஆனால் அறிவியலாளர்கள் அதை ஏற்றுக் கொள்ளவில்லை. 'புற்றுநோய்க் கட்டிகள், தாம் உயிர்வாழ்வதற்குப் புதிய ரத்த நாளங்களை உருவாக்கவில்லை' என்று அறிவியல் உலகம் அப்போது நம்பி வந்தது. ஆனால் புற்றுநோய்க் கட்டிகள் ரத்த நாளங்களை உருவாக்கின என்று ஃபோக்மேன் உறுதியாக நம்பினார். "இது ஓர் உருப்படாத ஆராய்ச்சி. இது வெறும் கால விரயம்," என்று அந்த அறிவியலாளர்கள் கூறினர்.

ஆனால், அவர்களுடைய வசவுகளை ஃபோக்மேன் உதாசீனப்படுத்தினார். இருபது வருடங்களாக, ரத்த நாளங்களின் வளர்ச்சிக் குறித்து அவர் ஆராய்ச்சி செய்தார். அவர் அந்தக் காலகட்டங்களில் பலரின் வெறுப்பை சம்பாதித்தார். அறிவியல் ஆராய்ச்சி சமூகத்தினர் அவரை எள்ளி நகையாடினர். ஆனால் அவர் தன் முயற்சியில் விடாப்பிடியாக இருந்தார். ஓர் ஆராய்ச்சிக் கருத்தரங்கில் அவர் கலந்து கொண்டு பேசியபோது, "அவர் வெறும் அறுவைச் சிகிச்சை நிபுணர்தான்," என்று கூறி, பார்வையாளர்களில் பலர் அந்த அரங்கிலிருந்து வெளியேறினர்.

ஆனால் தன்னுடைய ஆராய்ச்சி, புற்றுநோய்க் கட்டிகளின் வளர்ச்சியைத் தடுத்து நிறுத்தும் என்றும், எங்கு புதிய ரத்த நாளங்கள் தேவையோ (எடுத்துக்காட்டாக, இதயத்திற்கு ரத்தத்தைச் சுமந்து செல்லும் நாளங்களில் ஏற்பட்டிருக்கும் அடைப்புகளைச் சுற்றியுள்ள பகுதிகள்) அங்கு அவற்றை வளர்ப்பதற்கான வழிகளைக் கண்டுபிடிக்க உதவும் என்றும் ஃபோக்மேன் எப்போதும் நம்பினார்.

1980களில் முதல் ரத்தக் குழாய் வளர்ச்சி ஒடுக்கிகளை அவர் தன் சக ஆராய்ச்சியாளர்களுடன் சேர்ந்து கண்டுபிடித்தார். இன்று, அவருடைய கண்டுபிடிப்பின் விளைவாக, புற்றுநோயால் பாதிக்கப்பட்டுள்ள லட்சக்கணக்கான மக்கள் பலனடைந்து கொண்டிருக்கின்றனர். புற்றுநோயை குணப்படுத்துவதற்கான சிகிச்சையில் அவருடைய கண்டுபிடிப்பு முன்னணி நிலை வகிப்பதாக இன்று கருதப்படுகிறது.

"விடாமுயற்சிக்கும் வரட்டுப் பிடிவாதத்திற்கும் இடையே ஒரு மெல்லிய இழைதான் இருக்கிறது. விடாமுயற்சியுடன் பின்தொடரும் அளவுக்கு மதிப்பு வாய்ந்த ஒரு பிரச்சனையைத் தேர்ந்தெடுப்பதுதான் முக்கியம் என்பதை நான் உணர்ந்து கொண்டுள்ளேன்," என்று ஃபோக்மேன் கூறுகிறார்.

தோல்வியின் முதுகில் ஏறி வெற்றிச் சவாரி

ஜேனிஸ் லியரி

1977ம் ஆண்டில் ஒரு நாள் காலையில், ராபர்ட் பல்லார்டு, 'ஸீபுரோப்' என்ற மீட்புக் கப்பலின் கட்டுப்பாட்டு அறையில் வேலை செய்து கொண்டிருந்தபோது, அவர் இருந்த தளத்திற்கு மூன்று அடிகள் மேலே இருந்த தளத்தின்மீது மிகப் பெரிய கருவி ஒன்று பலத்தச் சத்தத்துடன் வந்து விழுந்தது. ஒரு வெடி விபத்து நிகழ்ந்திருந்தால் ஒரு கப்பல் எப்படி அதிர்ந்து குலுங்கியிருக்குமோ, அந்த அளவுக்கு அக்கப்பல் குலுங்கியது. கடலுக்கடியில் துளையிடும் கருவி, கடலின் ஆழத்தில் இருக்கும் பொருட்களையும் கடலின் ஆழத்தையும் கண்டறியப் பயன்படுத்தப்படும் சோனார் மற்றும் வீடியோ கருவிகளுடன் சேர்ந்து அட்லான்டிக் பெருங்கடலுக்குள் விழுந்து மூழ்கியது. எதிர்பாராத இந்த விபத்து, 1912ல் அட்லான்டிக் பெருங்கடலுக்குள் மூழ்கிப் போயிருந்த டைட்டானிக் கப்பலைக் கண்டுபிடிப்பதற்கான இந்த மீட்புக் கப்பலின் முயற்சிக்கு முற்றுப்புள்ளி வைத்தது.

"இந்தப் பணித்திட்டத்திற்குப் பண உதவி செய்தவர்கள் என்மீது வைத்திருந்த மதிப்பை நான் இழந்தேன். 1977ம் ஆண்டில் நான் மேற்கொண்ட அந்த ஆராய்ச்சிக்கு எனக்கு அவர்கள் ஆறு லட்சம் டாலர்கள் கடன் கொடுத்திருந்தனர். அந்த இழப்பிலிருந்து மீள்வதற்கு எனக்கு எட்டு வருடங்கள் பிடித்தது," என்று பல்லார்டு கூறினார். சக அறிவியலாளர்களின் சந்தேகங்கள், நிதி திரட்டும் முயற்சிகளில் ஏற்பட்டத் தோல்விகள், பிற பின்னடைவுகள் ஆகியவற்றையும் தாண்டி அவர் தன் பிரச்சனைகளிலிருந்து மீண்டார்.

ஸீபுரோப் வீழ்ச்சிக்குப் பிறகு, "நான் மீண்டும் முதலிலிருந்து துவக்க வேண்டியிருந்தது. டைட்டானிக்கைத் தேடுவதற்கு நான் வேறு வழியைக் கண்டுபிடிக்க வேண்டிய நிலை ஏற்பட்டது," என்று பல்லார்டு கூறினார்.

அவர் மீண்டும் அமெரிக்கக் கடற்படை அதிகாரியாகத் தன் வேலையில் சேர்ந்தார். புலனாய்வுப் பணியில் அவர் ஈடுபடுத்தப்பட்டார். அமெரிக்காவுக்கும் ரஷ்யாவுக்கும் இடையே பனிப் போர் நிலவிய அந்தக் காலகட்டத்தில், கடல் நிலவியல் வல்லுனரான பல்லார்டு, கடற்படை அதிகாரிகளுடன் பரஸ்பர நன்மை பயக்கும் ஓர் ஒப்பந்தத்தைச் செய்து கொண்டார். டைட்டானிக் கப்பலைக் கண்டுபிடிக்கும் முயற்சிக்குத் தேவையான, ஒரு புகைப்படக் கருவி பொருத்தப்பட்ட, கடலுக்கடியில் சென்று புகைப்படம் எடுக்கக்கூடிய 'அக்ரோ' என்ற ஒரு ரோபாட்டை உருவாக்குவதற்கும் அதைப் பரிசோதிப்பதற்கும் அமெரிக்கக் கடற்படை தனக்கு நிதியுதவி செய்தால், தன்னுடைய நிபுணத்துவத்தை அவர்களுக்கு வழங்கத் தான் தயாராக இருந்ததாக அவர் கூறினார்.

1960களின்போது விபத்துக்குள்ளாகிக் கடலுக்கடியில் மூழ்கிப் போன திரெஷ்ஷர், ஸ்கார்பியன் ஆகிய அணுசக்தி நீர்மூழ்கிக் கப்பல்களின் சிதைவுகளை ஆய்வு செய்வதற்கான ரகசியப் பணித்திட்டங்களுக்கு, அமெரிக்கக் கடற்படை, பல்லார்டையும் அக்ரோவையும் அனுப்பி வைத்தது. டைட்டானிக் எங்கே மூழ்கிக் கிடந்ததோ, அந்த இடத்திற்கு வெகு

அருகேதான் இவ்விரண்டு கப்பல்களும் கிடந்தன. 1985ல் ஸ்கார்பியன் கப்பலை ஆய்வு செய்த பிறகு, சொகுசுக் கப்பலான டைட்டானிக்கை பல்லார்டு தேடத் துவங்கினார். கடல்மட்டத்திலிருந்து சுமார் இரண்டு மைல்கள் ஆழத்தில் அவர் அதைக் கண்டுபிடித்தார்.

பின்னாளில், ஜெர்மானிய போர்க்கப்பலான பிஸ்மார்க்கையும், லூசிடானியா என்ற பயணியர் கப்பலையும், வரலாற்றுப் புகழ்பெற்ற இன்னும் பல கடற்சேதங்களையும் கண்டுபிடித்தப் பெருங்கடல் ஆய்வாளரான ராபர்ட் பல்லார்டு, "தோல்வியும் வெற்றியும் இரட்டைப் பிறவிகள். எனவே, நான் தோற்கத் தயாராக இருக்கிறேன்," என்ற எளிய தத்துவத்தைக் கடைபிடித்து வாழ்கிறார்.

பல்லார்டு தற்போது அமெரிக்காவின் ரோட் ஐலன்ட் பல்கலைக்கழகத்தின் கடலியல் கல்லூரியில் தொல்பொருள் ஆராய்ச்சித் திட்டம் ஒன்றைத் தொடங்கியுள்ளார்.

மேற்கூறப்பட்டக் கதைகளில் வரும் தனிநபர்கள் இருவருக்குமே, 'முடியாது' என்ற மற்றவர்களின் பல்லவி தெளிவாகவும் சத்தமாகவும் கேட்டது. ஆனால், "என்னால் முடியும்!" என்ற உறுதி அவர்கள் இருவருக்குள்ளும் ஆழமாக வேரூன்றி இருந்தது. டாக்டர் ஜூடா ஃபோக்மேன் கூறியதைப்போல, விடாமுயற்சியுடன் பின்தொடரும் அளவுக்கு மதிப்பு வாய்ந்த ஒன்றைக் கண்டுபிடிப்பதுதான் முக்கியம். கூடவே, வழியில் எதிர்வரும் ஒருசில தோல்விகளிலிருந்து மீள்வதற்கான வலிமையும் வேண்டும்.

ரத்தினச்சுருக்கமாக

புதுமையான யோசனைகளுக்கு இருக்கும் ஒரே பிரச்சனை, அவை உடனடியாகக் கடின உழைப்பாக உருமாற்றம் பெறுவதுதான் என்று காலம் சென்ற தலைமைத்துவ வல்லுனரான பீட்டர் டிரக்கர் ஒருமுறை கூறினார். துரதிர்ஷ்டவசமாக, கடினமாக உழைக்கும் திறன் இல்லாததுதான் வெற்றிக் கோட்டிற்கு ஒருசில அடிகள் மட்டுமே இருக்கும்போது பலர் தங்கள் முயற்சிகளைக் கைவிட்டுவிடுவதற்குக் காரணமாக அமைகிறது. அவர்கள் தங்களுடைய முக்கியமான இலக்குகளைப் பின்தொடரும்போதுகூட, கடினமாக முயற்சிப்பதற்கான திறன் அவர்களிடம் இல்லாமல் போவது, அவர்களால் சாதனையாளர்களாக ஆக முடியாதபடி செய்துவிடுகிறது. பிற சமயங்களில், தோல்வி குறித்த பயமோ, அல்லது வெளியில் இருப்பவர்கள்மீது அதிகப்படியாக சார்ந்திருக்கும் ஆரோக்கியமற்றப் பழக்கமோ, மக்கள் தங்கள் முயற்சியைக் கைவிடுவதற்குக் காரணமாக அமைந்துவிடுகின்றன. ஆனால் மேற்கூறப்பட்டக் கதைகளில் வருபவர்கள் ஒரு விஷயத்தை நமக்குத் தெளிவாக விளக்குகின்றனர்: விடாமுயற்சி என்பது ஒருவர் என்றேனும் ஒருநாள் மட்டுமோ அல்லது அதற்கடுத்த நாளுமோ கடைபிடிக்கும் ஒன்றல்ல; மாறாக, அது அன்றாடம் கடைபிடிக்கப்பட வேண்டிய ஒரு பண்புநலன். தினமும் அதற்கேற்ற நடவடிக்கைகள் மேற்கொள்ளப்பட வேண்டும். அதுதான் ஒவ்வொரு நாளையும் ஒரு மகத்துவமான நாளாக ஆக்குவதில் விடாமுயற்சியை ஒரு முக்கியப் பகுதியாக ஆக்குகிறது.

சிந்தனைக்காக

- அந்த வயதான முதியவர் சுட்டிக்காட்டியதுபோல, சிலர் தங்கள் கடந்தகாலத்திலேயே சிக்கிக் கிடப்பதால், இன்று அவர்களால் முயற்சிக்க முடியாமல் போய்விடுகிறது. “நான் மட்டும் . . .” என்ற வார்த்தைகளை நீங்கள் அடிக்கடிக் கூறுகிறீர்களா? இனி, “அடுத்த முறை” என்று கூறத் துவங்குங்கள்.
- 1 என்பது மிகக் குறைவான மதிப்பெண் என்றும், 10 என்பது மிக உயர்ந்த மதிப்பெண் என்றும் வைத்துக் கொண்டால், 1லிருந்து 10 வரையிலான அளவீட்டில், உங்கள் விடாமுயற்சிக்கு நீங்கள் 10 மதிப்பெண்களைக் கொடுப்பீர்களா? இல்லை என்றால், நீங்கள் 10 மதிப்பெண்களைப் பெறுவதிலிருந்து எது உங்களைத் தடுத்துக் கொண்டிருக்கிறது?
- தனிப்பட்ட பலவீனங்களையே நினைத்து வருந்திக் கொண்டிருப்பதோ, அல்லது அவற்றைக் கொண்டு நம் சுயமதிப்பைச் சீரழித்துக் கொள்வதோ மிகவும் சுலபம். நீங்கள் அதிகமாக சிந்திப்பது உங்கள் பலவீனங்களைப் பற்றியா அல்லது உங்கள் வலிமைகளைப் பற்றியா? உங்கள் தோல்விகளைப் பற்றியா அல்லது வெற்றிகளைப் பற்றியா?

வாழ்வின் பல்வேறு அம்சங்களை ஒருங்கிணைத்தல்

"நீங்கள் எப்படி இறக்கப் போகிறீர்கள் என்பதையோ, எப்போது இறக்கப் போகிறீர்கள் என்பதையோ உங்களால் ஒருபோதும் தேர்ந்தெடுக்க முடியாது. இக்கணத்தில் நீங்கள் எப்படி வாழப் போகிறீர்கள் என்பதை மட்டுமே உங்களால் தேர்ந்தெடுக்க முடியும்."

- ஜோஆன் பேஸ்

மன அழுத்தம், வேலைப் பளு, நீண்ட வேலை நேரம், சிவந்து போன கண்கள், சாப்பிட நேரமின்மை போன்ற அனைத்தும் ஒரே ஒரு விஷயததைத்தான் கூறுகின்றன: "எனக்கு ஒரு வாழ்க்கை தேவை." ஒவ்வொரு நாளையும் ஒரு மகத்துவமான நாளாக ஆக்குவதில் நாம் எதிர்கொள்கின்ற மாபெரும் சவால்களில் ஒன்று, நம்மீது சுமத்தப்படுகின்ற அதிகப்படியான எதிர்பார்ப்புகள்தான். நாம் தேர்ந்தெடுப்பதற்கு ஏகப்பட்ட விஷயங்களும், ஆனால் அவற்றைச் செய்வதற்கு மிகக் குறைவான நேரமும் இருப்பதுபோலத் தோன்றுகிறது. வாழ்விலிருந்து அதிகமானவற்றைப் பெறுவதற்கு, நமக்கு உண்மையிலேயே மிக முக்கியமான விஷயங்கள்மீது நம் கவனத்தைக் குவிப்பதன் மூலமும், நம்முடைய மனத்திற்கும் உடலுக்கும் புத்துணர்வு ஊட்டுவதற்கான வாய்ப்புகளைக் கைவசப்படுத்துவதன் மூலமும், வாழ்க்கையை எளிமையானதாக ஆக்குவதற்கான வழிகளை நாம் தேடிக் கண்டுபிடிக்க வேண்டும்.

வாழ்க்கையில் நம்மிடமிருந்து எதிர்பார்க்கப்படும் விஷயங்களை முறையாக ஒருங்கிணைப்பதற்கு நமக்கு உதவக்கூடிய கொள்கைகள் இவை:

- சமநிலை
- எளிமை
- புதுப்பிப்பு

19

சமநிலை

"இருபது வருடங்களில் முதன்முறையாக நானும் என் மனைவியும் இன்றிரவு ஒன்றாக அமர்ந்து உணவருந்தினோம்."

- ஜார்ஜ் வாஷிங்டனின் நாட்குறிப்பேட்டிலிருந்து

நீங்கள் திருமணமானவராக இருந்தாலும் சரி அல்லது திருமணமாகாதவராக இருந்தாலும் சரி, வேலையில் இருந்தாலும் சரி அல்லது பணியிலிருந்து ஓய்வு பெற்றிருந்தாலும் சரி, உங்கள் நேரத்தின்மீது வைக்கப்படும் எதிர்பார்ப்புகளுக்கு எல்லையே இல்லாததுபோலத் தோன்றக்கூடும். நமக்கு மிகவும் பிடித்த நபர்களுடன் செலவிடுவதற்கும், நமக்கு மிகுந்த மகிழ்ச்சியைக் கொண்டுவரக்கூடிய விஷயங்களைச் செய்வதற்கும் ஒரு நாளில் போதுமான நேரம் ஒருபோதும் இருப்பதில்லை. வாழ்வில் நாம் ஒரு சமநிலையை எப்போதும் தேடிக் கொண்டிருக்கிறோம்.

உண்மையில், வாழ்க்கையை வேவேகமாக வாழ்வதன் காரணமாக, அதை நாம் மகிழ்ச்சியாக அனுபவிக்கத் தவறிவிடுகிறோம். அடுத்தப் பணித்திட்டத்திற்குத் தயாராவதிலோ, அவசரமான மின்னஞ்சல்களுக்கு பதிலளிப்பதிலோ நாம் மும்முரமாக இருந்துவிடுவதால், நம்முடைய இன்றைய பொழுதுகளை நிதானமாகவும் மகிழ்ச்சியாகவும் அனுபவிக்க மறந்துவிடுகிறோம். இக்கருத்து, பின்வரும் மூன்று கதைகளிலும் ஒரு லேசான வருத்தத்தோடு விளக்கப்பட்டுள்ளது. அவற்றிலிருந்து நாம் பாடம் கற்றுக் கொண்டால், நம வாழ்க்கைக்கு சமநிலையைக் கொண்டு வருவதற்கும், அன்றாடம் நாம் மகிழ்ச்சியைக் கண்டுபிடிப்பதற்கும் அது உதவும்.

எஸ்கிமோவிடமிருந்து ஒரு பாடம்

கோந்த்ரான் த பான்சான்

நானும் ஒரு வயதான எஸ்கிமோவும், அவருடைய மனைவி மற்றும் சிறு வயது மகளுடன், நாய்களால் இழுக்கப்பட்ட ஒரு பனி வண்டியில் முப்பது நாட்களாக ஆர்க்டிக் பனியில் பயணித்துக் கொண்டிருந்தோம். கடுங்குளிர் மற்றும் பலத்தக் காற்றோடு கூடவே, எஸ்கிமோவின் மனப்போக்கையும் நான் தாங்கிக் கொள்ள வேண்டியிருந்தது என் பயணத்தை எனக்குக் கடினமானதாக ஆக்கியது.

எங்கள் பயணத்தை வேண்டுமென்றே தாமதப்படுத்துவதற்காக ஒவ்வொரு நாளும் இயற்கை எங்களுக்கு எதிராக சதி செய்து கொண்டிருந்தததோ என்று எனக்குத் தோன்றியது. ஒரு நாள், கடுமையான பனிப்புயல் வீசி, பனி வீடான இக்லூவினுள் எங்களைத் தஞ்சம் புக வைத்தது. இன்னொரு நாள், என்னுடன் வந்த எஸ்கிமோ குடும்பத்தினர் ஏதோ ஒரு மயக்கத்தில், அன்றைய நாளில் நல்ல வானிலை நிலவினாலும், முன்னேறிச் செல்வதற்கு பதிலாக, புதிதாக ஒரு இக்லூவைக் கட்டுவதற்காக நின்றனர்.

“கிங் வில்லியம் தீவைச் சென்றடைய இன்னும் எத்தனை நாட்கள் ஆகும்?” என்று நான் அந்த முதியவரிடம் பலமுறை கேட்டிருந்தேன். ஆனால் அவர் அதற்கு ஒருபோதும் நேரடியாக பதில் கூறியிருக்கவில்லை. எஸ்கிமோக்கள் கேள்விகளை விரும்புவதில்லை. கேள்விகள் கேட்பதை அவர்கள் மரியாதைக் குறைவாகக் கருதுகின்றனர். அவர்களைப் பொறுத்தவரை, வெள்ளையர்கள் மட்டுமே அப்படிப்பட்டக் கேள்விகளைக் கேட்பர். அதோடு, எஸ்கிமோக்கள் எளிதில் ஒரு விஷயத்தை உறுதிப்படுத்த மாட்டார்கள். “நாளைக்கு வானிலை எப்படி இருக்கும்?” என்று நீங்கள் அவரிடம் கேட்பதாக வைத்துக் கொள்வோம். எஸ்கிமோவிற்கு அதற்கான பதில் நிச்சயமாகத் தெரியும். ஆனால் அவர் மிகப் பணிவோடு, “மௌனா” (“எனக்குத் தெரியாது”) என்று பதிலளித்துவிட்டு, தன் நாய்களுடன் மும்முரமாக இருப்பதுபோலப் பாசாங்கு செய்வார். “உங்கள் கேள்விக்கு நான் ஏன் பதிலளிக்க வேண்டும்? என் பதில் சரியாக இருந்தால், அதனால் நான் அதிக புத்திசாலியாகிவிட மாட்டேன். ஒருவேளை என் பதில் தவறாகப் போனால், நான் ஒரு முட்டாளைப்போலத் தோன்றுவேன்!” என்று அதற்குப் பொருள்.

உறைந்து போயிருந்த கடலின்மீது, காலை மற்றும் மதிய வேளைகள் நெடுகிலும் நாங்கள் தொடர்ந்து பயணித்துக் கொண்டே இருந்தோம். ஒரு சிகரெட்டைப் பற்ற வைப்பதற்கோ அல்லது நாய்களின் கழுத்துப் பட்டைகளை சரி செய்வதற்கோ மட்டுமே நாங்கள் எப்போதாவது நின்றோம். ஒருநாள், தூரத்தில் நிலம் தெரிந்தது. நாங்கள் அதை அன்று அடைந்துவிடலாம் என்று நான் கணக்குப் போட்டேன். ஆனால் என் மனத்தில் நம்பிக்கை முளைத்த நேரத்தில், திடீரென்று ஒரு பலமான காற்று வீசியதில், எங்கள் முன்னே கடுமையான பனி சூழ்ந்து அந்த நிலத்தை எங்கள் பார்வையிலிருந்து மறைத்தது.

நாங்கள் மீண்டும் எங்கள் பயணத்தை நிறுத்தினோம். ஓஹுட்லெர்க் என்ற அந்த முதியவர், எந்த அவசரமும் இல்லாமல், மிகவும் நிதானமாக,

தன் மனைவியோடும் மகளோடும் ஏதோ பேசினார். என் தாய்நாடான பிரான்ஸிலும், ஒரு புயலை எதிர்கொள்ளும் ஒரு விவசாயி, தன்னுடைய ஏரை ஆய்வு செய்யும்போது இதே நிதானத்தோடுதான் செயல்படுவார்.

என் மனச்சோர்வை என்னால் பொறுத்துக் கொள்ள முடியவில்லை. "கிங் வில்லியம் தீவுக்கு நாம் எப்போது சென்றடைவோம் என்று நீங்கள் நினைக்கிறீர்கள்?" என்று நான் அந்த முதியவரிடம் மீண்டும் கேட்டேன். இம்முறை அவர் தன் பொறுமையின் விளிம்பில் இருந்தாரா, அல்லது உண்மையிலேயே அவருக்கும் கவலை ஏற்பட்டிருந்ததா என்று எனக்குத் தெரியவில்லை. அவர் தன் மனைவியை நோக்கித் திரும்பினார். அவர்களுக்கிடையே அமைதியாக ஏதோ ஒரு புரிதல் ஏற்பட்டதுபோலத் தோன்றியது.

பிறகு அவர் எனனிடம் வந்து, என்னை ஏறிட்டுப் பார்த்தார். பயமும் புத்திசாலித்தனமும் ஒரே நேரத்தில் கோலோச்சுகின்ற வேளையில் எஸ்கிமோக்கள் எப்படிப் பட்டும் படாமலும் கிட்டத்தட்டப் பதற்றமின்றியும் பேசுவார்களோ, அதேபோல அவர் பேசினார். "இந்த நாய்கள் நீங்கள் விரும்புவதுபோல நம்மை அழைத்துச் செல்லத்தானே செய்கின்றன?" என்று அவர் என்னிடம் கேட்டார்.

அங்கு அமைதி நிலவியது. அந்த நாய்கள் தம் தலைகளைத் திருப்பி என்னை ஏறிட்டுப் பார்த்தன. அந்த முதியவரின் மனைவியும் மகளும் வேறு எதிலோ மும்முரமாக இருந்ததுபோலப் பாசாங்கு செய்தனர். ஆனால் அவர்களுடைய ஒட்டுமொத்தக் கவனமும் என்மீதுதான் இருந்தது என்பதை நான் அறிந்தேன். அக்கணத்தில் எல்லாம் ஸ்தம்பித்துவிட்டதுபோல எனக்குத் தோன்றியது. எஸ்கிமோக்கள் தாங்கள் பதற்றமடையும் நேரங்களில் இப்படிப்பட்ட உணர்வை உங்களுக்குள் ஏற்படுத்துவர். மௌனத்தின் கனத்தை அதிகரிப்பது எப்படி என்பதை அவர்கள் தெரிந்து வைத்துள்ளனர். அவர்கள் அதோடு விட்டுவிடுவார்கள் என்று நினைக்கிறீர்களா? இல்லை, என் விஷயத்தில் அது எல்லை தாண்டிப் போயிருந்தது. இறுதியில், தன் சந்தேகங்களைத் தன்னிடமிருந்து களைய முடியாத அந்த முதியவர், "இந்த இழுவை வண்டி உங்களை வசதியாகத்தானே கூட்டி வருகிறது? இந்தக் கடலை மூடியிருக்கும் பனி நம் பயணம் நெடுகிலும் தொடர்ந்து நீடிப்பது குறித்து நீங்கள் மகிழ்ச்சியாக இல்லையா?" என்று என்னிடம் கேட்டார்.

அவன் என்னை மிகவும் வருத்ததோடு பார்த்தார். எளிமையும் அறிவும் தென்பட்ட அவருடைய கண்கள், என்னைப் புரிந்து கொள்ளவும் தம்மை எனக்குப் புரிய வைக்கவும் முயற்சித்துக் கொண்டிருந்தன.

"நீ ஏன் அவசரப்படுகிறாய்? நீ எங்கே போகத் தொடர்ந்து விரும்பிக் கொண்டே இருக்கிறாய்? நிகழ்காலம் வசீகரமானதாகவும் பிரம்மாண்டமானதாகவும் இருக்கும்போது, நீ ஏன் எதிர்காலத்தைப் பற்றியே எப்போதும் கவலைப்பட்டுக் கொண்டிருக்கிறாய்?" என்று அவை என்னிடம் கேட்டன.

அன்று அந்த முதியவர் எனக்கு ஒரு பாடத்தைக் கற்றுக் கொடுத்திருந்தார். அதை இன்றுவரை நான் மறக்கவில்லை. நாளைய தினத்தைப் பற்றிய கவலையில், இன்றைய தினத்தை நான் மெச்ச மறந்துவிட்டிருந்தேன். "கடந்தகாலத்தைப் பற்றி சிந்திப்பது அது குறித்துப் பின்வருத்தம் கொள்வதாகும்; எதிர்காலத்தைப் பற்றி சிந்திப்பது அதைக்

கண்டு பயப்படுவதாகும்," என்று யாரோ கூறியது அந்த முதியவரின் முன்னிலையில் என் நினைவிற்கு வந்தது. ஆனால் நிகழ்காலம்? அதுதான் நாம் புரிந்து கொள்ளக்கூடிய ஒரே யதார்த்தம், இல்லையா?

உங்கள் மனம் இவ்வுலகத்தைப் பற்றி என்ன நினைக்கிறதோ, உங்கள் உலகம் அதுபோலத்தான் இருக்கும். என்னைப் பொறுத்தவரை, ஆர்க்டிக் பகுதி என்னைத் திணறடிப்பதாக இருந்தது. ஆனால் எஸ்கிமோக்களுக்கு அது ஒரு மாபெரும் சாம்ராஜ்யமாக இருந்தது. அவர்கள் அதன் அரசர்களைப்போல இருந்தனர். என்னைப் பொறுத்தவரை, ஆர்க்டிக் பனி எனக்கு வெறுப்பூட்டுவதாக இருந்தது. ஆனால் அவர்கள் அதை ஓர் ஆசீர்வாதமாகவும் ஒரு புனிதப் பரிசாகவும் கருதினர். வாழ்வின் ஆயிரக்கணக்கான பரிமாணங்களிலிருந்து, வருத்தத்திற்கும் நம்பிக்கைக்கும் இடையே ஒன்றைத் தேர்ந்தெடுப்பதற்கான சுதந்திரம் நமக்கு இருக்கிறது.

இயற்கை எழில் கொஞ்சும் அழகான நிலப்பரப்புகளைக் கண்டுகொள்ளாமல் விட்டுவிட்டு, வாழ்க்கை எனும் நெடுஞ்சாலை வழியாக நாம் வேகவேகமாகப் பயணிக்கிறோம். "நமக்குப் பிடித்த விஷயங்களில் செலவிடுவதற்கும் நிதானமாக சிந்திப்பதற்கும் நம்மிடம் நேரம் மிச்சமிருப்பதுதான் உண்மையான ஆடம்பரம்," என்று யாரோ சொல்லி நான் கேள்விப்பட்டிருக்கிறேன். எதிர்காலத்தில் பட்டினியும் மரணமும் ஏற்படுவதற்கான சாத்தியம் நம்மைப்போலவே எஸ்கிமோக்களுக்கும் இருக்கிறது என்றாலும், அவர்கள் தாங்கள் விரும்பும் நேரத்தில் ஓய்வெடுக்கின்றனர். எனவே, மரணம் அவர்களைத் தேடி வரும்போது, நிகழ்காலத்தில் அவர்கள் மகிழ்ச்சியாக இருப்பதால், எந்தப் பின்வருத்தமும் இல்லாமல் அவர்கள் மரணத்தைத் தழுவுகின்றனர்.

அந்த முதிய எஸ்கிமோ தன்னுடைய அறிவார்ந்த கண்களால் என்னிடம் பேசியதிலிருந்து, ஆர்க்டிக்கில் என் ஆன்மா எவ்வளவு பாதிக்கப்பட்டிருந்தது என்பதை நான் தெரிந்து கொண்டுள்ளேன். நாளைய தினம் என்ற ஒன்று இருக்கப் போவதில்லை என்பதுபோல நினைத்துக் கொண்டு ஒவ்வொரு நாளையும் வளமானதாக ஆக்க நான் கற்றுக் கொண்டுள்ளேன். எதிர்காலத்தில் ஏற்படக்கூடிய எதுவொன்றாலும் இப்போது என்னிடமுள்ள எதையும் மாற்றிவிட முடியாது.

அந்த நீண்ட பயணம் முடிந்து நான் வான்கூவர் நகரத்திற்குத் திரும்பியபோது, என்னிடம் குறைவான நேரமே இருந்ததுபோல, நான் என் காரில் என் ஹோட்டலை நோக்கி வேகவேகமாகப் பயணித்துக் கொண்டிருந்ததை நான் உணர்ந்தேன். திடீரென்று நான் சாலையில் நடுவே என் வண்டியை நிறுத்தினேன். எல்லாத் திசைகளிலிருந்தும் ஹாரன் ஒலிகள் வந்தன. ஆனால் அவை என் காதுகளில் விழவில்லை. ஆர்க்டிக்கில் என்னை வழிநடத்திய முதியவர் எனக்கு எதிரே நின்று, தன் அறிவார்ந்த, கேள்வி எழுப்பிய கண்களால் என்னைக் கண்காணித்துக் கொண்டிருந்ததுபோலவும், தன் நாய்கள் நன்றாக இழுத்துச் செல்லவில்லையா என்றும், பனியானது இறைவன் கொடுத்த ஒரு பரிசு இல்லையா என்றும் என்னிடம் கேட்பதுபோலவும் எனக்குத் தோன்றியது.

அப்போது நான் வாய்விட்டுச் சிரித்தேன். "நாம் எப்பேற்பட்ட முட்டாள்கள்!" என்று எனக்குள் நினைத்துக் கொண்டேன். இன்னும் நான் அப்படித்தான் நினைக்கிறேன்.

நாம் இந்த பூமியில் எந்த மூலையில் வாழ்ந்து கொண்டிருந்தாலும் சரி, நம் பகல்களும் இரவுகளும் மேலும் மேலும் குறுகிக் கொண்டே வருவதுபோலத் தோன்றும் அளவுக்கு இன்றைய உலகம் மிக வேகமாகச் சுழன்று கொண்டிருக்கிறது. ஒரு முழுநிலவின் அழகை ரசித்து மகிழ்வதற்கு முன், சூரியன் மீண்டும் உதயமாகிவிடுகிறது. நாம் நம்முடைய அடுத்த சந்திப்புக்கூட்டங்களையும் வேலைகளையும் துரத்திக் கொண்டு ஓடத் தொடங்கிவிடுகிறோம். இன்றைய தினத்தை மகிழ்ச்சியாக அனுபவிக்க முடியாத அளவுக்கு வாழ்க்கையை அவசர அவசரமாக வாழ்ந்துவிடுவது மிகவும் சுலபம். ஒவ்வொரு நாளையும் ஒரு மகத்துவமான நாளாக ஆக்குகின்ற மக்களும் ஓர் அவசரமான உலகில் வாழக்கூடும். ஆனால், நிகழ்காலத்தில் வாழ்வதற்கும் அதை மகிழ்ச்சியாக அனுபவிப்பதற்கும் கற்றுக் கொள்வதன் மூலம், அவர்கள் தங்கள் மனங்களின் வானிலையைத் தீர்மானிக்கின்றனர், வாழ்வின் புயல்களிலிருந்து தப்பிப் பிழைக்கின்றனர்.

ரோஜாக்களை முகர்ந்து பார்ப்பதற்கும் அதை மகிழ்ச்சியாக ரசித்து அனுபவிப்பதற்கும் நேரத்தை ஒதுக்கிக் கொள்வது கடினம்தான். கட்டுரையாளரும் அறிவுரையாளருமான எர்மா பாம்பெக், தன் வாழ்க்கையைத் திரும்பிப் பார்த்து, தான் வித்தியாசமாகச் செய்திருந்தால் சிறப்பாக இருந்திருக்குமே என்று தான் அங்கலாய்த்துக் கொண்ட ஒருசில விஷயங்களைப் பின்வரும் கட்டுரையில் விவரிக்கிறார்.

என் வாழ்க்கையை மீண்டும் முதலிலிருந்து என்னால் வாழ முடிந்தால்

எர்மா பாம்பெக்

அன்றொரு நாள், நான் என் வாழ்க்கையை மீண்டும் முதலிலிருந்து வாழ வேண்டியிருந்தால், நான் எதையேனும் மாற்றுவேனா என்று யாரோ ஒருவர் என்னிடம் கேட்டார்.

"இல்லை," என்று நான் பதிலளித்தேன். ஆனால் சிறிது நேரம் கழித்து, அதைப் பற்றி நான் சிந்திக்கத் தொடங்கினேன் . . .

நான் என் வாழ்க்கையை மீண்டும் முதலிலிருந்து வாழ வேண்டியிருந்தால், நான் குறைவாகப் பேசியிருப்பேன், அடுத்தவர்கள் பேசியதை அதிகமாகக் காதுகொடுத்துக் கேட்டிருப்பேன்.

என் வீட்டுத் தரையில் விரிக்கப்பட்டக் கம்பளம் கறைபடிந்திருந்தாலும், என் வரவேற்பறை அறைக்கலன்களின் நிறம் மங்கியிருந்தாலும், என் தோழிகளை என் வீட்டில் இரவு விருந்திற்கு அழைத்திருப்பேன்.

வரவேற்பறையில் இருந்த குளிர்காயும் இடத்தில் யாரேனும் நெருப்பு மூட்ட விரும்பியபோது, புகையையும் தூசியையும் பற்றிக் கவலைப்படாமல், நான் மகிழ்ச்சியாக வேர்க்கடலையைக் கொறித்துக் கொண்டிருந்திருப்பேன்.

என் தாத்தா தன் இளமைக்காலத்தைப் பற்றி வாய் ஓயாமல் பேசியதைக் கேட்க நான் நேரம் ஒதுக்கியிருப்பேன்.

என் சிகையலங்காரம் கலைந்துவிடும் என்பதால் காரின் கண்ணாடி சன்னல்களை இறக்கிவிடக்கூடாது என்று நான் ஒருபோதும் வற்புறுத்தியிருக்க மாட்டேன்.

ஒரு ரோஜாவின் வடிவத்தில் செதுக்கப்பட்ட ஓர் இளஞ்சிவப்பு நிற மெழுகுவர்த்தி, ஏற்றப்படாமலேயே என் அலமாரியில் உருகிக் கரைந்து போவதற்கு பதிலாக, அதை நான் என் வீட்டில் ஏற்றி அழகு பார்த்திருப்பேன்.

ஆடைகளில் புல்லின் கறை ஒட்டிவிடுமோ என்று கவலைப்படாமல், என் குழந்தைகளுடன் என் வீட்டுப் புல்வெளியில் அமர்ந்திருப்பேன்.

தொலைக்காட்சி நிகழ்ச்சிகளைப் பார்த்து அழுது கொண்டும் சிரித்துக் கொண்டும் இருந்ததற்கு பதிலாக, வாழ்க்கையைப் பார்த்து நான் அதிகமாக அழவும் சிரிக்கவும் செய்திருப்பேன்.

என் கணவர் சுமந்த பொறுப்புகளை இன்னும் அதிகமாக நான் அவருடன் பகிர்ந்து கொண்டிருப்பேன்.

நான் நோய்வாய்ப்பட்டிருந்தபோது, நான் படுத்துவிட்டால் உலகமே நின்றுவிடும் என்று பாசாங்கு செய்வதற்கு பதிலாக, என் படுக்கைக்குச் சென்று ஓய்வெடுத்திருப்பேன்.

நான் கருவுற்றிருந்தபோது, ஒன்பது மாதங்கள் எப்படியாவது ஓடிவிடாதா என்று ஏங்கியதற்கு பதிலாக, ஒவ்வொரு கணத்தையும் நான் பொக்கிஷமாகப் போற்றியிருப்பேன்; எனக்குள் வளர்ந்து கொண்டிருந்த அற்புதம் மட்டும்தான், ஓர் அதிசயத்தை நிகழ்த்துவதில் கடவுளுக்கு உதவுவதற்கு என் வாழ்வில் எனக்குக் கிடைத்த ஒரே வாய்ப்பு என்பதை நான் உணர்ந்திருப்பேன்.

என் குழந்தை என்னிடம் ஓடி வந்து என் கன்னத்தில் முத்தமிட்டபோது, "இதெல்லாம் பிறகு பார்த்துக் கொள்ளலாம். முதலில் கைகால் கழுவிவிட்டு சாப்பிட வா," என்று நான் ஒருபோதும் கூறியிருக்க மாட்டேன்.

'நான் உன்னை நேசிக்கிறேன்,' 'என்னை மன்னித்துவிடு' போன்ற சொற்றொடர்களை நான் அதிகமாகப் பயன்படுத்தியிருப்பேன். ஆனால் முதலிலிருந்து வாழ்வதற்கு எனக்கு இன்னொரு வாய்ப்பு வழங்கப்பட்டால், ஒவ்வொரு நிமிடத்தையும் நான் என் கைவசப்படுத்தி, அதை நன்றாகப் பார்த்து, மகிழ்ச்சியாக வாழ்ந்து அனுபவிப்பேன். அதை நான் ஒருபோதும் திருப்பித் தர மாட்டேன்.

வாழ்க்கையை இன்னும் சிறிது அனுபவிப்பதற்குத் தாங்கள் சற்று நிதானித்திருக்கலாம் என்ற ஏக்கக் குரல்தான் எர்மா பாம்பெக்கின் எழுத்துக்களிலிருந்தும் எனக்குத் தெரிந்த பலரின் பேச்சுகளிலிருந்தும் எனக்குக் கேட்கிறது. தங்கள் பொருட்களைவிடத் தங்கள் உறவுகளுக்குத் தாங்கள் முன்னுரிமை கொடுத்திருக்க வேண்டும், தங்கள் கடிகாரங்களுக்கு பதிலாகத் தங்கள் குறிக்கோள்களுக்குத் தாங்கள் முன்னுரிமை கொடுத்திருக்க வேண்டும் என்று அவர்கள் நினைக்கின்றனர். வெறுமனே செயற்திறனின்மீதும் பணத்தின்மீதும் மட்டுமே கவனம் செலுத்தி வாழ்வதற்கு நீங்கள் நிச்சயமாக ஒரு விலையைக் கொடுத்தாக வேண்டியிருக்கும்.

தங்கள் வேலைக்கும் தங்கள் குடும்பத்தினரின் எதிர்பார்ப்புகளுக்கும் இடையே நடைபெறும் போராட்டத்தில்தான் சமநிலையின்மையின் அழுகுரல்களை மக்கள் அதிகமாகக் கேட்கின்றனர், அதிகப்படியான வேதனைகளை அனுபவிக்கின்றனர்.

ஒவ்வொரு செங்கலாக

பில் ஷோர்

நான் பல வருடங்களாக அரசியலில் பணியாற்றினேன். அந்த வேலையில் நான் நீண்டநேரம் செலவிட வேண்டியிருந்தது, அதிகமாகப் பிரயாணம் செய்ய வேண்டியிருந்தது. எடுத்துக்காட்டாக, அமெரிக்க செனட்டரான பாப் கெரி, 1992ல் அதிபர் பதவிக்குப் போட்டியிட்டபோது அவருடைய பிரச்சாரத்தில் நான் உதவினேன். அந்த மும்முரமான நேரத்தில், என் மனைவி போனியையும், என் இளம் குழந்தைகள் ஜாக் மற்றும் மாலியையும் நான் பல நாட்கள் பார்க்க முடியாதபடி ஆனது.

அந்தப் பிரச்சாரம் முடிந்து நான் என் வீட்டிற்கு வந்தபோது, வேலையையும் குடும்பத்தையும் சமநிலையில் வைத்துக் கொள்வதைப் பற்றியும், குழந்தைகளுக்குத் தங்கள் தந்தையிடமிருந்து உண்மையிலேயே என்ன வேண்டும் என்பது பற்றியும், சுவர்களை எழுப்புவது மற்றும் தகர்ப்பதைப் பற்றியும் ஒரு முக்கியமான பாடத்தைக் கற்றேன்.

மாலிக்கு மூன்று வயது ஆவதற்கு ஒருசில நாட்களுக்கு முன்பு, செனட்டருடன் தொடர்ச்சியாகப் பல நீண்ட பயணங்களை மேற்கொண்டுவிட்டு நான் வீடு திரும்பியிருந்தேன். அவற்றில் சில பயணங்கள் ஆறேழு நாட்கள்கூட நீடித்தன. மாற்று உடைகளை எடுத்துக் கொள்வதற்கு மட்டுமே நான் வீட்டிற்கு வந்தேன்.

இந்த நிலையில், மாலியும் நானும் ஒரு பேரங்காடிக்குச் சென்றுவிட்டு என் காரில் வீடு திரும்பிக் கொண்டிருந்தபோது, காரின் பின்னிருக்கையில் இருந்த அவள், "அப்பா, உங்கள் வீடு எந்தத் தெருவில் இருக்கிறது?" என்று என்னிடம் கேட்டாள்.

அவள் கூறியது என் காதுகளில் சரியாக விழவில்லை என்று நினைத்துக் கொண்டு, "என்ன?" என்று நான் அவளிடம் கேட்டேன்.

"உங்கள் வீடு எந்தத் தெருவில் இருக்கிறது?"

அது என்னை உறைய வைத்த ஒரு கணம். நான் அவளுடைய தந்தை என்பதையும், நானும் அவளுடைய தாயாரும் கணவன்—மனைவி என்பதையும் அவள் அறிந்திருந்தாலும், தான் வாழ்ந்த அதே வீட்டில்தான் நானும் வாழ்ந்தேன் என்று அவளுக்குத் தெரியவில்லை.

நாங்கள் எல்லோரும் ஒரே வீட்டில்தான் வசித்தோம் என்று அவளை என்னால் நம்ப வைக்க முடிந்தாலும், தன் வாழ்வில் நான் வகித்த இடம் குறித்து அவள் எப்போதும் நிச்சயமின்றியே இருந்தாள். அந்த சந்தேகம் பல வழிகளில் வெளிப்பட்டது. அவளுடைய காலில் ஏதேனும் சிராய்ப்பு ஏற்பட்டால், அவள் தன் தாயிடம்தான் ஓடினாளே தவிர, என்னிடம் வரவில்லை. பள்ளியில் யாரேனும் ஏதோ கேட்டதை இவள் ஒட்டுக்

கேட்டிருந்தால், எவ்வளவு நேரமானாலும் சரி, அதைப் பற்றிக் கேட்பதற்கு அவள் தன் தாயார் வரும்வரை காத்திருந்தாள்.

மாலியுடன் நான் அதிக நேரம் செலவிட வேண்டும் என்பதோடு மட்டுமல்லாமல், அதை வித்தியாசமாகவும் செலவிட வேண்டும் என்பதை நான் உணர்ந்தேன். அவள் என்னிடமிருந்து விலகிச் சென்று கொண்டிருந்ததை நான் எவ்வளவு அதிகமாக உணர்ந்தேனோ, நீச்சல் குளத்திற்குச் செல்வது, திரைப்படங்களுக்குச் செல்வது போன்ற திட்டவட்டமான விஷயங்களை அவ்வளவு அதிகமாக நான் அவளுடன் சேர்ந்து செய்ய முயற்சித்தேன்.

மாலியுடன் சேர்ந்து செய்வதற்கு, திட்டமிடப்பட்ட நடவடிக்கைகள் எதுவும் இல்லாத நாட்களில், நான் வழக்கம்போல என் வேலையில் மூழ்கினேன். நேரத்தை அதிகபட்சமாகப் பயன்படுத்திக் கொள்வதற்கும் ஆக்கப்பூர்வமாக இருப்பதற்கும் வேலையில் மூழ்கிவிடுவது புத்திசாலித்தனமானதாக எனக்குத் தோன்றியது.

தன் நேரத்தில் ஒரு நொடிகூட வீணாகிவிடக்கூடாது என்பதற்காகத் தன் உதவியாளரை அழைத்து சிகிச்சைக்குத் தன் நோயாளிகளைத் தயார்படுத்தச் செய்துவிட்டு, எல்லாம் தயார் நிலையில் இருக்கும்போது சிகிச்சையறைக்குள் நுழையும் ஒரு பல் மருத்துவரைப்போல, இரவில் மாலி தூங்குவதற்கு முன் அவளுக்குக் கதைகள் படித்துக் காட்டுவதற்கான வேளை வந்தபோது, என் மனைவி அவளுக்குப் பல் தேய்த்து, அவளைக் குளிப்பாட்டி, அவளுக்கு உடை மாற்றி, அவளைப் படுக்கைக்கு அனுப்பிவிட்டு எனக்குக் குரல் கொடுத்தப் பிறகு, குறித்த நேரத்தில் நான் மாலியின் அறைக்குச் சென்றேன். நான் அந்தப் பல் மருத்துவரைப்போல நடந்து கொண்டதுபோலத்தான் எனக்குத் தோன்றியது. மாலிக்கும் அதுபோலத்தான் தோன்றியிருக்க வேண்டும் என்று நான் நினைத்துக் கொண்டேன்.

கோடைக்காலத்தில் ஒரு மாலைப் பொழுதில், ஒரு திருப்புமுனை ஏற்பட்டது. எங்கள் வீட்டின் பின்முற்றத்தில் ஒரு ரகசிய மறைவிடத்தைக் கட்டுவதற்கு மாலி கடுமையாக உழைத்துக் கொண்டிருந்தாள். ஆனால் மெல்லிய கற்பலகைகளைக் கொண்டு அவள் கட்டிய சுவர் மீண்டும் மீண்டும் இடிந்து விழுந்து கொண்டே இருந்தது அவளுக்கு வெறுப்பூட்டியது. சில சமயங்களில் தன் பக்கத்து வீட்டு நண்பர்களுடனும், மற்ற சமயங்களிலும் தனியொருத்தியாகவும் அவள் பல நாட்களாக இந்த மறைவிடத்தைக் கட்டி முடிக்க முயற்சித்துக் கொண்டிருந்தாள். கடைசியாக இன்னொரு முறை அவளுடைய சுவர் இடிந்து விழுந்து பலகைகள் நொறுங்கியபோது, அவள் கண்ணீருடன் என்னிடம் ஓடி வந்தாள்.

“மாலி, உன் சுவரைக் கட்டுவதற்கு என்ன வேண்டும் என்று எனக்குத் தெரியும்,” என்று நான் கூறினேன்.

“என்ன?”

“உனக்கு அறுபது செங்கற்கள் தேவை.”

“நம்மிடம் அறுபது செங்கற்கள் இல்லையே!”

“ஆனால் கடைக்குச் சென்று நம்மால் வாங்க முடியும், இல்லையா?”

“எந்தக் கடை?”

“நீ போய் உன் காலணிகளை அணிந்து கொண்டு நம் காரில் ஏறிக் கொள். நான் உன்னை அந்தக் கடைக்கு அழைத்துச் செல்கிறேன்.”

நான்கு மைல்கள் தொலைவில் இருந்த ஒரு கடைக்கு நாங்கள் சென்றோம். அவளுக்குத் தேவையான செங்கற்களைக் கண்டுபிடித்து, ஒரு நேரத்தில் ஒருசில செங்கற்கள் என்ற கணக்கில், அங்கிருந்த ஒரு பெரிய, தட்டையான வண்டியில் நான் அவற்றை ஏற்றத் தொடங்கினேன். செங்கற்கள் கனமாகவும் சொரசொரப்பாகவும் இருந்தன. அவற்றை அந்த வண்டியில் ஏற்றி, பிறகு அதிலிருந்து என் காருக்கு மாற்றி, பிறகு மீண்டும் வீட்டில் அவற்றை இறக்கி வைக்க வேண்டும் என்பதை நினைத்தவுடன் எனக்கு மலைப்பாக இருந்தது.

"அப்பா, நான் அவற்றை வண்டியில் ஏற்றுகிறேன்! தயவு செய்து என்னை அனுமதியுங்கள்!" என்று மாலி கெஞ்சினாள்.

நான் அவளை அதற்கு அனுமதித்தால், அன்று இரவு முழுதும் நாங்கள் அங்குதான் இருக்க வேண்டும். ஒரு செங்கலைத் தூக்குவதற்கு அவள் தன் இரண்டு கைகளையும் பயன்படுத்த வேண்டியிருக்கும். நான் என் கைக்கடிகாரத்தைப் பார்த்தேன். பிறகு நான் என்னைக் கட்டுப்படுத்திக் கொண்டு பொறுமையாக இருந்தேன்.

"மாலி, அவை கனமாக இருக்கின்றன."

"அப்பா, தயவு செய்து இந்த ஒரு முறை என்னை இதற்கு அனுமதியுங்கள்," என்று அவள் மீண்டும் கெஞ்சியபடியே, அந்தச் செங்கல் குவியலை நோக்கி ஓடிச் சென்று, ஒவ்வொரு செங்கலாகத் தன் கையால் எடுத்து அந்த வண்டிக்குள் அடுக்கினாள்.

அந்த வேலை முடிவதற்கு அன்று இரவு முழுதும் ஆகவிருந்ததாக எனக்கு நானே சலித்துக் கொண்டேன்.

மாலி மீண்டும் அந்தக் குவியலை நோக்கி ஓடிச் சென்று, இன்னொரு செங்கலை கவனமாக எடுத்தாள். அவள் நிதானமாக ஒவ்வொன்றாகத் தேர்ந்தெடுத்தாள்.

அவள் இதை அன்று இரவு முழுதும் செய்ய விரும்பினாள் என்பதை அப்போதுதான் நான் உணர்ந்தேன்.

நாங்கள் இருவரும் இப்படித் தனியாகச் செலவிட்டக் கணங்கள் அரிதாகவே இருந்தன. நானும் அவளுடைய அண்ணன் ஜாக்கும் சேர்ந்து இரவு வெகுநேரம் கழித்து வழக்கமாக இந்த வகையான நடவடிக்கைகளில்தான் ஈடுபட்டோம். ஆனால் நாங்கள் இருவரும் வழக்கமான ஆண்கள் பாணியில், கிடுகிடுவென்று செங்கற்களை அடுக்கிவிட்டு, சுவரைக் கட்டியெழுப்பப் போய்விடுவோம். ஆனால் மாலியோ, இக்கணம் தொடர்ந்து நீடிக்க வேண்டும் என்று விரும்பினாள்.

நான் அங்கிருந்த ஒரு மரப்பலகையின்மீது சாய்ந்து நின்று, ஒரு முறை ஆழமாக சுவாசித்து என்னை ஆசுவாசப்படுத்திக் கொண்டேன். செங்கற்களைப் பொறுமையாகத் தேர்ந்தெடுத்து, அவற்றை ஒவ்வொன்றாகவும் நிதானமாகவும் அந்தத் தட்டையான வண்டியில் ஏற்றிக் கொண்டிருந்த மாலி, என்னிடம் பேசத் துவங்கினாள். அந்தச் செங்கற்களைக் கொண்டு தான் கட்டவிருந்த ரகசிய மறைவிடத்தைப் பற்றியும், தன் பள்ளிக்கூடத்தைப் பற்றியும், தன் தோழிகளைப் பற்றியும், தான் சேரவிருந்த குதிரையேற்றப் பயிற்சி வகுப்புகளைப் பற்றியும் அவள் என்னிடம் விலாவாரியாகக் கூறினாள். அப்போதுதான் என் மூளைக்கு ஒரு விஷயம் உறைத்தது: நாங்கள் ஒரு சுவரைக் கட்டியெழுப்புவதற்காக அந்தக் கடையில் செங்கற்களை வாங்கிக் கொண்டிருந்தோம் என்றாலும்கூட, உண்மையில், என்னை என்

மகளிடமிருந்து பிரிக்கப் போவதாக என்னை அச்சுறுத்திக் கொண்டிருந்த சுவரை நாங்கள் இருவருமாகச் சேர்ந்து ஒவ்வொரு செங்கலாகத் தகர்த்துக் கொண்டிருந்தோம்.

அன்றிலிருந்து, என் மனைவிக்கு ஏற்கனவே தெரிந்த பல விஷயங்களை நான் கற்று வந்துள்ளேன். மாலி பார்க்க விரும்பிய தொலைக்காட்சி நிகழ்ச்சி எனக்குப் பிடிக்காவிட்டாலும்கூட அவளுடன் சேர்ந்து அதை எவ்வாறு பார்ப்பது, அவளுடன் இருக்கும்போது என் கையில் செய்தித்தாளோ அல்லது பத்திரிகையோ இல்லாமல் எப்படி அவள்மீது ஒருமித்தக் கவனம் செலுத்துவது போன்றவை எனக்குப் புதிதாக இருந்தாலும், அவற்றை நான் பழகிக் கொண்டேன். நான் அவளுக்குக் கொடுக்கும் பொருட்களுக்காகவோ, அவளை அழைத்துச் செல்லும் இடங்களுக்காகவோ, நாங்கள் இருவரும் சேர்ந்து செய்யக்கூடிய காரியங்களுக்காகவோ அவள் என்னை விரும்பவில்லை. மாறாக, அவள் என்னை எனக்காக விரும்புகிறாள்.

நம்முடைய நாட்கள் மின்னல் வேகத்தில் ஓடி மறைந்துவிடுகின்றன. வேலை, நண்பர்கள், பொழுதுபோக்குகள், குடும்பம் ஆகியவற்றுக்கு இடையே ஒரு சமநிலையைக் கண்டுபிடிப்பது ஒரு சவாலாக இருக்கிறது. குறிப்பாக, குடும்பத்தினருடன் நேரம் செலவிடுவது மிகக் கடினமானதாக இருக்கிறது. ஆனால் மேற்கூறப்பட்டக் கதையில் வந்த தந்தை கற்றுக் கொண்டதைப்போல, சமநிலை தானாக நிகழ்வதில்லை. அது ஒவ்வொரு செங்கலாக, ஓவ்வோர் உரையாடலாக உருவாக்கப்பட வேண்டும்.

ரத்தினச்சுருக்கமாக

நாம் விலங்குகள் அல்ல. நாம் விழிப்புணர்வு கொண்ட மனிதர்கள். நமக்கு நிகழும் விஷயங்களுக்கும், அவற்றுக்கு நாம் அளிக்கும் செயல்விடைகளுக்கும் இடையே ஓர் இடைவெளி இருக்கிறது. நம் செயல்விடைகளைத் தேர்ந்தெடுப்பதற்கான சக்தியும் சுதந்திரமும் அந்த இடைவெளியில்தான் இருக்கின்றன. நம்முடைய வளர்ச்சியும் நம்முடைய மகிழ்ச்சியும் அந்தத் தேர்ந்தெடுப்புகளில்தான் உள்ளன. இந்த உள்நோக்கை, பல வருடங்களுக்கு முன்பு ஹவாய் மாநிலத்தில் ஒரு நூலகத்தில் பல புத்தக அலமாரிகளை நான் அலசியபோது எனக்குக் கிடைத்த ஏதோ ஒரு புத்தகத்திலிருந்து நான் கற்றேன். அது என்னுடைய எஞ்சிய வாழ்நாளின்மீதும், என் வேலையின்மீதும், என் எழுத்துப் படைப்புகள்மீதும் ஓர் ஆழமான தாக்கத்தை ஏற்படுத்தியது. அந்த உள்நோக்கு இந்தப் புத்தகத்தின் அடித்தளத்திலும் இடம்பெற்றுள்ளது. நம் வேகமான ஓட்டத்தை ஒரு கணம் நிறுத்திவிட்டு, நம்மால் சிந்தித்துப் பார்க்க முடியும். பிறகு, நமக்கு எது மிகவும் முக்கியம் என்பதைத் தீர்மானித்துக் கொண்டு, அவசரமான, ஆனால் உண்மையிலேயே முக்கியமற்றவற்றை நம்மால் பிரித்தெடுக்க முடியும். பல்வேறு தருணங்களில் பல்வேறு காரணங்களுக்காக நம் சமநிலையை நாம் இழக்கக்கூடும் என்றாலும், இறுதியில், நம் வாழ்வால் ஓர் ஆழமான, உள்ளார்ந்த சமநிலையைப் பிரதிபலிக்க முடியும். இதற்கு நாம் நம்மை மீண்டும் கண்டுபிடிக்க வேண்டும். விலங்குகளுக்கு இத்திறன் இல்லை. இதைச் செய்வதற்குச் சிறந்த வழி, முதலில் முன்னுரிமைகளை

அட்டவணைப்படுத்திக் கொண்டு, குறைந்த முக்கியத்துவம் வாய்ந்த மற்ற வேலைகளை, கிடைக்கும் இடைப்பட்ட நேரங்களில் செய்து கொள்வதுதான். உங்கள் அட்டவணைக்கு முன்னுரிமை கொடுப்பதற்கும், உங்கள் முன்னுரிமைகளை அட்டவணையிடுவதற்கும் இடையே ஒரு குறிப்பிடத்தக்க வேறுபாடு இருக்கிறது.

சிந்தனைக்காக

- உங்களுடைய நிகழ்காலத்தில் நீங்கள் மகிழ்ச்சியைக் கண்டுபிடிக்கிறீர்களா அல்லது எதிர்காலத்தில் நிகழவிருக்கும் ஏதோ ஒரு சம்பவத்தில் மகிழ்ச்சியைக் கண்டுபிடிப்பதற்காகக் காத்துக் கொண்டிருக்கிறீர்களா? உங்களுக்கு அளப்பரிய மகிழ்ச்சியைக் கொண்டுவரக்கூடிய எந்தக் காரியத்தை இன்று உங்களால் செய்ய முடியும்?
- சமநிலை என்பது நம் குடும்பத்தினருடனும் நம் வேலையிலும் நம் நண்பர்களுடனும் இன்னும் பலவற்றுடனும் நாம் சம அளவில் நேரத்தைச் செலவிடுவது என்று பொருள்படாது. மாறாக, நம்முடைய அட்டவணைகளில் இவற்றுக்கு ஒரு முறையான விகிதத்தை நாம் கண்டுபிடிக்க வேண்டும், இவற்றை ஒருங்கிணைக்க வேண்டும் என்பதுதான் அதற்குப் பொருள். அதைக் கருத்தில் கொண்டு பார்த்தால், உங்கள் வாழ்கை எந்த அளவுக்கு சமநிலையுடன் இருக்கிறது? நீங்கள் உங்கள் வாழ்வின் ஏதாவது சில பகுதிகளில் மூச்சுத் திணறிக் கொண்டிருக்கிறீர்களா?
- அளவுக்கதிகமாகத் தொலைக்காட்சி பார்ப்பது, அளவுக்கதிகமாகத் தூங்குவது போன்ற, நீங்கள் சமநிலையுடன் இருப்பதிலிருந்து உங்கள் கவனத்தைச் சிதறடிக்கின்ற சோம்பேறித்தனமான பழக்கங்களோ அல்லது பொழுதுபோக்குகளோ உங்கள் வாழ்வில் உள்ளனவா? நீங்கள் அவற்றுக்கு எல்லைகளை வகுக்க வேண்டியுள்ளதா?

20

எளிமை

"ஒரு நேரத்தில் ஒரு விஷயத்தை மட்டுமே என்னால் செய்ய முடியும். ஆனால் ஒரே நேரத்தில் பல விஷயங்களைச் செய்வதை என்னால் தவிர்க்க முடியும்."

- ஆஷ்லீ பிரில்லியன்ட்

பிரபல அறிவியலறிஞரான ஐசக் நியூட்டன் ஏன் புகைபிடிப்பதில்லை என்று அவரிடமே கேட்கப்பட்டபோது, "நான் புதிய தேவைகள் எதையும் கைவசப்படுத்த விரும்பவில்லை," என்று அவர் பதிலளித்தார். தங்கள் வாழ்க்கையை எவ்வாறு குழப்பமின்றியும் எளிமையாகவும் வைத்துக் கொள்ள வேண்டும் என்பதை நியூட்டனும் பிற வெற்றிகரமான மக்களும் அறிந்துள்ளனர். ஆனால் எளிமை அரிதாகவே கடைபிடிக்கப்படுகிறது.

எளிமையைப் பற்றி சிந்திக்கும்போது, ஹென்றி டேவிட் தோரேரோவின் மிகச் சிறந்த இலக்கியப் படைப்பான 'வால்டன்' நம் நினைவுக்கு வருகிறது. ஒன்றரை நூற்றாண்டுகளுக்கும் முன்பாக எழுதப்பட்ட அக்காவியம், இன்றுகூட நம் கருத்தைக் கவர்கிறது. சிக்கலான நடைமுறைச் சமுதாயத்தைவிட்டு சில காலம் ஒதுங்கி இருந்து, காட்டில் வாழத் தான் தீர்மானித்ததற்கான காரணத்தைப் பற்றி அவர் எழுதிப் பதிவு செய்து வைத்தார். எளிமையான வாழ்க்கையிலிருந்து தன்னால் என்ன கற்றுக் கொள்ள முடியும் என்று பார்ப்பதுதான் அவருடைய இலக்காக இருந்தது. "எளிமைப்படுத்துங்கள்! எளிமைப்படுத்துங்கள்!" என்ற அவருடைய பின்வரும் படைப்பை நீங்கள் படிக்கும்போது, அவர் விவரித்துள்ள சூழ்நிலைகளில் உங்களால் எவ்வளவு தூரம் சிறப்பாக வாழ முடியும் என்பதைப் பற்றி சிந்தித்துப் பாருங்கள். தோரேரோவின் உள்நோக்குகள் உங்களுடைய அன்றாடத் தேர்ந்தெடுப்புகளுக்கு எவ்வாறு உதவக்கூடும் என்பதைக் கருத்தில் கொள்ளுங்கள். இன்றைய யதார்த்தத்திற்கு நடுவே உங்களுடைய அன்றாட வாழ்க்கையை எளிமைப்படுத்திக் கொள்வதற்கு உங்களுக்கு உதவக்கூடிய குறிப்புகளை, 'கேத்தரீனுடனான பேருந்துப் பயணம்,' 'உங்கள் சுமையைக் குறைத்துக் கொள்ளுங்கள்' ஆகிய இரண்டு கதைகளிலும் தேடுங்கள்.

எளிமைப்படுத்துங்கள்! எளிமைப்படுத்துங்கள்!

ஹென்ரி டேவிட் தோரோ

பின்வரும் பக்கங்களை நான் எழுதியபோது, மசாசூசெட்ஸ் மாநிலத்தின் கான்கார்டு நகரிலிருந்து ஒரு மைல் தள்ளி அமைந்த ஒரு காட்டின் எல்லையில், வால்டன் குளத்தின் கரையில் நானே கட்டியிருந்த ஒரு வீட்டில் நான் தனியாக வாழ்ந்து வந்தேன். என் சொந்தக் கைகளைக் கொண்டு உழைத்து மட்டுமே நான் வாழ்க்கை நடத்தினேன். நான் அந்தக் காட்டில் இருபத்தாறு மாதங்கள் வாழ்ந்தேன் (ஜூலை 4, 1845 — செப்டம்பர் 6, 1847).

வாழ்க்கையை உணர்ந்து வாழ்வதற்காகவும், வாழ்வின் இன்றியமையாத அம்சங்களை மட்டுமே எதிர்கொள்வதற்காகவும், காடு எனக்குக் கற்றுக் கொடுக்கத் தயாராக இருந்த பாடத்தை என்னால் கற்றுக் கொள்ள முடியுமா என்பதைத் தெரிந்து கொளவதற்காகவுமே நான் அந்தக் காட்டிற்குச் சென்றேன். நான் என் மரணப் படுக்கையில் இருக்கும்போது, வாழ்க்கையை நான் வாழ்ந்திருக்கவே இல்லை என்று நான் பின்வருத்தம் கொள்ள விரும்பவில்லை. ஜீவனற்ற ஒரு வாழ்க்கையை நான் வாழ விரும்பவில்லை. வாழ்க்கை ஒரு பொக்கிஷம். எனக்கு விருப்பமில்லாத ஒன்றை ஏற்றுக் கொள்ளவும் நான் விரும்பவில்லை — அது கண்டிப்பாகத் தேவை என்றால் தவிர. நான் ஆழமாக வாழ விரும்பினேன். வாழ்வை முழுமையாக ருசிக்க விரும்பினேன்.

பெரும்பாலான மக்கள் பிறர் அறியாதபடி உள்ளுக்குள் புழுங்கிக் கொண்டே வாழ்கிறார்கள். பிடிக்காத ஒன்றை ஒருவர் ஏற்றுக் கொள்கிறார் என்றால், அவர் நிச்சயமாக உளச் சோர்வுக்கு ஆளாகியிருக்கிறார் என்று பொருள். அவசர அவசரமாக அள்ளித் தெளித்தக் கோலம்போல வாழ்க்கையை வாழாமல் இருப்பது புத்திசாலித்தனம்.

நாம் எறும்புகளைப்போல இழிவான முறையில் வாழ்கிறோம். நம் வாழ்க்கை, விபரங்களால் சிதறடிக்கப்படுகிறது. ஒரு நேர்மையான மனிதன், தன்னுடைய பத்துக் கைவிரல்களைத் தாண்டி எண்ணத் தேவையில்லை. அதிகபட்சமாக, அவன் தன்னுடைய பத்துக் கால்விரல்களை வேண்டுமானால் சேர்த்துக் கொள்ளலாம். ஆனால் மற்ற எல்லாவற்றையும் ஒதுக்கிவிட வேண்டும். எளிமை! எளிமை! எளிமை! நீங்கள் நூற்றுக்கணக்கான அல்லது ஆயிரக்கணக்கான விவகாரங்களில் உங்களை ஈடுபடுத்திக் கொள்வதற்கு பதிலாக ஓரிரு விவகாரங்களில் ஈடுபடுங்கள். லட்சம்வரை எண்ணுவதற்கு பதிலாக அரை டஜன்வரை எண்ணுங்கள். உங்கள் கணக்குகள் உங்கள விரல் நுனிகளில் இருக்கும்படி பார்த்துக் கொள்ளுங்கள்.

எளிமைப்படுத்துங்கள்! ஒரு நாளைக்கு மூன்று வேளை உணவருந்துவதற்கு பதிலாக, தேவைப்பட்டால் ஒரு வேளை உணவருந்துங்கள். நூற்றுக்கணக்கான வகைப் பலகாரங்களை உண்பதற்கு பதிலாக, ஐந்து வகையான பலகாரங்களை உண்ணுங்கள். மற்றவற்றை முடிந்த

அளவு குறைத்துக் கொள்ளுங்கள். இந்த நாடுகூட, எளிதில் கையாளப்பட முடியாத, அளவுக்கதிகமாகப் பெரிதாக வளர்ந்துவிட்ட ஒரு நிறுவனம்தான். தான் உருவாக்கிக் கொண்டுள்ள தன் சொந்தப் பொறியில் அது சிக்கியுள்ளது, ஆடம்பரத்தாலும் கண்மூடித்தனமான செலவுகளாலும் அது சீரழிக்கப்பட்டுள்ளது. உள்நாட்டு மேம்பாடுகள் என்று அவர்கள் அழைப்பதெல்லாம், புறம் சார்ந்தவையே, மேலோட்டமானவையே. இதற்கான ஒரே தீர்வு, ஒரு திண்மையான பொருளாதாரத்திலும், ஒரு கண்டிப்பான, எளிமையான வாழ்க்கையிலும், ஓர் உன்னதமான நோக்கத்திலுமே உள்ளது.

நாம் ஏன் வாழ்க்கையை இவ்வளவு அவசரமாக வாழ வேண்டும்? நாம் ஏன் அதை வீணாக்க வேண்டும்?

வாழ்வின் அற்ப விஷயங்களுக்குள் சிக்கி உழல்வதற்கு பதிலாக, ஒரு நாளாவது நாம் இயற்கையைப்போல வாழலாம். காலையில் முன்னதாகவும் சுறுசுறுப்பாகவும் மன உளைச்சலின்றியும் எழலாம். நாம் ஏன் ஆட்டுமந்தைத்தனமாக மற்றவர்களைப் பின்தொடர்ந்து செல்ல வேண்டும்? மணி அடித்தால் நாம் ஏன் ஓட வேண்டும்?

இன்றைய சூழலில், உணவு, உடை, இருப்பிடம், எரிபொருள் ஆகியவை ஒரு மனிதனின் வாழ்க்கைக்கு இன்றியமையாத தேவைகளாக இருக்கக்கூடும். இவற்றை நாம் கைவசப்படுத்தாதவரை, வாழ்வின் பிரச்சனைகளை சுதந்திரமாகவும் வெற்றி மனப்போக்குடனும் கையாள நாம் தயாராக இருப்பதில்லை. ஆனால் ஆடம்பரங்கள் என்றும் வாழ்வின் வசதிகள் என்றும் கூறப்படுகின்ற பல விஷயங்கள், முற்றிலும் அவசியமற்றவை என்பதோடு மட்டுமல்லாமல், மனிதகுலத்தின் வளர்ச்சிக்கு அவை மாபெரும் தடைகளாகவும் உள்ளன.

ஒட்டுப் போடப்பட்ட ஆடைகளை அணிந்துள்ள எந்த மனிதனும் என் கணிப்பில் தாழ்ந்தவனாக எனக்குத் தெரிவதில்லை. ஆனாலும், மனசாட்சிக்கு உட்பட்டு நடப்பது குறித்த எண்ணத்தைவிட, நவநாகரீகமான ஆடைகளை அணிவது குறித்தக் கவலைதான் மக்களிடையே அதிகமாக இருக்கிறது. நான் அணிந்திருக்கும் மேற்சட்டையும் கால்சட்டையும் தொப்பியும் காலணிகளும் கடவுளை வழிபடுவதற்குப் பொருத்தமானவைதான் என்றால், அவை எனக்குப் போதும்தானே? ஒரு மனிதனைவிட, அவனுடைய ஆடைகளுக்கு அதிக முக்கியத்துவம் கொடுக்கும் நபர்களிடம் எச்சரிக்கையாக இருங்கள்.

உறைவிடத்தைப் பொறுத்தவரை, அது இப்போது ஓர் அவசியத் தேவை என்பதை நான் மறுக்கப் போவதில்லை. ஆனால் விவசாயிகளான என் அண்டைவீட்டாரை நான் பார்க்கும்போது, அவர்கள் தங்கள் வாழ்வில் இருபது, முப்பது, அல்லது நாற்பது ஆண்டுகள் கடுமையாக உழைத்து வந்துள்ளதை நான் காண்கிறேன். அந்தக் கடின உழைப்பு, அவர்களுக்கென்று சொந்தமாக நிலங்களைப் பெற்றுக் கொடுத்திருக்கும். அவர்களுடைய உழைப்பில் மூன்றில் ஒரு பங்கு அவர்களுடைய வீடுகளின் விலையாக இருக்கும் என்று நாம் நம்பலாம்.

அந்த விவசாயி, தன் திறமை முழுவதையும் பயன்படுத்தி, சௌகரியத்தையும் சுதந்திரத்தையும் வசப்படுத்துவதற்காக ஒரு பொறியை அமைக்கிறான். ஆனால் அவன் திரும்பும்போது, அவனுடைய கால் அந்தப் பொறிக்குள் மாட்டிக் கொள்கிறது. அந்த விவசாயி இறுதியில் தனக்கென்று

சொந்தமாக ஒரு வீட்டை வாங்கும்போது, அவன் பணக்காரனாக ஆகியிருக்க மாட்டான். மாறாக, முன்பைவிட அதிக ஏழ்மை நிலைக்குப் போயிருப்பான். அவனுடைய வீடுதான் அவனை அந்த நிலைக்குத் தள்ளுகிறது.

பெரும்பாலான மக்கள், ஒரு வீடு என்றால் என்ன என்று உண்மையிலேயே ஒருபோதும் சிந்தித்துப் பார்ப்பதில்லை. தங்கள் அண்டைவீட்டாரிடம் இருப்பதுபோலத் தங்களுக்கும் ஒரு வீடு இருக்க வேண்டும் என்று அவர்கள் நினைப்பதால், தங்கள் வாழ்நாள் முழுதும் அவர்கள் ஏழைகளாகவே இருக்கின்றனர். நம்மிடம் இப்போது உள்ள வீட்டைவிட அதிக வசதியான, அதிக ஆடம்பரமான வீட்டை நம்மால் கற்பனை செய்து பார்க்க முடியும். ஆனால் நமக்கு அது கட்டுப்படியாகாது என்பதை எல்லோருமே ஒத்துக் கொள்வர். நாம் எப்போதுமே கடினமாக உழைத்து இத்தகைய பௌதீகப் பொருட்களை அதிக அளவில் கைவசப்படுத்துவது அவசியம்தானா? குறைவான பொருட்களைக் கொண்டு நம்மால் திருப்தியாக வாழ முடியாதா? நம்முடைய வீடுகள் பல்வேறு பொருட்களால் நிரம்பி வழிகின்றன, அறைக்கலன்களால் அலங்கோலப்படுத்தப்பட்டுள்ளன. புல்வெளியில் எந்தத் தூசியும் படிவதில்லை. எனவே, திறந்த வெளியில் நான் மகிழ்ச்சியாக அமர்ந்திருப்பேன்.

சரி, என் கதைக்கு வருவோம். பத்தடி நீளமும் பதினைந்தடி அகலமும் கொண்ட, எட்டடி உயரக் கம்பங்களை உள்ளடக்கிய, ஒரு சிறிய மாடியுடன்கூடிய ஒரு வீட்டை நான் கட்டினேன். வீட்டில் ஓர் அலமாரியையும் நான் உருவாக்கினேன். வீட்டின் ஒவ்வொரு பக்கத்திலும் ஒரு பெரிய சன்னலையும், ஒரே ஒரு வாசற்கதவையும் அமைத்தேன். அக்கதவிற்கு நேராக, குளிர்காய்வதற்கு நெருப்பு மூட்டுவதற்கான ஓர் இடத்தை உருவாக்கினேன். நான் என் வீட்டைக் கட்டி முடிப்பதற்குள், என்னுடைய வினோதமான செலவுகளை சமாளிப்பதற்குப் பத்து அல்லது பன்னிரண்டு டாலர்கள் சம்பாதிக்கும் எண்ணத்துடன், இரண்டரை ஏக்கர் நிலத்தில் பீன்ஸும் உருளைக்கிழங்குகளும் மக்காச்சோளமும் பட்டாணியும் நூல்கோல்களும் பயிரிட்டேன்.

ஒருவன் எளிமையாக வாழ்ந்து, தன் கைப்படப் பயிரிடப்பட்டப் பொருட்களை மட்டுமே உட்கொண்டு, தனக்குப் போதுமான அளவுக்கு மேல் ஒருபோதும் பயிரிடாமல் இருந்தால், தன் வயல் வேலை முழுவதையும் அவனால் தன் இடது கையை மட்டுமே கொண்டு செய்ய முடியும் என்பதையும், அப்போது அவனுக்கு ஓர் எருதோ, குதிரையோ, அல்லது கூலியாளோ தேவைப்படாது என்பதையும் நான் தெரிந்து கொண்டேன். கான்கார்டு நகரில் வாழ்ந்த விவசாயிகள் அனைவரைவிடவும் நான் அதிக சுதந்திரமானவனாக இருந்தேன். ஏனெனில், ஒரு வீடோ அல்லது ஒரு வயலோ எனக்குக் கால்கட்டாக இருக்கவில்லை.

நான் என் சொந்தக் கைகளின் உழைப்பைக் கொண்டு மட்டுமே வாழ்க்கை நடத்துகிறேன். ஒரு வருடத்திற்கு ஆறு வாரங்கள் மட்டுமே உழைப்பதன் மூலம் என் வாழ்க்கைச் செலவுகள் அனைத்தையும் என்னால் சமாளிக்க முடியும் என்பதை நான் தெரிந்து கொண்டேன். எனவே, ஆய்வு செய்வதற்கும் எழுதுவதற்கும் குளிர்காலம் முழுவதும் மற்றும் கோடைக்காலத்தின் பெரும்பகுதியும் எனக்குக் கிடைத்தன.

சுருக்கமாகக் கூறினால், நம்பிக்கை மற்றும் அனுபவத்தின் அடிப்படையில் பார்க்கும்போது, நாம் எளிமையாகவும் புத்திசாலித்தனமாகவும் வாழ்ந்தால், இவ்வுலகில் உயிர் வாழ்வது ஓர் இன்னல் அல்ல, மாறாக ஒரு பொழுதுபோக்கே என்று நான் உறுதியாக நம்புகிறேன்.

வெற்றி பெறுவதற்கு நாம் ஏன் இவ்வளவு அவசரப்பட வேண்டும்? ஒரு மனிதனால் மற்றவர்களின் தாளத்திற்கு ஈடு கொடுத்துச் செல்ல முடியவில்லை என்றால், அது, வேறு ஏதோ ஒரு முரசொலி அவனுடைய காதுகளுக்குக் கேட்பதால் இருக்கக்கூடும். அவன் தன் காதுகளுக்குக் கேட்கின்ற இசைக்கு ஏற்ப அடியெடுத்து வைக்கட்டும் — அது எவ்வளவு மட்டுப்படுத்தப்பட்டதாக இருந்தாலும் சரி, அல்லது எவ்வளவு தொலைவில் இருந்தாலும் சரி.

நான் ஏற்கனவே குறிப்பிட்டதுபோல, தோரோ இந்த மாபெரும் படைப்பை ஒன்றரை நூற்றாண்டுகளுக்கு முன்பு எழுதினார். நாம் குடில்களை அமைக்கப் போவதில்லை, காட்டிலுள்ள குளத்தின் கரையில் தோட்டங்களை உருவாக்கப் போவதில்லை என்றாலும், அதன் அடித்தளத்தில் இழையோடுகின்ற யோசனைகள் நம் சிந்தனையைத் தூண்டி, "நான் எதை மிக அதிக விலைமதிப்புக் கொண்டதாகக் கருதுகிறேன்? எந்தப் பொருட்கள் இல்லாமல் என்னால் வாழ முடியும்?" ஆகிய கேள்விகளை நம்மை நாமே கேட்டுக் கொள்ளும்படி செய்கின்றன.

வாழ்க்கையை நாம் எளிமையாக வைத்துக் கொள்ள விரும்பினால், நம் வாழ்வில் நாம் எவற்றை விட்டொழிக்க வேண்டும் என்பதை நாம் தீர்மானிக்க வேண்டும், நம் கவனத்தைச் சிதறடிக்கின்ற விஷயங்களை நாம் விட்டுத்தள்ள வேண்டும் என்பதைத்தான் தோரோவிடமிருந்து நாம் கற்றுக் கொள்கிறோம். ஆனால், ஒரு பேருந்தில் ஒரு நாள் முழுவதையும் கழிக்கும்வரை, ரேச்சல் சைமன், தன்னையும் தன் வாழ்க்கையையும் எளிமைப்படுத்திக் கொள்ள வேண்டியதன் அவசியத்தை ஒருபோதும் உணராத அளவுக்கு வாழ்வின் பிடியில் சிக்கித் தவித்தார்.

கேத்தரீனுடனான பேருந்துப் பயணம்

ரேச்சல் சைமன்

"எழுந்திரு, இல்லையென்றால் முதல் பேருந்தை நம்மால் பிடிக்க முடியாது," என்று கூறி, கேத்தரீன் என்னை உலுக்கினாள். அப்போது காலை ஆறு மணி. என் தங்கை ஏற்கனவே குளித்துத் தயாராகியிருந்தாள். நான் மிகுந்த போராட்டத்துடன் எழுந்து உடை மாற்றினேன்.

என் தங்கையும் நானும் நாற்பதுகளை நெருங்கிக் கொண்டிருந்தோம். எங்கள் இருவருக்கும் இடையே வெறும் பதினோறு மாத இடைவெளிதான் இருந்தது. ஆனால் அவள் என்னைப் போலன்றி, குட்டையாகவும் குண்டாகவும் இருந்தாள். அவளுடைய அலமாரி, பளீர் வண்ண ஆடைகளால் நிரம்பி வழிந்தது. பொழுது விடிவதற்கு முன்பாகவே அவளால் படுக்கையிலிருந்து உற்சாகமாகத் துள்ளி எழ முடிந்தது. அவள் வேறொரு விதத்திலும் மாறுபட்டிருந்தாள்: அவள் மனநலம் குன்றியவள். ஆறு வருடங்களாக, பென்சில்வேனியா நகரில் ஒரு சிறிய குடியிருப்பு வீட்டில் அவள் வாழ்ந்து வந்திருந்தாள். ஒரு துரித உணவகத்திலிருந்து பணிநீக்கம் செய்யப்பட்டிருந்த அவள் வசம் ஏராளமான நேரம் இருந்தது. அவளுடைய ஊனத்தின் காரணமாக அரசாங்க உதவிப் பணம் அவளுக்குக் கிடைத்ததால், வாழ்க்கை நடத்துவதற்குத் தேவையான பணம் அவளிடம் இருந்தது.

அவள் அறிவுக்கூர்மை கொண்டவளும்கூட. ஆனால் சமூகத்தின் விளிம்புகளில் வாழ்ந்து கொண்டிருந்த அவளைப் போன்றவர்களைப் பொதுவாக யாரும் அப்படி விவரிக்க மாட்டார்கள். அவள் தினமும் பேருந்துகளில் பயணம் செய்தாள். அவள் வெறுமனே ஓரிடத்திலிருந்து இன்னோர் இடத்திற்குச் செல்லவில்லை, மாறாக, அதிகாலையிலிருந்து இரவுவரை அவள் பல பேருந்துகளில் அந்த நகரத்தை வலம் வந்தாள். அவளுக்கு ஏராளமான ஓட்டுனர்களும் பயணிகளும் நண்பர்களாக ஆகியிருந்தனர். அவர்களுடைய பிறந்த நாட்கள், திருமண நாட்கள், அவர்கள் எந்தக் கடைகளில் பொருட்களை வாங்கினர், காலையில் வழக்கமாக அவர்கள் என்ன சாப்பிட்டனர் போன்ற அனைத்தையும் அவள் அறிந்திருந்தாள். வழி தெரியாத மக்களுக்கு அவள் வழி காட்டினாள். மளிகை சாமான்களைச் சுமந்து செல்ல அவள் மற்றவர்களுக்கு உதவினாள். அவள் காட்டிய நட்பிற்கு, மக்களும் அவளிடம் நட்பை வெளிப்படுத்தினர்.

தனியாக வாழ்ந்து வந்த கேத்தரீன், ஒரு பெரிய பயண சமூகத்தைக் கண்டுபிடித்திருந்தாள். இப்போது நானும் அதைக் கண்டுபிடிக்கவிருந்தேன். அவளுடைய அழைப்பின் பேரில், நான் அவளுடைய வாழ்க்கைக்குள் அடியெடுத்து வைத்தேன். அடுத்த ஓராண்டு முழுதும் நான் அவளுடன் பேருந்துகளில் பயணித்தேன். என் வாழ்வில் முதன்முறையாக அப்போதுதான் நான் என் சகோதரியுடன் அர்த்தமுள்ள நேரத்தைச் செலவிட்டுக் கொண்டிருந்தேன்

வீட்டிலிருந்து புறப்பட்டு வந்த நாங்கள், ஒரு மெக்டொனால்ட்ஸ் கடைக்குள் நுழைந்தோம். கேத்தரீன் அங்கு ஒரு கப் காபியை வாங்கினாள். ஆனால் அவள் அதன் மூடியைத் திறக்கவில்லை. பிறகு நாங்கள் ஒரு பேருந்து நிறுத்தத்திற்குச் சென்று வரிசையில் காத்திருந்தோம். எங்கள் பேருந்து வந்தபோது, அதன் ஓட்டுனரான பீட்டர், எங்களை வரவேற்பதைப்போலப் பேருந்தின் கதவை அகலமாகத் திறந்தார். கேத்தரீன் பெரிதாக அடியெடுத்து வைத்து உள்ளே ஏறி, தன் கையிலிருந்த காபியை அந்த ஓட்டுனரின் கைகளில் திணித்தாள். அவர் அதைப் பெற்றுக் கொண்டு, சில சில்லறைகளை அவளிடம் கொடுத்தார்.

"இது எங்களுக்கிடையே உள்ள ஓர் ஒப்பந்தம்," என்று அவர் என்னிடம் கூறினார்.

ஓட்டுனருக்கு எதிரே இருந்த தன்னுடைய 'சிறப்பு' இருக்கையை நோக்கி என் தங்கை விரைந்தாள். பீட்டருடன் உரையாடுவதற்கு அந்த இடம் அவளுக்கு வசதியாக இருந்தது. நான் அவளுக்குப் பக்கத்தில் உட்கார்ந்தேன். பேருந்து அங்கிருந்து புறப்பட்டபோது, பீட்டருக்கு நாற்பத்தியிரண்டு வயது என்றும், அவருடைய பிறந்தநாள் விரைவில் வரவிருந்ததாகவும் கேத்தரீன் என்னிடம் கூறினாள். அவள் அவருடைய பிறந்தநாளைத் துல்லியமாகக் குறிப்பிட்டபோது, அவர் சிரித்துவிட்டு, "கேத்தரீனுக்கு நல்ல ஞாபக சக்தி," என்று கூறினார். பீட்டரும் அவளும் அந்தப் பயணம் நெடுகிலும் சிரித்துக் கொண்டே இருந்தனர்.

பிறகு, ஜேக்கப், எஸ்டெல்லா, ரோடால்ஃப் ஆகியோரின் பேருந்துகளில் நாங்கள் அன்று முழுக்கச் சுற்றினோம். ஒவ்வோர் ஓட்டுனரும் கேத்தரீனை இன்முகத்துடன் வரவேற்றனர். அவர்களில் யாரேனும் ஒரு குறிப்பிட்டப் பாதையில் சில காலம் பயணித்திருக்காவிட்டால், எந்தெந்தத் திருப்பங்களில் திரும்ப வேண்டும் என்று கேத்தரீன் அவர்களுக்கு நினைவுபடுத்தினாள், பேருந்து அட்டவணையில் ஏற்பட்டிருந்த மாற்றங்களை அவர்களுக்கு எடுத்துக் கூறினாள், பிரபலமான பாடல்களை அவர்களுக்குக் கற்றுக் கொடுத்தாள்.

அவள் பருவப் பெண்ணாக இருந்தபோது, யாரேனும் அவளை சந்தேகமாகப் பார்த்தால், உள்ளுக்குள் அவள் நொறுங்கிப் போய்விடுவாள். பலர் அவளை அப்படித்தான் பார்த்தனர். ஆனால் அவள் இப்போது அத்தகைய விஷயங்கள் குறித்துக் கவலைப்படவில்லை. அவள் தன் போக்கில் வாழ்வதைப் பெரிதும் விரும்பியதாகவே எனக்குத் தோன்றியது. அவள் தன்னம்பிக்கையோடும் உற்சாகத்தோடும் இருந்தாள். அவள் என்னைப்போலன்றி, மகிழ்ச்சியாக வாழ்ந்து கொண்டிருந்தாள். நான் என் வேலையில் மூழ்கி, வாழ்க்கையிலிருந்து என்னைத் துண்டித்து வந்திருந்தேன்.

கேத்தரீன் தன் பேருந்துகளில் பயணித்துக் கொண்டிருந்தபோது, நான் கார்களிலும் ரயில்களிலும் விமானங்களிலும் இழுத்துச் செல்லப்பட்டுக் கொண்டிருந்தேன். வாழ்வில் நான் வெற்றிநடை போட்டுக் கொண்டிருந்ததாக நான் நினைத்தேன். பிலடெல்பியா நகரில் வெளிவந்த 'இன்குயரர்' பத்திரிகைக்காக நான் எழுதி வந்தேன். ஒருசில புத்தகங்களையும் நான் வெளியிட்டிருந்தேன். எழுதுவது பற்றிய பயிற்சி வகுப்புகளையும் நான் நடத்திக் கொண்டிருந்தேன். புத்தகக் கடைகளில் பல நிகழ்ச்சிகளையும் வழங்கிக் கொண்டிருந்தேன். ஆனால் வாரத்தில் ஏழு நாட்கள் நான் வேலை பார்த்தேன். காலை ஏழு மணிக்குப் படுக்கையைவிட்டு எழுந்திருக்கும் நேரத்திலிருந்து, நள்ளிரவு ஒரு மணிக்கு மீண்டும் படுக்கைக்குச் செல்லும்வரை என் வாழ்க்கை என் வசம் இருக்கவில்லை. நான் இயந்திரத்தனமாக ஓடிக் கொண்டிருந்தேன்.

என் வேலை என் வாழ்க்கையை ஆக்கிரமித்திருந்ததால், நான் என் நண்பர்களை இழந்தேன். மிக முக்கியமாக, நான் என் காதலைத் தொலைத்தேன். என் நீண்டகாலக் காதலனான சாம், தன்னை மணந்து கொள்ளும்படி என்னிடம் கேட்டபோது, என்னால் அதற்கு சம்மதிக்க முடியவில்லை. எனவே, எங்கள் உறவு கண்ணீருடன் முடிவுற்றது. நான் மிகக் கடினமாக உழைக்கத் துவங்கிய நேரத்திலிருந்து, நான் தனிமையில் இருந்தேன் என்பதை நான் மறந்துவிட்டிருந்தேன்.

ஆனால் கேத்தரீனை சந்தித்தப் பிறகு, நான் மற்றவர்களை நோக்கி ஈர்க்கப்பட்டுக் கொண்டிருந்ததை நான் உணர்ந்தேன். பேருந்து ஓட்டுனர்கள் என் தங்கையின் நண்பர்களாக இருப்பார்கள் என்று நான் ஒருபோதும் கற்பனை செய்து பார்த்திருக்கவில்லை. ஓட்டுனர்கள் இவ்வளவு அன்பாக இருப்பார்கள் என்றும் நான் ஒருபோதும் கற்பனை செய்ததில்லை. பிறகு ஒருநாள், கேத்தரீனின் கண்களில் ஏதோ பிரச்சனை ஏற்பட்டது. நான் ஒரு புதிய பாடத்தைக் கற்பதற்கான ஒரு வாய்ப்பாக அது அமைந்தது.

அவளுடைய கண் மருத்துவர் என்னைத் தொலைபேசியில் அழைத்து, “உங்கள் சகோதரியின் கருவிழிப் படலங்கள் பாதிக்கப்பட்டுள்ளன. கண்ணிமைகளும் அவருடைய கண்களுக்குள் ஊடுருவிச் சென்று கொண்டிருக்கின்றன. அவருக்கு உடனடியாக அறுவைச் சிகிச்சை செய்தாக வேண்டும். ஆனால் தீர்மானிக்கும் பொறுப்பு அவருடையதுதான். உங்களால் அவருக்கு உதவ முடியும் என்று நான் நினைக்கிறேன்,” என்று கூறினார். தன்னுடன் பேருந்துகளில் பயணிப்பதற்குக் கேத்தரீன் எனக்கு அழைப்பு விடுத்திருந்தாலும், அவள் என்னைத் தன் இதயத்தில் ஏற்றுக் கொண்டிருந்தாளா என்று என்னால் உறுதியாகக் கூற முடியவில்லை. அவள் தன்னைக் குறித்து மிகவும் பெருமிதம் கொண்டிருந்தாள். தனக்கு உதவுவதற்கு அவள் என்னை அனுமதிப்பாளா என்று என்னை நானே கேட்டுக் கொண்டேன்.

அவளுடைய பிரச்சனையைப் பற்றி நான் அவளிடம் பேசினேன். அறுவைச் சிகிச்சை செய்யாவிட்டால் அவளுடைய கண்கள் மேலும் அதிகமாக பாதிக்கப்படும் என்று நான் அவளிடம் விளக்கினேன். ஆனால், அறுவைச் சிகிச்சைக்குப் பிறகு போடப்படும் தையல்கள் ஆறும்வரை தான் வீட்டில் இருக்கப் போவதில்லை என்று அவள் திட்டவட்டமாகக் கூறினாள். மயக்கம் தெளிந்தவுடனேயே அவள் மீண்டும் தன் பேருந்துப் பயணத்தைத் துவக்க விரும்பினாள்.

நான் திடீரென்று, “எனக்கு ஓர் ஆசை,” என்று கூறினேன். “உனக்கு ஒரு புதிய ஜோடி கண்களைக் கண்டுபிடிப்பதற்கு உதவக்கூடிய ஒரு புத்தகம் எனக்குக் கிடைத்தால் நன்றாக இருக்கும். நீ என்ன நினைக்கிறாய்?” என்று நான் அவளிடம் கேட்டேன்.

“நன்றாகத்தான் இருக்கும். அது சரி, கருஞ்சிவப்பு நிறக் கண்கள் கிடைக்குமா என்று பார்,” என்று அவள் கூறினாள்.

பிறகு, அறுவைச் சிகிச்சைக்காக மருத்துவமனைக்கு நாங்கள் சென்று கொண்டிருந்தபோது, “ரேச்சல், எனக்கு பயமாக இருக்கிறது,” என்று அவள் கூறினாள். இதைக் கேட்டு நான் ஆச்சரியமடைந்தேன். முதன்முறையாக அவள் என்னிடம் மனம் திறந்து பேசியிருந்தாள். அதுவரை அவள் என்னிடம் அப்படி ஒருபோதும் பேசியிருக்கவில்லை. “கேத்தரீன், எல்லாம் ஒழுங்காக நடக்கும். நீ கவலைப்படாதே. நான் முழு நேரமும் உன்னுடன் இருப்பேன்,” என்று நான் அவளை சமாதானப்படுத்தினேன். அப்போது, அவளுடைய ஓட்டுனர் நண்பரான ஜேக்கப்பும் அவளுடன் இருக்கப் போவதாக அவளுக்கு உறுதியளித்தார். அவர்தான் எங்களைத் தன் காரில் மருத்துவமனைக்கு அழைத்துச் சென்று கொண்டிருந்தார்.

மருத்துவமனையின் வரவேற்பறையில் நாங்கள் காத்திருந்தபோது, கேத்தரீன் மீண்டும் பதற்றமடைந்தாள். “நான் உன்னுடன் இருப்பேன். கவலைப்படாதே,” என்று நான் மீண்டும் அவளிடம் கூறினேன்.

"கேத்தரீன், உன் ஓட்டுமொத்தப் படையும் உனக்குப் பக்கபலமாக இருக்கும்," என்று ஜேக்கப் சிரித்துக் கொண்டே கூறினார்.

அப்போது அவள் ஆசுவாசமடைந்தாள். அவளை மருத்துவமனை உடைக்கு மாறச் செய்து, படுக்கையில் படுக்க வைக்க நான் அவளுக்கு உதவினேன். "இந்த ஆடை வேடிக்கையாக இருக்கிறது. இது எனக்குப் பழக்கமில்லை," என்று அவள் கூறினாள்.

பிறகு, அவள் தன் படுக்கையில் அமைதியாகப் படுத்தாள். ஒரு செவிலி வந்து அவளுக்கு ஒரு மயக்க ஊசியைப் போட்டார். அவள் முழுமையாக மயக்கம் அடையும்வரை, நான் அவளுடைய கையை ஆறுதலாகத் தடவிக் கொடுத்தபடி அவளுக்குப் பக்கத்தில் உட்கார்ந்திருந்தேன். நான் அவளுடைய கண்களைக் கனிவாகப் பார்த்தபோது, அவற்றில் அவளுடைய வழக்கமான குறும்புத்தனமும் எதிர்ப்பும் காணாமல் போயிருந்ததைக் கண்டேன். மாறாக, அவள் என்னைப் பரிபூரணமான நம்பிக்கையுடன் பார்த்துக் கொண்டிருந்ததை நான் கண்டேன்.

ஜேக்கப்பும் இரவு நெடுநேரம்வரை எங்களுடனேயே தங்கினார். பிறகு, அவர் எங்களைத் தன் காரில் எங்கள் வீட்டிற்கு அழைத்துச் சென்று, எங்களுக்கு உணவு வாங்கிக் கொடுத்துவிட்டு, எங்களுக்குத் துணையாக எங்களுடன் இருந்தார். அடுத்த நாள், இன்னோர் ஓட்டுனரான ரோடால்ஃப், ஒரு சாக்லேட் மில்க்ஷேக்குடன் கேத்தரீனைப் பார்க்க வந்தார். பிறகு, அனைத்து ஓட்டுனர்களின் சார்பிலும் ஒரு மலர்க்கொத்து அவளுக்கு வந்தது. மருத்துவர்கள் கூறியதுபோல இரண்டு நாட்கள் அவள் ஓய்வெடுத்தாள், தன் கண்களில் மருந்து போடுவதற்கு அனுமதித்தாள்.

மறுநாள், கேத்தரீனைத் தன் வீட்டிற்கு வருமாறு அழைத்து ஜேக்கப் எங்களை ஆச்சரியப்படுத்தினார். நானும் சில நாட்கள் என் வீட்டிற்குத் திரும்பிச் செல்ல வேண்டியிருந்ததால், ஜேக்கப்பும் அவருடைய மனைவியும் கேத்தரீனின் கண்கள் குணமாகும்வரை அவளை கவனித்துக் கொள்ள விரும்பினர். என் சகோதரியின் வாழ்க்கையை நினைத்து நான் பெருமிதம் கொண்டேன்.

ஒருநாள், நான் அவளிடம், "இந்த ஓட்டுனர்கள் உண்மையிலேயே இவ்வளவு நல்லவர்களா? என்னால் நம்பவே முடியவில்லை. இவ்வளவு நல்ல, அறிவார்ந்த மக்களை ஒரே இடத்தில் நீ எப்படிக் கண்டுபிடித்தாய்?" என்று கேட்டேன்.

"அது தற்செயலாக நிகழ்ந்தது. நான் பல பேருந்துகளில் பயணித்தேன். அந்த நேரங்களில் அவர்கள் அங்கு இருந்தனர், அவ்வளவுதான்," என்று கேத்தரீன் பதிலளித்தாள். உற்சாகம் நிரம்பி வழிந்த அவளை நான் கண்ணிமைக்காமல் பார்த்தேன். எதுவும் "தற்செயலாக நிகழ்வதில்லை" என்பதை நான் உணர்ந்தேன். மற்றவர்கள் தேடாத இடங்களில் என் தங்கை தனக்கு நண்பர்களைத் தேடியிருந்தாள். நல்ல, இங்கிதமான ஓட்டுனர்களை அவள் பொறுமையாகத் தேடிப் பிடித்துத் தனக்கு நண்பர்களாக ஆக்கியிருந்தாள். தன்னுடன் பேருந்துகளில் பயணிக்க வருமாறு அவள் எனக்கு விடுத்த அழைப்பும் தற்செயலானது அல்ல என்பதை நான் உணர்ந்தேன். தன் நண்பர்களை நான் சந்திக்க வேண்டும் என்று அவள் விரும்பியிருக்கக்கூடும். ஏனெனில், அது எனக்குத் தேவை என்பதை அவள் உணர்ந்திருக்க வேண்டும்.

நான் என் ஊருக்குத் திரும்பிச் செல்ல வேண்டிய நேரம் வந்தபோது, நான் என்னுடைய பழைய வாழ்க்கையை உதறிவிட்டு, வேறொரு புதிய வாழ்க்கையை வாழ விரும்பினேன். ஒருசில மாதங்களுக்குப் பிறகு, நான் என் முன்னால் காதலன் சாமைத் தொலைபேசியில் தொடர்பு கொண்டு நீண்ட நேரம் பேசினேன். என் பயமெல்லாம் போய்விட்டிருந்தது. அன்றிலிருந்து, எங்கள் அற்புதமான காதல் பயணம் மீண்டும் தொடங்கியது. 2001ம் ஆண்டு மே மாதத்தில் நாங்கள் இருவரும் திருமணம் செய்து கொண்டோம். நான் திருமணம் செய்து கொள்ளவிருந்ததாக என் தங்கையிடம் நான் கூறியபோது, அவள் எனக்கு ஒரு வாழ்த்து மடலை அனுப்பி வைத்தாள். அதில் பல வண்ணமயமான நட்சத்திரங்கள் பூத்துக் குலுங்கின.

"அன்புள்ள ரேச்சல்,

உன் திருமணம் குறித்து நான் மிகவும் மகிழ்ச்சி அடைகிறேன்.

என்றென்றும் உற்சாகத்துடன்,
கேத்தரீன்,"

என்று அவள் அதில் எழுதியிருந்தாள்.

அந்த மடலில், அவளுடைய ஓட்டுனர் நண்பர்கள் சிலரும் என்னை வாழ்த்திக் கையெழுத்திட்டிருந்தனர். அவர்களில், என் தங்கையை அன்போடு கவனித்துக் கொண்ட ஜேக்கப்பும் ஒருவர். "பல மகிழ்ச்சியான, செழிப்பான சாகசங்கள் உங்களுக்கு அமையட்டும். அன்புடன், ஜேக்கப், " என்று அவர் எழுதியிருந்தார்.

ரேச்சலின் வாழ்க்கை, தொழில் லட்சியங்களாலும் பதவி உயர்வுகளாலும் நிரம்பி வழிந்தது. அவருடைய சகோதரி கேத்தரீனின் வாழ்க்கை, எளிமையாகவும் உறவுகளுக்கு முக்கியத்துவம் கொடுத்ததாகவும் இருந்தது. கேத்தரீனின் எளிமையையும், பேருந்துகளில் பயணித்ததன் மூலமாக அவள் ஏற்படுத்தியிருந்த உறவுகளின் தாக்கத்தையும் ரேச்சல் உணர்ந்து கொண்டபோது, வாழ்வில் ஒரு முக்கியமான பகுதியைத் தான் தவறவிட்டிருந்ததை அவர் கண்டறிந்தார். கேத்தரீன் அனுபவித்த அதே எளிமையைத் தானும் அனுபவிக்க விரும்பினால், எதிர்காலத்தில் சில விஷயங்களைத் தான் விட்டொழிக்க வேண்டியிருக்கும் என்பதையும், சில விஷயங்களுக்கு மறுப்புத் தெரிவிக்க வேண்டியிருக்கும் என்பதையும் ரேச்சல் அறிந்தார். அவர் அவ்வாறே செய்தார்.

தோரோ குறிப்பிட்டதைப்போல, சில சமயங்களில், 'பொருட்களுடன்' நாம் மும்முரமாக இருந்துவிடுவது நமக்கே தெரியாமல் நம் நேரத்தை விழுங்கிவிடுவதோடு, ஓர் எளிய வாழ்க்கையிலிருந்து கிடைக்கும் இன்பங்களை நாம் அனுபவிக்க முடியாதபடி செய்துவிடுகிறது.

உங்கள் சுமையைக் குறைத்துக் கொள்ளுங்கள்

எட்வர்டு சுஸ்மேன்

துணிச்சலான, வசீகரமான, டெக்சாஸ் மாநிலத்தின் முன்னாள் ஆளுனரான ஆன் ரிச்சர்ட்ஸ் என்ற பெண்மணி, தன் தாயாரின் இறுதி நாட்களில் அவரோடு இருந்து அவரை கவனித்துக் கொண்டார். அந்த நேரத்தில், நோயுற்றிருந்த தன் தாயிடம் ஒரு மாபெரும் மாற்றம் ஏற்பட்டிருந்ததை ஆன் கவனித்தார். கண்ணாடிப் பொருட்கள், வெள்ளிப் பாத்திரங்கள், நவீன மேசைத்துணிகள், பீங்கான் பாத்திரங்கள், நகைகள் ஆகியவற்றைத் தன் வாழ்நாள் முழுதும் சேகரித்து வந்திருந்த அவருடைய தாயாருக்கு, அவற்றின்மீது இருந்த ஆர்வம் திடீரென்று மறைந்துவிட்டது.

"அவருக்குத் தன் குடும்பமும், நண்பர்களும், தன்னை யார் பார்க்க வருகிறார்கள் என்பதும்தான் உண்மையிலேயே முக்கியமாக இருந்தது. இது ஒரு பரிபூரண மாற்றம்," என்று ஆன் கூறினார். முன்பெல்லாம், ஆனின் தாயாருக்கு மக்களைவிடத் தான் சேகரித்து வந்திருந்த பொக்கிஷங்கள்மீதுதான் அதிக அக்கறை இருந்தது.

ஆனால் அவர் இறந்த பிறகு, அவருக்கு மக்கள்மீதான ஆர்வம் குறைவதற்குக் காரணமாக இருந்த அந்தப் பொருட்களை விட்டொழிப்பதென்று ஆன் தீர்மானித்தார். அவர் அவற்றைத் தன் வீட்டு முற்றத்தில் காட்சிப்படுத்தி, ஒரு விற்பனை நிகழ்ச்சியை நடத்தினார். ஒரே நாளில், ஓரிரு பொருட்களைத் தவிர மற்ற எல்லாம் விற்றுத் தீர்ந்தன.

"நான் இக்கணத்தையும் இந்த இடத்தையும் மகிழ்ச்சியாக அனுபவிக்க வேண்டும் என்றால், என்னை இழுத்துப் பிடித்து என் வேகத்தைக் குறைக்கக்கூடியவற்றை நான் என்னிடமிருந்து களைய வேண்டும் என்பதை நான் தெரிந்து கொண்டேன். இப்போது, கண்ணிமைக்கும் நேரத்தில், எனக்கு விருப்பமான எதையும் என்னால் தேர்ந்தெடுத்துச் செய்ய முடியும்," என்று அவர் கூறினார்.

வாழ்வின் பொருளாதாரத்தில், சில விஷயங்களை விட்டொழிப்பது பொருளாதாரரீதியாகவும் உணர்ச்சிரீதியாகவும் உயர்ந்த பதிலீடுகளைக் கொடுக்கிறது. ஆன் ரிச்சர்ட்ஸின் விஷயத்தில், சுதந்திரம்தான் அவருக்குக் கிடைத்த பதிலீடு. கண்ணிமைக்கும் நேரத்தில், தனக்கு விருப்பமான எதையும் தேர்ந்தெடுத்துச் செய்வதற்கான சுதந்திரம் அவருக்குக் கிடைத்தது. எந்தப் பொருட்களை நீங்கள் உங்கள் வாழ்விலிருந்து விட்டொழித்தால் உங்களுக்கு அதிக சுதந்திரம் கிடைக்கும்?

ரத்தினச்சுருக்கமாக

பல வருடங்களுக்கு முன்பு, நானும் என் குடும்பத்தாரும் ஐரோப்பாவிற்கு ஓர் உல்லாச விடுமுறையில் சென்றிருந்தோம். எங்கள் பெட்டிகளையும் மற்றப் பொருட்களையும் நாடு நாடாக, ஹோட்டல்

ஹோட்டலாக நாங்கள் இழுத்துச் சென்று கொண்டிருந்தோம். வழியில், அந்தந்த நாடுகளில் சில நினைவுப் பொருட்களையும் நாங்கள் வாங்கினோம். நாங்கள் சென்று வந்த அழகான மற்றும் வரலாற்றுச் சிறப்புமிக்க இடங்களைப் பற்றிய தகவல்களை உள்ளடக்கிய சுவாரசியமான புத்தகங்களையும் நாங்கள் வாங்கினோம். ஒரு சமயத்தில், எங்கள் குடும்ப உறுப்பினர் ஒருவர் உடனடியாக வீடு திரும்ப வேண்டியிருந்தது. எனவே, எங்களுக்கு சுமையாக இருந்த துணிமணிகளையும், நாங்கள் வாங்கியிருந்த பொருட்களையும் சில அட்டைப் பெட்டிகளில் போட்டு அவருடன் அனுப்பி வைப்பதென்று நாங்கள் தீர்மானித்தோம். தேவையில்லாத பொருட்களை விட்டொழித்தவுடன், நாங்கள் சுதந்திரமாக இருந்ததுபோல உணர்ந்தோம். இப்போது எந்தச் சுமையும் இல்லாமல் எங்களால் எல்லா இடங்களுக்கும் சென்று வர முடிந்தது. வாழ்வின் பல அம்சங்களைப் பொறுத்தவரையும் இதுதான் உண்மை.

உண்மையிலேயே எது முக்கியம் என்பதை நீங்கள் உறுதியாக அறிந்திருக்காதவரை, அவசரமான, ஆனால் உண்மையிலேயே முக்கியமில்லாத விஷயங்களை இன்முகத்துடன் மறுத்துரைக்க உங்களால் முடியாது. இதற்கு நேரெதிரானதைச் செய்யும்போதுதான் நாம் குற்றவுணர்வு கொள்கிறோம். அதாவது, உண்மையிலேயே முக்கியமான விஷயங்களை ஓரங்கட்டிவிட்டு, அவசரமான, ஆனால் முக்கியமற்ற விஷயங்களை நாம் நம் கையில் எடுத்துக் கொள்வதுதான் நம் நெஞ்சை அரிக்கிறது. தேவையற்றப் பொருட்களிலிருந்து நாம் எவ்வளவு அதிகமாக விடுபட்டிருக்கிறோமோ, நம் வாழ்வில் அதிக அர்த்தம் வாய்ந்த நடவடிக்கைகளில் ஈடுபடுவதற்கு அவ்வளவு அதிக சுதந்திரம் நமக்கு இருக்கும்.

சிந்தனைக்காக

- *உங்கள் மனத்திற்குள் ஒரு குப்பைத் தொட்டியை நீங்கள் உருவாக்குவதாக இருந்தால், கடந்த வாரத்திலிருந்து எந்த நடவடிக்கைகளை நீங்கள் அதற்குள் வீசி எறிவீர்கள்? நீங்கள் அடிக்கடி மேற்கொள்கின்ற எந்த நடவடிக்கைகளை நீங்கள் குறைத்துக் கொள்ள வேண்டும் அல்லது முற்றிலுமாகக் களைந்தெறிய வேண்டும்?*
- *முக்கியமற்ற ஒரு கோரிக்கையைக் கடைசியாக நீங்கள் எப்போது நிராகரித்தீர்கள்? முடியாது என்று கூறுவதிலிருந்து எந்தெந்த பயங்கள் உங்களை அடிக்கடித் தடுத்து நிறுத்துகின்றன?*
- *உங்களைச் சுற்றிலும் பாருங்கள். உங்களுடைய பொன்னான நேரத்தைத் திருடுகின்ற ஏதேனும் அற்பமான பொருட்களோ அல்லது குப்பைக் கூளங்களோ உங்கள் வாழ்வில் உள்ளனவா? உங்கள் ஒட்டுமொத்த வாழ்க்கை அமைப்பில் அவ்வளவு முக்கியமில்லாத பொருட்களை சுத்தப்படுத்துவதிலும், பழுது நீக்குவதிலும், அல்லது பணம் கொடுத்து வாங்குவதிலும் நீங்கள் பல மணிநேரத்தைச் செலவிடுகிறீர்களா? எந்தெந்தப் பொருட்களை உங்களால் விட்டொழிக்க முடியும்?*

21

புதுப்பிப்பு

"சில சமயங்களில், நீங்கள் செய்ய வேண்டிய மிக அவசரமான, மிக இன்றியமையாத செயல், முழுமையாக ஓய்வெடுப்பதுதான்."

- ஆஷ்லீ பிரில்லியன்ட்

வால்டன் குளத்திலிருந்து திரும்பி வந்த பிறகு, மாலை நேரங்களில் அடிக்கடி ஓய்வாக நடந்து சென்று வருவதை ஹென்றி தோரோ தன் வழக்கமாக்கிக் கொண்டிருந்தார். ஓய்வெடுத்துக் கொள்வதற்கும் தன்னைப் புதுப்பித்துக் கொள்வதற்கும் மனத்திற்கு ஒரு வாய்ப்புக் கொடுக்கப்பட வேண்டும் என்பதைத் தோரா அறிந்திருந்தார். ஆனால் இன்று பெரும்பாலானோர் அதை மறந்துவிட்டுள்ளனர்.

இன்றைய உலகில், சில விஷயங்களில், ஓய்வு, தனிமை, ஆசுவாசம் போன்ற வார்த்தைகள் ஓர் இழிவான கண்ணோட்டத்தில் பார்க்கப்படுகின்றன. புதுப்பித்தலின் மதிப்பு வெகுவாகக் குறைக்கப்பட்டுவிட்டது. வாழ்வின் அன்றாடச் சூறாவளிகள் மற்றும் கொந்தளிப்புகளில் இருந்து நாம் தப்பிச் சென்று அடைக்கலம் புகுவதற்குரிய வழிகளும் இடங்களும் நம் அனைவருக்கும் தேவை என்பதை அடுத்து வரும் மூன்று கதைகளும் நமக்கு நினைவுபடுத்துகின்றன.

ஓர் அமைதியான சிறுகுடாவிடமிருந்து ஒரு பாடம்

வில்லியம் ஜே. பியூக்கனன்

அலாஸ்கா மாநிலத்தின் கீனாய் வளைகுடாவின் மேற்குக் கரையை அடுத்து அமைந்த குக் இன்லெட் கடலிலிருந்து சுமார் இருபது மைல் தூரத்தில் அமைந்த ஸ்கைலாக் ஏரியின் வடக்குக் கரையில் நாங்கள் முகாமிட்டிருந்தோம். நேரம் நள்ளிரவை நெருங்கிக் கொண்டிருந்தது. அது 1968ம் ஆண்டின் கோடைக்காலம். இந்த இரவு முழுதும் வெளிச்சம் நீடித்திருக்கும். அலுமினியத் தாளில் மடிக்கப்பட்ட சால்மன் மீன், அருகிலிருந்த கனல் அடுப்பின்மீது மெதுவாக வாட்டப்பட்டுக் கொண்டிருந்தது. நான் என்னுடன் வந்திருந்த எட் கேலன்ட்டை நோக்கித் திரும்பினேன். அவர் அந்த ஏரிக் கரையில் மண்டியிட்டு அமர்ந்து, நாங்கள் அன்று பிடித்திருந்த சால்மன மீன்களிலிருந்து அவற்றின் முட்டைகளை வெளியே எடுத்து, ஒரு மெழுகுத் தாளின்மீது காய வைத்துக் கொண்டிருந்தார். இயற்கை எழில் சூழ்ந்த அந்த இடத்தை நான் பார்த்து வியந்து கொண்டிருந்தபோது, எங்களை அந்த இடத்திற்கு அழைத்து வந்திருந்த நிகழ்வுகளை நான் என் மனத்தில் அசை போட்டேன்.

ஆறு வாரங்களுக்கு முன்பு, நான் லெப்டினன்ட் கர்னலாகப் பதவி உயர்வு பெற்று, அலாஸ்கா ராணுவத் தகவல் தொடர்பு மையத்தின் கட்டுமானப் பொறியியல் பிரிவின் தலைவராகப் பொறுப்பேற்பதற்காக எல்மென்டார்ஃப் விமானத் தளத்திற்கு வந்திருந்தேன். நான் மிக அதிக வேலைப் பளு கொண்ட ஒரு வேலையை எதிர்பார்த்திருந்தேன். ஆனால் அங்கு நிலவிய யதார்த்தத்தை நான் எதிர்பார்த்திருக்கவில்லை. அலாஸ்காவில் அமைக்கப்பட்டிருந்த ராணுவ மையம், காலாவதியாகிப் போன கருவிகளுடன்கூடிய ஒரு பழங்கால அமைப்பாக இருந்தது. கருவிகள் அடிக்கடிப் பழுதாயின. அதிலிருந்த புராதனத் தொலைத் தொடர்புக் கருவிகளை இயக்குவது, ஓர் ஒட்டு டேப்பையும் கம்பிகளையும் கொண்டு பி52 போர்விமானங்களைப் பராமரிப்பதற்கு சமமாக இருந்தது.

துணைத் தலைமைப் பொறியாளரான எட் கேலன்ட், எனக்குக் கீழே அடுத்த நிலையில் வேலை செய்தார். சராசரி உயரத்துடனும் கட்டுக்கோப்பான உடலுடனும் தன் ஐம்பதுகளில் இருந்த அவர், அப்பொறியியல் துறையின் மிகத் திறமையான ஊழியராக இருந்து வந்திருந்தார். ஆனாலும் எங்களுடைய முதல் ஒருசில சந்திப்புகள் சற்று இறுக்கமாகவும் பகைமையுணர்வுடனும் இருந்தன. புதிய வரவுகளைப் பழைய விற்பன்னர்கள் எடைபோட்டுப் பார்ப்பதைப்போல இருந்தது அது.

என்னுடைய இரண்டாவது வாரத்தின் முடிவில், பல வெறுப்பூட்டும் நாட்களுக்கும் தூக்கமற்ற இரவுகளுக்கும் பிறகு, விஷயங்கள் அதே நிலையில்தான் இருந்தன. நான் கேலன்டை என் அறைக்குள் அழைத்தேன். என் எரிச்சலை வெளிக்காட்டிக் கொள்ளாமல், "எட், நெருக்கடியான காலகட்டத்தில் ஒரே ஒரு தோல்வி ஏற்பட்டாலும் பெரும் சீரழிவாக அமையக்கூடிய பல விஷயங்கள் உள்ளன. நாம் சில முன்னுரிமைகளை இங்கு நிர்ணயித்தாக வேண்டும்," என்று நான் கூறினேன்.

அவர் ஒருசில கணங்கள் என்னை அமைதியாகப் பார்த்துவிட்டு, "முதலாவது முன்னுரிமையை நான் பரிந்துரைக்கலாமா?" என்று கேட்டார்.

"தாராளமாக."

"மீன் பிடிக்கச் செல்லுங்கள்."

"என்ன?" என்று நான் நம்ப முடியாமல் கேட்டேன்.

"இந்த வார இறுதியில் என்னோடு சேர்ந்து மீன் பிடிக்க வாருங்கள். திங்கட்கிழமை காலையில் நாம் மீண்டும் வேலைக்குத் திரும்பி வரும்போது, முன்னுரிமைகள் நிர்ணயிக்கப்பட்டிருக்கும் என்று நான் உங்களுக்கு உறுதியளிக்கிறேன்."

இது அறிவுக்குப் புறம்பானதாக இருந்தது. ஆனாலும் அவர் அதைக் கூறிய விதம் என்னுள் ஏதோ செய்தது. நான் என் தோள்களைக் குலுக்கிவிட்டு, "சரி," என்று கூறினேன்.

அந்த சனிக்கிழமை நாங்கள் அந்த ஏரிக்குச் சென்றபோது, நான் மிகவும் மகிழ்ச்சியாக இருந்ததை நான் கண்டேன். இது போன்ற இடங்களில் சுற்றித் திரிந்து பழக்கப்பட்டிருந்த எட் கேலன்ட், தன் உள்ளுணர்வின் உதவியுடன், இடம்பெயர்ந்து கொண்டிருந்த சால்மன் மீன்கள் அதிகமாகத் துள்ளிக் கொண்டிருந்த பகுதிகளுக்கு என்னை அழைத்துச் சென்றார். நாங்கள் எங்கள் முகாமிற்குத் திரும்பியபோது, என் சக்திக்கு உட்பட்டு என்னால் பிடிக்க முடிந்த மீன்களை நான் பிடித்திருந்தேன். ஆனாலும், அலுவலகத்தில் அவ்வளவு அதிகமான வேலைகளை விட்டுவிட்டு, இங்கு மீன் பிடித்துக் கொண்டிருந்தது குறித்து எனக்குள் ஏற்பட்டிருந்த ஒரு லேசான குற்றவுணர்வை என்னால் உதறித் தள்ள முடியவில்லை.

எட் அந்த ஏரியின் விளிம்பில் அமர்ந்து, மீன் முட்டைகள்மீது போராக்ஸ் உப்பைத் தூவிக் கொண்டிருந்தார். நாங்கள் இருவரும் இரவு உணவை முடித்தப் பிறகு, "போராக்ஸ் உப்பை ஏன் அவற்றின்மீது தூவிக் கொண்டிருக்கிறீர்கள்?" என்று நான் அவரிடம் கேட்டேன்.

"அது அந்த முட்டைகளைக் கடினமாக்கும். வீட்டிற்குச் சென்றவுடன் அவற்றை நான் என் குளிர்பதனப் பெட்டியில் வைத்துப் பதப்படுத்துவேன். மீன் பிடிப்பதற்கு அவற்றைத் தூண்டில் புழுக்களைப்போலப் பயன்படுத்தலாம். அடுத்த வருடம் . . ."

அவர் தன் பேச்சைப் பாதியிலேயே நிறுத்தினார்.

"என்ன விஷயம்?" என்று நான் கேட்டேன்.

அவர் ஒரு குச்சியை எடுத்து, குளிர்காய்வதற்கு நாங்கள் உருவாக்கியிருந்த நெருப்பைத் தூண்டிவிட்டபடி, "குணப்படுத்தப்பட முடியாத உயர் ரத்த அழுத்தத்தால் நான் பாதிக்கப்பட்டுள்ளேன். ஒரு வருடத்திற்கு முன்பே அது என்னைக் கொன்றிருக்கும்," என்று கூறிவிட்டுத் தன் கதையைக் கூறத் தொடங்கினார்.

1960ல் அலாஸ்காவிற்கு அவர் குடிபெயர்ந்திருந்தார். தன் எஞ்சிய வாழ்நாள் முழுதும் அங்கேயே வாழ அவர் திட்டமிட்டிருந்தார். தகவல் தொடர்பு மையத்தில் அவருக்கு வேலை கிடைத்தது. அந்த வேலை ஒரு புதைமணலைப் போன்றது. வேலை செய்வதற்கு அடிமையாகியிருந்த அவர், அந்த மையத்தின் பணப் பற்றாக்குறையையும் நவீன இயந்திரங்களின் பற்றாக்குறையையும் ஈடு செய்வதற்காக, ஒரு நாளைக்குப் பதினைந்து மணிநேரம் கடுமையாக உழைத்தார்.

1966ன் கோடைக்காலத்தில் ஓர் இரவு வேளையின்போது, அவர் தன் அலுவக அறையில் தனியாக அமர்ந்திருந்தபோது, அவருடைய பார்வை மங்கியது. அவரால் எதையும் படிக்க முடியவில்லை. பிறகு சில நொடிகளில், அவருடைய பார்வை மீண்டும் இயல்பு நிலைக்குத் திரும்பியது. அவர் அது பற்றி யாரிடமும் எதுவும் கூறவில்லை. ஆனால் இரண்டு வாரங்களுக்குப் பிறகு அவர் நிலைகுலைந்து விழுந்தார்.

அவரைப் பரிசோதித்த மருத்துவர்கள, அவருக்குத் தீவிரமான உயர் ரத்த அழுத்தம் இருந்ததைக் கண்டுபிடித்தனர். "அவர்கள் நான் தேர்ந்தெடுப்பதற்கு இரண்டு விஷயங்களை என் முன் வைத்தனர்: ஒன்று, நான் தொடர்ந்து வேலை செய்துவிடடு, தொண்ணூறு நாட்களில் இறந்துவிடலாம்; அல்லது, வேலையிலிருந்து விலகிவிட்டு, மருந்துகளை உட்கொண்டு சுமார் ஒரு வருடம் வாழலாம். நான் மருந்துகளை உட்கொள்வதைத் தேர்ந்தெடுத்தேன். ஆனால் வேலையைவிட்டு விலகுவது? நான் அவ்வாறு செய்திருந்தால் அந்த இடத்திலேயே அது என்னைக் கொன்றிருக்கும்," என்று அவர் கூறினார்.

நான் எப்படியோ என் குரலை வரவழைத்துக் கொண்டு, "நீங்கள் என்ன செய்தீர்கள்?" என்று கேட்டேன்.

அவர் அங்கிருந்து எழுந்தார். "என்னுடன் வாருங்கள், அதை நான் உங்களுக்குக் காட்டுகிறேன்."

ஒரு பேரிக்காயின் வடிவில் இருந்த ஒரு சிறுகுடாவின் முன்பகுதியில் நாங்கள் முகாமிட்டிருந்தோம். அந்த சிறுகுடா, காட்டுக்குள் 180 மீட்டர்வரை நீண்டிருந்தது. நாங்கள் அதன் விளிம்புவரை உள்ளே நடந்தோம். அங்கு காற்றிலிருந்தும் கடலின் அலைகளில் இருந்தும் பாதுக்காப்பாக இருந்த தண்ணீர், துளிகூட சலனமின்றி இருந்தது.

எட் கேலன்ட், கீழே விழுந்து கிடந்த ஒரு பெரிய மரக்கட்டையின்மீது உட்கார்ந்து கொண்டு, அந்த நீரைச் சுட்டிக்காட்டி, "கவனமாகப் பாருங்கள்," என்று என்னிடம் கூறினார்.

அந்த நீரின் மேற்பரப்பிற்கு சற்றுக் கீழே, பல பெரிய சால்மன் மீன்கள், நத்தை வேகத்தில் வட்ட வடிவில் நீந்திக் கொண்டிருந்தன. மற்ற மீன்கள், அதிக ஆழமில்லாத அடித்தளத்தில் அமைதியாகப் படுத்துக் கிடந்தன. அவை தம் செவுள்களையும் துடுப்புகளையும் மட்டும் மெதுவாகவும் சீரான வேகத்திலும் அசைத்துக் கொண்டிருந்தன.

"இரண்டு கோடைக்காலங்களுக்கு முன்பு மருத்துவர்கள் எனக்குக் காலக்கெடு விதித்தபோது, நான் இங்கே வந்தேன். இதே மரக்கட்டையின்மீது அமர்ந்து, நான் என் வாழ்க்கையை அலசிப் பார்க்க முயற்சித்துக் கொண்டிருந்தேன். அப்போது, ஏதோ காரணத்திற்காக, நான் இந்த சால்மன் மீன்களைக் கண்காணிக்கத் துவங்கினேன். நான் அவற்றை வெறுமனே பார்க்கவில்லை, மாறாக, உண்மையிலேயே கவனித்தேன்," என்று கூறிய எட், பின்னால் திரும்பி, வளைகுடாவின் வெளியே சுட்டிக்காட்டி, "அந்தக் கால்வாயைப் பாருங்கள்," என்று கூறினார்.

கால்வாயில் நீரின் ஓட்டத்தை எதிர்த்து எதிர்நீச்சல் போட்டபடி, ஆயிரக்கணக்கான சால்மன் மீன்கள் இடம்பெயர்ந்து கொண்டிருந்தன.

"கடலிலிருந்து புதிதாக வந்துள்ள அம்மீன்கள் இப்போது வலிமையாக இருக்கின்றன. ஆனால் நாளைக்கு அவை ரஷ்ய நதி நீர்வீழ்ச்சியைச் சென்றடையும். அந்த நீர்வீழ்ச்சிக்கு மேலே தாவுவதற்கு அவை கடுமையாக

முயற்சிக்கும். ஆனால் அவற்றில் சில மீன்கள் ஏற்கனவே மிகவும் களைத்துப் போயிருக்கும். அவை கீழே இருக்கும் பாறைகள்மீது தூக்கி எறியப்பட்டுவிடும். இறுதியில், களைப்பினால் அவை இறந்துவிடும்," என்று எட் கூறினார்.

அவர் மீண்டும் தன் பார்வையை சிறுகுடாவில் இருந்த சால்மன் மீன்களின் பக்கம் திருப்பினார். "இந்த மீன்கள் வித்தியாசமானவை. ஏதோ உள்ளுணர்வு இவற்றை இந்த அமைதியான இடத்திற்கு அழைத்து வந்துள்ளது. முன்னால் போனால் நீர்வீழ்ச்சி வரும் என்று அவற்றுக்குத் தெரியும் போலும். நாளைக்கு இவை தம் இடம்பெயர்தலைத் தொடரும். எது வந்தாலும் சமாளிப்பதற்கு இன்று இவை இங்கு ஓய்வெடுத்துக் கொண்டிருக்கின்றன.

"நானும் அந்தக் கால்வாயில் இருந்த சால்மன்களைப்போல இருந்தது எனக்கு உறைத்தது. நான் தொடர்ந்து முன்னோக்கிப் பாய்வதிலேயே குறியாக இருந்தேன். ஆனால் இந்த இடத்திற்கு வந்து இந்த மீன்களைப் பார்த்தப் பிறகு, நான் என்ன செய்ய வேண்டும் என்பதை நான் அறிந்தேன். நான் தொடர்ந்து வேலை செய்யப் போவதாகவும், ஆனால் அழுத்தங்கள் அதிகரிக்கத் துவங்கும்போது, சிறிதளவு நேரத்தை ஒதுக்கிக் கொண்டு இந்த இடத்திற்கு வந்து ஓய்வெடுக்கப் போவதாகவும் எனக்கு நானே தீர்மானித்துக் கொண்டேன். அன்றிலிருந்து விஷயங்களை நான் இப்படித்தான் கையாண்டு வந்துள்ளேன். இது எவ்வளவு காலம் நீடிக்கும் என்று எனக்குத் தெரியாது. ஆனால், மருத்துவர்கள் கொடுத்தக் காலக்கெடுவைக் கடந்து கூடுதலாக ஒரு வருடம் நான் உயிர் வாழ்ந்திருக்கிறேன்."

பிறகு அவர் என்னை நோக்கித் திரும்பினார். "கர்னல், இந்த விண்வெளி யுகத்தில், ஓர் ஆட்டோ ரிக்ஷா அமைப்புமுறையைக் கொண்டு நாம் இயங்கிக் கொண்டிருக்கிறோம் என்பதை உணரும் முதல் நபர் நீங்கள் அல்ல. ஒரு வலிமையான நீரோட்டத்திற்கு எதிராகத் தொடர்ந்து எதிர்நீச்சல் போட்டுக் கொண்டிருக்கின்ற முதல் நபர் நீங்கள் அல்ல. உங்களுக்கு முன்பு இப்பதவியை வகித்தப் பலரும் இதே இன்னல்களை அனுபவித்தனர்," என்று எட் கூறினார்.

இந்த மீன்பிடிப்புப் படலம் எதைப் பற்றியது என்பதை அப்போதுதான் நான் உணர்ந்தேன். 'முதல் முன்னுரிமை' என்ன என்பதை அவர் எனக்கு உணர்த்திக் கொண்டிருந்தார்.

"எட், நம்மால் செய்யக்கூடியது ஏதேனும் உள்ளதா?" என்று நான் கேட்டேன்.

நான் இப்போது ஆசுவாசமடைந்திருந்ததைக் கண்ட அவர் என்னைப் பார்த்துப் புன்னகைத்தார். "இந்த மையத்தின் தகவல் தொடர்பு அமைப்புமுறை எனக்கு அத்துப்படி. தொழில்நுட்பரீதியான விஷயங்களை என்னால் கையாள முடியும். ஆனால் மிதமிஞ்சிய நிர்வாகக் கெடுபிடிகளைத்தான் என்னால் சமாளிக்க முடியாது. அதை நீங்கள் கவனித்துக் கொண்டால், என் சக பொறியாளர்களும் நானும் இந்த அமைப்புமுறை சீராக இயங்கும்படி பார்த்துக் கொள்வோம்."

அந்த வளைகுடாவின் கரையில் வைத்து நாங்கள் ஓர் உடன்படிக்கை மேற்கொண்டோம். அந்த வார இறுதியிலிருந்து, தொழில்நுட்பம் தொடர்பான அன்றாடத் தீர்மானங்களை எட் கையாண்டார். சந்திப்புக்கூட்டங்களுக்குச் செல்வது, சிறிய மற்றும் முக்கியத்துவமற்றத்

தவறுகளைச் சுட்டிக்காட்டி மேலதிகாரிகளிடமிருந்து வந்த கேள்விகளுக்கு விளக்கம் அளிப்பது, அலுவலகத்தில் ஏற்பட்ட அகங்காரப் பிரச்சனைகளை அமைதியாகத் தீர்ப்பது போன்றவற்றை நான் பார்த்துக் கொண்டேன். வளைகுடாவிற்குச் சென்றுவர எட் என்னிடம் அனுமதி கேட்டபோதெல்லாம், நான் ஒருபோதும் மறுக்கவில்லை.

எங்கள் உடன்படிக்கை ஒரே ஒரு முறை சோதனைக்கு உள்ளானது. பெரும்பாலான தொழில்நுட்பங்களைப்போலவே, எங்கள் மையமும் கணினி யுகத்திற்குள் நுழைந்து கொண்டிருந்தது. எங்களுடைய பொறியியல் கட்டளைகளைக் கணினி மொழிக்கு மாற்றுமாறு வாஷிங்டனில் இருந்து எங்களுக்கு உத்தரவுகள் வந்தன. "இது அபத்தம்! நம் அமைப்புமுறைக்கு இது தேவையில்லை. நமக்கு விதிவிலக்கு வழங்குமாறு தலைமைச் செயலகத்தினரை நீங்கள் ஒப்புக் கொள்ள வைக்க வேண்டும்," என்று எட் கூறினார்.

நான் அந்த விவகாரத்தைப் பற்றி இரண்டு நாட்களாக சிந்தித்தேன். பிறகு எட் கேலன்டை என் அறைக்குள் அழைத்து, "எட், இந்த விவகாரத்தில் நான் உங்கள் கோரிக்கையை நிராகரிக்கப் போகிறேன். ஒரு காலாவதியான அமைப்புமுறையுடன் நாம் காலம் தள்ள வேண்டியிருக்கலாம், ஆனால் காலாவதியான பொறியாளர்களை ஊக்குவிப்பதற்கு நமக்கு எந்தக் காரணமும் இல்லை. புதிய வழிமுறைகளுக்கு அவர்கள் தங்களைப் பொருத்திக் கொள்ள வேண்டும். அவர்களுடைய எதிர்காலம் அதைச் சார்ந்துள்ளது," என்று நான் கூறினேன்.

எட்டின் தாடைகள் இறுகின. "உங்கள் விருப்பம்!" என்று கூறிவிட்டு, அவர் என் அறையிலிருந்து வெளியேறினார். அன்று முழுதும் நாங்கள் இருவரும் ஒருவரோடு ஒருவர் பேசிக் கொள்ளவில்லை.

அடுத்த நாள் காலையில் நான் அலுவலகத்திற்கு வந்தபோது, எட் எனக்காகக் காத்துக் கொண்டிருந்தார். "பொறியாளர்களைப் பற்றி நீங்கள் கூறியதை நேற்று முழுதும் நான் சிந்தித்தேன். அவர்களுடைய எதிர்காலத்தைப் பற்றி நீங்கள் கூறியது சரிதான்."

அடுத்த வாரம், எங்கள் பொறியாளர்களைக் கணினி யுகத்திற்குத் தயார்படுத்துவதற்காக எட் ஒரு பயிற்சித் திட்டத்தை உருவாக்கினார். அத்திட்டம் வெற்றிகரமாகப் பலனளித்தது. சில நாட்களுக்குப் பிறகு, அவருடைய பயிற்சித் திட்டத்தை மற்ற மையங்களில் ஒரு கையேடாகப் பயன்படுத்துவதற்காக, அதைப் பிரதியெடுத்து அனுப்புமாறு எங்கள் மேலிடத்திலிருந்து ஒரு கோரிக்கை வந்தது.

அப்போது குளிர்காலம் தொடங்கியது. கீனாய் வளைகுடாவிற்குப் போவதற்கான பாதை அடைக்கப்பட்டது. தன்னுடைய வழக்கமான சிறுகுடாவிற்குப் போக முடியாதது குறித்து எட் இருப்புக் கொள்ளாமல் தவித்தார். தன் மேசைக்குப் பின்னால் இருந்த சுவரில் ஒட்டப்பட்டிருந்த, காலாவதியாகிப் போன ஒரு நாட்காட்டியை அவர் அடிக்கடி உற்றுப் பார்த்துக் கொண்டிருந்ததை நான் கவனித்தேன். மேலிருந்து எடுக்கப்பட்ட ஸ்கைடாக் ஏரியின் ஒரு புகைப்படம் அதில் இடம்பெற்றிருந்தது. அதன் வடக்குப் பக்கக் கரையின்மீது, அந்த பேரிக்காய் வடிவ வளைகுடாவின் வரைகோடு தெளிவாகத் தெரிந்தது. "இன்னும் ஒரே ஒரு முறையாவது நான் அங்கே போயாக வேண்டும்," என்று அவர் அடிக்கடிக் கூறினார்.

ஆனால், மார்ச் 16ம் நாளன்று மதிய வேளையின்போது, பணியில் இருந்த அதிகாரி ஒருவர் என்னைத் தொலைபேசியில் அழைத்து, "எட் கேலன்ட்டுக்குப் பக்கவாதம் ஏற்பட்டுள்ளது," என்று தெரிவித்தார்.

நான் உடனடியாக ராணுவ மருத்துவமனைக்கு விரைந்தேன். எட் தன் படுக்கையில் அசைவற்றுக் கிடந்தார். அவருடைய கண்கள் மேற்கூரையை வெறித்துப் பார்த்துக் கொண்டிருந்தன. நான் உள்ளே நுழைந்ததும் அவர் என்னைப் பார்த்தார். அவருடைய உடலின் இடது பக்கம் செயலிழந்து போயிருந்தது. அவர் தன் வலது கையை என்னை நோக்கி நீட்டி ஏதோ கூறக் கடுமையாக முயற்சித்தார். நான் அவருடைய கையைப் பிடித்துக் கொண்டு, "எட், நீங்கள் எதுவும் பேச வேண்டாம்," என்று கூறினேன்.

அவர் இப்போது தன் பார்வையை என்னிடமிருந்து விலக்கி, சுவரின் பக்கமாகத் திருப்பினார். பிறகு, மீண்டும் என்னைப் பார்த்தார். சிறிது நேரத்திற்குப் பிறகு, சுவரை நோக்கிச் சென்ற அவருடைய கண்களை நான் பின்தொடர்ந்தேன். திடீரென்று அதற்கான பொருள் எனக்குப் புரிந்தது. நான் அவருடைய கையை மென்மையாக அழுத்திவிட்டு, "நான் சிறிது நேரத்தில் வந்துவிடுகிறேன்," என்று கூறி அங்கிருந்து விரைந்தேன்.

நான் எங்கள் மையத்திற்குச் சென்று, அவருடைய பழைய நாட்காட்டியைச் சுவரிலிருந்து எச்சரிக்கையாகப் பிரித்தெடுத்தேன். பிறகு அதை அந்த மருத்துவமனைக்குக் கொண்டு சென்று, அவருடைய படுக்கைக்கு அருகே இருந்த சுவரின்மீது அதை ஒட்டினேன். அவருடைய கண்கள் அதன்மீது நிலைத்தன. இறுதியில் அவர் அமைதி அடைந்திருந்ததுபோலத் தோன்றியது. தான் மிகவும் விரும்பிய அந்த சிறுகுடாவின் மங்கிய புகைப்படத்தைப் பார்த்தபடியே அவருடைய உயிர் பிரிந்தது.

1970ன் கோடைக்காலத்தில், என் அலாஸ்கா பயணம் நிறைவுக்கு வந்தது. நான் அந்த சிறுகுடாவிற்குக் கடைசியாக ஒருமுறை சென்றேன். அந்த சால்மன் மீன்கள் இன்னும் அங்கு இருந்தன. இன்னல்களை எதிர்கொள்வதற்காக அவை ஓய்வெடுத்துக் கொண்டிருந்தன. அவற்றை நான் பார்த்தபோது, முன்போர் இரவில், அன்பும் அறிவும் வாய்க்கப் பெற்ற ஒரு மனிதர், இந்தச் சிறப்பான இடத்தில் தான் கற்றுக் கொண்ட ஒரு பாடத்தை என்னிடம் பகிர்ந்து கொண்டதை நான் நினைவுகூர்ந்தேன். தன் வாழ்வின் இருண்ட கணங்களில் தாக்குப்பிடிப்பதற்கான சக்தியை, அந்த அமைதியான சிறுகுடாவிலிருந்து அவர் கற்றுக் கொண்ட பாடம்தான் அவருக்குக் கொடுத்திருந்தது.

அமைதியான இடங்களில் அடைக்கலம் புகுவதன் மூலம் எல்லோராலும் பலனடைய முடியும். நீண்ட நாட்கள் ஓய்வெடுப்பதற்கு நமக்குப் பிடித்தமான ஓரிரு இடங்கள் நம் ஒவ்வொருவருக்கும் இருக்கும் என்று நான் நம்புகிறேன். ஆனால் தினமும் நாம் எளிதாகச் சென்றுவரக்கூடிய ஓரிரு இடங்களும் நமக்கு இருந்தாக வேண்டும். வெறுமனே கண்களை மூடி தியானிப்பதன் மூலம் சிலர் தங்களைப் புதுப்பித்துக் கொள்கின்றனர். மற்றவர்கள், ஆசுவாசமாக அமர்ந்து, அமைதியான இசையைக் கேட்கும்போது ஓய்வை அனுபவிக்கின்றனர். இன்னும் சிலர், நடப்பது, உடற்பயிற்சி செய்வது, விளையாடுவது

போன்றவற்றில் தஞ்சம் அடைகின்றனர். நாம் எங்கே சென்று ஓய்வெடுக்கிறோம் என்பதோ, எந்த வழியில் ஓய்வெடுக்கிறோம் என்பதோ அவ்வளவு முக்கியமல்ல. நம் மனங்களை ஆசுவாசப்படுத்துவதற்கும், அவற்றுக்குப் புத்துணர்ச்சி ஊட்டுவதற்கும், நம் சிந்தனையை மீண்டும் தூண்டுவதற்குமான வழிகளை நாம் கண்டுபிடிக்க வேண்டியதுதான் இங்கு மிகவும் முக்கியம்.

எட் தன்னைப் புத்துப்பித்துக் கொள்வதற்கு அந்த அமைதியான சிறுகுடாவை நாடினார். பின்வரும் கதையில், ஒரு மருத்துவர் தன் நோயாளி ஒருவரிடம் நான்கு மருந்துச் சீட்டுகளைக் கொடுத்து, அந்த நோயாளி, சிறு வயதில் தான் மிகவும் ரசித்து அனுபவித்தக் கடற்கரைக்குச் சென்று தன்னைப் புதுப்பித்துக் கொள்ள வேண்டும் என்று பரிந்துரைக்கிறார்.

கடற்கரையில் ஒரு நாள்

ஆர்தர் கார்டன்

வாழ்வில் ஆற்றல் குன்றிப் போய், உற்சாகம் மடிந்து போய், எல்லாமே ஸ்தம்பித்துவிடுகின்ற, நம்மில் பெரும்பாலானோர் அடிக்கடி எதிர்கொள்கின்ற அந்தக் காலகட்டத்தை, ஒருசில மாதங்களுக்கு முன்பு நானும் எதிர்கொண்டேன். அது என் வேலையின்மீது ஏற்படுத்திய எதிர்மறையான தாக்கம் அச்சுறுத்துவதாக இருந்தது. ஒவ்வொரு நாளும், அன்றைய நாளை நான் சபித்துக் கொண்டும் நொந்து கொண்டுமே துவக்கினேன்.

ஆனால் நாட்கள் செல்லச் செல்ல, நான் அதிகமாக ஊக்கமிழந்தேன், அதிகமாகத் திணறினேன். நான் இந்தச் சூழ்நிலையிலிருந்து விடுபடுவதற்கு எனக்குக் கட்டாயம் வேறொருவரின் உதவி தேவை என்ற ஒரு நிலையை நான் எட்டினேன்.

எனவே, நான் ஒரு மருத்துவரிடம் போனேன். அவர் ஒரு பொது மருத்துவர். வயதில் அவர் என்னைவிட மூத்தவர். வெளித் தோற்றத்திற்குக் கண்டிப்பானவராகத் தோன்றிய அவர், உண்மையிலேயே அறிவும் பரிவும் அமையப் பெற்றவராக இருந்தார். நான் என் மனம் முழுக்க வேதனையுடன், “என்ன பிரச்சனை என்று தெரியவில்லை. ஆனால், வாழ்வில் நான் ஒரு முட்டுச் சந்தில் வந்து முட்டிக் கொண்டிருப்பதுபோல எனக்குத் தோன்றுகிறது. நான் இந்தத் தேக்க நிலையிலிருந்து விடுபடுவதற்கு உங்களால் எனக்கு உதவ முடியுமா?” என்று அவரிடம் கேட்டேன்.

“எனக்குத் தெரியவில்லை,” என்று மெதுவாகக் கூறிய அவர், தன் கைவிரல்களை ஒன்றோடொன்று பின்னிக் கொண்டு, ஆழ்ந்த சிந்தனையோடு என்னை நீண்ட நேரம் பார்த்தார். பிறகு திடீரென்று, “நீங்கள் ஒரு குழந்தையாக இருந்தபோது எந்த இடத்தில் மிகவும் மகிழ்ச்சியாக இருந்தீர்கள்?” என்று கேட்டார்.

“குழந்தையாக இருந்தபோதா?” என்று அவர் கூறியதை அப்படியே திருப்பிக் கூறிவிட்டு, “கடற்கரையில் என்று நினைக்கிறேன். கோடைக்காலங்களில் எங்கள் விடுமுறையை நாங்கள் அங்குதான் கழித்தோம். அங்கு எங்களுக்கு ஒரு வீடு இருந்தது. அந்த நாட்கள் மிகவும் குதூகலமானவை,” என்று பதிலளித்தேன்.

அவர் அந்த அறையின் சன்னலுக்கு வெளியே பார்த்தார். அக்டோபர் மாத இலைகள் அழகாக உதிர்ந்து கொண்டிருந்தன. “நான் கொடுக்கும் அறிவுறுத்தல்களை ஒரே ஒரு நாள் மட்டுமாவது கடைபிடிக்கும் திறன் உங்களுக்கு இருக்கிறதா?” என்று அவர் என்னிடம் கேட்டார்.

எதையும் முயற்சிப்பதற்குத் தயாராக இருந்த நான், “இருக்கிறது,” என்று கூறினேன்.

“சரி, நீங்கள் செய்ய வேண்டியது இதுதான். நாளை காலையில் நீங்கள் கடற்கரைக்குச் செல்ல வேண்டும். கண்டிப்பாக ஒன்பது மணிக்கு நீங்கள் அங்கு இருந்தாக வேண்டும். வேண்டுமானால் மதிய உணவைக் கையோடு எடுத்துச் செல்லுங்கள். ஆனால் நீங்கள் எதையும் படிக்கவோ, எழுதவோ, வானொலி நிகழ்ச்சிகளைக் கேட்கவோ, அல்லது யாருடனும் பேசவோ கூடாது. அதோடு, நான் எழுதித் தருவதை மூன்று மணிநேரத்திற்கு ஒருமுறை நீங்கள் செய்ய வேண்டும்,” என்று அவர் கூறினார்.

பிறகு அவர் தன் மருந்துக் குறிப்பேட்டிலிருந்து நான்கு தாள்களைக் கிழித்து, அவை ஒவ்வொன்றிலும் ஒருசில வார்த்தைகளை எழுதி, அவற்றை அழகாக மடித்து, அவற்றின்மீது எண்குறி இட்டு என்னிடம் கொடுத்தார். “1 என்று குறிக்கப்பட்டுள்ள தாளில் உள்ளதைக் காலை ஒன்பது மணிக்கும், 2 என்று குறிக்கப்பட்டுள்ளதை நண்பகல் பன்னிரண்டு மணிக்கும், 3 என்ற எண் குறிக்கப்பட்டுள்ளதை மாலை மூன்று மணிக்கும், 4 என்று குறிக்கப்பட்டுள்ளதை மாலை ஆறு மணிக்கும் நீங்கள் செய்ய வேண்டும்,” என்று அவர் கூறினார்.

“இது ஒன்றும் வேடிக்கை இல்லையே?” என்று நான் சந்தேகத்தோடு கேட்டேன்.

அவர் என்னைப் பார்த்துச் சிரித்துவிட்டு, “என்னுடைய பில் உங்கள் கைக்கு வரும்போது, நான் வேடிக்கையாக நடந்து கொள்வதாக நீங்கள் நினைக்க மாட்டீர்கள்!” என்று கூறினார்.

அடுத்த நாள், சிறிதளவு நம்பிக்கையுடன் நான் என் காரில் கடற்கரையை நோக்கிப் பயணித்தேன். அங்கு என்னைத் தவிர வேறு யாரும் இருக்கவில்லை. வடகிழக்குத் திசையிலிருந்து பலத்தக் காற்று வீசிக் கொண்டிருந்தது. கடல் கடுஞ்சீற்றத்துடனும் சாம்பல் நிறத்திலும் காணப்பட்டது. அன்றைய நாள் முழுதும் என் முன்னே வெறுமையாக விரிந்து படர்ந்திருக்க, நான் என் காரில் உட்கார்ந்திருந்தேன். சரியாக ஒன்பது மணிக்கு, அந்த மருத்துவர் கொடுத்திருந்த நான்கு தாள்களில் முதல் தாளை எடுத்துப் பிரித்தேன். ‘காதுகொடுத்து கவனமாகக் கேட்கவும்’ என்று அதில் எழுதப்பட்டிருந்தது.

நான் அந்த வார்த்தைகளை வெறித்துப் பார்த்தேன். பிறகு கோபத்துடன், “அவருக்குக் கிறுக்குப் பிடித்திருக்க வேண்டும். வானொலி இசையையோ அல்லது செய்தி ஒலிபரப்புகளையோ கேட்கக்கூடாது என்றும், யாரோடும் பேசக்கூடாது என்றும் அவர் கூறியிருக்கும்போது, காதுகொடுத்து கவனமாகக் கேட்பதற்கு இங்கு வேறு என்ன இருக்கிறது?” என்று என் மனத்திற்குள் பொருமினேன்.

பிறகு என் தலையை நிமிர்த்தி, காதுகொடுத்துக் கேட்க முயற்சித்தேன். கடலின் சீரான உறுமல், ஒரு கடற்புறாவின் கிரீச்சொலி, வானில் பறந்து கொண்டிருந்த ஏதோ விமானத்தின் இரைச்சல் ஆகிய பரிச்சயமான சத்தங்களைத் தவிர, அங்கு வேறு எந்தச் சத்தமும் எனக்குக் கேட்கவில்லை.

நான் என் காரைவிட்டு வெளியே வந்தேன். ஒரு பலமான காற்று என் காரின் கதவை வேகமாக ஓங்கி அறைந்தது. "இப்படிப்பட்ட விஷயங்களைத்தான் நான் கவனமாகக் கேட்க வேண்டும் என்று அந்த மருத்துவர் கூறுகிறாரா?" என்று என் மனத்திற்குள் என்னை நானே கேட்டுக் கொண்டேன்.

நான் ஒரு மணற்குன்றின்மீது ஏறி, ஆள் அரவமற்ற அந்தக் கடற்கரையை நோட்டமிட்டேன். இங்கு கடலின் பேரிரைச்சலில் மற்ற சத்தங்கள் அனைத்தும் தொலைந்து போயின. ஆனாலும், இந்த ஒலிகளுக்குக் கீழே வேறு ஒலிகள் ஏதேனும் இருக்க வேண்டும் என்று திடீரென்று எனக்குத் தோன்றியது. என் கால்களுக்குக் கீழே மெதுவாகச் சரிந்து கொண்டிருந்த மணலின் ஓசை, அந்த மணற்குன்றின்மீது வளர்ந்திருந்த புல்லுடன் காற்று மேற்கொண்ட கிசுகிசுப்புகள் ஆகியவற்றை, அவற்றுக்கு மிக அருகே சென்று கேட்டால் என்னால் செவிமடுக்க முடியும் என்று நான் நினைத்தேன்.

ஏதோ ஒரு தூண்டுதலால், நான் கீழே குனிந்து அந்தப் புல்லின்மீது தலை வைத்தேன். இது எனக்கு சற்று வேடிக்கையாக இருந்தது. ஆனால் அப்போது நான் ஒரு விஷயத்தைக் கண்டறிந்தேன்: நீங்கள் உன்னிப்பாகக் கேட்டால், எல்லாம் அப்படியே அசைவின்றி நிற்கின்ற ஒரு கணம் அங்கு நிலவுவதை உங்களால் உணர முடியும். அந்தக் கணநேர அசைவின்மையில், வேகமாக ஓட்டமெடுக்கின்ற எண்ணங்கள் தற்காலிகமாக நிறுத்தி வைக்கப்படுகின்றன. ஒரே ஒரு கணம் மட்டும், உங்களுக்கு வெளியே உள்ள எதையேனும் செவிமடுக்க நீங்கள் உண்மையிலேயே முயற்சிக்கும்போது, உங்களுக்குள் இருக்கும் கூச்சல்களை நீங்கள் அமைதிப்படுத்த வேண்டும். அப்போது உங்கள் மனம் சலசலப்பு நீங்கி அமைதியடைகிறது.

நான் மீண்டும் என் காருக்குச் சென்று, என் இருக்கையில் அமர்ந்தேன். 'காதுகொடுத்து கவனமாகக் கேட்கவும்.' கடலின் சீற்றமிகு உறுமல் சத்தத்தை நான் மீண்டும் உன்னிப்பாகச் செவிமடுத்தபோது, அதன் பிரம்மாண்டத்தையும், அதன் விபத்தகு தாளங்களையும், அதன் புயல்களின் ஆவேசத்தையும் பற்றி நான் சிந்திக்கலானேன்.

நாங்கள் குழந்தைகளாக இருந்தபோது, அந்தக் கடல் எங்களுக்குக் கற்றுக் கொடுத்திருந்த பாடங்களைப் பற்றி நான் சிந்தித்தேன். ஒரு குறிப்பிட்ட அளவு பொறுமை: அலைகளை உங்களால் அவசரப்படுத்த முடியாது. அபரிமிதமான மரியாதை: கடலை எதிர்த்து வெற்றி கொள்ள நினைப்பது முட்டாள்தனம். இயற்கை அம்சங்களுக்கு இடையே இருக்கின்ற, மிகப் பரந்த, மர்மமான சகசார்பு பற்றிய ஒரு விழிப்புணர்வு: காற்றுக்கும் அலைக்கும் நீரோட்டத்திற்கும் இடையே உள்ள சகசார்பு; அமைதிக்கும் புயலுக்கும் சூறாவளிக்கும் இடையே இருக்கின்ற சகசார்பு. இந்த அம்சங்கள் அனைத்தும் இணைந்துதான் வானில் பறக்கின்ற பறவைகளின் பாதைகளையும் கடலுக்குக் கீழே நீந்திச் செல்கின்ற மீன்களின் பாதைகளையும் தீர்மானிக்கின்றன.

அப்போது, நான் என்னைவிட மிகப் பெரிய விஷயங்களைப் பற்றி சிந்தித்துக் கொண்டிருந்ததை நான் உணர்ந்தேன். அதில் எனக்கு நிம்மதி கிடைத்தது.

ஆனாலும், அன்றைய காலைப் பொழுது மெதுவாகவே கடந்தது. ஏதேனும் ஒரு பிரச்சனையோடு மல்லுக்கு நிற்பதை வழக்கமாகக் கொண்டிருந்த என்னால், எதுவும் செய்யாமல் இப்படி உட்கார்ந்திருந்தது கடினமாக இருந்தது. ஒரு முறை, என் காரிலிருந்த வானொலியை நான் ஏக்கத்தோடு பார்த்தபோது, "அமைதியில்தான் மாபெரும் விஷயங்கள் தம்மை வெளிப்படுத்திக் கொள்கின்றன," என்ற தாமஸ் கார்லைலின் மேற்கோள் என் நினைவுக்கு வந்தது.

நண்பகல் நெருங்கியபோது, மேகங்களைக் காற்று இழுத்துச் சென்றிருந்ததால் வானம் பளிச்சென்று இருந்தது. கடல் இப்போது தகதகவென்று மின்னிக் கொண்டிருந்தது. என்னுடைய இரண்டாவது 'மருந்துச் சீட்டை' நான் பிரித்தேன். மீண்டும் நான் பாதி வியப்போடும் பாதிக் களைப்போடும் அங்கே அமர்ந்தேன். இம்முறை, 'பின்னோக்கித் திரும்பிப் பார்க்க முயற்சிக்கவும்' என்று அதில் எழுதப்பட்டிருந்தது.

"எதைப் பின்னோக்கிப் பார்க்க வேண்டும்? கடந்தகாலத்தையா? ஆனால் என்னுடைய அனைத்துக் கவலைகளும் நிகழ்காலம் மற்றும் எதிர்காலம் குறித்தவையாக இருக்கும்போது, நான் ஏன் கடந்தகாலத்தை மீண்டும் நினைத்துப் பார்க்க வேண்டும்?" என்று என் மனம் அலை பாய்ந்தது.

நான் காரிலிருந்து கீழே இறங்கி, அந்த மணற்குன்றுகளையொட்டி நடக்கத் துவங்கினேன். "மகிழ்ச்சியான நினைவுகளை உள்ளடக்கிய இடமாக இருப்பதால்தான் அந்த மருத்துவர் என்னை இந்தக் கடற்கரைக்கு அனுப்பி வைத்துள்ளார். ஒருவேளை நான் அதைத்தான் மீண்டும் நினைத்துப் பார்க்க வேண்டும் போலும். நான் மறந்துவிட்ட அந்த மகிழ்ச்சியை நான் மீண்டும் என் மனத்தில் அசை போட்டுப் பார்க்க வேண்டும்."

அங்கு ஒரு நிழலான இடத்தைக் கண்டுபிடித்து, இளவெயிலில் காய்ந்து கதகதப்பாக இருந்த அந்தக் கடற்கரை மணலின்மீது நான் படுத்தேன். கடந்தகாலத்திற்குள் நான் எட்டிப் பார்க்க முயன்றபோது, மேலோட்டமாகத் தோன்றிய நினைவுகள் மகிழ்ச்சியானவையாக இருந்தன, ஆனால் அவை தெளிவாக இருக்கவில்லை. அந்த நினைவுகளுக்குரிய முகங்களும் மங்கலாகவும் வெகுதூரத்தில் இருந்ததுபோலவும் தோன்றின. நான் அவற்றைப் பற்றி நீண்டகாலம் நினைத்துப் பார்த்திருக்கவில்லை போலும்.

நான் ஒரு பரிசோதனை முயற்சியில் இறங்கினேன். ஓர் ஓவியர் எப்படித் தன் ஓவியத்திற்கு மெல்ல மெல்ல மறுவண்ணம் தீட்டி, அதன் வரைகோடுகளுக்கு வலிமை சேர்ப்பாரோ, அதேபோல, சில குறிப்பிட்ட நிகழ்வுகளைத் தேர்ந்தெடுத்து, அவை குறித்த விபரங்களை என்னால் இயன்ற அளவுக்கு நான் நினைவுபடுத்திப் பார்க்க முயற்சித்தேன். மக்களை அவர்களுடைய உடையலங்காரத்துடனும் அங்க அசைவுகளுடனும் நான் என் மனத்தில் காட்சிப்படுத்திப் பார்க்க முயற்சித்தேன். அவர்களுடைய குரல்களின் துல்லியமான ஒலியையும் அவர்களுடைய சிரிப்பின் எதிரொலியையும் நான் 'கவனமாகக்' கேட்க முயற்சித்தேன்.

இருபது வருடங்களுக்கு முன் என் தம்பியுடன் கடைசி முறையாக நான் மீன் பிடிக்கச் சென்றதை நான் நினைத்துப் பார்க்கத் தொடங்கினேன். (இரண்டாம் உலகப் போரின்போது பசிபிக் பகுதியில் இறந்து போன அவன், பிலிப்பைன்ஸில் புதைக்கப்பட்டான்.) நான் என் கண்களை மூடிக் கொண்டு உண்மையிலேயே முயற்சித்தால், அவனை என்னால் தெளிவாகக் காண

முடிந்ததை இப்போது நான் கண்டேன். அன்று அவனுடைய கண்களில் வெளிப்பட்ட நகைச்சுவையையும் ஆர்வத்தையும்கூட என்னால் பார்க்க முடிந்தது.

உண்மையில், என்னால் எல்லாவற்றையும் பார்க்க முடிந்தது. நாங்கள் மீன் பிடித்துக் கொண்டிருந்த கடற்கரையின் வெண்ணிற மணல், சூரிய உதயத்தால் சிவந்திருந்த கிழக்கு வானம், நுரை பொங்க உருண்டோடி வந்த மாபெரும் அலைகள் ஆகிய அனைத்தும் என் மனக்கண்ணில் தெளிவாகத் தெரிந்தன. கரையைத் தொட்டுவிட்டுச் சென்ற அலைகள் என் பாதங்களை வருடிச் சென்றதை என்னால் உணர முடிந்தது. என் தம்பியின் தூண்டிலில் ஒரு மீன் சிக்கியதால் அதில் ஏற்பட்டத் திடீர் வளைவை என்னால் பார்க்க முடிந்தது. அவனுடைய உற்சாகக் கூக்குரலை என்னால் கேட்க முடிந்தது. அங்குலம் அங்குலமாக நான் என் நினைவுகளை மீண்டும் உருவாக்கினேன். இத்தனை வருடங்களுக்குப் பிறகும் தெளிவாகவும் மாற்றமின்றியும் நான் கண்ட அக்காட்சிகள் திடீரென்று மறைந்துவிட்டன.

நான் மெதுவாக எழுந்து உட்கார்ந்தேன். 'பின்னோக்கித் திரும்பிப் பார்க்க முயற்சிக்கவும்.' மகிழ்ச்சியான மக்கள் வழக்கமாகத் தன்னம்பிக்கை உடையவர்களாக இருந்தனர். அப்படியென்றால், நீங்கள் பிரக்ஞையோடு பின்னோக்கிப் பார்த்து, மகிழ்ச்சியைத் தொட்டீர்களேயானால், சிறிதளவு சக்தியும் வலிமையும் உங்களுக்குள் விடுவிக்கப்படும், இல்லையா?

அன்றைய நாளின் இந்த இரண்டாவது காலகட்டம் அதிக வேகமாகக் கரைந்தது. சூரியன் தன் கீழ்நோக்கிய பயணத்தைத் துவக்கியபோது, என் மனம் என் கடந்தகாலத்தை ஆர்வத்தோடு நினைத்துப் பார்த்து, சில நிகழ்வுகளை மீண்டும் வாழ்ந்து பார்த்தது. நான் முற்றிலுமாக மறந்து போயிருந்த சில நிகழ்வுகளையும்கூட அது எனக்குத் திரை விலக்கிக் காட்டியது. எடுத்துக்காட்டாக, எனக்கு சுமார் பதிமூன்று வயதாகவும், என் தம்பிக்குப் பத்து வயதாகவும் இருந்தபோது, எங்களை சர்க்கஸ் நிகழ்ச்சிக்கு அழைத்துச் செல்வதாக எங்கள் தந்தை எங்களுக்கு வாக்குறுதி அளித்திருந்தார். ஆனால் நாங்கள் அனைவரும் எங்கள் வீட்டில் மதிய உணவருந்திக் கொண்டிருந்தபோது, அவருக்கு ஒரு தொலைபேசி அழைப்பு வந்தது. ஏதோ அவசர வேலை இருந்ததாகவும், அவர் உடனடியாக அலுவலகத்திற்கு வர வேண்டும் என்றும் மறுமுனையில் இருந்தவர் கூறினார். நானும் என் தம்பியும் ஏமாற்றத்திற்கு எங்களைத் தயார்படுத்திக் கொண்டோம். அப்போது எங்கள் தந்தை, "இல்லை, என்னால் வர முடியாது. அந்த வேலை நாளைவரை காத்திருந்தாக வேண்டும்," என்று கூறியதை நாங்கள் கேட்டோம்.

அவர் மீண்டும் உணவு மேசைக்கு வந்தபோது, என் தாயார் புன்னகைத்துக் கொண்டே, "சர்க்கஸ் மீண்டும் மீண்டும் வரத்தானே போகிறது?" என்று கேட்டார்.

"ஆமாம். ஆனால் குழந்தைப்பருவம் மீண்டும் மீண்டும் வராது," என்று என் தந்தை பதிலளித்தார்.

என் குழந்தைப்பருவம் நெடுகிலும் நான் இதை என் நினைவில் வைத்திருந்தேன். ஒருவர்மீது காட்டப்படும் பரிவு ஒருபோதும் வீண் போவதில்லை அல்லது முழுமையாகத் தொலைந்து போவதில்லை என்பதை நான் உணர்ந்தேன்.

கடல் இப்போது பெருமூச்சு விட்டுக் கொண்டிருந்தது. அதன் அலைகளின் சத்தம் ஒரு சீரான கிசுகிசுப்பாக மட்டுமே இருந்தது. மணி மூன்று ஆகியிருந்தது. என் மனம் ஆசுவாசமாகவும் நிறைவாகவும் இருந்தது. அந்த நிழலிடத்தைவிட்டு எழுந்திருக்க எனக்கு மனமிருக்கவில்லை. என் மருத்துவரின் பரிந்துரைகள், செயல்படுத்துவதற்கு எளிதாக இருந்ததாக நான் நினைத்தேன்.

ஆனால் மூன்றாவது பரிந்துரை என்னை அப்படியே புரட்டிப் போட்டது. "உங்கள் உள்நோக்கங்களை மறு ஆய்வு செய்யவும்" என்று அவர் குறிப்பிட்டிருந்தார். அது ஒரு கட்டளையைப்போல இருந்தது.

அதைப் படித்தவுடன் முதலில் நான் கோபம் கொண்டேன். "என் உள்நோக்கங்களில் எந்தப் பிரச்சனையும் இல்லை. நான் வெற்றிகரமாக இருக்க விரும்புகிறேன். ஆனால் யார்தான் அதை விரும்புவதில்லை? ஒரு குறிப்பிட்ட அளவு அங்கீகாரத்தையும் நான் விரும்புகிறேன். அங்கீகாரத்தை விரும்பாதவர்கள் யாரேனும் உண்டா? எனக்கு இப்போது இருப்பதைவிட அதிகப் பொருளாதாரப் பாதுகாப்பை நான் விரும்புகிறேன். அதில் என்ன தவறு?" என்று நான் என் மனத்திற்குள் நினைத்தேன்.

"ஒருவேளை அந்த உள்நோக்கங்கள் போதுமானவையாக இல்லாமல் இருக்கலாம். வாழ்க்கை அசைவின்றி நின்று போனதற்கு அது ஒரு காரணமாக இருக்கலாம்," என்று என் தலைக்குள் எங்கிருந்தோ ஒரு சிறு குரல் கூறியது.

நான் ஒரு கை நிறைய மணலை எடுத்து, அதை என் விரல்களின் ஊடாகப் பாயவிட்டேன். கடந்தகாலத்தில், என் வேலை எப்போதெல்லாம் இயல்பானதாகவும் செயற்கைத்தனம் ஏதுமற்றதாகவும் சுதந்திரமானதாகவும் இருந்ததோ, அப்போதெல்லாம் அது சிறப்பாக அமைந்தது. ஆனால் சமீப காலமாக, என் வேலை அத்தன்மைகளை இழந்து, கணக்கிட்டுத் திட்டமிடப்பட்டதாகவும், போட்டிப் போக்குடனும் இருந்திருந்தது. அது இறுதியில் ஒன்றுமில்லாமல் ஆகிவிட்டது. ஏன்? ஏனெனில், நான் என் வேலையைத் தாண்டி, அதிலிருந்து எனக்குக் கிடைக்கக்கூடிய வெகுமதிகளை மட்டுமே முக்கியமாகப் பார்த்தேன். என் வேலை ஒரு முடிவற்றச் சுழற்சியாக எனக்குத் தோன்றியது. நான் வாழ்க்கை நடத்துவதற்கும் என் செலவுகளைச் சமாளிப்பதற்கும் தேவையான பணத்தைப் பெற்றுத் தரக்கூடிய ஒன்றாகவே நான் அதைப் பார்த்தேன். மற்றவர்களுக்குக் கொடுப்பது, மக்களுக்கு உதவுவது, சமுதாயத்திற்கு ஒரு பங்களிப்பை வழங்குவது போன்ற உணர்வுகள், பொருளாதாரப் பாதுகாப்பின் வெறித்தனமான பிடியில் தொலைந்து போயிருந்தன.

திடீரென்று என் மனத்தில் ஒரு மின்னல் பளிச்சிட்டது. ஒருவருடைய உள்நோக்கங்கள் தவறானவையாக இருந்தால், எதுவும் சரியாக இருக்காது. நீங்கள் ஓர் அஞ்சல்காரராக இருந்தாலும் சரி, அல்லது ஒரு சிகையலங்காரக் கலைஞராகவோ, ஒரு காப்பீட்டு விற்பனையாளராகவோ, அல்லது ஒரு குடும்பத் தலைவியாகவோ இருந்தாலும் சரி, மக்களுக்கு நீங்கள் சேவை செய்கிறீர்கள் என்ற உணர்வு உங்களுக்கு இருக்கும்வரை, உங்கள் வேலையை நீங்கள் சிறப்பாகச் செய்வீர்கள். உங்களுக்கு நீங்களே உதவிக் கொள்வதைப் பற்றி மட்டுமே நீங்கள் அக்கறை கொண்டிருக்கும்போது, உங்கள் வேலையை நீங்கள் அவ்வளவு சிறப்பாகச் செய்ய மாட்டீர்கள். புவியீர்ப்பு விதியைப்போல, இந்த விதியும் மாற்ற முடியாதது.

நான் நீண்ட நேரம் அங்கேயே உட்கார்ந்திருந்தேன். தொலைவில் அலைகளின் முணுமுணுப்பு இப்போது ஒரு சிறிய உறுமலாக மாறியிருந்தது எனக்குக் கேட்டது. கடற்கரையில் என் நேரம் கிட்டத்தட்டக் கரைந்து போயிருந்தது. என் மருத்துவர்மீதும், அவர் வெகு சாமர்த்தியமாகவும் தந்திரமாகவும் வகுத்துக் கொடுத்திருந்த 'மருந்துச் சீட்டுகள்'மீதும் எனக்குப் பொறாமை கலந்த பிரமிப்பு ஏற்பட்டது. பிரச்சனைகளை எதிர்கொண்டுள்ள எவரொருவருக்கும் பலனளிக்கக்கூடிய மதிப்புவாய்ந்த சிகிச்சை அவற்றில் அடங்கியிருந்ததை இப்போது நான் கண்டேன்.

காதுகொடுத்து கவனமாகக் கேட்கவும்: எப்போதும் அலைபாய்ந்து கொண்டிருக்கும் மனத்தை அமைதிப்படுத்துவதற்கும், அதன் வேகத்தைக் குறைப்பதற்கும், உங்கள் கவனத்தை உங்கள் பிரச்சனைகளிலிருந்து வெளியிலுள்ளவற்றின்மீது திருப்புங்கள்.

பின்னோக்கித் திரும்பிப் பார்க்கவும்: மனித மனத்தில் ஒரு நேரத்தில் ஒரே ஓர் எண்ணம் மட்டும் நிலைப்படுத்தப்பட முடியும் என்பதால், கடந்தகாலத்தில் ஏற்பட்ட ஒரு மகிழ்ச்சியான நிகழ்வை நீங்கள் தொட்டுப் பார்க்கும்போது, உங்களுடைய நிகழ்காலக் கவலைகளை நீங்கள் மறந்துவிடுகிறீர்கள்.

உங்கள் உள்நோக்கங்களை மறு ஆய்வு செய்யவும்: இதுதான் 'சிகிச்சையின்' கடினமான பகுதி உங்கள் நோக்கங்களை மறு மதிப்பீடு செய்து, உங்கள் திறன்களுக்கும் மனசாட்சிக்கும் இசைவாக அவற்றைக் கொண்டு வருவதுதான் நீங்கள் எதிர்கொள்ளக்கூடிய மிகப் பெரிய சவாலாக இருக்கும். ஆனால் இதைச் செய்வதற்கு உங்கள் மனம் தெளிவாகவும் ஏற்புத்தன்மை உடையதாகவும் இருக்க வேண்டும். அதற்கு, நான் சற்று முன் செலவிட்டதுபோல ஆறு மணிநேர அமைதி உங்களுக்கு வேண்டும்.

மேற்கு வானம் இப்போது அடர்சிவப்பு நிறத்திற்கு மாறியிருந்தது. நான் என் கடைசித் தாளை வெளியே எடுத்தேன். அதில் ஐந்து வார்த்தைகள் இடம்பெற்றிருந்தன. நான் மெதுவாக அந்தக் கடற்கரை மணலின்மீது நடந்து சென்று, உயரமான அலைகள் வரும் என்று குறிப்பிடப்பட்டிருந்த ஓர் அடையாளப் பலகைக்கு ஒருசில அடிகள் முன்னால் நின்று, அந்த ஐந்து வார்த்தைகளை மீண்டும் படித்தேன். "உங்கள் கவலைகளை அந்த மணலின்மீது எழுதவும்."

நான் அந்தக் காகிதத்தைக் காற்றில் பறக்கவிட்டுவிட்டு, கீழே குனிந்து ஒரு சிப்பியை எடுத்தேன். அந்தச் செவ்வானத்தின் கீழே மண்டியிட்டு அமர்ந்து, ஏராளமான வார்த்தைகளை ஒன்றன்மீது ஒன்றாக அந்த மணலின்மீது நான் எழுதினேன்.

பிறகு, திரும்பிப் பார்க்காமல நான் அங்கிருந்து என் காரை நோக்கி நடந்தேன். நான் என் பிரச்சனைகளை அந்த மணலின்மீது எழுதியிருந்தேன். கடலிலிருந்து ஓர் அலை அவற்றை நோக்கி வந்து கொண்டிருந்தது.

எல்லாக் கவலைகளுக்கும் மன அழுத்தங்களுக்கும் ஒரே மாதிரியான பரிந்துரைகள் கிடையாது. ஆனால் நாம் அனைவருமே நம்மைப் புதுப்பித்துக் கொள்ள வேண்டிய தேவை உள்ளது. உங்களுடைய மகிழ்ச்சியான நினைவுகள் நிரம்பிய ஓர் இடத்தைக் கண்டுபிடித்து, மேற்கூறப்பட்ட முறையில் உங்கள் பிரச்சனைகளுக்குத் தீர்வு காண முயற்சிக்குமாறு நான் உங்களுக்குப் பரிந்துரைக்கிறேன். முதலில்,

காதுகொடுத்துக் கேளுங்கள். எங்கெல்லாம் முடிகிறதோ, அங்கெல்லாம் இயற்கையின் இதமான ஒலிகளைச் செவிமடுங்கள். உங்கள் ஆழமான உள்ளார்ந்த எண்ணங்களையும் விருப்பங்களையும் உன்னிப்பாகக் கேளுங்கள். ஏனெனில், உங்கள் வாழ்வின் அர்த்தமுள்ள விவகாரங்கள் அனைத்தும் உங்கள் இதயத்தில்தான் குடிகொண்டுள்ளன. உங்கள் கடந்தகாலத்தில் நீங்கள் அனுபவித்த மகிழ்ச்சியான காலகட்டங்களை நினைவுகூர்ந்து பாருங்கள். காட்சிகள், ஒலிகள், வாசனைகள் போன்ற விபரங்கள்மீது கவனம் செலுத்துங்கள். உங்களுடைய ஆழமான உள்நோக்கங்கள், காலங்காலமாக நிலைத்திருக்கும் வாழ்க்கைக் கொள்கைகளோடும், நீங்கள் யாராக ஆக விரும்புகிறீர்களோ அதனோடும் இசைவாக உள்ளனவா என்று மறு ஆய்வு செய்யுங்கள். இறுதியாக, உங்கள் வாழ்வின் அழுத்தங்களைப் பிரதிபலிக்கின்ற மூன்று அல்லது நான்கு வார்த்தைகளை அல்லது சொற்றொடர்களை ஒரு காகிதத்தில் எழுதி, அதைக் கசக்கி எறியுங்கள். இதை நீங்கள் கற்பனையாகவோ அல்லது உண்மையாகவோ செய்யலாம். காலத்தின் மணல்களோடு அவை மறைந்து போவதைப் பாருங்கள்.

இந்த நடவடிக்கைகள், உங்களுடைய அனைத்துக் கவலைகளையும் பறந்தோடச் செய்துவிடாது. ஆனால் இவற்றை நீங்கள் பின்பற்றினால், உங்கள் உடலையும் மனத்தையும் ஆசுவாசப்படுத்திக் கொள்வதற்கும், அழுத்தத்தைக் கையாள்வதற்கு உங்கள் ஆன்மாவை ஒரு சிறந்த நிலையில் வைப்பதற்கும் அவை உங்களுக்கு உதவும்.

மேற்கூறப்பட்ட இரண்டு கதைகளில், ஒருவர் ஓர் அமைதியான சிறுகுடாவில் தன்னைப் புதுப்பித்துக் கொண்டார். இன்னொருவர், கடற்கரையில் தன்னைப் புதுப்பித்துக் கொண்டார். பின்வரும் கதையின் நாயகியான நான்சி பிளேக்கீ, தன் வாழ்வின் பல்வேறு கிளைச் சாலைகளில் தன்னைப் புதுப்பித்துக் கொண்டார், மகிழ்ச்சியைக் கண்டுகொண்டார்.

மாற்றுப் பாதையின் வசீகரம்

நான்சி எச். பிளேக்கீ

வாழ்வில் நம் இலக்குகளை நோக்கிய குறுகலான சாலையைவிட, சுற்றுவழிகளும் கவனச்சிதறல்களுமே நம்மை அதிகமாக வரையறுக்கின்றன என்று கவிஞர் வில்லியம் ஸ்டாஃபோர்டு ஒருமுறை கூறினார். இது எனக்குப் பிடித்திருந்தாலும், சிறிய மற்றும் பொருத்தமற்ற விஷயங்களால் நான் எளிதில் கவனச்சிதறலுக்கு ஆளாகிவிடுகிறேன்.

ஆனால் எல்லோரையும்போல எனக்கும் இலக்குகள் உள்ளன. நான் பலவற்றை சாதிக்கிறேன். ஆனால் ஒவ்வொரு நாளும் நிகழ்கின்ற சில கிறுக்குத்தனமான மற்றும் வேடிக்கையான விஷயங்கள்தான் எனக்கு சிறந்த

பலனளிக்கின்றன. எடுத்துக்காட்டாக, ஒரு நல்ல சாலைவழிப் பயணத்தை எடுத்துக் கொள்ளலாம். என் குடும்பத்தினரைப் பொறுத்தவரை, ஒரு சாலைவழிப் பயணம் என்பது, நீண்ட, மெதுவான, அவசரமற்ற, அடுக்கடுக்கான சுற்றுவழிகளை உள்ளடக்கிய ஒரு பயணம். எல்லா இடங்களையும் சுற்றி வந்து, பிறகு ஒருவழியாக, நாம் வந்து சேர விரும்புகின்ற இடத்தை வந்தடைவதற்கான ஒரு பயணம். இம்முறை நாங்கள் மேற்கொண்ட பயணத்தில் எங்களுக்கு எந்த அவசரமும் இருக்கவில்லை. நாங்கள் விரும்பிய இடங்களில் நாங்கள் எங்கள் வண்டியை நிறுத்தினோம். வழியில் இருந்த கடைவீதிகளுக்குச் சென்றோம், சாலை விபத்துகளைப் பார்வையிட்டோம், உள்ளூர்ப் பழக்கடைகளில் கிடைத்த ருசிகரமான பழங்களை வாங்கி ருசித்தோம். எங்களுக்கு அவசரம் இல்லாததால், நாங்கள் ஆசுவாசமாகப் பேசினோம்.

ஆனால் எங்கள் பயணங்கள் முன்பு ஒருபோதும் இப்படி இருந்ததில்லை. சாலைவழிப் பிரயாணங்களின் செழிப்பான மறுபக்கத்தை நாங்கள் தற்செயலாகத்தான் கண்டுபிடித்தோம். சுற்றுவழியில் கண்டுபிடித்தோம் என்று கூறினாலும் தகும்.

பல வருடங்களாக, சியாட்டில் நகரில் இருந்த எங்கள் வீட்டிலிருந்து, இடாஹோ மாநிலத்தின் பாய்ஸீ நகரில் இருந்த என் பெற்றோரின் வீட்டிற்கு வருவதற்கான ஐநூறு மைல் தூரத்தை நாங்கள் ஒன்பது மணிநேரத்தில் பயணித்து வந்திருந்தோம். பெரும்பாலான மக்கள் செய்வதைப்போலவே, நாங்களும், மிக வேகமான, மிகக் குறைவான தூரம் கொண்ட, மிக சுலபமான பாதையிலேயே பயணித்தோம். குறிப்பாக என் கணவர் என்னுடன் வராத சமயங்களில் நான் என் நான்கு குழந்தைகளுடன் தனியாகப் பயணிக்க வேண்டியிருந்தபோது, நான் அப்படித்தான் பயணித்தேன். நீண்ட நேரம் ஓரிடத்தில் அடைபட்டுக் கிடப்பது என் குழந்தைகளுக்குப் பிடிக்காது. அதோடு, எல்லாவற்றைப் பற்றியும் அவர்களுக்கு அபிப்பிராயங்கள் இருந்தன. இவர்களை சமாளிப்பது அவ்வளவு எளிதல்ல.

நெடுஞ்சாலைவழிப் பயணங்களின்போது, தேவைப்பட்டாலொழிய எந்த இடத்திலும் நான் நிற்க மாட்டேன். சாலையின்மீது ஒரு கண் வைத்துக் கொண்டே, பின்னால் கை நீட்டி என் குழந்தைகளை நான் ஒழுங்குபடுத்துவேன். நாங்கள் எப்போதும் நெடுஞ்சாலைகள் வழியாகவே பயணித்தோம். நேரத்தையும் தூரத்தையும் எண்ணிக் கொண்டே, களைப்போடும் எரிச்சலோடும் நாங்கள் என் பெற்றோரின் வீட்டை வந்தடைவோம்.

ஆனால் ஒருநாள், பேனர் பிறந்தது. பேனர் எங்களுடைய ஆட்டுக்குட்டி. நான் என் பெற்றோரின் வீட்டிற்குப் புறப்படவிருந்த ஒருசில நாட்களுக்கு முன், அதன் தாய் அதை நிராகரித்தது. நான் தேர்ந்தெடுப்பதற்கு இரண்டு விஷயங்கள் இருந்தன: ஒன்று, அந்த ஆட்டுக்குட்டியை என் கணவரிடம் விட்டுவிட்டுச் செல்வது. ஆனால் அவர் அதைத் தன்னுடன் தன் அலுவலகத்திற்குக் கூட்டிச் சென்று, இரண்டு மணிநேரத்திற்கு ஒருமுறை அதற்கு உணவளித்து, அதற்கு அரைக்கச்சைகளை மாற்றிவிட வேண்டியிருக்கும். இரண்டாவது, பேனரை என்னுடன் என் பெற்றோரின் வீட்டிற்கு அழைத்துச் செல்வது. இந்த இரண்டாவது விஷயத்தை என் கணவர் தேர்ந்தெடுத்தார். அதுவே இறுதி முடிவானது.

என் நான்கு குழந்தைகளும், எங்கள் ஆட்டுக்குட்டியும், ஐந்து சைக்கிள்களும், நானும் என்னுடைய நிரந்தமான நன்னம்பிக்கை மனப்போக்குடன் பாய்ஸீயை நோக்கி எங்கள் பயணத்தைத் துவக்கினோம். தேவையின் காரணமாக, கிராமப்புறச் சாலைகள் வழியாக நாங்கள் பயணித்தோம். ஒரு மணிநேரத்திற்கு ஒருமுறை எங்கள் வண்டியை நிறுத்தி, எங்கள் ஆட்டுக்குட்டியைக் கீழே இறக்கிவிட்டு, சில நிமிடங்கள் அது தன் கால்களை நீட்டி முறிப்பதை நாங்கள் வேடிக்கைப் பார்த்தோம். என் குழந்தைகள் அதைத் துரத்திக் கொண்டு ஓடினர். பிறகு ஒருவரையொருவர் துரத்திப் பிடித்து விளையாடினர். சிறிது நேரத்திற்குப் பிறகு, புத்துணர்ச்சியோடும் மூச்சு வாங்கிக் கொண்டும் மீண்டும் வண்டியில் ஏறினர்.

நாங்கள் வினோதமாக நடந்து கொண்டதுபோல எங்களுக்குத் தோன்றியது. ஆனால் அது ஓர் அற்புதமான உணர்வைக் கொடுத்தது. உலகம் எங்களைச் சுற்றி வேகமாகச் சுழன்று கொண்டிருந்தது, ஆனால் நாங்கள் எதற்கும் அவசரப்படவில்லை. வண்டியை எங்கும் நிறுத்தாமல் நேராக பாய்ஸீ நகரைச் சென்றடைவதற்கு பதிலாக, ஒரேகான் மாநிலத்தின் பேக்கர் நகரில் அமைந்த ஒரு சிறிய ஹோட்டலில் நாங்கள் தங்கினோம். மறுநாள் காலையில், மென்மையான, நறுமணத்துடன்கூடிய, லவங்கப்பட்டை கொண்டு தயாரிக்கப்பட்டக் கேக்குகளை விற்ற ஒரு கடையை நாங்கள் கண்டுபிடித்தோம். நாங்கள் அதுபோன்ற கேக்குகளை அதுவரை ஒருபோதும் சாப்பிட்டிருக்கவில்லை.

நாங்கள் பல்வேறு கிராமப்புறச் சாலைகள் வழியாக நுழைந்து சென்றோம். இடுப்புயரச் செடிகளுக்கு நடுவே நாங்கள் வெட்டுக்கிளிகளைப் பிடித்து விளையாடினோம். இயற்கையோடு நாங்கள் ஒன்றிப் போனோம். வண்டியின் சன்னல்களுக்கு வெளியே எட்டிப் பார்த்தபோது, கம்பிகளில் வரிசையாகக் காயப் போடப்பட்டிருந்த துணிகள் காற்றில் படபடத்ததையும், பன்றிக் குட்டிகள் தம் தாயின் பின்னால் கிடுகிடுவென்று ஓடியதையும், நீரோடைகளில் மீன்கள் துள்ளிக் குதித்ததையும் கண்டுகூட நாங்கள் மகிழ்ந்தோம். இது நெடுஞ்சாலைப் பயணத்திற்கு நேர்மாறானதாக இருந்தது. ஆனால் அதைவிட மிகச் சிறப்பானதாகவும் குதூகலமூட்டுவதாகவும் மகிழ்ச்சியூட்டுவதாகவும் இருந்தது.

இறுதியில், ஆச்சரியமூட்டும் விதத்தில், புத்துணர்ச்சியோடும் பகிர்ந்து கொள்வதற்கு ஏகப்பட்டக் கதைகளோடும் நாங்கள் என் பெற்றோரின் வீட்டிற்கு வந்து சேர்ந்தோம். முன்பைவிடக் கூடுதலாக ஐந்து மணிநேரம் நாங்கள் பயணித்திருந்தோம். ஆனால் வேகமாக வந்து சேர்ந்திருந்தாலும், களைப்பு நீங்குவதற்கு எப்படியும் எங்களுக்கு ஐந்து மணிநேரம் ஆகியிருக்கும்.

இந்த சாகச முயற்சி எனக்கு ஏகப்பட்டத் துணிச்சலையும் சிறிது தலைசுற்றலையும் கொடுத்தது. விடுமுறை முடிந்து நாங்கள் மீண்டும் எங்கள் வீட்டிற்குத் திரும்பிக் கொண்டிருந்தபோது, ஒரு புறநகர்ச் சாலை வழியாக, இடாஹோ மாநிலத்தின் எல்லையோரத்தில் இருந்த என் பாட்டியின் வீட்டிற்குச் சென்றோம். பிறகு அங்கிருந்து புறப்பட்டு, பல வருடங்களாக நான் கண்டுகொள்ளாமல் இருந்திருந்த வெந்நீர் ஊற்றின் அருகே நாங்கள் சிறிது நேரம் இளைப்பாறினோம். என் குழந்தைகளை ஒழுங்குபடுத்துவதற்கும் நான் ஒரு புதிய உத்தியைக் கண்டுபிடித்தேன். மேற்கு வாஷிங்டன் பகுதியில், ஆள் அரவமற்ற ஒரு நீண்ட வெற்றுப் பாதையில் நாங்கள் சென்று

கொண்டிருந்தபோது, என் குழந்தைகள் ஒருவரோடு ஒருவர் சண்டையிடத் தொடங்கினர். நான் என் வண்டியை நிறுத்திவிட்டு, எல்லோரையும் கீழே இறங்கும்படி உத்தரவிட்டேன். பிறகு, நான் ஒரு மைல் தூரம் முன்னால் சென்று காத்திருக்கப் போவதாகவும், அவர்கள் அனைவரும் நடந்து வந்து அங்கு சேர வேண்டும் என்றும் நான் அவர்களிடம் கூறினேன். அவர்கள் வரும்வரை நான் அமைதியாகப் புத்தகம் படித்தேன்.

எங்கள் ஆட்டுக்குட்டியுடனான அந்தப் பயணம், அவசரமில்லாத வாழ்க்கையை நடத்த விரும்புபவர்கள் கைவசப்படுத்தக்கூடிய ஓர் உலகத்தை எங்களுக்குக் காட்டியது நாங்கள் யாருக்காகவும் அவசரப்பட வேண்டியதில்லை, நாங்கள் விரும்பியதை எங்களுக்கு விருப்பமான நேரத்தில் எங்களால் செய்ய முடியும், நாங்கள் எங்கள் வாழ்க்கையை மகிழ்ச்சியாக அனுபவித்துக் கொண்டிருக்கும்போது உலகத்தால் எங்களுக்காகக் காத்திருக்க முடியும் என்பதை நாங்கள் கண்டறிந்தோம்.

சில சமயங்களில், பயணங்கள் வேகமாகவும் நேராகவும் மேற்கொள்ளப்பட வேண்டிய அவசியம் எழலாம். ஆனால், ஒரு சுற்றுப் பாதை வழியாகச் செல்வது, ஒரு பயணத்தின் மிகச் சிறந்த பகுதியை உங்களுக்குத் திரை விலக்கிக் காட்டும், நம்முடைய மிகச் சிறந்த பகுதியை நமக்கு வெளிச்சம் போட்டுக் காட்டும் என்பதை நான் உணர்ந்து கொள்ள அச்சிறிய ஆட்டுக்குட்டி எனக்குத் தேவைப்பட்டது.

நான்சியைப் போன்ற அம்மாக்கள் (அப்பாக்கள்கூடத்தான்!) இவ்வுலகிற்கு அதிகமாக வேண்டும். புத்துணர்ச்சியூட்டும் காற்றை சுவாசிப்பதன் மதிப்பை உணர்ந்து கொள்கின்ற, தங்கள் குழந்தைகளுக்குப் பல்வேறு அனுபவங்களைக் கொடுக்கின்ற மக்கள் இந்தக் காலகட்டத்தில் நிச்சயம் தேவை.

ரத்தினச்சுருக்கமாக

புதுப்பித்தல் என்பது இயற்கையின் ஓர் அற்புதமான மைய அம்சம். ஒரு காட்டுத்தீ வந்து சென்ற பிறகு அக்காடு தன்னைப் புதுப்பித்துக் கொள்வதில் மட்டும் நாம் அதைப் பார்ப்பதில்லை. நம் உடலில், நம் தோல்கள் முறையாகத் தம்மைப் புதுப்பித்துக் கொள்வதிலும், ரத்தம் சுத்திகரிக்கப்படுவதிலும், காயங்கள் ஆறுவதிலும்கூட நாம் அதைக் காண்கிறோம். ஆனால் மனிதர்கள் என்ற முறையில், புதுப்பித்தல் கொள்கையை நம் வாழ்வில் நாம் எப்போதும் அவ்வளவு சிறப்பாகச் செயல்படுத்துவதில்லை. பெரும்பாலான சமயங்களில், மன அழுத்தங்கள் நம்மைத் திணறடிக்க நாம் அனுமதித்துவிடுகிறோம். ஓர் அமைதியான சிறுகுடாவிற்குச் சென்று வருவதானாலும் சரி, ஒரு கடற்கரைக்குச் சென்று வருவதானாலும் சரி, அல்லது வாழ்வின் புறச்சாலைகளில் ஏதேனும் ஒன்றின் வழியாகப் பயணிப்பதானாலும் சரி, நம்மை நிதானப்படுத்திக் கொள்வதற்கும், சிறிது ஓய்வை அனுபவிப்பதற்கும், புத்துணர்ச்சியூட்டும் காற்றை சுவாசிப்பதற்கும் நாம் அனைவரும் சில வழிகளைக் கண்டுபிடித்தாக வேண்டும். ஏனெனில், ஒவ்வொரு நாளையும் ஒரு மகத்துவமான நாளாக ஆக்குவதற்கு உங்களை நீங்கள் புதுப்பித்துக் கொள்ள வேண்டியது மிகவும் இன்றியமையாதது.

சிந்தனைக்காக

- நீங்கள் தனியாக ஓய்வெடுப்பதற்குத் தேவையான ஓர் அமைதியான சிறுகுடா உங்களுக்கு இருக்கிறதா? அங்கு நீங்கள் போதுமான அளவு போய் வருகிறீர்களா?
- எந்த அன்றாடச் 'சிறுகுடாக்களை' உங்கள் தற்காலிக உல்லாச விடுமுறைகளாக நீங்கள் பயன்படுத்துகிறீர்கள்? தியானம், உடற்பயிற்சி, புத்தக வாசிப்பு போன்ற, உங்கள் மனத்தை ஆசுவாசப்படுத்தக்கூடிய விஷயங்களைச் செய்வதற்கு நீங்கள் நேரம் ஒதுக்கிக் கொள்கிறீர்களா?
- உங்களுடைய உள்ளார்ந்த பிரச்சனைகளிலிருந்து உங்கள் கவனத்தைத் திசை திருப்புவதற்கு, 'புற விஷயங்களைக்' காதுகொடுத்து கவனமாகக் கேட்க நீங்கள் கடைசியாக எப்போது நேரம் ஒதுக்கினீர்கள்? உங்களுடைய நிகழ்காலக் கவலைகளிலிருந்து விடுபடுவதற்காக உங்கள் கடந்தகால மகிழ்ச்சிக் கணங்கள்மீது கவனம் செலுத்துவதற்குக் கடைசியாக நீங்கள் எப்போது உங்கள் வாழ்க்கையைப் பின்னோக்கிப் பார்த்தீர்கள்? உங்கள் உள்நோக்கங்கள் உங்கள் பண்புநெறிகளோடும் மனசாட்சியோடும் இசைவாக உள்ளனவா என்று கடைசியாக எப்போது நீங்கள் அவற்றை மறு ஆய்வு செய்தீர்கள்? உங்கள் கவலைகளை நீங்கள் எப்போதாவது மணலின்மீது எழுதுகிறீர்களா? நீங்கள் எழுதுவதற்கு இன்னும் அதிகமான விஷயங்கள் உள்ளனவா?
- உங்கள் அன்றாட வாழ்க்கைப் பயணங்களின்போது, வாழ்வின் பல குதூகலங்களைக் கண்டறிவதற்கு சுவாரசியமான சுற்றுவழிகளை நீங்கள் தேர்ந்தெடுக்கிறீர்களா?

முடிவுரை

இத்தொகுப்பில் இடம்பெற்றுள்ள பல வகைப்பட்ட மக்கள், தங்கள் வாழ்வின் பல்வேறு நிலைகளில், செயலில் இறங்குவது பற்றிய தேர்ந்தெடுப்பையும், குறிக்கோள் குறித்தத் தேர்ந்தெடுப்பையும், கொள்கைகள் குறித்தத் தேர்ந்தெடுப்பையும் மேற்கொண்டனர்.

இப்போது நீங்கள் தேர்ந்தெடுக்க வேண்டிய வேளை வந்துவிட்டது. இம்மூன்று தேர்ந்தெடுப்புகளையும் நீங்கள் மேற்கொள்வீர்களா? ஒவ்வொரு நாளையும் ஒரு மகத்துவமான நாளாக ஆக்குவதை உங்கள் வாழ்வின் ஓர் இன்றியமையாத பகுதியாக ஆக்கிக் கொள்வீர்களா?

வாழ்க்கை எப்போதும் சுலபமானதல்ல. பெருங்கடலில் எழும் அலைகளைப்போல, சவால்கள் ஒன்றன்பின் ஒன்றாகத் தோன்றிக் கொண்டே இருக்கும். இப்படிப்பட்ட ஓர் அவசரத்திற்கு இடையே, நம்முடைய அன்றாடத் தேர்ந்தெடுப்புகள் பற்றியும், நம் வாழ்வின் பொன்னான கணங்களை நாம் எவ்வாறு பயன்படுத்த விரும்புகிறோம் என்பது பற்றியும் சிந்திப்பதற்காக நிதானிப்பது மேன்மேலும் கடினமாக ஆகி வருவதுபோலத் தெரிகிறது. ஆனாலும், இவ்வாறு நிதானிப்பதும், நாம் யார் என்பதைப் பற்றியும் எது நமக்கு முக்கியம் என்பதைப் பற்றியும் சிந்திப்பதற்கு நேரம் ஒதுக்கிக் கொள்வதும் மனிதர்கள் என்ற முறையில் நம் முன்னேற்றத்திற்கு மிகவும் முக்கியம்.

பில் டாமியஸ் இதை அழகாக விளக்குகிறார்:

கடலின் அலைகள் கரையை நோக்கி நுரைகூட்டி வரும்போது ஓர் அதிசயம் நிகழ்கிறது. அந்த அலைகளில் ஒன்று கடற்கரையைத் தொட்டுவிட்டு மீண்டும் கடலுக்குள் இழுக்கப்படத் தொடங்குவதற்கு முன்பு, ஒரு சிறு கணம் அசைவின்றி நிற்கின்ற அந்தக் குறிப்பிட்ட நேரத்தில் அது நிகழ்கிறது. ஒரு நொடிக்கும் குறைவான நேரம், அந்தத் தண்ணீர் சலனமற்று இருக்கும்போது, அதன் தெளிவின் ஊடாக, அதற்குக் கீழே உள்ள நிலத்தையும் சிறு கற்களையும் சிப்பிகளையும் மணலையும் என்னால் பார்க்க முடியும்.

சில சமயங்களில், வாழ்க்கையில் உண்மையிலேயே என்ன நிகழ்ந்து கொண்டிருக்கிறது என்பது பற்றித் தெரிந்து கொள்ள நமக்கு இந்தக் கணநேர தரிசனம்தான் கொடுக்கப்படுவதாக நான் நினைக்கிறேன். பிறகு அவை ஓடிச் சென்றுவிடுகின்றன. அடுத்து இன்னோர் அலை வந்து நம்மீது மோதுகிறது. அப்போது அந்தக் கணநேரத் தெளிவை நாம் இழந்துவிடுகிறோம்.

ஆனால் அந்தத் தெளிவு இன்னும் அங்கு இருக்கும்போது, அந்த நடவடிக்கை அசைவின்றி இருக்கும்போது, அதை எடுத்து நமக்குள் ஆழமாக சேமித்து வைத்துக் கொள்ள வேண்டும். அப்போது, அடுத்த அலை வந்து

மோதும்போது — அது கண்டிப்பாக வரும் — நம் சமநிலையை நம்மால் தக்க வைத்துக் கொள்ள முடியும்.

இப்படிப்பட்டத் தெளிவூட்டும் கணங்களை, உங்களுக்குள் இருக்கும் ஆற்றலை உங்களால் தெளிவாகப் பார்க்க முடிந்த கணங்களை, வாழ்வின் இன்னல்களைத் தாண்டிப் பார்க்கும் திறனையும், உங்களைச் சுற்றி இருப்பவர்களின் வாழ்வில் உங்களால் எப்படிப்பட்ட வித்தியாசத்தை ஏற்படுத்த முடியும் என்று பார்க்கும் திறனையும் உங்களுக்குக் கொடுத்தக் கணங்களை இத்தொகுப்பு உங்களுக்கு வழங்கியுள்ளதாக நான் நம்புகிறேன். அப்படிப்பட்டக் கணங்களைப் போற்றிப் பொக்கிஷமாகப் பாதுகாத்துக் கொள்ளுங்கள். அவற்றை உங்கள் மனத்தில் முன்னுரிமைப்படுத்துங்கள். அப்போது, முக்கியமற்றத் தகவல்களும் அவசரமும் உங்கள்மீது வந்து மோதும்போது, உங்கள் பார்வையை உயர்த்தி, உங்களுடைய மிக உயர்ந்த கனவுகளின்மீது உங்களால் அவற்றை நிலைப்படுத்த முடியும்.

கொள்கைகளுக்குச் செயல்வடிவம் கொடுத்தல்

நீங்கள் இந்நூலைப் படித்து வந்தபோது, சில கதைகள் உங்கள்மீது சிறிய தாக்கத்தை ஏற்படுத்தியிருக்கும், மற்றவை புத்திசாலித்தனமானவையாகவும் உங்கள் மனத்தை மகிழ்விப்பவையாகவும் இருந்திருக்கும் என்பது என் ஊகம். ஆனால் சில உள்நோக்குகள் எப்படியோ உங்கள் மனத்தைத் தொட்டிருக்கும், "நான் இந்த விஷயத்தில் சிறப்புற வேண்டும்," என்ற எண்ணத்தை அவை உங்களுக்குள் ஏற்படுத்தியிருக்கும். அந்த உள்நோக்குகளைப் பற்றி நீங்கள் சிந்தித்துப் பார்க்கும்போது, இப்புத்தகத்திலிருந்து அதிகமான பலன்களைப் பெறுவதற்கு, பின்வரும் பரிந்துரைகளைக் கருத்தில் கொள்ளுங்கள்.

1. உங்களிடமிருந்து துவக்குங்கள்

இத்தொகுப்பை நீங்கள் மற்றவர்களிடம் பகிர்ந்து கொள்வீர்கள் என்று நான் நம்புகிறேன். இதில் இடம்பெற்றுள்ள கதைகளையும் கொள்கைகளையும் பெற்றோர்கள் தங்கள் குழந்தைகளுடனும், ஆசிரியர்கள் தங்கள் மாணவர்களுடனும், நண்பர்கள் தங்களுடைய நண்பர்களுடனும், மேலதிகாரிகள் தங்கள் ஊழியர்களுடனும் பகிர்ந்து கொள்வார்கள் என்றும் நான் நம்புகிறேன். ஆனால் இதில் வலியுறுத்தப்பட்டுள்ள கொள்கைகளை முதலில் நீங்கள் உள்வாங்கிக் கொண்டு, அவற்றை உங்கள் சொந்த வாழ்வில் நடைமுறைப்படுத்தும்போதுதான் இப்புத்தகத்திலிருந்து உங்களுக்கு மிக அதிகப் பலன்கள் கிடைக்கும் என்று நான் உறுதியாக நம்புகிறேன். எனவே, உங்கள் உள்ளார்ந்த மாற்றத்திற்கும், உங்கள் வாழ்வின் எந்தப் பகுதிகளில் நீங்கள் அதிக அளவில் மேம்பட வேண்டும் என்று உங்களுக்குத் தோன்றுகிறதோ அவற்றைப் பற்றி சிந்தித்துப் பார்ப்பதற்கும் உங்கள் மனக்கதவுகளைத் திறந்துவிடுங்கள்.

2. விரிவான கண்ணோட்டத்துடன் தொடங்கி, பிறகு ஒருமித்தக் கவனம் செலுத்துங்கள்

இத்தொகுப்பில் இடம்பெற்றுள்ள கொள்கைகளைப் பற்றியும், அவை உங்களுக்கு எவ்வாறு பொருந்துகின்றன என்பது பற்றியும் ஒரு விரிவான கண்ணோட்டத்தைப் பெறுவதற்கு முதலில் இந்நூலை முழுமையாகப்

படியுங்கள். பிறகு உங்களுக்குப் பிடித்தமான உள்நோக்குகளை அடிக்கோடிட்டுக் கொள்ளுங்கள். எந்த இரண்டு மூன்று கொள்கைகளை அல்லது உள்நோக்குகளை நீங்கள் உங்கள் வாழ்வில் செயல்படுத்தினால் அது உங்கள் கனவுகளை நனவாக்குவதற்கு உங்களுக்கு உதவும் என்பதைத் தீர்மானித்துக் கொள்ளுங்கள். பிறகு அவற்றைச் சிறிது காலம் கடைபிடியுங்கள். அதன் பிறகு, அடுத்த ஓரிரு கொள்கைகளையோ அல்லது உள்நோக்குகளையோ தேர்ந்தெடுங்கள். எல்லாவற்றையும் ஒரே நேரத்தில் செய்ய முற்படாதீர்கள்.

3. திட்டவட்டமான, யதார்த்தமான இலக்குகளை நிர்ணயித்துக் கொள்ளுங்கள்

அதிகக் கடினமாகவும் அதிக இலகுவாகவும் இல்லாத, உங்கள் மேம்பாட்டிற்கான இலக்குகளை உருவாக்கிக் கொள்ளுங்கள். அவற்றுக்கு முறையான காலக்கெடுக்களை அமைத்துக் கொள்ளுங்கள். ஒவ்வொன்றுக்கும் மிக அதிக காலமோ அல்லது மிகக் குறைவான காலமோ கொடுத்துவிடாமல் பார்த்துக் கொள்ளுங்கள். ஆனால் எல்லாவற்றையும் திட்டவட்டமாக வகுத்துக் கொள்ளுங்கள். வெறுமனே, “இந்த வாரம் நான் அதிகப் பொறுமையாக நடந்து கொள்வேன்,” என்று கூறாதீர்கள். மாறாக, எந்தெந்தத் திட்டவட்டமான வழிகளில் நீங்கள் அதிகப் பொறுமையாக நடந்து கொள்வீர்கள் என்று தீர்மானித்துக் கொள்ளுங்கள். எடுத்துக்காட்டாக, உங்கள் பருவக் குழந்தைகளுடன் உணவருந்தும் நேரம், உங்கள் சிறுவயதுக் குழந்தைகளுக்குப் பாடம் சொல்லிக் கொடுக்கும் நேரம் போன்ற சமயங்களில் நீங்கள் அதிகப் பொறுமையாக நடந்து கொள்ளப் போவதாக நீங்கள் தீர்மானிக்கலாம். உங்கள் திட்டங்களையும் இலக்குகளையும் முன்கூட்டியே அட்டவணைப்படுத்துவதிலிருந்து நீங்கள் அளப்பரிய சக்தியைப் பெறுகிறீர்கள்.

4. சிறிய அளவில் துவக்குங்கள், ஆனால் செயலில் இறங்குங்கள்

மனிதகுலத்திற்கு ஒரு மாபெரும் பங்களிப்பை வழங்குவது குறித்து நம்முள் எழும் தூண்டுதல்களை நாம் உணரும்போது, கூடவே, “எனக்கு ஏகப்பட்ட வேலை இருக்கிறது. என்னால் எப்படி இன்னும் அதிகமாகச் செய்ய முடியும்? என்னிடம் போதுமான திறமைகளோ அல்லது வளவசதிகளோ இல்லை. எப்படி என்னால் மதிப்புமிக்கப் பங்களிப்பை வழங்க முடியும்?” போன்ற எதிர்மறையான எண்ணங்களும் நம் மனத்திற்குள் வேகவேகமாக நுழையும். “நான் மட்டும் முந்தைய காலகட்டத்தில் வாழ்ந்திருந்தால் . . .” என்றும் சிலர் புலம்பக்கூடும். ஆனால் யதார்த்தம் என்னவென்றால், நம்மைக் குறித்துத் தாழ்வாக உணர்வதாலோ, நம் திறமையின்மீது நாமே சந்தேகம் கொள்வதாலோ, அல்லது வேறொரு காலகட்டத்தில் நாம் வாழ்ந்திருக்கலாமே என்று புலம்புவதாலோ எந்தப் பயனும் இல்லை. அது வெறும் நேர விரயம்தான். நமக்கு வாய்த்திருக்கும் நாட்களைப் பயனுள்ள வகையில் செலவிடுவதுதான், மன அமைதியையும் நிறைவையும் அனுபவிப்பதற்கான சிறந்த வழி. எனவே இன்றே செயலில் இறங்குங்கள். ஒரே ஒரு நபருக்காக ஒரே ஒரு சிறிய நடவடிக்கையை மேற்கொண்டாலும் பரவாயில்லை, ஆனால் ஏதாவது மதிப்பான காரியத்தைச் செய்யுங்கள்.

5. மற்றவர்களுடன் பகிர்ந்து கொள்ளுங்கள்

ஒரு கொள்கையைக் கற்றுக் கொள்வதற்கான சிறந்த வழிகளில் ஒன்று, அதை மற்றவர்களுக்குக் கற்றுக் கொடுப்பதுதான். எடுத்துக்காட்டாக, நீங்கள் ஒரு பெற்றோராக இருந்தால், ஒவ்வொரு வாரமும் ஒரு கொள்கையைத் தேர்ந்தெடுத்து, அதை உங்கள் குழந்தைகளுக்குக் கற்றுக் கொடுத்து, அக்கொள்கையை அவர்களுடைய வாழ்க்கையுடன் ஒருங்கிணைக்கலாம். உணவு நேரத்தின்போது அல்லது வேறொரு சௌகரியமான நேரத்தின்போது, இதிலுள்ள ஒரு கதையை அவர்களுடன் பகிர்ந்து கொள்ளுங்கள். இந்தக் கொள்கையை அவர்களுடைய மனத்தில் ஆழமாகப் பதிவு செய்வதற்கு, அது தொடர்பான சில மேற்கோள்களையும் குட்டிக் கதைகளையும் அந்த வாரம் நெடுகிலும் கூறி அக்கொள்கையை வலியுறுத்துங்கள். நீங்கள் ஒரு தொழிலதிபராக இருந்தால், உங்கள் குழுவினர் செயற்திறனுடன் செயல்படுவதற்கு அவர்களைத் தூண்டுவதற்கு உங்கள் வாராந்திர சந்திப்புக்கூட்டங்களுடன் இக்கொள்கைகளை ஒருங்கிணைப்பதற்கான வழிகளைக் கண்டுபிடியுங்கள். ஒவ்வொரு நாளையும் ஒரு மகத்துவமான நாளாக ஆக்குவதில் தீவிரமாக இருக்கும் தனிநபர்களைப்போலவே, ஒவ்வொரு நாளையும் ஒரு மகத்துவமான நாளாக ஆக்குவதில் தீவிரமாக உள்ள பணிக்குழுக்களும் நிறுவனங்களும் இருக்கின்றன. குறுகிய காலம் மட்டுமே வெற்றிகரமாக விளங்குகின்ற பிற குழுக்கள் மற்றும் நிறுவனங்களிடமிருந்து இவை வேறுபட்டு நிற்கின்றன. நீங்கள் வகிக்கும் பாத்திரம் எதுவாக இருந்தாலும் சரி, இந்நூலில் கொடுக்கப்பட்டுள்ள கொள்கைகளைக் கற்றுக் கொடுப்பதற்கான வழிகளைப் படைப்புத்திறனுடன் ஆய்வு செய்யுங்கள். அவ்வாறு செய்வதன் மூலம், நீங்கள்தான் மிக அதிகமாகக் கற்றுக் கொள்வீர்கள்.

6. பொறுமையாக இருங்கள்

உங்களிடம் தீவிரமற்று நடந்து கொள்ள வேண்டும் என்று இதற்கு அர்த்தமில்லை. ஏனெனில், நீங்கள் சவாலான காரியங்களைச் செய்ய விரும்புகிறீர்கள். ஆனால் அதே நேரத்தில், ஒவ்வொரு சிறு பின்னடைவுக்காகவும் தவறுக்காகவும் உங்களைக் கடிந்து கொள்ளாதீர்கள். நீங்கள் செய்கின்ற நல்ல காரியங்களுக்கு உங்களைப் பாராட்டிக் கொள்ளத் தவறாதீர்கள். சுயவளர்ச்சி மிக மென்மையான ஒன்று. அதற்கு நேர அவகாசமும் மதிப்பும் கொடுக்கப்பட வேண்டும். எனவே, கடினமாக உழையுங்கள், தினமும் முன்னேற்றம் காணுங்கள், அர்த்தமுள்ள மைல்கற்களை அடையும்போது உங்களுக்கு நீங்களே வெகுமதி அளித்துக் கொள்ளுங்கள். ரீடர்ஸ் டைஜஸ்ட் பத்திரிகையின் நிறுவனர்களான டீவிட் வாலஸூம் லைலா வாலஸூம், ஒரு நேரத்தில் ஒரு மேற்கோள், ஒரு கதை, மற்றும் ஒரு பதிப்பு என்ற முறையில்தான் தங்கள் பெயர்களைச் சொல்லும்படி இந்த சீதனத்தை நமக்கு விட்டுச் சென்றுள்ளனர். அவர்கள் இவை அனைத்தையும் ஒரே இரவில் சாதித்துவிடவில்லை. அதேபோல, ஒவ்வொரு நாளையும் ஒரு மகத்துவமான நாளாக ஆக்குவது என்பது ஒரு வாழ்க்கைமுறை. அது ஒவ்வொரு நாளும் கடைபிடிக்கப்பட வேண்டிய ஒன்று. இது ஒரே ஒரு முறை மட்டும் நிகழும் நிகழ்வு அல்ல. எனவே உங்களிடம் பொறுமையாக நடந்து கொள்ளுங்கள், விடாமுயற்சியுடன்

செயல்படுங்கள். அப்போது நீங்கள் ஒவ்வொரு நாளையும் ஒரு மகத்துவமான நாளாக ஆக்குவீர்கள்.

மேற்கூறப்பட்ட ஆறு பரிந்துரைகளும் இந்நூலில் கொடுக்கப்பட்டுள்ள கொள்கைகளைச் செயல்படுத்துவதற்கு உங்களுக்கு உதவும் என்று நான் நம்புகிறேன். ஆனால் இறுதியாக ஒன்றை நான் பரிந்துரைக்க விரும்புகிறேன்: நீங்கள் ஒரு நல்ல மாற்றத்திற்குள் அடியெடுத்து வைத்துக் கொண்டிருப்பதுபோல உங்கள் மனத்தில் கற்பனை செய்யுங்கள், அது குறித்த ஒரு காட்சியை உருவாக்கிக் கொள்ளுங்கள். இத்தொகுப்பிலிருந்து உங்களுக்கு மூன்று விளைவுகள் கிடைக்கும் என்று இதன் முன்னுரையில் நான் ஏற்கனவே குறிப்பிட்டிருந்தது உங்களுக்கு நினைவிருக்கலாம். முதலில், வாழ்க்கைப் புயலில் இருந்து ஒரு புகலிடமாகவும், ஒரு நம்பிக்கைக் கீற்றாகவும் இது உங்களுக்கு அமையக்கூடும் என்று நான் கூறினேன். இரண்டாவதாக, நீங்கள் தனிப்பட்ட முறையில் வாழ்விலிருந்து சற்று அதிகமானவற்றைப் பெறுவதற்கான உத்வேகத்தை இத்தொகுப்பு உங்களுக்கு வழங்கும் என்று நான் நம்புவதாகக் கூறினேன். இத்தொகுப்பு இவ்விரண்டு இலக்குகளையும் உங்களுக்கு நிறைவேற்றியிருக்கும் என்று நான் நம்புகிறேன்.

ஆனால் இதிலிருந்து கிடைக்கும் மூன்றாவது விளைவுதான் உங்கள் மனத்தில் ஒரு நிலையான காட்சியாக அமைய வேண்டும் என்று நான் உண்மையிலேயே விரும்புகிறேன். தான் எதிர்கொள்கின்ற எதிர்மறைகளை எடுத்து நேர்மையான ஒன்றாக மாற்றுகின்ற ஒருவராகவும், சமுதாயத்திற்கு ஓர் அர்த்தமுள்ள பங்களிப்பை வழங்குவதற்கான வாய்ப்புகளைத் தானே மனமுவந்து தேடுகின்ற ஒருவராகவும், தன்னுடைய வாழ்க்கைக் குறிக்கோளை நிறைவேற்றுவதோடு மட்டுமன்றி, மற்றவர்கள் தங்கள் வாழ்க்கையைக் குறிக்கோள்களுடன் வாழ்வதற்கு அவர்களுக்கு உதவுகின்ற ஒருவராகவும், மாற்றத்திற்கான ஓர் ஊக்கியாகவும் உங்களைப் பாருங்கள். நல்ல மாற்றத்திற்குள் அடியெடுத்து வைத்துள்ள ஒருவராக உங்களைக் கற்பனை செய்து கொள்ளுங்கள். மற்றவர்களை எடைபோட்டுப் பார்க்கின்ற அல்லது விமர்சிக்கின்ற ஒருவராக இருப்பதற்கு பதிலாக், மற்றவர்களுக்கு வழிகாட்டுகின்ற ஒரு விளக்காகவும் ஒரு முன்மாதிரியாகவும் இருப்பதற்கு உங்களை அர்ப்பணித்துக் கொள்ளுங்கள்.

உங்களைப் போன்ற மக்கள் இவ்வுலகிற்கு இப்போது தேவை. எனவே, உங்கள்மீது நம்பிக்கை வையுங்கள். இந்நூலில் கொடுக்கப்பட்டுள்ள கொள்கைகளை நம்பி, இப்போதே அவற்றைச் செயல்படுத்தத் தொடங்குங்கள். நடவடிக்கை எடுப்பதைத் தேர்ந்தெடுங்கள், குறிக்கோளைத் தேர்ந்தெடுங்கள், கொள்கைகளைத் தேர்ந்தெடுங்கள். நீங்கள் அவ்வாறு செய்யும்போது, ஒவ்வொரு நாளையும் ஒரு மகத்துவமான நாளாக ஆக்குவதை உள்ளடக்கிய ஒரு வாழ்க்கையை வாழ்வதன் ஊடாக வருகின்ற உள்ளார்ந்த அமைதியையும் தனிப்பட்ட மனநிறைவையும் நீங்கள் என்றென்றும் அனுபவிப்பீர்கள்.

நன்றியுரை

கலைநயம் கொண்ட இப்படைப்பை உருவாக்குவதற்கு ஏராளமானோர் பங்களித்துள்ளனர் என்பது உண்மை. இக்கதைகளைத் தொகுப்பதற்கு முழுமூச்சாக உதவிய ரீடர்ஸ் டைஜஸ்ட் குழுவைச் சேர்ந்த ஜாக்கீ லியோா, ஹரால்டு கிளார்க், சேண்டி மெக்கார்மிக் ஹில், மார்சியா ராக்வுட், மாரீன் மேக்கீ ஆகியோருக்கும், இப்பணித்திட்டத்திற்குத் துவக்க நிலைகளிலிருந்து தங்கள் ஊக்குவிப்பையும் ஆதரவையும் வழங்கி வந்த ரைமோ மாய்ஸா, கிறிஸ் கெவானா, எரிக் ஷ்ரையர் ஆகியோருக்கும் என் பாராட்டுகள். இதன் பதிப்பாசிரியரான நான்சி கிளார்க்குக்கு என் சிறப்புப் பாராட்டுகள். ஃபிராங்க்ளின் கவி நிறுவனத்தின் பாட்டு கிரெய்குக்கும் என் இதயம் கனிந்த நன்றி. அவருடைய தலைமைத்துவம் இந்தப் பணித்திட்டம் நெடுகிலும் இன்றியமையாததாக இருந்தது. நிர்வாகம் மற்றும் தொழில்நுட்பத்தில் உதவிய ஜூலி கில்மேன், என் முகவர் ஜேன் மில்லர், அவருடைய கூட்டாளி ஷேனன் மைசர் மார்வன் ஆகியோருக்கும் என் நன்றி. இந்நூலை வெளியிட்ட ரட்லெட்ஜ் ஹில் பிரெஸ்ஸுக்கும் என் மனங்கனிந்த நன்றி. பமீலா கிளெமன்ட்ஸ், ஜெஃப்ரி ஸ்டோன், லாரா ட்ரூப், பிரையன் மிட்செல் ஆகியோர் உட்பட, இந்நூலை வெளியிட்ட ரட்லெட்ஜ் ஹில் பிரெஸ்ஸைச் சேர்ந்த அனைவருக்கும் என் மனங்கனிந்த நன்றி. இறுதியாக, எனக்கு ஆதரவாகவும் உத்வேகமாகவும் இருக்கின்ற, ஒவ்வொரு நாளையும் ஒரு மகத்துவமான நாளாக ஆக்குவதைத் தங்கள் வாழ்வின் ஓர் அம்சமாக ஆக்கிக் கொண்டுள்ள என் மனைவி சான்ட்ராவுக்கும், எங்கள் குழந்தைகளுக்கும், அவர்களுடைய வாழ்க்கைத் துணைவர்களுக்கும், எங்கள் பேரக்குழந்தைகள் அனைவருக்கும் என் இதயப்பூர்வமான நன்றியை நான் தெரிவித்துக் கொள்கிறேன்.

நாகலட்சுமி சண்முகம்

மொழிபெயர்ப்பாளர்

நாகலட்சுமி மிகச் சிறந்த ஊக்குவிப்புப் பேச்சாளர். மக்களிடம் பரிபூரண மாற்றம் கொண்டுவரும் கருத்தரங்குகளை இவர் நடத்தி வருகிறார். அவர் முழுநேரப் பேச்சாளராக ஆவதற்கு முன்பு, பத்து வருடங்கள் கணினித் துறையில் தலைமைப் பொறுப்பு உட்படப் பல பதவிகளை வகித்தார்.

தமிழ் நாடகத் துறையின் முன்னோடி மேதைகளான டி.கே.எஸ் சகோதரர்களில் ஒருவரான திரு.முத்துசாமி அவர்களின் பேத்தியான நாகலட்சுமியிடம் இருக்கும் இயல்பான தமிழ் ஆர்வம், தமிழ் மொழிபெயர்ப்புத் துறைக்கு அவரை இழுத்து வந்துள்ளது.

கடந்த மூன்று ஆண்டுகளில் சுமார் முப்பத்தைந்து புத்தகங்களை அவர் மொழிபெயர்த்துள்ளார். அவருடைய மொழிபெயர்ப்பு நூல்களில், ரோன்டா பைர்ன், டாக்டர் ஜோசப் மர்ஃபி, ஜான் மேக்ஸ்வெல், டாக்டர் ஸ்பென்சர் ஜான்சன், நார்மன் வின்சென்ட் பீல், ஜான் கிரே, கேரி சேப்மேன், ஜாக் கேன்ஃபீல்டு, மார்க் விக்டர் ஹான்சன், பிரையன் டிரேசி, ஸ்டீபன் ஆர். கவி, ராபர்ட் கியோஸாகி, டேல் கார்னகி போன்ற சர்வதேச அளவில் கொண்டாடப்படுகின்ற தலைசிறந்த நூலாசிரியர்களின் நூல்களும் அடங்கும்.

இவரது மொழிபெயர்ப்புகளுக்குக் கிடைத்துள்ள அங்கீகாரங்களில், 2014 பிப்ரவரியில் திருப்பூர் தமிழ்ச் சங்கம் அளித்த 'தமிழ் மொழிபெயர்ப்புத் துறைக்கான சிறப்பு விருதும்,' அவர் மொழிபெயர்த்த 'இறுதிச் சொற்பொழிவு' நூலுக்கு 2014 ஆகஸ்டில் வழங்கப்பட்ட 'நல்லி திசை எட்டும் மொழியாக்க விருதும்' அடங்கும்.

நாகலட்சுமி தன் கணவருடனும் தன் குழந்தைகள் இருவருடனும் தற்போது மும்பையில் வசித்து வருகிறார்.

ஸ்டீபன் ஆர். கவி

(1932-2012)

லட்சக்கணக்கானோரின் வாழ்க்கையை மாற்றிய நூலாசிரியர்

ஸ்டீபன் கவி சர்வதேச அளவில் பெரிதும் மதிக்கப்படுகின்ற தலைமைத்துவ வல்லுனர், குடும்ப உறவு நிபுணர், ஆசிரியர், நிறுவன ஆலோசகர் மற்றும் நூலாசிரியர். நன்னெறிகளை அடித்தளமாகக் கொண்டு நிர்மாணிக்கப்படுகின்ற வாழ்க்கைமுறையையும் தலைமைத்துவத்தையும் குடும்பங்களிலும் நிறுவனங்களிலும் எவ்வாறு வளர்த்தெடுப்பது என்பதை மக்களுக்குக் கற்றுக் கொடுப்பதற்காகத் தன் வாழ்க்கையை அர்ப்பணித்துக் கொண்டவர் அவர்.

அவர் ஹார்வர்டு பல்கலைக்கழகத்தில் எம்பிஏ பட்டமும், பிரிஹாம் யங் பல்கலைக்கழகத்தில் முனைவர் பட்டமும் பெற்றவர். அவர் பிரிஹாம் யங் பல்கலைக்கழகத்தில் பேராசிரியராகப் பணிபுரிந்துள்ளார்.

டாக்டர் கவி, பெரிதும் பாராட்டப்படுகின்ற பல நூல்களின் ஆசிரியர். அதில் தலையாயது 'அதிக ஆற்றல்வாய்ந்த மனிதர்களின் 7 பழக்கங்கள்'. அப்புத்தகம் இதுவரை 2 கோடிப் பிரதிகள் விற்பனையாகியுள்ளது, 40 மொழிகளில் மொழிபெயர்க்கப்பட்டுள்ளது.

அவருக்குக் கிடைத்தப் பாராட்டுகளுக்கும் விருதுகளுக்கும் கணக்கு வழக்கே இல்லை. மனிதகுலத்திற்குத் தொடர்ந்து சேவை செய்து வந்ததற்காக வழங்கப்பட்ட தாமஸ் மோர் காலேஜ் மெடாலியன், 1999ம் வருடத்திய மிகச் சிறந்த பேச்சாளர் விருது, 1998ம் வருடம் வழங்கப்பட்ட 'சர்வதேச அமைதித் தூதர்' விருது, பல பல்கலைக்கழகங்கள் வழங்கிய கௌரவ டாக்டர் பட்டங்கள் போன்றவை அவற்றில் குறிப்பிடத்தக்கவை. மிக அதிகத் தாக்கம் விளைவித்த 25 அமெரிக்கர்களில் ஒருவர் அவர் என்று அமெரிக்க டைம்ஸ் பத்திரிக்கை அவரை வர்ணித்துள்ளது. ஒன்பது குழந்தைகளுக்குத் தந்தையாகவும், ஐம்பத்து இரண்டு பேரக்குழந்தைகளுக்குத் தாத்தாவாகவும் விளங்கிய ஸ்டீபன் கவிக்கு 2003ம் ஆண்டில் 'தந்தைமை விருது' வழங்கப்பட்டது. தனக்கு வழங்கப்பட்ட விருதுகளிலேயே மிகவும் அர்த்தம் பொதிந்த விருது அதுதான் என்று அவர் வர்ணித்தார்.

1997ம் ஆண்டில், அவர் தனது நிறுவனமான கவி லீடர்ஷிப் சென்டரை பிராங்க்ளின் குவெஸ்ட்டு நிறுவனத்துடன் இணைத்து ஃபிராங்க்ளின்கவி என்ற நிறுவனத்தைத் தோற்றுவித்தார். அந்நிறுவனம் இன்று இந்தியா உட்பட 147 நாடுகளில் இயங்கி வருகிறது.

தான் பெற்றிருந்த தொழில்முறை வெற்றிகளைவிட, தன் குடும்பத்தாரோடு தான் கொண்டிருந்த உறவை ஸ்டீபன் கவி தன்னுடைய மிக முக்கியமான சாதனையாகக் கருதினார். அவர் தன் வாழ்வின் இறுதிவரை பாசமும் விசுவாசமும் நிறைந்த ஒரு கணவராகவும் தந்தையாகவும் தாத்தாவாகவும் விளங்கினார். தன் குழந்தைகளுடனும் பேரக்குழந்தைகளுடனும் அதிகப்படியான நேரத்தைச் செலவழிப்பதில் அவர் பெருமகிழ்ச்சி கொண்டிருந்தார்.

2012ம் ஆண்டு ஜூலை மாதம் அவர் இயற்கை எய்தினார்.

ஃபிராங்க்ளின்கவி நிறுவனத்தைப் பற்றி

குறிக்கோள் வாசகம்

அனைத்து இடங்களிலும் உள்ள மக்களிடத்திலும் நிறுவனங்களிலும் நாங்கள் மகத்துவத்தை ஊக்குவிக்கிறோம்.

நிறுவனங்களுக்கும் குழுக்களுக்கும் தனிநபர்களுக்கும் ஆற்றல்மிக்க விளைவுகளைப் பெற்றுத் தருவதற்கான பயிற்சி, உற்பத்தித் திறனை அதிகரிப்பதற்கான கருவிகள் மற்றும் மதிப்பீட்டுச் சேவைகள் ஆகியவற்றை வழங்குவதில் ஃபிராங்க்ளின்கவி நிறுவனம் சர்வதேச அளவில் முன்னணி நிலை வகிக்கிறது. ஃபிராங்க்ளின்கவி நிறுவனமானது 90 சதவீத ஃபார்ச்சூன் 100 நிறுவனங்கள், 75 சதவீதத்திற்கும் அதிகமான ஃபார்ச்சூன் 500 நிறுவனங்கள், ஆயிரக்கணக்கான சிறிய மற்றும் நடுத்தர அளவு வியாபாரங்கள், எண்ணற்ற அரசாங்க நிறுவனங்கள், கல்வி நிறுவனங்கள் ஆகிய வாடிக்கையாளர்களை உள்ளடக்கியது. ஃபிராங்க்ளின்கவி நிறுவனம் தான் நடத்தி வரும் பெருநிறுவனப் பயிற்சி, தனிப்பட்டப் பயிற்சி, கருத்துப் பட்டறைகள் ஆகியவற்றின் மூலமாக ஆண்டுதோறும் லட்சக்கணக்கான தனிநபர்களுக்கும் நிறுவனங்களுக்கும் சேவை புரிந்து வருகிறது. அதோடு, இணையத்தளம் மூலமாகவும், பல நாடுகளில் உள்ள தன் அலுவலகங்களின் மூலமாகவும், இலக்குகளை நிர்ணயிப்பதற்கும் திட்டமிடுவதற்கும் சுயமுன்னேற்றத்திற்கும் உதவும் பல பொருட்களை விற்பனையும் செய்து வருகிறது.

ஃபிராங்க்ளின்கவி நிறுவனம் உலகம் நெடுகிலும் 147 நாடுகளில் 46 அலுவலகங்களின் வாயிலாக 2,000 ஊழியர்களின் துணையுடன் 38 மொழிகளில் தொழில்முறைச் சேவைகளையும் பொருட்களையும் வழங்கி வருகிறது.

- பயிற்சித் திட்டங்கள் மற்றும் சேவைகள்
- 'ஆற்றல்வாய்ந்த மனிதர்களின் 7 பழக்கங்கள்' பயிற்சிப் பட்டறை
- 'செயல்படுத்துதல் குறித்த 4 ஒழுங்குமுறைகள்' பயிற்சிப் பட்டறை
- 'கவனக்குவிப்பு: உங்களுடைய மிக உயர்ந்த முன்னுரிமைகளை சாதித்தல்' பயிற்சிப் பட்டறை
- ஃபிராங்க்ளின்கவி திட்ட அமைப்புமுறை

ஃபிராங்க்ளின்கவி நிறுவனத்தின் பொருட்களையும் சேவைகளையும் பற்றி மேலும் தெரிந்து கொள்ள www.franklincovey.com என்ற இணையத்தளத்திற்குச் செல்லுங்கள்.